KINH NGHIỆM

tấm lòng của

CHÚA GIÊ-XU

NHẬN BIẾT TẤM LÒNG CỦA CHÚA
CẢM NHẬN TÌNH YÊU CỦA NGÀI

MAX LUCADO

Originally published in English under the title
Experiencing the Heart of Jesus: Knowing His Heart, Feeling His Love

Copyright ©2003 by Max Lucado. Published by Thomas Nelson Inc.
501 Nelson Place, Nashville, Tennessee 37214, U.S.A.
All rights reserved

Vietnamese edition ©2019 by Văn Phẩm Hạt Giống. Published by arrangement
with Thomas Nelson, a division of HarperCollins Christian Publishing, Inc.

Nguyên tác tiếng Anh:
Experiencing the Heart of Jesus: Knowing His Heart, Feeling His Love
Tác giả: Max Lucado
Người dịch: Nguyễn Thị Thủy
Sửa bản in: Văn Phẩm Hạt Giống
Thiết kế bìa và dàn trang: Hoàng Hồng Hạnh

ISBN (Canada): 978-1-988990-10-1
ISBN (Vietnam): 978-604-61-6213-1

GIỚI THIỆU

Khi tôi còn bé, gia đình tôi thường đi nghỉ ở tiểu bang Colorado. Mùa hè nào cũng vậy, chúng tôi thường lái xe từ bang Texas tới tiểu bang Colorado. Đó là một việc mà bố tôi yêu thích. Tuy nhiên đó cũng là một hành trình dài. Chúng tôi đã lái xe xuyên qua vùng phía Tây của bang Texas lên phía trên và xuyên qua bang New Mexico, sau đó đi vào vùng phía Đông của tiểu bang Colorado. Vùng đất dọc theo toàn bộ tuyến đường đó tương đối bằng phẳng, nhưng sau đó khoảng năm mươi dặm về phía đông của quận Denver, bạn bắt đầu phát hiện ra dãy núi đá Thạch Sơn. Dãy núi này chiếm hữu toàn cảnh.

Bạn biết đấy, chúng tôi có thể dừng ngay tại đó, cách dãy núi Thạch Sơn năm mươi dặm và nói: "Chúng ta đã kết thúc kỳ nghỉ. Chúng ta đã nhìn thấy dãy núi Thạch Sơn rồi." Chúng tôi có thể quay xe và trở về. Sau đó khi người ta hỏi: "Kỳ nghỉ rồi gia đình anh đi đâu?" thì chúng tôi có thể trả lời: "Chúng tôi đi đến dãy Thạch Sơn."

Cái Nhìn Sâu Sắc Của Max – Hiếm có ai có thể kể cho chúng ta nghe câu chuyện của Chúa Giê-xu như cách Max Lucado kể. Vì vậy, để khám phá thuộc tính của Chúa Giê-xu, chúng ta có thể xem những điều mà Max Lucado đã đúc kết trong một vài tựa sách của ông. Mỗi tuần, bạn sẽ chỉ tập trung vào một khía cạnh trong đời sống của Chúa Giê-xu, và bạn sẽ thấy mình đang cảm nghiệm tấm lòng của Ngài.

BÀI 1
Cảm Nghiệm Sự Săn Sóc của Chúa

Khi thấy một đàn chiên, dừng lại tôi thấy một đàn chiên. Một cuốn len. Một đàn gia súc. Tôi không thấy từng con chiên. Tôi thấy những con chiên. Tất cả đều giống nhau. Chẳng có gì khác biệt. Đó là những gì tôi thấy...

Các Câu Hỏi Dẫn Dắt – Giống như cách người chăn chiên dẫn dắt bầy chiên của mình, Max sử dụng một loạt câu hỏi để dẫn bạn đi qua cuốn sách bài tập này. Bám sát vào sự giảng dạy của Kinh Thánh, bạn sẽ khám phá ra những lẽ thật thú vị về Đấng Cứu Chuộc bạn.

ĐỨC CHÚA TRỜI HAY THƯƠNG XÓT

Khi con gái tôi bị tổn thương, tôi nói với cháu rằng con thật đặc biệt.

Khi con tôi bị đau, tôi sẽ làm bất cứ điều gì để cháu cảm thấy khá hơn.

Khi con sợ hãi, tôi sẽ không đi ngủ cho đến khi bé cảm thấy an toàn.

Tôi không phải là người hùng... Tôi là một người cha. Khi con cái đau đớn, tự nhiên người cha sẽ hành động. Người cha ấy sẽ giúp ...

Tại sao tôi không để Cha Thiên Thượng làm cho tôi những việc mà tôi luôn sẵn lòng làm cho con cái mình?

Tôi vẫn đang học... Việc làm cha đã dạy tôi rằng khi tôi bị chỉ trích, bị thương hay sợ hãi, có một Người Cha sẵn sàng an ủi tôi. Có một Người Cha sẽ ôm tôi cho đến khi tôi thấy khá hơn, giúp đỡ tôi cho đến khi tôi có thể sống với sự thương tổn, và sẽ không đi ngủ khi tôi sợ phải thức dậy và nhìn thấy bóng tối.

Mãi mãi.

-The Applause of Heaven-

Các Trích Dẫn Kinh Thánh – Nhiều phân đoạn Kinh Thánh được trích từ Kinh Thánh để hỗ trợ bạn trong việc nghiên cứu. Những phân đoạn Kinh Thánh này được trích từ nhiều bản dịch khác nhau, cho phép bạn thu thập các phiên bản Kinh Thánh có sẵn khác nhau.

CHÚA nâng đỡ người khi người nằm trên giường bệnh. Trong lúc người đau yếu, Ngài chữa lành cả bệnh tật người.
- Thi Thiên 41:3

Các Trích Dẫn Từ Các Tựa Sách Của Max – Qua nhiều năm, Max Lucado đã diễn đạt bằng ngôn từ sự phong phú trong cuộc sống của Chúa Giê-xu qua một vài tựa sách khác nhau. Nhiều trang trong quyển Kinh Nghiệm Tấm Lòng Chúa Giê-xu chứa những phân đoạn được chọn lọc từ những tựa sách này, cho chúng ta cái nhìn sâu hơn về chính Chúa Giê-xu và các sách Phúc Âm.

Ồ, yeah. Tôi đoán bạn có thể nói chúng tôi đã thấy dãy núi Thạch Sơn thật. Nhưng ai lại làm thế! Ai chỉ muốn ngắm dãy núi Thạch Sơn từ đẳng xa? Chúng ta muốn đi sâu hơn vào dãy núi ấy. Chúng ta muốn hít thở không khí của núi đồi. Chúng ta muốn hít hà mùi cây thường xanh thơm mát và cây thông thoang thoảng. Chúng ta muốn lắng nghe tiếng suối chảy róc rách và ngâm tay mình vào dòng nước lạnh như băng. Chúng ta muốn câu được một con cá hồi lốm đốm. Đó chính là điểm khác biệt giữa nhìn ngắm dãy núi Thạch Sơn và trải nghiệm dãy núi ấy.

Quyển sách bài tập này được thiết kế để đưa bạn từ những vùng đất bằng phẳng - từ việc nhìn thấy Đấng Christ từ đẳng xa - tới sâu bên trong các dãy núi cao – tới kinh nghiệm được bao phủ trong sự hiện diện của Đấng Christ. Chúng ta có thể cảm nghiệm sự khích lệ, tình yêu, tình bạn và sự hiện diện của Ngài. Cảm nghiệm Tấm lòng Chúa Giê-xu là một kinh nghiệm ấn tượng, đẩy năng quyền và thay đổi đời sống.

Các Câu Tóm Lược – Trong suốt bài học của mỗi ngày, các câu tóm tắt được đúc rút từ phần nội dung và được ghi vào các cột bên cạnh phần nội dung chính. Các câu tóm tắt này giúp bạn tập trung vào ý chính của bài học.

Câu Kinh Thánh ghi nhớ của bạn trong tuần là 1 Cô-rinh-tô 8:3 trong Bản Dịch Mới. Hãy ôn lại bằng cách viết chúng ra đây.

Đức Chúa Trời sẽ chiến đấu cho chúng ta. Chúng ta chỉ cần tin cậy mà thôi.

Các Câu Kinh Thánh Ghi Nhớ Hằng Tuần – Cuộc đời chúng ta được biến đổi khi chúng ta gặp gỡ Chúa Giê-xu, và tấm lòng chúng ta được biến đổi bởi những điều được giữ trong đó. Max cho chúng ta cơ hội để trồng một phần Lời Chúa trong tấm lòng chúng ta. Bài học của mỗi tuần được kèm theo một câu Kinh Thánh để ôn lại, xem xét, suy ngẫm và cam kết học thuộc.

Trọng Tâm Bài Học – Bài học mỗi ngày đều kết thúc bằng phần tóm tắt ý chính. Các câu này giúp nhắc nhở người học các ý chính trong những sự dạy dỗ của Max, và là phần ôn tập lúc bạn kết thúc thì giờ tĩnh nguyện với Chúa.

TRỌNG TÂM CỦA BÀI HỌC
* Chúa Giê-xu hứa ban Đức Thánh Linh cho chúng ta để Ngài có thể chăm sóc cho chúng ta trong lúc chúng ta cần.
* Những Cơ Đốc nhân khác có thể cho chúng ta những lời khuyên hữu ích, nhưng chỉ có Đức Chúa Trời mới có thể giúp chúng ta.
* Tặng phẩm là Đức Thánh Linh mà Chúa Giê-xu ban cho loài người chính là biểu hiện hữu hình về sự chăm sóc và quan tâm của Ngài.
* Nơi ngự của Đức Chúa Trời ở trong chúng ta.

Tấm lòng của Chúa Giê-xu – Không ai kinh nghiệm được sự đẩy trọn trong Đấng Cứu Chuộc của chúng ta như cuộc đời của những người nam và người nữ được Ngài đụng chạm, đã được ghi lại trong các sách Phúc Âm. Trong phần có tên gọi là "Tấm lòng của Chúa Giê-xu," Max cho chúng ta một cái nhìn mới, cái nhìn hoàn toàn mới mẻ về đời sống của những con người được Chúa Giê-xu đụng chạm.

Tấm lòng của Chúa Giê-xu
Những đám đông đã tràn hết cả ra đường phía trước căn nhà, nhưng cái mái lấp xấp của chuồng ngựa đẳng sau đó chỉ ra một giải pháp. Bốn người đều đồng lòng bằng một giọng nói mạnh mẽ, kiên quyết. Họ đang trấn an một người đàn ông bị buộc vào chiếc cáng để đưa lên mái nhà. "Các anh thấy có chắc chắn không vậy?" Tim người đàn ông đập thình thịch khi chiếc cáng khiêng mình bị đưa từ vai lên những cánh tay đang chờ đợi phía trên. "Đây là cách duy nhất. Đừng lo!" Lên đến chỗ hơi nghiêng của cái mái lè tè, qua bức tường thấp, đến đỉnh mái nhà. "Giờ sao?" một người đàn ông lấm bấm khi nhón chân trên miếng ván lát sàn trong sự thất vọng. Đất sét xám xịt nứt toác dưới đế dép ông. "Mái nhà này cần được thay mới trước

Các con sẽ nghe về chiến tranh và tin đồn về chiến tranh. Hãy coi chừng, đừng bối rối, những việc ấy phải xảy đến nhưng chưa phải là tận thế đâu.
- Ma-thi-ơ 24:6

Các Câu Kinh Thánh Ở Góc Dưới Cùng – Trang nào trong sách bài tập này cũng có một câu Kinh Thánh trích dẫn nằm ở góc dưới cùng. Các phân đoạn Kinh Thánh này là các câu Kinh Thánh chủ đạo nói về đặc trưng thuộc tính của Chúa Giê-xu được trình bày ở mỗi chương. Vì vậy khi bạn đang học về ân điển của Chúa Giê-xu chẳng hạn, thì những câu Kinh Thánh này cung cấp cho bạn một nền tảng thần học đúng Kinh Thánh về ân điển.

KINH NGHIỆM TẤM LÒNG
CHÚA GIÊ-XU

Không giống các nghiên cứu khác về Chúa Giê-xu, cuốn sách bài tập này được thiết kế để giúp bạn dành thời gian với Ngài, và trong quá trình đó, trở nên gần gũi với Ngài hơn mỗi ngày. Như tiêu đề sách, *Kinh nghiệm Tấm Lòng Chúa Giê-xu* không chỉ nhằm mục đích gia tăng sự hiểu biết của bạn về Ngài mà còn thúc đẩy bạn cảm nghiệm Ngài cách thân mật. Phần nghiên cứu của mỗi tuần là một bài học chuyên sâu về một thuộc tính của Chúa Giê-xu, được chia ra thành năm bài học hằng ngày. Hãy kinh nghiệm Chúa Giê-xu ở một mức độ sâu hơn – cảm biết tấm lòng của Ngài. Hãy cảm nhận tình yêu của Ngài.

Mỗi một bài học trong loạt mười bài học này tập trung vào một thuộc tính trong các thuộc tính của Chúa Giê-xu. Các bài học này khám phá ân điển, tình yêu, sự tha thứ, sự tự do, sự can đảm, sự vui mừng, lời cầu nguyện, sự bình an, quyền năng và niềm hy vọng – và trong tiến trình đó tiết lộ nhiều hơn về Đấng vừa là Đức Chúa Trời vừa là một con người đầy huyền bí này, Đấng đã cách mạng hóa toàn bộ lịch sử nhân loại.

Cấu trúc của cuốn sách *Kinh Nghiệm Tấm Lòng Chúa Giê-xu* được thiết kế để cuốn sách có thể được dùng cho cá nhân, hoặc cho lớp học, như trong bối cảnh một lớp học Kinh Thánh, hay bối cảnh sinh hoạt nhóm nhỏ. Cho dù bạn thích học một mình trong thì giờ tĩnh nguyện cá nhân hay bạn vui hưởng mối thông công với người khác qua một nhóm thảo luận, cuốn sách bài tập này sẽ mở rộng nhìn nhận của bạn về Chúa Giê-xu.

Tác giả đồng thời là Mục sư Max Lucado và gia đình sống tại San Antonio, Texas nơi ông giảng dạy tại Hội Thánh Oak Hills Church of Christ.

Một trong những điều phi thường của sách bài tập này đó là sách sẽ mang lại cho bạn hy vọng. Đôi khi chúng ta cho rằng chúng ta không thể thay đổi. Bạn có thể nghĩ "Tôi luôn rất nóng tính. Tôi vốn là như thế rồi." Hoặc bạn có thể nghĩ "Tôi luôn luôn là một người lập dị, và tôi sẽ luôn như thế. Đã quá muộn để thay đổi điều đó rồi." Hoặc "Tôi đã dính vào loại nghiện ngập này nhiều năm rồi. Tôi không thể từ bỏ nó." Tuy nhiên, theo cái nhìn của Chúa, mỗi một người là một công việc đang tiến triển, và mục đích của Ngài là chấp nhận và khuôn đúc chúng ta ngày càng trở nên giống như hình ảnh của Đấng Christ. Cuốn sách bài tập này khích lệ chúng ta tương tác với Đức Chúa Trời. Tất cả những điều bạn cần làm là kêu cầu Ngài. "Chúa ơi, xin giúp con! Xin thay đổi con để con không phải là con người giống như con người hiện tại này của con. Con muốn được thay đổi để trở nên giống hình ảnh của Đấng Christ."

MAX LUCADO

MỤC LỤC

BÀI 1
Cảm Nghiệm Sự Săn Sóc của Chúa

Khi thấy một đàn chiên, đúng là tôi thấy một đàn chiên. Một cuộn len. Một đàn gia súc. Tôi không thấy từng con chiên. Tôi thấy nhiều con chiên. Tất cả đều giống nhau. Chẳng có gì khác biệt. Đó là những gì tôi thấy.

Nhưng cách nhìn của người chăn chiên thì khác. Với ông ấy, mỗi con chiên đều khác biệt. Con nào cũng đặc biệt. Con nào cũng có một câu chuyện riêng.

Và tất cả các con chiên đều có tên. Con có đôi mắt buồn tên là Droopy. Còn anh bạn tai vểnh tai cụp là Oscar. Và con bé bé với miếng băng ở chân là con mồ côi, không có anh em gì cả thì tôi gọi là Giô-sép.

Người chăn biết chiên của mình.

Người chăn gọi từng con theo tên của chúng.

Khi chúng ta thấy một đám đông, đúng là chúng ta thấy một đám đông. Đám đông chật kín sân vận động hoặc chen chân trong khu mua sắm. Khi chúng ta thấy một đám đông, chúng ta thấy một tập thể người, không phải các cá nhân riêng lẻ. Một đám người. Một rừng những khuôn mặt. Đó là những gì chúng ta thấy.

Nhưng Đấng Chăn Chiên thì không như vậy. Đối với Ngài, mỗi khuôn mặt đều khác biệt. Mỗi khuôn mặt đều có một câu chuyện riêng. Mỗi khuôn mặt là một đứa con. Mỗi đứa con đều có tên. Đứa có đôi mắt buồn tên là Sally. Anh chàng lớn tuổi có một bên lông mày nhướng lên và một bên cụp xuống tên là Harry. Còn anh bạn trẻ tuổi với tật đi khập khiễng thì sao? Anh bạn đó mồ côi, không có anh chị em gì cả. Ta gọi nó là Joey.

Đấng Chăn Chiên biết rõ bầy chiên của Ngài. Ngài biết tên từng con chiên một. Đấng Chăn Chiên biết bạn. Ngài biết tên bạn. Và Ngài sẽ không bao giờ quên tên bạn. "Này, Ta đã khắc ngươi trong lòng bàn tay Ta" (Ê-sai 49:16).

Điều ấy đáng suy nghĩ phải không? Tên của bạn được khắc trong tay Đức Chúa Trời. Tên của bạn ở trên môi Ngài. Có thể bạn đã từng nhìn thấy tên mình ở một vài nơi đặc biệt. Trên một giải thưởng, bằng cấp hay cửa nhà. Hoặc có thể bạn từng nghe một người quan trọng nào đó gọi tên mình - huấn luyện viên, người nổi tiếng, giáo viên. Nhưng tên được khắc trên tay của Đức Chúa Trời và ở trên môi Ngài, có thật không đấy?

Cũng có thể bạn chưa bao giờ thấy tên của mình được tôn trọng. Và bạn không thể nhớ nổi có lần nào tên của bạn được nhắc đến một cách tử tế không. Nếu quả thực như vậy, bạn sẽ càng thấy khó khăn hơn khi tin rằng Đức Chúa Trời biết tên bạn.

Nhưng Ngài biết đấy! Ngài viết tên bạn trên tay Ngài. Ngài gọi bạn bằng môi miệng Ngài. Môi Ngài thì thầm gọi tên của bạn. Và không chỉ tên gọi hiện tại của bạn đâu, mà cả tên mà Ngài đã dành sẵn cho bạn. Một cái tên mới mà Ngài sẽ ban cho bạn… nhưng, chờ một chút, tôi đi hơi xa rồi thì phải. Tôi sẽ nói cho bạn biết tên mới của bạn trong bài cuối mà chúng ta sẽ cùng học trong tuần này. Phần này mới chỉ là phần giới thiệu thôi.

Khi viết quyển sách này, tôi nghĩ về bạn, bạn ở trong tâm trí của tôi. Tôi đã thường xuyên nghĩ đến bạn. Thực sự là như vậy. Trải qua nhiều năm, tôi đã hiểu rõ một vài người trong số các bạn. Tôi đã đọc thư của các bạn, bắt tay các bạn và nhìn vào mắt các bạn. Tôi nghĩ là tôi biết các bạn.

Bạn bận rộn. Thời gian trôi qua trước khi bạn hoàn thành nhiệm

Hãy trao gánh nặng mình cho Chúa, chính Ngài sẽ nâng đỡ ngươi. Ngài sẽ không bao giờ để người công chính bị rúng động.
Thi Thiên 55:22

TỪ YÊU THÍCH
CỦA ĐỨC CHÚA TRỜI

Đức Chúa Trời là Đức Chúa Trời của lời mời gọi. Ngài mời gọi Ma-ri hạ sinh Con của Ngài; Ngài mời gọi các môn đồ trở thành tay đánh lưới người; Ngài mời gọi người đàn bà tà dâm bắt đầu cuộc sống mới; và Ngài mời gọi Thô-ma đến chạm vào các vết thương của Ngài. Đức Chúa Trời là vị Vua, Đấng chuẩn bị sẵn cung điện, dọn sẵn bàn tiệc và mời các thần dân của Ngài đến dự tiệc.

Thật vậy, dường như từ ngữ yêu thích của Ngài là từ hãy đến.

"Hãy đến để chúng ta cùng nói về những điều này. Dù tội lỗi của ngươi có đỏ như hồng điều thì chúng cũng có thể được phiếu trắng như tuyết"

"Hỡi những kẻ khát, hãy đến mà uống."

"Hỡi những kẻ mệt mỏi và nặng gánh ưu tư, hãy đến cùng Ta. Ta sẽ cho các con được yên nghỉ."

Đức Chúa Trời là Đức Chúa Trời mời gọi. Đức Chúa Trời là Đức Chúa Trời kêu gọi.

-And the Angels Were Silent -

vụ của mình. Và nếu bạn có cơ hội đọc được, thì thực sự đó là một cơ hội rất nhỏ nhoi.

Bạn lo lắng. Tin dữ đến dồn dập hơn tin lành. Vấn nạn nhiều hơn giải pháp. Và bạn lo lắng. Tương lai của con cái bạn sẽ như thế nào? Tương lai của bạn sẽ ra sao?

Các bạn cẩn trọng. Các bạn không còn dễ dàng tin tưởng như trước.

Chính trị gia thì dối trá. Chế độ thì thảm bại. Bộ trưởng thoả hiệp. Người phối ngẫu lừa dối. Thật không dễ để giữ lòng tin. Điều đó không có nghĩa là bạn không muốn tin. Chỉ là vì bạn muốn thận trọng mà thôi.

Còn nữa. Bạn đã mắc một số sai lầm. Tôi đã gặp một người trong số các bạn tại hiệu sách ở Michigan. Là một doanh nhân, bạn hầu như rất ít khi rời khỏi văn phòng và không bao giờ gặp gỡ các nhà văn. Nhưng rồi bạn đã làm thế. Lúc đó bạn đang cảm thấy hối tiếc vì đã dành quá nhiều thời gian cho công việc và quá ít thời gian cho gia đình và bạn muốn được nói chuyện.

Và một bà mẹ đơn thân ở Chicago. Một đứa con đứa đang nhõng nhẽo, đứa thì khóc lóc mè nheo, nhưng bạn đã dỗ được cả hai đứa, rồi bạn chia sẻ điều bạn muốn nói. "Tôi đã phạm sai lầm", bạn lý giải, "nhưng tôi thực sự muốn cố gắng lần nữa."

Rồi một đêm nọ ở Fresno. Các nhạc công hát, tôi chia sẻ và bạn đến. Thực tình thì bạn không định đến đâu. Xém chút nữa là bạn ở nhà rồi. Chỉ là ngày hôm đó bạn nhận được lời nhắn từ vợ của mình. Cô ấy sẽ bỏ bạn. Nhưng dù sao thì bạn cũng đã đến. Bạn hy vọng rằng tôi có thể chia sẻ điều gì đó trong nỗi đau này. Hy vọng rằng tôi sẽ có câu trả lời cho bạn. Đức Chúa Trời ở đâu trong những lúc như thế này?

Và vì vậy khi viết sách, tôi đã nghĩ đến bạn. Tất cả các bạn. Bạn không ác. Bạn không xấu. Bạn không cứng cỏi (dù thi thoảng có cứng đầu nhưng không cứng lòng). Bạn thực sự muốn làm điều đúng. Nhưng đôi lúc cuộc sống không như ý muốn. Đôi lúc bạn cần một lời nhắc nhở.

Không phải một bài giảng.

Một lời nhắc nhở.

Một lời nhắc nhở rằng Đức Chúa Trời biết tên của bạn.

CẢM NGHIỆM SỰ SĂN SÓC CỦA CHÚA TRONG TUẦN NÀY

Trước khi bạn đọc tiếp, hãy dành thời gian để cầu nguyện ngay bây giờ. Lạy Cha kính yêu, lòng con đầy tinh thần cảnh giác, e ngại trước những điều sẽ xảy đến trong tuần tới. Con muốn cảm nhận được sự thăm viếng êm dịu của Chúa Giê-xu. Con muốn hiểu được sự quan tâm của Ngài dành cho con. Con muốn biết rằng Ngài sẽ nâng đỡ con nếu con vấp ngã. Con muốn Ngài xoa dịu tấm lòng đớn đau của con. Con đã sẵn sàng. Lạy Cha, xin cho con cảm nghiệm sự săn sóc của Chúa Giê-xu. Amen! tuần này, hãy ghi nhớ lời nhắc nhở rằng Đức Chúa Trời quan tâm đến bạn:

"Nhưng nếu ai yêu kính Đức Chúa Trời, Ngài biết người ấy" – 1 Cô-rinh-tô 8:3

NGÀY MỘT - ĐỨC CHÚA TRỜI MÀ BẠN CÓ THỂ TIN CẬY

THỬ THÁCH MANG ĐẾN NGHI NGỜ

Có một câu hỏi lớn được đặt ra. Đức Chúa Trời làm gì khi bạn gặp nan đề? Khi con thuyền cứu sinh bị thủng lỗ? Khi dây dù bị đứt lúc nhảy xuống? Khi đồng tiền cuối cùng ra đi và chưa thanh toán hết các khoản chi? Khi hy vọng cuối cùng rời bỏ theo chuyến tàu cuối ngày? Đức Chúa Trời đang làm gì?

Tôi biết việc chúng ta đang làm. Gặm các đầu ngón tay như gặm bắp. Đi tới đi lui. Uống thuốc. Tôi biết những điều chúng ta vẫn thường làm.

Nhưng Đức Chúa Trời làm gì? Quả là một câu hỏi lớn. Thực sự lớn. Nếu Đức Chúa Trời đang ngủ, thì tôi chẳng hơn gì chén súp. Nếu Ngài đang cười cợt, thì tôi lạc mất rồi. Nếu Ngài khoanh tay và lắc đầu thờ ơ, thì anh chị em yêu dấu ơi, đó là lúc ta cần phải khóc lóc.

Đức Chúa Trời đang làm gì?

1. Đức Chúa Trời có còn quan tâm đến tôi không? Dù chúng ta có nói ra câu hỏi này hay không, thì đó vẫn là điều mà chúng ta đang tự hỏi. Khi mọi thứ dường như đang vỡ vụn xung quanh chúng ta, chúng ta có thể chắc chắn rằng chúng ta không phải là những người đầu tiên tự hỏi câu hỏi này - Đức Chúa Trời có đoái hoài đến chúng ta không? Hãy đọc đoạn Kinh Thánh dưới đây và thấy điểm tương tự giữa bạn với những kinh nghiệm của Phao-lô.

2 Cô-rinh-tô 1:8 – "Vì, thưa anh chị em, chúng tôi muốn anh chị em biết rằng hoạn nạn đã xảy ra cho chúng tôi tại Tiểu Á thật nặng nề quá sức chịu đựng, đến nỗi chúng tôi không còn chút hy vọng sống sót nào nữa."

_____

_____

2 Cô-rinh-tô 4:8-9 – "Chúng tôi bị chèn ép đủ điều nhưng vẫn không bị đè bẹp, chúng tôi có bối rối nhưng không bao giờ tuyệt vọng, chúng tôi bị bắt bớ nhưng không bị bỏ rơi, chúng tôi bị đánh ngã nhưng không bị huỷ diệt."

_____

2 Cô-rinh-tô 6:4-5 – "Trái lại, trong mọi sự chúng tôi chứng tỏ mình là tôi tớ của Đức Chúa Trời. Chúng tôi hết sức kiên trì, chịu hoạn nạn, bị thiếu thốn, khổ não, bị đánh đập, giam cầm, quấy rối, làm việc nhọc nhằn, thao thức mất ngủ, nhịn ăn nhịn uống."

_____

2 Cô-rinh-tô 12:10 – "Cho nên vì Chúa Cứu Thế, tôi cam chịu yếu đuối, sỉ nhục, gian khổ, bắt bớ, hoạn nạn. Vì khi tôi yếu đuối, ấy chính là lúc tôi mạnh mẽ."

ĐỨC CHÚA TRỜI HAY THƯƠNG XÓT

Khi con gái tôi bị tổn thương, tôi nói với cháu rằng con thật đặc biệt.

Khi con tôi bị đau, tôi sẽ làm bất cứ điều gì để cháu cảm thấy khá hơn.

Khi con tôi sợ hãi, tôi sẽ không đi ngủ cho đến khi bé cảm thấy an toàn.

Tôi không phải là người hùng... Tôi là một người cha. Khi con cái đau đớn, tự nhiên người cha sẽ hành động. Người cha ấy sẽ giúp ...

Tại sao tôi không để Cha Thiên Thượng làm cho tôi những việc mà tôi luôn sẵn lòng làm cho con cái mình?

Tôi vẫn đang học... Việc làm cha đã dạy tôi rằng khi tôi bị chỉ trích, bị thương hay sợ hãi, có một Người Cha sẵn sàng an ủi tôi. Có một Người Cha sẽ ôm tôi cho đến khi tôi thấy khá hơn, giúp đỡ tôi cho đến khi tôi có thể sống với tổn thương, và sẽ không đi ngủ khi tôi sợ phải thức dậy và nhìn thấy bóng tối.

Mãi mãi.

-The Applause of Heaven-

ĐỨC CHÚA TRỜI CÓ QUAN TÂM ĐẾN TÔI KHÔNG?

Tôi đã quyết định nghiên cứu câu hỏi này! Vốn là một nhà nghiên cứu xuất chúng, nên tôi đã tìm ra vài tài liệu cổ có thể trả lời cho câu hỏi này. Có rất ít người biết – mà thực tế là không ai biết - rằng các nhà báo đã từng đặt chân qua các vùng đất thời Cựu Ước.

Vâng, sự thật là trong thời của Nô-ê, Áp-ra-ham và Môi-se, các phóng viên đã kịp có mặt tại hiện trường để ghi lại vở kịch của thời họ sống. Và bây giờ, lần đầu tiên những bài báo của họ được chia sẻ.

Làm thế nào tôi có được những bài báo ấy? Sẽ có người đặt ra hỏi ấy.

À, tôi đã phát hiện ra chúng được kẹp vào giữa các trang của một tờ tạp chí trên chuyến bay khởi hành lúc đêm muộn rời khỏi Sheboygan, Wisconsin. Tôi chỉ có thể đoán rằng, một nhà khảo cổ học dũng cảm nào đó đã giấu chúng vào đấy để bảo vệ chính mình khỏi mối đe dọa sắp xảy ra bởi những điệp viên gian ác. Chúng ta sẽ không bao giờ biết được liệu ông ta có sống sót hay không. Nhưng chúng ta biết được điều ông ấy đã tìm được – những bài phỏng vấn Môi-se của một tờ báo cổ xưa.

Vậy, cùng với sự hoan nghênh lòng dũng cảm của ông ấy và sự đói khát lẽ thật, tôi tự hào được chia sẻ với bạn những cuộc đối thoại chưa được khai quật từ trước đến nay với một người có thể trả lời được câu hỏi: Đức Chúa Trời làm gì khi chúng ta gặp nan đề?

Đây là cuộc phỏng vấn giữa tờ Tin Tức Đất Thánh (TTĐT) và Môi-se.

TTĐT: Xin cho biết về cuộc xung đột giữa các ông với người Ê-díp-tô.

MÔI-SE: Ồ, Ê-díp-tô là một dân lớn. Những chiến binh hùng mạnh. Quỷ quyệt như rắn.

TTĐT: Nhưng các ông đã thoát được đấy thôi!

MÔI-SE: Mãi sau khi họ bị cuốn trôi.

TTĐT: Ông đang nói đến cuộc xung đột ở Biển Đỏ.

MÔI-SE: Đúng vậy, thật là kinh hoàng.

TTĐT: Hãy cho chúng tôi biết điều gì đã xảy ra.

MÔI-SE: À, một bên là Biển Đỏ, và một bên là người Ê-díp-tô.

TTĐT: Vậy các ông đã tấn công?

MÔI-SE: Ông đùa à? Bằng nửa triệu người chỉ chuyên xây cất, làm gạch sao? Không, dân của tôi quá nhát sợ. Họ muốn quay trở lại Ê-díp-tô.

TTĐT: Và ông đã bảo tất cả mọi người rút lui?

MÔI-SE: Đi đâu? Rút vào trong nước à? Chúng tôi không có thuyền. Chúng tôi không có nơi nào để đi cả.

TTĐT: Thế những lãnh đạo của ông đưa ra lời đề nghị như thế nào?

MÔI-SE: Tôi không hỏi họ. Không có thời gian.

TTĐT: Vậy ông làm gì?

MÔI-SE: Tôi bảo mọi người đứng yên.

TTĐT: Ý ông là, mặc dù kẻ thù đang tiến đến nhưng ông bảo họ không di chuyển sao?

MÔI-SE: Đúng vậy, tôi đã nói với dân chúng rằng: "Hãy đứng yên và các ngươi sẽ thấy Đức Chúa Trời giải cứu các ngươi."

TTĐT: Tại sao ông lại muốn dân chúng đứng yên một chỗ?

MÔI-SE: Để nhận biết đường lối của Đức Chúa Trời. Nếu anh không biết phải làm gì, tốt nhất là anh nên ngồi yên cho đến khi Ngài hành động.

Tôi sẽ ca ngợi Chúa, vì Ngài đã ban phước dồi dào cho tôi.
Thi Thiên 13:6

Nếu bạn không chắc cần phải làm gì, hãy để Ngài dẫn dắt.

2. Bạn nghĩ sao về chiến lược của Môi-se: "Nếu bạn không biết phải làm gì, tốt nhất là ngồi yên cho đến khi Đức Chúa Trời hành động"?

_____
_____
_____
_____

SỰ QUAN TÂM CỦA NGÀI QUA HÀNH ĐỘNG

TTĐT: Ông có nghĩ rằng đó là một chiến lược kỳ cục không?

MÔI-SE: Nó là kỳ cục nếu bạn đủ mạnh để thắng trong một trận chiến. Nhưng khi cuộc chiến lớn hơn sức của bạn và bạn muốn Đức Chúa Trời giải cứu thì đó là tất cả những gì bạn có thể làm.

TTĐT: Chúng ta nói về vấn đề khác được không?

MÔI-SE: Tuỳ ông.

TTĐT: Ngay sau khi các ông trốn thoát…

MÔI-SE: Sau khi chúng tôi được giải cứu.

TTĐT: Có gì khác biệt đâu?

MÔI-SE: Đó là một sự khác biệt rất lớn. Khi anh trốn thoát, anh tự mình làm việc đó. Khi anh được giải cứu, người khác đã làm việc đó và anh chỉ đi theo thôi.

3. Mặc dù tốt nhất là nhận biết được cách của Đức Chúa Trời khi hoàn cảnh đang lấn át chúng ta, nhưng thật không dễ để ngồi yên ngoài cuộc. Câu nào sau đây bạn thấy đúng với cuộc đời bạn? Đánh dấu các câu trả lời của bạn.

☐ "Để cho Đức Chúa Trời hành động" là việc nói dễ hơn làm.

☐ Có rất nhiều cuộc chiến trong cuộc đời mạnh hơn bản thân chúng ta.

☐ Phản ứng đầu tiên của tôi là cố gắng tự mình giải quyết mọi nan đề của mình.

☐ Chúng ta phải mong muốn Đức Chúa Trời hành động và sẵn sàng giao cho Chúa quyền kiểm soát.

☐ Việc cố gắng tự giải quyết mọi việc thường làm cho tình trạng trở nên tồi tệ hơn.

☐ Lời đề nghị để Ngài giải cứu của Đức Chúa Trời cho tôi sự nhẹ nhõm và lòng biết ơn.

4. Những câu nào sau đây đúng với sự giải cứu của Đức Chúa Trời, và những câu nào sai? Đánh dấu câu đúng là (Đ) câu sai là (S). Sử dụng những câu Kinh Thánh dưới đây để giúp bạn trả lời.

_____Đức Chúa Trời bày tỏ tình yêu của Ngài đối với chúng ta qua việc giải cứu chúng ta khỏi những thử thách (Thi Thiên 109:21)

_____Việc cậy vào bản thân hay người khác của chúng ta thường là một chiến lược tốt đẹp (Thi Thiên 146:3)

_____Có những thử thách quá khó nên Đức Chúa Trời cũng không giải quyết được (Lu-ca 1:37)

_____Đức Chúa Trời chỉ vừa giúp chúng ta nếu trước tiên chúng ta chịu giúp chính mình (2 Cô-rinh-tô 1:9-10)

GIAO CHÍNH MÌNH CHO ĐỨC CHÚA TRỜI SĂN SÓC

Vậy, bạn nghĩ sao? Đức Chúa Trời làm gì khi chúng ta gặp nan đề? Câu hỏi này có thể được trả lời bằng một từ: Chiến đấu. Ngài chiến đấu cho chúng ta. Ngài bước vào trong vòng vây và chỉ cho chúng ta chỗ ẩn náu, rồi Ngài xử lý mọi việc. "Chúa sẽ chiến đấu thay thế cho anh chị em, anh chị em chỉ cần yên lặng" (Xuất Ê-díp-tô ký 14:14).

Việc của Ngài là chiến đấu. Việc của chúng ta là tin cậy.

Chỉ tin cậy mà thôi. Không điều khiển. Không thắc mắc. Cũng không giằng lấy tay lái từ Ngài. Việc của chúng ta là cầu nguyện và chờ đợi. Không cần phải làm thêm bất cứ việc gì. Không có việc gì khác cần chúng ta phải làm.

"Chỉ một mình Ngài là núi đá, là sự cứu rỗi và thành luỹ của tôi, tôi sẽ không bị lay chuyển" (Thi Thiên 62:6).

"Nhưng chính Ngài, lạy Chúa, là Đấng Chủ Tể. Xin vì danh Ngài hành động bênh vực tôi. Vì tình yêu thương của Ngài là tốt lành, xin Ngài cứu tôi."

- Thi Thiên 109:21

Đức Chúa Trời sẽ chiến đấu cho chúng ta. Chúng ta chỉ cần tin cậy mà thôi.

Ngài sẽ chăn dắt đàn chiên mình như người chăn chiên, gom những chiên con trong cánh tay, ẩm chúng vào lòng và nhẹ nhàng dẫn các chiên mẹ.

- Ê-sai 40:11

ĐẤNG CHRIST HAY THƯƠNG XÓT

Khi Đức Chúa Giê-xu đặt chân đến bờ biển Bết-sai-đa, Ngài rời khỏi biển hồ Ga-li-lê và bước vào biển hồ thương xót. Hãy lưu ý rằng, Ngài đã vượt biển hồ ấy để tránh đám đông. Ngài cần được nghỉ ngơi. Ngài muốn được thư thái cùng các môn đồ của Ngài. Ngài cần điều đó, nhưng một đám đông hàng nghìn người khác lại cần được dạy dỗ và chữa lành.

Tuy nhiên tình yêu của Ngài vượt trên nhu cầu được nghỉ ngơi…

Rất nhiều người đã được Ngài chữa lành nhưng chưa bao giờ cảm ơn Ngài, thế mà Ngài vẫn chữa lành cho họ. Đa số đều chỉ quan tâm đến việc được khoẻ mạnh chứ không màng gì đến việc được nên thánh, nhưng Ngài vẫn chữa lành cho họ. Một vài người trong số họ hôm nay còn xin Ngài bánh thì vài tháng sau đã đòi máu Ngài, nhưng Ngài vẫn chữa lành cho họ… Ngài thương xót họ.

- In the Eye of the Storm.

5. Chúng ta không thể so sánh khả năng của mình với nguồn lực của Đức Chúa Trời. Hãy đọc các câu Kinh Thánh sau đây và viết ra những điều bạn học được về quyền năng của Đức Chúa Trời.

Xuất Ê-díp-tô-ký: 15:11 – "Trong vòng các thần ai giống như Chúa, ai giống Chúa, uy nghiêm thánh khiết, Đấng vinh quang đáng kính sợ, Đấng làm bao phép lạ dấu kỳ?"

1 Sử Ký 29:12 – "Phú quý vinh hoa đều đến từ Ngài; Ngài cai quản mọi sự; Sức mạnh và quyền năng ở trong tay Ngài; Ngài có quyền làm cho vĩ đại và ban sức lực cho mọi người."

Giê-rê-mi 10:6 – "Ôi! Lạy Chúa, chẳng có thần nào giống như Ngài, Ngài thật vĩ đại, Danh Ngài vĩ đại, quyền năng."

Giê-rê-mi 27:5 – "Chính Ta đã dùng quyền năng vĩ đại và cánh tay mạnh mẽ làm nên đất cùng loài người và thú vật trên mặt đất. Ta có quyền ban đất cho ai tùy ý Ta."

2 Cô-rinh-tô 13:3-4 – "Bởi vì dù đã bị đóng đinh trên thập tự giá trong sự yếu kém nhưng Ngài đã sống do quyền năng của Đức Chúa Trời. Cũng vậy dù yếu kém trong Ngài, chúng tôi sẽ sống với Ngài do quyền năng của Đức Chúa Trời mà đối xử với anh chị em"

Tôi đứng cách thành giường sáu bước chân. Đôi tay dang rộng. Bàn tay xoè ra. Trên giường, con gái Sara bốn tuổi đang thu mình lấy đà, giữ thăng bằng giống như con mèo tinh nghịch. Con bé sắp nhảy. Nhưng con bé vẫn chưa sẵn sàng. Tôi đứng quá gần.

"Lùi lại một chút đi ba," con bé đứng đó và thách thức.

Đột nhiên tôi đồng ý, thú thực là khâm phục sự dũng cảm của con bé. Lùi lại sau hai bước lớn, tôi dừng lại. "Nữa không?" Tôi hỏi.

"Nữa ạ!" Sara nói to trong lúc vẫn nhảy lò cò trên giường.

Với mỗi bước chân của tôi, con bé cười, vỗ tay và ra hiệu là thêm nữa. Khi tôi đứng ở bên kia "hẻm núi", khi tôi vượt ra khỏi tầm với của một con người bằng xương bằng thịt, khi tôi chỉ còn là một hình dạng nhỏ nhoi ở chân trời, con gái mới chịu cho tôi dừng lại. "Đó, dừng ở đó ba ơi."

"Con chắc chứ?"

"Chắc ạ," con bé reo lên. Tôi dang rộng vòng tay. Con bé lấy đà một lần nữa rồi nhảy. Một siêu nhân không áo choàng. Một người nhảy dù không có dù. Chỉ có trái tim con bé là bay cao hơn thân thể của nó. Hy vọng duy nhất của con bé trong khoảnh khắc bay trên không trung đó chính là ba mình. Nếu ông tỏ ra yếu đuối, con bé sẽ ngã. Nếu ông tỏ ra dữ tợn, con bé sẽ đâm sầm xuống. Nếu ông tỏ ra quên lãng, con bé sẽ ngã xuống sàn nhà.

Nhưng con bé không biết đến nỗi sợ hãi đó, vì con bé chỉ biết ba của mình. Con bé tin tưởng ba mình. Bốn năm sống cùng dưới một mái nhà đã thuyết phục con bé rằng ba con bé rất đáng tin. Ông không phải là siêu nhân, nhưng ông thật mạnh mẽ. Ông không phải là thánh, nhưng ông nhân từ. Ông không khôn ngoan xuất chúng, nhưng ông cũng không cần phải khôn ngoan xuất chúng thì mới có thể nhớ rằng ông phải đỡ con gái ông khi con bé nhảy.

Và thế là con bé bay lên.

Và rồi con bé vút cao.

Và ông đã đón lấy con bé, và hai ba con vui mừng vì sự kết hợp giữa niềm tin của con bé và sự đáng tin cậy của ba nó.

Chúa là phần cơ nghiệp và là chén của tôi. Chính Ngài là Đấng nắm giữ cơ nghiệp cho tôi.
- Thi Thiên 16:5

6. Cách chúng ta tiếp cận cuộc sống nói lên rất nhiều điều về mức độ chúng ta tin cậy vào sự chăm sóc của Đức Chúa Trời đối với chúng ta. Ít đức tin? Tin cậy ít. Đức tin lớn? Tin cậy nhiều. Bạn nhìn thấy gì ở bản thân mình trong minh hoạ này? Hãy kiểm tra và đánh dấu vào câu trả lời phù hợp.

☐ Tôi thích lúc nào cũng được kiểm soát cuộc sống của mình

☐ Trong những quyết định lớn của cuộc đời, tôi luôn sẵn sàng cho những bước nhảy vọt về đức tin. Đức Chúa Trời sẽ không làm tôi thất vọng.

☐ Đức Chúa Trời không bận tâm đến những công việc thường nhật của tôi. Tôi để dành đức tin cho những việc lớn.

☐ Đức tin của tôi bao phủ cả những lĩnh vực có vẻ nhỏ nhặt trong cuộc sống và qua đó, đức tin được thử nghiệm.

☐ Tôi tin vào những điều Đức Chúa Trời phán, và điều đó ảnh hưởng đến cách tôi sống mỗi ngày.

SỰ SĂN SÓC CỦA NGÀI LÀ ĐỦ

Làm sao tôi biết được điều này là thật, rằng sự chăm sóc của Ngài là đủ? Nghe rất hay, nhưng hãy cho tôi xem bằng chứng.

Làm sao tôi biết được chúng không phải là những hy vọng hão huyền?

Một phần của câu trả lời có thể tìm thấy trong những bước nhảy đức tin nhỏ bé của Sara. Chị gái của cô bé, Andrea, đứng trong phòng và quan sát, và tôi hỏi Sara có muốn nhảy đến chỗ của Andrea không. Sara nói không. Tôi đã cố gắng thuyết phục bé. Bé vẫn không hề nhúc nhích. "Sao thế con gái?" Tôi hỏi.

"Con chỉ nhảy tới một vòng tay đủ mạnh thôi ạ."

Nếu chúng ta nghĩ đôi tay đó yếu ớt, chúng ta sẽ không nhảy.

Vì lý do đó, Cha đã thể hiện sức mạnh của Ngài. "Quyền năng vĩ đại siêu việt Ngài dành cho anh chị em, là những người tin," Phao-lô đã dạy như vậy. "Đây là năng lực Ngài tác động trong Chúa Cứu thế, khiến Con Ngài sống lại từ trong kẻ chết" (Ê-phê-sô 1:19-20).

Lần sau, nếu bạn tự hỏi rằng Chúa có thể đỡ đần bạn không, bạn hãy đọc câu Kinh Thánh vừa rồi. Chính đôi tay đã đánh bại sự chết là đôi tay đang chờ đón bạn.

Lần sau, nếu bạn băn khoăn tự hỏi liệu Đức Chúa Trời có thể tha thứ cho bạn hay không, hãy đọc lại câu Kinh Thánh đó. Chính đôi tay đã bị đóng đinh trên thập tự giá đang rộng mở chờ đón bạn.

Và lần sau, nếu bạn tự hỏi liệu bạn có thể sống sót sau khi nhảy hay không, hãy nghĩ đến Sara và tôi. Nếu một người cha bằng xương bằng thịt như tôi còn có thể đón lấy con gái mình, bạn không nghĩ rằng người Cha đời đời của bạn có thể đón lấy bạn hay sao?

7. Hãy đọc các câu Kinh Thánh sau đây. Sau đó nối câu Kinh Thánh với điều mà bạn học được về sự quan tâm của Đức Chúa Trời dành cho bạn.

- Thi Thiên 10:14	a. Ngài luôn luôn giúp đỡ trong lúc hoạn nạn.
- Thi Thiên 34:15	b. Ngài sẽ khiến chúng ta nên mạnh mẽ và hỗ trợ chúng ta
- Thi Thiên 46:1	
- Ê-sai 41:10	c. Ngài lắng nghe lời cầu nguyện của chúng ta.
	d. Ngài nâng đỡ chúng ta khi chúng ta thấy mình bơ vơ không ai chăm sóc.

ĐỨC CHÚA TRỜI GỌI TÊN BẠN

Ngài đang chờ đợi bạn. Ngài đang đứng ở cổng Thiên Đàng, hy vọng, chờ đợi, đưa mắt liếc tìm con cái của Ngài trên đất. Bạn là người mà Đức Chúa Trời đang tìm kiếm.

Đức Chúa Trời là người Cha chờ đợi, là Đấng chăn chiên chu đáo đang tìm kiếm các con chiên của Ngài. Chân Ngài bị thương, bàn chân Ngài đau nhức, và đôi mắt Ngài thiết tha. Ngài băng qua những vách núi và vượt qua những cánh đồng. Ngài tìm kiếm trong các hang động. Ngài khum bàn tay lại nơi miệng và cất tiếng gọi vọng vào trong hẻm núi.

Và cái tên mà Ngài đang gọi chính là tên của bạn...

Thông điệp thật đơn giản: Đức Chúa Trời đã phó Con Ngài để giải thoát tất cả con trai và con gái Ngài. Để mang con cái Ngài trở về nhà. Ngài đang lắng tai nghe đáp ứng của bạn.

- And The Angels Were Silent

Người cô thế phó thác mình cho Ngài. Ngài vẫn là Đấng giúp đỡ kẻ mồ côi.
-Thi Thiên 10:14

TRỌNG TÂM CỦA BÀI HỌC

* Nếu bạn không biết phải làm gì, hãy để Chúa hướng dẫn bạn.
* Đức Chúa Trời sẽ chiến đấu cho chúng ta. Chúng ta chỉ cần tin mà thôi.
* Quyền năng của Chúa dành cho những ai tin cậy Ngài là vô cùng lớn lao.

Quyền năng vĩ đại siêu việt Ngài dành cho anh chị em, là những người tin.

-Ê-phê-sô 1:19

Hãy dành một ít thời gian và ôn lại những câu Kinh Thánh ghi nhớ trong tháng này. Hãy viết câu kinh thánh 1 Cô-rinh-tô 8:3 vào đây.

_____

_____

Tấm lòng của Chúa Giê-xu

Khi còn sống trên đất, Chúa Giê-xu là người hay kể câu chuyện ngụ ngôn, và những câu chuyện của Ngài đã chạm vào tận sâu thẳm trái tim của người nghe. Bạn có thấy chính mình trong ngụ ngôn con chiên đi lạc không? Bạn có phải là một trong số chín mươi chín con chiên đang được an toàn trong chuồng của đức tin không? Hay bạn là một kẻ lang thang, lạc đường và ngoài cuộc?

Hãy trao mọi điều lo lắng mình cho Ngài vì Ngài chăm sóc anh chị em.

- I Phi-e-rơ 5:7

Con chiên bị tụt lại đằng sau đơn độc này đang vấp ngã trong bóng tối cùng với những xúc cảm hỗn độn và nỗi sợ hãi tăng dần. Với đôi mắt đăm chiêu và hai gò má đẫm nước mắt, bạn bước đi không mục đích. Không biết chắc về con đường mình đang đi, bạn ước ao thấy cây gậy dẫn đường của người chăn.

Bước đi tập tễnh, bạn mong mỏi sự động chạm dịu dàng của người chăn.

Sau đó đôi tai bạn hướng về tiếng của một giọng nói đang gọi tên bạn.

Sự thanh thản tràn ngập tấm lòng mệt mỏi của bạn khi người chăn nhấc bạn lên vai Ngài. Nước mắt biết ơn thấm đẫm đôi mắt bạn khi Ngài săn sóc chỗ sưng và vết thâm tím trên thân thể bạn. Kinh Thánh nói rằng tất cả chúng ta đều như chiên đi lạc.

Nhưng Chúa Giê-xu gọi chúng ta, chăm sóc chúng ta và đưa chúng ta về nhà.

NGÀY HAI - SỰ CUNG ỨNG CỦA ĐỨC CHÚA TRỜI

HÃY ĐẶT SỰ LO LẮNG CỦA BẠN XUỐNG

Có lẽ gánh nặng lớn nhất mà chúng ta cố gắng mang là gánh nặng của sai lầm và thất bại. Bạn làm gì với sự thất bại của mình?

Cho dù bạn vấp ngã, cho dù bạn bị thất bại, cho dù tất cả những người khác đều khước từ bạn, Đấng Christ sẽ không quay lưng lại với bạn. Ngài đến trước hết với những con người không có hy vọng. Ngài đến với những con người không được ai khác tìm đến và nói với họ rằng: "Ta sẽ ban cho con sự sống đời đời."

Chỉ có bạn mới có thể

BÍ QUYẾT THÀNH CÔNG

Bạn, tôi và Dorothy trong bộ phim Phù Thủy Xứ Oz – chúng ta có rất nhiều điểm chung.

Tất cả chúng ta đều biết cảm giác nhận ra mình đang ở trong một vùng đất xa lạ xung quanh là những người xa lạ là như thế nào.

Mặc dù con đường chúng ta lựa chọn không được lát bằng những viên gạch màu vàng, nhưng chúng ta vẫn hy vọng nó sẽ dẫn chúng ta về nhà.

Những mụ phù thuỷ Đông phương không chỉ muốn những đôi dép màu ngọc lục bảo của chúng ta mà thôi.

Nhưng Dorothy không phải là người đầu tiên nhận thấy rằng xung quanh mình là những kẻ yếu ớt, vô tâm và ngu đần.

Chúng ta có thể hiểu được Dorothy.

Nhưng khi Dorothy đi đến thành phố Emerald thì sự so sánh này trở nên lạ kỳ. Vì điều mà vị Phù Thủy ấy đã nói với cô, một số người nghĩ rằng đó là điều Đức Chúa Trời nói với chúng ta.

Bạn hãy nhớ lại cốt truyện. Mỗi nhân vật chính đều đến với vị Phù Thủy với một nhu cầu. Dorothy muốn tìm đường trở về nhà. Kẻ bù nhìn muốn có sự khôn ngoan. Người thợ thiếc ao ước có một trái tim. Sư tử cần sự dũng mãnh. Họ nghe nói Phù Thủy xứ Oz là người có thể đáp ứng nhu cầu của tất cả mọi người. Vì vậy, họ đã đến. Họ bước đến với sự run rẩy và cung kính. Họ sợ sệt trước sự hiện diện của vị Phù Thủy và kinh ngạc trước sức mạnh của ông. Và với tất cả sự dũng cảm, họ tập hợp lại, họ đưa ra những để nghị của mình.

Đáp ứng của Phù Thủy như thế nào? Phù Thủy sẽ giúp đỡ họ nếu họ thể hiện được rằng họ xứng đáng. Phù Thủy sẽ giúp đỡ họ ngay sau khi họ thắng được thế lực xấu xa. Phù Thủy nói: "Hãy mang cho ta cái chổi của mụ phù thuỷ và ta sẽ giúp đỡ các người."

Và họ đã làm theo. Họ leo lên tường của toà lâu đài và kiểm soát được quá trình đó, họ đã có những khám phá đáng kinh ngạc. Họ khám phá ra rằng họ có thể thắng được điều ác. Họ khám phá ra rằng, với một chút may mắn, sự nhanh trí thì họ có thể xử lí tốt nhất điều tệ hại nhất. Và họ khám phá ra rằng, họ có thể làm mọi thứ mà không cần đến Phù Thủy.

Bộ phim kết thúc với cảnh Dorothy phát hiện ra rằng cơn ác mộng tối tệ nhất của cô thực chất chỉ là một giấc mơ tối. Rằng tổ ấm ở một nơi nào đó-trên-cầu-vồng lại chính là nơi cô trước giờ vẫn sống. Rằng có nhiều bạn ở địa vị quyền cao chức trọng thì hay đấy, nhưng cuối cùng thì việc tìm đường về nhà vẫn phụ thuộc vào chính bạn thôi.

Bài học của bộ phim Phù Thủy Thành Oz là gì? Mọi thứ bạn cần, bạn đều đã có rồi.

Sức mạnh mà bạn cần chính là sức mạnh mà bạn đã có. Chỉ cần bạn có cái nhìn đủ sâu sắc, đủ lâu, bạn sẽ thấy rằng không có điều gì bạn không thể làm được.

1. Câu nào sau đây có vẻ quen thuộc với bạn trong xã hội của chúng ta? Hãy kiểm tra câu trả lời của bạn.
☐ Đức Chúa Trời giúp đỡ những người tự giúp đỡ chính mình.
☐ Chẳng ai kéo bạn lên ngoài chính bạn.
☐ Lý tưởng nhất là trở thành người tự lập, không dựa vào ai cả.
☐ Thành công là do nỗ lực của bạn.

2. Thế giới này nói với chúng ta rằng nếu chúng ta cố gắng đủ, chúng ta có thể tái tạo lại bản thân thành những con người có mục đích, có sức mạnh và tràn đầy nhiệt huyết. Tất cả những gì chúng ta cần làm là khai thác tiềm năng của bản thân. Tuy nhiên, Kinh Thánh đứng trên một lập trường trái ngược hoàn toàn với suy nghĩ trên. Hãy đọc Xa-cha-ri 4:6 và tóm tắt điều mà câu Kinh Thánh này nói về việc thành công nhờ sức riêng.

_____

_____

ĐỨC CHÚA TRỜI BAN ĐỨC THÁNH LINH

Tôi là hậu tự của một gia đình rất có ý chí. Là sản phẩm của nền văn hoá lao động chân tay đến chai sạn nên tôi luôn coi trọng phép tắc, lòng trung thành, tinh thần làm việc chăm chỉ và thích những câu Kinh Thánh đại loại như: "Đức Chúa Trời giúp đỡ những người tự giúp đỡ chính mình." (Câu này thật ra không có trong Kinh Thánh!)

"Đức Chúa Trời đã khởi sự và bây giờ chúng ta phải hoàn tất" là tôn chỉ của chúng ta. Ngài đã làm phần việc của Ngài, bây giờ chúng ta làm phần việc của mình. Đó là sự phân chia theo tỷ lệ 50-50. Một giáo trình học Tự-nỗ-lực trong đó tập trung chủ yếu vào phần việc của chúng ta, còn phần của Đức Chúa Trời chỉ là thứ yếu.

"Phước thay là những người bận rộn," thuyết Thần học này tuyên

dâng cho Cha những lo lắng của bản thân. Không ai có thể mang chúng đi và đem chúng đến cho Đức Chúa Trời thay bạn. Chỉ có bạn mới có thể trao hết mọi lo lắng của mình cho Đấng săn sóc bạn. Có cách nào để khởi đầu một ngày mới tốt hơn việc đặt mọi lo lắng của bạn dưới bệ chân Ngài?
- Walking with the Savior

Chúa ban cho con sự sống, Ngài yêu con với tình yêu bền vững, Ngài chăm sóc giữ gìn mạng sống con.
- Gióp 10:12

Thiên sứ đáp: "Đây là lời Chúa truyền cho Xô-rô-ba-bên: Chẳng phải bởi quyền thế, cũng chẳng phải bởi năng lực, Nhưng bởi Thần Ta," Chúa Vạn Quân phán.
- Xa-cha-ri 4:6

bố, "vì họ là những Cơ Đốc nhân đích thực."

Không cần những sự siêu nhiên. Không cần sự phi thường. Không cần Đấng siêu việt. Lời cầu nguyện chỉ là chiếu lệ. (Sức mạnh thực sự là ở trong bạn, không phải "sức mạnh từ trên"). Tiệc Thánh trở thành một nghi thức. (Anh hùng thực sự là bạn, không phải là Chúa). Còn Đức Thánh Linh thì sao? À, Đức Thánh Linh trở thành bất cứ điều gì, từ tâm tính dịu dàng đến tinh thần tích cực.

Đó là quan điểm nhìn nhận Đức Chúa Trời là Đấng tạo nên thế giới này rồi quay lưng bỏ đi. Và những triết lý này có tác dụng... cho đến chừng nào bạn còn làm được. Đức tin bạn mạnh mẽ chừng nào bạn còn mạnh mẽ. Vị trí của bạn được bảo đảm chừng nào bạn được an toàn. Cuộc sống của bạn tốt đẹp chừng nào bạn còn tốt đẹp.

Nhưng, than ôi, nan đề chính là ở chỗ đó. Như Thầy (Chúa) đã nói không ai tốt lành (theo Ma-thi-ơ 19:17). Cũng không có ai luôn luôn mạnh mẽ, không ai luôn luôn cảm thấy an toàn.

Cơ Đốc giáo Tự-nỗ-lực không đem lại sự khích lệ nhiều đối với những người đã buông xuôi và đã kiệt sức.

Sự-tự-nên-thánh chẳng đem lại mấy hy vọng cho những người nghiện.

"Hãy cố gắng thêm chút nữa" chẳng đem đến sự khích lệ mấy cho những người bị lạm dụng.

Sao anh chị em ngu muội đến thế? Anh chị em đã bắt đầu trong Thánh Linh nay lại muốn hoàn tất theo xác thịt?

- Ga-la-ti 3:3

3. Không ai là tốt lành cả. Không ai là mạnh mẽ. Không ai an toàn. Tại sao chúng ta không thể lúc nào cũng biết chăm sóc bản thân mình?

_____

_____

4. Câu nào sau đây là đúng, và câu nào sai? Đánh dấu câu trả lời đúng bằng (Đ) và câu trả lời sai bằng (S). Hãy sử dụng những câu Kinh Thánh dưới đây để giúp bạn trả lời.

___ Chúa Giê-xu mong chúng ta biết tin cậy vào bản thân mình. (Ma-thi-ơ 11:28)

___ Chúa Giê-xu mong muốn chúng ta lệ thuộc vào Ngài qua Đức Thánh Linh (Công Vụ Các Sứ Đồ 2:38)

___ Chúa Giê-xu đã cứu chúng ta, nhưng từ giờ trở đi thì tuỳ thuộc vào chúng ta. (Ga-la-ti 3:3)

___ Chúa Giê-xu quá bận rộn nên không có thể quan tâm đến những vấn đề nhỏ nhặt của chúng ta. (Phi-líp 4:19)

Chúa Giê-xu hứa sẽ ban Đức Thánh Linh cho chúng ta để Ngài có thể chăm sóc cho chúng ta trong lúc chúng ta cần.

5. Hãy đọc các câu Kinh Thánh sau đây. Sau đó hãy nối các câu Kinh Thánh đó với những điều mà bạn học được về vai trò của Đức Thánh Linh qua lời dạy dỗ của Chúa Giê-xu.

- Ma-thi-ơ 10:19-20   - Đức Thánh Linh ban cho chúng ta sự sống
- Giăng 6:63   - Đức Thánh Linh dẫn chúng ta vào lẽ thật.
- Giăng 14:26   - Đức Thánh Linh nói qua bạn.
- Giăng 16:13   - Đức Thánh Linh giúp chúng ta nhớ sự dạy dỗ của Chúa Giê-xu.

Vì Ngài là Đức Chúa Trời chúng ta; Chúng ta là con dân mà Ngài chăn giữ, là đàn chiên mà tay Ngài bảo vệ.

- Thi Thiên 95:7

Chúa Giê-xu hứa sẽ ban Đức Thánh Linh cho chúng ta để Ngài có thể chăm sóc chúng ta ở mọi cấp độ nhu cầu của chúng ta. Chúng ta không biết phải làm gì ư? Ngài sẽ hướng dẫn chúng ta. Chúng ta cần lời giải đáp cho những thắc mắc trong cuộc đời ư? Ngài sẽ mang Lời Chúa đến với tâm trí chúng ta. Đột nhiên chúng ta cảm thấy không biết nói gì khi có cơ hội làm chứng? Ngài sẽ dạy bạn điều bạn cần phải nói.

TỪ BÊN TRONG

Có những thời điểm chúng ta không chỉ cần một lời hữu ích, chúng ta cần sự giúp đỡ. Ở đâu đó trong cuộc hành trình trở về nhà, chúng ta nhận ra rằng tỷ lệ 50-50 là quá ít. Chúng ta cần nhiều hơn thế - nhiều hơn việc một mụ phù thủy béo lùn cảm ơn vì chúng ta đã đến nhưng lại nói với chúng ta rằng chuyến đi là không cần thiết.

Chúng ta cần sự giúp đỡ. Sự giúp đỡ đến từ bên trong. Sự giúp đỡ mà Chúa Giê-xu đã hứa. "Ta sẽ xin Cha và Ngài sẽ ban cho các con một Đấng Phù Hộ ở cùng các con đời đời. Ngài là Thần Chân Lý mà thế gian không thể tiếp nhận được, vì không thấy Ngài và cũng chẳng biết Ngài. Nhưng chính các con biết Ngài, vì Ngài đang ở với các con và sẽ ở trong các con." (Giăng 14:16-17, nhấn mạnh của tôi).

Ta sẽ xin Cha và Ngài sẽ ban cho các con một Đấng Phù Hộ ở cùng các con đời đời. Ngài là Thần Chân Lý mà thế gian không thể tiếp nhận được, vì không thấy Ngài và cũng chẳng biết Ngài. Nhưng chính các con biết Ngài, vì Ngài đang ở với các con và sẽ ở trong các con.

- Giăng 14:16-17

6. Điền vào chỗ trống nói về việc Chúa Giê-xu ban Đức Thánh Linh.

Đức Thánh Linh giúp chúng ta từ................. ra ngoài.

Chúa Giê-xu đã gọi Đức Thánh Linh là .... và Thần ....

Chúa Giê-xu phán rằng chúng ta có thể............Đức Thánh Linh, và Ngài vẫn ở.......... chúng ta và sẽ ở........... chúng ta.

Các Cơ Đốc nhân khác có thể cho chúng ta những lời khuyên hữu ích, nhưng chỉ có Đức Chúa Trời mới có thể giúp chúng ta.

7. Hãy đọc các câu Kinh Thánh sau và viết ra điều bạn học được về cách mà Đức Chúa Trời giúp chúng ta từ bên trong.

Ê-xê-chi-ên 36:26-27 – "Ta sẽ ban cho các ngươi một tấm lòng mới và đặt một Thần Linh mới trong các ngươi; Ta sẽ bỏ đi tấm lòng bằng đá khỏi xác thịt các ngươi và ban cho các ngươi tấm lòng bằng thịt. Ta sẽ đặt Thần ta trong các ngươi; khiến cho các ngươi đi theo các quy luật và cẩn thận làm theo các sắc luật của ta."

_____

_____

Công Vụ Các Sứ Đồ 15:9 – "Ngài không phân biệt chúng ta với họ, nên đã tẩy sạch lòng họ vì họ tin nhận Ngài."

_____

_____

Rô-ma 5:5 – "Và hy vọng không làm hổ thẹn. Vì tình yêu thương của Đức Chúa Trời đổ đầy lòng chúng ta bởi Đức Thánh Linh là Đấng đã được ban cho chúng ta."

_____

Nếu Đức Chúa Trời có thể đặt các vì sao vào chỗ của chúng và treo bầu trời lên như một tấm rèm, bạn có mảy may nghĩ rằng Ngài có thể dẫn dắt cuộc đời bạn không? Nếu Đức Chúa Trời của bạn đủ mạnh để thắp sáng mặt trời, liệu Ngài có đủ sức mạnh để thắp sáng con đường bạn đi không? Nếu Ngài đủ quan tâm để ban cho Sao Thổ những vòng hào quang và cho Sao Kim ánh sáng lấp lánh, liệu có cơ hội nào Ngài quan tâm đến bạn đủ để đáp ứng các nhu cầu của bạn không?

- The Great House of God

Hãy nhớ rằng nơi ngự trị của Đức Chúa Trời là ở – "trong bạn". Không phải ở gần. Không phải ở trên. Không phải ở xung quanh. Nhưng ở trong chúng ta. Ở một nơi trong chúng ta mà chúng ta thậm chí không hề biết. Trong tấm lòng không ai khác nhìn thấy. Ngự vào trong nơi kín giấu của con người chúng ta không phải là thiên sứ, không phải là triết lý, không phải thần linh mà là Đức Chúa Trời.

Hãy hình dung điều đó.

Khi con gái Jenna của tôi được sáu tuổi, tôi bước đến trong lúc con bé đang đứng trước cái gương soi được cả người nó. Con bé đang nhìn vào cổ họng. Tôi hỏi con đang làm gì đấy, bé trả lời: "Con đang kiểm tra xem Đức Chúa Trời có ở trong lòng con không."

Tôi cười thầm, quay đi thì nghe bé hỏi Chúa: "Ngài có ở trong đó không?" Khi không thấy ai trả lời, bé trở nên mất kiên nhẫn và trả lời thay cho Chúa. Với một giọng nói trầm nhất mà một đứa-bé-sáu-tuổi có thể

Món quà là Đức Thánh Linh mà Chúa Giê-xu ban cho loài người chính là biểu hiện hữu hình của sự chăm sóc và quan tâm của Ngài.

Hãy giao phó đường lối mình cho CHÚA. Và tin cậy nơi Ngài, thì chính Ngài sẽ làm thành tựu
— Thi Thiên 37:5

Đấng đã chuẩn bị điều này cho chúng ta chính là Đức Chúa Trời, Ngài cũng ban Đức Thánh Linh cho chúng ta làm bảo chứng.
— 2 Cô-rinh-tô 5:5

Vậy, ai tuân giữ các điều răn Ngài thì ở trong Ngài và Ngài trong người ấy. Sở dĩ chúng ta biết Ngài ở trong chúng ta là nhờ Đức Thánh Linh mà Ngài đã ban cho chúng ta.
— 1 Giăng 3:24

Nơi ngự của Đức Chúa Trời ở trong chúng ta.

Anh chị em không biết rằng thân thể mình là đền thờ của Đức Thánh Linh đang ở trong anh chị em, là Đấng mà anh chị em đã nhận từ Đức Chúa Trời sao? Anh chị em cũng không còn thuộc về chính mình nữa. Vì anh chị em đã được mua bằng một giá rất cao. Vậy hãy lấy thân thể mình mà tôn vinh Đức Chúa Trời.
— 1 Cô-rinh-tô 6:19-20

nói, bé cất tiếng nói "Có."

Con bé đã hỏi một câu rất đúng. "Ngài có ở trong đó không?" Liệu những điều người ta nói có đúng không? Nếu Ngài chỉ xuất hiện trong bụi cây và ngự trong đền thờ thì vẫn chưa đủ? Nếu Ngài chỉ trở nên xác thịt và đi lại trên đất thì vẫn chưa đủ? Nếu Ngài chỉ để lại lời phán hứa sẽ trở lại cũng chưa đủ? Ngài cần phải làm nhiều hơn thế? Ngài cần phải sống trong chúng con?

8. Hãy đọc các câu Kinh Thánh sau đây. Sau đó nối câu Kinh Thánh với điều bạn học được về cách mà Đức Thánh Linh ngự trong đời sống của chúng ta và chăm sóc, giúp đỡ chúng ta. Hãy sử dụng những câu Kinh Thánh dưới đây để giúp bạn trả lời.

- Rô-ma 8: 26   a. Ngài tạo nên tâm tính ngày càng giống Chúa
- Rô-ma 8: 27   Giê-xu hơn trong đời sống chúng ta.
- 2 Cô-rinh-tô 5:5   b. Sự hiện diện của Ngài đảm bảo với chúng ta
- Ga-la-ti 5:22   rằng Đức Chúa Trời đang sống trong chúng ta.
- 1 Giăng 3:24   c. Ngài giúp đỡ chúng ta bất cứ khi nào chúng ta
                            không biết phải cầu xin điều gì.
                         d. Ngài đảm bảo cho chúng ta một đời sống mới.
                         e. Ngài biện hộ cho chúng ta trước mặt Đức Chúa
                            Trời theo cách mà Đức Chúa Trời muốn.

Phao-lô viết: "Anh em không biết rằng thân thể mình là đền thờ của Đức Thánh Linh đang ở trong anh chị em sao?"

Có lẽ bạn không biết. Có lẽ bạn đã không biết rằng Đức Chúa Trời đã chu cấp ngần ấy để đảm bảo rằng bạn về được đến nhà. Nếu không phải vậy, cũng xin cám ơn bạn đã cho tôi cơ hội được nhắc nhở bạn.

Vị Phù Thủy nói rằng hãy nhìn vào bên trong bạn và tìm kiếm chính mình. Đức Chúa Trời phán rằng hãy nhìn vào bên trong bạn và tìm kiếm Đức Chúa Trời. Cách thứ nhất sẽ dẫn bạn đến Kansas.

Cách thứ hai sẽ đưa bạn đến Thiên Đàng.

Bạn hãy chọn đi.

9. Hãy đọc 1 Cô-rinh-tô 6:19-20. Bạn có thể học được điều gì về sự chăm sóc của Đức Chúa Trời từ đoạn Kinh Thánh này? Hãy tích tất cả các câu trả lời đúng.
☐ Chúng ta không thuộc về chính mình – Chúng ta thuộc về Đức Chúa Trời
☐ Đức Chúa Trời đã chuộc chúng ta bằng giá là huyết Đức Chúa Giê-xu nên Ngài có thể chăm sóc chúng ta.
☐ Ngài đặt Đức Thánh Linh vào trong chúng ta.

TRỌNG TÂM CỦA BÀI HỌC

* Chúa Giê-xu hứa ban Đức Thánh Linh cho chúng ta để Ngài có thể chăm sóc cho chúng ta trong lúc chúng ta cần.

* Những Cơ Đốc nhân khác có thể cho chúng ta những lời khuyên hữu ích, nhưng chỉ có Đức Chúa Trời mới có thể giúp chúng ta.

* Tặng phẩm là Đức Thánh Linh mà Chúa Giê-xu ban cho loài người chính là biểu hiện hữu hình về sự chăm sóc và quan tâm của Ngài.

* Nơi ngự của Đức Chúa Trời ở trong chúng ta.

Câu Kinh Thánh ghi nhớ của bạn trong tuần là 1 Cô-rinh-tô 8:3 trong Bản Dịch Mới. Hãy ôn lại bằng cách viết chúng ra đây.

_____

_____

Tấm lòng Chúa Giê-xu

Một cuộc sống không hy vọng. Không có gì để mong đợi, thay vào đó là sự sa sút và mục ruỗng. Ông bị phong hủi và bị mọi người coi thường, ruỗng bỏ và xa lánh. Chiếc áo choàng không tay và chiếc mũ xù xì che kín thân thể gầy gò của ông. Một mảnh vải che khuôn mặt tái mét như xác chết. Ông đang đi vào thị trấn, bắt đầu lắc cái chuông dễ ghét và thông báo: "Ô uế, ô uế." Tất cả mọi người xung quanh đều nhìn qua hướng khác, tránh sang đường khác, giả vờ như không nhìn thấy và vội vàng quay bước. Thân thể đã bị bệnh tật ăn dần ăn mòn, tâm hồn ông còn bị sự cô đơn tàn phá nghiêm trọng hơn. Không một ai nhìn vào mắt ông. Không một ai chìa tay ra với ông. Ông cảm thấy hoàn toàn cô độc. Nhưng ông đang có việc phải làm. Ông nghe mọi người nói về một người chữa bệnh trong vùng - một người có thể khiến người bị bệnh phong được sạch. Ông đã tìm được Chúa Giê-xu, đến gần Ngài và quỳ gối trước Ngài. "Nếu Ngài muốn, Ngài có thể làm cho con được sạch." Ông ta nói, bằng đôi mắt nài nỉ. Chúa Giê-xu không hề lùi lại. Ngài không quay bước. Ngài không quay mặt làm ngơ trước lời cầu xin của người đàn ông này. Ngài động lòng thương xót. Chúa Giê-xu đến với người đàn ông đang quỳ gối trước Ngài. Chúa Giê-xu chạm đến ông. "Ta sẵn lòng." Với lời phán và sự rờ chạm ấy, người bị bệnh phong được chữa lành. Ông chính là người có thể làm chứng rằng Chúa Giê-xu thật có quan tâm, thậm chí Ngài còn quan tâm đến một kẻ bị xa lánh, bị ruỗng bỏ và bị coi là kẻ ô uế.

> *Đừng lo lắng gì cả, nhưng trong mọi việc hãy cầu nguyện, nài xin và cảm tạ mà trình các nhu cầu của mình cho Đức Chúa Trời.*
> *- Phi-líp 4:6*

NGÀY BA: CHÚA GIÊ-XU – MÓN QUÀ CỦA THƯỢNG ĐẾ DÀNH CHO THẾ GIỚI

AI QUAN TÂM ĐẾN THẾ GIỚI CỦA CHÚNG TA?

Bản tin lúc đêm khuya là một liều thuốc giảm đau tối.

Đêm qua liều thuốc đó đã tiêm vào tôi. Tất cả những gì tôi mong đợi chỉ là tỉ số bóng rổ. Nhưng để xem được nó, tôi đã phải chịu đựng vở độc thoại thường lệ về tình trạng đau khổ trên toàn cầu. Và đêm qua thế giới dường như tối tệ hơn mọi khi.

Xem thời sự thường không làm tôi cảm thấy phiền não đến vậy. Tôi không phải là mẫu người rầu rĩ, tiêu cực. Tôi thấy mình cũng giỏi trị bệnh bi kịch của con người chỉ bằng một thìa đức tin. Nhưng đêm qua… thế giới có vẻ tối tăm.

Có thể do việc hai đứa trẻ bị bắn trong một trận đấu súng, một đứa sáu tuổi, còn đứa kia mười tuổi.

Có thể do một thông báo trấn an rằng 26,000 cây cầu trên xa lộ ở Mỹ sắp sập.

Một ngôi sao tỉ phú nhạc rock bị buộc tội quấy rối trẻ em. Một thượng nghị sĩ bị cáo buộc quyến rũ đồng nghiệp, và người khác thì liên quan đến việc làm xáo trộn thủ tục bầu cử.

Các tài xế thường mang theo súng lục đã "chế" ra một sticker mới trên cái đỡ va của ô-tô với nội dung "Cứ bóp còi đi, tôi đang nạp đạn lại đây."

Nợ quốc gia ngày một nhiều. Thuế ngày một tăng cao, phấn hoa trong không khí tăng lên, và Dallas Mavericks bị thua ván chơi thứ 15 liên tiếp.

"Và đó là bản tin thế giới tối nay!" người đàn ông ăn mặc lịch sự thông báo. Tôi tự hỏi tại sao ông ta lại mỉm cười.

Khi trở về giường ngủ, tôi bước vào phòng của ba cô con gái đang ngủ. Dừng lại bên cạnh giường của từng đứa, tôi suy nghĩ đến tình cảnh của chúng trong tương lai. "Điều gì trên thế giới này đang chờ đợi các con?" Tôi nói thầm khi vuốt tóc và kéo chăn cho chúng.

Cho dù mọi thứ có vẻ vượt ngoài tầm kiểm soát, thì chúng ta cũng không cần sợ hãi.

Hiện tại, mối quan tâm lớn nhất của chúng là bài kiểm tra môn toán, quà cáp và tiệc sinh nhật. Mong rằng thế giới của chúng sẽ luôn vô hại như thế. Nhưng không thể! Rừng rậm che khuất đường mòn, vách đá ở chỗ cua nào cũng nhọn. Mỗi cuộc đời đều có chuyện lo lắng của mình. Các con của tôi cũng không ngoại lệ.

Cuộc đời bạn cũng không ngoại lệ. Cho dù bạn chọn lối sống đảo hoang hay tu viện, thì sống ẩn dật cũng vẫn không phải là giải pháp khi đối diện với một ngày mai đáng sợ.

Vậy thì giải pháp là gì? Có ai đó lèo lái bộ điều khiển của chiếc tàu này, hay vị kỹ sư tạo ra nó có cứu chúng ta khi chúng ta đi tới đường cong chết chóc hay không?

Một trong những chủ đề xuyên suốt Kinh Thánh có thể được tóm tắt bằng hai chữ: Đừng sợ. Các thiên sứ dùng hai chữ đó như là một lời chào mừng. Đức Chúa Trời yêu cầu dân sự Ngài đừng sợ. Chúa Giê-xu dùng hai chữ đó để trấn an các môn đồ đang sợ hãi của Ngài. Cho dù có những việc ngoài tầm kiểm soát xảy đến như thế nào chăng nữa, chúng ta cũng không sợ hãi. Ngài đang tể trị mọi việc. Ngài sẽ chăm sóc chúng ta.

1. Đức Chúa Trời yêu cầu chúng ta vứt bỏ mọi sợ hãi và tin cậy Ngài. Hãy đọc các câu Kinh Thánh sau đây và viết ra điều bạn học được về chủ đề Kinh Thánh này.

Giô-suê 1:9 – "Ta há không có truyền lệnh cho con sao? Hãy mạnh dạn và can đảm lên. Đừng sợ hãi, đừng nản lòng, vì Chúa, Đức Chúa Trời con sẽ ở với con trong mọi nơi con đi."

_____

_____

Đức Chúa Trời có thể ban cho anh chị em mọi ân phúc dồi dào để anh chị em luôn luôn được đầy đủ trong mọi sự lại còn dư dả để làm mọi việc lành.

- 2 Cô-rinh-tô 9:8

Ê-sai 41:10 – "Đừng sợ vì Ta ở cùng ngươi. Chớ kinh hoàng vì Ta là Đức Chúa Trời ngươi. Ta sẽ thêm sức cho ngươi, giúp đỡ ngươi. Ta sẽ gìn giữ ngươi bằng tay phải công chính của Ta."

_____

_____

TẤM LÒNG TAN VỠ CỦA NGÀI

Tôi không thể hiểu được điều đó. Tôi thực sự không hiểu nổi. Tại sao Chúa Giê-xu [lại chết trên thập tự giá]? Ồ, tôi biết rồi, tôi biết rồi. Tôi đã nghe những câu trả lời chính thức. "Để làm thỏa mãn luật pháp cũ." "Để làm ứng nghiệm lời tiên tri." Và các câu trả lời này đều đúng. Các câu trả lời ấy đúng mà! Nhưng còn có điều gì đó hơn thế ở đây. Điều gì đó tràn ngập tình thương. Điều gì đó đầy khắc khoải. Điều gì đó cá nhân.

Đó là điều gì?

Có thể nào đó chính là việc tấm lòng của Ngài bị tan vỡ trước tất cả những người đang nhướng đôi mắt tuyệt vọng về một khoảng

Giăng 14:27 – "Ta để lại sự bình an cho các con. Sự bình an ta ban cho các con không phải như của thế gian cho. Đừng sờn lòng nản chí và sợ hãi."

_____

_____

2. Câu nào sau đây đúng và câu nào sai? Hãy đánh dấu câu trả lời đúng bằng chữ (Đ) và câu trả lời sai bằng chữ (S). Hãy sử dụng các câu Kinh Thánh dưới đây để giúp bạn trả lời.

____ Đức Chúa Trời chỉ quan tâm đến một vài dân tộc nhất định trên thế giới. (Mác 16:15)

____Đức Chúa Trời tạo ra thế giới này, nhưng Ngài không còn lưu tâm đến nó một cách mật thiết nữa. (2 Cô-rinh-tô 5:19)

____ Chúa Giê-xu phán rằng Đức Chúa Trời thậm chí còn biết khi nào một con chim sẻ rơi xuống đất và Ngài biết số lượng tóc trên đầu chúng ta. (Ma-thi-ơ 10:29)

ĐỨC CHÚA TRỜI HỨA CHĂM SÓC CHÚNG TA

Tôi có thể tìm thấy một phần của câu trả lời ở rất nhiều chỗ trong chương đầu tiên của Tân Ước. Tôi thường nghĩ rằng thật là kỳ lạ khi

Ma-thi-ơ bắt đầu quyển sách của mình bằng gia phả. Viết báo mà thế thì không hấp dẫn chút nào! Danh sách ai-sinh ra- ai thường sẽ không được hầu hết các biên tập chọn đăng.

Nhưng mà Ma-thi-ơ không phải là nhà báo, và Đức Thánh Linh cũng không cố gắng thu hút sự chú ý của chúng ta. Ngài đang nói điều Ngài muốn nói. Đức Chúa Trời đã hứa sẽ ban Đấng Mê-si-a qua dòng dõi của Áp-ra-ham (Sáng 12:3), và Ngài đã giữ lời.

"Bạn đang hoài nghi về tương lai?" Ma-thi-ơ hỏi. "Hãy nhìn lại quá khứ!" Và, ông mở chiếc rương bằng gỗ tuyết tùng đựng gia phả của Chúa Giê-xu và bắt đầu kéo những tấm vải bụi bặm ra.

Hãy tin tôi đi, bạn và tôi có thể đã cất một vài chuyện trong số những câu chuyện này vào ngăn tủ. Dòng dõi của Chúa Giê-xu chẳng khác bảng điểm danh ở trường. Đọc nó chẳng khác nào đọc tên điểm danh buổi sáng chủ nhật tại nhà tù giáo hạt.

Gia phả ấy bắt đầu từ Áp-ra-ham, cha của các dân tộc, người đã hơn một lần hèn nhát nói dối chỉ để giữ mạng sống của mình (Sáng 12:10-20). Con trai của Áp-ra-ham, Gia-cốp thì lừa gạt còn khéo hơn tên bịp bợm ở sòng bài Ma Cau. Ông đã lừa anh trai mình, nói dối cha mình, bị cậu mình lừa rồi sau đó chính ông lừa lại cậu mình (Sáng 27, 29).

Giu-đa, con trai Gia-cốp thì bị tình dục làm cho mù quáng đến nỗi ăn nằm với kỷ nữ nơi đường phố, mà không biết đó là con dâu mình! Nhưng khi nhận ra con dâu mình mang bầu, ông lại doạ sẽ thiêu sống cô vì đã mối chài khách. (Sáng 38).

Một sự việc đặc biệt được để cập đến, đó là Bát-sê-ba, mẹ của vua Sa-lô-môn (người đã tắm ở một nơi mà người ta có thể đặt câu hỏi), và cha của Sa-lô-môn là vua Đa-vít đã nhìn thấy Bát-sê-ba tắm. (2 Sa 11:2-3).

Ra-háp là một kỷ nữ (Giô 2:1). Ru-tơ là khách ngoại bang (Ru-tơ 1:4). Ma-na-se cũng nằm trong danh sách gia phổ dù ông ép con con trai mình đưa qua lửa (2 Vua 21:6). Con trai người là A-môn cũng nằm trong danh sách gia phổ này dù ông ta cũng chối bỏ Đức Chúa Trời (2 Vua 21:22).

Có vẻ như một nửa số các vị vua là những kẻ lừa đảo, một nửa là những kẻ tham ô, và hầu hết đều thờ lạy một hay hai thần tượng cho chắc ăn.

Và có vẻ như đây là một danh sách những tổ phụ-không-mấy-tốt-đẹp của Chúa Giê-xu. Có vẻ như mối liên kết duy nhất giữa những người này là một lời hứa. Một lời hứa từ trời rằng Đức Chúa Trời sẽ sử dụng họ để sai Con Ngài đến.

Lời hứa này vẫn chân thật – cho dù phải trải qua những thời kỳ tăm tối nhất. Có lúc dường như Đức Chúa Trời đã phải từ bỏ kế hoạch của Ngài - lời hứa đó vẫn chân thật. Khi mọi việc dường như đang đi từ chỗ tối tệ đến mức tối tệ hơn - lời hứa đó vẫn chân thật.

3. Gia phả của Chúa Giê-xu minh hoạ cho tính kiên định của lời hứa mà Đức Chúa Trời đã lập ra như thế nào?

_____

_____

_____

Có một điểm chúng ta đều có thể đồng thuận về mặt lý trí khi bàn về sự quan tâm của Chúa Giê-xu. Điểm đó nằm ở lời hứa của Chúa, hoàn toàn lệ thuộc vào sự chu cấp của Ngài. Kinh Thánh chứa đầy những lời hứa của Đức Chúa Trời – nhưng tất cả các lời hứa đó đều hướng đến một lời hứa đó là Đức Chúa Giê-xu Christ. Qua Ngài, Đức Chúa Trời giữ lời hứa chăm sóc chúng ta. "Vì bất luận bao nhiêu lời hứa của Đức Chúa Trời đều thành tựu trong Ngài và cũng bởi Ngài mà chúng ta nói "a-men" tôn vinh Đức Chúa Trời" – 2 Cô-rinh-tô 1:20

trời mênh mông, đen tối và cùng kêu than rằng "Tại sao?" Có thể nào đó chính là việc tấm lòng Ngài bị tan vỡ vì những người bị thương tổn không?...

Tôi hình dung ra Ngài đang cúi xuống bên những người tổn thương. Tôi hình dung ra Ngài đang lắng nghe. Tôi hình dung ra đôi mắt Ngài đang mờ đi và bàn tay mang dấu đinh của Ngài đang lau những giọt nước mắt... Chúa Giê-xu cũng là Đấng từng đơn độc, Ngài thấu hiểu điều đó.

- No Wonder They Call Him the Savior.

Thật vậy, Đức Chúa Trời đã giải hoà với nhân loại trong Chúa Cứu Thế; không còn kể những vi phạm của loài người nữa và giao cho chúng ta sứ điệp giải hoà.
- 2 Cô-rinh-tô 5:19

CHÚA là Đấng Chăn giữ tôi. Tôi sẽ không thiếu thốn gì.
- Thi Thiên 23:1

Đức Chúa Trời giữ mọi lời Ngài đã hứa.

ĐỨC CHÚA TRỜI CHỮA LÀNH MỌI THƯƠNG TỔN CỦA CHÚNG TA

Từ thương xót trong tiếng Hy Lạp là *splanchnizomai*. Từ này không có mấy ý nghĩa với bạn trừ khi bạn làm việc trong ngành y tế và học về tạng phủ học ở trường. Nói chung, bạn chỉ cần nhớ rằng "tạng phủ học" là học về…ruột.

Khi Ma-thi-ơ viết rằng Chúa Giê-xu động lòng thương xót đoàn dân, ông không nói rằng Chúa Giê-xu cảm thấy thương hại theo kiểu bình thường. Không, từ này sinh động hơn nhiều. Ma-thi-ơ muốn nói rằng Chúa Giê-xu cảm nhận được nỗi đau của họ trong gan ruột của Ngài:

Ngài cảm nhận được sự khập khiễng của người què.

Ngài cảm nhận được sự đau đớn của người bệnh.

Ngài cảm nhận được sự cô đơn của người bị bệnh phong hủi.

Ngài cảm nhận được sự hổ thẹn của những tội nhân.

Và một khi Ngài đã cảm nhận được nỗi đau của họ, Ngài không thể không chữa lành những thương tổn của họ.

- In the Eye of the Storm

Và Đức Chúa Trời của tôi sẽ cung cấp đầy đủ mọi nhu cầu cho anh chị em theo như sự giàu có vinh quang của Ngài trong Chúa Cứu Thế Giê-xu.

- Phi-líp 4:19

4. Hãy tóm tắt điều bạn học được về việc Chúa Giê-xu làm ứng nghiệm lời hứa của Đức Chúa Trời trong 2 Cô-rinh-tô 1:20 bằng cách điền vào những chỗ trống dưới đây.

Sự đáp lời cho tất cả các lời hứa của Đức Chúa Trời chính là…………… Các lời hứa của Ngài đúng qua…………………

5. Kinh Thánh đầy dẫy những lời thúc giục: hãy tin cậy Đức Chúa Trời. Ngài không bao giờ nói dối. Ngài luôn giữ lời hứa. Ngài không bao giờ thất hứa. Bây giờ, hãy xem hai câu Kinh Thánh này.

Giô-suê tuyên bố rằng Đức Chúa Trời không bao giờ thất hứa trong việc gì ở Giô-suê 23:15?

_____

_____

Tại sao chúng ta có thể tiếp tục hy vọng, theo như Hê-bơ-rơ 10:23?

_____

NĂNG QUYỀN CỦA LỜI HỨA

Tại sao Đức Chúa Trời lại sử dụng những con người này? Ngài không nhất thiết phải sử dụng họ mà! Ngài có thể đặt Chúa Cứu Thế ở cửa nhà ai đó mà! Nếu thế mọi thứ đã đơn giản hơn. Vậy tại sao Đức Chúa Trời lại kể cho chúng ta nghe câu chuyện về họ? Tại sao Đức Chúa Trời lại cho chúng ta toàn bộ chứng cứ về những sai lầm và sa ngã của con dân Ngài?

Đơn giản thôi. Ngài biết điều bạn và tôi xem trên bản tin tối qua. Ngài biết bạn sẽ buồn phiền. Ngài biết tôi sẽ lo lắng. Và Ngài muốn chúng ta biết rằng khi thế giới này trở nên hỗn độn, Ngài vẫn bình tịnh.

Bạn muốn bằng chứng phải không? Hãy đọc cái tên cuối cùng trong danh sách. Bất chấp những vầng hào quang lừa dối và những trò đùa vô vị của dân sự Ngài, cái tên cuối cùng trong danh sách vẫn chính là cái tên được hứa đầu tiên – Chúa Giê-xu.

"Gia-cốp sinh Giô-sép, chồng của Ma-ri. Ma-ri sinh Đức Giê-su, Chúa Cứu Thế. " (Mat 1:16).

Chấm hết. Không liệt kê thêm một cái tên nào nữa. Không cần thêm gì nữa. Cứ như thế Đức Chúa Trời đang thông báo với thế giới đầy nghi ngờ này rằng: "Hãy nhìn xem, Ta đã giữ lời hứa rồi đấy! Những gì Ta đã nói thì Ta sẽ làm. Kế hoạch đã thành công."

Nạn đói không giết chết điều đó.

Bốn trăm năm làm nô lệ ở Ai-cập không thể đàn áp được điều đó. Lang thang trong đồng vắng cũng không thể đánh mất điều đó.

Việc bị giam cầm ở Ba-by-lôn không thể ngăn chặn điều đó.

Những người hành hương chân đất không thể làm hỏng điều đó. Lời hứa về Đấng Mê-si-a đã xâu chuỗi bốn mươi hai thế hệ những hòn đá xù xì đã được gọt giũa để tạo thành một chiếc vòng xứng đáng với vị Vua đã đến. Như đã hứa.

6. Những hoàn cảnh nào đang đe doạ niềm tin của bạn nơi lời hứa chăm sóc con dân Ngài của Đức Chúa Trời? Hãy kiểm tra và tích vào tất cả các câu trả lời phù hợp.

☐ Nạn đói trên thế giới
☐ Các cuộc tấn công khủng bố
☐ Nợ công và nợ cá nhân
☐ Bệnh tật
☐ Tội phạm lan tràn
☐ Gia đình đổi vợ

7. Hãy đọc Giăng 16:33. Gạch chân lý do tại sao Chúa Giê-xu nói rằng chúng ta có thể tin cậy vào sự quan tâm của Ngài đối với chúng ta. Sau đó điền vào chỗ trống điều mà câu Kinh Thánh này dạy về những lo lắng ở đời.

Chúng ta sẽ có.............trong thế gian này – không nghi ngờ gì. Tuy nhiên, Chúa Giê-xu muốn chúng ta .... và nhận ra rằng Ngài đã................thế gian.

8. Hãy đọc Ma-thi-ơ 24:6. Ngay cả khi bản tin buổi tối cho ta biết rằng chiến tranh sắp nổ ra thì tại sao chúng ta không cần phải sợ hãi?

_____

_____

Ta bảo cho các con những điều này để các con được bình an trong Ta. Trong thế gian, các con sẽ gặp hoạn nạn; nhưng hãy an tâm! Ta đã thắng thế gian rồi.

- Giăng 16:33

Và lời hứa vẫn còn đó.

Những người giữ vững đức tin cho đến cuối cùng sẽ được cứu (Mat 24:13), con trai của Giô-sép quả quyết như vậy.

Trong thế gian này, con sẽ gặp hoạn nạn, nhưng hãy can đảm! Ta đã thắng thế gian rồi (Giăng 16:33).

Người kỹ sư vẫn chưa từ bỏ con tàu. Chiến tranh hạt nhân không phải là mối đe doạ đối với Đức Chúa Trời. Nền kinh tế Yo-yo không đe doạ được Thiên Đàng. Những kẻ cầm đầu xấu xa không thể thay đổi kế hoạch của Ngài.

Đức Chúa Trời giữ lời hứa.

Hãy đến xem cho chính bạn. Trong máng cỏ. Ngài ở đó.

Hãy đến xem cho chính bạn. Trong hầm mộ. Ngài không còn ở đó.

Các con sẽ nghe về chiến tranh và tin đồn về chiến tranh. Hãy coi chừng, đừng bối rối, những việc ấy phải xảy đến nhưng chưa phải là tận thế đâu.

- Ma-thi-ơ 24:6

TRỌNG TÂM CỦA BÀI HỌC

* **Cho dù những việc ngoài tầm kiểm soát xảy đến như thế nào chăng nữa, chúng ta cũng cũng không sợ hãi.**

* **Đức Chúa Trời giữ mọi lời hứa của Ngài.**

* **Không điều gì và không ai có thể ngăn cản lời hứa cứu rỗi của Ngài dành cho chúng ta.**

Hãy dành một chút thời gian để ôn lại câu Kinh Thánh ghi nhớ của bạn. Điền vào chỗ trống của câu Kinh Thánh 1 Cô-rinh-tô 8:3.

Nhưng nếu ai .... Đức Chúa Trời, Ngài .... người ấy.

Tấm lòng của Chúa Giê-xu

Những đám đông đã tràn hết cả ra đường phía trước căn nhà, nhưng cái mái lấp xấp của chuồng ngựa đằng sau đã chỉ ra một giải pháp. Bốn người đều đồng lòng bằng một giọng kiên quyết. Họ đang trấn an người đàn ông bị buộc vào chiếc cáng để đưa lên mái nhà. "Các anh thấy có chắc chắn không vậy?" Tim người đàn ông đập thình thịch khi chiếc cáng khiêng mình được đưa từ vai lên những cánh tay đang chờ đợi phía trên. "Đây là cách duy nhất. Đừng lo!" Lên đến chỗ hơi nghiêng của cái mái lè tè, qua bức tường thấp, đến đỉnh mái nhà. "Giờ sao?" một người đàn ông lẩm bẩm khi nhón chân trên miếng ván lát sàn trong sự thất vọng. Đất sét xám xịt nứt toác dưới để dép ông. "Mái nhà này cần được thay mới trước mùa mưa," ông tự nói với mình. Rồi ông lại tươi tỉnh hẳn lên. "Thầy ở đâu nhỉ? Thầy đang ở phòng nào?" Ngó ngang ngó dọc và nghiêng tai lắng nghe, họ chọn được một điểm và bắt đầu dỡ mái. Người bại liệt lầm rầm phản đối trong bụng. Chúa Giê-xu sẽ nhìn ông ra sao khi bạn của ông gây ra một việc tày đình thế này? Họ đang hành động như những kẻ phá hoại vậy! Chắc chắn Vị Thầy ấy sẽ đuổi cổ họ ra ngoài ngay. Nghi ngờ và sợ hãi xen lẫn niềm hy vọng mãnh liệt len lỏi khi những người bạn của

Không điều gì và không ai có thể ngăn cản lời hứa về sự cứu rỗi của Ngài đối với chúng ta.

Ngài sẽ lấy lông Ngài mà che chở ngươi. Và dưới cánh Ngài ngươi sẽ tìm được nơi trú ẩn. Lòng thành tín Ngài là cái khiên, cái mộc bảo vệ ngươi.

- Thi Thiên 91:4

ông buộc dây vào cáng và bắt đầu dòng ông xuống căn phòng phía dưới. Gương mặt của bốn người bạn bên trên tràn ngập sự vui mừng - đắc thắng. Họ đã tìm được đường đưa ông vào. Chúa Giê-xu có còn ở đó không nhỉ? Ngài có nổi giận không? Ngài sẽ làm gì? Chiếc cáng đã tiếp đất một cách nhẹ nhàng, cả căn phòng mới phút trước còn vang lên tiếng trầm trồ ngạc nhiên và tiếng rì rầm bàn tán đột nhiên trở nên im phăng phắc. Người bại liệt sợ hãi quan sát tình hình thay đổi một cách sợ hãi, nhưng lúc đó có một người đàn ông bước về phía ông. Ông ấy không tức giận. Ông ấy không sững sốt. Đôi mắt ông ấy tràn ngập sự nhân từ và trìu mến. Chúa Giê-xu đưa tay ra, và đỡ người đàn ông đang nằm trên cáng dậy…. và đi lại.

NGÀY BỐN – MÓN QUÀ CỦA SỰ BẤT HẠNH

TÌM KIẾM SỰ THOẢ LÒNG

Bên trong bạn, sâu bên trong, có một con chim đớp muỗi nhỏ bé. Hãy lắng nghe. Bạn sẽ nghe thấy nó hót. Giai điệu của nó thể hiện sự than khóc hoàng hôn. Bản độc tấu của nó báo hiệu bình minh đến.

Đó là giai điệu của loài chim đớp muỗi.

Nó sẽ không im lặng cho đến khi mặt trời mọc.

Chúng ta lãng quên nó ở đó, dễ dàng bỏ qua nó. Những con vật khác trong lòng ta đều to lớn hơn, ồn ào hơn, đòi hỏi hơn và ấn tượng hơn.

Nhưng không có con nào bất biến.

Những con vật khác của lòng ta nhanh chóng được thỏa cơn đói. Dễ biết thỏa lòng hơn. Chúng ta cho sư tử, là loài gầm rú để thể hiện sức mạnh, thỏa mãn cơn đói. Chúng ta vuốt ve con hổ, là loài đòi được yêu. Chúng ta thắng cương con ngựa đực hay nhảy bổ lên đòi kiểm soát.

Nhưng như Kinh Thánh chép: "những điều mắt chưa thấy, tai chưa nghe và lòng người chưa nghĩ đến, thì Đức Chúa Trời đã chuẩn bị sẵn cho những kẻ yêu kính Ngài."

- 1 Cô-rinh-tô 2:9

Nhưng chúng ta làm gì với con chim đớp muỗi hằng khao khát cõi đời đời?

Vì đó là giai điệu của nó. Đó là nhiệm vụ của nó. Giữa lúc buồn thảm, nó ngân lên một bài ca hạnh phúc. Giữa lúc cần nhu, nó cất lên câu ca bất hủ. Lướt nhìn qua miếng gạc rịt vết thương, nó thấy một nơi không còn đau đớn. Nó hót về nơi ấy.

Dù chúng ta cố gắng tảng lờ nó, nhưng chúng ta không thể. Nó chính là chúng ta, và giai điệu của nó cũng chính là bài ca của chúng ta. Bài ca của tâm hồn chúng ta sẽ không yên lặng cho đến khi chúng ta nhìn thấy ánh bình minh.

Lòng ta mong mỏi được thoả nguyện.

Đức Chúa Trời đã đặt sự đời đời vào lòng của loài người (Truyền 3:10), người truyền đạo nói. Nhưng không cần phải là người khôn ngoan thì chúng ta vẫn có thể biết rằng loài người khao khát điều gì đó hơn cả trần gian này. Khi chúng ta thấy nỗi đau, chúng ta khao khát. Khi chúng ta thấy đói kém, chúng ta hỏi tại sao. Những cái chết vô nghĩa. Những giọt nước mắt không ngừng tuôn. Những mất mát không đáng có. Chúng đến từ đâu? Và chúng sẽ dẫn ta về đâu?

Sự sống chẳng phải có điều gì đó lớn hơn sự chết sao? Phải chăng chúng ta sẽ không bao giờ thoả lòng cho đến khi được ở thiên đàng?

Con người tìm kiếm sự thoả lòng, họ luồn lách tìm kiếm nó trong suốt dòng lịch sử. Ai cũng muốn có được nó. Có người tìm nó trong các mối quan hệ. Có người tìm nó trong của cải, có người tìm nó trong tài sản. Tuy nhiên, Kinh Thánh nói rất nhiều về quan niệm thoả lòng này.

1. Hãy xem các câu Kinh Thánh sau đây và ghi xuống điều mà Kinh Thánh nói về sự thoả lòng.

Thi Thiên 145:16 – "Chúa xoè bàn tay Ngài ra, thoả mãn nhu cầu của mọi sinh vật."

Truyền Đạo 5:10 – "Người ham tiền bạc, bao nhiêu tiền bạc cũng không đủ, Người ham của cải, lợi nhuận mấy cũng chẳng vừa lòng. Đấy cũng là phù vân, hư ảo."

Ê-sai 55:2 – "Tại sao các ngươi tiêu phí tiền cho vật không phải là bánh, Lao lực cho vật không làm cho mãn nguyện. Hãy lắng nghe Ta, hãy ăn vật ngon, thì linh hồn các ngươi sẽ vui với đồ béo bổ."

Lu-ca 6:21 – "Phước cho những người hiện đang đói khát, vì các con sẽ được no đủ. Phước cho những người hiện đang khóc lóc, vì các con sẽ vui cười."

Có phải hai con chim sẻ chỉ bán được một đồng? Thế nhưng không một con nào rơi xuống đất ngoài ý muốn Cha các con.
Ma-thi-ơ 10:29

2. Vậy thì tại sao sự không thỏa lòng lại khiến chúng ta thắc mắc rằng liệu Đức Chúa Trời có thực sự quan tâm đến chúng ta chăng?

ĐÓI KHÁT THIÊN ĐÀNG

Tôi phải thừa nhận rằng, chỉ có một tai hoạ kinh khiếp nhất có thể xảy đến cho chúng ta, đó chính là việc xem thế gian này là quê hương. Chừng nào chúng ta còn là khách ngoại bang, chừng nấy chúng ta không thể quên được quê hương thực sự của mình.

Sự bất hạnh trên thế gian này dẫn đến sự đói khát thiên đàng. Qua việc làm cho chúng ta thấy vô cùng không thỏa mãn, Đức Chúa Trời muốn thu hút sự chú ý của chúng ta. Khi đó, bi kịch duy nhất của chúng ta là cảm thấy thoả mãn một cách chóng vánh. Định cư trên đất. Cảm thấy hài lòng trên một mảnh đất xa lạ. Kết hôn với người Ba-by-lôn và quên đi Giê-ru-sa-lem.

3. Hãy đọc các câu Kinh Thánh dưới đây và viết xuống câu trả lời cho câu hỏi: Các câu Kinh Thánh này cho thấy những thú vui trần thế rốt cuộc chỉ là tạm bợ chóng qua như thế nào?

Khi ta bất hạnh, ta trông đợi Thiên Đàng nhiều hơn.

Thi Thiên 49:16-17 – "Đừng sợ khi một người trở nên giàu có, hoặc khi nhà người ấy sang trọng hơn. Vì khi chết người không mang được gì cả, sự sang trọng cũng không xuống Âm Phủ theo người."

A-ghê 1:6 – "Các ngươi gieo nhiều nhưng gặt ít; ăn mà không no; uống nhưng không đã khát. Các ngươi mặc quần áo, nhưng không đủ ấm; các ngươi làm việc lãnh lương, nhưng bỏ vào túi lủng."

2 Cô-rinh-tô 4:18 – "Vì chúng tôi không chú tâm vào những sự vật hữu hình, nhưng vào những sự vật vô hình vì sự vật hữu hình chỉ là tạm thời, còn sự vật vô hình mới là vĩnh cửu."

Ma-thi-ơ 6:19 – "Các con đừng tích trữ của cải dưới đất là nơi mối mọt và gỉ sét làm huỷ hoại và kẻ trộm khoét vách lấy đi."

4. Dựa trên những điều bạn vừa đọc, tại sao sự thoả mãn trên đất lại là sự thỏa mãn vội vàng?

Người công chính gặp nhiều hoạn nạn, nhưng Chúa giải cứu người thoát cả.

— Thi Thiên 34:19

ĐẤNG CUNG ỨNG DUY NHẤT, ĐẤNG AN ỦI DUY NHẤT.

Chừng nào Chúa Giê-xu còn là một trong nhiều lựa chọn, thì chừng ấy Ngài không hề là lựa chọn của bạn.

Chừng nào bạn còn có thể tự mình mang vác gánh nặng, chừng ấy bạn sẽ không cần một người mang gánh nặng thay mình. Chừng nào hoàn cảnh không mang đến cho bạn sự phiền muộn, chừng ấy bạn sẽ không cần nhận sự an ủi nào cả. Và chừng nào bạn còn có thể tiếp nhận Ngài hoặc lìa bỏ Ngài, rất có thể bạn sẽ lìa bỏ Ngài, vì Ngài sẽ không để bạn bám lấy Ngài một cách nửa vời.

Nhưng khi bạn than khóc, khi bạn bắt đầu đến chỗ phải muộn phiền vì tội lỗi của mình, khi bạn thừa nhận rằng bạn không còn lựa chọn nào khác ngoài việc trao mọi lo lắng cho Ngài, và khi bạn thực sự không thể gọi được một cái tên nào cả, thì hãy trao mọi lo lắng cho Ngài, vì Ngài đang đứng ở giữa cơn bão chờ đợi bạn.

— *The Applause of Heaven*

KHÔNG PHẢI Ở NHÀ

Ta không hạnh phúc khi ở đây bởi vì ta chưa về tới nhà. Ta không hạnh phúc khi ở đây vì ta không phải được tạo nên để hạnh phúc ở đây. Ta giống như **"khách tha hương và kẻ lưu lạc trong trần gian"** (1 Phi-e-rơ 2:11).

Hãy bắt một con cá và đặt nó lên bờ. Hãy quan sát mang của nó hổn hển và vảy nó khô đi. Nó có hạnh phúc không? Không! Bạn phải làm gì để nó cảm thấy hạnh phúc? Phủ kín người nó bằng một núi tiền ư? Hay là đưa cho nó một cái ghế nằm ở bờ biển và một cái kính râm? Đưa cho nó tờ tạp chí và thứ rượu ngon phải không? Bạn có phủ kín tủ quần áo của nó bằng cái áo hai dây thời thượng và đôi giày hàng hiệu không?

Tất nhiên là không. Vậy bạn làm thế nào để nó được hạnh phúc? Hãy trả nó về với môi trường sống của nó. Hãy trả nó về với nước. Nó sẽ không bao giờ cảm thấy hạnh phúc khi ở trên cạn đơn giản bởi vì nó không được tạo ra để ở trên cạn.

Và bạn cũng sẽ không bao giờ cảm thấy hạnh phúc một cách trọn vẹn khi ở trên đời này đơn giản vì bạn không được tạo dựng nên cho đời này. Ồ, bạn sẽ có những phút vui vẻ. Bạn sẽ thoáng thấy ánh sáng. Bạn sẽ biết đến những giây phút hay thậm chí là những ngày bình an. Nhưng chúng hoàn toàn không so sánh được với niềm hạnh phúc đang ở phía trước.

Ngài tạo dựng ta vì chính Ngài và Ngài làm cho lòng ta luôn bồn chồn không dứt cho đến khi được yên nghỉ ở trong Ngài. (Malcolm Muggeridge, trích dẫn trong *Heaven*, 63)

Lạ thay, ngay cả khi ta tình cờ có được niềm vui trần thế, thì niềm hạnh phúc ấy thường cũng rất ngắn ngủi. Sớm muộn gì ta lại sẽ tìm kiếm, mắt chúng ta sẽ lại hướng về trải nghiệm hạnh phúc tiếp theo chừng nào ta còn tồn tại.

5. Điền vào chỗ trống dưới đây câu phát biểu về hạnh phúc của chúng ta trên thế gian này.

"Và bạn sẽ………………..............một cách trọn vẹn……………trên……….…….đơn giản vì bạn không được…………….cho…………….."

Đôi khi ta ngờ vực sự săn sóc của Chúa Giê-xu vì ta nhầm lẫn giữa khao khát và nhu cầu. Khi những khao khát của ta không được thoả mãn, cho dù ta có được tất cả những gì ta thực sự cần, ta vẫn cảm thấy thất vọng. Thất vọng với điều mà ta tưởng là sự thiếu sót của Chúa trong việc săn sóc ta. "Nếu Đức Chúa Trời thực sự quan tâm đến tôi, thì Ngài sẽ ……." Và ta điền vào chỗ trống.

6. Bạn điền vào chỗ trống bên trên như thế nào? Nếu Đức Chúa Trời thực sự quan tâm đến tôi thì Ngài sẽ……

7. Hãy đọc Phi-líp 4:19 và lựa chọn câu miêu tả đúng nhất về chiến lược của Đức Chúa Trời nhằm đáp ứng nhu cầu của bạn

☐ Ngài sẽ đáp ứng một số nhu cầu và bỏ lỡ một số nhu cầu của bạn.

☐ Hai trong ba nhu cầu được đáp ứng đã là không tồi.

☐ Ngài sẽ ban cho bạn mọi điều bạn cần và mọi điều bạn muốn.

☐ Ngài sẽ đáp ứng nhu cầu của bạn cho đến khi bạn hết tiền hoặc cho đến khi Ngài không có thời gian – Điều nào cũng có thể xảy ra trước.

☐ Ngài sẽ dùng sự giàu có của Ngài trong Chúa Giê-xu Christ để đáp ứng mọi nhu cầu của bạn.

8. Đọc Hê-bơ-rơ 11:13-16. Phân đoạn Kinh Thánh này nói gì với bạn về lý do các Cơ Đốc nhân lại mong chờ một nơi tốt hơn?

_____

_____

CHO ĐẾN KHI VỀ NHÀ

Chỉ khi nào chúng ta tìm được Ngài chúng ta mới được thỏa nguyện. Môi-se có thể khẳng định với bạn điều này.

Ông là người biết về Đức Chúa Trời nhiều hơn bất cứ một người nào trong Kinh Thánh. Đức Chúa Trời đã phán với ông trong bụi gai. Đức Chúa Trời dẫn dắt ông bằng trụ lửa. Ngài khiến ông kinh ngạc bằng những bệnh dịch. Và khi Đức Chúa Trời nổi giận với dân Y-sơ-ra-ên và lìa bỏ họ thì Ngài vẫn ở bên Môi-se. Ngài nói với Môi-se "như một người nói chuyện với bạn mình" (Xuất 33:11). Môi-se biết Đức Chúa Trời không giống như bất cứ một người nào khác.

Nhưng như vậy vẫn chưa đủ. Môi-se muốn nhiều hơn thế. Môi-se khao khát được gặp mặt Đức Chúa Trời. Ông thậm chí còn dám yêu cầu rằng: "Xin cho con được nhìn xem vinh quang Chúa" (Xuất 33:18).

Đó chẳng phải là lý do chúng ta khao khát Thiên Đàng hay sao? Chúng ta có thể nói về một nơi không có nước mắt, không có sự chết, không có sợ hãi, không có bóng đêm; nhưng những điều đó chỉ là những lợi ích từ Thiên Đàng. Vẻ đẹp của Thiên Đàng là được được gặp mặt Đức Chúa Trời.

Thiên đàng là biểu hiện tối thượng về sự săn sóc không ngừng của Đức Chúa Trời. Ngài ban cho chúng ta lời hứa về Thiên Đàng, đó là ngày mà Ngài sẽ mang chúng ta ra khỏi những thứ thuộc về đất. Nhưng đồng thời Ngài cũng hứa ban cho chúng ta điều chúng ta cần hơn hết – được nhìn thấy Ngài.

9. Câu nào sau đây đúng, và câu nào sai? Hãy đánh dấu câu trả lời đúng bằng (Đ) và câu trả lời sai bằng (S).

___Không có điều gì trên đất này có thể thoả mãn mong muốn sâu thẳm nhất của chúng ta.

___Một vài điều trên đất có thể hoàn toàn thoả mãn mong muốn sâu thẳm nhất của chúng ta.

CHỈ ĐỨC CHÚA TRỜI MỚI LÀM CHÚNG TA THOẢ NGUYỆN

Và lòng ta chỉ bình yên khi ta gặp Ngài. " Còn tôi, tôi sẽ chiêm ngưỡng mặt Chúa trong sự công chính. Khi tôi thức dậy, tôi sẽ thỏa nguyện trông thấy hình dạng Ngài. " (Thi 17:15).

Thoả nguyện ư? Đó là điều ta không có. Ta không thoả nguyện.

Ta bước ra khỏi bàn ăn vào dịp Lễ Tạ Ơn và vỗ vào cái bụng căng tròn của mình. "Thoả mãn!" ta tuyên bố. Nhưng xem thử ta của vài giờ sau xem! Ta quay trở lại căn bếp và gặm thịt từ một khúc xương.

Hạnh phúc trên đất này luôn ngắn ngủi.

Và Đức Chúa Trời của tôi sẽ cung cấp đầy đủ mọi nhu cầu cho anh chị em theo như sự giàu có vinh quang của Ngài trong Chúa Cứu Thế Giê-xu.

- Phi-líp 4:19

Tất cả những người đó đều chết trong đức tin, chưa nhận được những điều Chúa hứa, chỉ trông thấy và chào mừng những điều ấy từ đằng xa, nhìn nhận mình là người xa lạ và lữ khách trên mặt đất. Những người nói như thế minh định rằng họ đang tìm kiếm một quê hương. Nếu còn nhớ đến quê cũ là nơi họ đã ra đi, tất họ cũng có cơ hội trở về. Trái lại, họ mong ước một quê hương tốt hơn, là quê hương ở trên trời, nên Đức Chúa Trời không hổ thẹn khi được gọi là Đức Chúa Trời của họ vì Ngài đã chuẩn bị cho họ một thành phố.

- Hê-bơ-rơ 11:13-16

Chúng ta sẽ chỉ được thỏa nguyện khi chúng ta lên Thiên đàng.

Một loài hoa dại ngoài đồng, nay còn, mai bị ném vào lò lửa, mà Đức Chúa Trời mặc cho chúng như thế, còn các con không quý hơn để Ngài chu cấp quần áo cho sao, hỡi những kẻ ít đức tin?

- Ma-thi-ơ 6:30

Không có điều gì trên đất này có thể thoả mãn ước muốn sâu xa nhất của chúng ta – đó là được chiêm ngưỡng Đức Chúa Trời.

Ta thức dậy sau một giấc ngủ ngon và nhảy ra khỏi giường. Ta không thể quay lại để ngủ nếu một ai đó phải trả lương cho ta. Ta thoả mãn – trong một chốc lát. Nhưng hãy xem ta sau 12 tiếng nữa hoặc vài tiếng nữa xem, ta bò trở lại giường.

Ta có được kỳ nghỉ trong mơ. Ta đã lên kế hoạch trong nhiều năm. Ta tiết kiệm tiền trong nhiều năm. Và ta lên đường. Ta thoả mãn bản thân với ánh mặt trời, vui chơi và thưởng thức đồ ăn ngon. Nhưng khi mới trên đường trở về vào cuối kỳ nghỉ, ta đã lo kỳ nghỉ kết thúc và bắt đầu một kế hoạch mới. Ta không thể thoả nguyện.

Tại sao? Vì không có điều gì trên đất này có thể thoả mãn được mong ước sâu xa nhất của ta. Ta khao khát được chiêm ngưỡng Đức Chúa Trời. Những chiếc lá của cuộc đời đang xào xạc rơi cùng với tin đồn là ta cũng sẽ rơi rụng - và sẽ không được thỏa mãn cho đến khi chúng ta thực sự được thấy Đức Chúa Trời.

TRỌNG TÂM CỦA BÀI HỌC

*Lòng chúng ta mong được thoả nguyện.

*Khi chúng ta bất hạnh, chúng ta sẽ trông mong Thiên Đàng hơn.

*Hạnh phúc trên đất này chỉ là tạm thời, chóng qua.

*Chúng ta sẽ chỉ được thỏa nguyện khi chúng ta lên Thiên Đàng.

*Không có điều gì trên đất này có thể thoả mãn mong ước sâu xa nhất của chúng ta – đó là được chiêm ngưỡng Đức Chúa Trời.

Hãy ôn lại câu Kinh Thánh ghi nhớ của bạn trong tuần. Viết xuống dưới đây câu Kinh Thánh 1 Cô-rinh-tô 8:3.

_____

_____

Tấm lòng của Chúa Giê-xu

[Chúa Giê-xu nói rằng:] "Đừng để tâm trí các con bị bối rối. Đã tin Đức Chúa Trời, các con cũng hãy tin Ta nữa."

- Giăng 14:1

Chúa Giê-xu biết bạn một cách thân mật. Ngài muốn bạn tìm đến Ngài để chia sẻ về nan đề của mình. Ngài chủ động đề nghị mang gánh nặng cho bạn. Sự quan tâm của Ngài đụng chạm nơi sâu kín nhất của lòng bạn, ban cho bạn sự an ủi, sự đảm bảo và sự bình an. Cũng chính Chúa Giê-xu đã đi trước và sắm sẵn cho bạn một chỗ ở. Ngài là kiến trúc sư của ngôi nhà trên Thiên Đàng của bạn – Ngài cũng là thợ xây và là người thiết kế nội thất nữa. Ngài là Đấng biết rõ những nỗi đau thầm kín cũng như những khao khát trong lòng bạn. Ngài biết màu sắc bạn yêu thích, loài hoa bạn yêu thích, cảnh vật bạn yêu thích. Chúa Giê-xu biết điều gì sẽ làm cho bạn vui. Ngài biết cách làm bạn ngạc nhiên. Ngài biết điều bạn hằng mong ước. Và trong sự quan tâm vô hạn dành cho bạn, Ngài sắm sẵn cho bạn một chỗ ở hoàn hảo. Chúa Giê-xu nóng lòng muốn cho bạn xem ngôi nhà mới của mình, ngôi nhà được làm bằng niềm vui Thiên Đàng.

NGÀY NĂM – KHI ĐỨC CHÚA TRỜI THÌ THẦM TÊN BẠN

NHỮNG ƯỚC MƠ BỊ CHỆCH HƯỚNG

"Tôi đã có thể vào học cao đẳng nhờ học bổng từ phần thưởng đánh gôn," một người bạn nói với tôi mới tuần trước. "Tớ đã nhận được lời mời ngay khi học xong, nhưng tớ đã gia nhập ban nhạc rock-and-roll. Cuối cùng chẳng bao giờ tớ đi học được. Bây giờ tớ phải làm nghề sửa cánh cửa nhà để xe."

"Bây giờ tớ đang bế tắc." Lời đề trên bia mộ của một ước mơ bị chệch hướng.

Cầm quyển niên giám của trường trung học lên và đọc phần "Điều tôi muốn làm" được ghi ở dưới mỗi bức ảnh. Bạn sẽ bị choáng váng khi hít thở thứ không khí của những viễn cảnh cao ngút ngàn:

"Trường Havard".

"Viết sách và sống ở Thụy Sĩ".

"Bác sĩ ở một nước thuộc Thế Giới Thứ Ba."

"Dạy học cho trẻ em trong thành phố".

Nhưng, cầm quyển niên giám ấy đến buổi họp mặt lớp lần thứ 20 và đọc chương tiếp theo. Một vài ước mơ đã thành hiện thực, nhưng phần nhiều đã không thành. Xin bạn hãy nhớ rằng, không phải tất cả ước mơ đều cần phải trở thành hiện thực. Tôi hy vọng anh chàng dáng người nhỏ thó mơ ước trở thành nhà đô vật đã tỉnh ngộ rồi. Và tôi hy vọng rằng trong quá trình ấy, anh ta đã không đánh mất đam mê của mình. Thay đổi hướng đi trong cuộc đời không phải là bi kịch. Nhưng việc đánh mất đam mê mới chính là bi kịch thực sự.

Trên bước đường đời, một vài điều xảy đến cho chúng ta. Những lời tuyên bố sẽ thay đổi thế giới đã được hạ xuống thành những cam kết chu cấp cho gia đình. Thay vì tạo ra sự khác biệt, chúng ta kiếm tiền. Thay vì nhìn về phía trước, chúng ta ngoái lại đằng sau. Thay vì nhìn ra bên ngoài, chúng ta nhìn vào bên trong.

Và chúng ta không thích những gì mình nhìn thấy.

1. Khác biệt giữa "đổi hướng" và "đánh mất đam mê" trong cuộc đời là gì?

_____

_____

2. Đức Chúa Trời có quan tâm đến những ước mơ của chúng ta không? Kinh Thánh dường như xác nhận rằng Ngài thật có quan tâm. Quan trọng hơn, Ngài quan tâm đến chính chúng ta. Ngài quan tâm đến chúng ta khi chúng ta cảm thấy thất bại. Cảm thấy mất giá trị. Cảm thấy thất vọng. Hãy xem các câu Kinh Thánh sau đây và viết ra điều bạn học được về sự quan tâm của Đức Chúa Trời đối với những người đang nặng gánh ưu tư.

Thi Thiên 55:22 – "Hãy trao gánh nặng mình cho CHÚA. Chính Ngài sẽ nâng đỡ ngươi. Ngài sẽ không bao giờ để người công chính bị rúng động."

_____

_____

Na-hum 1:7 – "CHÚA nhân từ, Ngài là thành trì kiên cố trong ngày hoạn nạn, Ngài chăm sóc những ai nương náu trong Ngài."

_____

_____

1 Phi-e-rơ 5:7 – "Hãy trao mọi điều lo lắng mình cho Ngài vì Ngài chăm sóc anh chị em."

_____

_____

Tôi tin chắc điều này, Đấng đã bắt đầu làm một việc tốt lành trong anh chị em cũng sẽ hoàn thành việc đó cho đến ngày của Chúa Cứu Thế Giê-xu.

- Phi-líp 1:6

KẾ HOẠCH CỦA ĐỨC CHÚA TRỜI BÀY TỎ
SỰ QUAN TÂM CỦA NGÀI.

Nếu một ai đó có lý do để nghi ngờ liệu rằng Đức Chúa Trời có quan tâm đến ước mơ tan vỡ của mình hay không, thì đó chính là Môi-se. Hãy nhớ lại câu chuyện của ông. Được làm con nuôi của hoàng gia. Một người Do Thái được nuôi dưỡng trong cung điện Ai Cập. Những người đồng hương phải làm nô lệ, còn Môi-se được hưởng đặc ân. Ông được ngồi ăn ở bàn ăn hoàng gia. Được học ở một trường tốt nhất.

Nhưng người thầy có ảnh hưởng lớn nhất đối với ông lại không có bằng cấp gì. Đó là mẹ của ông. Một người đàn bà Do Thái được thuê làm vú nuôi của ông. "Môi-se," bạn gần như nghe được tiếng bà ấy gọi thầm tên con trai mình, "Đức Chúa Trời đã đặt con ở đây vì mục đích của Ngài. Một ngày nào đó con sẽ giải phóng dân tộc của con. Đừng bao giờ quên điều đó, Môi-se. Đừng bao giờ quên."

Hãy giao phó công việc mình cho CHÚA, thì kế hoạch con sẽ thành tựu.

- Châm Ngôn 16:3

Môi-se đã không hề quên. Ngọn lửa của công lý ngày càng nóng lên trong ông cho đến một ngày nó bùng cháy. Môi-se nhìn thấy một người Ai Cập đánh một nô lệ Hê-bơ-rơ. Có một điều gì đó bên trong Môi-se trỗi dậy. Ông đã đánh và giết chết người lính Ai Cập.

Ngày hôm sau, Môi-se trông thấy người Hê-bơ-rơ đó. Chắc hẳn bạn đã nghĩ rằng người nô lệ đó sẽ cảm ơn Môi-se. Không đâu! Anh ta không làm thế. Thay vì bày tỏ lòng biết ơn, anh ta tỏ ra tức giận: "Anh định giết tôi như đã giết người Ai Cập sao?" (Xuất 2:14).

Môi-se biết rằng ông đang gặp rắc rối. Ông trốn khỏi Ai Cập và ẩn náu trong sa mạc. Đây được gọi là đổi nghề. Từ chỗ được ngồi ăn với những người đứng đầu nhà nước chuyển sang đếm đầu của các con chiên.

Không phải là sự thăng tiến.

Và rồi một người Do Thái thông minh, đầy triển vọng lại phải chăn chiên trên đồi. Từ sinh viên trường Havard danh tiếng trở thành một người chăn vịt. Từ CEO một công ty danh tiếng trở thành một tài xế tắc-xi. Đang cầm gậy chơi golf thì giờ lại cầm xẻng đào mương. Môi-se nghĩ rằng sự thay đổi này là vĩnh viễn. Không có dấu hiệu nào cho thấy ông có ý định quay trở lại Ai Cập. Thực tế, mọi dấu hiệu đều cho thấy ông muốn ở lại với bầy chiên của mình. Khi đứng trước bụi gai bằng đôi chân trần, ông đã thú nhận rằng: "Con là ai mà dám đến với Pha-ra-ôn để đem dân Y-sơ-ra-ên ra khỏi Ai-cập?" (Xuất 3:11).

ĐỨC CHÚA TRỜI CHƯA XONG CÔNG VIỆC CỦA NGÀI

Tại sao lại là Môi-se? Hay nói một cách cụ thể hơn, tại sao lại là ông Môi-se tám-mươi-tuổi?

Phiên bản bốn-mươi-tuổi lôi cuốn hơn nhiều. Môi-se mà chúng ta đã thấy ở Ai Cập thì gan dạ và liều lĩnh. Nhưng Môi-se mà chúng ta thấy sau bốn thập niên thì chần chừ và dày dạn sương gió hơn.

Nếu bạn và tôi nhìn lại Môi-se lúc còn ở Ai Cập, chúng ta sẽ nói: "Người đàn ông này sẵn sàng cho chiến trận." Được học tập trong một hệ thống giáo dục tốt nhất thế giới. Được huấn luyện bởi những chiến binh giỏi nhất. Có thể tiếp cận lập tức với các cận thần của Pha-ra-ôn. Môi-se nói được ngôn ngữ và biết được các thói quen của họ. Ông là người lý tưởng nhất cho công việc này.

Chúng ta thích Môi-se ở tuổi-bốn-mươi hơn. Thế còn Môi-se ở tuổi-tám-mươi thì sao? Không thể được! Quá già. Quá mệt mỏi. Người toàn mùi hôi chiên. Nói thì như người ngoại quốc. Ông ta làm sao tác động được Pha-ra-ôn? Ông ta không phải là người thích hợp cho công việc này.

Và Môi-se cũng nghĩ như vậy. "Trước đây con đã thử làm việc đó một lần rồi," ông nói. "Những người đó không muốn ai giúp cả. Hãy để con ở đây để chăm sóc bầy chiên. Chúng dễ bảo hơn."

Môi-se không đi. Bạn không sai ông ấy đi. Tôi cũng không sai ông ấy đi.

Nhưng Đức Chúa Trời sai ông ấy.

Đức Chúa Trời nói rằng Môi-se đã sẵn sàng rồi.

Và để thuyết phục ông, Đức Chúa Trời phán với ông qua một bụi gai. (Ngài phải làm một điều gì đó thật kịch tính để thu hút sự chú ý của Môi-se).

"Hết giờ học rồi!" Đức Chúa Trời phán với ông. "Bây giờ là lúc bắt đầu làm việc." Tội nghiệp Môi-se. Ông thậm chí còn không biết mình đã được chiêu sinh.

Đức Chúa Trời đặt để chúng ta trong sự phục vụ để nhắc chúng ta rằng Ngài quan tâm đến chúng ta. Khi chúng ta phạm sai lầm, Ngài không xua đuổi chúng ta vào hang hốc của hỗn độn, vụn nát về tinh thần. Không, Ngài tận dụng những sai lầm của chúng ta vì Ngài quan tâm đến chúng ta. Ngài loại bỏ gỉ sét và bụi bẩn, đánh bóng những vết xước và san bằng những vết lồi lõm trong đời sống của chúng ta cho đến chừng nào chúng ta ở trong trạng thái hoạt động trở lại.

3. Hãy đọc những câu Kinh Thánh sau đây. Sau đó nối câu Kinh Thánh với điều bạn học được về cách mà Đức Chúa Trời quan tâm và sử dụng những sự yếu đuối của chúng ta để phục vụ Ngài.

- Thi Thiên 41:3   a. Ngài đã chọn những người yếu đuối để làm hổ
- 1 Cô-rinh-tô 1:27   thẹn những kẻ mạnh.
- 2 Cô-rinh-tô 12:9   b. Người ốm đau được chữa lành.
- Hê-bơ-rơ 11:34   c. Đức Chúa Trời ban sức mạnh cho người yếu đuối.
    d. Quyền năng của Đức Chúa Trời được trở nên trọn vẹn trong sự yếu đuối.

VIỆC TỐT LÀNH TRONG BẠN

Giọng nói từ trong bụi gai chính là giọng nói đang thì thầm với bạn. Giọng nói đó nhắc nhở bạn rằng Đức Chúa Trời vẫn chưa làm xong công việc của Ngài trên đời sống bạn. Ồ, có thể bạn nghĩ rằng Ngài đã làm xong rồi. Có thể bạn nghĩ rằng mình đã đạt tới đỉnh cao rồi. Có thể bạn nghĩ rằng Ngài đã có một ai khác để làm công việc này rồi.

Nếu vậy thì bạn hãy nghĩ lại đi!

"Tôi tin chắc điều này, Đấng đã bắt đầu làm một việc tốt lành trong anh chị em cũng sẽ hoàn thành việc đó cho đến ngày của Chúa Cứu Thế Giê-xu" (Phi-líp 1:6).

Bạn có nhìn thấy điều Đức Chúa Trời đang làm không? Một việc tốt lành trong bạn.

Bạn có biết khi nào thì Ngài hoàn thành việc Ngài đã bắt đầu làm không? Khi Chúa Giê-xu trở lại.

Tôi giải thích thông điệp này nhé? Đức Chúa Trời vẫn chưa làm xong công việc của Ngài trên đời sống bạn.

Cha Thiên Thượng muốn bạn biết điều đó.

4. Dựa vào những điều bạn đã học được về sự chăm sóc của Đức Chúa Trời, những câu nào sau đây đúng, và những câu nào sai? Đánh dấu câu trả lời đúng (Đ) hoặc sai (S). Hãy sử dụng những câu Kinh Thánh dưới đây để giúp bạn trả lời.

_____ Đức Chúa Trời chưa hoàn tất công việc trong chúng ta cho đến chừng Đức Chúa Giê-xu trở lại. (1 Phi 5:4)

_____ Đức Chúa Trời sẽ giúp chúng ta sống một đời sống theo sự kêu gọi Ngài. (2 Tê 1:11)

_____ Sai lầm sẽ khiến chúng ta không đủ tiêu chuẩn phục vụ Đức

CHÚA nâng đỡ người khi người nằm trên giường bệnh. Trong lúc người đau yếu, Ngài chữa lành cả bệnh tật người.

- Thi Thiên 41:3

Cho nên chúng tôi luôn cầu nguyện cho anh chị em để Đức Chúa Trời của chúng ta làm cho anh chị em được xứng đáng với ơn kêu gọi của Ngài, và nhờ năng lực Ngài hoàn tất mọi ước vọng tốt lành cũng như công việc xuất phát từ đức tin.

- 2 Tê-sa-lô-ni-ca 1:11

ĐIỀU TỐT NHẤT VẪN Ở PHÍA TRƯỚC

Nghe rất có lý. Bố mẹ thích đặt cho con cái mình những cái tên thật đặc biệt. Công Chúa, Hổ Con, Cún Cưng, Bubba, Thiên Thần… Chẳng phải thật không thể tin được khi nghĩ đến việc Đức Chúa Trời dành sẵn một cái tên cho riêng bạn hay sao? Cái tên mà chính chúng ta cũng không biết? Chúng ta luôn cho rằng tên mà chúng ta có là cái tên chúng ta sẽ giữ mãi. Nhưng không phải vậy… Con đường phía trước thật rạng rỡ nên bạn cần có một cái tên mới. Sự sống đời đời của bạn đặc biệt đến nỗi không một cái tên thông thường nào có thể diễn tả được. Vì vậy Đức Chúa Trời đã dành sẵn một cái tên cho riêng bạn. Có nhiều điều dành cho cuộc sống của bạn hơn bạn nghĩ. Câu chuyện cuộc đời bạn còn nhiều điều diệu kỳ hơn những gì bạn từng đọc… Và tôi nài khuyên bạn… Hãy ở đó khi Đức Chúa Trời thì thầm tên bạn.

- When God Whisper Your Name

Đức Chúa Trời dành một cái tên mới cho bạn - một cái tên độc đáo, độc nhất mà chỉ có Ngài biết.

Ta hằng ở cùng các con luôn cho đến tận thế.
- Ma-thi-ơ 28:20

Chúa Trời nữa. (1 Phi-e-rơ 5:10)

___ Đức Chúa Trời khiến những người bất khiết trở nên thánh khiết. (2 Ti-mô-thê 1:9)

CÁI TÊN CHỈ MỘT MÌNH ĐỨC CHÚA TRỜI BIẾT

Tôi không thể nói rằng tôi đã suy nghĩ nhiều về cái tên của tôi. Tôi chưa bao giờ nghĩ là nó tạo ra nhiều sự khác biệt. Tôi nhớ một cậu bạn ở trường tiểu học đã thắc mắc liệu tôi có phải là người Đức hay không. Tôi trả lời là không. "Vậy tại sao cậu lại có tên của người Đức?" Tôi thậm chí còn không biết rằng Max là tiếng Đức. Cậu quả quyết với tôi rằng đúng như vậy. Vậy là tôi quyết định phải tìm hiểu.

"Tại sao mẹ lại đặt tên con là Max?" Tôi đã hỏi mẹ khi về đến nhà. Bà ngẩng mặt lên khỏi bồn rửa bát và trả lời: "Vì trông con giống một người có tên như vậy."

Như tôi đã nói, tôi không bận tâm nhiều đến cái tên của tôi. Nhưng gần đây, có một cái tên đã thu hút sự chú ý của tôi. Một cái tên mà chỉ mình Đức Chúa Trời biết. Một cái tên do chính Đức Chúa Trời ban cho. Một cái tên độc đáo, độc nhất vô nhị.

Tôi đang nói đến điều gì vậy? À, có thể bạn đã không biết điều đó, nhưng Đức Chúa Trời có một cái tên mới cho bạn. Khi bạn trở về thiên đàng, Ngài sẽ không gọi bạn là Trang, Mai, Trung hay là Hiếu. Cái tên mà bạn luôn nghe thấy người khác gọi mình sẽ không phải là cái tên mà Ngài dùng để gọi bạn đâu. Khi Đức Chúa Trời phán rằng Ngài sẽ khiến mọi sự đều trở nên mới, Ngài cũng muốn nói đến tên nữa. Bạn sẽ có một chỗ ở mới, một thân thể mới, một đời sống mới, và bạn cũng đoán được rồi đấy, cả một cái tên mới nữa.

"Người nào thắng, Ta sẽ cho ma-na đã được giấu kỹ. Ta sẽ cho người viên đá trắng, trên đá ấy có ghi một tên mới, ngoài ai người nhận nó, không ai biết được" (Khải 2:17).

5. Bạn có nhớ trong Giăng 10:3 - Người chăn chiên biết từng tên của các con chiên trong bầy chiên mình? Với suy nghĩ đó, thì cái tên dành riêng cho mỗi người mà Đức Chúa Trời đã hứa ban bày tỏ sâu xa sự quan tâm của Ngài đối với mỗi một cá nhân nhiều ra sao?

_____

6. Ngài biết tên của chúng ta – và tất cả những điều liên quan đến cái tên đó nữa. Những điều nổi bật nhất. Những điều hèn mọn nhất. Và tất cả những điều giữa điều nổi bật nhất và điều hèn mọn nhất. Ngài quan tâm đến chúng ta nhiều đến nỗi Ngài không muốn một người nào đánh mất cơ hội "giành chiến thắng" tại vạch đích của Thiên Đàng. Hãy đọc 2 Phi-e-rơ 3:8-9. Những câu Kinh Thánh này dạy bạn điều gì về sự chăm sóc của Đức Chúa Trời đối với từng người trên đất? Hãy chọn tất cả các câu trả lời phù hợp.

☐ Đức Chúa Trời kiên nhẫn với tất cả mọi người.

☐ Đức Chúa Trời muốn giúp từng người biến đổi tấm lòng và cuộc sống

☐ Đức Chúa Trời không muốn một người nào bị hư mất.

Chẳng phải không thể tin được rằng Đức Chúa Trời lại để dành một cái tên cho riêng bạn hay sao? Một cái tên mà ngay cả bạn cũng không hề biết? Chúng ta luôn cho rằng cái tên mà chúng ta có là cái tên mà chúng ta sẽ giữ mãi. Nhưng không phải vậy đâu. Hãy hình dung điều được ngầm hiểu ở đây. Rõ ràng là tương lai của bạn đấy hứa hẹn, nó đảm bảo cho một danh hiệu mới.

Con đường phía trước thật rạng rỡ nên bạn cần có một cái tên mới. Sự sống đời đời của bạn đặc biệt đến đỗi cái tên thông thường không thể nào lột tả được.

Cho nên Đức Chúa Trời đã dành sẵn một cái tên khác cho riêng bạn. Có nhiều điều dành cho cuộc đời bạn hơn bạn nghĩ. Có nhiều điều tuyệt vời trong câu chuyện đời bạn hơn những gì bạn đã đọc. Có nhiều điều trong bài hát cuộc đời bạn hơn là những gì bạn đã hát. Tác giả xuất sắc luôn để dành điều tốt nhất vào lúc cuối cùng. Nhà soạn nhạc tài ba luôn giữ những giai điệu tuyệt vời nhất cho hồi kết. Và Đức Chúa Trời, Đấng Sáng Tạo của sự sống và tác giả của hy vọng, cũng làm điều tương tự cho bạn.

Điều tốt nhất vẫn ở phía trước..

Vậy tôi nài xin bạn, đừng từ bỏ.

Vậy tôi nài xin bạn, hãy đi hết cuộc hành trình.

Và tôi khích lệ bạn, hãy ở đó.

Hãy ở đó khi Đức Chúa Trời thì thầm tên bạn.

Người gác cổng mở cửa cho người chăn và đàn chiên nhận ra tiếng người. Người chăn chiên gọi đích danh từng con chiên mình để dẫn ra ngoài.

- Giăng 10:3

TRỌNG TÂM CỦA BÀI HỌC

* Đức Chúa Trời bày tỏ sự quan tâm của Ngài đối với chúng ta bằng cách sử dụng chúng ta trong việc phục vụ Ngài.

* Đức Chúa Trời sẽ không hoàn tất việc lành trong bạn cho đến ngày Đức Chúa Giê-xu trở lại.

* Đức Chúa Trời dành một cái tên mới cho bạn - một cái tên độc đáo và độc nhất mà chỉ có Ngài biết.

* Tương lai của chúng ta ở Thiên Đàng đầy hứa hẹn. Điều này đảm bảo cho bạn một chỗ ở mới, một thân thể mới, một đời sống mới và một cái tên mới.

Vậy đấy! Mình ôn tập cuối câu Kinh Thánh ghi nhớ trong tuần này nhé! Hãy viết xuống câu Kinh Thánh 1 Cô-rinh-tô 8:3, câu Kinh Thánh nói về sự chăm sóc của Đức Chúa Trời dành cho bạn.

Nhưng đừng quên điều này, anh chị em yêu dấu: Đối với Chúa một ngày như ngàn năm và ngàn năm như một ngày. Chúa không chậm trễ trong việc giữ lời hứa của Ngài, như một số người hiểu sự chậm trễ. Ngài kiên nhẫn với anh chị em, không muốn cho một ai hư mất, nhưng muốn mỗi người đều ăn năn.

- 2 Phi-e-rơ 3:8-9

Tấm lòng của Chúa Giê-xu

Chúa Giê-xu đã rửa chân cho các môn đồ của Ngài. Khiếu hài hước của Phi-e-rơ đã tạo ra nhiều chuyện để nói - đầu tiên ông khăng khăng không để Chúa Giê-xu cúi xuống rửa chân cho ông, sau đó ông lại xin Ngài gội đầu và rửa tay cho ông nữa! Nhưng Phi-e-rơ không phải là người duy nhất được Chúa tháo giày và ngâm chân. Chúa Giê-xu dành sự săn sóc này cho từng người trong mười hai môn đồ, từng người một. Ngài nhìn vào mắt của Thô-ma. Ngài xoa dịu đôi chân mệt mỏi của Ma-thi-ơ. Ngài đội nước lên chân của Giu-đa. Anh-rê có thể cảm nhận được bàn tay xoa bóp nhẹ nhàng của Chúa lên lòng bàn chân ông. Chân của Ba-tê-lê-my được lau khô bởi Thầy mình. Gia-cơ bắt gặp ánh mắt của Thầy mình qua chậu nước. Giăng đáp lại nụ cười của Chúa Giê-xu khi nước bắn ra. Từng người một. Chúa Giê-xu săn sóc môn đồ của Ngài một cách cá nhân. Ngài đích thân xem xét các nhu cầu của chúng ta. Tất cả chúng ta đều nhận được sự đụng chạm của Chúa Giê-xu. Chúng ta kinh nghiệm được sự chăm sóc của Ngài.

Dù cha mẹ bỏ tôi, nhưng CHÚA sẽ tiếp nhận tôi.

- Thi Thiên 27:10

❖

TÀI LIỆU ĐỌC THÊM

Những phần được chọn lựa trong suốt bài học này được lấy từ quyển *When God Whisper Your Name* (Tạm dịch: Khi Đức Chúa Trời Thì thầm Tên Bạn).

GHI CHÚ TÀI LIỆU THAM KHẢO

1. Augustine, Confession I.i, trích dẫn trong Peter Kreeft, *Heaven: Heaven's deepest Longing* (San Francisco: Ignatius Press, 1989), 49. Cảm hứng cho bài viết này về chim đớp muỗi được lấy từ mô tả của Kreeft trong phần "The nightingale in the Heart," 51-54.

2. Cám ơn Landon Saunders về ý tưởng này.

3. Malcolm Muggeridge, *Jesus Rediscovered* (New York: Doubleday, 1979), 47-48, được trích dẫn trong Peter Kreeft, Heaven, 63.

BÀI 2
Cảm Nghiệm Sự Bình An của Chúa Giê-xu

Có lẽ bạn có thể cảm nhận buổi sáng tôi vừa trải qua. Đó là buổi sáng Chúa nhật. Chúa nhật luôn là ngày bận rộn đối với tôi. Chúa nhật luôn là ngày tôi dậy sớm. Hôm nay hứa hẹn cũng chẳng có gì ngoại lệ.

Với một danh sách dài ngoằng những việc đã lên lịch, tôi dậy sớm và lái xe đến nhà thờ. Buổi sáng lúc sáu giờ thì đường xá thông thoáng. Một mình tôi một con đường. Ánh vàng của bình minh lúc này chưa phá vỡ màn đêm đen thẳm của mùa hè. Ánh bình minh lấp lánh. Không khí mát mẻ thoảng qua.

Tôi đỗ xe bên ngoài văn phòng nhà thờ và dành vài phút để tận hưởng sự tĩnh lặng. Tôi đặt sách xuống, nhấc tách cà phê lên và dựa người vào xe.

Thật êm đềm. Nhưng sự êm đềm ấy có thể biến thành sự lộn xộn.

Một tay cầm cặp, tay kia cầm tách cà phê, tôi vừa đi băng qua khu để xe để tới cửa văn phòng vừa huýt sáo. Để đến được văn phòng, tôi phải đi ngang qua một chú chó đang ngủ, chú chó của thế kỷ hai mươi, tức là một hệ thống báo động. Tôi đặt cặp xuống đất và mở cửa. Sau đó tôi cầm cặp lên, bước vào văn phòng.

Hộp mật mã trên tường nhấp nháy ánh sáng đỏ.

Tiếng còi báo động vồ lấy tôi như con sư tử núi đói mồi. Tôi tưởng chúng tôi đang bị tấn công hạt nhân. Đèn pha chiếu sáng chớp khắp hành lang, và ánh sáng chớp nháy màu đỏ quay vòng vòng. Tôi tiếp tục nhấn vào cái nút và còi báo động kêu tiếp tục inh ỏi. Bạn có thể nghĩ đó là một cuộc vượt ngục.

Tim tôi đập loạn xạ, trán đẫm mồ hôi, tình hình thật tuyệt vọng. Tôi chạy như bay xuống hành lang dẫn vào văn phòng, lôi ngăn kéo bàn làm việc ra và tìm số điện thoại của công ty lắp đặt báo động.

Hai mươi phút tiếp theo thật ầm ĩ, khó khăn, bối rối và hoảng hốt. Khi tôi đang nói chuyện với các kỹ thuật viên tôi không thấy mặt về thiết bị mà tôi không hiểu, tôi cố gắng hiểu những từ ngữ họ nói nhưng tôi không nghe được gì.

Điều này có từng xảy ra với bạn chưa? Lần gần đây nhất cuộc sống của bạn đang êm đềm chợt chuyển sang hỗn độn chỉ trong vòng nửa phút là khi nào? (Bạn hỏi tôi: "Thế ông cần bao nhiêu ví dụ?") Lần cuối cùng bạn nhận ra bạn đang bấm cái nút mà nó chẳng có phản hồi gì, vật lộn với những lời chỉ dẫn mà bạn không thể nghe được, hay là vận hành một hệ thống mà bạn không hiểu gì là khi nào?

Nếu bạn từng được người bạn đời gọi đến văn phòng và nói rằng: "Vừa có một lá thư từ Sở Thuế Vụ gửi đến mình. Họ sẽ thanh tra…"

Nếu ông chủ của bạn từng mở đầu một cuộc trò chuyện với những lời như thế này: "Anh là một nhân viên tốt, nhưng với tình trạng suy thoái kinh tế như hiện nay, chúng ta phải giảm biên chế…."

Nếu đứa con ở tuổi thiếu niên của bạn từng bước vào nhà và hỏi: "Bảo hiểm xe của mình có trả luôn phần phí bảo hành xe của người mình đâm vào không ạ?"

Thì khi ấy bạn biết là cuộc sống có thể chuyển từ trạng thái êm đềm sang hỗn loạn chỉ trong chốc lát. Không lời cảnh báo. Không một thông báo. Không có sự chuẩn bị.

Vài cái đèn màu đỏ chớp chớp, và bạn bắt đầu bấm loạn xạ các nút. Có lúc bạn làm cho còi báo động im lặng được; có lúc nó xé toạc

Vậy chúng ta đã được xưng công bình bởi đức tin, thì được hoà thuận với Đức Chúa Trời, bởi Đức Chúa Giê-xu Christ chúng ta.
- Rô-ma 5:1

TẤM LÒNG BÌNH TỊNH

Lòng Chúa Giê-xu tinh sạch. Đấng Cứu Chuộc được hàng nghìn người yêu mến, nhưng lại chấp nhận sống cuộc đời bình dị. Ngài được rất nhiều phụ nữ chăm sóc (Lu-ca 8:1-3) nhưng không bao giờ bị cáo buộc về những suy nghĩ dâm dục; bị chính tạo vật của mình khinh bỉ nhưng sẵn sàng tha thứ cho họ, ngay từ trước khi họ xin sự thương xót của Ngài. Phi-e-rơ, người đồng hành cùng Chúa Giê-xu trong ba năm rưỡi, đã mô tả Ngài là "Chiên Con không khuyết tật, không vết nhơ" (1 Phi-e-rơ 1:19).

Sau ba năm rưỡi được ở với Chúa Giê-xu, Giăng kết luận: "trong Ngài không có tội lỗi" (1 Giăng 3:5).

Lòng Chúa Giê-xu luôn bình tịnh. Các môn đồ cảm thấy bực bội trước nhu cầu phải cho hàng nghìn người ăn, nhưng Chúa Giê-xu thì không. Ngài đã cảm tạ Đức Chúa Trời về vấn đề đó. Các môn đồ la hét sợ hãi trong cơn bão, nhưng Chúa Giê-xu thì không. Ngài ngủ. Phi-e-rơ đã rút gươm ra chém tên lính, nhưng Chúa Giê-xu thì không. Ngài đưa tay ra chữa lành. Lòng Ngài bình tịnh.

- Just Like Jesus.

không gian. Kết quả có thể là bình an hoặc hoảng loạn. Kết quả có thể là êm đềm hoặc lộn xộn.

Tất cả chỉ lệ thuộc vào một yếu tố: Bạn có biết mật mã không?

Đối với tôi, buổi sáng hôm nay đã trở nên rối loạn. Nếu tôi được chuẩn bị… nếu tôi biết mật mã… nếu tôi biết phải làm gì khi đèn báo động chớp chớp … thì sự êm đềm đã thắng thế.

Xuyên suốt tuần này, bạn sẽ được khám phá một ngày trong cuộc đời của Chúa Giê-xu, ngày êm đềm trở nên hỗn loạn. Đó là ngày có tất cả các yếu tố đem đến lo lắng: tin xấu và hiểm nguy đe dọa, theo sau bởi hàng loạt yêu sách, những lần gián đoạn, những môn đồ ngớ ngẩn và cám dỗ chạy theo đám đông. Trong hai-mươi-bốn giờ đồng hồ đầy căng thẳng, Chúa Giê-xu đã bị đưa từ đỉnh cao của sự ca tụng đến vực sâu thất vọng.

Đó là ngày căng thẳng thứ hai trong cuộc đời của Ngài. Ngay khi một chiếc còi báo động được tắt đi thì một cái khác lại vang lên. Những người lãnh đạo đe dọa. Đám đông dồn ép. Các môn đồ nghi ngờ. Mọi người đòi hỏi. Khi bạn thấy những điều mà Ngài đã phải chịu đựng trong ngày đó, bạn sẽ tự hỏi làm sao Ngài vẫn có thể giữ được bình tĩnh như vậy.

Dù không hiểu làm sao, nhưng bằng cách nào đó, Ngài đã giữ được bình tĩnh. Mặc dù bị mọi người dồn ép và bị bao quanh bởi những rắc rối, nhưng Chúa Giê-xu không hề nổi nóng hay trốn chạy. Thực tế, Ngài đã làm điều ngược lại. Ngài đã phục vụ mọi người, tạ ơn Đức Chúa Trời và đưa ra những quyết định bình tĩnh.

Tôi muốn giúp bạn nhận biết Ngài đã làm điều đó như thế nào. Qua các bài học tuần này, tôi muốn chia sẻ với bạn một vài "mật mã nội bộ" mà bạn thật sự cần. Hãy trang bị cho bản thân những mật mã nội bộ này, hãy nhập mập mã ấy vào khi những chiếc đèn đỏ trong thế giới của bạn chớp réo, và bạn sẽ ngạc nhiên khi thấy những chiếc còi báo động nhanh chóng được tắt đi như thế nào.

CẢM NGHIỆM SỰ BÌNH AN CỦA CHÚA GIÊ-XU TRONG TUẦN NÀY

Trước khi đọc phần tiếp theo, hãy dành thời gian cầu nguyện.

Lạy Cha yêu dấu, con cần nghe được tiếng của Ngài át tiếng lộn xộn trong cuộc đời con. Đôi lúc con phải đối mặt với những quyết định khó khăn, và đôi lúc con bị những nghi ngờ vây lấy. Xin hãy dạy con biết tin cậy Ngài. Con muốn kinh nghiệm sự bình an của Chúa Giê-xu. Xin hãy giúp con nhìn thấy thái độ, quyết định và cách xử sự hoà nhã của Ngài. Xin hãy giúp cuộc đời con phản chiếu hình ảnh của Ngài. A-men

Tuần này, hãy ghi nhớ câu Kinh Thánh Giăng 14:27, câu Kinh Thánh nói về sự bình an nổi tiếng của Chúa Giê-xu.

"Ta để lại sự bình an cho các con. Sự bình an Ta ban cho các con không phải như của thế gian cho. Đừng sờn lòng nản chí và sợ hãi."

NGÀY MỘT - NIỀM VUI THIÊNG LIÊNG

Chúa Giê-xu thấu hiểu những yếu đuối của chúng ta.

Vì chúng ta không có thầy tế lễ thượng phẩm chẳng có thể cảm

THEO GƯƠNG THẦY

Nếu bạn từng có ngày bị tấn công ồ ạt bởi những yêu sách, nếu bạn từng phải "ngồi tàu lượn" qua những khúc quanh của nỗi buồn và niềm vui, nếu bạn từng tự hỏi rằng liệu Đức Chúa Trời ở trên trời có thể cảm thông với chúng ta dưới đất này hay không, thì mời bạn đọc lại một ngày đầy căng thẳng trong cuộc đời Chúa Giê-xu.

Hãy can đảm lên. Chúa Giê-xu biết bạn đang cảm thấy thế nào.

Hãy tìm các câu Kinh Thánh dưới đây và viết ra điều bạn học được về việc Đức Chúa Trời có khả năng hiểu chính xác những điều chúng ta đang trải qua.

1. Thật là một niềm an ủi lớn khi biết rằng bạn không cần phải cố gắng giải thích với Cha Thiên Thượng về bản thân mình. Ngài đã biết bạn như thế nào rồi. Phao-lô nói gì về Đức Chúa Trời trong 1 Cô-rinh-tô 8:3?

_____

_____

thương sự yếu đuối của chúng ta, bèn có một thầy tế lễ bị thử thách trong mọi việc cũng như chúng ta, song chẳng hề phạm tội.

- Hê-bơ-rơ 4:15

2. Theo Hê-bơ-rơ 2:17-18, tại sao Chúa Giê-xu lại trải qua những ngày tồi tệ như thế?

_____

_____

Ta để lại sự bình an cho các con. Sự bình an Ta ban cho các con không phải như của thế gian cho. Đừng sờn lòng nản chí và sợ hãi.

- Giăng 14:27

TIN TỨC BẤT NGỜ

Chúa Giê-xu khởi đầu ngày mới bằng việc nghe tin về cái chết của Giăng Báp-tít: người anh họ, người mở đường, người đồng lao, người bạn của Ngài (Mat 14:1-13). Người gần gũi và hiểu Chúa Giê-xu hơn bất cứ ai khác vừa qua đời.

Hãy tưởng tượng bạn mất đi một người hiểu bạn nhất thì bạn sẽ hiểu được cảm giác của Chúa Giê-xu lúc này. Hãy suy ngẫm về nỗi buồn khi nghe tin người bạn yêu quý nhất vừa bị sát hại, thì bạn sẽ hiểu được nỗi đau đớn của Ngài. Hãy xem phản ứng của bạn khi nghe tin người bạn thân nhất của mình vừa bị chém đầu bởi một vị vua loạn luân, luôn muốn làm vui lòng mọi người, thì bạn sẽ cảm nhận được khởi đầu ngày đó của Đấng Christ như thế nào. Thế giới của Ngài đang bắt đầu bị đảo lộn.

Tuy vậy, các sứ giả còn mang đến cho Ngài điều còn tệ hơn nỗi buồn, họ mang đến một lời đe dọa: "Chính vua Hê-rốt đã lấy đầu của Giăng cũng có hứng thú với đầu của Ngài." Hãy nghe cách Lu-ca trình bày sự điên rồ của vị vua này: "Song Hê-rốt thì nói: Ta đã truyền chém Giăng rồi: Vậy người này là ai, mà ta nghe người đã làm những việc dường ấy? Vua bèn tìm cách thấy Đức Chúa Giê-xu" (Lu-ca 9:9, phần nhấn mạnh là ý của cá nhân tôi). Một điều gì đó nói cho tôi biết rằng vua Hê-rốt không chỉ muốn một cuộc viếng thăm xã giao thông thường.

Cho nên, với việc Giăng bị giết và chính mạng sống của Ngài đang bị đe dọa, Chúa Giê-xu chọn việc lánh đi nơi khác một thời gian. Nhưng trước khi Ngài lánh đi thì các môn đồ đã đến tìm Ngài. Sách phúc âm của Mác ghi lại rằng: "Các sứ đồ nhóm lại cùng Đức Chúa Giê-xu, thuật cho Ngài mọi điều mình đã làm và dạy" (Mác 6:30). Họ trở lại rất hồ hởi. Chúa Giê-xu đã giao phó cho họ nhiệm vụ rao truyền Phúc Âm và dùng phép lạ mà làm cho vững đạo. "Vậy, các sứ đồ đi ra, giảng cho người ta phải ăn năn; đuổi nhiều ma quỷ, xức dầu cho nhiều kẻ bệnh, và chữa cho được lành" (Mác 6:12-13).

Trong một khoảnh khắc, lòng của Chúa Giê-xu chuyển từ giai điệu buồn thảm của bài hát truy điệu trong tang lễ sang chiến thắng vang dội của một cuộc diễu hành với đầy băng rôn.

3. Tại sao thuật ngữ "tàu lượn" (roller coaster) lại là một cách mô tả đúng đắn về kinh nghiệm của chúng ta về cảm xúc của con người?

_____

_____

4. Mặc dù cảm xúc của Chúa Giê-xu cũng có thể thay đổi, nhưng cách cư xử của Ngài không hề thay đổi. Thực tế, Kinh Thánh nhắc chúng ta rằng lúc nào chúng ta cũng có thể nương cậy vào sự bất biến của Chúa

Vì lý do đó, Ngài phải trở nên giống như anh em Ngài trong mọi mặt để làm vị thượng tế, đầy lòng thương xót và thành tín trước mặt Đức Chúa Trời để đến tội cho dân chúng. Vì chính Ngài đã chịu khổ khi bị cám dỗ nên mới có thể giúp đỡ những người bị cám dỗ.

- Hê-bơ-rơ 2:17-18

CHÚA GIÊ-XU THẤU HIỂU

Chúa Giê-xu biết bạn cảm thấy như thế nào. Bạn đang chịu áp lực lớn trong công việc phải không? Chúa Giê-xu biết cảm giác của bạn. Bạn có nhiều việc phải làm hơn sức mà con người bình thường có thể làm được phải không? Ngài cũng vậy. Người ta lấy đi của bạn nhiều hơn những gì họ cho bạn phải không? Chúa Giê-xu hiểu điều đó. Đứa con tuổi thiếu niên của bạn không nghe lời? Học trò của bạn không cố gắng? Chúa Giê-xu biết bạn cảm thấy thế nào.

Bạn rất quý giá đối với Ngài. Quý giá đến nỗi Ngài đã trở nên giống như bạn để bạn có thể đến với Ngài.

Khi bạn phải vật lộn, Ngài lắng nghe. Khi bạn hỏi, Ngài đáp lời. Ngài đã từng trải qua điều đó.

- In the Eye of the Storm

Giê-xu. Hãy xem Hê-bơ-rơ 13:8, và điền vào chỗ trống dưới đây.

Bất kể sự thay đổi nào đang diễn ra trong đời sống chúng ta, Đức Chúa Giê-xu Christ vẫn .... Ngài ...., ... và................, không hề thay đổi.

NHỮNG ĐÒI HỎI BẤT NGỜ

Hãy nhìn xem ai đã đi theo các môn đồ đến tìm Chúa Giê-xu. Khoảng năm nghìn người đàn ông cộng với phụ nữ và trẻ em (Mat 14:21)! Dòng người như thác nước đổ xuống các ngọn đồi và làng mạc. Vài học giả ước tính rằng đoàn dân đó vào khoảng hai mươi lăm nghìn người. Họ tụ tập quanh Chúa Giê-xu, với một khao khát: được gặp người đàn ông đã thêm năng lực cho các môn đồ.

Một buổi sáng thanh bình bỗng trở nên náo nhiệt vì quá nhiều việc phải làm. "Vì có kẻ đi người lại đông lắm, đến nỗi Ngài và các sứ đồ không có thì giờ mà ăn" (Mác 6:31).

Tôi đã từng gặp những người muốn đòi hỏi sự chú ý của tôi. Tôi biết cảm giác bị cả tá trẻ con mỗi đứa đòi một điều khác nhau cùng một lúc. Tôi biết cảm giác của việc nhận một cuộc gọi mà hai người ở hai đầu dây khác nhau đều thiếu kiên nhẫn. Thậm chí tôi còn biết việc bị vây quanh bởi cả đám người, mỗi người đưa ra một yêu cầu khác nhau là như thế nào.

Nhưng hai-mươi-lăm nghìn người thì sao nhỉ? Số người đó còn lớn hơn số dân của nhiều thành phố! Chẳng có gì ngạc nhiên khi các môn đồ không thể ăn. Tôi còn đang ngạc nhiên là sao họ vẫn có thể thở được nữa cơ!

Sự bình an của Đức Chúa Trời vượt quá mọi sự hiểu biết, sẽ gìn giữ lòng và ý tưởng anh em trong Đức Chúa Giê-xu Christ.

- Phi-líp 4:7

Đức Chúa Trời ban sự bình an cho những người tin cậy nơi Ngài.

Người nào để trí mình nương dựa nơi Ngài, thì Ngài sẽ gìn giữ người trong sự bình yên trọn vẹn, vì người nhờ cậy Ngài.

-Ê-sai 26:3

5. Phản ứng tiêu biểu của bạn khi đối diện với môi trường căng thẳng, với những đòi hỏi vô lý là gì? Hãy đánh dấu câu trả lời của bạn.

☐ Hoảng sợ - Tôi cũng khiến bản thân bị căng thẳng và khiến những người xung quanh lo lắng.

☐ Tê liệt – Tôi trở nên kiệt quệ và không thể đưa ra một quyết định nào.

☐ Chạy trốn - Tôi bị choáng ngợp đến nỗi muốn chạy trốn.

☐ Bình an – Tôi nhìn lên Chúa Giê-xu để xem Ngài sẽ làm việc này cho tôi như thế nào.

6. Vậy thì, làm thế nào chúng ta có thể tìm thấy sự bình an giữa sự hỗn loạn? Hãy tìm các câu Kinh Thánh dưới đây và viết ra điều bạn học được.

Ê-sai 26:3 – Đức Chúa Trời ban sự bình an cho những ai?

_____

_____

Phi-líp 4:6-7 – Làm thế nào chúng ta có thể tìm thấy sự bình an khi có những điều khiến chúng ta lo lắng, bối rối?

_____

_____

NƠI YÊN TĨNH

Buổi sáng đó là một mớ hỗn độn của những điều bất ngờ. Đầu tiên, Chúa Giê-xu đau buồn về cái chết của người bạn yêu quý và cũng là người họ hàng của Ngài. Sau đó sự sống của Ngài bị đe dọa. Tiếp theo Ngài chào mừng các môn đồ trở về trong sự đắc thắng. Rồi Ngài gần như bị ngạt thở bởi sự ồn ào đông đúc của con người. Mất người thân… tình cảnh nguy hiểm… sự hân hoan …cảnh hỗn loạn ồn ào.

Bạn đang bắt đầu hiểu vì sao tôi lại gọi đây là ngày căng thẳng lớn thứ hai trong cuộc đời của Đấng Christ rồi chứ? Tuy nhiên mọi sự vẫn chưa kết thúc.

Chúa Giê-xu quyết định đưa các môn đồ đến một nơi yên tĩnh để họ có thể nghỉ ngơi và suy ngẫm. Ngài hô to mệnh lệnh của Ngài để át tiếng ồn ào của đám đông. "Hãy đi tẻ ra trong nơi vắng vẻ, nghỉ ngơi một chút" (Mác 6:31). Mười ba người tìm đường ra bờ biển và lên một con thuyền.

Ai dám chất vấn Ngài về mong muốn được tránh xa đám đông lúc này? Ngài chỉ cần một vài giờ yên tĩnh một mình. Chỉ là giải lao một chút. Chỉ là rút lui một chút. Thời gian để cầu nguyện. Thời gian để suy ngẫm. Thời gian để than khóc. Một khoảng thời gian không có đám đông và những đòi hỏi. Một đống lửa quây quần bên bạn hữu. Một buổi tối với những người mà Ngài yêu mến. Người khác có thể đợi đến ngày mai.

Chớ lo phiền chi hết, nhưng trong mọi sự hãy dùng lời cầu nguyện, nài xin, và sự tạ ơn mà trình các sự cầu xin của mình cho Đức Chúa Trời. Sự bình an của Đức Chúa Trời vượt quá mọi sự hiểu biết, sẽ giữ gìn lòng và ý tưởng anh em trong Đức Chúa Giê-xu Christ.

-Phi-líp 4:6-7

7. Chúa Giê-xu muốn bạn có sự bình an. Ngài biết rõ giá trị của sự yên bình. Hãy đọc những câu Kinh Thánh sau đây. Sau đó nối mỗi câu Kinh Thánh với những câu tương ứng về sự bình an.

- Các Quan Xét 6:24
- Thi Thiên 119:165
- Ê-sai 9:6
- Ma-thi-ơ 5:9
- 1 Cô-rinh-tô 14:33

a. Đức Chúa Trời đặt tên cho Con Ngài là Chúa Bình an.

b. Ghê-đê-ôn đặt tên cho bàn thờ là Đức Chúa Trời Bình an.

c. Sự bình an thật được tìm thấy trong những lời dạy của Đức Chúa Trời.

d. Đức Chúa Trời là Chúa của sự bình an.

e. Đức Chúa Trời gọi những người hành động vì sự bình an là con cái của Ngài.

Và, Đức Chúa Trời chẳng phải là Chúa sự loạn lạc, bèn là Chúa sự hoà bình.

-1 Cô-rinh-tô 14:33

8. Sự bình an dễ dàng đến với chúng ta khi chúng ta ở nơi yên tĩnh, ở riêng với Đức Chúa Trời. Nhưng làm thế nào chúng ta có thể kinh nghiệm được sự bình an khi đối mặt với hết sự gián đoạn này đến sự gián đoạn khác? Phao-lô cầu nguyện gì trong 2 Tê-sa-lô-ni-ca 3:16?

Tuy nhiên, đám đông lại nghĩ khác. "Nhưng dân chúng nghe vậy, thì đi theo Ngài" (Lu-ca 9:11). Phải mất khoảng 9 km để đi vòng qua phía đông bắc biển Ga-li-lê, nên đoàn dân thực hiện cuộc đi bộ đường dài. Khi Chúa Giê-xu đến Bết-sai-đa, sự yên tịnh mà Ngài khao khát đã trở thành một đấu trường gầm thét.

Nguyện xin Chúa bình an ban cho anh chị em được luôn luôn an khang về mọi phương diện. Xin Chúa ở cùng tất cả anh chị em.

- 2 Tê-sa-lô-ni-ca 3:16

"Thật là ngạc nhiên!"

Hãy thêm sự gián đoạn vào danh sách đau buồn, nguy hiểm, hào hứng và cảnh hỗn loạn. Kế hoạch của Chúa Giê-xu đã bị gián đoạn. Điều Ngài dự tính cho một ngày của Ngài và điều mà đoàn dân dự tính cho một ngày của Ngài hoàn toàn khác nhau. Điều mà Chúa Giê-xu tìm kiếm và điều mà Ngài nhận được không giống nhau.

Nghe có vẻ quen thuộc phải không?

Bạn đang nhớ đến những lúc bạn thèm một giấc ngủ ngon nhưng phải trông đứa con khóc vì đau bụng? Bạn đang nhớ đến những lúc bạn tìm cách đến chỗ làm kịp thì bạn vẫn bị bỏ lại tít đằng sau? Bạn đang nhớ đến những lúc bạn muốn dành ngày thứ bảy để thư giãn, nhưng lại kết thúc bằng việc sửa chữa cái bồn rửa bát cho nhà hàng xóm?

Cầu xin Chúa ban phước cho ngươi và bảo vệ ngươi! Cầu xin Chúa làm cho mặt Ngài chiếu sáng ngươi và làm ơn cho ngươi! Cầu xin Chúa đoái xem ngươi và ban bình an cho ngươi.

- Dân Số Ký 6:24-26

Bạn được an ủi, bạn thân mến ạ! Vì điều đó cũng đã xảy đến cho Chúa Giê-xu.

Thực ra, đây có thể là thời điểm tuyệt vời để dừng lại và suy ngẫm về thông điệp trọng tâm của chương này.

Chúa Giê-xu hiểu cảm giác của bạn.

Hãy suy nghĩ về điều này và vận dụng nó trong lần tới khi cuộc sống của bạn chuyển từ trạng thái êm đềm sang trạn thái hỗn loạn.

Trái tim của Ngài từng đập thình thịch. Đôi mắt Ngài đã từng mệt mỏi. Tấm lòng của Ngài đã từng trĩu nặng. Ngài đã từng phải trèo ra khỏi giường với cổ họng đau rát. Ngài phải thức khuya và dậy sớm. Ngài

Chúa Giê-xu hiểu cảm giác của bạn.

THẦY TẾ LỄ THƯỢNG PHẨM CỦA CHÚNG TA

Hãy đọc cách J. B. Phillips dịch Hê-bơ-rơ 4:15:

Vì chúng ta không có thầy tế lễ thượng phẩm siêu nhân, là người không thể hiểu được sự yếu đuối của chúng ta – nhưng chính Ngài đã hoàn toàn từng trải mọi điều trong mọi thử thách như chúng ta, nhưng Ngài chẳng hề phạm tội.

Như thế ông biết chúng ta sẽ nói với Đức Chúa Trời rằng… "Lạy Chúa, Ngài ở trên đó thì chuyện gì chả dễ. Ngài không biết được ở dưới này mọi thứ khó khăn thế nào đâu." Cho nên ông tuyên bố cách mạnh dạn rằng, Chúa Giê-xu có thể thấu hiểu mọi điều. Hãy xem xét lại từ ngữ một lần nữa.

Chính Ngài. Không phải một thiên sứ. Không phải một đại sứ. Không phải sứ giả, mà chính Chúa Giê-xu.

Hoàn toàn từng trải. Không phải một phần. Không phải gần hết. Không phải đa số. Mà hoàn toàn! Chúa Giê-xu đã chịu mọi việc.

Trong mọi thử thách như chúng ta. Mọi thương tổn. Mọi đau đớn. Mọi căng thẳng và mọi áp lực. Không có ngoại lệ. Không có người thay thế. Tại sao? Hầu cho Ngài có thể đồng cảm với sự yếu đuối của chúng ta.

-In the Eye of the Storm.

Người đã bị vây trong sự yếu đuối, nên có thể thương xót những kẻ ngu dốt sai lầm.

-Hê-bơ-rơ 5:2

Chúa Giê-xu có thể giúp chúng ta vượt qua cám dỗ và đau đớn.

Người nào để trí mình nương dựa nơi Ngài, thì Ngài sẽ gìn giữ người trong sự bình yên trọn vẹn, vì người nhờ cậy Ngài.

- Ê-sai 26:3

biết cảm giác của bạn.

9. Hãy điền vào chỗ trống vào câu bên dưới. Câu này tóm tắt điều chúng ta đã học được về Chúa Giê-xu trong Hê-bơ-rơ 4:15.

Chúa Giê-xu có thể......................sự yếu đuối của chúng ta. Ngài biết rằng đôi lúc chúng ta phạm tội khi bị quá tải. Tuy nhiên, khi Ngài còn sống trên đất, Ngài đã...........phản ứng tương tự mà Ngài không hề..............

Có thể bạn khó tin vào điều đó. Có lẽ bạn tin Chúa Giê-xu hiểu được cảm giác chịu đựng những bi kịch nặng nề. Bạn không nghi ngờ gì là Chúa Giê-xu cũng từng trải qua sự đau khổ và vật lộn với nỗi sợ hãi. Hầu hết mọi người đều công nhận điều đó. Nhưng Đức Chúa Trời có thể cảm thông với những rắc rối và những chuyện đau đầu trong cuộc đời của tôi không? Và cuộc đời của bạn nữa?

Vì một lý do nào đó, điều này càng khó tin hơn.

Có thể đó là lý do tại sao một phần của ngày đó được ghi lại trong tất cả các sách Phúc Âm. Không có một sự kiện nào khác, ngoại trừ sự kiện Chúa bị đóng đinh trên thập tự giá, được cả bốn tác giả của bốn sách Phúc Âm ghi lại. Không phải việc Chúa Giê-xu chịu phép báp-têm. Không phải việc Ngài chịu cám dỗ. Thậm chí cũng không phải sự giáng sinh của Ngài. Nhưng cả bốn tác giả đều ký thuật lại ngày này. Cứ như thế cả Ma-thi-ơ, Mác, Lu-ca và Giăng đều biết rằng bạn sẽ thắc mắc liệu Đức Chúa Trời có hiểu những gì bạn đang trải qua không. Và họ đồng lòng tuyên bố rằng:

Chúa Giê-xu hiểu cảm nhận của bạn.

10. Câu nào sau đây diễn tả đúng về việc Chúa Giê-xu hoàn toàn có thể hiểu cảm giác của bạn, và câu nào không đúng? Hãy đánh dấu câu trả lời đúng bằng (Đ) và câu trả lời sai bằng (S). Hãy dùng các câu Kinh Thánh sau đây để giúp bạn trả lời.

- Vì Chúa Giê-xu đã bị cám dỗ và đau khổ nên Ngài có thể giúp chúng ta vượt qua cám dỗ và đau khổ. (Hê-bơ-rơ 2:18)
- Chúa Giê-xu thất vọng vì sự yếu đuối của chúng ta. (Hê-bơ-rơ 5:2)
- Chúa Giê-xu chủ động để nghị mang gánh nặng cho chúng ta vì Ngài khiêm nhường và sẵn lòng. (Ma-thi-ơ 11:28-30)
- Chúa Giê-xu không động lòng trước nước mắt của chúng ta. (Giăng 11:33,35)

11. Lòng của bạn có bị khuấy động bởi một trong các câu Kinh Thánh ngày hôm nay không? Có lời tuyên bố nào cụ thể làm cho bạn chú ý và giúp bạn hiểu sâu hơn về sự bình an không? Hãy tóm tắt điều bạn học được xuống đây.

TRỌNG TÂM CỦA BÀI HỌC

*Chúa Giê-xu có thể hiểu được sự yếu đuối của chúng ta.
*Đức Chúa Trời ban sự bình an cho những người tin cậy nơi Ngài.
*Chúa Giê-xu hiểu cảm giác của chúng ta.
*Chúa Giê-xu có thể giúp chúng ta vượt qua cám dỗ và đau đớn.

Hãy dành vài phút để viết câu Kinh Thánh ghi nhớ của bạn xuống đây. Đó là Giăng 14:27.

Tấm lòng của Chúa Giê-xu

"Không thể tin được là lúc thế này mà Ngài cũng ngủ cho được!" một môn đồ làm bẩm qua kẽ răng. Cố sức giữ chặt mái chèo khi một đợt sóng khác lại đang đẩy chiếc thuyền của họ lên cao hơn, mười hai môn đồ bám lấy mạn thuyền, giữ lấy sự sống mình. Nước biển vỗ qua mạn thuyền và gần như nhấn chìm họ. Những ngư dân – Phi-e-rơ, Anh-rê, Gia-cơ và Giăng – đã quen với biển động, nhưng Ma-thi-ơ, người thu thuế thì vẫn ngắm nhìn nước biển màu xanh lơ đầy thơ mộng. Cơn bão ập đến thình lình, và họ bị nhấn chìm trong cơn cuồng nộ đột ngột của biển, hầu như không một lời cảnh báo. Mắt nhắm tít vì gió và bọt biển hất vào, chân giạng ra để giữ thăng bằng trên bề mặt thuyền đang nhô lên hụp xuống, cuối cùng Phi-e-rơ hô to ra lệnh: "Hãy đánh thức Ngài dậy!" Môn đồ ở gần Chúa Giê-xu nhất trườn về phía Ngài và lay vai Ngài dậy. Giọng nói của ông đầy vẻ hốt hoảng: "Thầy ơi, thầy không bận tâm đến việc chúng ta sắp chết chìm sao?" Chúa Giê-xu đứng dậy, và nói với bão tố rằng: "Hãy yên lặng!" Sự yên bình đột ngột làm cho một vài môn đồ ngã sóng soài. Cơn gió mà họ đang chống lại chỉ đơn giản là…biến mất! Trong chốc lát, họ nhìn nhau ngơ ngác, họ hướng mắt về phía người Thầy. Ngài đã khiến cơn bão phải yên lặng. Ngài đã ban cho họ sự bình an.

NGÀY HAI – LẮNG NGHE TIẾNG CHÚA

CHỐNG LẠI NHỮNG TIẾNG NÓI

Bạn đã nghe thấy chúng. Chúng bảo bạn hãy đánh đổi sự trung thực của bạn để đổi lấy một hợp đồng làm ăn. Đánh đổi niềm tin của bạn để đổi lấy một thoả thuận dễ dàng. Đánh đổi lòng tận hiến của bạn lấy chuyện giật gân nhất thời.

Chúng thì thầm. Chúng nài nỉ. Chúng chế nhạo. Chúng trêu ngươi. Chúng ve vãn. Chúng xu nịnh. "Cứ làm đi, không sao đâu!" "Đợi đến mai mà xem!" "Đừng lo, không ai biết đâu!" "Làm sao một việc bạn cảm thấy chả có gì sai lại sai cho được?"

Đó là tiếng nói của đám đông.

Cuộc sống của chúng ta là con phố hỗn loạn, là thị trường chứng khoán ồn ào của những đòi hỏi. Những người nam và nữ trưởng thành gào hét trong nỗ lực điên cuồng để đạt được mọi thứ có thể trước khi hết giờ. "Mua. Bán. Giao dịch. Trao đổi. Nhưng làm gì thì làm, cứ phải làm nhanh – và làm cho hoành tráng!"

Một lễ hội với những bộ quần áo xam xám, không ai mỉm cười và mọi người đều nhảy bổ vào nhau.
Điệp khúc bất tận của những tiếng chát chúa: người bán, kẻ mua, và tất cả đều gào lên.

Chúng ta làm gì với những tiếng nói ấy?

1. Hãy đọc những câu Kinh Thánh sau đây. Rồi nối câu Kinh Thánh với điều mà bạn học được về "tiếng nói của đám đông."

- Châm Ngôn 5:3	a. Những người bạn xấu có thể dẫn người công bình đến chỗ lầm lạc.
- Châm Ngôn 7:21	
- Châm Ngôn 12:26	b. Họ dối gạt và dẫn người khác vào tai hoạ.
- Châm Ngôn 16:29	c. Họ dùng những thủ đoạn khéo léo và dễ chịu.
- Châm Ngôn 28:10	d. Họ dẫn người khác vào đường lầm lạc, nhưng lại ngã vào bẫy của chính mình.
	e. Giọng nói của họ ngọt ngào, hấp dẫn.

NHỮNG LỜI HỨA BAN BÌNH AN ĐẦY DỐI TRÁ

Ngay cả những giọng nói mà Chúa Giê-xu nghe được cũng hứa hẹn điều gì đó.

Chiên nghe tiếng người chăn.
- Giăng 10:3

Tiếng của đám đông thường có sức thuyết phục và thu hút sự chú ý.

Vì Đức Chúa Trời không phải là Đức Chúa Trời hỗn loạn mà là Đức Chúa Trời bình an.
- 1 Cô-rinh-tô 14:33a

Người công chính là người hướng đạo cho bạn mình, còn con đường của kẻ ác đưa đến lầm lạc.

- Châm Ngôn 12:26

Người hung bạo lôi cuốn kẻ lân cận mình, và dẫn nó vào con đường không tốt.

- Châm Ngôn 16:29

Hỡi các con bé nhỏ! Các con thuộc về Đức Chúa Trời và đã chiến thắng chúng nó, vì Đấng ở trong các con vĩ đại hơn kẻ ở trong thế gian. Họ thuộc về thế gian nên nói những điều từ thế gian và thế gian nghe theo họ. Chúng ta thuộc về Đức Chúa Trời. Ai nhận biết Đức Chúa Trời thì nghe chúng ta, ai không thuộc về Đức Chúa Trời thì không nghe chúng ta. Nhờ điều này chúng ta nhận biết thần chân lý và thần linh sai lầm.

- 1 Giăng 4:4-6

"Khi đã thấy phép lạ Ngài làm, người ta bảo nhau: 'Người này chính là vị tiên tri, Đấng phải đến thế gian'" (Giăng 6:14).

Đối với những người quan sát qua loa thì đây là tiếng nói đắc thắng. Đối với những đôi tai thiếu kinh nghiệm, đây là tiếng khải hoàn. Có điều gì tốt hơn thế? Năm ngàn người đàn ông chưa kể phụ nữ và trẻ em đang tuyên bố rằng Chúa Giê-xu là đấng tiên tri. Hàng nghìn tiếng nói hòa vào nhau thành tiếng hét của sự phục hưng, một sự tung hô nịnh nọt. Đoàn dân có mọi thứ họ cần để làm một cuộc cách mạng.

Họ có một kẻ thù: Vua Hê-rốt. Họ có một người tử vì đạo: Giăng Báp-tít. Họ có người lãnh đạo: các môn đồ. Họ có kho dự trữ dư dật: Người có khả năng hóa bánh có tên Giê-xu. Và họ có một vị vua: Chúa Giê-xu ở Na-xa-rét.

Vậy tại sao phải chờ đợi? Thời cơ đã đến. Vương quốc Y-sơ-ra-ên sẽ được phục hồi. Dân sự của Đức Chúa Trời đã nghe được tiếng phán của Ngài.

"Vua Giê-xu!" ai đó tuyên bố. Và đám đông hùa theo.

2. Tiếng ồn của thế gian này luôn cố gắng làm cho bạn xao nhãng và đánh cắp sự bình tịnh của bạn trong sự hiện diện của Ngài. Xuyên suốt Kinh Thánh, Đức Chúa Trời cảnh báo chúng ta về những lời hứa dối trá lấy mất đi sự bình an của chúng ta này. Câu nào sau đây diễn tả đúng về sự dạy dỗ của Đức Chúa Trời trước những lời dối trá này? Hãy đánh dấu tất cả các câu trả lời phù hợp. Hãy sử dụng các câu Kinh Thánh dưới đây để giúp bạn trả lời.

☐ Người công bình ghét việc dối trá. (Châm Ngôn 13:5)

☐ Những kẻ dối trá không bao giờ thoát khỏi sự đoán phạt. (Châm Ngôn 19:5)

☐ Những lời dối trá bảo chúng ta đừng chú ý tới Đức Chúa Trời. (Giê-rê-mi 23:16)

☐ Chúa Giê-xu phán rằng hãy coi chừng những tiên tri giả. (Ma-thi-ơ 7:15)

☐ Không có điều gì dối trá trong lời hứa của Chúa Giê-xu. (Giăng 1:47)

Đừng mảy may nghĩ rằng Đấng Christ không hề nghe thấy những lời tung hô của họ.

Một điệp khúc hứa hẹn quyền lực làm mê đắm lòng người. Không cần thập tự giá. Không yêu cầu sự hy sinh. Chỉ cần Ngài búng ngón tay là có cả một đội quân môn đồ. Ngài có quyền năng để thay đổi thế giới mà không cần phải chết.

Sự trả thù sẽ rất ngọt ngào. Người đã chặt đầu Giăng Báp-tít chỉ cách đó vài cây số. Tôi tự hỏi rằng liệu hắn ta có cảm thấy một lưỡi dao sắc lạnh đang kề trên cổ hay không?

Đúng vậy, Chúa Giê-xu đã nghe thấy những tiếng nói đó. Ngài đã nghe thấy những lời dụ dỗ đó. Nhưng Ngài còn nghe tiếng nói khác nữa.

Và khi Chúa Giê-xu nghe tiếng Ngài, Chúa Giê-xu tìm kiếm Ngài.

"Rồi vì biết rằng họ sắp đến ép Ngài lên làm vua, Đức Chúa Giê-xu lại lánh lên núi một mình." (Giăng 6:15).

Đức Chúa Giê-xu muốn ở riêng với Đức Chúa Trời chân thật hơn là ở với một đám đông toàn những con người sai quấy.

Lý trí không bảo Ngài phải giải tán đám đông. Sự khôn ngoan thông thường không bảo Ngài phải quay lưng lại với một đội quân sẵn lòng. Không, Chúa Giê-xu đã không nghe theo tiếng nói từ bên ngoài, mà Ngài nghe theo tiếng nói từ bên trong.

3. Hãy đọc 1 Giăng 4:4-6 ở cột bên phải. Điền vào chỗ trống dưới

đây điều bạn học được về việc lắng nghe tiếng phán của Đức Chúa Trời từ đoạn Kinh Thánh này.

Chúng ta thuộc về.............................. Thánh Linh của Đức Chúa Trời, Đấng ở trong.................., lớn hơn................., kẻ ở trong................. Người thuộc về thế gian nói ngôn ngữ.......................... Chính vì vậy mà phần còn lại................... lắng nghe họ. Tuy nhiên, chúng ta.................Đức Chúa Trời.

TIẾNG CỦA CHÚA GIÊ-XU

Đặc điểm của con chiên là nó có khả năng nhận biết tiếng của Người Chăn.

"Chiên nghe tiếng người chăn; người chăn kêu tên chiên mình mà dẫn ra ngoài" (Giăng 10:3).

Đặc điểm của môn đồ là khả năng nhận biết tiếng của Thầy mình.

"Này, Ta đứng bên cửa mà gõ. Nếu ai nghe tiếng Ta mà mở cửa ra. Ta sẽ vào với người ấy, Ta sẽ ăn tối với người, và người với Ta" (Khải Huyền 3:20).

Thế gian đập ầm ầm vào cửa nhà bạn; Chúa Giê-xu chỉ gõ nhè nhẹ vào cửa đó mà thôi. Những tiếng nói khác nhau gào thét đòi hỏi sự trung thành của bạn; Chúa Giê-xu nhẹ nhàng và dịu dàng đề nghị bạn. Thế gian hứa cho bạn niềm vui hào nhoáng; Chúa Giê-xu hứa cho bạn một bữa tối yên bình...với Đức Chúa Trời. "Ta sẽ vào và ăn bữa tối với người."

Bạn chọn nghe tiếng của ai?

Nguyện xin Chúa bình an ban cho anh chị em được luôn luôn an khang về mọi phương diện. Xin Chúa ở cùng tất cả anh chị em.
- 2 Tê-sa-lô-ni-ca 3:16

Hãy để tôi nói rõ với bạn một vài điều quan trọng. Chẳng bao giờ Chúa Giê-xu không phán bảo chúng ta một điều gì đó. Không bao giờ. Không có một nơi nào mà Chúa Giê-xu không hiện diện. Không nơi nào. Không hề có một căn phòng nào là quá tối tăm... không có câu lạc bộ nào quá trụy lạc... không một cơ quan nào quá sang trọng ... đến nỗi Người bạn luôn luôn dịu dàng, luôn luôn đeo đuổi, luôn luôn hiện diện không có mặt ở đó. Ngài gõ nhẹ lên cánh cửa lòng của bạn - chờ đợi bạn mời Ngài bước vào.

Ít người nghe được tiếng gõ của Ngài. Số người mở cửa cho Ngài còn ít hơn thế nữa.

Nhưng đừng bao giờ coi tình trạng tê liệt của bạn là sự vắng mặt của Ngài. Vì giữa những lời hứa ban niềm vui chóng qua là lời hứa bất biến về sự hiện diện của Ngài.

"Và này, ta hằng ở cùng các con luôn cho đến tận thế" (Mat 28:20).

"Ta không bao giờ lìa con, chẳng bao giờ bỏ con." (Hê 13:5)

Không có một điệp khúc nào quá to đến đổi chúng ta không thể nghe được tiếng của Đức Chúa Trời.... nếu chúng ta thực sự muốn lắng nghe.

4. Dựa vào những gì bạn vừa đọc, câu nào nói đúng về việc lắng nghe tiếng của Chúa. Hãy đánh dấu vào tất cả các câu trả lời phù hợp.

☐ Chỉ có chiên của Chúa Giê-xu mới nhận biết được tiếng của Ngài.

☐ Thế gian gào thét đòi hỏi sự chú ý của chúng ta.

☐ Chúa Giê-xu nhẹ nhàng đưa ra lời mời gọi bình an của Ngài.

☐ Chúa Giê-xu lúc nào cũng phán; chỉ là chúng ta có lắng nghe hay không thôi.

Chúa Giê-xu đã lánh khỏi sự xu nịnh của đám đông. Ngài muốn được ở riêng với Đức Chúa Trời

SỰ BÌNH AN CỦA CHÚA TRONG CÁC QUYẾT ĐỊNH CỦA CHÚNG TA

Có một khía cạnh khác về những tiếng nói có khả năng lấy đi sự bình an của chúng ta – đó là những tiếng nói gây nhiễu loạn giữa điều tốt với điều tốt hơn, và giữa điều tốt hơn với điều tốt nhất. Khi nói tới việc nhận được sự bình an trong quá trình ra quyết định việc gì đó, chúng ta cần học theo gương của Chúa Giê-xu.

Đồng hồ cát nhiều cát quá. Ai lấy cát bớt ra khỏi đó nhỉ?

Bạn biết tôi đang muốn nói gì phải không?

Chiên biết tiếng người chăn.

"Hội Phụ Huynh cần một thủ quỹ mới. Với lai lịch, kinh nghiệm, tài năng, sự khôn ngoan, tình yêu dành cho trẻ em và bằng cấp về kế toán, BẠN là người hoàn hảo nhất cho công việc này!"

"Sẽ có một vài xáo trộn trong các vị trí. Người quản lý chi nhánh sẽ về hưu, một người nào đó sẽ được thăng chức. Công ty đang tìm một người bán hàng trẻ trung và thông minh – giống như bạn - người sẵn sàng chứng tỏ sự tận tụy của mình với tổ chức qua việc nhận thêm vài dự án… và làm việc muộn hơn vài giờ."

"Tôi xin lỗi vì hỏi cô một lần nữa, nhưng cô là người giáo viên dạy Trường Chúa Nhật giỏi. Liệu cô có thể dạy thêm chỉ mười lăm phút không…."

"Tôi vừa mất một nhân viên dọn vệ sinh. Chị có thể quay lại làm việc cho tôi được không? Tôi biết chị không muốn quay lại làm việc cho đến khi con chị bắt đầu đi học. Nhưng chỉ có bốn tiếng một ngày thôi và có một trung tâm chăm sóc trẻ nhỏ theo ngày chỉ cách văn phòng tôi vài dãy nhà thôi. Kiếm thêm một ít tiền không phải là việc tốt sao?"

"Tôi sẽ sẵn sàng phục vụ với vai trò chủ tịch chứ? Ồ, nói thật là, tôi sẽ không nhận nhiệm vụ đó trong nhiệm kỳ này đâu vì con út của tôi sắp thi đại học rồi. Tôi thấy năm nay vô cùng quan trọng đối với tổ chức… Tôi không muốn câu lạc bộ suy yếu… Đúng, chúng ta đã có tiến bộ ngoạn mục trong những tháng vừa qua. Chỉ là…"

Đây là trò kéo co, và bạn là sợi dây thừng.

Một bên là những đòi hỏi về thời gian và sức lực của bạn. Chúng mời gọi. Chúng tán dương. Chúng có giá trị và tốt đẹp. Những cơ hội lớn để làm những việc tốt. Nếu chúng là những việc xấu từ chối sẽ đơn giản. Nhưng chúng không hề xấu, nên cũng rất dễ dàng để hợp lý hoá.

Một bên là những người mà bạn yêu quý. Họ không viết thư cho bạn. Họ không yêu cầu bạn xem lại lịch sử làm việc của mình. Họ không để nghị bạn thanh toán các chi phí. Họ không dùng các thuật ngữ như "cuộc hẹn", "cam kết," hay là "hẹn ăn trưa." Họ không cần bạn vì những điều mà bạn có thể làm cho họ; họ cần bạn vì chính con người thật của bạn.

Vì chính Ngài là sự bình an của chúng ta.

- Ê-phê-sô 2:14a

5. Trong phương diện nào bạn cảm thấy "trò kéo co" trong các quyết định của bạn trở nên căng thẳng?

_____

_____

_____

Tai các ngươi sẽ nghe tiếng nói từ phía sau: "Đây là con đường, hãy đi theo" khi các ngươi rẽ sang bên phải hay bên trái.

- Ê-sai 30:21

6. Hãy đọc Ê-sai 30:21 ở cột bên trái. Đôi lúc chúng ta rơi vào tình trạng nguy hiểm khi lang thang ra khỏi con đường của Đức Chúa Trời. Chúng ta nên nghe điều gì trong những lúc do dự đó?

_____

_____

_____

QUYẾT ĐỊNH CỦA CHÚA GIÊ-XU

Một thế giới khôn ngoan ẩn giấu trong năm từ được ghi trong Ma-thi-ơ 14:22: "Ngài giải tán đám đông". Chúa Giê-xu không giải tán đám đông bất kỳ.

Đây không phải là những người hiếu kỳ bình thường.

Đây không phải là những khán giả ngẫu nhiên.

Đây là một đám đông với một sứ mạng. Họ đã nghe các môn đồ nói. Họ đã rời bỏ gia đình mình. Họ đã đi theo Chúa Giê-xu đi vòng quanh biển. Họ đã nghe Ngài giảng dạy và chứng kiến Ngài chữa lành. Họ đã ăn bánh. Và họ sẵn sàng tôn Ngài làm vua.

Chắc chắn Chúa Giê-xu sẽ trưng dụng đám đông này cho đội quân của Ngài và chú ý đến nhiệt huyết của họ. Chắc chắn Ngài sẽ nắm bắt cơ hội này để biến đổi hàng nghìn con người. Chắc chắn Ngài sẽ dành cả đêm để làm phép báp-têm cho những người sẵn lòng theo Ngài. Không ai bỏ qua một cơ hội tốt như vậy để truyền giáo cho hàng nghìn con người, phải vậy không?

Nhưng Chúa Giê-xu đã bỏ qua.

"Ngài giải tán đám đông." Tại sao vậy? Hãy đọc câu 23: "Xong rồi, Ngài lên núi cầu nguyện riêng".

Ngài đã nói không với một điều quan trọng để nói có với một điều tối cần.

Ngài đã nói không với một cơ hội tốt để nói có với một cơ hội tốt hơn. Đó không phải là một quyết định ích kỷ. Đó là một lựa chọn có chủ đích nhằm tôn trọng những thứ tự ưu tiên. Nếu Chúa Giê-xu coi việc nói không với đòi hỏi của đám đông để cầu nguyện là việc tối quan trọng, bạn không nghĩ rằng bạn và tôi cũng nên như vậy sao?

7. Tại sao Chúa Giê-xu lại giải tán đám đông?

_____

_____

8. Tấm gương của Chúa Giê-xu đã dạy bạn điều gì về thứ tự ưu tiên của việc cầu nguyện khi bạn muốn kinh nghiệm sự bình an?

_____

_____

9. Dựa vào những gì bạn đã học về sự bình an của Chúa Giê-xu, câu nào sau đây đúng, và câu nào sai? Hãy đánh dấu câu trả lời đúng bằng (Đ) và câu trả lời sai bằng (S).

___Gương mẫu của Chúa Giê-xu dạy chúng ta biết rằng những lúc hỗn loạn, chúng ta cần đặt ưu tiên vào việc cầu nguyện.

___ Đôi khi sự bình an đến từ việc nói không với những điều tốt để lựa chọn điều tốt hơn.

___Chúng ta không bao giờ có thể nói "có" với quá nhiều điều tốt.

___ Chúng ta phải lựa chọn những thứ tự ưu tiên – chúng sẽ không tự động xảy ra.

TRỌNG TÂM CỦA BÀI HỌC

* Tiếng nói của đám đông thường rất thuyết phục và đòi hỏi sự chú ý.

* Chúa Giê-xu đã lánh khỏi sự xu nịnh của đám đông. Ngài muốn được ở riêng với Đức Chúa Trời

* Chiên quen tiếng người chăn.

* Khi Chúa Giê-xu nghe tiếng của Đức Chúa Trời, Ngài tìm kiếm Đức Chúa Trời.

* Nếu những cơ hội đến rõ ràng là không tốt thì chuyện từ chối là việc không khó.

* Đôi khi sự bình an đến từ việc nói không với những điều tốt để chọn điều tốt hơn.

LỊCH LÀM VIỆC TRỐNG

Nhưng Ngài lui vào những nơi thanh vắng mà cầu nguyện.

- Lu-ca 5:16

Đã bao lâu rồi kể từ khi bạn để Đức Chúa Trời sở hữu bạn? Ý tôi là thực sự sở hữu bạn? Đã bao lâu rồi kể từ khi bạn dành một khoảng thời gian trọn vẹn không bị gián đoạn để nghe tiếng Ngài? Rõ ràng, Chúa Giê-xu đã làm như thế. Ngài đã chủ tâm dành thời gian ở riêng với Đức Chúa Trời.

Hãy dành nhiều thời gian đọc về việc Chúa Giê-xu lắng nghe tiếng Đức Chúa Trời phán và bạn sẽ thấy một khuôn mẫu đặc trưng. Ngài thường xuyên dành thời gian ở với Đức Chúa Trời, cầu nguyện và lắng nghe tiếng phán của Đức Chúa Trời. Mác nói: "Trời vừa mờ sáng, Ngài dậy sớm, đi vào nơi vắng vẻ để cầu nguyện." (Mác 1:35).

Hãy để tôi bạn một hỏi hiển hiên hơn. Nếu Chúa Giê-xu – Con của Đức Chúa Trời, Cứu Chúa vô tội của loài người, nghĩ rằng việc ưu tiên thời gian trong lịch làm việc để cầu nguyện là điều rất đáng phải làm, thì sao chúng ta lại không khôn ngoan làm theo điều đó?

- *Just Like Jesus.*

Ngài giải tán đám đông.
- Ma-thi-ơ 14:22,

Đôi khi sự bình an đến từ việc nói không với những điều tốt để chọn điều tốt hơn.

Ta bảo cho các con những điều này để các con được bình an trong Ta. Trong thế gian, các con sẽ gặp hoạn nạn; nhưng hãy an tâm! Ta đã thắng thế gian rồi."

- Giăng 16:33

Hãy ôn lại câu Kinh Thánh ghi nhớ trong tuần của bạn bằng cách viết xuống. Hãy nhớ rằng đó là Giăng 14:27 nhé!

_____

_____

Tấm lòng của Chúa Giê-xu

Thế giới của cô hoàn toàn bị đảo lộn. Sao việc này lại xảy ra? Chỉ hai tuần trước đây thôi, anh ấy dường như vẫn…còn sống. Bây giờ căn nhà dường như quá yên ảng. Trống vắng. Cô độc. Ma-ri thậm chí không hề bước chân ra khỏi phòng. Không khí thật căng thẳng vì một câu hỏi mà không ai trong số họ dám nhắc đến. Tại sao Chúa Giê-xu lại không đến? Đáng lẽ Ngài đã có thể chữa lành cho anh La-xa-rơ. Họ đã báo tin cho Ngài rồi mà! Họ đã mời Ngài đến rồi mà! Tin đã được gửi đi rồi mà! Nhưng Chúa Giê-xu vẫn không đến. Tại sao?

Ngay lúc ấy thì có tin báo: Chúa Giê-xu đang đến. Ma-thê tự xốc mình dậy và lê bước đến gặp Ngài. Bàn chân cô đều đều trên mặt đường, "Quá muộn rồi! Muộn rồi! Quá muộn rồi!" Khi cô tiến đến trước mặt Thầy, lời trách cứ quấy rầy cô suốt bốn ngày qua bật ra khỏi miệng. "Lạy Chúa, nếu Chúa có ở đây, thì anh tôi đã không chết." Lời của Chúa Giê-xu đã cho cô một tia hy vọng le lói: "Anh con sẽ sống lại." Ma-thê nhìn Ngài một cách thận trọng và bắt bẻ lại: "Con biết là anh ấy sẽ sống lại…trong ngày cuối cùng." Bây giờ có điều gì có thể làm cô bớt đau buồn được chăng? Nhưng Chúa Giê-xu vẫn kiên nhẫn đáp lại: "Ta là sự sống lại và sự sống, kẻ nào tin ta sẽ không bao giờ chết." Rồi Ngài nhìn sâu vào mắt cô: "Ma-thê, con tin điều đó không?" Thở dài run rẩy và gương mặt ngước lên, Ma-thê tuyên bố cách quả quyết: "Lạy Chúa, con tin." Thế là đủ. Chúa Giê-xu đã nhắc cô nhớ đến đức tin của mình. Ngài đã khôi phục lại niềm tin của cô. Ngài đã cho cô thêm tin cậy. Ngài đã đổ đầy sự bình an cho cô. Mặc dù nỗi đau về cái chết của La-xa-rơ vẫn còn rất sâu sắc, nhưng đức tin của cô còn mạnh mẽ hơn. Dù ngay bây giờ hay sau này đi nữa, thì anh La-xa-rơ cũng sẽ sống lại. Quay về nhà, Ma-thê giục Ma-ri đến gặp Chúa. Ma-thê đã kinh nghiệm được sự bình an của Chúa Giê-xu.

NGÀY BA – NHỮNG CƠN BÃO NGHI NGỜ

CỬA SỔ TÂM HỒN

Có một cái cửa sổ trong tâm hồn bạn mà qua đó bạn có thể nhìn thấy Đức Chúa Trời. Ngày xửa ngày xưa, chiếc cửa sổ đó rất thoáng đãng. Bạn nhìn thấy Đức Chúa Trời một cách rõ ràng. Bạn có thể nhìn thấy Đức Chúa Trời một cách sống động như nhìn một thung lũng hiền hoà hay một triền đồi vậy. Mặt kính trong suốt và tấm kính còn nguyên vẹn.

Bạn biết Đức Chúa Trời. Bạn biết cách Ngài hành động. Bạn biết Ngài muốn bạn làm gì. Chẳng có gì ngạc nhiên. Chẳng có gì bất ngờ. Bạn biết ý muốn Đức Chúa Trời, và bạn không ngừng nhận biết ý muốn ấy là gì.

Và rồi, đột nhiên, cửa sổ bị vỡ. Một hòn đá cuội làm cửa sổ vỡ vụn. Hòn đá cuội của sự đau khổ.

Có thể hòn đá này đã đập vào cửa sổ cuộc đời khi bạn còn nhỏ, khi ba bạn đã bỏ nhà đi – mãi mãi. Có thể hòn đá này đã ném trúng bạn khi tim bạn bị tan vỡ ở thời niên thiếu. Có thể khi bạn bước vào tuổi trưởng thành thì cánh cửa mới bị vỡ. Hòn đá cuội đã xuất hiện.

Phải chăng đó là một cuộc điện thoại? "Chúng tôi đang giữ con gái của ông ở nhà ga. Khôn hồn thì đến đây một mình."

Phải chăng đó là một lá thư trên bàn ăn? "Tôi đi đây. Đừng cố tìm tôi. Đừng cố gọi cho tôi làm gì. Mọi chuyện đã kết thúc rồi. Tôi không còn

Nếu trong anh chị em có ai thiếu khôn ngoan, hãy cầu xin Đức Chúa Trời thì sẽ được Ngài ban cho; Ngài là Đấng ban cho mọi người cách rộng lượng, không quở trách. Nhưng người ấy hãy lấy đức tin mà cầu xin, không chút nghi ngờ vì người nghi ngờ giống như sóng biển bị gió đưa đẩy, dập dồi. Người như thế đừng mong nhận lãnh điều gì từ nơi Chúa; đó là người hai lòng, không kiên định trong mọi đường lối của mình

- Gia-cơ 1:5-8

yêu anh nữa."

Phải chăng đó là một chẩn đoán từ bác sĩ? "Tôi e rằng kết quả không được tốt cho lắm!"

Phải chăng đó là một điện tín? "Chúng tôi rất tiếc phải thông báo với ông rằng con trai ông hiện đang mất tích."

Cho dù hòn đá cuội đó hình dạng như thế nào đi chăng nữa thì kết quả cũng giống nhau - cửa sổ vỡ vụn. Hòn đá bay vụt vào tấm kính và làm vỡ kính. Tiếng loảng xoảng dội xuống sảnh lòng bạn. Từ điểm bị va chạm, những vết nứt loang ra và tạo ra những mảnh vỡ đan xen nhau.

Và đột nhiên, việc nhìn thấy Đức Chúa Trời không còn dễ dàng nữa. Tầm nhìn vốn rất rõ ràng đã bị thay đổi. Bạn quay lại để nhìn Đức Chúa Trời, nhưng hình ảnh của Ngài đã bị bóp méo. Thật khó có thể nhìn thấy Ngài trong sự đau khổ. Thật khó có thể nhìn thấy Ngài qua những mảnh vỡ buồn đau.

1. Sự đau khổ không phải là điều xa lạ đối với những người yêu mến Đức Chúa Trời. Chúng ta không được miễn trừ khỏi khổ đau cuộc đời. Hãy đọc những câu Kinh Thánh sau đây và viết ra điều bạn học được về sự đau khổ của những con người này.

Gióp – "Sự chết sẽ là niềm an ủi của tôi, và tôi sẽ nhảy nhót vui mừng trong cơn đau khôn nguôi, vì tôi không chối bỏ mạng lệnh của Đấng Thánh." – Gióp 6:10

_____

Giê-rê-mi – "Ôi! Tôi đau lòng, đau lòng! Tôi quần quại! Ôi! lồng ngực tôi! Tim tôi đập thình thịch, tôi không thể nín lặng, vì hỡi linh hồn ta, ngươi có nghe tiếng kèn vang dội, tiếng hò hét của chiến trận." – Giê-rê-mi 4:19

_____

Giô-na – "Nhưng Giô-na bực mình lắm và nổi giận...Lạy Chúa, con cầu xin Ngài cất mạng sống con ngay bây giờ, vì con thà chết còn hơn sống.'" – Giô-na 4:1, 3

_____

Phao-lô – "Vì, thưa anh chị em, chúng tôi muốn anh chị em biết rằng hoạn nạn đã xảy ra cho chúng tôi tại Tiểu Á thật nặng nề quá sức chịu đựng, đến nỗi chúng tôi không còn hy vọng sống sót nào nữa." – 2 Cô-rinh-tô 1:8

_____

Chúa Giê-xu – "Người bị người ta khinh bỉ và ruồng bỏ; là người chịu đau khổ và biết sự đau ốm. Người như kẻ giấu mặt trước chúng ta; người bị khinh bỉ; chúng ta cũng không xem người ra gì." – Ê-sai 53:3

_____

Bạn đang bối rối. Đức Chúa Trời sẽ không cho phép những điều như vậy xảy ra đâu, đúng không? Phải chăng thảm kịch và những điều tệ hại không có trong chương trình của Đấng mà bạn đã biết không? Bạn đã bị lừa chăng? Bạn đã mù quáng sao?

Chính lúc hòn đá đập vào, tấm kính trở thành nơi để bạn xem xét

Ta sẽ ban cho xứ các ngươi được hưởng thái bình, các ngươi sẽ ngủ yên không bị ai làm cho sợ hãi.
- Lê-vi Ký 26:6a

Thật khó có thể nhìn thấy Đức Chúa Trời trong đau khổ.

ĐỨC CHÚA TRỜI LÀ SỰ BÌNH AN
Sự bình an của Đức Chúa Trời, là bình an vượt trên mọi hiểu biết, sẽ bảo vệ tấm lòng và tâm trí anh chị em trong Chúa Cứu Thế Giê-xu.
- Phi-líp 4:7

Chúa đã đến với Ghê-đê-ôn và nói với ông rằng ông sẽ lãnh đạo dân sự chiếm đánh dân Ma-đi-an. Điều đó cũng giống như việc Đức Chúa Trời nói với một người nội trợ là hãy chống lại người chồng hay bạo hành, hay nói với một học sinh trung học phổ thông là phải chống lại những kẻ buôn bán ma túy, hoặc yêu cầu một nhà truyền đạo phải giảng về chân lý cho cộng đồng người Pha-ri-si. "T-t-tốt h-h-hơn là Ô-ô-ông nên chọn người khác đi," chúng ta lắp bắp. Nhưng sau đó Đức Chúa Trời nhắc chúng ta rằng Ngài biết chúng ta không thể, nhưng Ngài có thể, và để chứng minh điều đó, Ngài ban cho chúng ta một món quà tuyệt vời. Ngài ban cho chúng ta một tâm linh an bình. Một sự bình an trước bão tố. Một sự bình an vượt ra khỏi tư duy thông thường... Ngài ban điều đó cho Đa-vít sau khi Ngài cho ông giáp mặt Gô-li-át; Ngài ban điều đó cho Phao-lô sau khi bày tỏ Phúc Âm cho ông; Ngài ban điều đó cho Chúa Giê-xu sau khi chỉ cho Chúa Giê-xu thập tự giá. Và Ngài cũng ban điều đó cho Ghê-đê-ôn. Đổi lại, Ghê-đê-ôn đã đặt một ái tên cho Chúa. Ông dựng một bàn thờ và đặt tên là Giê-hô-va Sha-lôm, Đức Chúa Trời Bình an (Các Quan Xét 6:24).
– *The Great House of God*

lại mọi chuyện. Kể từ lúc đó, có một cuộc đời trước khi đau khổ và một cuộc đời sau khi đau khổ. Trước khi bị đau khổ, tầm nhìn thật rõ ràng; Đức Chúa Trời dường như ở rất gần. Sau nỗi đau, ồ, rất khó có thể nhìn thấy Ngài. Ngài dường như ở rất xa… thật khó để nhận ra Ngài. Nỗi đau đã làm méo mó tầm nhìn của bạn – không phải là che khuất, mà là làm méo mó.

Có thể những lời này không phản ánh tình trạng của bạn. Có một vài người không bao giờ phải định dạng lại hay tái tập trung tầm nhìn của họ vào Đức Chúa Trời. Phần lớn chúng ta thì phải làm điều đó.

Hầu hết chúng ta đều biết cảm giác thất vọng về Đức Chúa Trời là như thế nào.

Chúng ta tìm kiếm Đức Chúa Trời, nhưng không thể tìm thấy Ngài. Tấm kính bị vỡ đã cản trở tầm nhìn của chúng ta. Ngài bị phóng đại qua mảnh vỡ này và bị thu nhỏ lại qua mảnh vỡ kia. Những đường nứt vỡ xếp hình trên gương mặt Ngài. Những mảnh kính vỡ lớn làm mờ tầm nhìn.

Và bây giờ bạn không còn chắc chắn mình đang nhìn thấy gì nữa.

Và qua Đức Con giải hòa muôn loài vạn vật với chính mình, dùng huyết Ngài trên thập tự giá đem lại sự bình an cho vạn vật ở dưới đất hay ở trên trời.
- Cô-lô-se 1:20

Sự đau đớn dễ dàng làm xáo trộn sự bình an hơn bất cứ điều gì khác.

2. Sự đau khổ phá vỡ sự bình an của chúng ta cách dễ dàng và thường xuyên hơn bất cứ sự kiện nào khác. Nỗi đau xé lòng có thể khiến chúng ta rời mắt khỏi Chúa Giê-xu. Chúng ta nhìn vào bên trong. Để than khóc. Để đau khổ. Hãy điền vào chỗ trống điều bạn học được từ những câu Kinh Thánh sau về phản ứng của Đức Chúa Trời đối với sự khổ đau.

Đức Chúa Trời .... những người có lòng đau thương. (Thi 34:18)

Ngài hứa .... cho người có lòng đau thương. (Thi 147:3)

Đức Chúa Trời sai Chúa Giê-xu .... mọi tấm lòng tan vỡ. (Ê-sai 61:1)

CHÚA GIÊ-XU Ở ĐÂU?

"Đức Giê-xu liền truyền cho các môn đệ xuống thuyền qua bờ bên kia trước. Trong khi đó, Ngài giải tán đám đông. Sau khi giải tán đám đông, Ngài lên núi một mình để cầu nguyện. Tối đến, chỉ còn một mình Ngài ở đó. Lúc ấy, thuyền đã ra cách bờ khá xa và đang bị sóng đánh vì gió ngược. Đến canh tư, Ngài đi trên mặt biển đến với các môn đệ. Thấy người đi trên mặt biển các môn đệ sợ hãi, hốt hoảng la: "Ma kìa!" Tức thì Đức Giê-xu bảo: "Hãy an tâm! Chính Ta đây. Đừng sợ!"" – Ma-thi-ơ 14:22-27

CHÚA ở gần những người có tấm lòng đau thương, và cứu những người có tâm linh thống hối.
- Thi Thiên 34:18

3. Hãy đọc Ma-thi-ơ 14:22-27 ở trên và trả lời các câu hỏi sau: Chỉ dẫn của Chúa Giê-xu cho các môn đồ là gì?
_____
_____

Chúa Giê-xu đã làm gì sau khi Ngài giải tán đám đông?
_____
_____

Trong khi đó, điều gì đang xảy ra với các môn đồ?
_____
_____

Chúa Giê-xu đã đáp lại sự sợ hãi và nghi ngờ của họ như thế nào?
_____
_____

Sách Ma-thi-ơ đặc biệt chú trọng đến trình tự thời gian của các sự kiện. Chúa Giê-xu bảo các môn đồ lên thuyền. Rồi Ngài giải tán đám đông và đi lên núi. Lúc đó là buổi tối, có thể là khoảng 6 giờ tối. Cơn bão ập đến bất ngờ. Mặt trời vừa mới lặn thì những cơn gió mạnh giống như bão bắt đầu gầm rú.

Hãy lưu ý rằng Chúa Giê-xu đã truyền cho các môn đồ đi vào trong cơn bão một mình. Cho dù lúc đó Ngài đang đi lên núi nhưng Ngài vẫn có thể cảm nhận và nghe thấy tiếng gió bão. Không phải Chúa Giê-xu không biết về cơn bão. Ngài đã biết rằng cơn mưa to sắp đến sẽ "ném bom" nước xuống mặt biển. Nhưng Ngài không quay lại. Các môn đồ đã bị bỏ mặc để đối phó với cơn bão... một mình.

Cơn bão lớn nhất trong đêm đó không phải là cơn bão trên bầu trời mà là cơn bão lòng của các môn đồ. Nỗi sợ hãi ghê gớm nhất không phải là nhìn thấy những cơn sóng do bão tố gây ra, mà là nhìn thấy Đấng đã dẫn dắt họ lại quay lưng làm ngơ bỏ mặc họ đối mặt với đêm tối, chỉ có sự nghi ngờ làm bạn đồng hành của họ.

4. Những cơn bão của cuộc đời - những sự thử thách đau đớn và tổn thương – làm cho chúng ta cảm thấy cô đơn như thế nào?

_____

Thử hình dung con thuyền đánh cá nhỏ nhoi phải trải qua sự căng thẳng kinh khiếp như thế nào khi bị vùi dập giữa những ngọn sóng. Một giờ đồng hồ đủ làm cho bạn mệt mỏi. Hai giờ đồng hồ có thể làm bạn kiệt sức.

Chắc chắn Chúa Giê-xu sẽ giúp chúng ta, họ đã nghĩ như vậy. Trước đây họ đã từng chứng kiến Ngài khiến cơn bão giống như cơn bão này phải yên lặng. Cũng trên chính biển này, họ đã đánh thức Ngài, trong cơn bão ấy, và Ngài đã ra lệnh cho bầu trời phải yên lặng. Họ đã thấy Ngài khiến gió ngừng thổi và những ngọn sóng trở nên êm dịu. Chắc chắn Ngài sẽ xuống núi mà.

Nhưng Ngài đã không xuống núi. Tay họ bắt đầu bị đau nhức vì phải chèo chống thuyền. Vẫn không thấy bóng dáng Chúa Giê-xu đâu. Ba giờ đồng hồ trôi qua. Bốn giờ đồng hồ trôi qua. Gió thổi dữ dội. Thuyền nghiêng ngả. Chúa Giê-xu vẫn không xuất hiện. Đến nửa đêm. Mắt họ tìm kiếm Ngài – trong vô vọng.

Đến lúc này các môn đồ đã ở trên biển được sáu giờ đồng hồ rồi. Trong suốt thời gian đó họ đã phải chiến đấu với cơn bão và tìm kiếm Thầy mình. Và, cho tới lúc này, cơn bão đang thắng thế. Và Thầy thì không biết đang ở đâu.

"Thầy đang ở đâu?" một người rên rỉ.

"Thầy đã quên chúng ta rồi sao?" người khác gào lên.

"Thầy đã cho hàng nghìn người lạ ăn no mà lại bỏ mặc chúng ta chết sao?" người thứ ba lẩm bẩm.

5. Có thể một lúc nào đó, chúng ta cảm thấy Đức Chúa Trời đã quên chúng ta. Tuy nhiên, Lời Chúa thách thức cảm xúc của chúng ta và khích lệ chúng ta hãy rèn luyện đức tin của mình. Hãy đọc Ê-sai 49:14-15 và điền vào chỗ trống dưới đây.

Chúng ta có thể nói với bản thân rằng "..........đã từ bỏ............., Chúa tôi đã.............tôi." Điều đó giống như nói rằng một người mẹ có thể.............đứa con mình đang cho bú. Dẫu chị ta có thể quên, Đức Chúa Trời phán rằng Ngài sẽ ....quên chúng ta.

Nguyện xin Đức Chúa Trời bình an ở với tất cả anh chị em!
- Rô-ma 15:33

Khi tất cả những gì chúng ta có chỉ là những câu hỏi, chúng ta phải bám lấy đức tin.

CHÚA đã từ bỏ tôi, Chúa tôi đã quên tôi. "Một người đàn bà có thể quên con mình đang bú hay không thương xót con trai một mình sao? Dù những người này có thể quên, nhưng chính Ta sẽ không quên ngươi.
- Ê-sai 49:14-15

NHỮNG CƠN BÃO NGHI NGỜ

Có những cơn bão tuyết. Có những cơn mưa đá. Có những cơn mưa dông. Và có những cơn bão nghi ngờ.

"Nếu Đức Chúa Trời tốt lành như vậy, tại sao có lúc tôi lại cảm thấy tồi tệ đến thế?"

"Nếu sứ điệp của Ngài rõ ràng như vậy, sao tôi lại bối rối thế này?"

"Nếu Cha chúng ta tể trị mọi sự, sao người tốt lại gặp nan đề?"

Đó là những câu hỏi khó. Đó là những câu hỏi không có lời giải đáp. Đó là những câu hỏi mà các môn đồ có lẽ đã hỏi trong cơn bão ấy.

Tất cả những gì họ nhìn thấy chỉ là bầu trời đen kịt, còn họ đang phải vật lộn trên con thuyền méo xệch. Những đám mây xoáy tít. Sự bi quan đã chôn vùi bờ biển. Sự sầu não đã che khuất cầu vồng. Một chuyến đi dễ chịu đã trở thành một chuyến vượt biển đầy kinh khiếp.

Câu hỏi của họ: Chúng ta có hy vọng sống sót nào trong một đêm bão giông như thế này không?

Câu hỏi của tôi: Đức Chúa Trời ở đâu khi thế giới của Ngài đầy giông bão?

Cơn bão nghi ngờ: Những ngày hỗn loạn khi kẻ thù quá mạnh, nhiệm vụ quá lớn, tương lai quá ảm đạm, và câu trả lời quá ít ỏi.

6. Câu nào sau đây diễn tả đúng về cơn bão nghi ngờ, và câu nào sai? Hãy đánh dấu câu trả lời đúng bằng (Đ) và câu trả lời sai bằng (S).

_____ Cơ Đốc nhân thực sự không bao giờ phải trải qua những cơn bão nghi ngờ.

_____ Cơn bão nghi ngờ thường tập trung vào một câu hỏi: Đức Chúa Trời ở đâu?

_____ Các môn đồ đã đối mặt với cơn bão nghi ngờ khi Chúa Giê-xu dường như đã bỏ rơi họ.

_____ Chúng ta cảm thấy cô đơn trong cơn bão nghi ngờ.

Khi nằm con sẽ không sợ, lúc con nằm ngủ, con sẽ ngủ ngon.
— **Châm Ngôn 3:24**

BÌNH AN TRONG SỰ HIỆN DIỆN CỦA ĐỨC CHÚA GIÊ-XU

Một giờ sáng, không thấy bóng dáng Chúa Giê-xu đâu.

Hai giờ sáng, Ngài vẫn không xuất hiện.

Phi-e-rơ, Anh-rê, Gia-cơ, và Giăng đã từng chứng kiến những cơn bão như thế này. Họ là những ngư phủ; biển là cuộc sống của họ. Họ biết sự tàn phá mà một cơn gió mạnh có thể gây ra là như thế nào. Họ đã từng nhìn thấy những thân tàu bị vỡ vụn trôi vào bờ. Họ đã tham dự những đám tang. Họ biết, hơn bất cứ ai, rằng đêm nay có thể là đêm cuối cùng trong cuộc đời của họ. "Tại sao Ngài không đến?" họ run rẩy tự hỏi chính mình.

Cuối cùng, Ngài đã đến. "Đến canh tư [3:00 sáng tới 6:00 giờ sáng] Ngài đi trên mặt biển đến với các môn đệ." (Ma-thi-ơ 14:25).

Đến canh tư, Ngài đi trên mặt biển đến với các môn đệ. Thấy người đi trên mặt biển các môn đệ sợ hãi, hốt hoảng la: "Ma kìa!" Tức thì Đức Giê-xu bảo: "Hãy an tâm! Chính Ta đây. Đừng sợ!"
— Ma-thi-ơ 14:25-27

Chúa Giê-xu đã đến. Cuối cùng thì Ngài cũng đến. Nhưng khoảng thời gian giữa câu 24 – lúc bị vùi dập bởi những con sóng – và câu 25 – khi Chúa Giê-xu xuất hiện – hàng nghìn câu hỏi đã được đặt ra.

Những câu hỏi mà có thể bạn cũng đã từng hỏi. Có thể bạn biết cái cảm giác lo lắng khi bị treo lơ lửng giữa câu 24 và câu 25. Có thể bạn đang trải qua một cơn bão, tìm kiếm ánh sáng le lói nơi bờ biển trong tia hy vọng mong manh. Bạn biết rằng Chúa Giê-xu biết điều bạn đang phải trải qua. Bạn biết rằng Ngài biết rõ cơn bão của bạn. Nhưng tìm Ngài khó quá! Bạn không nhìn thấy Ngài.

Ngay cả khi chúng ta không thể nhìn thấy Chúa Giê-xu, chúng ta vẫn cần phải tin cậy Ngài.

7. Hãy đọc Ma-thi-ơ 14:25-27 và trả lời các câu hỏi sau. Câu nào diễn tả đúng về phản ứng của Chúa Giê-xu trước nỗi sợ hãi của các môn đồ? Hãy đánh dấu tất cả các câu trả lời phù hợp.

☐ Chúa Giê-xu nhìn thấy nỗi sợ hãi của họ và ngay lập tức trấn an họ.

☐ Ngài lắc đầu ngao ngán và mắng họ.

☐ Ngài nói với họ rằng hãy can đảm lên – Bây giờ Ngài đang ở đây.

Cơn bão sẽ thường xuyên đến, còn tôi sẽ nhìn lên bầu trời đen kịt và nói rằng: "Lạy Chúa, Ngài có thể cho con chút ánh sáng được không?"

Ánh sáng đã đến với các môn đồ. Một bóng dáng đang đi trên mặt nước đến với họ. Đó không phải là điều họ mong chờ. Có thể họ đang tìm kiếm một thiên sứ từ trời xuống hoặc bầu trời mở ra. Có thể họ đang lắng nghe một lời thiêng liêng để dẹp yên cơn bão. Chúng ta không biết họ đang trông chờ điều gì. Nhưng có một điều chắc chắn, rằng họ không hề mong chờ Chúa Giê-xu sẽ đi bộ trên mặt biển để đến với họ.

'Các môn đệ sợ hãi, hốt hoảng la: "Ma kìa!" ' (Ma-thi-ơ 14:26). Và vì Chúa Giê-xu đã đến bằng cái cách mà họ không hề trông đợi, nên họ gần như đã bỏ lỡ câu trả lời cho lời cầu nguyện của họ.

Thông điệp là gì ư? Khi bạn không thể nhìn thấy Chúa, hãy tin cậy Ngài. Hình dáng mà bạn nhìn thấy không phải là ma đâu. Tiếng mà bạn nghe được không phải là tiếng gió.

Chúa Giê-xu ở gần bạn hơn cả điều bạn từng mong ước.

8. Việc kinh nghiệm sự bình an của Chúa Giê-xu liên hệ trực tiếp tới việc rèn tập đức tin của chúng ta như thế nào?

TRỌNG TÂM BÀI HỌC

*Thật khó có thể nhìn thấy Đức Chúa Trời trong sự đau khổ.

*Sự đau khổ dễ dàng làm xáo trộn sự bình an hơn bất cứ điều gì khác.

*Khi tất cả những gì chúng ta có chỉ là những câu hỏi, hãy bám chắc lấy đức tin.

*Ngay cả khi chúng ta không thể nhìn thấy Chúa Giê-xu, chúng ta vẫn phải tin cậy Ngài.

*Chúa Giê-xu ở gần bạn hơn cả điều bạn đã từng mong ước.

Hãy điền vào chỗ trống dưới đây để ôn lại câu Kinh Thánh ghi nhớ trong tuần của bạn.

Ta để lại sự .... cho các con. Sự .... Ta .... cho các con không phải như của .... cho. Đừng ....

.... và .... – Giăng 14:27

Vì CHÚA phán như vầy: "Nầy, Ta sẽ đem sự bình an đến cho thành như con sông; Đem vinh quang của các nước đến như suối nước tràn ngập. Các ngươi sẽ được bú sữa, được bồng trên lòng, được vỗ về trên đầu gối.

- Ê-sai 66:12

Tấm lòng của Chúa Giê-xu

Chúa Giê-xu ở gần bạn hơn bạn mong đợi.

Cuộc đời của ông nhiều khổ đau dằn vặt. Khổ đau chồng chất khổ đau. Ban ngày ông đi vòng quanh khu mộ của người chết. Ban đêm ông đi lang thang qua các ngọn núi. Ông đã than khóc và kêu gào suốt những đêm lạnh giá. Ông thật cô đơn, nhưng không phải đơn độc, ông là người bị quỷ ám. Những người thương hại ông lại không thể thuần hoá được ông. Những người sợ ông lại không thể trói buộc ông. Đối với những đứa trẻ ở làng bên cạnh thì ông giống một cơn ác mộng vậy. Chân tay ông đầy những vết sẹo do bị dây thừng và xiềng xích trói buộc. Đá cắt vào da thịt ông. Ông lang thang trong tình trạng trần truồng, râu tóc rối bù và bết lại. Một tù nhân chối từ hy vọng. Một kẻ nô lệ cho những thế lực vượt ngoài tầm kiểm soát của ông. Tất cả những gì ông biết chỉ là sự điên dại và lộn xộn. Rồi, Chúa Giê-xu bước vào cuộc đời ông, và mọi thứ đã thay đổi. Bàn tay chạm đến ông thật dịu dàng. Lời nói với ông đem lại sự bình an. Chúa Giê-xu không sợ ông – Ngài giải phóng ông! Tin tức truyền đi và những người sống xung quanh đó đã chạy đến để xem tận mắt, họ hầu như không còn nhận ra người đàn ông này. Ông đã được mặc quần áo và hoàn toàn tỉnh táo. Ông đã được giải phóng khỏi sự đau khổ. Chúa Giê-xu đã phục hồi đời sống ông hoàn toàn. Giờ đây người đàn ông này đã kinh nghiệm được sự bình an của Chúa Giê-xu.

NGÀY BỐN – SỢ HÃI BIẾN THÀNH ĐỨC TIN

ĐỨC TIN - ĐỨA CON CỦA SỰ SỢ HÃI

Đức tin thường là đứa con của sự sợ hãi.

Nỗi sợ hãi đẩy Phi-e-rơ ra khỏi thuyền. Trước đây ông đã từng gặp phải những con sóng này. Ông biết những cơn bão như thế này có thể gây ra những tổn hại gì. Ông đã nghe những câu chuyện về nó. Ông đã nhìn thấy những mảnh tàu vỡ. Ông biết những người góa phụ. Ông biết rằng những cơn bão như thế này có thể cướp đi mạng sống của con người. Và ông muốn chạy trốn khỏi thuyền.

Suốt đêm ông đã muốn thoát thân. Trong chín giờ đồng hồ, ông đã phải kéo buồm, vật lộn với những mái chèo, và tìm kiếm bóng dáng của hy vọng ở cuối chân trời. Ông đã ướt tới tận linh hồn. Còn xương cốt ông rã rời, bởi những cơn gió mạnh như ỉ ôi khóc than của nữ thần báo tử.

Hãy nhìn vào mắt Phi-e-rơ, bạn sẽ không nhìn thấy bóng dáng của một người đàn ông đầy quyết đoán. Hãy nhìn vào mặt ông, bạn cũng sẽ không tìm thấy một biểu hiện dũng cảm nào. Sau này, bạn sẽ thấy. Bạn sẽ thấy sự can đảm của ông khi ở trong vườn. Bạn sẽ chứng kiến sự tận trung của ông vào ngày lễ Ngũ Tuần. Và bạn sẽ thấy đức tin của ông trong các thư tín.

Nhưng đêm nay thì không. Hãy nhìn vào mắt ông, để thấy sự sợ hãi - nỗi sợ hãi quặn thắt trái tim đến nghẹt thở của một con người đang cùng đường.

Nhưng từ nỗi sợ hãi này sẽ sản sinh ra một hành động của đức tin, vì đức tin thường là con đẻ của sự sợ hãi.

"Kính sợ CHÚA là khởi đầu sự khôn ngoan" (Châm ngôn 9:10) Người khôn ngoan đã viết như vậy.

1. Hãy tóm tắt câu "đức tin thường là con đẻ của sự sợ hãi" bằng ngôn từ của bạn.

_____

_____

2. Việc kinh nghiệm sự bình an của Chúa Giê-xu thường đòi hỏi một cái giá rất cao đối với khái niệm an ninh của chúng ta - điều chúng ta có thể kiểm soát. Chúng ta phải buông bỏ điều chúng ta biết và phải bước đi bằng đức tin. Câu nào sau đây đúng? Hãy đánh dấu vào tất cả các câu trả lời phù hợp. Hãy sử dụng những câu Kinh Thánh dưới đây để giúp bạn trả lời.

☐ Môi-se đã giơ gậy lên Biển Đỏ, không phải vì đó là việc làm hợp lý. Ông chỉ đơn thuần làm theo mạng lệnh của Đức Chúa Trời. (Xuất 14:15-16)

☐ Đa-vít đối mặt với Gô-li-át ở chiến trường, không phải vì ông đã nghiên cứu kỹ lưỡng phương cách chiến đấu và đã khám phá ra một điểm yếu của đối thủ. Ông làm vậy vì ông tin cậy vào Đức Chúa Trời. (1 Sa 17:37)

☐ Na-a-man trầm mình xuống sông Giô-đanh bảy lần, không phải vì những khám phá mới nhất trong nghiên cứu y học. Ông làm việc đó chỉ bởi đức tin. (2 Vua 5:13-14)

☐ Phao-lô đã quyết định từ bỏ chủ nghĩa luật pháp của người Do Thái và nắm chặt lấy ân điển, không phải vì điều đó là lẽ thường tình. Ông đã gặp gỡ Đấng Christ, và điều đó biến đổi ông mãi mãi. (Rô 3)

Những cá nhân trong những câu chuyện này chưa bao giờ mạnh mẽ như giây phút họ từ bỏ sự an ninh của cá nhân để kinh nghiệm điều mà chỉ có Đức Chúa Trời mới có thể ban cho. Chiến thắng tối thượng. Sự bình an vĩnh cửu.

Hỡi những kẻ mệt mỏi và nặng gánh ưu tư, hãy đến cùng Ta. Ta sẽ cho các con được yên nghỉ.

- Ma-thi-ơ 11:28

SỰ BÌNH AN CỦA ĐỨC CHÚA TRỜI

Bản tiểu sử của các môn đồ dũng cảm thường bắt đầu bằng những chương khiếp sợ thực sự. Sợ chết. Sợ thất bại. Sợ cô đơn. Sợ uổng phí cuộc đời. Sợ không nhận biết Đức Chúa Trời.

Đức tin bắt đầu khi bạn nhìn thấy Đức Chúa Trời ở trên đỉnh núi còn bạn thì đang ở dưới thung lũng, và bạn biết rằng bạn quá yếu ớt, không thể trèo lên đỉnh núi đó. Bạn nhìn thấy điều mà bạn cần… bạn nhìn thấy điều bạn có… và điều bạn có thì không đủ để làm được việc gì. Phi-e-rơ đã cho đi điều tốt nhất của mình. Nhưng điều tốt nhất của ông vẫn chưa đủ.

Ông nhận thức được hai thực tại: Ông đang bị chìm xuống, còn Chúa Giê-xu đang đứng vững. Ông biết chỗ mà ông muốn đến. Không có điều gì sai trái trong đáp ứng này. Đức tin bắt đầu bằng sợ hãi thì cuối cùng sẽ kết thúc bằng việc được ở gần hơn với Đức Chúa Trời.

Ta phải nhận ra rằng tất cả những việc ta đang làm để cố tạo ra sự bình an vĩnh cửu bằng sức riêng của mình đều không kết quả. Ta làm việc cật lực, nhưng không bao giờ có đủ tiền để đi đây đi đó. Ta đã cố gắng, nhưng dường như việc chan hòa trong các mối quan hệ không kéo dài được bao lâu. Gia đình thì nhiều biến động hơn là bình ổn. Và rồi ta hốt hoảng nhận ra rằng ta không còn chiến lược con người nào để có thể "giữ lấy sự bình an". Ta cần phải kinh nghiệm sự bình an của Đức Chúa Trời.

Chúa đáp: "Hãy đến đây." Phi-e-rơ liền bước ra khỏi thuyền, đi trên mặt nước đến với Đức Giê-xu.

- Ma-thi-ơ 14:29

Chúng ta phải từ bỏ sự an ninh của cá nhân để trải nghiệm sự bình an vĩnh cửu.

3. Hãy đọc Ê-sai 55:2 và điền vào chỗ trống.

Tại sao chúng ta nên……………nguồn lực của chúng ta cho những thứ……………đồ ăn thực sự? Tại sao chúng ta nên…………… cho điều nào đó nếu nó không thực sự …………..chúng ta? Đức Chúa Trời phán rằng nếu thay vào đó chúng ta…………gần gũi với Ngài, chúng ta sẽ vui hưởng điều………………cho chúng ta. Tâm hồn của chúng ta sẽ vui hưởng vật ngon. Khi đó chúng ta sẽ………………

Tại sao các ngươi tiêu phí tiền cho vật không phải là bánh, lao lực cho vật không làm cho mãn nguyện. Hãy lắng nghe Ta, hãy ăn vật ngon, thì linh hồn các ngươi sẽ vui với đồ béo bổ.

- Ê-sai 55: 2

Tôi có trở lại miền Tây Texas một lần nọ để chia sẻ tại đám tang của một người bạn kính sợ Chúa của gia đình tôi. Ông có năm người con. Paul, một trong số những con trai của ông, đã kể cho tôi nghe về kỷ niệm đầu tiên của cậu với người cha thân yêu của mình.

Đó là vào mùa xuân – mùa mưa bão ở miền Tây Texas. Paul lúc đó mới ba hay bốn tuổi, nhưng cậu nhớ rất rõ cái ngày mà cơn bão tấn công thị trấn nhỏ của mình.

Cha cậu đã đẩy các con vào trong nhà và bảo các con nằm xuống sàn rồi ông phủ một tấm đệm lên trên. Nhưng ông không nấp dưới đó cùng với các con. Paul nhớ là cậu đã lén nhìn ra ngoài từ dưới tấm đệm và nhìn thấy cha đang đứng bên cửa sổ đang mở, quan sát đám mây như cái phễu đang xoáy tít và khuấy tung đồng cỏ lên.

Khi Paul nhìn thấy cha, cậu biết rõ cậu muốn ở chỗ nào. Cậu đã vùng ra khỏi tay mẹ, bò ra khỏi tấm đệm, và chạy đến ôm chầm lấy chân cha.

Paul nói: Một điều gì đó nói với tôi rằng nơi an toàn nhất để đứng trong cơn bão chính là bên cạnh cha tôi.

Sự bình an vĩnh cửu chỉ đến từ Đức Chúa Trời.

Dù khi tôi đi qua thung lũng bóng chết, tôi sẽ không sợ tai họa gì. Vì Ngài ở cùng tôi, cây trượng và cây gậy của Ngài an ủi tôi.
- Thi Thiên 23:4

Điều gì đó cũng nói với Phi-e-rơ điều tương tự.

4. Hãy tìm các câu Kinh Thánh sau đây và viết ra điều bạn học được về việc ở gần Đức Chúa Trời để kinh nghiệm sự bình an và niềm an ủi của Ngài.

Thi Thiên 23:4

_____

Giê-rê-mi 31:13

_____

Hê-bơ-rơ 7:19

_____

Ta sẽ biến tang chế ra vui mừng, ta sẽ an ủi chúng, và ban cho chúng niềm vui thay vì sầu thảm.
- Giê-rê-mi 31:13

Gia-cơ 4:8

_____

5. Bạn đã "ở gần" Chúa Giê-xu lúc gặp phải sự hỗn loạn là khi nào? Kết quả là gì?

_____

_____

Hãy đến gần Đức Chúa Trời; thì Ngài sẽ đến gần anh em.
- Gia-cơ 4:8

KINH NGHIỆM SỰ HÒA THUẬN VỚI ĐỨC CHÚA TRỜI

Sự bình an của Đức Chúa Trời là một chuyện - kinh nghiệm sự hiện diện của Chúa Giê-xu trong đời sống của chính mình mang lại cho chúng ta những từng trải dịu êm. Tuy nhiên, chúng ta không thể có được sự bình an của Đức Chúa Trời cho đến khi, qua Chúa Giê-xu, chỉ khi và trừ khi chúng ta được hòa thuận với Đức Chúa Trời. Đức tin đi trước.

6. Hãy đọc Rô-ma 5:1, 10, rồi điền vào chỗ trống.
Đức Chúa Giê-xu Christ khiến chúng ta công bình........... Kết quả là, giờ đây chúng ta được hoà thuận...........Đức Chúa Trời. Trong khi chúng ta là.................của Đức Chúa Trời, Ngài khiến ....với chúng ta qua sự chết của...............

Vì vậy, đã được xưng công chính bởi đức tin, chúng ta được bình an với Đức Chúa Trời qua Chúa Cứu Thế Giê-su, Chúa chúng ta... Vì nếu khi chúng ta là kẻ thù nghịch mà còn được giải hòa với Đức Chúa Trời qua sự chết của Con Ngài thì khi đã được hòa giải rồi chúng ta lại càng sẽ được cứu bởi chính sự sống của Ngài là dường nào.
- Rô-ma 5:1, 10

Bước đi trên mặt biển khi đang lúc bão giông tơi bời không phải là một chọn lựa hợp lý. Đó là một bước đi liều lĩnh.

Phi-e-rơ bám vào mạn thuyền. Bước một chân ra... rồi bước tiếp chân còn lại. Ông bước thêm vài bước nữa. Cứ như thể có một dải đá vô hình dưới chân của ông vậy. Cuối dải đá là gương mặt rạng rỡ của người bạn thiết thân.

Chúng ta cũng làm điều tương tự, phải không nào? Chúng ta đến với Đấng Christ trong giờ phút thật sự có nhu cầu. Chúng ta từ bỏ con thuyền của những việc thiện. Giống như Phi-e-rơ, chúng ta nhận ra rằng bằng chính đôi chân của mình thì việc rút ngắn khoảng cách giữa chúng ta với Chúa Giê-xu là một việc quá khó. Nên chúng ta cầu xin sự giúp đỡ. Chúng ta nghe tiếng Ngài. Và bước ra khỏi nỗi sợ hãi, hy vọng rằng đức tin bé nhỏ của chúng ta sẽ chiến thắng.

Ta không thể có được sự bình an của Đức Chúa Trời cho đến khi ta được hoà thuận với Ngài.

7. Dựa vào những gì bạn vừa đọc về tấm gương của Phi-e-rơ, những bước để kinh nghiệm sự bình an của Đức Chúa Trời là gì? Hãy đọc các câu Kinh Thánh sau đây, và đánh số các bước theo thứ tự.

___Chúng ta nhận biết rằng việc rút ngắn khoảng cách giữa chúng ta và Chúa Giê-xu bằng chính đôi chân của mình là một việc quá khó.

_____ Chúng ta thường đến với Chúa trong giờ phút chúng ta thật sự có nhu cầu.

_____ Chúng ta từ bỏ con thuyền của các việc thiện.

_____Sau đó chúng ta bước ra khỏi nỗi sợ hãi, hy vọng rằng đức tin nhỏ bé của mình sẽ chiến thắng.

_____ Cho nên chúng ta cầu xin sự giúp đỡ.

_____Chúng ta nghe tiếng Ngài.

SỰ HIỆN DIỆN ÊM DỊU CỦA NGÀI

Bấy giờ chó sói sẽ ở chung với cừu con, beo sẽ nằm chung với dê; bò con, sư tử tơ và bò mập béo sẽ ở chung với nhau, và một đứa trẻ sẽ dắt chúng.

- Ê-sai 11:6

Đức tin không được sinh ra trên bàn đàm phán, nơi chúng ta đổi quà tặng lấy sự tốt lành của Đức Chúa Trời. Đức tin không phải là phần thưởng dành cho những học trò giỏi nhất. Đó không phải là giải thưởng dành cho những người giữ kỷ luật tốt nhất. Đó không phải là danh hiệu được trao tặng cho những người sùng đạo nhất.

Đức tin là bước chân liều lĩnh bước ra khỏi con thuyền nỗ lực đang bị nhận chìm, lời cầu nguyện xin Đức Chúa Trời ở đó để kéo chúng ta lên khỏi mặt nước. Trong lá thư gửi cho người Ê-phê-sô, Phao-lô đã viết về đức tin này như sau:

"Thật vậy, nhờ ân sủng, bởi đức tin mà anh chị em được cứu rỗi, đây không phải tự sức anh chị em, nhưng là một tặng phẩm Đức Chúa Trời ban, cũng không phải do công đức anh chị em làm, để không ai có thể khoe mình." (Ê-phê-sô 2:8-9)

Phao-lô nói rõ ràng. Sức mạnh lớn nhất trong sự cứu rỗi chính là ân điển của Đức Chúa Trời. Không phải việc làm. Không phải tài năng. Không phải cảm giác. Không phải sức mạnh của chúng ta.

Sự cứu rỗi là sự hiện diện êm dịu bất ngờ của Đức Chúa Trời giữa những lúc biển đời đầy giông bão. Chúng ta nghe tiếng Ngài; và chúng ta bước đi.

8. Từ "bình an" mô tả chính xác về sự cứu rỗi như thế nào?

_____

_____

ĐƯA TAY RA CHO CHÚA GIÊ-XU

Cũng giống như Phao-lô, chúng ta ý thức được hai điều: Chúng ta là những tội nhân phạm tội trọng và chúng ta cần một Cứu Chúa vĩ đại.

Giống như Phi-e-rơ, chúng ta nhận thức được hai thực tế: Chúng ta đang bị nhận chìm và Đức Chúa Trời đang đứng vững. Cho nên chúng ta bò ra bên ngoài. Chúng ta bỏ lại đằng sau Con tàu Titanic của sự tự xưng công bình và đứng trên con đường vững vàng của ân điển Đức Chúa Trời.

9. Hãy đọc Thi Thiên 62:5-8. Đa-vít làm chứng rằng nguồn bình an mà ông có được là gì? Hãy đánh dấu tất cả các câu trả lời phù hợp.

☐ Chỉ ở nơi Đức Chúa Trời ông mới tìm thấy sự yên nghỉ.

☐ Đức Chúa Trời là hòn đá, sự cứu rỗi và là Đấng bảo hộ ông.

☐ Sự cứu rỗi và sự tôn trọng của ông ở nơi Đức Chúa Trời, không phải bởi năng lực riêng của ông.

Và, thật ngạc nhiên, chúng ta có thể đi bộ trên mặt nước. Sự chết đã bị vô hiệu hoá. Những sai lầm có thể được tha thứ. Cuộc sống đã có được mục đích đích thực. Và Đức Chúa Trời không chỉ ở trong tầm mắt, mà Ngài còn ở trong tầm với.

Với bước chân run rẩy, chúng ta đến gần Ngài hơn. Vì một sức mạnh đáng kinh ngạc, chúng ta đứng trên những lời hứa của Ngài. Điều

LÀM BẠN VỚI ĐỨC CHÚA TRỜI

Qua sự hy sinh của Chúa Giê-xu, quá khứ của chúng ta được tha thứ, và tương lai chúng ta được bảo đảm. "Vì vậy, đã được xưng công chính bởi đức tin, chúng ta được bình an với Đức Chúa Trời qua Chúa Cứu Thế Giê-su, Chúa chúng ta." (Rô-ma 5:1).

Hoà thuận với Đức Chúa Trời. Thật là một kết quả tuyệt vời của đức tin! Không phải chỉ là sự hòa bình giữa các quốc gia, hoà hảo với hàng xóm, hay là hoà thuận trong gia đình; sự cứu rỗi mang đến cho chúng ta sự hoà thuận với Đức Chúa Trời....

Đức Chúa Trời không còn là kẻ thù, mà là một người bạn. Chúng ta được hoà thuận với Ngài.

– In the Grip of Grace

Ta là tội nhân phạm tội trọng và ta cần một Cứu Chúa vĩ đại.

Linh hồn tôi được an bình nơi một mình Đức Chúa Trời, vì tôi hy vọng nơi Ngài. Chỉ một mình Ngài là núi đá, là sự cứu rỗi và thành lũy của tôi, tôi sẽ không bị lay chuyển. Sự cứu rỗi và vinh hiển của tôi ở nơi Đức Chúa Trời; Núi đá uy lực và nơi trú ẩn của tôi đều ở nơi Đức Chúa Trời. Hỡi dân ta, hãy luôn luôn tin cậy nơi Ngài. Hãy dốc đổ lòng mình ra trước mặt Ngài. Đức Chúa Trời là nơi trú ẩn của chúng ta.

- Thi Thiên 62:5-8

Khi ta kêu lên rằng: "Lạy Chúa, xin hãy cứu con!" Chúa Giê-xu sẽ ở đó để đón lấy ta.

Ngài sẽ lau sạch tất cả nước mắt nơi mắt họ, sẽ không còn chết chóc, tang chế hoặc khóc than hay đau khổ nữa, vì những việc trước đã qua rồi.

- Khải Huyền 21:4

này không có nghĩa là chúng ta có khả năng làm được việc ấy. Chúng ta không tuyên bố rằng mình xứng đáng để nhận được một món quà tuyệt vời dường ấy. Khi mọi người hỏi rằng làm thế nào chúng ta có thể giữ được thăng bằng trong thời kỳ giông tố của cuộc đời như thế, thì chúng ta sẽ không kiêu ngạo. Chúng ta sẽ không khoe mình. Chúng ta sẽ không ngần ngại mà chỉ lên Đấng đã biến những việc không thể trở thành có thể. Mắt chúng ta hướng về Ngài.

Khác với Phi-e-rơ, một số ít người trong chúng ta sẽ không bao giờ ngó lại đằng sau.

Còn tất cả những người khác trong chúng ta đều giống Phi-e-rơ, thấy gió thổi thì sợ hãi. (Ma-thi-ơ 14:30).

10. Hãy đọc Ma-thi-ơ 14:29-30 và trả lời các câu hỏi sau đây. Phi-e-rơ đã làm gì ngay khi bước ra khỏi thuyền? (câu 29)

_____

_____

Điều gì đã xảy ra khiến ông bị sụp xuống nước? (câu 30)

_____

_____

Có thể chúng ta đang đối mặt với cơn gió bão của sự kiêu ngạo: "Tôi không phải là một tội nhân tối tệ như vậy. Hãy xem những việc tôi làm được."

Có thể chúng ta đang đối mặt với cơn gió của chủ nghĩa luật pháp: "Tôi biết là Chúa Giê-xu đang làm một phần, nhưng tôi phải làm phần còn lại."

Tuy nhiên, hầu hết chúng ta đều đối mặt với cơn gió của nghi ngờ: "Tôi quá xấu xa, không xứng đáng để nhận được những điều tốt đẹp mà Đức Chúa Trời đã đối đãi với tôi. Tôi không xứng đáng nhận được sự giải cứu dường ấy."

Và rồi, chúng ta lao xuống nước. Bị đè nặng bởi chiếc cối của sự chết, chúng ta chìm xuống. Cố lấy hơi và vùng vẫy, chúng ta rơi vào thế giới ướt át và tối tăm. Chúng ta mở mắt ra nhưng chẳng nhìn thấy gì ngoài bóng tối. Chúng ta cố gắng thở, nhưng không có dưỡng khí. Chúng ta kháng cự và vật lộn để tìm đường ngoi lên.

Ngay khi nhô đầu lên khỏi mặt nước, chúng ta phải đưa ra quyết định của mình.

Người kiêu ngạo hỏi rằng: "Chúng ta có muốn "giữ thể diện", sẵn sàng chết chìm trong sự kiêu ngạo? Hay là chúng ta sẽ kêu cứu và nắm lấy tay của Đức Chúa Trời?"

Kẻ theo chủ nghĩa luật pháp hỏi rằng: "Chúng ta sẽ chìm dưới sức nặng như chì của luật pháp? Hay là chúng ta từ bỏ các điều lệ và nài xin ân điển của Chúa?"

Kẻ nghi ngờ hỏi rằng: "Chúng ta có muốn nuôi dưỡng sự nghi ngờ bằng những lời lầm bầm: 'Mình đã thật sự làm cho Đức Chúa Trời thất vọng rồi phải không' Hay chúng ta sẽ hy vọng rằng chính Chúa Giê-xu, Đấng đã gọi chúng ta bước ra khỏi thuyền, sẽ kéo chúng ta lên khỏi mặt nước?"

Chúng ta biết Phi-e-rơ đã chọn điều gì.

"[Khi ông] bắt đầu chìm xuống nước. [Ông] la lên: 'Chúa ơi, cứu con!' Lập tức Đức Chúa Giê-xu đưa tay nắm lấy Phi-e-rơ" (Ma-thi-ơ 14:30-31).

TRỌNG TÂM BÀI HỌC

*Chúng ta phải từ bỏ sự an ninh của cá nhân để kinh nghiệm sự bình an vĩnh cửu.

*Sự bình an vĩnh cửu chỉ đến từ Đức Chúa Trời.

*Chúng ta không thể có được sự bình an của Đức Chúa Trời cho đến khi chúng ta được hoà thuận với Ngài.

*Chúng ta là những tội nhân phạm tội trọng và chúng ta cần một Cứu Chúa vĩ đại.

*Khi chúng ta kêu lên rằng: "Lạy Chúa, xin cứu con!" Chúa Giê-xu sẽ ở đó để nắm lấy tay chúng ta.

Tấm lòng của Chúa Giê-xu

Tim ông đập loạn xạ. Miệng bắt đầu khô lại. Ông gần như không còn kiên nhẫn được nữa. Đám đông lúc nào cũng có mặt đang cản trở ông tiếp cận Thầy, để nói với Thầy vài lời. Trái tim của Giai-ru quặn thắt vì đứa con gái bé bỏng đang bị bệnh hiểm nghèo. Ông đã làm tất cả những gì có thể, và sự tuyệt vọng đã đẩy ông ra khỏi chỗ đứng bên cạnh con gái. Sống mũi cay xè khi ông cố gắng nuốt cục nghẹn đang dâng lên trên cổ. Cuối cùng thì cũng đến lượt ông được đến trước mặt Chúa Giê-xu, ông hổn hển đưa ra lời thỉnh cầu. Khi Chúa Giê-xu đồng ý đi cùng ông về nhà, Giai-ru lại phải chiến đấu chống lại tiếng nức nở xúc động vì được Ngài nhận lời cứu giúp. Rồi, khi Chúa và ông gần đến nơi, thì một đầy tớ đến nói với ông rằng quá muộn rồi. Những lời ấy làm ông chết lặng. Quá muộn rồi. Con bé đã đi rồi. Chết rồi. Lúc đó, lời nói dịu dàng của Thầy thoảng bên tai ông. Hãy có đức tin! Chỉ tin thôi! Nó chỉ ngủ thôi! "Xin hãy giúp con! Giúp đức tin của con!" Giai-ru cầu xin. Rồi ông dẫn Ngài đi qua đám người đang khóc lóc và đám nhạc công, vào trong căn phòng nhỏ mà con gái ông đang nằm, bất động. Đó dường như là việc quá sức chịu đựng của ông. Nhưng những lời tiếp theo của Chúa Giê-xu đã xua tan mọi nghi ngờ trong ông và thay bằng sự vui mừng. "Hỡi con gái nhỏ, hãy trở dậy!" Cô bé ngồi dậy. Cô bé chớp mắt. Cô bé mỉm cười. Cô chạy đến với cha mẹ mình. Trong căn nhà mà trước đó chỉ có sợ hãi, tuyệt vọng, đau buồn bao phủ, nay chỉ còn lại sự vui mừng và bình an - sự bình an trọn vẹn.

NGÀY NĂM – GIẢI THOÁT KHỎI SỰ HỔ THẸN

NHỮNG DU KHÁCH MỎI MỆT

Tối qua, tôi lái xe đưa cả gia đình tới nhà của bà tôi để dự lễ Tạ Ơn. Đi được ba giờ đồng hồ trong chuyến đi sáu giờ, tôi nhận ra mình đang ở trong một thư viện trường thần học. Một ngày cùng với chiếc xe chở đầy trẻ con sẽ dạy bạn rất nhiều điều về Đức Chúa Trời. Việc chở một gia đình từ thành phố này đến thành phố khác cũng tương tự như việc Đức Chúa Trời đưa chúng ta từ nhà mình đến nhà của Ngài. Và những giờ bão tố nhất trong cuộc đời xảy ra khi hành khách và Tài Xế bất đồng với nhau về nơi đến.

Cuộc hành trình vẫn là một cuộc hành trình, cho dù điểm đến là bàn tiệc của lễ Tạ Ơn hay là bàn tiệc của Thiên Đàng. Cả hai đều cần sự kiên nhẫn, cần hướng đi đúng đắn và một tài xế biết rằng bữa tiệc đang chờ đợi họ ở cuối cuộc hành trình xứng đáng với những rắc rối mà họ phải chịu đựng trong suốt cuộc hành trình.

Thực tế đó là tất cả "những người bạn đồng hành" của tôi đều dưới bảy tuổi đã giúp tôi hiểu thêm rất nhiều điều.

Khi từng phút trôi qua đi thành từng giờ và chiếc xe của chúng tôi đã băng qua nhiều ngọn đồi, tôi bắt đầu nhận ra rằng những điều tôi đang nói với bọn trẻ có vẻ rất quen thuộc. Trước đây tôi đã được nghe rồi - từ Đức Chúa Trời. Chợt nhận ra, chiếc xe trở thành lớp học. Tôi nhận ra rằng việc tôi đang làm trong vài giờ đồng hồ qua chính là việc mà Đức Chúa Trời đã làm suốt bao thế kỷ qua: khích lệ những lữ khách muốn nghỉ ngơi hơn là đi tiếp.

1. Câu nào sau đây đúng về cả hành trình trên đất và hành trình về thiên đàng? Hãy đánh dấu tất cả các câu trả lời phù hợp.

Phước cho người hòa giải, vì sẽ được gọi là con cái Đức Chúa Trời.

— Ma-thi-ơ 5:9

☐ Lữ khách phải có sự kiên nhẫn.

☐ Tài xế phải định hướng tốt.

☐ Tài xế phải chắc chắn rằng đích đến đáng để ta bỏ công sức đi.

☐ Nếu tài xế và hành khách bất đồng về đích đến, thì cuộc hành trình sẽ rất dài.

☐ Những cuộc hành trình dài đem đến cám dỗ nghỉ ngơi thay vì đi tiếp.

2. Kinh Thánh thường xuyên phán dạy về cuộc hành trình thuộc linh của chúng ta. Hãy tìm các câu Kinh Thánh dưới đây và điền vào chỗ trống.

Đức Chúa Trời giữ chúng ta khỏi...............khi đường đi lắm ngọn dốc hơn. (Thi 18:33)

Đức Chúa Trời hướng dẫn chúng ta trong...................(Thi 25:5)

Lời Chúa soi sáng.....................của chúng ta trong suốt cuộc hành trình này. (Thi 119:105)

Đức Chúa Trời sẽ dẫn chúng ta vào trong............... của............... (Lu 1:79)

Vì hoạn nạn nhẹ và tạm của chúng tôi đem lại cho chúng tôi vinh quang vô hạn đời đời không gì sánh được. Vì chúng tôi không chú tâm vào những sự vật hữu hình, nhưng vào những sự vật vô hình vì sự vật hữu hình chỉ là tạm thời, còn sự vật vô hình mới là vĩnh cửu.

— 2 Cô-rinh-tô 4:17-18

KHI LỜI NÓI "KHÔNG" KHUẤY ĐỘNG SỰ BÌNH AN CỦA CHÚNG TA

Tôi đã chia sẻ ý tưởng này với vợ tôi. Chúng tôi bắt đầu khám phá những điểm tương đồng giữa hai cuộc hành trình này. Dưới đây là một vài điều chúng tôi đã ghi nhận được.

Để đến được đích, chúng ta phải nói không với một vài đòi hỏi. Bạn có thể hình dung được kết quả của việc cha mẹ mỗi người đáp ứng yêu cầu của mỗi đứa con trong suốt chuyến đi không? Chúng ta đi từ cửa hàng kem này đến cửa hàng kem khác, nhét vào bụng chúng ta cho đến khi căng phồng. Ưu tiên của chúng ta sẽ là bỏng ngô và rồi nhật ký chuyến đi của chúng ta cứ như thể một danh sách các cửa hàng đồ ăn nhanh vậy. "Đi đến MacDonald và gọi đồ ăn. Rẽ sang hướng bắc cho tới tận khi bạn tìm thấy quán Trà Sữa TocoToco. Đi thẳng và tiêu thụ được khoảng 1,300 ca-lo, sau đó rẽ trái tới quán Domino Pizza. Khi bạn nhìn thấy quán kem Baskin Robbins, vào ăn tí cho mát. Ở nhà vệ sinh số sáu..."

Bạn có thể tưởng tượng nổi sự lộn xộn nếu cha hoặc mẹ chiều theo mọi yêu sách của con không?

Bạn có thể tưởng tượng ra sự hỗn loạn nếu Đức Chúa Trời thoả mãn mọi yêu sách của mỗi chúng ta không?

"Không" là từ cần thiết trong một cuộc hành trình. Đích đến phải được ưu tiên hơn là cửa hàng bán kem Baskin Robbins.

Có những người không biết cách nói "không" cho lắm. Chúng ta không thích nghe từ "không". Quyết liệt quá! Làm người khác buồn quá!

Những yêu cầu mà các con tôi đưa ra trên đường tới nhà bà tôi đêm qua không phải là xấu. Chúng cũng không phải không công bằng. Chúng không nổi loạn. Trên thực tế, chúng tôi đã ăn bông lan chà bông trứng muối và uống nước ngọt. Nhưng phần lớn những đòi hỏi của các con là không cần thiết.

Đứa con gái bốn tuổi của tôi sẽ phản đối điều đó. Theo bé, được ăn được uống món mình thích, chẳng hạn như trà sữa, mới làm bé vuin. Tôi biết không phải như vậy, nên tôi đã nói không.

Một người trưởng thành bốn mươi tuổi có thể cũng sẽ phản đối điều đó. Anh nghĩ rằng làm sếp ở chốn công sở mới là điều không thể thiếu đối với hạnh phúc của anh ta. Đức Chúa Trời nghĩ khác và Ngài nói không.

Một người phụ nữ ba mươi tuổi có thể phản đối điều này. Theo

Thỉnh thoảng Đức Chúa Trời phải nói không với những lời thỉnh cầu của chúng ta.

quan điểm của cô, thì người nam đó làm công việc đó và có cái tên đó mới chính xác là người cô cần để có được hạnh phúc. Cha Thiên Thượng của cô, là Đấng quan tâm tới việc cô có đến được Thành Thánh của Ngài hay không hơn là việc cô có được đứng trước chú rể như thế trong lễ cưới hay không nói rằng: "Hãy chờ thêm một chút nữa. Điều tốt nhất vẫn ở cuối con đường."

3. Bạn sẽ mô tả phản ứng tiêu biểu của bạn như thế nào khi cách lãnh đạo của Đức Chúa Trời làm xáo trộn sự bình an của bạn? Hãy đánh dấu tất cả các câu trả lời phù hợp.

☐ "Nếu Đức Chúa Trời thực sự yêu tôi thì Ngài phải ban cho tôi điều tôi muốn."

☐ "Nếu Đức Chúa Trời chịu trách nhiệm về cuộc hành trình này, thì tôi muốn rời khỏi chuyến đi này."

☐ "Tôi sẽ không ngừng đặt câu hỏi cho đến khi tôi tìm thấy đường đi."

☐ "Tôi không hiểu vì sao Đức Chúa Trời lại nói không, nhưng tôi tin rằng Ngài biết điều gì là tốt nhất."

Quyền cai trị của Ngài cứ gia tăng, nền hòa bình của Ngài sẽ vô tận trên ngôi Đa-vít và cho vương quốc mình. Ngài sẽ thiết lập và giữ gìn nó trong công bình và công chính từ nay cho đến đời đời. Lòng sốt sắng của CHÚA Vạn Quân sẽ làm điều này.

- Ê-sai 9:6

KHI SỰ CHỜ ĐỢI KHUẤY ĐỘNG SỰ BÌNH AN CỦA CHÚNG TA

Trẻ con không có khái niệm gì về giờ giấc.

"Ba tiếng nữa mình sẽ tới đó." Tôi nói.

"Ba tiếng là bao lâu hả ba?" Jenna hỏi tôi. (Làm sao bạn có thể giải thích về thời gian cho một đứa trẻ không có một chút khái niệm nào về thời gian?)

"À, nó xa bằng hai, ba lần đi từ đầu này đến đầu kia thành phố" tôi thử liệu xem sao.

Bọn trẻ đồng thanh kêu lên. "Hai ba lần đi từ đầu này đến đầu kia thành phố ạ?! Vậy là đi mãi đi mãi luôn ạ?"

Đối với bọn trẻ, đúng là như thế.

Và đối với chúng ta, dường như cũng giống như thế.

Đấng "sống đời đời" (Ê-sai 57:15) đã đặt chính Ngài vào vị trí đứng đầu đoàn người hành hương, là những kẻ luôn cằn nhằn: "Bao lâu vậy thưa Chúa, còn bao lâu nữa?" (Thi 74:10; 89:46)

"Con còn phải chịu đựng căn bệnh này bao lâu nữa đây?"

"Con còn phải chịu đựng người bạn đời này bao lâu nữa?"

"Bao lâu nữa con mới có thể thanh toán hết những hóa đơn này?"

Bạn có thực sự muốn nghe câu trả lời của Đức Chúa Trời không? Bạn biết là Ngài có thể trả lời mà. Chúng ta biết Ngài có thể trả lời cho câu hỏi còn bao lâu nữa. "Con phải chịu thêm hai năm bệnh tật nữa." "Con sẽ phải chịu đựng người bạn đời này trong phần còn lại của cuộc đời con." "Mười năm nữa con mới trả xong những khoản chi phí này."

Nhưng hiếm khi Ngài làm như vậy. Ngài thường chọn cách đánh giá cái hiện tại trước cái tương lai. Và khi bạn so sánh cuộc đời này với cuộc đời khi đó, thì bạn sẽ thấy cuộc đời này không hề dài một chút nào.

Đức Chúa Trời yêu chúng ta nhiều đến nỗi Ngài không thoả mãn mọi ý thích bất chợt của chúng ta.

4. Hãy tìm các câu Kinh Thánh dưới đây và điền vào chỗ trống những câu Kinh Thánh nói về đời sống chóng qua của chúng ta.

1 Sử ký 29:15 - ...của chúng ta trên đất giống như...............

Thi Thiên 39:5 - Cuộc đời chúng ta là..........từ tầm nhìn của Đức Chúa Trời.

Thi Thiên 103:15-16 - Đời người giống như...............Một thời gian sau, chúng ta lớn lên giống...............trên cánh đồng............ thối và cuộc sống của chúng ta..............

Gia-cơ 4:14 – Chúng ta là.................xuất hiện

So với cõi đời đời thì cuộc đời này chỉ là thoảng qua.

trong............thời gian và rồi nó...........

Trong ánh sáng của Lời Chúa, những khoảng thời gian bất ổn trong suốt cuộc hành trình (có vẻ như dài tít tắp đối với chúng ta) dường như chỉ là vài phút trong cõi đời đời.

5. Hãy tìm các câu Kinh Thánh sau đây và viết ra điều bạn học được về việc "chờ đợi" thời điểm của Đức Chúa Trời.

Ê-sai 30:18 – "Thật ra, CHÚA chờ đợi để ban ơn cho các ngươi. Thật vậy, Ngài sẽ đứng lên để tỏ lòng thương xót các ngươi. Vì CHÚA là Đức Chúa Trời công bình. Phước cho người nào trông đợi Ngài."

Thi Thiên 27:14 – "Hãy trông cậy nơi CHÚA, hãy vững lòng và can đảm lên. Phải, hãy trông cậy nơi CHÚA."

Ca Thương 3:26 – "TTốt thay cho người yên lặng hy vọng nơi sự cứu giúp từ CHÚA!"

KHI TA KHÔNG THẤY PHẦN THƯỞNG

Trẻ con không biết hình dung ra phần thưởng.

Đối với tôi, sáu giờ lái xe trên đường chẳng đáng gì so với việc được thưởng thức món bánh dâu tây ngon ngất ngây của mẹ tôi. Tôi không bận tâm đến việc phải lái xe vì tôi biết rõ phần thưởng là gì. Nói theo nghĩa đen, bụng tôi chứa món bánh dâu tây mẹ tôi đã làm trong các Lễ Tạ Ơn của cả ba thập kỷ. Chỉ cần lái xe đến là tôi có thể nếm món gà tây thơm lừng. Nghe được tiếng cười giòn giã trên bàn ăn. Ngửi thấy mùi khói từ lò nướng.

Hãy lánh điều dữ và làm điều lành, hãy tìm kiếm và theo đuổi hòa bình.
- Thi Thiên 34:14

Tôi có thể chịu được cuộc hành trình ấy vì tôi biết rõ đích đến của mình.

Các con gái của tôi đã quên mất đích đến. Nói cho cùng thì chúng vẫn là trẻ con. Trẻ con rất dễ quên. Bên cạnh đó, con đường thì lạ lẫm, và màn đêm đã buông xuống. Chúng không thể nhìn thấy nơi chúng tôi đang đến. Đó là công việc của tôi, là một người cha, tôi phải định hướng cho chúng.

Tôi cố gắng giúp chúng nhìn thấy điều mà chúng không thấy.

Có lẽ, đó chính là động cơ thúc đẩy Phao-lô. Ông nhìn thấy rõ phần thưởng.

Cho nên chúng tôi không nản lòng, trái lại dù con người bên ngoài của chúng tôi bị suy tàn, con người bên trong chúng tôi cứ đổi mới mỗi ngày. Vì hoạn nạn nhẹ và tạm của chúng tôi đem lại cho chúng tôi vinh quang vô hạn đời đời không gì sánh được. Vì chúng tôi không chú tâm vào những sự vật hữu hình, nhưng vào những sự vật vô hình vì sự vật hữu hình chỉ là tạm thời, còn sự vật vô hình mới là vĩnh cửu.

- 2 Cô-rinh-tô 4:16-18

Thật khó để chú tâm vào những điều vô hình. Nhưng đó là điều cần thiết.

6. Hãy đọc 2 Cô-rinh-tô 4:16-18 ở bên tay phải. Rồi nối các câu Kinh Thánh với lẽ thật mà bạn học được từ đoạn Kinh Thánh này.

- Thân thể vật lý
- Tâm linh bên trong
- Những nan đề còn con
- Điều chúng ta không thể nhìn thấy
- Điều chúng ta nhìn thấy

a. Giúp chúng ta giành được sự vinh hiển đời đời.
b. Khiến chúng ta nên mới mỗi ngày.
c. Sẽ tồn tại mãi mãi.
d. Trở nên già yếu.
e. Sẽ chỉ tồn tại một thời gian ngắn.

Việc giúp ba cô bé dưới bảy tuổi hình dung ra một thành phố mà chúng chưa từng nhìn thấy là điều không dễ. Nhưng đó là việc cần thiết.

Chúng ta cũng không dễ để hình dung ra Thành Thánh mà chúng ta chưa từng thấy, đặc biệt khi đường chúng ta đi đầy gập ghềnh sỏi đá... thời gian thì chậm trễ... và những người đồng hành chỉ muốn bỏ cuộc để ghé vào nghỉ ngơi ở một khách sạn ven đường. Thật khó để tập trung tầm nhìn vào một điều vô hình. Nhưng đó là điều cần thiết.

7. Hãy đọc 2 Cô-rinh-tô 11:23-27. Hãy đánh dấu vào những nan đề mà Phao-lô đã trải qua được ông nhắc đến trong 2 Cô-rinh-tô 4:17 như là "những hoạn nạn nhẹ và tạm." Hãy đánh dấu vào tất cả các câu trả lời phù hợp.

☐ Bị bỏ tù.
☐ Năm lần bị đánh bằng roi da.
☐ Đối mặt với sự chết.
☐ Ba lần bị đánh bằng gậy.
☐ Một lần bị ném đá.
☐ Ba lần bị đắm tàu.
☐ Bị chìm dưới biển sâu.
☐ Không nhà cửa.
☐ Bị nguy hiểm liên miên.
☐ Đói khát

Có thể đó là những thử thách cam go kéo dài. Những hoạn nạn chí tử và gian khổ. Đúng vậy. Nhưng chỉ là những nan đề nhỏ bé thôi sao? Phao-lô mô tả những sự thử thách bất tận như vậy bằng cách nào?

Ông nói cho chúng ta. Ông có thể nhìn thấy "Hãy lánh điều dữ và làm điều lành, hãy tìm kiếm và theo đuổi hòa bình." (2 Cô-rinh-tô 4:17).

Tôi có thể nói một cách thẳng thắn vài dòng không?

Đối với một số người trong vòng các bạn, cuộc hành trình này thật dài. Dài lê thê và đầy bão tố. Tôi không cách nào ước có thể giảm bớt những khó khăn mà bạn phải đối mặt trong suốt cuộc hành trình này. Một vài người trong các bạn phải mang lấy những gánh nặng mà rất ít người có thể mang nổi. Bạn phải vĩnh biệt người bạn đời yêu quý. Những giấc mơ của cuộc đời bạn đã bị đánh cắp. Bạn đã được ban cho một thân thể mà thân thể ấy không thể chịu nổi những áp lực tinh thần của bạn. Người bạn đời chống đối đức tin của bạn. Những hóa đơn cần phải thanh toán của bạn nhiều hơn số tiền lương bạn nhận được và những thách thức thì lớn hơn sức của bạn.

Và bạn cảm thấy mệt mỏi.

Thật khó nhìn thấy Thành Thánh trong bão tố. Khao khát được chạy sang bên lề và chạy ra khỏi hành trình cám dỗ bạn. Bạn muốn tiếp tục, nhưng có những ngày con đường dường như quá dài.

Đức Chúa Trời chưa bao giờ phán rằng cuộc hành trình này sẽ dễ dàng, nhưng Ngài đã nói rằng đích đến thật đáng cho bạn trả giá. Hãy nhớ điều này: Đức Chúa Trời có thể không làm điều bạn muốn, nhưng Ngài sẽ làm điều đúng đắn … và điều tốt nhất. Ngài là Cha Thiên Thượng của sự chuyển động hướng về phía trước. Hãy tin cậy Ngài. Ngài sẽ đưa bạn về nhà. Và những thử thách của hành trình sẽ biến mất trong sự vui mừng của buổi yến tiệc.

8. Chúa Giê-xu đã ban cho bạn sự bình an trên chặng đường dài của bạn như thế nào?

_____

_____

Vậy, ta hãy đeo đuổi những việc đem lại hòa thuận và xây dựng nhau.
- Rô-ma 14:19

TRỌNG TÂM BÀI HỌC
* Đôi khi Đức Chúa Trời phải nói không với những đòi hỏi của chúng ta.
* Đức Chúa Trời yêu chúng ta nhiều đến nỗi Ngài không thoả mãn mọi ý thích của chúng ta.
* So với cõi đời đời thì cuộc đời này chỉ là thoảng qua.
* Không dễ để chú tâm vào những điều vô hình. Nhưng đó là việc cần

thiết.

* Đức Chúa Trời chưa bao giờ nói rằng cuộc hành trình này sẽ dễ dàng, nhưng Ngài nói rằng đích đến thật đáng cho chúng ta trả giá.

Vậy đấy! Bạn có thể đọc thuộc lòng câu Kinh Thánh ghi nhớ của mình ngay bây giờ không? Hãy viết nó xuống đây một lần nữa nhé!

_____

_____

Tấm lòng của Chúa Giê-xu

Đức Chúa Trời chưa bao giờ nói rằng cuộc hành trình này dễ đi, mà Ngài nói rằng đích đến thật đáng cho chúng ta trả giá.

Chúa Giê-xu dành thời gian để chuẩn bị các môn đồ cho những điều sắp xảy ra. Ngài bắt đầu khá sớm bằng một nhiệm vụ không mấy dễ dàng là nói lời tạm biệt. Ngài phán: "Ta sắp đi khỏi các ngươi, nhưng đừng bối rối." "Hãy tin Đức Chúa Trời, và hãy tin ta nữa." Các môn đồ vô cùng thắc mắc, và không thực sự hiểu điều Ngài muốn nói. Mặc dù họ biết rõ Ngài, nhưng dường như Chúa Giê-xu đang chuyện huyền bí nào đó. "Ta sẽ không để các ngươi mồ côi đâu, ta sẽ trở lại với các ngươi!" "Đừng lo các ngươi sẽ quên những điều ta nói hôm nay, vì ta sẽ sai Thần Yên Ủi đến cùng các ngươi, và nhắc lại cho các ngươi mọi điều ta đã phán." Nhưng những lời cuối cùng Ngài nói với họ ngày hôm đó hẳn đã ngân vang bên tai họ một cách rõ ràng: "Ta để lại sự bình an cho các con. Sự bình an. Ta ban cho các con không phải như của thế gian cho. Đừng sờn lòng nản chí và sợ hãi." Giống điều cuối cùng để, Chúa Giê-xu hứa rằng họ sẽ kinh nghiệm được sự bình an của Ngài, ngay cả khi Ngài trở về cùng Cha. "Ta để sự bình an lại cho các ngươi." Sự bình an vượt quá mọi sự hiểu biết. Sự bình an trọn vẹn.

Vả, bông trái của điều công bình thì gieo trong sự hoà bình, cho những kẻ nào làm sự hoà bình vậy.

- Gia-cơ 3:18

❖

TÀI LIỆU ĐỌC THÊM
Những phần được chọn lựa xuyên suốt bài học này được lấy từ quyển *In the Eye of the Storm*.

GHI CHÚ TÀI LIỆU THAM KHẢO
John MacArthur, *The MacArthur Commentary*: Matthew 8-15 (Chicago, Ill.: Moody Press, 1987), 427

BÀI 3
Cảm Nghiệm Ân Huệ của Chúa Giê-xu

KHÁM PHÁ VĨ ĐẠI NHẤT ĐỜI NGƯỜI

Suốt nhiều năm, tôi có một bộ com-lê rất lịch lãm, đầy đủ bao gồm áo khoác, quần dài và cả cái mũ nữa. Tôi cho rằng bản thân mình rất bảnh bao trong bộ đồ ấy và tin chắc rằng những người khác cũng nghĩ như vậy. Cái quần thì được may bằng loại vải làm từ những việc lành của tôi, là loại vải rất bền của những công việc đã xong xuôi và những dự án đã hoàn tất. Chỗ này là những bài nghiên cứu, chỗ kia là những bài giảng. Rất nhiều người khen ngợi cái quần của tôi, và tôi phải thừa nhận rằng, tôi đã cố ý sửa lại ngay ngắn cái quần ở nơi công cộng để mọi người chú ý đến nó. Cái áo khoác cũng ấn tượng không kém. Nó được may từ 'đức tin' của tôi. Mỗi ngày tôi khoác lên mình những cảm xúc sâu sắc của lòng nhiệt thành tôn giáo. Những cảm xúc khá mãnh liệt. Trên thực tế, chúng mãnh liệt đến nỗi tôi thường xuyên được yêu cầu mặc áo khoác của về lòng sốt sắng ấy ở những cuộc hội họp đông người để truyền cảm hứng cho những người khác. Tất nhiên, tôi vui lòng đáp ứng yêu cầu của họ. Ở đó, tôi cũng khoe chiếc mũ, một chiếc mũ được kết bằng lông vũ của 'sự hiểu biết'. Chính tay tôi đã tạo ra nó từ loại vải của những quan điểm cá nhân. Tôi đội nó một cách đầy tự hào.

Chắc chắn Đức Chúa Trời sẽ ấn tượng với bộ áo quần của tôi, tôi vẫn hay nghĩ vậy. Đôi khi tôi vênh vào bước vào trong sự hiện diện của Ngài để được Ngài khen ngợi bộ quần áo tự may của tôi. Ngài không bao giờ nói gì cả. Tôi thuyết phục bản thân rằng *im lặng đồng nghĩa với ngưỡng mộ*. Nhưng sau đó bộ quần áo của tôi bắt đầu có vấn đề. Vải quần trở nên mỏng hơn. Các việc lành của tôi bắt đầu trở nên giống như các đường may tuột chỉ. Tôi bắt đầu có nhiều việc-chưa-làm hơn là những việc-đã-làm, và những việc tôi đã làm thì ít ỏi đến nỗi tôi chẳng còn gì để khoe khoang cả. *Không sao cả*, tôi nghĩ. *Mình sẽ lại làm việc chăm chỉ hơn.*

Nhưng làm việc chăm chỉ hơn cũng là một nan đề. Có một lỗ thủng trong chiếc áo khoác niềm tin của tôi. Sự quyết tâm của tôi đã bị sờn rách. Một cơn gió lạnh xuyên thấu vào ngực tôi. Tôi với tay kéo chiếc mũ xuống một cách cương quyết, và vành mũ rách toạc trong tay tôi. Qua thời gian một vài tháng, bộ quần áo của sự tự xưng công bình đã hoàn toàn rách nát. Từ chỗ ăn mặc như một quý ông, bây giờ tôi ăn mặc rách rưới như người ăn mày. Sợ rằng Đức Chúa Trời sẽ nổi giận với bộ quần áo rách nát của mình, tôi đã cố gắng hết sức để chắp vá chúng lại với nhau và che đậy những khiếm khuyết của mình. Nhưng vải đã quá cũ. Và gió thì lạnh như băng. Tôi đã bỏ cuộc. Tôi quay về với Đức Chúa Trời. (Tôi còn có thể đi đâu được nữa?)

Vào một chiều thứ Năm mùa đông lạnh lẽo, tôi bước vào sự hiện diện của Ngài, không phải để nhận lời khen ngợi mà là để tìm hơi ấm. Lời cầu nguyện của tôi thật yếu ớt. "Lạy Chúa, con thấy mình trần truồng."

"Đúng vậy. Và con đã trần truồng từ lâu."

Tôi sẽ không bao giờ quên được việc mà Ngài đã làm sau đó. "Ta có cái này cho con," Ngài phán. Ngài nhẹ nhàng loại bỏ những sợi chỉ còn sót lại và cầm một chiếc áo choàng lên, chiếc áo được làm bằng sự tốt lành của Ngài. Ngài choàng nó lên vai tôi. Lời Ngài phán với tôi thật dịu dàng. "Con trai của ta, giờ con được mặc lấy Đấng Christ" (Ga-la-ti 3:27). Tôi có một linh cảm mà một vài người trong các bạn biết tôi đang nói đến điều gì. Các bạn đang mặc những bộ quần áo do chính tay mình làm ra. Các bạn đã may quần áo cho mình, và các bạn đang hành diện với những

ÁO CỨU RỖI

Vì sự hư nát này [thân thể hay chết phải mặc lấy sự không hư nát và sự hay chết sẽ mặc lấy sự bất tử.

- 1 Cô-rinh-tô 15:53

Chúa Giê-xu có bận tâm đến chuyện chúng ta mặc gì không?

Hẳn nhiên là có. Thực ra, Kinh Thánh còn nói với chúng ta kiểu tủ quần áo mà Chúa Giê-xu muốn chúng ta có.

"Nhưng anh chị em hãy mặc lấy Chúa Cứu Thế Giê-xu; đừng nghĩ đến cách làm thoả mãn các dục vọng của xác thịt" (Rô-ma 13:14).

"Như vậy, tất cả các anh chị em đều là con của Đức Chúa Trời bởi đức tin trong Chúa Cứu Thế Giê-xu. Vì anh chị em tất cả đều đã chịu phép báp-têm vào trong Chúa Cứu Thế thì đã mặc lấy Chúa Cứu Thế" (Ga-la-ti 3:26-27).

Loại trang phục này không liên quan gì đến váy áo, quần tây quần bò. Mối quan tâm của Đức Chúa Trời là những bộ quần áo thuộc linh mà chúng ta mặc lên người. Ngài cung cấp cho chúng ta một chiếc áo choàng mà chỉ Thiên Đàng mới có thể thấy và chỉ Thiên Đàng mới có thể ban cho. Hãy lắng nghe lời của tiên tri Ê-sai: "Trong Chúa, ta sẽ rất vui mừng, linh hồn ta sẽ hân hoan nơi Đức Chúa Trời ta; Vì Ngài mặc cho ta áo cứu rỗi; Khoác cho ta áo choàng công chính" (Ê-sai 61:10).

- *When Christ Comes*

việc làm tôn giáo... Và rồi nhận ra một vết rách trên vải. Trước khi các bạn định tự mình khâu nó lại, tôi muốn chia sẻ với các bạn một vài suy nghĩ về khám phá vĩ đại nhất trong cuộc đời của tôi: khám phá ra ân huệ của Đức Chúa Trời.

CẢM NGHIỆM ÂN ĐIỂN CỦA CHÚA GIÊ-XU TRONG TUẦN NÀY

Trước khi chúng ta tiếp tục để cảm nghiệm rõ hơn về ân huệ của Đức Chúa Trời, chúng ta hãy dành chút thời gian để cầu nguyện:

Lạy Cha kính yêu, xin tha thứ cho con vì con đã cố gắng gây ấn tượng với Ngài bằng thứ quần áo mà con tự tạo ra. Ngài đã bày tỏ cho con biết ân huệ của Ngài, và mặc lấy Đấng Christ cho con. Con biết rằng chỉ bởi ân huệ của Ngài mà con được cứu. Xin hướng dẫn con học hỏi lời Ngài trong tuần này. Xin dạy con về Ngài nhiều hơn. Xin cho con biết ân huệ của Ngài lạ lùng là dường nào. Và xin hãy giúp con kinh nghiệm được ân huệ của Chúa Giê-xu. A-men!

Tuần này, hãy dành thời gian ghi nhớ câu Kinh Thánh Ê-phê-sô 2:8-9, một trong những thông điệp rõ ràng nhất trong Kinh Thánh nói về ân huệ của Đức Chúa Trời:

"Thật vậy, nhờ ân sủng, bởi đức tin mà anh chị em được cứu rỗi, đây không phải tự sức anh chị em, nhưng là một tặng phẩm Đức Chúa Trời ban, cũng không phải do công đức anh chị em làm, để không ai có thể khoe mình."
- Ê-phê-sô 2:8-9

> *Kinh luật đến để sự phạm pháp gia tăng; nhưng ở đâu tội lỗi gia tăng thì ân sủng lại càng dồi dào hơn.*
>
> *- Rô-ma 5:20*

NGÀY MỘT – TA CẦN ÂN HUỆ

TIN XẤU ĐẾN TRƯỚC

Tôi cũng có thể chuẩn bị cho bạn: Những chương đầu tiên của sách Rô-ma không mấy vui vẻ. Một lá thư gửi cho những người tự phụ, sách Rô-ma làm nổi bật sự khác biệt giữa hoàn cảnh của những người chọn việc mặc những bộ quần áo do mình tự làm với những người vui nhận những chiếc áo của ân huệ. Phao-lô đưa ra những tin xấu trước khi ông cho chúng ta những tin tốt lành. Cuối cùng ông nói với chúng ta rằng tất cả chúng ta đều là những ứng viên bình đẳng với nhau trước ân huệ, nhưng ông phải đợi đến khi ông chứng minh rằng tất cả chúng ta đều là những kẻ tội lỗi tuyệt vọng thì ông mới nói đến điều đó. Chúng ta phải nhận thấy tình trạng hỗn độn của chúng ta trước kia để có thể trân trọng Đức Chúa Trời mà chúng ta đang có. Trước khi bày tỏ ân huệ của Đức Chúa Trời, chúng ta cần phải hiểu cơn thịnh nộ của Ngài.

Đón nhận ân huệ từ Đức Chúa Trời đầy yêu thương và vị tha thì không khó. Nhưng khi nói đến "cơn thịnh nộ của Đức Chúa Trời," thì chúng ta lại co rúm người lại. Một Đức Chúa Trời giận dữ khiến chúng ta lo lắng. Bạn đã bao giờ quay trở lại với Kinh Thánh để tìm hiểu tại sao Đức Chúa Trời lại trở nên giận dữ không? Hãy xem một vài câu Kinh Thánh để cập đến cơn thạnh nộ của Đức Chúa Trời.

> *Đức Chúa Trời là Đấng phán xét chí công. Nhưng Đức Chúa Trời cũng đe dọa mỗi ngày.*
>
> *- Thi Thiên 7:11*

1. Hãy đọc Thi Thiên 78:24-32. Dân Do Thái đã làm gì chọc giận Đức Chúa Trời?

_____

2. Thái độ của những người sau này phải đối diện với cơn thịnh nộ của Đức Chúa Trời là gì? Hãy tìm điều đó trong Rô-ma 2:5.

_____

3. Theo Cô-lô-se 3:5-6, sự bất tuân nào mang đến cơn thịnh nộ của Đức Chúa Trời?

_____

Vì cơn thịnh nộ của Đức Chúa Trời đã bộc lộ từ trời nghịch lại mọi hình thức không tôn kính Đức Chúa Trời và bất chính của những người lấy bất chính áp chế sự thật. Bởi những gì có thể biết về Đức Chúa Trời đều rõ ràng đối với họ vì Đức Chúa Trời đã tỏ bày cho họ rồi. Vì những gì của Đức Chúa Trời mà mắt trần không thấy được, kể cả quyền năng vĩnh cửu lẫn thần tính của Ngài, thì từ thuở sáng tạo vũ trụ đã được thấy rõ nhờ nhận thức về các tạo vật, nên họ không còn cách nào bào chữa được. – Rô-ma 1:18-20

Đức Chúa Trời nổi giận cùng điều ác.

Đối với nhiều người, đây là một sự mặc khải. Có người cho rằng Đức Chúa Trời là một hiệu trưởng trường trung học nhiêu khê, quá bận rộn với việc giám sát các hành tinh đến nỗi chẳng màng gì đến chúng ta. Ngài không như vậy đâu.

Có người lại cho rằng Đức Chúa Trời là một phụ huynh yêu con thái quá, nên mù quáng tới nỗi không thấy được những tật xấu của con mình.

Sai rồi.

Vẫn có những người khác khăng khăng rằng Ngài yêu chúng ta nhiều đến nỗi Ngài không thể nổi giận với những tội lỗi của chúng ta. Họ không hiểu rằng tình yêu là luôn nổi giận với điều ác.

4. Hãy đọc các câu Kinh Thánh sau đây. Sau đó nối các câu Kinh Thánh với điều mà bạn học được về nguyên do Đức Chúa Trời yêu thương lại luôn tức giận với điều ác:

- Gióp 34:10   a. Đức Chúa Trời muốn chúng ta trở nên trọn vẹn
- Thi Thiên 18:30   giống như Ngài.
- Thi Thiên 33:4-5   b. Đức Chúa Trời không muốn Danh Ngài bị sỉ nhục.
- Ê-xê-chi-ên 39:7   c. Trong Đức Chúa Trời không có sự tối tăm.
- Ma-thi-ơ 5:48   d. Đức Chúa Trời không hề sai lầm.
- 1 Giăng 1:5   e. Đức Chúa Trời yêu thích điều công bình và chính trực.
                       f. Ngài không thể làm điều ác.

Rất nhiều người không hiểu được cơn giận của Đức Chúa Trời bởi vì họ nhầm lẫn giữa cơn giận của Đức Chúa Trời và cơn giận của con người. Hai cơn giận này có rất ít điểm chung. Cơn giận của loài người về cơ bản là do con người tự gây nên và thiên về sự bùng nổ của tính khí nóng nảy và hành động hung hãn. Chúng ta trở nên tức giận vì chúng ta bị phớt lờ, bị bỏ mặc hoặc bị lừa dối. Đó là cơn giận của con người. Nhưng đó không phải là cơn giận của Đức Chúa Trời.

Đức Chúa Trời không nổi giận chỉ vì Ngài không được làm theo ý mình. Ngài nổi giận bởi vì sự bất tuân luôn dẫn đến sự tự huỷ hoại. Có người cha nào lại ngồi nhìn con cái mình tự làm tổn thương chúng cơ chứ?

Sao Đức Chúa Trời làm vậy được? Chúng ta có nghĩ rằng Ngài sẽ cười khúc khích trước tội tà dâm hay cười mỉm chi với tội giết người không? Bạn có nghĩ rằng Ngài sẽ quay đi chỗ khác khi chúng ta làm chương trình đối thoại trên truyền hình chủ để những thú vui truỵ lạc không? Ngài có lắc đầu và nói rằng: "Con người vẫn chỉ là con người" không? Tôi không nghĩ như vậy. Hãy đánh dấu điều này và gạch chân nó bằng màu đỏ. Đức Chúa Trời nổi giận một cách công bình. Ngài là một Đức Chúa Trời thánh khiết. Tội lỗi của chúng ta là một sự lăng mạ đối với sự thánh khiết của Ngài. Đôi mắt của Ngài "thánh sạch quá, không thể nhìn điều ác; Ngài không thể nhìn xem cảnh khổ đau" (Ha-ba-cúc 1:13). Đức Chúa Trời nổi giận cùng điều ác vì chúng huỷ hoại con cái của Ngài. "Chừng nào Đức Chúa Trời còn là Đức Chúa Trời, Ngài không thể thờ ơ đứng nhìn các tạo vật của Ngài bị phá huỷ và sự thánh khiết của Ngài bị giày đạp dưới chân." (Anders, Commentary on Romans, 98)

CHÚA là Đức Chúa Trời sốt sắng hoàn thành ý định Ngài. Ngài trừng phạt kẻ nào phá hoại mục tiêu của Ngài. CHÚA sẵn sàng trừng phạt, Ngài làm chủ cơn phẫn nộ, CHÚA trừng phạt những kẻ chống nghịch Ngài, Và nuôi cơn giận đối với những kẻ thù ghét Ngài. CHÚA chậm nóng giận và quyền năng vĩ đại, CHÚA không hề để kẻ phạm tội thoát khỏi hình phạt. Cuồng phong bão táp nổi dậy nơi nào Ngài bước đến, mây là bụi do chân Ngài hất lên.

- Na-hum 1:2-3

Tuy nhiên tôi chẳng kể mạng sống mình là quý, miễn sao chạy xong cuộc đua và hoàn tất chức vụ nhận lãnh từ nơi Chúa Giê-xu, để xác chứng cho Phúc Âm về ân sủng của Đức Chúa Trời.
- Công Vụ Các Sứ Đồ 20:24

Đức Chúa Trời là Đấng thánh khiết.

5. Dựa vào những điều bạn đã đọc cho đến lúc này, Đức Chúa Trời "nổi giận công bình" đối với tội lỗi của chúng ta có nghĩa là gì?

_____

_____

TÌNH TRẠNG CỦA CHÚNG TA

Trong ba chương đầu của sách Rô-ma, bạn cũng sẽ có cái nhìn thoáng qua về tình trạng của con người – tình trạng của tất cả những người đã từng sống trên đất này. Điều chia cắt chúng ta khỏi Đức Chúa Trời chính là tội lỗi. Chúng ta không đủ mạnh để loại bỏ tội lỗi, và chúng ta cũng không đủ tốt để xoá bỏ tội lỗi. Mặc dù chúng ta khác nhau về nhiều mặt, nhưng chúng ta đều có chung một nan đề. Chúng ta đã bị phân rẽ khỏi Đức Chúa Trời.

Điều ngăn cách chúng ta với Đức Chúa Trời chính là tội lỗi.

Phao-lô mô tả ba hạng người trên thế gian này: Những người theo chủ nghĩa khoái lạc (tức là những người chỉ sống vì những điều mình ưa thích, 1:21-25); Những người theo chủ nghĩa xét đoán (tức là những người tự thấy bản thân mình về cơ bản là tốt đẹp qua việc so sánh với những người "tệ hơn mình", 2:1-6); và người theo chủ nghĩa luật pháp (tức là những người luôn nỗ lực để có được ân huệ của Đức Chúa Trời qua những nỗ lực tôn giáo, 2:17-24). Hãy xem chúng ta có thể học hỏi được điều gì về mỗi hạng người này và xem thử điều nào là quen thuộc.

Những người theo chủ nghĩa khoái lạc chọn cách sống như thể chẳng có Đấng Tạo Hóa trên thế giới này. Những người này luôn nói rằng: "Thì sao chứ? Có thể tôi là người xấu, nhưng vậy thì có làm sao? Tôi làm việc của tôi mà." Họ quan tâm hơn đến việc thoả mãn các ham muốn của bản thân hơn là việc biết Cha Thiên Thượng . Đời sống của họ ưa muốn những thú vui xác thịt đến nỗi không còn thời gian và chỗ trống nào cho Đức Chúa Trời nữa.

Vì tội lỗi sẽ không còn thống trị anh chị em, bởi anh chị em không ở dưới kinh luật nhưng ở dưới ân sủng.

- Rô-ma 6:14

6. Hãy gạch chân những từ đã được dùng để mô tả "những người theo chủ nghĩa khoái lạc" trên đây. Sau đó hãy đọc Rô-ma 1:21-25 và điền vào chỗ trống câu trả lời là đoạn Kinh Thánh này nói gì về "những người theo chủ nghĩa khoái lạc."

Vì họ đã biết Đức Chúa Trời nhưng không tôn vinh cảm tạ Ngài là Đức Chúa Trời, trái lại họ suy tưởng những chuyện hư không và lòng dạ ngu dốt của họ ra tăm tối. Tự cho mình là khôn ngoan, họ đã trở thành ngu dại, đổi vinh quang của Đức Chúa Trời bất diệt ra giống như hình tượng của loài người hư nát, của chim trời, của thú đồng và loài bò sát. Vì thế theo dục vọng của lòng họ, Đức Chúa Trời đã bỏ mặc họ đắm chìm vào trong sự nhơ nhuốc đến nỗi họ cùng làm nhục thân thể mình với nhau. Họ đổi chân lý Đức Chúa Trời lấy điều giả trá và thờ lạy, phụng sự tạo vật thay vì Đấng Tạo Hoá, là Đấng đáng được chúc tôn đời đời, A-men. – Rô-ma 1:21-25.

Họ không dâng................cho Đức Chúa Trời. Họ đổi chân lý của Đức Chúa Trời lấy .... và thờ lạy những vật được ....Tâm trí của họ trở nên đầy dẫy.................

Các con đừng lên án ai để khỏi bị lên án. Vì các con lên án người khác thể nào, thì sẽ bị lên án thể ấy. Các con lường cho người ta mực nào, thì sẽ được lường lại mực ấy. Tại sao con thấy cái dằm trong mắt anh em, nhưng không nhận ra cây xà nhà trong mắt mình? Làm sao con có thể nói với anh em mình rằng: 'Để tôi lấy cái dằm ra khỏi mắt anh', trong khi cây xà vẫn ở trong mắt mình. Hỡi kẻ đạo đức giả, hãy lấy cây xà ra khỏi mắt mình trước rồi mới thấy rõ để lấy cái dằm ra khỏi mắt anh em mình.

- Ma-thi-ơ 7:1-5

Hạng người thứ hai thì nói rằng: "Sao phải bận tâm đến những lỗi lầm của tôi khi tôi còn có thể chỉ ra sai lầm của người khác?" Ấy là một người theo chủ nghĩa xét đoán. Có thể là tôi tôi tệ đấy, nhưng chừng nào tôi còn có thể tìm ra được một ai đó tệ hơn tôi, thì tôi vẫn được an toàn. Anh ta chắt lọc những điều tốt đẹp của mình từ những lỗi lầm của người khác. Anh ta tự cho mình là học trò cưng của thầy ở trường tiểu học. Anh ba hoa về việc làm cẩu thả của những người khác nhưng lại lờ đi điểm F trong sổ của mình. Anh giám sát nhà hàng xóm, lờ đi việc khen ngợi những người hoàn thành công việc của họ, và không bao giờ chú ý đến rác ở trên bãi cỏ trước nhà mình.

7. Hãy gạch chân những từ được dùng để mô tả về "những người theo chủ nghĩa đoán xét" ở phần trên. Sau đó đọc Rô-ma 2:1-6 và điền vào chỗ trống điều mà đoạn Kinh Thánh này nói về "những người theo chủ nghĩa xét đoán."

Vậy, hỡi ngươi là người lên án người khác, ngươi không làm sao bào chữa được, bởi khi ngươi lên án người khác là ngươi lên án chính mình vì ngươi làm chính những điều ngươi lên án. Vì chúng ta biết rằng Đức Chúa Trời theo chân lý phán xét người làm những việc như thế. Hỡi người, ngươi làm chính điều mà khi người khác làm thì ngươi lên án, ngươi tưởng mình sẽ thoát được sự phán xét của Đức Chúa Trời sao? Hay ngươi khinh thường lòng đầy nhân từ, khoan dung và nhẫn nại của Ngài mà không nhận biết rằng sự nhân từ của Đức Chúa Trời là để dẫn ngươi đến hối cải sao? Nhưng cứ theo lòng chai lì và không hối cải của ngươi, ngươi tích trữ cho mình thịnh nộ vào ngày thịnh nộ, là ngày sự đoán xét công bình của Đức Chúa Trời sẽ bày tỏ. 6Ngài là Đấng báo ứng từng người tùy theo việc họ làm. – Rô-ma 2:1-6

Khi họ đoán xét người khác, họ ....bởi vì chính họ cũng làm................. Họ không nghĩ gì về .... và sự kiên nhẫn của Đức Chúa Trời. Họ .... và từ chối................

Tiếp theo là một người theo chủ nghĩa luật pháp. À, đây là người mà chúng ta có thể tôn trọng được đây. Làm việc chăm chỉ. Cần cù. Hăng hái. Nhiệt thành. Đây là một anh chàng có thể nhận biết tội lỗi của mình và quyết tâm tự mình giải quyết tội lỗi đó. Chắc chắn là anh ta xứng đáng nhận được sự khen ngợi của chúng ta. Chắc chắn anh ta xứng đáng để chúng ta học theo.

Những người theo chủ nghĩa luật pháp nghĩ rằng: Nếu tôi làm điều này, Đức Chúa Trời sẽ tiếp nhận tôi. Vấn đề ở đây là gì? Chúng ta không bao giờ có thể có được sự cứu rỗi nhờ vào những nỗ lực cá nhân. Chúng ta không bao giờ có thể dạy các lớp học Trường Chúa Nhật đủ, dâng hiến cho các công tác truyền giáo đủ, học các lớp học Kinh Thánh đủ, dành thời gian ở nhà thờ đủ - chúng ta không bao giờ có thể làm đủ để cứu được bản thân mình.

8. Hãy gạch chân những từ được dùng để mô tả về "những người theo chủ nghĩa luật pháp" bên trên. Sau đó đọc Rô-ma 2:17-24 dưới đây. Hãy kiểm tra tất cả các câu dưới đây xem câu nào phù hợp với những điều đoạn Kinh Thánh này nói về "những người theo chủ nghĩa luật pháp."

Nhưng nếu ngươi tự đắc mình là dòng giống Do Thái, ỉ lại vào kinh luật và khoe mình trong Đức Chúa Trời, hiểu biết ý chỉ Chúa cùng thẩm định được những điều tốt lành, nhờ được giáo huấn trong kinh luật, tự thị là người dẫn đường kẻ mù, là ánh sáng cho những người ở trong tối tăm, là người giáo hoá kẻ ngu, là thầy dạy cho những người ấu trĩ, vì trong kinh luật ngươi có được hiện thân của tri thức và chân lý. Vậy, ngươi dạy người khác mà sao không dạy chính mình? Ngươi giảng đừng trộm cắp mà sao ngươi lại trộm cắp? Ngươi bảo đừng ngoại tình sao ngươi lại ngoại tình? Ngươi gớm ghét hình tượng sao ngươi lại cướp các đền miếu? Ngươi khoe mình trong kinh luật, mà lại phạm pháp, làm nhục Đức Chúa Trời? Như Kinh Thánh chép: "Các ngươi đã làm cho Danh Đức Chúa Trời bị xúc phạm giữa dân ngoại quốc." – Rô-ma 2:17-24

☐ Dạy những kẻ ngu dốt về lẽ thật
☐ Khoe khoang về việc được đến gần Đức Chúa Trời.
☐ Sẵn sàng dạy dỗ chính mình.
☐ Dẫn dắt người mù
☐ Vâng giữ tất cả luật pháp của Đức Chúa Trời
☐ Làm hổ danh Đức Chúa Trời.

TIÊU CHUẨN

Theo ý định ấy, chúng ta được thánh hoá nhờ sự dâng hiến thân thể của Chúa Cứu Thế Giê-xu một lần đầy đủ cả.

- Hê-bơ-rơ 10:10

Chỉ có những người thánh mới thấy được Đức Chúa Trời. Sự thánh khiết là điều kiện tiên quyết đối với nước Thiên Đàng. Sự toàn hảo là yêu cầu bắt buộc của sự sống đời đời. Chúng ta ước gì không phải như vậy. Chúng ta hành động như thể không phải như vậy. Chúng ta hành động như thể chỉ cần là những người "tử tế" thì sẽ thấy được Đức Chúa Trời. Chúng ta cho rằng những ai cố gắng hết sức thì sẽ thấy được Đức Chúa Trời. Chúng ta hành động như thể nếu chúng ta chưa làm một điều gì quá xấu xa thì chúng ta vẫn là người tốt. Rằng sự tốt lành đó đủ để chúng ta có thể lên Thiên Đàng.

Nghe có vẻ đúng đối với chúng ta, nhưng nó không hề đúng với Đức Chúa Trời. Và Ngài đã đặt ra tiêu chuẩn. Và tiêu chuẩn ấy rất cao. "Thế thì các con hãy toàn hảo, như Cha các con ở trên trời là Đấng toàn hảo" (Ma-thi-ơ 5:48).

Bạn thấy đấy, trong chương trình của Đức Chúa Trời, Ngài chính là tiêu chuẩn của sự toàn hảo. Chúng ta không so sánh bản thân mình với những người khác; họ cũng chỉ làm cho mọi việc rối tung lên giống như chúng ta mà thôi. Mục tiêu đặt ra là được giống như Ngài; tất cả những gì thấp hơn đều không đủ.

- He Still Moves Stones.

Nguyện xin chính Chúa Cứu Thế Giê-xu chúng ta và Đức Chúa Trời, Cha chúng ta là Đấng yêu thương chúng ta; lấy ân phúc mà ban cho chúng ta niềm an ủi vĩnh cửu và hy vọng tốt đẹp.

- 2 Tê-sa-lô-ni-ca 2:16

Tất cả mọi người đều đã hủy hoại trái đất xanh tươi của Đức Chúa Trời. Những người theo chủ nghĩa khoái lạc hủy hoại nó bởi vì họ đã đặt sự vui thích làm trung tâm điểm chứ không phải Đức Chúa Trời. Những người theo chủ nghĩa đoán xét hủy hoại trái đất này bởi họ có tư tưởng cao nhưng không phải tư tưởng của Đức Chúa Trời. Những người theo chủ nghĩa luật pháp huỷ hoại trái đất này bởi họ đã để cho việc làm chứ không phải ân huệ dẫn dắt. Hãy suy xét bản thân một cách trung thực dựa vào những điều Phao-lô đã nói về ba hạng người trên thế gian này.

Vì cơn thịnh nộ của Đức Chúa Trời đã bộc lộ từ trời nghịch lại mọi hình thức không tôn kính Đức Chúa Trời và bất chính của những người lấy bất chính áp chế sự thật.

- Rô-ma 1:18

9. Bạn có xu hướng rơi vào hạng người nào? Hãy kiểm tra câu trả lời của bạn.

☐ Tôi thích sống trong tội lỗi hơn là sống cho Đức Chúa Trời.

☐ Tôi so sánh bản thân mình với những người tồi tệ hơn tôi.

☐ Hễ khi nào phạm tội, tôi lại cố gắng bù đắp cho Đức Chúa Trời.

10. Những câu nào sau đây nói đúng về tội lỗi? Hãy đánh dấu tất cả các câu trả lời phù hợp.

☐ Tội lỗi là sự nổi loạn chống lại Đức Chúa Trời – Không quan tâm đến mục đích và kế hoạch của Ngài và thay thế chúng bằng ý kiến và ước muốn cá nhân.

☐ Tội lỗi khước từ việc dâng vinh hiển và sự tôn kính cho Đức Chúa Trời, là điều mà Ngài xứng đáng được nhận.

☐ Đó là lời tuyên bố độc lập khỏi Đấng Tạo Hoá - cố ý chối từ sự cai trị của Ngài trên đời sống chúng ta.

☐ Đó là sự không đạt được tiêu chuẩn về sự toàn hảo của Đức Chúa Trời.

☐ Đó là sự cố gắng tìm kiếm một đời sống tách biệt khỏi Đức Chúa Trời.

ĐỜI SỐNG LOẠI BỎ ĐỨC CHÚA TRỜI.

Mọi nỗ lực nhằm cứu bản thân của chúng ta đều sẽ thất bại mà thôi.

Mặc dù ba hạng người mà bạn vừa thấy có vẻ khác nhau, nhưng họ lại rất giống nhau. Tất cả đều cách xa Cha Thiên Thượng. Và không một hạng người nào kêu cầu sự giúp đỡ. Hạng người thứ nhất thì thoả mãn những đam mê cá nhân, hạng người thứ hai thì soi mói những người lân cận và hạng người thứ ba thì đo đếm công đức của mình. Tự mãn. Tự bào chữa. Tự cứu rỗi. Từ được lặp lại là từ *tự*. Tự túc. "Trước mắt chúng chẳng có sự kính sợ Đức Chúa Trời" (Rô-ma 3:18).

Từ mà Phao-lô dùng để mô tả cả ba hạng người này là *không tin kính* (Rô-ma 1:18). *Không tin kính*. Từ này tự bản thân nó đã cho thấy rõ ý nghĩa của nó. Một đời sống loại bỏ Đức Chúa Trời. Còn tồi tệ hơn thái độ khinh thường Đức Chúa Trời, đây là việc loại bỏ Đức Chúa Trời. Người có thái độ khinh thường ít ra còn nhận biết được sự hiện diện của Ngài. Nhưng người vô tín thì không. Trong khi sự khinh thường dẫn người ta đến chỗ hành động với sự bất kính, thì sự loại bỏ lại khiến họ hành động như thể Đức Chúa Trời chẳng liên quan gì, như thể Ngài không phải là một nhân tố trong cuộc hành trình của họ.

CÂU TRẢ LỜI CỦA ĐỨC CHÚA TRỜI

Cho đến lúc này, bạn đã xem xét cơn giận công bình của Đức Chúa Trời và tình trạng của chính mình, cũng như nan đề chung của loài người, còn lại một câu hỏi là: Đức Chúa Trời đáp ứng trước đời sống *vô tín* như thế nào? Không phải theo kiểu cợt nhả, đùa giỡn. Mình cùng đọc lại lần nữa: "Vì cơn thịnh nộ của Đức Chúa Trời đã bộc lộ từ trời nghịch lại mọi hình thức không tôn kính Đức Chúa Trời và bất chính của những người lấy bất chính áp chế sự thật" (Rô-ma 1:18 NIV). Ý chính của Phao-lô ở đây là vô tín không phải là chuyện nhỏ. Đức Chúa Trời tức giận một cách công bình về những việc làm của con cái Ngài.

11. Điều gì sẽ xảy ra nếu bức thư mà Phao-lô gửi cho người Rô-ma kết thúc ở câu 3:20? Liệu còn có tia hy vọng nào cho những tội nhân khi đứng trước một Đức Chúa Trời công bình và thánh khiết không?

_____

_____

Chúng ta phải chịu "trả giá cho tội lỗi", bị đoán xét một cách công bình trước một Đức Chúa Trời thánh khiết. Chúng ta ở trong tình trạng "chết về tâm linh". Chúng ta không còn một hy vọng nào cả. Phúc Âm sẽ không phải là một tin tốt cho đến chừng nào chúng ta trước hết vật lộn với tin tức tối tệ đến mức không thể nói lên lời về sự hư mất của chúng ta. Nếu chúng ta không cảm thấy gánh nặng khủng khiếp của tội lỗi con người và những hậu quả của nó thif chúng ta không thể chạy đến với ân huệ của Đức Chúa Trời.

Chúng ta có thể tóm tắt ba chương rưỡi đầu tiên của sách Rô-ma bằng năm từ: Chúng ta đã thất bại.

Chúng ta đã cố gắng tiếp cận mặt trăng nhưng lại hiếm khi chạy trốn khỏi mặt đất. Chúng ta đã cố gắng bơi qua Đại Tây Dương, nhưng lại không thể đi quá cột buồm. Chúng ta nỗ lực đo đỉnh Everest của sự cứu rỗi, nhưng chúng ta vẫn chưa rời khỏi trại của mình, lại càng không hề leo lên trên dốc. Cuộc thám hiểm quá vĩ đại; chúng ta không cần thêm đồ dự trữ hay cơ bắp hay bất cứ thứ công nghệ nào; chúng ta chỉ cần một chiếc trực thăng.

Bạn có thể nghe thấy tiếng trực thăng đang bay lượn không?

12. Câu nào sau đây đúng, liên quan đến tình trạng tội lỗi của chúng ta, và câu nào sai? Đánh dấu câu trả lời đúng bằng (Đ) và câu trả lời sai bằng (S). Hãy tìm và đọc những câu Kinh Thánh đã được liệt kê nếu bạn chưa biết câu trả lời.

____Nếu chúng ta cố gắng hết sức thì chúng ta có thể giải quyết được vấn đề tội lỗi nhờ những nỗ lực của riêng mình. (Ê-phê-sô 4:18)

____ Có thể tự bản thân có một chút công bình. (Rô-ma 3:11-12)

____ Nếu không có ân huệ của Đức Chúa Trời, tội lỗi của chúng ta không bao giờ có thể được tha thứ. (Ê-phê-sô 2:8-9)

____ Chỉ có Đức Chúa Trời mới có thể ban cho chúng ta một con đường để chúng ta được cứu rỗi. (Rô-ma 3:22)

TIN TỐT LÀNH

"Đức Chúa Trời có cách để *làm cho mọi người trở nên công bình* trước mặt Ngài" (Rô-ma 3:21, tôi chủ đích in nghiêng). Thật quý giá biết bao khi chúng ta nắm được lẽ thật này. Điều Đức Chúa Trời mong muốn nhất không phải là làm cho chúng ta trở lên giàu có, thành công hay nổi tiếng. Mong muốn của Đức Chúa Trời là làm cho chúng ta được xưng công chính với Ngài.

13. Hãy đọc Công Vụ Các Sứ Đồ 13:39 và Rô-ma 3:25 ở cột bên phải. Được xưng "công chính" trước mặt Đức Chúa Trời nghĩa là gì?

_____

_____

14. Hãy đọc 2 Cô-rinh-tô 5:16-21. Hãy điền vào chỗ trống dưới đây điều mà bạn học được từ phân đoạn Kinh Thánh này về việc được

Vậy, chúng ta hãy vững lòng đến gần ngai ân sủng, để được thương xót và tìm được ân sủng khả dĩ giúp đỡ chúng ta kịp thời.

- Hê-bơ-rơ 4:16

GỌI ĐÓ LÀ ÂN HUỆ

Như thế, được tuyên xưng công chính nhờ ân sủng của Ngài, chúng ta trở nên người kế tự trong niềm hy vọng sống vĩnh cửu.

- Tít 3:7

Có thể bạn là một người tử tế. Có thể bạn đóng thuế đầy đủ và hôn con cái của mình rất ngọt ngào rồi đi ngủ với một lương tâm trong sạch. Nhưng không có Đấng Christ, bạn không thể thánh khiết. Vậy làm thế nào bạn có thể đến được Thiên Đàng?

Chỉ cần tin mà thôi. Công nhận những việc mà Chúa Giê-xu đã làm trên thập tự giá.

Công nhận sự tốt lành của Chúa Cứu Thế Giê-xu. Từ bỏ những việc làm của bản thân và chấp nhận việc làm của Chúa. Từ bỏ sự tốt đẹp của bản thân và công nhận sự tốt đẹp của Ngài. Hãy đứng trước mặt Đức Chúa Trời nhân danh của Ngài chứ không phải nhân danh chính bạn.

Điều đó dễ ợt phải không? Sự cứu rỗi không phải là chuyện dễ dàng có được đâu!. Cây thập tự rất nặng, huyết Chúa là thật, và cái giá phải trả là quá cao. Nó có thể khiến cho bạn và tôi bị phá sản, nên Ngài đã trả cái giá ấy cho chúng ta. Có thể gọi đó là chuyện đơn giản. Có thể gọi đó là một món quà. Nhưng đừng gọi nó là điều dễ dàng.

Hãy gọi tên nó theo đúng bản chất của nó. Hãy gọi nó là ân huệ.

- A Gentle Thunder.

Chúa Giê-xu giải cứu chúng ta khỏi cơn thạnh nộ.

Tất cả những ai tin Ngài đều được tuyên xưng công chính về mọi điều mà Kinh Luật Môi-se không thể nào tuyên xưng công chính được.

- Công vụ các sứ đồ 13:39

Đức Chúa Trời, bởi huyết của Chúa Cứu Thế Giê-xu đã lập Ngài làm sinh tế chuộc tội cho mọi người tin. Như vậy Đức Chúa Trời đã tỏ ra sự công chính của Ngài bởi lòng khoan nhẫn, bỏ qua những tội phạm trong quá khứ.

- Rô-ma 3:25

Huống chi, bây giờ chúng ta đã được xưng công chính bởi huyết của Ngài thì nhờ Ngài chúng ta lại càng được cứu khỏi thịnh nộ là dường nào.

- Rô-ma 5:9

Vì Đức Chúa Trời đã không định cho chúng ta bị cơn thịnh nộ nhưng được hưởng ơn cứu rỗi bởi Chúa Cứu Thế Giê-xu, Chúa chúng ta.

- 1 Tê-sa-lô-ni-ca 5:9

xưng công chính trước mặt Đức Chúa Trời.

Nếu ai ở trong ...., người ấy là một .... mới. Mọi sự ....đã qua đi; mọi sự bây giờ .... Qua Đấng Christ, Đức Chúa Trời làm cho..................giữa chúng ta và Ngài, cho nên bây giờ Ngài không còn xét thế gian này................... những tội lỗi của nó. Đức Chúa Trời đã làm cho Chúa Cứu Thế, là Đấng không................ trở nên............... để nhờ ở trong............... chúng ta trở nên.................với Đức Chúa Trời.

15. Rô-ma 5:9 và 1 Tê-sa-lô-ni-ca 5:9 (ở cột bên phải) nói với chúng ta rằng ân huệ của Chúa Giê-xu đã cứu chúng ta khỏi điều gì?

_____

_____

TRỌNG TÂM CỦA BÀI HỌC
* **Đức Chúa Trời là Đấng thánh khiết.**
* **Điều phân rẽ chúng ta khỏi Đức Chúa Trời chính là tội lỗi.**
* **Những nỗ lực của chúng ta nhằm tự cứu mình sẽ chỉ thất bại mà thôi.**
* **Chúa Giê-xu đã giải cứu chúng ta khỏi cơn thịnh nộ.**

Sự cứu rỗi của bạn thực sự là một món quà từ Đức Chúa Trời! Hãy viết câu Kinh Thánh ghi nhớ trong tuần này xuống các dòng kẻ dưới đây – Ê-phê-sô 2:8-9.

_____

_____

_____

Tấm lòng Chúa Giê-xu

Không ai muốn dành nhiều thời gian chìm đắm trong tội lỗi và cơn thịnh nộ của Đức Chúa Trời. Nhưng kinh nghiệm được ân huệ của Đức Chúa Trời trở nên quý giá hơn khi chúng ta nhận biết chúng ta đã được giải cứu khỏi điều gì. Bạn có nhớ câu chuyện về người nữ bị bắt quả tang phạm tội tà dâm không?

Bị bắt quả tang đang phạm tội.

Bị lôi đến trước mặt một vị quan án thánh khiết.

Không có lời biện hộ nào cho hành động của mình.

Tuyệt vọng.

Theo luật pháp, tất cả những gì mà cô xứng đáng được nhận là sự chết. Những người đàn ông vây xung quanh cô đang hò hét đòi Chúa Giê-xu cho họ một câu trả lời. Sau đó cô sẽ bị ném đá.

Nhưng Chúa Giê-xu không để cho cơn giận của họ trút xuống đầu của người phụ nữ này.

Thay vào đó, người phụ nữ đã bị bắt quả tang này đã kinh nghiệm được ân huệ của Chúa Giê-xu.

Ngài đã giải tán những kẻ buộc tội. Câu nói tiếp theo của Ngài chính là một món quà: "Ta cũng không lên án con đâu." Một khởi đầu mới cho cuộc đời. Sự tha thứ.

Ân huệ.

NGÀY HAI – ĐỨC CHÚA TRỜI BAN SỰ GIẢI CỨU

ĐIỀU LÀNH THAY CHO ĐIỀU ÁC?

Tôi vui vì lá thư này không được gửi từ Thiên đàng.

Nó được gửi đến từ công ty bảo hiểm xe ô tô của tôi, công ty bảo hiểm trước đây của tôi. Không phải tôi bỏ họ, mà là họ bỏ tôi. Không phải bởi vì tôi không trả phí bảo hiểm, tôi luôn đúng hẹn. Không phải vì tôi chưa hoàn thành các thủ tục giấy tờ. Tất cả đều đã được ký và gửi đi.

Họ bỏ tôi vì tôi đã gây ra quá nhiều hư hỏng cho xe.

Chờ chút! Để xem tôi đã diễn đạt đúng không. Tôi mua bảo hiểm để nó chi trả cho tôi khi xe của tôi bị hỏng cơ mà. Nhưng rồi họ lại bỏ tôi vì xe tôi bị hỏng nhiều quá ư. Ô hay! Tôi đã bỏ lỡ điều gì chăng? Tôi đã không đọc phần chú thích ở cuối trang hợp đồng? Hay tôi đã bỏ qua một vài chữ quan trọng ở trong bản hợp đồng sao?

Điều đó chẳng phải giống như việc bác sĩ chỉ điều trị cho những bệnh nhân khoẻ mạnh hay sao? Hay là nha sĩ treo một cái biển ở trước cửa: "Mời người không bị sâu răng vào." Hay là giáo viên phạt bạn chỉ vì bạn đặt quá nhiều câu hỏi? Vậy có gì khác với việc đi vay nợ mà lại phải chứng minh rằng bạn không cần tiền? Điều gì sẽ xảy ra nếu bộ phận phòng cháy chữa cháy nói rằng họ chỉ bảo vệ bạn trước khi bạn bị hoả hoạn?

Hoặc là Thiên đàng chỉ có không gian giới hạn thôi? Điều gì sẽ xảy ra nếu bạn nhận được một lá thư gửi từ Bộ phận Bảo hiểm của Cổng Thiên đàng, trong đó viết rằng:

Cô Kim Loan thân mến,

Tôi viết thư trả lời cho lời thỉnh cầu tha thứ lỗi lầm buổi sáng hôm nay của cô. Tôi rất tiếc phải thông báo với cô rằng cô đã vượt hạn mức tha thứ rồi. Báo cáo của chúng tôi chỉ ra rằng, từ khi thuê dịch vụ của chúng tôi, cô đã bảy lần mắc lỗi tham lam và đời sống cầu nguyện của cô không đạt yêu cầu khi so sánh với những người khác ở cùng độ tuổi và hoàn cảnh của cô.

Hơn nữa, báo cáo cũng chỉ ra rằng sự hiểu biết về giáo lý của cô dưới mức trung bình 20 phần trăm và cô có xu hướng ngồi lê đôi mách quá mức. Vì những tội lỗi đó mà cô được xếp vào số những ứng viên có mức độ rủi ro cao của Thiên đàng. Cô phải hiểu rằng ân huệ cũng có những giới hạn của nó. Chúa Giê-xu rất tiếc phải gửi tới cô thông báo này và lời hỏi thăm ân cần nhất và hy vọng cô sẽ tìm ra một số hình thức bảo hiểm khác.

Nhiều người sợ hãi khi nhận được một bức thư như thế. Một số người sợ rằng họ đã nhận được lá thư như thế rồi! Nếu một công ty bảo hiểm không thể bảo hiểm cho những sai lầm vô ý của tôi, vậy tôi có thể trông đợi Đức Chúa Trời khoả lấp sự chống nghịch có chủ đích của tôi không?

Phao-lô trả lời câu hỏi đó với điều mà John Stott gọi là "lời tuyên bố sững sốt nhất trong sách Rô-ma." Đức Chúa Trời "khiến những người gian ác trở nên công bình theo cái nhìn của Ngài" (Rô-ma 4:5). Thật là một lời tuyên bố không thể tin được!

1. Hãy điền vào chỗ trống dưới đây điều mà bạn học được từ phân đoạn Kinh Thánh này về việc được xưng công chính trước mặt Đức Chúa Trời.

"Nhưng ngày nay, không cậy vào kinh luật, sự công chính của Đức Chúa Trời mà kinh luật và các tiên tri làm chứng đã được bày tỏ ra, tức là sự công chính của Đức Chúa Trời nhờ đức tin nơi Chúa Cứu Thế Giê-xu, ban cho mọi người tin, không phân biệt ai cả; vì mọi người đều đã phạm tội, thiếu mất vinh quang của Đức Chúa Trời, nhờ ân sủng của Ngài và sự cứu chuộc trong Chúa Cứu Thế Giê-xu họ được xưng công chính mà không phải trả một giá nào. Đức Chúa Trời, bởi huyết của Chúa Cứu Thế Giê-xu đã lập Ngài làm sinh tế chuộc tội cho mọi người tin. Như vậy Đức Chúa Trời đã tỏ ra sự công chính của Ngài bởi lòng khoan nhẫn, bỏ qua những tội phạm trong quá khứ, Ngài cũng bày tỏ ra sự công chính của Ngài trong hiện tại, chứng tỏ Ngài là công chính ngay trong việc xưng công chính người nào đặt lòng tin nơi Đức Giê-xu." (Rô-ma 3:21-26)

Đức Chúa Trời khiến chúng ta trở nên công bình theo cái nhìn của Ngài.

Thật vậy, Kinh Luật được ban hành qua Môi-se, còn ân sủng và chân lý được hình thành qua Chúa Cứu Thế Giê-xu.

— **Giăng 1:17**

Tôi nhận ra rằng có một phương diện trong con người chúng ta không hoàn hảo. Chúng ta vẫn mắc sai lầm. Chúng ta vẫn vấp ngã. Chúng ta vẫn làm những điều mà chúng ta không muốn. Và cái phần đó trong chúng ta, theo như Hê-bơ-rơ 10:14, đang "được làm cho thánh khiết". Nhưng khi đứng trước mặt Đức Chúa Trời, chúng ta toàn hảo. Khi Ngài nhìn mỗi chúng ta, Ngài nhìn vào con người đã được làm nên toàn hảo qua một Đấng toàn hảo – Đó là Chúa Cứu Thế Giê-xu.

— In the Eye of the Storm

TIẾNG GỌI CỦA ÂN HUỆ

Thật Ta bảo cho con biết, hôm nay con sẽ ở với Ta trong Pa-ra-đi.
— Lu-ca 23:43

Hãy nói cho tôi biết, [tên trộm ở trên thập tự giá đã làm gì để nhận được sự giúp đỡ? Anh ta đã lãng phí cuộc đời mình. Anh ta là ai mà dám cầu xin sự tha thứ? Anh ta đã công khai phỉ báng Chúa Giê-xu. Anh ta có quyền cầu nguyện rằng… "Lạy Đức Giê-xu, khi vào đến nước Ngài, xin nhớ đến con!" không?

Bạn có thực sự muốn biết câu trả lời không? Bạn cũng có quyền cầu nguyện như vậy…

Bạn thấy đấy, chính bạn và tôi ở trên thập tự giá đó. Trần truồng, bị ruồng bỏ, tuyệt vọng và bị ghẻ lạnh. Đó là chúng ta. Đó chính là chúng ta, người đang cầu xin…

Chúng ta không khoe khoang. Chúng ta không đưa ra bản kê khai những việc lành của mình. Tất cả các của tế lễ đều trở nên ngớ ngẩn khi đặt trước Thập tự giá của Ngài…

Chúng ta, giống như tên trộm, cũng có một lời cầu xin nữa. Và chúng ta, giống như tên trộm, cũng cầu xin.

Và giống như tên trộm, chúng ta cũng được tiếng gọi của ân huệ.
— *He Still Moves Stones*

Thật vậy, nhờ ân sủng, bởi đức tin mà anh chị em được cứu rỗi, đây không phải tự sức anh chị em, nhưng là một tặng phẩm Đức Chúa Trời ban, cũng không phải do công đức anh chị em làm, để không ai có thể khoe mình.
— Ê-phê-sô 2:8-9

Đức Chúa Trời có một...............để khiến mọi người....................... trước mặt Ngài. Đức Chúa Trời khiến mọi người trở nên công chính trước mặt Ngài qua...............của họ nơi Chúa Cứu Thế Giê-xu. Tất cả chúng ta đều ....Nhưng Đức Chúa Trời làm cho chúng ta.................. khỏi tội lỗi qua sự hy sinh của Chúa Cứu Thế Giê-xu.

2. Hãy đọc các câu Kinh Thánh sau đây. Sau đó nối câu Kinh Thánh với điều bạn học được về cách Đức Chúa Trời đã làm để khiến những người tội lỗi trở nên công chính trước mặt Ngài.

- Giăng 8:24
- 1 Giăng 2:2
- Ga-la-ti 1:4
- Hê-bơ-rơ 7:27
- 2 Cô-rinh-tô 5:19
- Ma-thi-ơ 9:6

a. Chúa Giê-xu đã trả giá cho hình phạt của tội lỗi bằng sự hy sinh của Ngài.
b. Nếu không có sự cung ứng của Đức Chúa Trời thì chúng đã chết trong tội lỗi mình.
c. Chúa Giê-xu đã hy sinh vì tội lỗi của chúng ta một lần đủ cả.
d. Chúa Giê-xu có quyền tha thứ tội lỗi của chúng ta.
e. Chúa Giê-xu đã ban chính Ngài để giải cứu chúng ta khỏi tội lỗi.
f. Đức Chúa Trời không kể những tội lỗi của chúng ta chống lại chúng ta.

Hãy suy nghĩ về điều đó. Đó là điều khiến người tốt trở nên công chính, còn những người xấu xa thì sao? Chúng ta có thể mong đợi Đức Chúa Trời xưng những người tử tế là công chính, nhưng còn những người đê hèn thì sao? Chắc chắn, bảo hiểm sẽ được chi trả cho những lái xe có hồ sơ trong sạch, còn những người hay vượt quá tốc độ thì sao? Và những người có giấy phạt vì mắc những lỗi nọ lỗi kia thì sao? Những khách hàng có mức độ rủi ro cao thì sao? Làm sao trên đời này lại có chuyện xưng công chính cho những người gian ác?

ĐỨC CHÚA TRỜI CÓ GIẢI PHÁP

Từ đầu bức thư của Phao-lô cho đến điểm này, tất cả mọi nỗ lực để có được sự cứu rỗi đều từ trái đất hướng lên trên. Loài người đã thổi quả khinh khí cầu lên bằng khí nóng của mình và vẫn không thể rời khỏi bầu khí quyển này. Một kết luận không thể tránh được đó là: sự-tự-cứu-chuộc hoàn toàn không đem lại kết quả. Con người không có cách nào tự cứu mình.

Nhưng Phao-lô công bố rằng *Đức Chúa Trời có một giải pháp*. Nơi nào con người thất bại thì Đức Chúa Trời bất bại. Sự cứu chuộc từ Thiên Đàng xuống, chứ không phải từ dưới đất lên. "Bình minh từ trời cao sẽ toả sáng trên chúng ta" (Lu-ca 1:78). "Tất cả các ân huệ tốt lành cũng như tất cả các ân tứ toàn hảo đều đến từ trên cao và do Cha sáng láng ban xuống" (Gia-cơ 1:17). Xin hãy ghi nhớ rằng: Sự Cứu chuộc là do Đức Chúa Trời ban, do Ngài tể trị, do Ngài trao phó và khởi nguồn từ Ngài. Món quà này không phải do con người dâng lên Đức Chúa Trời. Nhưng đó là món quà Đức Chúa Trời ban cho con người.

3. Hãy đọc Ê-phê-sô 2:8-9 ở cột bên phải. Dựa trên những điều bạn đã đọc được, câu nào sau đây là đúng khi nói về món quà cứu chuộc của Đức Chúa Trời và câu nào sai? Đánh dấu câu trả lời đúng bằng (Đ) và câu trả lời sai bằng (S). Sử dụng các câu Kinh Thánh sau đây để giúp bạn trả lời.

- Món quà ân huệ của Đức Chúa Trời ban cho chúng ta qua Đức Chúa Giê-xu Christ.
- Có người phải chăm chỉ làm lành hơn những người khác thì mới được cứu.

- Đức Chúa Trời ban cho chúng ta ân huệ của Ngài một cách nhưng không không kèm theo một điều kiện nào.

- Không ai đáng được nhận công về món quà cứu chuộc của Đức Chúa Trời.

Ở điểm này, có thể bạn cố gắng đặt thêm điều kiện cho ân huệ. *Chúng ta có thể được tha thứ cho một số tội lỗi nhất định, nhưng những tội khác thì không, hoặc, Vâng, tôi có thể thấy người này người nọ được vào Thiên đàng, nhưng còn cô ta thì sao?* Những thái độ như vậy công khai chống lại ân huệ vô hạn của Đức Chúa Trời. Hơn thế nữa, chúng còn lờ đi chân lý của Kinh Thánh rằng, ngoại trừ Chúa Giê-xu, tất cả chúng ta đều tội lỗi trước một Đức Chúa Trời thánh khiết. Tất cả chúng ta cần Chúa Giê-xu, bởi vì tất cả chúng ta đều tội lỗi và không đạt tiêu chuẩn toàn hảo của Đức Chúa Trời (Rô-ma 3:23). Trong nhãn quan Thiên Đàng, không ai tốt đẹp hơn ai. Tất cả chúng ta đều có một món nợ tội lỗi vô cùng lớn mà chỉ có Chúa Giê-xu mới có thể trả nổi.

Tức là sự công chính của Đức Chúa Trời nhờ đức tin nơi Chúa Cứu Thế Giê-xu, ban cho mọi người tin, không phân biệt ai cả; vì mọi người đều đã phạm tội, thiếu mất vinh quang của Đức Chúa Trời, nhờ ân sủng của Ngài và sự cứu chuộc trong Chúa Cứu Thế Giê-xu họ được xưng công chính mà không phải trả một giá nào. – Rô-ma 3:22-24

4. Chọn câu trả lời chính xác cho mỗi câu hỏi dưới đây. Hãy dựa vào phân đoạn Kinh Thánh Rô-ma 3:22-24 ở trên để chọn câu trả lời. Hãy đánh dấu tất cả mọi câu trả lời phù hợp.

Đức Chúa Trời khiến ai trở nên công bình trước mặt Ngài?
☐ Chỉ một vài cá nhân tốt.
☐ Chỉ những người cố gắng trở nên tốt đẹp
☐ Tất cả những người đặt lòng tin nơi Chúa Giê-xu Christ

Làm thế nào chúng ta có thể nhận được sự cứu rỗi?
☐ Chúng ta phải nỗ lực có được nó bằng cách trở nên tốt đẹp hơn.
☐ Một ngày nào đó, chúng ta phải đến bù lại cho Đức Chúa Trời về sự cứu chuộc chúng ta nhận được.
☐ Đó là món quà vô giá từ ân huệ của Ngài.

5. Tại sao việc đón nhận một điều mà chúng ta không tự mình kiếm được hoặc làm ra lại khó khăn?

_____
_____
_____

Tất cả chúng ta đều đã phạm tội trước một Đức Chúa Trời thánh khiết.

Hãy đi và học cho biết ý nghĩa câu này: 'Ta chuộng lòng thương xót hơn vật tế lễ!' Vì Ta đến không phải để kêu gọi người công chính, nhưng gọi người tội lỗi.
- Ma-thi-ơ 9:13

Nếu đã theo ân sủng thì không theo công đức nữa, bằng không thì ân sủng chẳng còn là ân sủng.
- Rô-ma 11:6

Giá chuộc tội lỗi của chúng ta lớn hơn rất nhiều so với giá chúng ta có thể trả.

QUYẾT ĐỊNH CỦA ÂN HUỆ
Vì "Đức Chúa Trời đã giải hoà với nhân loại trong Chúa Cứu Thế… Đức Chúa Trời đã làm cho Chúa Cứu Thế, Đấng vốn không biết tội lỗi trở nên tội lỗi vì cớ chúng ta để nhờ ở trong Chúa Cứu Thế chúng ta trở nên công chính trong Đức Chúa Trời" (2 Cô-rinh-tô 5:19, 21). Lý lịch hoàn hảo của Chúa Giê-xu được chuyển sang cho bạn, và lý lịch không hoàn hảo của bạn được chuyển sang cho Ngài. Chúa Giê-xu "là Đấng công chính cho người không công chính, để đem anh chị em đến với Đức Chúa Trời" (1 Phi-e-rơ 3:18). Kết quả là, sự thánh khiết của Đức Chúa Trời được tôn trọng và con cái của Ngài được tha thứ. Bởi đời sống toàn hảo, Chúa Giê-xu đã làm trọn mạng lệnh của luật pháp. Bởi sự chết của Ngài, Chúa Giê-xu đã thoả mãn đòi hỏi của tội lỗi. Chúa Giê-xu đã chịu khổ, không phải giống như một tội nhân, mà trong vai trò của một tội nhân. Tại sao Ngài lại la lên rằng: " ĐỨC CHÚA TRỜI Tôi ôi, ĐỨC

Nhưng Ngài phán với tôi: Ân sủng Ta đủ cho con rồi, vì quyền năng của Ta trở nên trọn vẹn trong sự yếu đuối. Vì vậy tôi rất vui mừng, tự hào trong sự yếu đuối của tôi, để quyền năng của Chúa Cứu Thế có thể ở luôn trong tôi.

- 2 Cô-rinh-tô 12:9

Nếu chúng ta xưng tội lỗi mình thì Ngài là Đấng thành tín và công chính sẽ tha thứ tội lỗi chúng ta và thanh tẩy chúng ta sạch mọi điều bất chính.

- 1 Giăng 1:9

Chúa Giê-xu mở đường để bạn có thể kinh nghiệm được sự tha thứ của Ngài.

Vậy, chúng ta hãy vững lòng đến gần ngai ân sủng, để được thương xót và tìm được ân sủng khả dĩ giúp đỡ chúng ta kịp thời.

- Hê-bơ-rơ 4:16,

CHÚA TRỜI Tôi ôi, sao Ngài lìa bỏ Tôi?" (Ma-thi-ơ 27:46). Khi Đức Chúa Trời sai Chúa Giê-xu xuống để làm một của lễ hay một sự thay thế cho tội lỗi của chúng ta, Ngài đã biến ân huệ thành hành động. Nói một cách đơn giản là, giá chuộc cho tội lỗi chúng ta lớn đến vô hạn so với giá chúng ta có thể trả. Ân huệ phải đến giải cứu chúng ta – trong thân vị của Đức Chúa Giê-xu Christ.

6. Dựa trên những điều bạn đã học được về chương trình cứu rỗi của Đức Chúa Trời, sinh tế là Chúa Giê-xu Christ đã tôn vinh tiêu chuẩn thánh khiết của Đức Chúa Trời như thế nào?

_____

_____

QUÁ TỐT NÊN KHÔNG THỂ LÀ SỰ THẬT?

Đây rất có thể là lẽ thật thuộc linh khó nắm bắt nhất đối với chúng ta. Vì một vài lý do, con người chấp nhận Chúa Giê-xu là Chúa trước khi họ chấp nhận Ngài là Đấng Cứu Chuộc. Nhận thức được quyền năng của Ngài dễ hơn việc nhận thức sự nhân từ của Ngài. Chúng ta sẽ vui mừng về ngôi mộ trống rất lâu trước khi chúng ta quỳ gối trước thập tự giá.

Trong thâm tâm, chúng ta thường nghĩ rằng những điều Chúa Giê-xu đã làm cho chúng ta "quá tốt nên không thể nào là sự thật." Cho đến giờ, đây là lời phản đối phổ biến nhất đối với ân huệ. Hãy xem thử một cô gái trẻ sống bừa bãi theo xác thịt chứ không theo Đức Chúa Trời trong suốt hai năm sinh viên. Hay xem một người chồng trẻ đang tự hỏi liệu Đức Chúa Trời có tha thứ cho việc anh bỏ tiền ra cho một ca phá thai cách đây cả chục năm không. Rồi thêm một ông bố vừa nhận ra rằng ông ta đã phung phí hết cuộc đời cho công việc và bỏ bê con cái.

Tất cả đều đang tự hỏi liệu họ có đi quá giới hạn mà Đức Chúa Trời cho phép chưa. Họ không đơn độc. Phần lớn mọi người đều tuyên bố: "Đức Chúa Trời có thể ban ân huệ cho anh, nhưng không phải cho tôi. Anh thấy đấy, tôi đã phạm vô số sai lầm. Tôi đã hối lộ rất nhiều lần. Tôi không phải là một tội nhân có thể được ân xá, tôi đã phạm tội...................." Và họ điền vào chỗ trống đó.

7. Bất kể tội lỗi nào có thể đang ẩn nấp trong quá khứ của bạn, Chúa Giê-xu mở đường để bạn kinh nghiệm được ân huệ thực sự của Ngài. Hãy đọc lời hứa trong 1 Giăng 1:9. Điền vào chỗ trống dưới đây về đoạn Kinh Thánh nói về sự tha thứ tội lỗi.

Nếu chúng ta.................. tội mình, thì Ngài là.............. và ....để tha mọi tội lỗi chúng ta. Và .... chúng ta .... điều gian ác.

TRONG SỰ HIỆN DIỆN CỦA ĐỨC CHÚA TRỜI

"Vì vậy, đã được xưng công chính bởi đức tin, chúng ta được bình an với Đức Chúa Trời qua Chúa Cứu Thế Giê-xu, Chúa chúng ta. Cũng nhờ Ngài chúng ta được vào trong ân sủng này, là ân sủng mà chúng ta hiện đang đứng vững và hân hoan về niềm hy vọng được hưởng vinh quang của Đức Chúa Trời. Không chỉ có thế thôi, nhưng chúng ta cũng hân hoan trong hoạn nạn nữa, vì biết rằng hoạn nạn làm cho chúng ta kiên nhẫn, kiên nhẫn làm cho chúng ta được tôi luyện, tôi luyện làm cho hy vọng, và hy vọng không làm hổ thẹn. Vì tình yêu thương của Đức Chúa Trời đổ đầy lòng chúng ta bởi Đức Thánh Linh là Đấng đã được ban cho chúng ta." – Rô-ma 5:1-5

8. Gạch chân những từ trong đoạn Kinh Thánh trên mô tả về

những kết quả tích cực của việc nhận sự cứu chuộc của Đức Chúa Trời. Bây giờ, hãy đánh dấu tất cả các câu dưới đây mô tả về những phước hạnh nhận được từ sự cứu chuộc.

☐ Chúng ta được hòa thuận với Đức Chúa Trời

☐ Chúng ta vui hưởng ân huệ của Đức Chúa Trời

☐ Chúng ta hạnh phúc vì có hy vọng.

☐ Chúng ta sẽ dự phần vào sự vinh hiển của Đức Chúa Trời

☐ Chúng ta vui mừng trong sự hoạn nạn.

☐ Chúng ta có tình yêu của Đức Chúa Trời trong lòng.

☐ Chúng ta nhận được quà tặng là Đức Thánh Linh.

Hãy xem cụm từ này, "chúng ta được mang vào" từ Hy-lạp có nghĩa là "dẫn vào trong sự hiện diện của hoàng tộc." Đấng Christ gặp chúng ta ở bên ngoài phòng ngai vàng, cầm tay chúng ta và dẫn chúng ta vào trong sự hiện diện của Đức Chúa Trời. Trên đường vào, chúng ta tìm được ân huệ, không phải sự kết án; sự thương xót, không phải sự sửa phạt. Một nơi lẽ ra chúng ta không bao giờ được bước chân vào, mà nay chúng ta được chào đón để bước vào trong sự hiện diện của Ngài.

9. Đôi khi chúng ta cảm thấy mình thật khó ưa. Chúng ta không thể hình dung được tại sao Đức Chúa Trời lại muốn đồng hành với chúng ta. Chúng ta đỏ mặt thẹn thùng trước sự hiện diện thánh khiết toàn hảo của Ngài. Nhưng Hê-bơ-rơ 4:16 đã thúc giục chúng ta làm gì?

Nhờ ân sủng của Ngài và sự cứu chuộc trong Chúa Cứu Thế Giê-xu họ được xưng công chính mà không phải trả một giá nào.
- Rô-ma 3:24

_____

_____

_____

Nếu một đứa trẻ mà bạn không hề quen biết xuất hiện trước cửa nhà bạn và xin bạn cho ngủ nhờ một đêm, bạn sẽ làm gì? Chắc chắn bạn sẽ hỏi tên của nó, hỏi nó sống ở đâu, tìm hiểu tại sao nó lại đi lang thang trong thành phố như vậy và liên lạc với bố mẹ của nó. Mặt khác, nếu một thằng nhóc đi cùng với con trai bạn bước vào nhà, nó sẽ được chào đón. Điều tương tự cũng đúng với Đức Chúa Trời. Bởi việc trở thành bạn hữu với Con Ngài, chúng ta đã được bước vào phòng đặt ngai vàng. Ngài dẫn chúng ta vào trong "phước hạnh của ân huệ Đức Chúa Trời mà chúng ta đang vui hưởng" (Rô-ma 5:2).

10. Bạn sẽ mô tả "phước hạnh của ân huệ Đức Chúa Trời" mà bạn đang vui hưởng như thế nào? Hãy đánh dấu tất cả câu trả lời phù hợp.

☐ Ân huệ nghĩa là Đức Chúa Trời chấp nhận tôi như chính con người tôi.

☐ Ân huệ nghĩa là quá khứ của tôi được tha thứ và không còn bị nhớ đến nữa.

☐ Ân huệ nghĩa là tôi được chào đón vào sự hiện diện của Đức Chúa Trời bất cứ lúc nào.

Ân huệ nghĩa là quá khứ của tôi được tha thứ và không còn được nhớ đến nữa.

Hãy suy nghĩ đến thành tựu của Đức Chúa Trời. Ngài không bỏ qua tội lỗi của chúng ta, cũng không thoả hiệp tiêu chuẩn của Ngài. Ngài không lờ đi những sự chống nghịch của chúng ta, cũng không giảm bớt đòi hỏi của Ngài. Hơn cả việc bỏ qua tội lỗi của chúng ta, Ngài đã mang lấy tội lỗi của chúng ta và, thật không thể tin được, Ngài đã tuyên án chính Ngài. Sự thánh khiết của Đức Chúa Trời được tôn cao. Tội lỗi của chúng ta bị trừng phạt... và chúng ta được cứu chuộc. Đức Chúa Trời vẫn là Đức Chúa Trời. Tiền công của tội lỗi vẫn là sự chết. Và chúng ta được trở nên trọn vẹn... Đức Chúa Trời đã làm điều mà chúng ta không thể làm để khiến chúng ta có thể trở nên điều mà chúng ta không dám mơ đến: được trọn vẹn trước mặt Đức Chúa Trời.

11. Nhiều người chúng ta quen với những câu chuyện hư cấu "đến cổng Thiên Đàng". Nhưng cứ cho là có một kinh nghiệm như vậy đi. Bạn sẽ nói gì nếu Đức Chúa Trời gặp bạn ở ngưỡng cửa và hỏi bạn: "Sao Ta phải cho con vào?"

_____

_____

_____

TRỌNG TÂM BÀI HỌC

* Giá chuộc tội lỗi của chúng ta lớn hơn rất nhiều so với giá chúng ta có thể trả.
* Tất cả chúng ta đều phạm tội như nhau trước một Đức Chúa Trời thánh khiết.
* Chúa Giê-xu mở đường để bạn có thể kinh nghiệm sự tha thứ của Ngài.
* Đức Chúa Trời khiến chúng ta được xưng công chính theo cách nhìn của Ngài.
* Ân huệ đồng nghĩa với việc quá khứ của tôi được tha thứ và không còn được nhớ đến nữa.

Hãy dành một chút thời gian để ôn lại câu Kinh Thánh ghi nhớ trong tuần này – Ê-phê-sô 2:8-9. Hãy viết xuống đây để thêm ghi nhớ câu Kinh Thánh này:

Nên dù chúng ta đã chết vì các vi phạm mình, Ngài làm cho chúng ta cùng sống với Chúa Cứu Thế. Ấy chính nhờ ân sủng mà anh chị em được cứu.

- Ê-phê-sô 2:5

_____

_____

_____

Tấm lòng của Chúa Giê-xu

Lê-vi không phải là người được mọi người yêu mến, ít nhất là không phải ở trong vòng những người thuộc một xã hội tốt đẹp. Những người này nghi ngờ, xa lánh ông, ném cho ông cái nhìn đầy ngờ vực. Họ sợ quyền lực mà ông đang nắm giữ và họ ghét ông vì điều đó. Đó là cuộc sống của một người thu thuế. Dù vậy, Lê-vi không đơn độc. Ông có những người bạn của riêng mình –những người thu thuế khác, những kẻ du côn, phường đĩ điếm, kẻ bị xã hội ruồng bỏ và những người Do Thái bị coi là "những kẻ tội lỗi". Một ngày nọ, tại phòng làm việc của ông, Chúa Giê-xu bất ngờ ngó đầu qua cửa và chỉ đơn giản nói "Hãy theo ta!" Trong khoảnh khắc, tim Lê-vi như ngừng thở. Ông có nghe nhầm không? Mọi người đều biết Chúa Giê-xu là một người công bình, không phải hạng người có bất cứ liên hệ gì với một kẻ thu thuế.

Nhưng lời mời gọi đã được đưa ra!

Ông đã đi theo.

Để đáp lại, Lê-vi cũng đưa ra lời mời: "Xin Thầy đến dùng bữa với con, và con sẽ giới thiệu Thầy với tất cả bạn bè con." Cả xã hội tốt đẹp đều cảm thấy bị xúc phạm, nhưng Chúa Giê-xu không bận tâm về điều đó. "Bởi điều này mà ta đã đến!" Không phải vì một xã hội đã tốt đẹp sẵn. Không phải vì những con người đã lương thiện sẵn. Chúa Giê-xu đã đến để những kẻ tội nhân có thể kinh nghiệm được ân huệ.

NGÀY BA – NHỮNG KẺ KHỐ RÁCH ÁO ÔM CỦA HOÀNG TỘC

ĐẶC ÂN CỦA NHỮNG KẺ KHỐ RÁCH ÁO ÔM

Một trong những phát hiện khó tin hơn cả mà chúng ta có thể nhận thấy từ món quà ân huệ của Đức Chúa Trời chính là thời gian. Không phải là sau khi chúng ta thay đổi Ngài mới yêu chúng ta. Không phải sau khi chúng ta đi nhà thờ được mười năm thì Ngài mới quyết định yêu chúng ta. Không phải sau khi chúng ta điền vào tất cả các tờ đơn, trình ra ba thư giới thiệu, vượt qua kỳ sát hạch trần ai thì Ngài mới yêu chúng ta. Đức Chúa Trời đã yêu chúng ta khi chúng ta còn là người có tội. Không thể tin được. Ngài đã yêu chúng ta mà không hề trách móc một điều gì. Ngài đối đãi với chúng ta như những người thuộc hoàng tộc trong khi chúng ta chỉ là những kẻ khố rách áo ôm.

Thật vậy, khi chúng ta thiếu năng lực thì Chúa Cứu Thế đã chết cho kẻ vô đạo. Vì khó có ai chết cho một người công chính, hoạ may còn có người dám chết cho người tốt. Nhưng Đức Chúa Trời đã tỏ tình yêu thương Ngài đối với chúng ta, khi chúng ta còn là tội nhân thì Chúa Cứu Thế đã chết thay cho chúng ta.
– Rô-ma 5:6-8

1. Dựa vào những điều bạn vừa đọc trong Rô-ma 5:6-8, hãy điền vào chỗ trống những câu sau đây liên quan đến thời điểm Đức Chúa Trời đến để cứu chúng ta.

Khi chúng ta.................... trong việc giúp đỡ.................

Khi chúng ta là kẻ ....

Vào lúc chúng ta..............

Trong khi chúng ta vẫn ....

Hội thánh đầu tiên tôi phục vụ trong vai trò mục sư là ở Mi-a-mi, Florida. Trong hội chúng của chúng tôi, phần lớn là những phụ nữ miền Nam. Họ là những người rất thích nấu nướng. Tôi rất hợp với họ, vì tôi độc thân, lại mê ăn uống. Hội thánh thích cnhững bữa ăn tối Chúa Nhật, lúc mỗi người đến đều mang theo một món mà họ chuẩn bị và cứ một quý một lần, họ lại mở tiệc linh đình.

Một đĩa đầy những món ngon ngất ngây. Mứt trái cây đổ ngập trong dứa, đậu cô-ve nướng, các loại dưa chua chua ngọt ngọt, bánh nướng làm từ quả hồ đào… (Ôi tôi vừa đánh máy vừa nhỏ nước miếng luôn!) Bạn đã bao giờ tự hỏi tại sao các mục sư thường có bụng phệ chưa? Bạn cùng bước vào mục vụ để được ăn như họ!

Vì còn độc thân nên tôi chỉ mong chờ đến các bữa ăn tối kiểu này, bù đắp cho những ngày ăn uống sơ sài khi có một mình. Khi những người khác đang tính xem nấu món gì, thì tôi nghiên cứu cách làm sao tiêu thụ được nhiều thức ăn như lạc đà. Tôi biết mình cũng cần mang đến một món gì đó, tôi sẽ cố lục tung cái kệ bếp của mình vào chiều Chúa nhật xem có gì không. Kết quả thường không mấy vui vẻ: Một lần tôi mang lọ lạc rang chỉ còn một nửa; lần khác tôi làm nửa tá bánh mì kẹp mứt. Một trong những đóng góp lớn lao hơn cả của tôi là một bịch khoai tây chiên còn nguyên; hay sơ sài hơn là một lon súp cà chua, cũng còn nguyên.

Không có gì nhiều cả, nhưng chẳng ai phàn nàn gì. Thực tế, nhìn cái cách mà những người phụ nữ này thể hiện, bạn sẽ nghĩ rằng tôi đã mang đến cả một con gà tây thơm lừng cho lễ Tạ Ơn cơ! Họ đã để lọ lạc rang của tôi lên chiếc bàn ăn dài cùng với những món khác rồi đưa cho tôi cái đĩa. "Mục sư ăn đi, đừng ngại! Phải gắp đầy đĩa nhé!" Và tất nhiên

Đức Chúa Trời yêu thương chúng ta khi chúng ta còn là kẻ có tội.

TẤT CẢ CON CÁI CỦA ĐỨC CHÚA TRỜI

Đức Chúa Trời sẵn dành tặng phẩm ấy cho những người nào? Cho những người khôn ngoan nhất? Cho những người xinh đẹp nhất, hay những người duyên dáng nhất? Không! Tặng phẩm của Ngài dành cho tất cả chúng ta - những kẻ ăn mày và những ông chủ ngân hàng, các tu sĩ và các nhân viên bàn giấy, quan toà và người gác cổng. Tất cả con cái của Ngài.

Và Ngài muốn có được chúng ta đến đổi Ngài sẵn sàng tiếp nhận chúng ta dù ở tình trạng nào — "giá đính trên món hàng như thế nào thì lấy thế đó". Ngài không định đợi đến lúc chúng ta đạt đến sự toàn hảo (Vì Ngài biết chúng ta sẽ chẳng bao giờ đạt đến tiêu chuẩn ấy đâu!). Bạn có nghĩ rằng Ngài đợi chúng ta chiến thắng mọi cám dỗ không? Không đâu! Đến khi chúng ta sống trọn vẹn trong đường lối một người Cơ Đốc? Không phải vậy đâu! Hãy nhớ rằng, Đấng Christ đã chết vì chúng ta khi chúng ta còn là kẻ có tội. Vậy thì sự hy sinh của Ngài không phụ thuộc vào thành tích của chúng ta.

Ngài muốn có chúng ta ngay bây giờ.

- No Wonder They Call Him the Savior.

là tôi làm theo lời họ ngay! Khoai tây nghiền và nước xốt. Thịt bò nướng. Gà rán. Tôi lấy mỗi thứ một ít, ngoại trừ món lạc rang!

Tôi đã đến như một gã ăn mày nhưng lại được ăn như một vị vua!

2. Chúng ta hiểu được sự dằn vặt của cơn đói thể chất. Tuy nhiên, chúng ta có thể học được điều gì từ những câu Kinh Thánh sau đây về việc bị "đói" trong lĩnh vực thuộc linh?

> *Ngôi Lời đã giáng thế làm người, cư ngụ giữa chúng ta, tràn đầy ân sủng và chân lý. Chúng tôi đã tận mắt chiêm ngưỡng vinh quang Ngài, là vinh quang của Con Một đến từ Cha.*
>
> *- Giăng 1:14*

Thi Thiên 73:25 – "Trên trời, tôi có ai trừ ra Chúa. Dưới đất, tôi cũng không ước ao ai ngoài Ngài."

_____

Thi Thiên 119:20 – "Tâm hồn tôi luôn mòn mỏi khao khát các phán quyết của Chúa."

_____

> **Hãy đến với Chúa Giê-xu. Ngài sẽ thoả mãn sự đói khát tâm linh của bạn.**

Ê-sai 26:8-9 – "Thật vậy, trên con đường đoán xét của Ngài, lạy Chúa, chúng tôi trông đợi Ngài. Linh hồn chúng tôi khao khát danh Ngài. Và sự kỷ niệm Ngài. Ban đêm linh hồn tôi khao khát Ngài, Phải, ban mai, tâm linh tôi tìm kiếm Ngài. Vì khi Ngài đoán xét quả đất thì dân cư thế giới học sự công chính."

_____

Giăng 6:35 – "Đức Chúa Giê-xu đáp: 'Chính Ta là bánh hằng sống, ai đến với Ta sẽ không bao giờ đói, còn ai tin Ta sẽ chẳng bao giờ khát!'

_____

Ma-thi-ơ 5:6 – "Phước cho người đói khát sự công chính, vì sẽ được no đủ."

_____

ĐÓI KHÁT TÂM LINH

Mặc dù Phao-lô chưa bao giờ tham dự bữa ăn mà mỗi người tới dự đem theo một món, nhưng hẳn ông sẽ rất thích tính tượng trưng của bữa ăn ấy. Ông nói rằng Chúa Giê-xu đã làm cho chúng ta những gì mà những người phụ nữ đó đã làm cho tôi. Ngài chào đón chúng ta đến bàn tiệc của Ngài vì Ngài yêu chúng ta và vì lời thình cầu của chúng ta. Không phải vì của lễ của chúng ta mà chúng ta được một chỗ tại bàn tiệc ấy đâu, mà thực ra tất cả những thứ chúng ta mang đến chỉ là những món ăn hèn mọn trong bàn tiệc của Ngài. Lời thú nhận rằng mình đói khát là nhu cầu duy nhất, vì "Phước cho người đói khát sự công chính, vì sẽ được no đủ" (Ma-thi-ơ 5:6).

Cho nên, sự đói khát của chúng ta không phải là một khao khát cần phải được ngăn ngừa mà đúng hơn là một khao khát-Chúa-ban cần phải được chú ý. Sự yếu đuối của chúng ta không phải để bị xua đuổi nhưng là để thú nhận.

> *Năm tháng tôi được thoả mãn với vật ngon; Tuổi trẻ của tôi được tăng thêm sức mới như chim phượng hoàng.*
>
> *- Thi Thiên 103:5*

3. Theo Ma-thi-ơ 5:6, câu nào sau đây đúng khi nói đến kết quả của sự đói khát tâm linh và câu nào sai? Đánh dấu câu trả lời đúng bằng (Đ) và câu trả lời sai bằng (S).

- Chúng ta sẽ được no nê và được thoả lòng.
- Chúng ta sẽ tiếp tục khao khát được no nê.
- Đôi lúc chúng ta sẽ thoả lòng ở mức độ nào đó.

Đôi khi chúng ta nhận ra sự đói khát tâm linh của mình khi chúng ta trải qua một khoảng thời gian dài thiếu vắng mối tương giao với Đức Chúa Trời. Chúng ta có thể nhận ra tình trạng trống rỗng của mình sau khi trải qua một khoảng thời gian "khô cằn" thuộc linh, khi chúng ta dường như chỉ "trả bài" cho Chúa trong giờ tĩnh nguyện, cầu nguyện. Hoặc có thể đời sống chúng ta đầy dẫy sự bất tuân và bây giờ khao khát được ở với Chúa Giê-xu một lần nữa. Sự đói tâm linh làm cho chúng ta nghe được tiếng lòng của mình đang sôi ùng ục với sự trống rỗng và một lần nữa nhận ra rằng chúng ta nhớ Ngài nhiều như thế nào.

4. Câu nào mô tả chính xác nhất về mức độ "cơn đói" thuộc linh hiện tại của bạn? Hãy đánh dấu câu trả lời của bạn.

☐ Tôi hoàn toàn thoả mãn với bản thân mình, và không khao khát thêm bất cứ điều gì về vấn đề thuộc linh.

☐ Tôi có thể sống ngày này qua ngày khác mà vẫn không hề nhận ra mình đang đói nhường nào.

☐ Tâm linh tôi đang đói cồn cào, nhưng tôi không có thời gian để "chuẩn bị bữa ăn".

☐ Tôi có 'thức ăn nhanh' thuộc linh và thoả mãn sự đói khát của mình bằng một vài câu Kinh Thánh đơn giản.

☐ Tôi không thể trải qua một ngày nếu không có ít nhất một bữa ăn thuộc linh tươm tất.

Để chúng ta ca ngợi ân sủng vinh quang mà Đức Chúa Trời đã ban tặng cho chúng ta trong Con yêu dấu của Ngài.

- Ê-phê-sô 1:6

CHÂN DUNG CỦA KẺ NGHÈO TÚNG

Không đẹp! Bức chân dung mà Phao-lô vẽ khi ông miêu tả về chúng ta trong Rô-ma 5 không đẹp tí nào. Hãy suy nghĩ về bức tranh ấy. Chúng ta "không thể tự giúp chính mình," "sống nghịch lại với Đức Chúa Trời," là 'tội nhân', và "kẻ thù của Đức Chúa Trời" (Rô-ma 5:6, 8, 10). Thật là đáng thương và thảm hại. Nhưng đây chính là những con người mà vì họ Chúa Giê-xu Christ đã hy sinh mạng sống của Ngài. Bạn thấy đấy, chúng ta đến với Chúa Giê-xu như vậy – nếu không chúng ta chưa hề đến với Ngài chút nào. Chỉ một mình Ngài có thể biến đổi chúng ta trở thành người mà Chúa đã định cho chúng ta. Chúng ta đang lãng phí thời gian khi chúng ta "cố gắng dọn sạch những hậu quả do mình gây ra" trước khi đến với Ngài.

Chuyên gia trị liệu gia đình Paul Faulkner kể về một người đàn ông muốn nhận một cô bé đang ở tuổi thiếu niên chuyên gây rắc rối làm con nuôi. Người ta đặt câu hỏi về tính hợp lý trong quyết định của ông bố này. Cô bé này luôn phá phách, không vâng lời và không trung thực. Một ngày nọ, cô bé đi học về và lục tung nhà để tìm tiền. Khi ông về đến nhà, cô bé đã bỏ đi và căn nhà như bãi chiến trường.

Khi nghe nói về việc làm của cô bé, những người bạn thuyết phục ông không nên nhận nuôi đứa con này nữa. "Để nó đi đi!" họ nói. "Xét cho cùng thì nó có phải là con gái của anh đâu." Câu trả lời của ông ấy thật đơn giản. "Đúng thế, nhưng tôi đã nói với nó rằng nó là con gái tôi."

Đức Chúa Trời cũng vậy, Ngài đã lập giao ước rằng Ngài sẽ gọi chúng ta là con cái của Ngài. Giao ước của Ngài không bị hết hiệu lực vì cớ những sự chống nghịch của chúng ta. Yêu chúng ta khi chúng ta mạnh mẽ, vâng lời và sẵn lòng là chuyện không khó. Nhưng khi chúng ta lục tung căn nhà và ăn cắp những thứ thuộc về Ngài thì sao? Đây là bài trắc nghiệm của tình yêu.

Và Đức Chúa Trời đã vượt qua bài kiểm tra đó. "Nhưng Đức Chúa Trời đã tỏ tình yêu thương Ngài đối với chúng ta, khi chúng ta còn là tội nhân thì Chúa Cứu Thế đã chết thay cho chúng ta." (Rô-ma 5:8).

Những người phụ nữ ở Hội thánh của tôi đã không nhìn tôi và món lạc rang của tôi và nói rằng: "Hãy trở lại đây khi nào mục sư biết nấu ăn."

ĐỨC CHÚA TRỜI KHIẾN CHÚNG TA ĐƯỢC XƯNG CÔNG CHÍNH TRỞ LẠI

Chúng ta đang khát.

Không phải khát danh tiếng, tài sản, đam mê hay là sự lãng mạn. Chúng ta đã say sưa với những thứ đó rồi. Chúng là nước mặn ở nơi sa mạc. Chúng không làm đã khát – mà chúng giết chết cơn khát.

"Phước cho những người đói khát sự công chính…"

Sự công chính. Chính là nó. Đó chính là điều mà chúng ta đang khao khát. Chúng ta đang khao khát một lương tâm trong sạch. Chúng ta khao khát một phiến đá trong sạch. Chúng ta ao ước một khởi đầu tươi mới. Chúng ta cầu xin một bàn tay chìa ra trong hang động tối tăm của cuộc đời và làm cho chúng ta một việc mà chúng ta không thể tự làm cho chính mình – khiến chúng ta được xưng công chính trở lại.

-The Applause of Heaven

Người cha không nhìn căn nhà bị phá hoại và nói rằng: "Hãy trở về đây khi nào con học cách tôn trọng người khác."

Đức Chúa Trời không nhìn vào những mảnh đời tả tơi của chúng ta và nói rằng: "Ta sẽ chết cho các con chừng nào các con xứng đáng."

Chỉ có Chúa Giê-xu mới có thể biến chúng ta trở thành người mà Ngài đã định cho chúng ta.

5. Hãy đọc các câu Kinh Thánh sau đây. Sau đó điền vào chỗ trống theo những gì bạn đã học được về cách Đức Chúa Trời bày tỏ tình yêu vĩ đại của Ngài đối với chúng ta.

Ngài …….. …… giận và đẩy ……………… (Giô-ên 2:13)

Đức Chúa Trời đổ…………………vào trong lòng của chúng ta. (Rô-ma 5:5)

Không điều gì có thể………khỏi tình yêu thương của Đức Chúa Trời. (Rô-ma 8:38)

Tôi cầu nguyện để anh chị em hiểu thấu được sự vĩ đại của tình yêu Đức Chúa Trời - chiều………và chiều……………và chiều………… và chiều……...của tình yêu ấy là thể nào. (Ê-phê-sô 3:18)

NỖI ĐAU TRONG QUÁ KHỨ

Nhiều người trong các bạn có thể hiểu được việc mang một vết nhơ trong quá khứ là như thế nào. Mỗi lần tên của bạn được nhắc đến, thì vết nhơ ấy vẫn luôn đuổi theo bạn.

"Gần đây anh có nghe tin gì về Quân không? Anh có biết là nó đã li dị không?"

"Chúng tôi nhận được thư của Mạnh. Cậu có nhớ cậu ấy không, cái gã nát rượu ấy?"

"Hân đang ở trong thị trấn. Thật đáng xấu hổ khi nó phải nuôi con một mình."

"Hôm nay tôi đã nhìn thấy Loan. Tôi không biết sao nó cứ suốt ngày đổi việc thế nhỉ?"

Giống như một người anh chị em phiền phức, dù bạn đi đến đâu thì quá khứ vẫn cứ đeo bám lấy bạn. Liệu có ai chỉ để ý bạn hiện giờ như thế nào mà không màng đến việc trước đây bạn đã làm gì không? Có. Có một Đấng như vậy. Đó là Vua của bạn. Khi Ngài nói chuyện với bạn, Ngài không bao giờ để cập đến hoàn cảnh, nỗi đau hay là nan đề của bạn; Ngài để bạn chia sẻ sự vinh hiển của Ngài. Ngài gọi bạn là con cái của Ngài.

Ngài không quở trách chúng ta luôn luôn, cũng không tức giận chúng ta mãi mãi; Ngài không đối xử với chúng ta theo như tội lỗi chúng ta vi phạm; Ngài không báo trả chúng ta theo như gian ác chúng ta đã làm. Vì trời cao hơn đất bao nhiêu thì tình yêu thương của Ngài cũng lớn bấy nhiêu cho những người kính sợ Ngài. Phương đông xa cách phương tây thế nào thì Ngài cũng loại bỏ các vi phạm của chúng ta xa thế ấy. Như cha thương xót con cái thể nào thì CHÚA cũng thương xót những người kính sợ Ngài thể ấy. Vì Ngài biết chúng ta đã được tạo nên cách nào; Ngài nhớ rằng chúng ta chỉ là bụi đất. – Thi Thiên 103:9-14

6. Bản tính tự nhiên của con người là phạm tội. Mắc lỗi. Nổi loạn. Bất tuân. Nhưng dựa vào những gì bạn đã đọc trong Thi Thiên 103:9-14, những sai lầm liên tiếp của chúng ta tác động đến lời hứa ban ân huệ của Đức Chúa Trời như thế nào?

_____

_____

7. Có thể nhiều lúc bạn cảm thấy mình giống một kẻ khổ rách áo ôm hơn là con cái yêu dấu của Đức Chúa Trời. Những lúc như vậy, hãy quay về với Kinh Thánh để tự nhủ với bản thân bạn là ai. Hãy xem và đọc lớn tiếng những câu Kinh Thánh dưới đây nói về địa vị của bạn. Sau đó nối câu Kinh Thánh ấy với lẽ thật của nó.

Và Đức Chúa Trời của mọi ân sủng, là Đấng đã gọi anh chị em vào vinh quang đời đời của Ngài trong Chúa Cứu Thế, sau khi anh chị em chịu khổ ít lâu, chính Ngài sẽ phục hồi, làm cho vững, thêm sức và thiết lập anh chị em.
- 1 Phi-e-rơ 5:10

Hãy trở về với CHÚA, Đức Chúa Trời của ông bà, vì Ngài nhân từ, thương xót, chậm giận, kiên định trong tình yêu thương, và vui lòng đổi ý, không giáng tai họa.
- Giô-ên 2:13

để khi đã đâm rễ và lập nền trong tình yêu thương, anh chị em có đủ sức cùng tất cả thánh đồ hiểu thấu chiều rộng, chiều dài, chiều cao, chiều sâu của tình yêu ấy.
- Ê-phê-sô 3:17-18

Chúa Giê-xu đã đem tội lỗi xa khỏi chúng ta như phương Tây xa cách phương Đông vậy.

Ngài đã giải cứu chúng ta khỏi uy quyền tối tăm và chuyển đưa chúng ta vào Vương Quốc của Con yêu dấu Ngài.
- Cô-lô-se 1:13

	a. Bạn được nhận làm con nuôi
- Rô-ma 8:1	b. Bạn toàn hảo
- Ê-phê-sô 2:13	c. Bạn được xưng công chính.
- Cô-lô-se 1:13	d. Bạn được giải thoát khỏi quyền lực của tội lỗi.
- Rô-ma 5:1	e. Bạn được ở gần Đức Chúa Trời.
- Hê-bơ-rơ 10:14	f. Bạn có thể đến gần Đức Chúa Trời bất cứ lúc nào.
- Hê-bơ-rơ 13:5	g. Bạn được thoát khỏi án phạt.
- Rô-ma 8:15	h. Bạn sẽ không bao giờ bị bỏ rơi.
- Ê-phê-sô 2:18	i. Bạn có cơ nghiệp đời đời.
- 1 Phi-e-rơ 1:4	

8. Khi bạn kinh nghiệm được ân huệ của Chúa Giê-xu, bạn được ban cho một vị trí đặc quyền. Nối những câu Kinh Thánh này với điều mà chúng nói về địa vị của bạn ở trong Đấng Christ. Bạn là……

	a. nơi ngự của Đức Thánh Linh
- Giăng 15:5	b. hòn đá của ngôi nhà.
- 1 Cô-rinh-tô 6:19	c. nhánh nho
- 1 Cô-rinh-tô 12:13	d. nàng dâu của chàng rể
- Ê-phê-sô 2:19-22	e. Thầy tế lễ theo dòng dõi mới.
- Ê-phê-sô 5:25-27	f. chi thể của thân thể Ngài.
- 1 Phi-e-rơ 2:9	

9. Chúng ta vốn là những kẻ khố rách áo ôm, chẳng có gì để tạo ấn tượng với Chúa Giê-xu. Có thể, bởi sự nhân từ của Ngài, Ngài sẽ quẳng cho chúng ta vài xu lẻ – chúng ta không thể đòi hỏi gì hơn. Nhưng Ngài đã làm điều mà chúng ta không dám mong chờ. Ngài nhóm chúng ta lại trong cánh tay Ngài và đem chúng ta đến với Cha Ngài. Kẻ khố rách áo ôm đã được nhận làm con nuôi trong một gia đình hoàng tộc và trở thành hoàng tử! Giờ đây, khi đã học biết qua Đấng Christ bạn đã trở thành người như thế nào và nơi mà Ngài dành sẵn cho bạn, hãy viết một lời cầu nguyện để đáp lại tấm lòng của Đức Chúa Trời:

TRỌNG TÂM BÀI HỌC
* Đức Chúa Trời yêu thương chúng ta khi chúng ta còn là tội nhân.
* Hãy đến với Chúa Giê-xu. Ngài sẽ thoả mãn sự đói khát tâm linh của bạn.
* Chỉ có Chúa Giê-xu mới có thể khiến chúng ta trở thành người mà chúng ta cần trở thành.
* Chúa Giê-xu đã đem tội lỗi của chúng ta xa khỏi chúng ta như phương Đông xa cách phương Tây vậy.
* Đức Chúa Trời gọi bạn là con cái của Ngài.

Điền vào chỗ trống dưới đây để ghi nhớ câu Kinh Thánh của bạn:

Bởi……….bạn đã được ……………qua…………và đó không phải …………; đó là…………..của Đức Chúa Trời, không phải ………….., để cho không ai …………- Ê-phê-sô 2:8-9

Tấm lòng của Chúa Giê-xu
Cô không thuộc về ngôi nhà của người Pha-ri-si đó. Si-môn là một người Do Thái ngay thẳng. Nhà ông đang tổ chức một bữa tiệc long trọng. Ông đang đóng vai người chủ nhà tiếp đón một nhân vật nổi danh

Trước kia, anh chị em vốn xa cách, nhưng nay, trong Chúa Cứu Thế Giê-su, anh chị em nhờ huyết Chúa Cứu Thế được gần gũi.
— Ê-phê-sô 2:13

Nhưng anh chị em là dân tộc được lựa chọn, vị tế lễ của hoàng gia, một dân Thánh, con dân thuộc về Đức Chúa Trời để anh chị em rao truyền các công việc lạ lùng của Ngài là Đấng đã kêu gọi anh chị em ra khỏi chốn tối tăm để vào nơi sáng láng diệu kỳ của Ngài.
— 1 Phi-e-rơ 2:9

Đức Chúa Trời gọi bạn là con cái của Ngài.

Vì nếu bởi tội phạm của một người mà qua người đó sự chết thống trị thì cũng bởi một Người, Chúa Cứu Thế Giê-su, mà những người nhận được ân sủng và tặng phẩm công chính cách dư dật, sẽ thống trị trong đời sống bội phần hơn là dường nào?
— Rô-ma 5:17

ĐƯỢC LÀM CON NUÔI CỦA ĐỨC CHÚA TRỜI
Chính Đức Thánh Linh hiệp với tâm *linh làm chứng cho chúng ta rằng chúng ta là con của Đức Chúa Trời.*
— Rô-ma 8:16

Khi chúng ta đến với Đấng Christ, Đức Chúa Trời không chỉ tha thứ tội lỗi của chúng ta mà Ngài còn nhận chúng ta làm con Ngài. Qua hàng loạt sự kiện đầy kịch tính, chúng ta đi từ chỗ là một kẻ mồ côi bị kết án, không còn chút hy vọng nào đến chỗ được làm con nuôi, không còn sợ hãi gì nữa. Việc này diễn ra như sau. Bạn đến trước ghế phán xử của Đức Chúa Trời với đầy sự nổi loạn và sai lầm. Vì sự công chính của mình, Đức Chúa Trời không thể bỏ qua tội lỗi của bạn, nhưng bởi tình yêu, Ngài cũng không thể bỏ mặc bạn. Cho nên, bằng một hành động làm kinh động cả Thiên đàng, Ngài đã tự trừng phạt chính mình trên thập tự giá vì tội lỗi của bạn. Sự công chính và tình yêu thương của Đức Chúa Trời đều được tôn cao. Còn bạn, một tạo vật của Ngài, được tha thứ. Nhưng câu chuyện không chỉ kết thúc bằng sự tha tội của Đức Chúa Trời…

Chỉ cần Đức Chúa Trời tẩy sạch tên của bạn là đủ, nhưng Ngài đã làm cho bạn nhiều hơn thế, Ngài đã ban cho bạn Danh của Ngài.

- *The Great House of God.*

thực sự, và Si-môn muốn mọi thứ phải thật hoàn hảo.

Thế rồi, một người phụ nữ lên vào.

Cô làm gián đoạn cuộc trò chuyện giữa bữa ăn. Cô khiến mọi người quay lại nhìn. Cô làm cả gian phòng rộ lên tiếng rì rầm. "Cô này từng bị quỷ ám đấy!" "Nghe đâu cô này là gái điếm." "Nhìn cô ả kìa! Cô ta chẳng buồn đeo mạng che mặt."

Si-môn cảm thấy chướng con mắt.

Người đàn bà đang khóc và xức lên chân vị khách của ông thứ nước hoa đắt tiền kia là một tội nhân đáng xấu hổ. Thế nào mà cô ả lại vào đây được cơ chứ! Chúa Giê-xu không thấy chướng mắt. Ngài không bị sốc bởi tai tiếng của cô. Ngài không thấy chán ghét biểu hiện cảm xúc của cô– ngay cả khi cô bắt đầu hôn chân Ngài và lấy nước mắt rửa chân cho Ngài.

Chúa Giê-xu tiến tới kẻ tội nhân đã ăn năn ấy: "Tội của con đã được tha."

Người phụ nữ ấy rời khỏi nhà của Si-môn, lòng tràn ngập sự bình an. Cô đã kinh nghiệm ân huệ của Chúa Giê-xu.

Lu-ca 7:36-50

NGÀY BỐN – SỢ HÃI BIẾN THÀNH ĐỨC TIN

BAN CHO MIỄN PHÍ

Thỉnh thoảng, cuối bài giảng tôi có tặng tiền cho người nghe. Không phải là để trả công cho người nghe (mặc dù một số người có thể cảm thấy nhờ nghe mà họ có được món tiền đó) mà là để làm sáng tỏ một điểm nào đó. Tôi tặng một đô la cho bất cứ người nào muốn nhận. Một món tiền miễn phí. Một món quà. Tôi mời mọi người ai muốn có tiền thì lên nhận.

Bạn có thể đoán được đáp ứng của mọi người. Một sự im lặng. Một số người lê lê bàn chân xuống đất. Một người vợ huých vào tay chồng, và anh chồng lắc đầu. Một cô bé ở tuổi thiếu niên định đứng lên rồi chợt nghĩ sẽ phải mang tiếng nên ngồi xuống. Một cậu bé năm tuổi bước xuống lối đi giữa các dãy ghế, nhưng mẹ cậu kéo tay cậu lại. Cuối cùng, một số người can đảm (hay bấn cùng?) đứng dậy nói: "Tôi sẽ nhận!" Tiền được đưa cho họ, và phần áp dụng của bài giảng bắt đầu.

"Tại sao các bạn không đón nhận lời đề nghị của tôi?" Tôi hỏi những người còn lại. Một số người nói rằng họ thấy ngại. Thứ nhận được không đáng với phần bị quê mà họ phải đón nhận. Những người khác thì sợ bị mắc bẫy, bị lừa. Và còn có những người đầy tiền rồi, họ chẳng cần nữa. Một đồng đô la lẻ đối với những người có hàng trăm đô la thì có nghĩa lý gì?

Sau đó tôi đặt ra một câu hỏi rõ ràng hơn. "Tại sao người ta không nhận món quà được ban cho miễn phí của Đấng Christ?" Câu trả lời cũng giống như vậy. Một số người cảm thấy quá xấu hổ. Để nhận được sự tha thứ thì cần phải thừa nhận tội lỗi, đó là một bước mà chúng ta rất khó chấp nhận. Số khác thì lại sợ bị mắc bẫy, bị lừa. Thế nào trong Kinh Thánh cũng có thêm mấy dòng ghi chú nho nhỏ như trong mấy quảng cáo về giải thưởng vậy. Một số khác nghĩ rằng, ai cần đến sự tha thứ ấy trong khi anh và tôi đều đã sống đàng hoàng rồi chứ.

Vấn đề tự nó được làm rõ. Mặc dù ân huệ luôn sẵn dành cho mọi người, nhưng chỉ ít người nhận được. Nhiều người chọn cách ngồi im và chờ đợi, trong khi chỉ có một ít người chọn cách đứng dậy và tin cậy.

Thật vậy, nhờ ân sủng, bởi đức tin mà anh chị em được cứu rỗi, đây không phải tự sức anh chị em, nhưng là một tặng phẩm Đức Chúa Trời ban.

- Ê-phê-sô 2:8

Ân huệ sẵn dành cho tất cả mọi người.

1. Tại sao một vài người lại không nhận món quà ân huệ miễn phí của Chúa Giê-xu? Hãy đánh dấu tất cả các câu trả lời phù hợp

☐ Có người thấy ngại khi phải thừa nhận nhu cầu của mình.

☐ Có người không biết nhu cầu của mình

☐ Có người sợ rằng nó quá tốt nên không thể là sự thật.

ÂN HUỆ HÀNH ĐỘNG

Trong Rô-ma chương 6, Phao-lô đã hỏi một câu cốt lõi: "Chúng ta là những người đã chết đối với tội lỗi thì làm sao chúng ta lại cứ sống trong tội lỗi nữa?" (câu 2) Làm sao chúng ta lại không thể sống công chính khi đã được xưng công chính? Làm sao chúng ta lại không yêu thương khi đã được yêu thương? Làm sao chúng ta có thể không chúc phước khi đã được chúc phước? Làm sao chúng ta lại không sống một cách khoan dung khi đã được nhận lãnh ân huệ?

Phao-lô có vẻ sửng sốt khi thấy điều ngược lại lại tồn tại! Sao ân huệ lại dẫn đến một đời sống nào khác hơn đời sống khoan dung? "Vậy chúng ta sẽ nói gì? Chúng ta cứ tiếp tục sống trong tội lỗi để ân sủng được dư dật sao?" (Rô-ma 6:1).

Chúng ta lên án hành động đạo đức giả như thế. Chúng ta không khoan nhượng nó và sẽ không sống giả dối như vậy.

Hay là chúng ta vẫn sống như thế? Hãy trả lời câu hỏi này một cách chậm rãi. Có thể chúng ta không phạm tội để Đức Chúa Trời ban ân huệ cho chúng ta, nhưng có bao giờ chúng ta phạm tội vì biết rằng Đức Chúa Trời sẽ ban cho chúng ta ân huệ không? Có khi nào tối nay chúng ta thỏa hiệp vì biết ngày mai chúng ta sẽ xưng tội không?

2. Một vài người đã học cách để bóp méo ân huệ sao cho phù hợp với sự ích kỷ của bản thân họ. Chúng ta dễ dàng hợp lý hoá hành động của mình. Cụm từ nào trong những cụm từ sau đây có vẻ quen thuộc với bạn?

☐ "Đôi khi xin tha lỗi dễ hơn là xin sự cho phép."

☐ "Tôi thích khi biết ân huệ lúc nào cũng sẵn dành cho tôi khi tôi cần đến."

☐ "Nếu ngày mai Đức Chúa Trời tha thứ cho tôi, sao hôm nay tôi lại không làm những điều mình muốn?"

3. Trái với lý lẽ kiểu con người này, hãy điền vào chỗ trống vời tuyên bố của Phao-lô về tội lỗi và ân huệ được bày tỏ trong Rô-ma 6:15-18.

Chúng ta .... vì chúng ta ở dưới................ và không ở dưới..........? Chẳng hề như vậy! Trong quá khứ chúng ta đã là .... cho tội lỗi. Đó ....bạn. Bây giờ bạn được.............khỏi tội lỗi và nô lệ cho.........

Rất dễ mà chúng ta giống như một gã nọ đến Las Vegas rồi gọi điện tới cho mục sư để hỏi giờ lễ thờ phượng sáng Chúa nhật. Vị mục sư rất ấn tượng, ông trả lời rằng "Chẳng mấy ai đến Las Vegas lại gọi điện thoại để hỏi giờ nhóm như vậy."

"Ồ, tôi không định đến nhà thờ. Tôi đang định đến đó chơi trò cờ bạc ăn tiền, tiệc tùng và chơi với những cô nàng nóng bỏng. Nhưng nếu ở đó tôi chỉ cần hoàn tất một nửa trò vui mà tôi định chơi, thì chủ nhật tôi cần đến nhà thờ để ăn năn cho lòng thanh thản."

Đó có phải là mục đích của ân huệ không? Có phải mục tiêu của Đức Chúa Trời là thúc đẩy sự bất tuân không? Không đâu! "Ân huệ... dạy chúng ta không chống nghịch lại Đức Chúa Trời cũng như không làm điều gian ác mà thế gian muốn chúng ta làm. Thay vào đó, ân huệ dạy chúng ta biết sống một cách công bình và khôn ngoan và theo cách bày tỏ rằng chúng ta đang hầu việc Đức Chúa Trời" (Tít 2:11-12). Ân huệ của Đức Chúa Trời giải phóng chúng ta khỏi sự ích kỷ. Tại sao chúng ta lại quay trở lại với điều đó?

4. Hãy đọc Tít 2:11-12 ở cột bên trái. Điền điều bạn đã học được từ đoạn Kinh Thánh liên quan đến cách ân huệ hành động vào chỗ trống

Vậy thì sao? Chúng ta có thể cứ phạm tội bởi vì chúng ta không ở dưới kinh luật mà ở dưới ân sủng phải không? Không thể như vậy được. Anh chị em không biết rằng anh chị em hiến mình làm nô lệ vâng phục ai thì anh chị em là nô lệ cho người mà anh chị em vâng phục sao? Hoặc nô lệ cho tội lỗi thì dẫn đến sự chết, hoặc cho sự vâng phục để đưa đến sự công chính sao? Nhưng tạ ơn Đức Chúa Trời, trước kia anh chị em là nô lệ cho tội lỗi nhưng anh chị em đã thành tâm vâng phục mẫu mực giáo huấn đã ký thác cho anh chị em, được giải thoát khỏi tội lỗi anh chị em trở thành nô lệ cho sự công chính.

- Rô-ma 6:15-18

Vì ân sủng của Đức Chúa Trời đã được bày tỏ, đem sự cứu rỗi đến cho mọi người. Ân ấy dạy chúng ta phải từ bỏ tinh thần không tin kính và các dục vọng phàm tục, phải sống tiết độ, công chính và tin kính trong đời này.

- Tít 2:11-12

dưới đây.

Ân huệ của Đức Chúa Trời đã được............ Chúng ta được dạy rằng .... từ đời sống................ và ...., Chúng ta nên sống trong thế giới gian ác này với ...., và ...., và .... đối với Đức Chúa Trời.

HÌNH PHẠT ĐÃ ĐƯỢC TRẢ

Hãy suy nghĩ về nó theo cách này. Tội lỗi giam cầm bạn. Tội lỗi nhốt bạn sau song sắt của mặc cảm tội lỗi, hổ thẹn, dối trá và sợ hãi. Tội lỗi chẳng làm gì cho bạn ngoài việc nhốt bạn vào trong những bức tường của sự khốn khổ. Rồi Chúa Giê-xu đến và bảo lãnh cho bạn. Ngài chịu hình phạt thay cho bạn; Ngài giải phóng bạn. Đấng Christ đã chết, và khi bạn cùng chia sẻ số phận với Ngài, thì con người cũ của bạn cũng chết.

Cách duy nhất để được giải phóng khỏi ngục tù của tội lỗi là thoả mãn hình phạt của nó. Trong trường hợp này, hình phạt là sự chết. Một ai đó phải chết, hoặc là bạn hoặc là một người thay thế từ-trời-sai-xuống. Bạn không thể rời khỏi nhà tù này nếu không có một người chết thay cho bạn. Nhưng sự chết đó đã xảy ra ở đồi Gô-gô-tha. Và khi Chúa Giê-xu chết, bạn cũng đã chết với những lời cáo buộc của tội lỗi trên đời sống bạn. Bạn đã được giải phóng.

Đôi khi chúng ta có cảm giác bị những sai lầm của mình đeo bám và không ngừng nỗ lực sống theo cách mà chúng ta cho là đúng. Những thói quen xấu hành hạ chúng ta. Những khiếm khuyết trong tâm tính đeo đẳng. Chúng ta cảm thấy bị mắc kẹt trong giả định rằng chúng ta không thể thay đổi. Việc kinh nghiệm được ân huệ của Chúa Giê-xu có nghĩa là chúng ta sẽ cảm nhận được đôi bàn tay quyền năng của Ngài vỗ về trên vai cùng với những lời này, "Con yêu dấu của ta, con đã được tự do."

5. Phản ứng thường gặp của bạn là gì khi dù bạn đã nỗ lực không ngừng, nhưng dường như bạn vẫn không thể thay đổi được những lĩnh vực đang trục trặc trong đời sống mình? Hãy đánh dấu tất cả các câu trả lời phù hợp.

☐ Không cố gắng nữa – có ích gì đâu?
☐ Trách móc bản thân vì đã không tiết chế hơn.
☐ Nỗ lực hơn nữa.
☐ Cầu xin ân huệ của Đức Chúa Trời - lần nữa.

Cho dù cái giá đưa ra để chống lại bạn có là gì chăng nữa, hãy nhớ lấy điều này:

Đấng Christ đã thế chỗ cho bạn rồi. Bạn không cần phải ở trong xà lim nữa. Bạn đã bao giờ nghe nói về một tù nhân đã được phóng thích mà vẫn muốn ở lại chưa? Tôi thì chưa nghe bao giờ. Khi cửa trại giam mở ra, phạm nhân sẽ ra khỏi đó. Suy nghĩ thích ở tù hơn là được tự do là suy nghĩ không thể hiểu được. Một khi hình phạt đã được trả, tại sao lại phải sống trong cảnh tù tội nữa chứ? Bạn đã được phóng thích khỏi nhà tù của tội lỗi rồi. Tại sao bạn lại muốn đặt một chân vào nhà tù đó nữa, khi đã có tên trên Thiên đàng rồi?

Phao-lô nhắc nhở chúng ta rằng: "Con người cũ của chúng ta đã bị đóng đinh vào Thập tự giá với Ngài để con người tội lỗi bị diệt đi, chúng ta không còn nô lệ cho tội lỗi nữa. Vì ai chết rồi thì được thoát khỏi tội lỗi" (Rô-ma 6:6-7).

Phao-lô không nói rằng Cơ Đốc nhân thì không thể phạm tội; ông đang nói rằng, Cơ Đốc nhân mà phạm tội thì thật là ngốc nghếch.

Bạn mong đợi điều gì từ một nhà tù? Bạn nhớ tội lỗi à? Bạn nhớ nhung điều ác sao? Bạn có những kỷ niệm đẹp đẽ về việc bị lừa dối và bị coi thường ư? Cuộc sống sẽ tốt đẹp hơn khi bạn bị chán nản và bị ruồng bỏ chăng? Bạn khao khát được một lần nữa nhìn thấy hình bóng của một kẻ tù nhân trong gương sao?

Nguyện xin Đức Chúa Trời ban ân sủng cho tất cả những người yêu kính Chúa Cứu Thế Giê-xu, Chúa chúng ta bằng một tình yêu bất diệt.

- Ê-phê-sô 6:24

Ân huệ giải phóng chúng ta khỏi mọi lỗi lầm.

Trở lại nhà tù chẳng có ý nghĩa gì cả.

6. Hãy đánh dấu câu trả lời đúng bằng (Đ) và câu trả lời sai bằng (S). Sử dụng các câu Kinh Thánh sau để giúp bạn trả lời.

___ Đời sống cũ của chúng ta đã chết cùng với Đấng Christ trên thập tự giá. (Ga-la-ti 2:20)

___ Đời sống tội lỗi không có quyền gì trên chúng ta. (Rô-ma 6:6)

___ Chúng ta không nên làm nô lệ cho tội lỗi. (2 Phi-e-rơ 2:19)

___ Nếu chúng ta đã chết đối với tội lỗi, chúng ta đã được giải phóng khỏi quyền cai trị của tội lỗi. (Rô-ma 8:9)

Khi tội lỗi không còn có quyền trên chúng ta, chúng ta không cần phải phạm tội nữa. Chúng ta không còn là nô lệ nữa. Cho nên khi chúng ta phạm tội, điều đó có nghĩa là chúng ta đã lựa chọn để làm việc đó!

LỜI THỀ ĐÃ ĐƯỢC LẬP

Không chỉ giá chuộc đã được trả mà một lời thề đã được xác lập: "Anh chị em không biết rằng tất cả chúng ta đã được báp-têm vào trong Chúa Cứu Thế Giê-xu là chúng ta được báp-têm vào trong sự chết của Ngài sao?" (Rô-ma 6:3).

Phép báp-têm không phải là một phong tục bình thường, không phải một nghi lễ nhàm chán. Phép báp-têm đã và đang là "một lời nguyện ước từ một lương tâm trong sáng dâng lên Đức Chúa Trời" (1 Phi-e-rơ 3:21).

Dạng thức của chúng hay quên này là gì vậy? Giống như một cô dâu sợ phải nhìn thấy cảnh người chồng mới cưới của mình tán tỉnh ve vãn một phụ nữ tham dự buổi tiệc cưới, Phao-lô hỏi rằng, "Anh đã quên lời thề của mình rồi sao?"

Thực chất, phép báp-têm là một lời thề nguyện, một lời thề thiêng liêng của những người đi theo Đấng Christ. Cũng giống như đám cưới đánh dấu sự hiệp nhất của hai trái tim, thì phép báp-têm đánh dấu sự hiệp nhất của tội nhân và Chúa Cứu Thế. Chúng ta "được báp-têm trong sự chết của Ngài" (Rô-ma 6:3).

Đức Chúa Trời cũng hỏi tương tự như vậy: "Sự hiệp nhất của chúng ta không có ý nghĩa gì với con sao? Giao ước của chúng ta mong manh đến mức con phải chọn cánh tay của kẻ đi điểm thay vì chọn tay của ta sao?"

Người nào có tâm hồn ngay thẳng mà lại muốn phá bỏ lời thề này? Ai có thể quan tâm đến bạn nhiều hơn Đấng Christ được chứ? Chúng ta đã quên mất cuộc sống của chúng ta trước khi được dự phép báp-têm là thế nào sao? Chúng ta đã quên mất mình đã ở trong sự hỗn độn như thế nào trước khi được hiệp nhất với Đấng Christ sao?

Vậy chúng ta sẽ nói gì? Chúng ta cứ tiếp tục sống trong tội lỗi để ân sủng được dư dật sao? Không thể như vậy được. Chúng ta là những người đã chết đối với tội lỗi thì làm sao chúng ta lại cứ sống trong tội lỗi nữa? Anh chị em không biết rằng tất cả chúng ta đã được báp-têm vào trong Chúa Cứu Thế Giê-xu là chúng ta được báp-têm vào trong sự chết của Ngài sao? Vậy, qua báp-têm chúng ta được chôn với Ngài vào trong sự chết, cho nên cũng như Chúa Cứu Thế nhờ vinh quang của Cha được từ chết sống lại thể nào thì chúng ta cũng có thể sống trong đời sống mới thể ấy. Vì nếu chúng ta kết hợp với Ngài trong sự chết giống như sự chết của Ngài thì chắc chắn chúng ta cũng sẽ kết hợp với Ngài trong sự sống lại của Ngài. Chúng ta biết điều này: con người cũ của chúng ta đã bị đóng đinh vào thập tự giá với Ngài để con người tội lỗi bị diệt đi, chúng ta không còn nô lệ cho tội lỗi nữa. Vì ai chết rồi thì được thoát khỏi tội lỗi. – Rô-ma 6:1-7

7. Xin đọc Rô-ma 6:1-7. Hãy điền vào chỗ trống trong đoạn Kinh Thánh dưới đây về sự hiệp nhất của chúng ta với Đấng Christ.

Chúng ta..................đối với đời sống tội lỗi cũ của mình. Tất cả chúng ta đã trở nên..............của............ Chúng ta chia sẻ................. của Ngài. Chúng ta có thể sống .... Bản chất tội lỗi của chúng ta không...... trên chúng ta và chúng ta không còn là..................cho tội lỗi

Trong Chúa Cứu Thế, chúng ta nhờ huyết Ngài được cứu chuộc, được tha thứ các tội phạm theo lượng ân sủng phong phú mà Đức Chúa Trời đã ban xuống tràn đầy trên chúng ta cùng với tất cả sự khôn ngoan và thông sáng.

- Ê-phê-sô 1:7-8

Tôi bị đóng đinh vào thập tự giá với Chúa Cứu Thế. Nay tôi sống, không còn là tôi nữa nhưng Chúa Cứu Thế sống trong tôi. Hiện nay, tôi sống trong thân xác, tức là sống trong đức tin nơi Con Đức Chúa Trời, là Đấng đã yêu tôi và hiến chính mình Ngài vì tôi.

- Ga-la-ti 2:20

Nếu Thánh Linh của Đức Chúa Trời thật sự ngự trong anh chị em thì anh chị em không sống theo xác thịt nhưng theo Thánh Linh, nếu ai không có Thánh Linh của Chúa Cứu Thế thì người đó không thuộc về Ngài.
- Rô-ma 8:9

Cơ Đốc nhân đã lập một lời thề thiêng liêng là đi theo Chúa Giê-xu.

Vậy, hỡi con ta, hãy nhờ ân sủng của Chúa Cứu Thế Giê-xu làm cho mình mạnh mẽ.
- 2 Ti-mô-thê 2:1

nữa. Chúng ta được giải phóng khỏi ....của tội lỗi.

8. Nhiều cặp đôi trẻ tuổi ngày nay thích tự viết lời thề nguyện hơn là lặp lại những lời thề nguyện truyền thống. Đó là cách bày tỏ tình yêu và sự cam kết của họ cách sáng tạo với người kia. Hãy hình dung ra việc bạn viết lời hứa nguyện của mình để mô tả về sự hiệp nhất giữa bạn với Đấng Christ. Bạn muốn nói điều gì để bày tỏ tình yêu và sự cam kết của bạn với Ngài?

TIÊU CHUẨN CAO HƠN

Phần lớn thời gian của cuộc đời, tôi là kẻ nhếch nhác. Tôi rất chậm chạp trong việc nhận biết khái niệm gọn gàng ngăn nắp.

Rồi tôi kết hôn.

Vợ tôi, Denalyn, đã rất kiên nhẫn. Cô ấy nói rằng cô ấy sẽ không bận tâm đến thói quen của tôi... nếu tôi không ngại ngủ ở bên ngoài. Và vì tôi bận tâm đến việc đó, nên tôi bắt đầu thay đổi.

Tôi ghi danh vào học chương trình mười-hai-bước dành cho những người luộm thuộm. ("Tên tôi là Max, tôi ghét phải hút bụi.") Một nhà vật lý trị liệu đã giúp tôi tái phát hiện ra rằng cơ bắp còn được dùng để treo những chiếc áo sơ mi lên và lắp cuộn giấy vệ sinh vào giá của nó. Mũi của tôi được làm quen lại với hương thơm của nước xả Pine Sol. Khi bố mẹ vợ tôi đến thăm, tôi đã trở thành một người đàn ông hoàn toàn mới. Tôi có thể trải qua ba ngày mà không hề vất một chiếc tất nào vào sau ghế trường kỷ.

Nhưng rồi sự thật cũng phải đến. Denalyn có việc phải đi xa một tuần. Lúc đầu, tôi trở lại con người trước đây của mình. Tôi nhận ra là, tôi sẽ là một người luộm thuộm trong sáu ngày và đến ngày thứ bảy thì lại là một người sạch sẽ. Nhưng một điều gì đó lạ lùng đã xảy ra, có một sự khó chịu lạ thường trong tôi. Tôi không thể thoải mái khi bát đĩa bẩn vẫn còn ở trong bồn rửa. Khi tôi nhìn thấy một gói khoai tây chiên hết sạch vẫn ở trên sàn nhà thì tôi – nhớ tin tôi nhé – tôi cúi xuống và nhặt nó lên! Tôi thậm chí còn treo khăn tắm lên trên giá nữa cơ đấy. Điều gì xảy ra với tôi thế này?

Đơn giản thôi. Tôi đã được đặt vào một tiêu chuẩn cao hơn.

Đó không phải là điều đã xảy ra với chúng ta sao? Đó không phải là trọng tâm trong lập luận của Phao-lô sao? Làm sao chúng ta có thể quay trở lại với tội lỗi khi chúng ta đã được giải phóng khỏi tội lỗi? Trước khi có Đấng Christ, đời sống của chúng ta bị mất kiểm soát, luộm thuộm và hay chiều theo ý mình. Chúng ta thậm chí không hề biết rằng chúng ta là những kẻ lôi thôi cho đến khi chúng ta được gặp Ngài.

Rồi Ngài bước vào. Mọi thứ bắt đầu thay đổi. Những thứ chúng ta hay vất ra xung quanh, chúng ta bắt đầu nhặt lên. Chúng ta bắt đầu dọn dẹp những thứ chúng ta vốn bỏ bê. Những thứ vốn bừa bộn trở nên có trật tự. Ồ, thỉnh thoảng vẫn có sai sót trong suy nghĩ và việc làm, nhưng về cơ bản thì Ngài đã làm cho nhà của chúng ta trở nên ngăn nắp.

Đột nhiên chúng ta nhận ra mình muốn làm việc lành. Trở lại với sự hỗn độn trước đây ư? Anh đang đùa đấy à? "Nhưng tạ ơn Đức Chúa Trời, trước kia anh chị em là nô lệ cho tội lỗi nhưng anh chị em đã thành tâm vâng phục mẫu mực giáo huấn đã ký thác cho anh chị em, được giải thoát khỏi tội lỗi anh chị em trở thành nô lệ cho sự công chính" (Rô-ma 6:17-18).

9. Điều gì xảy ra cho "sự nhếch nhác" thuộc linh của chúng ta khi Đấng Christ bước vào đời sống chúng ta? Hãy đánh dấu tất cả các câu trả lời phù hợp.

☐ Chúng ta vẫn tiếp tục sống như trước khi gặp Đấng Christ
☐ Chúng ta khao khát làm việc lành và làm vui lòng Đấng Christ.

☐ Chúng ta không còn là nô lệ cho lối sống trước đây nữa.

10. Đức Chúa Trời đang hành động trong tấm lòng của chúng ta và biến đổi nó. Theo Phi-líp 2:13 thì hai việc mà Ngài đang làm là gì? _____

_____
_____

TIẾNG GỌI CỦA ÂN HUỆ

Một tù nhân đã được phóng thích có thể quay trở lại với việc bị giam cầm không? Có chứ. Nhưng hãy để anh ta nhớ lại những bức tường xám xịt và những đêm dài lê thê. Một người đàn ông vừa mới lập gia đình có thể quên lời thề nguyện của mình không? Có chứ. Nhưng hãy để anh ta nhớ đến lời thề thánh và cô dâu xinh đẹp của mình. Một người đã từ bỏ sự luộm thuộm có thể quay lại với sự bừa bộn được không? Có chứ. Nhưng hãy để anh ta xem xét sự khác biệt giữa tình trạng bẩn thỉu của ngày hôm qua với sự sạch sẽ của hôm nay.

Có thể nào một người đã nhận được một quà tặng miễn phí lại không muốn chia sẻ món quà đó cho người khác không? Tôi đoán là không. Nhưng hãy để anh ta nhớ rằng cả cuộc đời này là một món quà của ân huệ. Và hãy để anh ta nhớ rằng lời kêu gọi của ân huệ là hãy sống một cuộc đời bao dung.

Vì đó là cách ân huệ vận hành.

Vì Đức Chúa Trời là Đấng đang tác động trong lòng anh chị em để anh chị em vừa muốn vừa làm theo ý chỉ tốt lành của Ngài.

- Phi-líp 2:13

TRỌNG TÂM BÀI HỌC

* Ân huệ sẵn dành cho tất cả mọi người.
* Ân huệ giải phóng chúng ta khỏi mọi lỗi lầm.
* Tội lỗi không còn có quyền trên chúng ta nữa.
* Cơ Đốc nhân đã lập một lời thề thiêng liêng là đi theo Chúa Giê-xu.
* Đức Chúa Trời ban cho bạn khao khát để làm vui lòng Ngài.

Hãy ôn lại câu Kinh Thánh ghi nhớ trong tuần của bạn một lần nữa bằng cách viết câu Kinh Thánh Ê-phê-sô 2:8-9 xuống dòng kẻ dưới đây. _____

_____
_____

Tấm lòng của Chúa Giê-xu

Mặt trời chiều đang xuống thấp, những công nhân buồn bã nhìn mặt trời lặn xuống chầm chậm cùng với cảm xúc trĩu nặng. Họ đã ngồi ở quảng trường cả ngày, hết nghiêng người qua bên này lại ngả bên kia, di di đôi dép xuống đất, và chờ đợi.

Nếu không có ai đó đến sớm để thuê họ làm dù chỉ một công việc nhỏ nhất thì họ sẽ không có tiền – không có đồ ăn - để mang về cho một gia đình đang đói ở nhà.

Khi một người phú nông xuất hiện, lòng họ rộn ràng.

Ông ta đã thuê tất cả bọn họ để làm việc trong khoảng thời gian còn lại trong ngày. Họ cũng không mong chờ sẽ kiếm được nhiều tiền trong vài giờ cuối ngày ít ỏi này –– nhiều nhất chắc cũng chỉ được vài đồng bạc - nhưng có còn hơn không. Với lòng biết ơn, họ đã làm việc cùng với những công nhân khác trên cánh đồng.

Cuối ngày, từng người một rời khỏi cánh đồng và đi qua chỗ người chủ đang ngồi cùng với ví tiền của ông. Đây là lúc mỗi người kinh nghiệm được sự nhân từ đáng ngạc nhiên.

Tiền công cho một ngày làm việc được đặt vào tay từng người.

Mặc dù họ đã đến muộn và làm được ít việc, nhưng họ vẫn kinh nghiệm được sự đầy trọn của ân huệ.

Đức Chúa Trời ban cho bạn khao khát để làm vui lòng Ngài.

NGÀY NĂM – ÂN HUỆ ĐỦ ĐẦY

Đối với người nhạo báng, Ngài chế nhạo chúng; nhưng Ngài ban ơn cho kẻ khiêm nhu.

- Châm Ngôn 3:34

Và để tôi khỏi kiêu căng vì những mạc khải siêu việt, Chúa đã cho một cái dằm đâm vào thân xác tôi, một sứ giả của quỷ Sa-tan, để đánh tôi và làm cho tôi không kiêu căng. Đã ba lần tôi nài xin Chúa cho nó lìa khỏi tôi. Nhưng Ngài phán với tôi: Ân sủng ta đủ cho con rồi, vì quyền năng của ta trở nên trọn vẹn trong sự yếu đuối. Vì vậy tôi rất vui mừng, để quyền năng của Chúa Cứu Thế có thể ở luôn trong tôi.

- 2 Cô-rinh-tô 12:7-9

ĐIỀU DUY NHẤT CẦN THIẾT

Cảnh tượng xảy ra như thế này: Bạn và tôi cùng rất nhiều người đang bay xuyên qua đất nước trên một chiếc máy bay thương mại. Bất thình lình, động cơ bốc cháy, và người phi công chạy ra khỏi khoang lái. "Chúng ta sắp bị rơi rồi!" ông ta hét lên. "Chúng ta phải nhảy ra khỏi đây!"

Điều tốt là anh ta biết những chiếc dù đang ở đâu bởi vì chúng ta không biết. Ông ta lấy chúng ra và hướng dẫn chúng ta, rồi chúng ta đứng thành hàng khi ông mở tung cánh cửa. Hành khách đầu tiên bước về phía cửa và gào to trong tiếng gió thổi ào ào: "Tôi có thể đề nghị một điều không?"

"Được thôi, đề nghị gì vậy?"

"Tôi có thể lấy cái dù màu hồng được không?"

Viên phi công lắc đầu một cách hoài nghi. "Tôi đưa cho ông một cái dù còn chưa đủ sao?" Và rồi người thứ nhất nhảy xuống.

Người thứ hai bước lên cửa. "Tôi đang tự hỏi liệu ông có cách gì đảm bảo rằng tôi sẽ không bị nôn trong lúc rơi xuống không?"

"Không, nhưng tôi có thể đảm bảo rằng ông sẽ có một cái dù để nhảy xuống."

Mỗi người trong chúng ta đều bước đến với một đề nghị và đều nhận được một cái dù.

"Thưa cơ trưởng," một người nói, "Tôi rất sợ độ cao. Ông có thể cất bỏ nỗi sợ hãi của tôi được không?"

"Không," ông trả lời, "nhưng tôi sẽ cho ông một chiếc dù."

Một người khác đề nghị một phương cách khác: "Ông có thể thay đổi kế hoạch không? Chúng ta hãy cùng chiếc máy bay rơi xuống. Như vậy chúng ta có thể sống sót được."

Người phi công mỉm cười và nói: "Ông không biết là mình đang đề nghị gì đâu", rồi nhẹ nhàng đẩy người này ra khỏi cửa máy bay. Hành khách này muốn có kính râm, hành khách khác muốn giày ống, người khác nữa thì lại muốn chờ đến khi máy bay xuống gần mặt đất hơn.

"Mọi người không hiểu gì cả," viên phi công la to khi "giúp" chúng ta, từng người một. "Tôi đã cho quý vị mỗi người một cái dù; thế là đủ."

Chỉ một thứ cần thiết cho việc nhảy xuống đất, và ông ấy đã cung cấp điều đó rồi. Ông đã đặt công cụ chiến lược vào tay chúng ta rồi. Món quà thích hợp nhất rồi. Nhưng chúng ta có hài lòng không? Không, chúng ta bồn chồn, lo lắng, thậm chí còn đòi hỏi nữa.

Quá điên rồ phải không? Có thể đó là chuyện trên một chiếc máy bay, với một viên phi công và những chiếc dù. Còn trên đất, giữa con người và ân huệ thì sao? Đức Chúa Trời nghe hàng ngàn lời cầu xin mỗi giây. Có lời cầu xin chính đáng. Chúng ta xin Đức Chúa Trời cất bỏ nỗi sợ hãi của chún ta hoặc thay đổi kế hoạch của Ngài. Ngài luôn trả lời chúng ta bằng một cú đẩy nhẹ nhàng để chúng ta bay giữa không trung và lơ lửng bằng ân huệ của Ngài.

Chân lý phải được giải tỏ, một vài người trong chúng ta nhận ra rằng mình sợ độ cao khi chúng ta lơ lửng giữa những hoàn cảnh bấp bênh – lơ lửng bởi ân huệ của Ngài. Chúng ta muốn đứng vững trên mặt đất hơn. Chúng ta muốn sự chắc chắn và thực tế. Chúng ta cảm thấy cần phải biết mọi việc đang diễn ra theo cách mà chúng ta đã hoạch định. Trên thực tế, nếu chúng ta không chắc chắn về kết quả của những nan đề của mình, thì chúng ta ước gì không có chúng thì hơn. Giống như Phao-lô, chúng ta cầu xin Đức Chúa Trời làm cho chúng biến mất.

1. Minh hoạ về viên phi công và những chiếc dù nói với chúng ta điều gì về ân huệ dư dật của Đức Chúa Trời đối với chúng ta trong lúc ~~chúng ta gặp thử thách?~~

2. Hãy đọc 2 Cô-rinh-tô 9:8 ở cột bên trái. Điền vào chỗ trống trong câu Kinh Thánh nói về ân huệ dư dật của Chúa Giê-xu.

Đức Chúa Trời có thể ban........ ân huệ cho bạn, để bạn, ...có được.............đầy đủ trong ....điều, có thể có dư dật .... việc lành.

Đức Chúa Trời có thể ban cho anh chị em mọi ân phúc dồi dào để anh chị em luôn luôn được đầy đủ trong mọi sự lại còn dư dả để làm mọi việc lành.

- 2 Cô-rinh-tô 9:8

KHI ĐỨC CHÚA TRỜI NÓI KHÔNG

Có những lúc điều bạn mong muốn lại là điều mà bạn không bao giờ có được. Không phải bạn đang kén chọn hay đòi hỏi; bạn chỉ đang vâng theo mạng lệnh của Ngài là "trình các sự cầu xin của mình cho Đức Chúa Trời" (Phi-líp 4:6). Tất cả những gì bạn muốn là Chúa mở ra một cánh cửa hay có thêm một ngày nữa, hay một lời cầu nguyện được nhậm, và bạn sẽ rất biết ơn Chúa về điều đó.

Và rồi bạn cầu nguyện và chờ đợi.

Không có câu trả lời.

Bạn cầu nguyện và chờ đợi.

Không một lời đáp.

Bạn cầu nguyện và chờ đợi.

Tôi có thể hỏi bạn một câu hỏi quan trọng không? Nếu Đức Chúa Trời nói không thì sao?

Nếu lời thỉnh cầu của bạn bị trì hoãn, hay thậm chí bị từ chối thì sao? Bạn sẽ phản ứng thế nào, khi Đức Chúa Trời nói không với bạn? Nếu Đức Chúa Trời phán: "Ta đã ban cho con ân huệ của ta, thế là đủ rồi," bạn có thoả lòng không?

Không phải lúc nào Đức Chúa Trời cũng cất bỏ hết những nan đề của chúng ta.

3. Hãy suy nghĩ về thời điểm Đức Chúa Trời nói không với một ~~lời cầu nguyện cụ thể của bạn. Lúc đó bạn đã phản ứng thế nào?~~

4. Bây giờ nhìn lại lúc đó, bạn có hiểu hơn nguyên do tại sao Đức ~~Chúa Trời lại trả lời bạn như vậy không?~~

THOẢ LÒNG TRONG ĐẤNG CHRIST

Thoả lòng. Chính xác là từ thoả lòng. Đó là một trạng thái của tấm lòng mà ở đó bạn luôn cảm thấy bình an cho dù Đức Chúa Trời chẳng ban cho bạn điều gì ngoài điều Ngài đã ban. Hãy tự kiểm chứng bản thân với câu hỏi này: Nếu món quà duy nhất Đức Chúa Trời ban cho bạn là ân huệ cứu rỗi thôi thì sao? Bạn có thoả lòng không? Bạn cầu xin Ngài cứu lấy mạng sống của con bạn. Bạn xin Ngài giữ cho công việc kinh doanh của bạn luôn thịnh vượng. Bạn nài xin Ngài cất căn bệnh ung thư khỏi thân thể bạn. Nếu câu trả lời của Ngài là: "Ân huệ của ta đủ cho con rồi", thì bạn có thoả lòng không?

5. Phao-lô đã biết câu trả của ông trước câu hỏi này là gì. Hãy đọc Phi-líp 4:12-13 và lựa chọn câu trả lời mô tả thái độ của Phao-lô. Hãy đánh dấu tất cả các câu trả lời phù hợp.

☐ Tôi có thể vững tin rằng Đức Chúa Trời quan tâm đến nhu cầu của tôi.

Chúng ta không thoả lòng. Thoả lòng là một đức tính không dễ có được. Tại sao vậy? Vì không có điều gì trên đất này có thể thoả mãn niềm khao khát sâu kín của chúng ta. Chúng ta khao khát được nhìn thấy Đức Chúa Trời. Những chiếc lá của cuộc đời đang xào xạc cùng với những tin đồn rằng chúng ta sẽ được nhìn thấy Ngài - và chúng ta sẽ không được thoả mãn cho đến khi chúng ta gặp Ngài .

- When God Whispers Your Name.

☐ Tôi có thể sống một cách đắc thắng trong mọi hoàn cảnh.

☐ Tôi chỉ có thể hạnh phúc khi nhu cầu của mình được đáp ứng.

6. Hãy mô tả "tỷ số thỏa lòng" trong đời sống bạn ngay giờ phút này. Bạn có hoàn toàn thoả lòng không? Đâu là lĩnh vực không thoả lòng ~~nhất của bạn?~~

Bạn thấy đấy, từ cách nhìn của Thiên đàng, ân huệ là đủ. Nếu Đức Chúa Trời không làm điều gì khác ngoài việc cứu chúng ta khỏi hoả ngục, ai có thể phàn nàn được chứ? Nếu Đức Chúa Trời cứu linh hồn chúng ta rồi để chúng ta sống một cuộc đời bị-bệnh-hủi-hành-hạ trên một hoang đảo, Ngài có bất công không? Chúng ta đã được ban cho sự sống đời đời rồi, liệu chúng ta có dám cằn nhằn khi phải sống trong thân thể đau đớn không? Chúng ta đã được ban cho sự giàu có của Thiên đàng rồi, liệu chúng ta có dám nhớ tiếc cảnh bần cùng trên đất này không?

Để tôi nói luôn nhé, Đức Chúa Trời không để bạn một mình "với mỗi sự cứu rỗi" đâu. Nếu bạn có mắt để đọc những lời này, có tay để cầm quyền sách này, có điều kiện để sở hữu quyền sách này, Ngài đã ban cho bạn hết ân huệ này đến ân huệ khác rồi đấy! Phần đông trong chúng ta đã được cứu lại còn được ban phước dư dật nữa!

Nhưng cũng có những lúc Đức Chúa Trời - Đấng đã ban cho chúng ta ân huệ, nghe những lời cầu xin của chúng ta và phán rằng: "Ân huệ của ta đủ cho con rồi." Ngài có bất công không?

Trong cuốn God came Near (Tạm dịch Đức Chúa Trời đã đến gần), tôi kể về việc con gái lớn của tôi bị ngã xuống bể bơi khi con bé mới hai tuổi. Một người bạn nhìn thấy con bé và kéo nó lên an toàn. Điều tôi đã không kể là việc đã xảy ra trong thì giờ cầu nguyện của tôi buổi sáng hôm sau. Tôi đã cố gắng ghi lại sự biết ơn của mình một cách trân trọng và đặc biệt vào nhật ký. Tôi đã nói rằng Đức Chúa Trời tuyệt vời biết bao khi cứu con gái tôi. Câu hỏi này đến với tâm trí tôi rõ ràng như thể chính Đức Chúa Trời đang phán với tôi vậy: Ta sẽ bớt tuyệt vời nếu để con bé bị chết đuối sao? Ta sẽ là một Đức Chúa Trời ít tốt lành hơn nếu gọi con bé về với Ta sao? Liệu ta có được nghe lời ngợi khen của con buổi sáng hôm nay nếu ta không cứu con gái của con không?

7. Đó là câu hỏi đến với tâm trí của bất kỳ ai vào lúc này hay lúc khác. Đức Chúa Trời vẫn là một Đức Chúa Trời tốt lành khi Ngài nói không với lời cầu xin của bạn chứ? Câu trả lời của chúng ta kết lại trong một trong hai câu trả lời này. Hãy chọn câu trả lời cho riêng bạn.

☐ Đức Chúa Trời luôn tốt lành.

☐ Đôi khi Đức Chúa Trời tốt lành.

LOẠI BỎ CÁI DẦM

Phao-lô đã phải vật lộn với cái dầm đó. Ông biết cảm giác lo lắng khi một lời cầu nguyện không được đáp lời. Đứng đầu danh sách cầu nguyện của ông là một lời thỉnh cầu đã chi phối mọi suy nghĩ của ông. Ông đặt cho lời thỉnh cầu này một cái tên mật mã: "cái dầm đâm vào thân xác tôi" (2 Cô-rinh-tô 12:7). Có thể nỗi đau này quá riêng tư để có thể viết lên giấy. Có thể lời thỉnh cầu này được đưa ra thường xuyên đến nỗi ông phải dùng theo kiểu tốc ký. "Lạy Cha, con lại đến đây để nói về cái dầm nữa." Hoặc có thể khi để lời thỉnh cầu này dưới dạng lời thỉnh cầu chung chung như vậy, thì lời cầu nguyện của Phao-lô có thể chính là lời cầu nguyện của chúng ta chăng? Không phải tất cả chúng ta đều có cái dầm đâm vào thịt mình sao?

Mỗi một người nên dùng ân tứ đã được nhận lãnh để phục vụ người khác, như một người quản trị giỏi, khéo quản trị ân sủng khác nhau của Đức Chúa Trời.

- 1 Phi-e-rơ 4:10

Tôi biết thế nào là nghèo túng, thế nào là sung túc. Trong mỗi nơi và mọi hoàn cảnh tôi đã học được bí quyết để sống no đủ hay đói khát, sung túc hay thiếu thốn. Tôi đủ sức làm được mọi việc nhờ Đấng ban thêm năng lực cho tôi.

- Phi-líp 4:12-13

Từ cách nhìn của Thiên đàng, ân huệ là đủ.

8. "Cái dằm" trong thịt bạn là gì? Bạn đã cầu nguyện cho vấn đề gì nhiều lần?

Đâu đó trên đường đời, xác thịt của chúng ta bị đâm nhói bởi một người hay một nan để nào đó. Bước chân của chúng ta trở nên tập tễnh, nhịp độ của chúng ta chậm lại, thậm chí tạm dừng lại, chúng ta cố gắng bước tiếp chỉ để nhăn mặt trước mỗi lần ráng sức. Cuối cùng chúng ta cầu xin Đức Chúa Trời giúp đỡ.

Như trường hợp của Phao-lô cũng vậy. (À, bạn không thấy mình được khích lệ khi ngay cả Phao-lô cũng có một cái dằm trong xác thịt sao? Biết rằng một trong những trước giả của Kinh Thánh không phải lúc nào cũng hiểu và đồng tình với Đức Chúa Trời đem đến cho chúng ta sự an ủi.). Đây không phải là lời thỉnh cầu bất chợt, cũng không phải là lời tái bút trong lá thư. Nó là lời cầu xin đầu tiên trong câu mở đầu. "Lạy Đức Chúa Trời kính yêu, con cần sự giúp đỡ!"

Không phải chỉ là cơn đau ngoài da. Đó là một "cơn đau nhói" (sách PHI-LÍP). Mỗi bước đi đều làm chân ông run bần. Đã ba lần ông khập khiễng lê bước ra mé đường và cầu nguyện. Lời thỉnh cầu của ông thật rõ ràng, và câu trả lời của Đức Chúa Trời cũng vậy, "Ân huệ ta đủ cho con rồi" (2 Cô-rinh-tô 12:9).

Kinh nghiệm Chúa Giê-xu không phải là một kinh nghiệm giống-như-kinh –nghiệm-về- cõi-niết-bàn – lãng quên hay là miễn trừ khỏi nỗi đau cá nhân. Thực tế cho thấy, nỗi đau đớn là một điều cần để thiết kinh nghiệm sự đầy trọn của Chúa Giê-xu - sức mạnh, sự thành tín, sự an ủi của Ngài. Kinh Thánh dạy chúng ta chia sẻ "sự thương khó của Ngài" (Phi-líp 3:10 NKJV). Đau khổ là điểm trọng tâm trong cuộc đời của Chúa Giê-xu - bị phản bội, đau đớn, chịu khốn khổ và thậm chí là chịu chết. Chúng ta không trải qua đau đớn một mình đâu. Chúa Giê-xu đã hứa ban cho chúng ta mối tương giao với Ngài, Ngài đã đi con đường đó trước chúng ta rồi. Những ai chưa một lần trải qua giây phút đau khổ và khó khăn trong cuộc đời thì chưa được nếm trải mối tương giao ngọt ngào, vốn là kết quả của việc kinh nghiệm thời gian thử thách, với Ngài.

9. Theo Phi-líp 3:10, khi đau khổ, chúng ta có thể hiểu biết đầy đủ hơn về điều gì?

10. Gia-cơ 1:2-4 nói với chúng ta rằng những thử thách mà chúng ta đang đối diện trên thực tế lại đem đến cho chúng ta một số lợi ích. Đức Chúa Trời sử dụng những thử thách đó để hành động trên đời sống chúng ta như thế nào?

ÂN HUỆ ĐỦ ĐẦY

Nếu Đức Chúa Trời loại bỏ sự cám dỗ, có thể Phao-lô sẽ không bao giờ nắm bắt được ân huệ của Ngài. Chỉ có người chịu sự đói khát mới coi trọng một bữa tiệc, và Phao-lô đã đói khát. Danh hiệu tự-phong trên cửa văn phòng của ông là: "Phao-lô, Làm đầu của tội nhân." Chưa một ngòi bút nào nói rõ về ân huệ giống như Phao-lô. Điều này có thể là do chưa một người nào từng đánh giá cao về ân huệ như Phao-lô.

Bạn đang tự hỏi tại sao Đức Chúa Trời không loại bỏ sự cám dỗ khỏi cuộc đời bạn? Nếu Ngài làm vậy, có thể bạn sẽ dựa vào sức riêng của

Ngài không đối xử với chúng ta theo như tội lỗi chúng ta vi phạm; Ngài không báo trả chúng ta theo như gian ác chúng ta đã làm.
- Thi Thiên 103:10

Sự đau khổ là điều cần thiết để có thể kinh nghiệm được sự đầy trọn của Chúa Giê-xu.

ÔNG ĐÃ GIỮ ĐƯỢC ĐỨC TIN
[Hãy tiếp tục] cầm giữ đức tin và lương tâm tốt. Mấy kẻ đã chối bỏ lương tâm đó, thì đức tin của họ bị chìm đắm.

1 Ti-mô-thê 1:19

Tôi ngồi cách người đàn ông đang cận kề cái chết đó vài bước chân. Một người thuộc dòng dõi Do Thái. Được gọi là sứ đồ. Ngày tháng trên đất của ông không còn bao nhiêu. Tôi tò mò muốn biết điều gì đang vực người đàn ông sắp phải đối mặt với án tử hình này. Nên tôi đã hỏi ông vài câu thế này:

Ông có gia đình không, ông Phao-lô? – Tôi không có.

Thế sức khỏe của ông thế nào? –Tôi bị đánh đập và mệt mỏi…

Ông có phần thưởng gì không? – Không phải trên đất này.

Vậy thì ông có gì, thưa ông Phao-lô? Không tài sản. Không gia đình… Ông có điều gì đáng giá không?

Tôi có đức tin. Đó là tất cả những gì tôi có. Nhưng đó là tất cả những gì tôi cần. Tôi đã giữ được đức tin.

Phao-lô dựa người vào xà lim và mỉm cười.

- *When God Whispers Your Name.*

Và để biết Ngài, biết quyền năng phục sinh của Ngài, chia sẻ sự thương khó của Ngài, biết thông công với Ngài trong sự chết của Ngài.

- Phi-líp 3:10

Thưa anh chị em, khi gặp những thử thách khác nhau, anh chị em hãy xem tất cả là điều vui mừng, vì biết rằng đức tin anh chị em có bị thử nghiệm mới sinh ra kiên nhẫn, kiên nhẫn có hoàn tất công việc thì anh chị em mới trưởng thành, toàn vẹn, không thiếu sót gì.

- Gia-cơ 1:2-4

Anh chị em yêu dấu, đừng ngạc nhiên vì sự thử thách đau đớn mà anh chị em phải chịu như là việc khác thường xảy ra cho anh chị em. Nhưng hãy vui mừng vì anh chị em được dự phần vào sự đau khổ của Chúa Cứu Thế, để anh chị em được hân hoan vui mừng hơn khi vinh quang Ngài được bày tỏ.

- 1 Phi-e-rơ 4:12-13

mình thay vì dựa vào ân huệ của Ngài. Một vài lần vấp ngã có thể là điều bạn cần để thuyết phục bản thân rằng: Ân huệ của Ngài đủ cho tội lỗi của bạn.

Bạn đang tự hỏi tại sao Đức Chúa Trời không đuổi hết những kẻ thù nghịch khỏi cuộc đời bạn? Có thể là bởi vì Ngài muốn bạn yêu thương họ như chính Ngài đã yêu họ. Ai cũng có thể yêu thương bạn, nhưng rất ít người có thể yêu thương kẻ thù nghịch mình. Nếu bạn không phải là một người hùng của mọi người thì sao? Ân huệ Ngài đủ cho hình ảnh cá nhân của bạn rồi.

Bạn thắc mắc tại sao Đức Chúa Trời không thay đổi tâm tính của bạn? Giống như Phao-lô, bạn hơi thô ráp và góc cạnh? Bạn nói những điều mà sau đó bạn hối hận hoặc làm những điều mà sau đó bạn đặt câu hỏi tại sao mình lại làm vậy? Tại sao Đức Chúa Trời không khiến bạn trở nên giống Ngài hơn? Ngài đang biến đổi bạn. Chỉ là Ngài chưa hoàn tất công tác đó mà thôi. Trong lúc Ngài còn chưa hoàn tất, thì ân huệ của Ngài đủ để khoả lấp mọi thiếu sót của bạn.

Bạn tự hỏi tại sao Đức Chúa Trời không chữa lành cho bạn? Ngài đã chữa lành cho bạn rồi! Nếu bạn ở trong Đấng Christ, thì bạn có một tâm linh hoàn hảo và một thân thể hoàn hảo. Kế hoạch của Ngài là ban cho bạn một tâm linh mới vào lúc này và ban cho bạn một thân thể mới khi bạn trở về nhà, tức là Thiên đàng. Ngài có thể chọn chữa lành một phần thân thể bạn trước khi về Thiên đàng. Nhưng nếu Ngài không làm vậy, chẳng nhẽ bạn không có lý do gì để biết ơn Ngài hay sao? Nếu Ngài không ban cho bạn điều gì khác ngoài sự sống đời đời, bạn có thể đòi hỏi Ngài nhiều hơn thế sao? Ân huệ của Ngài đủ cho bạn biết ơn.

Bạn tự hỏi tại sao Đức Chúa Trời không ban cho bạn một kỹ năng nào đó? Giá như Đức Chúa Trời tạo ra bạn là một ca sĩ, một vận động viên điền kinh, một nhà văn hay một nhà truyền giáo nhỉ? Còn bạn thì sao nhỉ? Một nốt nhạc bẻ đôi cũng không biết, chân tay và cả trí tuệ đều chậm chạp. Đừng tuyệt vọng. Ân huệ của Đức Chúa Trời đủ để hoàn thành việc mà Ngài đã khởi sự trong bạn. Trong khi Ngài hoàn tất, hãy để Phao-lô nhắc bạn nhớ rằng quyền năng nằm ở trong sứ điệp chứ không phải ở sứ giả. Ân huệ của Ngài đủ để công bố sứ điệp ấy một cách rõ ràng, ngay cả khi bạn không biết nói.

Vì tất cả chúng ta đều không biết về những cái dằm, nên chúng ta có thể chắc chắn một điều: Đôi khi Đức Chúa Trời muốn chúng ta đi tập tễnh hơn là lúc nào cũng vênh váo. Và nếu cần phải tạo ra một cái dằm để Ngài hoàn thành mục đích của Ngài, thì Ngài yêu chúng ta đến mức không nhổ cái dằm đó ra.

Đức Chúa Trời có quyền nói không với chúng ta. Chúng ta có đủ lý do để cảm tạ ơn Ngài. Chiếc dù thật vững chắc, và chúng ta chắc hẳn sẽ hạ cánh an toàn. Ân huệ của Ngài đủ đầy.

Khi chúng ta đang bị tổn thương, thì việc bạn hiểu về giáo lý và thần học nhiều đến mức nào không quan trọng. Điều chúng ta thực sự cần phải biết chính là Chúa Giê-xu. Để bước đi với Ngài. Để trò chuyện với Ngài. Bò vào lòng Ngài và để Ngài ôm chúng ta trong giây lát. Có thể chúng ta sẽ không bao giờ nói: "Chúa Giê-xu là tất cả những gì tôi cần" cho đến khi Ngài là tất cả những gì chúng ta có. Lúc đó, Ngài sẽ chứng minh rằng Ngài là tất cả những gì chúng ta cần và hơn thế nữa.

11. Đôi lúc Đức Chúa Trời cho phép những khoảng thời gian đau khổ xảy đến để củng cố sự lệ thuộc của bạn vào ân huệ của Chúa Giê-xu, điều có thể giúp bạn vượt qua thử thách. Theo 2 Cô-rinh-tô 1:9, tại sao Đức Chúa Trời lại để cho Phao-lô chịu đựng sự thử thách? Điền vào chỗ trống dưới đây:

Chúng tôi thực sự tin rằng chúng tôi đã................. Nhưng điều này xảy ra để chúng tôi không..............nhưng cậy......................

12. Khi chúng ta đối diện với thử thách, việc tập trung vào sức riêng của mình, cắn răng và tin rằng mình có khả năng để chịu đựng. Chúng ta cần phải điều chỉnh những điều gì để đặt lòng tin chỉ vào ân huệ của Đức Chúa Trời mà thôi? ~~huệ của Đức Chúa Trời mà thôi?~~

Chúa Giê-xu thực sự là tất cả những gì chúng ta cần.

TRỌNG TÂM BÀI HỌC

* Không phải lúc nào Đức Chúa Trời cũng cất hết những nan đề của chúng ta.

* Từ nhãn quan Thiên đàng, ân huệ là đủ rồi.

* Đau đớn là điều cần thiết để chúng ta có thể kinh nghiệm được sự đầy trọn của Chúa Giê-xu.

* Chúa Giê-xu thực sự là tất cả những gì chúng ta cần.

Bạn đã học cả tuần nay rồi. Bạn đã giấu câu Kinh Thánh Ê-phê-sô 2:8-9 trong lòng bạn chưa? Hãy viết câu Kinh Thánh ghi nhớ của bạn xuống ~~đây một lần cuối.~~

Thật vậy, chúng tôi cảm thấy mình phải mang án tử hình để không còn cậy nơi chính mình, nhưng nương cậy Đức Chúa Trời là Đấng làm cho kẻ chết sống lại.

- 2 Cô-rinh-tô 1:9

Tấm lòng của Chúa Giê-xu

Ông không xứng đáng nhận được bất cứ một ân huệ đặc biệt nào. Ông đã đồng hành với Chúa Giê-xu – biết những sự dạy dỗ của Ngài. Ông biết rõ hơn ai hết. Nhưng ông đã quên hết sạch.

Ông đã từng muốn bảo vệ Chúa Giê-xu. Khi toán lính đến cùng với gươm giáo để bắt Ngài, lực lượng của chúng thật đông đảo Ông đã rút gươm ra để chống lại bọn chúng, nhưng Chúa Giê-xu đã nhẹ nhàng khiến trách ông, rồi chữa lành cho tên lính bị thương.

Kể từ lúc đó trở đi, mọi chuyện bắt đầu đi xuống.

Ông đã run rẩy khi theo sau họ. Rồi thề rằng ông còn không biết Chúa Giê-xu là ai. Ông ngồi xem Thầy mình bị đánh đập, tra tấn và bị tử hình mà không hề ra tay ngăn cản. Chắc chắn phải có việc gì đó ông có thể làm được chứ.

Nhưng ông không làm gì cả.

Ông đã bỏ mặc tất cả.

Trong thời khắc đen tối nhất trong cuộc đời của Phi-e-rơ, khi ông không xứng đáng nhận được bất cứ điều gì từ người Thầy mà ông đã chối bỏ, thì Chúa Giê-xu đã gia thêm ân huệ cho ông.

Vào buổi sáng sớm Phục sinh, Chúa Giê-xu đã đi tìm Phi-e-rơ. Sau khi trút bỏ mọi sai lầm và nhận được sự tha thứ, niềm vui của Phi-e-rơ lại được tuôn tràn.

Mối tương giao của ông với Đấng Cứu Chuộc đã được phục hồi khi Phi-e-rơ kinh nghiệm được ân huệ của Chúa Giê-xu.

Thì Ngài cứu chúng ta không phải vì những việc công chính chúng ta làm, nhưng vì lòng thương xót của Ngài.

- Tít 3:5

❖

TÀI LIỆU ĐỌC THÊM
Những phần được chọn trong bài này được trích dẫn từ cuốn
In the Grip of Grace.

GHI CHÚ
i Anders Nygren, *Commentary on Romans,* (Philadelphia: Fortress Press, 1949), 98.
ii Dr. Paul Faulkner, *Achieving Sucess without Failing Your Family* (W. MOnroe LA.: Howard Publishing, 1994), 14-15

BÀI 4
Kinh Nghiệm Sự Tự Do của Chúa Giê-xu

Tôi chưa bao giờ đi du lịch với hành lý gọn nhẹ.
Tôi đã thử. Hãy tin tôi. Tôi đã thử. Nhưng kể từ khi tôi bị mắc kẹt trong thói quen hay ước tính quá nhiều và đã lập lời thề với Tổ chức Hướng đạo sinh dành cho Nam giới (tổ chức chuyên dạy dỗ các bé trai các kỹ năng sống) là cần phải chuẩn bị, tôi đã quyết tâm phải chuẩn bị.

Chuẩn bị cho lễ trưởng thành, lễ dâng con hay tiệc hóa trang. Chuẩn bị để nhảy dù trong lòng địch hay tham gia giải bóng chày. Và nếu, ngẫu nhiên đi cùng chuyến bay với Ngài Đạt-lai – Lạt-ma và ông ấy mời tôi đến Tây Tạng dùng bữa thì lúc đấy tôi chuẩn bị giày trượt tuyết. Mọi thứ đều phải chuẩn bị chứ!
Tôi không biết làm thế nào để đi du lịch với hành lý gọn nhẹ.

Thực tế là, có rất nhiều thứ về việc đi du lịch mà tôi không biết. Tôi không biết làm thế nào để lý giải được những hạn chế của một chỗ ngồi siêu giảm giá – hạ giá một nửa nếu bạn đi vào thứ Tư mùa thấp điểm và trở về vào ngày rằm không có sự kiện gì đặc biệt. Tôi không hiểu tại sao họ lại không chế tạo toàn bộ máy bay bằng thứ kim loại mà họ dùng để tạo ra chiếc hộp đen nhỏ xíu. Tôi không biết làm thế nào để thoát khỏi nhà vệ sinh trên máy bay mà không phải hy sinh một trong các đầu ngón tay hoặc ngón chân của tôi vào những chiếc chốt của chiếc cửa. Và tôi không biết phải nói gì với những gã giống như gã tài xế tắc-xi ở Rio khi anh ta biết tôi là người Mỹ và hỏi tôi có biết người anh em họ tên Eddie của anh ta đang sống ở Mỹ không.

Có rất nhiều điều về chuyện du lịch mà tôi không biết. Tôi không biết tại sao đàn ông như chúng tôi thà làm sạch răng của cá sấu bằng chỉ nha khoa còn hơn là phải hỏi đường. Tôi không biết tại sao những kỳ nghỉ không được dùng để chữa chứng mất ngủ, và tôi không biết đến bao giờ tôi mới học được rằng không nên ăn những đồ ăn mà tôi không thể đánh vần tên của chúng.

Nhưng trên hết những điều đó, tôi không biết làm thế nào để di chuyển với hành lý gọn nhẹ.

Tôi không biết làm thế nào để di chuyển với hành lý gọn nhẹ. Nhưng tôi cần phải học. Denalyn từ chối sinh thêm con mặc dù hãng hàng không cho phép mỗi hành khách được mang theo ba túi hành lý ký gửi và hai túi hành lý xách tay.
Tôi cần phải học cách di chuyển với hành lý gọn nhẹ.

Bạn đang tự hỏi tại sao tôi lại không thể làm được việc đó. Hãy thư giãn đi! Bạn đang nghĩ nhiều quá đấy! Bạn không thể tận hưởng chuyến đi khi mang vác quá nhiều đồ đạc. Tại sao bạn lại không bỏ lại hết những hành lý đó?

Thật buồn cười nếu bạn hỏi như vậy. Tôi cũng muốn hỏi câu hỏi tương tự như của bạn. Có thật là bạn chưa bao giờ phải đi lấy đến vài kiện hành lý không?

Tiếc là bạn đã làm thế, vào sáng nay. Ở đâu đó giữa bước chân thứ nhất bạn đặt trên sàn nhà và bước chân cuối cùng ở bên ngoài cửa, bạn chộp lấy vài thứ hành lý. Bạn bước tới băng chuyền hành lý và chất hành lý lên băng chuyền. Bạn không nhớ đã làm vậy sao? Bạn không nhớ vì bạn làm việc đó một cách vô thức. Bạn không nhớ là bạn nhìn thấy chỗ để hành lý ký gửi sao? Đó là vì băng chuyền này không phải ở sân bay đâu, mà ở trong tâm trí bạn. Và những chiếc túi này không phải làm bằng da mà làm bằng những gánh nặng.

KHÔNG HỀ SỢ HÃI
Bạn có lòng dũng cảm không? Bạn có đang thối lui hơn là đứng dậy không? Chúa Giê-xu đã xoá tan những sự lo lắng bồn chồn khỏi các môn đồ…

Chúng ta cần nhớ rằng các môn đồ cũng là những con người bình thường được giao một nhiệm vụ đặc biệt. Trước khi trở thành những vị thánh được tôn vinh trên những ô cửa sổ bằng thuỷ tinh nhiều màu của những ngôi nhà thờ lớn, họ cũng giống như những người hàng xóm xung quanh bạn, những người đang cố gắng kiếm sống và chăm sóc gia đình. Họ không phải là những người được mặc những bộ quần áo được cắt may từ những mảnh vải thần học hay được nuôi dưỡng bằng một loại sữa siêu nhiên. Nhưng họ cũng đã tận hiến dù họ cũng đầy nỗi sợ, và kết quả là họ đã làm một số điều phi thường. Những nỗi lo sợ trên đất này thực chất chẳng có gì đáng lo cả. Hãy trả lời câu hỏi lớn về cõi đời đời, thì chúng ta sẽ có câu trả lời cho những câu hỏi còn con về cuộc đời này theo cái nhìn của Thiên đàng.

- The Applause of Heaven.

Một va-li tội lỗi. Một bao tải bất mãn. Bạn đeo một túi vải len thô kiệt sức trên vai này và đeo một túi đau khổ trên vai kia. Thêm vào một ba lô nghi ngờ, một túi ngủ của sự cô đơn và một hòm sợ hãi. Chẳng mấy chốc bạn đang mang nhiều hành lý hơn cả công nhân khuân vác vận chuyển hành lý ở sân bay. Không có gì ngạc nhiên khi cuối ngày bạn bị mệt mỏi. Việc mang vác hành lý khiến người ta kiệt sức.

Trong Chúa Cứu Thế và nhờ đức tin nơi Ngài, chúng ta được tự do và tin tưởng đến cùng Đức Chúa Trời.

- Ê-phê-sô 3:12

Điều bạn đang nói với tôi cũng chính là điều mà Đức Chúa Trời đang nói với bạn, "Hãy bỏ những hành lý đó xuống! Con đang mang những gánh nặng con không cần phải mang đấy."

Ngài mời gọi "Hỡi những kẻ mệt mỏi và nặng gánh ưu tư, hãy đến cùng Ta. Ta sẽ cho các con được yên nghỉ." (Ma-thi-ơ 11:28).

KINH NGHIỆM SỰ TỰ DO CỦA CHÚA GIÊ-XU TRONG TUẦN NÀY

Trước khi bạn đọc tiếp, hãy dành một chút thời gian để cầu nguyện.

Lạy Cha yêu dấu, con không biết làm thế nào để di chuyển với hành lý gọn nhẹ. Con sống qua mỗi ngày, bị đè nặng bởi những nghi ngờ, sợ hãi, cô đơn và đau khổ. Xin hãy chỉ cho con biết làm thế nào để được tự do khỏi những bận tâm đời này. Chúa ơi, trong tuần này, xin hãy dạy con biết chạy đến với Ngài. Xin hãy dạy con biết hạ những gánh nặng của mình xuống. Xin hãy dạy con biết tìm kiếm sự yên nghỉ ở nơi Ngài. A-men.

Tuần này, hãy ghi nhớ câu Kinh Thánh Giăng 8:36 - Lời hứa về sự tự do của Chúa Giê-xu.

Vậy, nếu Con giải phóng các ngươi, các ngươi sẽ thật được tự do. – Giăng 8:36

NGÀY MỘT – HÀNH TRANG CUỘC SỐNG
VƠI BỚT GÁNH NẶNG

Chúa Giê-xu mời gọi chúng ta bỏ lại đằng sau tất cả những gánh nặng mà chúng ta muốn mang theo trong đời.

Để có được ý tưởng về sự tự do trong Đức Chúa Giê-xu Christ, trước tiên bạn phải hình dung bản thân đang vác các thể loại hành lý theo nghĩa đen (tất cả đều được nhồi nhét quá mức) vừa được mô tả. Điều nào trong những điều này liên hệ tới bạn nhiều nhất? Hãy đánh dấu tất cả các câu trả lời phù hợp.

☐ Mang một va-li tội lỗi.
☐ Xách một bao tải bất mãn.
☐ Đeo một túi hành lý chứa đầy mệt mỏi một bên vai.
☐ Vai kia đeo một túi hành lý đau khổ.
☐ Trên lưng là một ba-lô nghi ngờ.
☐ Đeo trên vai một túi cô đơn.
☐ Đẩy một thùng chứa đầy sợ hãi.

"Hỡi những kẻ mệt mỏi và nặng gánh ưu tư, hãy đến cùng Ta. Ta sẽ cho các con được yên nghỉ. Hãy mang ách của Ta và học theo Ta, thì tâm hồn các con sẽ tìm được yên nghỉ, vì Ta có lòng dịu hiền và khiêm tốn, 30vì ách Ta dễ chịu và gánh Ta nhẹ nhàng."

- Ma-thi-ơ 11:28-30

Bây giờ, hãy tiếp tục suy nghĩ về bức tranh này. Kiệt sức. Cơ bắp bị kéo căng. Các ngón tay làm việc hết sức. Hãy giữ mở hành lý ấy. Hãy cố giữ cho nó không rơi xuống. Được rồi, bây giờ hãy bỏ nó xuống. Từng cái một. Hãy để từng cái túi trượt khỏi cơ thể bạn và rơi xuống sàn nhà, thành một đống. Hãy cảm nhận sự giải phóng. Thoát khỏi sự căng thẳng. Cuối cùng thì cũng được hít một hơi thật sâu. Bạn đã được tự do! Chúa Giê-xu ra lệnh giải phóng chúng ta khỏi những hành lý cảm xúc mà chúng ta thường mang trong suốt cuộc đời. Với sự cho phép và phước hạnh của Ngài, chúng ta có thể để từng thứ một rơi xuống sàn nhà. Chúng ta được tự do!

1. Hãy đọc Ma-thi-ơ 11:28-30. Dựa vào những điều bạn vừa đọc, câu nào sau đây thích hợp với những sự dạy dỗ của Chúa Giê-xu về việc đi du lịch với hành trang gọn nhẹ? Hãy đánh dấu tất cả các câu trả lời phù hợp.

☐ Chúng ta nên chạy đến với Chúa Giê-xu khi chúng ta mệt mỏi.

☐ Chúa Giê-xu đòi hỏi chúng ta nhiều hơn khi chúng ta mệt mỏi.

☐ Chúa Giê-xu nhận ra rằng chúng ta dễ mang những gánh nặng.

☐ Ngài hứa ban cho chúng ta sự yên nghỉ.

☐ Lời dạy dỗ của Ngài khó chấp nhận.

☐ Cái gánh mà Ngài bảo chúng ta mang rất nhẹ nhàng.

2. Tại sao việc đi du lịch với hành lý gọn nhẹ lại là một phép ẩn dụ tốt về việc kinh nghiệm sự tự do trong Đấng Christ?

_____

_____

Nếu chúng ta đồng ý, Đức Chúa Trời sẽ làm vơi bớt những gánh nặng của chúng ta, nhưng chúng ta đồng ý với Ngài bằng cách nào? Tôi muốn mời một người bạn cũ chỉ cho chúng ta điều này. Người bạn cũ đó là Thi Thiên Hai-Mươi-Ba.

CHÚA là Đấng chăn giữ tôi,
Tôi sẽ không thiếu thốn gì.
Ngài giúp tôi an nghỉ nơi đồng cỏ xanh tươi,
Dẫn tôi đến bên bờ suối yên tịnh.
Ngài phục hồi linh hồn tôi,
Dẫn tôi vào đường lối công bình

Có lời nào được yêu mến hơn những lời này không? Những lời này được đóng khung và treo trên hành lang của bệnh viện, được viết nguệch ngoạc lên những bức tường của nhà tù, được những người trẻ tuổi trích dẫn, được những người sắp chết lẩm nhẩm. Qua những dòng thơ này, những thuỷ thủ đã tìm được bến cảng, những người sợ hãi tìm được người cha và những người đang tranh chiến tìm thấy một người bạn.

Và bởi vì Thi Thiên này rất được yêu mến, nên nó cũng được biết đến cách rộng rãi. Bạn có thể tìm được những đôi tai không bao giờ chán nghe những câu Kinh Thánh này không? Nó đã được phổ nhạc thành hàng trăm bài hát, dịch ra hàng nghìn thứ tiếng và là nơi trú ẩn cho hàng triệu tấm lòng.

Một trong những tấm lòng đó có thể là tấm lòng của bạn. Bạn có cảm thấy thân thuộc với những lời này không? Những câu Kinh Thánh này làm cho bạn cảm thấy xúc động khi bạn ở đâu? Bên đống lửa? Bên giường? Hay nơi nghĩa trang?

Đoạn Kinh Thánh này với các mục sư tựa như thứ dầu xức đối với các thầy thuốc. Gần đây tôi đã áp dụng những câu Kinh Thánh này cho lòng một người bạn thân yêu của tôi. Tôi được gọi đến nhà của anh ấy với những lời này: "Bác sĩ đã nói rằng anh ấy chỉ còn sống được mấy ngày nữa thôi!" Tôi nhìn anh ấy và hiểu điều đó. Khuôn mặt nhợt nhạt. Môi căng ra và nứt nẻ. Làn da nhăn nhúm giữa các cục xương giơ ra như tấm vải ô cũ xếp nếp giữa các nan hoa. Căn bệnh ung thư đã lấy đi mọi thứ: cảm giác thèm ăn, sức lực và thời gian của anh. Nhưng bệnh ung thư không thể tác động đến đức tin của anh. Kéo ghế lại bên giường và siết chặt tay anh, tôi nói: "Bill à, 'Đức Giê-hô-va là Đấng chăn giữ tôi; tôi sẽ chẳng thiếu thốn gì.'" Anh quay đầu về phía tôi như thể đang ngóng đợi những lời ấy.

"Ngài khiến tôi an nghỉ nơi đồng cỏ xanh tươi; Dẫn tôi đến mé nước bình tịnh. Ngài bổ lại linh hồn tôi; Dẫn tôi vào các lối công bình vì cớ Danh Ngài."

Đang đọc đến câu thứ tư, sợ rằng anh có thể không nghe được, tôi nghiêng người về phía trước cho đến khi tôi chỉ cách tai anh ấy vài cen-ti-mét và nói: "Dẫu khi tôi đi trong trũng bóng chết, tôi sẽ chẳng sợ tai hoạ nào, vì Chúa ở cùng tôi. Cây trượng và cây gậy của Chúa an ủi tôi."

Ngài không dùng huyết của dê đực hay bò con nhưng dùng chính huyết Ngài mà bước vào nơi chí thánh một lần đủ cả và được sự chuộc tội đời đời.

- Hê-bơ-rơ 9:12

Chúng ta cố gắng mang những gánh nặng mà chúng ta không bao giờ muốn mang.

LỰA CHỌN LÀ CỦA CHÚNG TA

Dù có những đặc điểm là nhiều chi tiết đặc biệt và không đồng đều, nhưng cả Kinh Thánh là một cốt câu chuyện đơn giản. Đức Chúa Trời tạo dựng nên con người. Con người khước từ Đức Chúa Trời. Đức Chúa Trời sẽ không bỏ cuộc cho đến khi Ngài chinh phục con người trở lại.

Ngài sẽ thì thầm. Ngài sẽ la lớn tiếng. Ngài sẽ chạm vào và kéo thật mạnh. Ngài sẽ cất bỏ những gánh nặng của chúng ta; thậm chí Ngài sẽ cất bỏ những phước hạnh của chúng ta (nếu cần). Nếu giữa chúng ta và Ngài cần cả nghìn bước chân, Ngài bước tất cả các bước và chỉ để lại một bước cuối cùng. Ngài sẽ để bước cuối cùng lại cho chúng ta. Lựa chọn là của chúng ta.

Xin hãy hiểu điều này. Mục tiêu của Ngài không phải là làm

cho bạn hạnh phúc. Mục tiêu của Ngài là biến bạn thành của Ngài. Mục tiêu của Ngài không phải là ban cho bạn những gì bạn muốn; mà là ban cho bạn điều bạn cần.

- A Gentle Thunder

Vì tự do mà Chúa Cứu Thế đã giải thoát chúng ta. Vậy anh chị em hãy đứng vững, đừng mang lấy ách nô lệ một lần nữa.

- Ga-la-ti 5:1

Anh không mở mắt ra, nhưng cau mày lại. Anh không nói gì, nhưng những ngón tay gầy nắm chặt lấy tay tôi, và tôi tự hỏi rằng liệu Đức Chúa Trời có đang giúp anh gỡ bỏ hành lý xuống không, hành lý của nỗi sợ sự chết.

Bạn có những hành lý của riêng mình không? Bạn có nghĩ rằng Đức Chúa Trời có thể dùng Thi Thiên của Đa-vít để hạ xuống bớt những gánh nặng của bạn không? Việc đi du lịch với hành lý gọn nhẹ có nghĩa tin cậy, trao phó cho Đức Chúa Trời những gánh nặng mà bạn không bao giờ muốn mang.

3. Hãy tìm các câu Kinh Thánh dưới đây và viết ra điều bạn học được về những điều Kinh Thánh nói về gánh nặng của chúng ta.

Thi Thiên 38:4 – "Vì tội ác tôi vượt quá đầu tôi, như một gánh nặng, nặng quá cho tôi."

_____
_____

Thi Thiên 68:19 – "Hãy ca ngợi Chúa, Ngài mang gánh nặng cho chúng ta hằng ngày."

_____
_____

2 Cô-rinh-tô 5:4 – "Còn sống trong trại tạm trú bao lâu, chúng ta còn than thở não nề, không phải vì chúng ta muốn lột bỏ nó nhưng muốn mặc thêm vào để cái chết bị sự sống nuốt đi."

_____
_____

1 Phi-e-rơ 5:7 – "Hãy trao mọi điều lo lắng mình cho Ngài vì Ngài chăm sóc anh chị em."

_____
_____

Chúng ta không thể chạm tới những người khác nếu bàn tay chúng ta luôn đầy.

VÌ LỢI ÍCH CỦA ĐỨC CHÚA TRỜI MÀ CHÚNG TA PHỤNG SỰ

Ngài muốn sử dụng bạn, bạn biết mà. Nhưng làm sao Ngài có thể sử dụng bạn nếu bạn đang kiệt sức? Tôi đang chuẩn bị cho một cuộc chạy bộ ngắn, mà không biết phải mặc gì. Mặt trời đã tắt, gió thì lạnh buốt. Trời vẫn còn sáng, nhưng đài báo sẽ có mưa. Áo khoác hay áo nỉ? Tinh thần Hướng Đạo Sinh dành cho nam giới trong tôi đã thắng thế. Cuối cùng tôi mặc cả hai.

Tôi vớ lấy cái máy nghe nhạc, nhưng không biết phải mang theo băng cát xét nào. Nghe bài giảng hay nghe nhạc nhỉ? Bạn đoán được rồi đấy, tôi mang cả hai. Tôi cần phải giữ liên lạc với bọn trẻ, nên tôi mang theo điện thoại di động. Để không ai có thể lấy cắp ô tô, tôi bỏ vào túi chùm chìa khoá. Để đề phòng khát nước, tôi mang theo ít tiền mua đồ uống để trong một cái túi nhỏ. Trông tôi giống một con lừa đang chất đầy hành lý hơn là một người chạy bộ! Trong vòng nửa dặm (khoảng 800 mét) tôi đã cởi bỏ cái áo khoác và giấu nó vào bụi cây. Những thứ đồ nặng nề như vậy có thể làm chậm tốc độ của bạn.

Những gì áp dụng cho việc chạy bộ này cũng áp dụng cho đức tin. Đức Chúa Trời có một đường đua lớn để bạn chạy. Dưới sự chăm sóc của Ngài, bạn sẽ đến một nơi mà chưa bao giờ tới và phục vụ Ngài bằng ccách mà bạn chưa bao giờ nghĩ tới. Nhưng bạn phải bỏ đi một vài thứ. Làm sao bạn có thể chia sẻ ân sủng của Chúa nếu bạn đẩy mặc cảm tội lỗi? Làm thế nào bạn cho thể an ủi người khác nếu bạn đang chán nản?

Làm sao bạn có thể đỡ hộ gánh nặng của người khác nếu tay bạn đang bận xách những gánh nặng của riêng mình?

4. Những gánh nặng cản trở chúng ta hoàn thành trách nhiệm quan tâm đến người khác, như điều Kinh Thánh mô tả. Hãy đọc các câu Kinh Thánh dưới đây. Rồi nối câu Kinh Thánh với điều bạn học được về bổn phận này.

- Rô-ma 15:1
- 2 Cô-rinh-tô 1:4
- Ga-la-ti 6:2
- Phi-líp 2:4
- Cô-lô-se 3:12-13

a. Bày tỏ sự nhân từ, ân cần, dịu dàng với người khác.
b. Giúp đỡ những người yếu đuối.
c. An ủi người khác như chúng ta đã được Chúa an ủi.
d. Quan tâm đến lợi ích của người khác.
e. Giúp đỡ người khác trong những nan đề họ gặp phải.

Ngài luôn an ủi chúng ta trong mọi cơn hoạn nạn để chúng ta, nhờ sự an ủi đã nhận được từ Đức Chúa Trời, có thể an ủi những người khác trong mọi cơn hoạn nạn họ gặp.
- 2 Cô-rinh-tô 1:4

VÌ LỢI ÍCH CỦA NHỮNG NGƯỜI THÂN YÊU

Chúng ta đang bận tâm đến nan đề của chính mình, chúng ta không rảnh để giúp đỡ người khác. Chúng ta trở nên thất vọng với những người chúng ta yêu quý, vì họ cũng đang bận rộn với việc lo lắng cho những nan đề của riêng họ - chúng ta không thể thu hút sự chú ý cũng như sự yêu mến của họ khi chúng ta cần. Cũng vậy, đôi lúc những người khác cũng cảm thấy như vậy khi chúng ta mải mang vác những gánh nặng lo lắng đến nỗi không thể quan tâm đến nhu cầu của người khác.

5. Tại sao những mối lo lắng dai dẳng về những nan đề cá nhân lại biến chúng ta thành những Cơ Đốc nhân không hiệu quả?

_____

_____

Nhưng người nào chăm chú nhìn vào luật toàn hảo, là luật đem lại tự do, lại kiên trì tuân giữ, không phải nghe rồi quên đi, nhưng thực hành luật đó, thì sẽ được phước trong việc mình làm.
- Gia-cơ 1:25

6. Chúa Giê-xu nhắc nhở chúng ta đừng vướng vào những gánh nặng đời này - đặc biệt là khi những gánh nặng ấy khiến chúng ta rời mắt khỏi sự sống đời đời. Hãy đọc Lu-ca 21:34-35 và điền vào chỗ trống liên quan tới những điều Chúa Giê-xu dạy về những lo lắng đời này.

…đừng dành……….ăn, uống, hay là……về……….những điều đó. Nếu bạn làm vậy, sự trở lại của Chúa Giê-xu sẽ đến trên bạn………. giống như một…

Trước khi nghiên cứu bài học của tuần này, bạn đã bao giờ xem xét đến ảnh hưởng của những hành lý quá tải lên những mối quan hệ chưa? Ở hội thánh chúng tôi, chúng tôi đã nói đến điểm này thông qua một vở kịch. Chúng tôi tái hiện một đám cưới mà ở đó chúng ta nghe được suy nghĩ của cô dâu và chú rể. Chú rể bước vào, hành lý nặng trĩu cùng với những chiếc túi linh kỉnh phụ kiện. Mỗi túi đều được dán nhãn: tội lỗi, tức giận, kiêu ngạo, bất an. Anh này đang phải mang vác rất nhiều thứ. Khi chú rể đứng trước bàn làm lễ, khán giả nghe thấy suy nghĩ của anh, *Cảm ơn Chúa, cuối cùng đã có một người phụ nữ tuyệt vời giúp ta mang hết những gánh nặng này. Nàng thật mạnh mẽ, thật vững chãi, thật….*

Khi anh còn đang miên man suy nghĩ, thì cô dâu cũng bắt đầu vẽ lên những suy nghĩ trong lòng. Nàng bước vào, dịu dàng trong chiếc váy cưới trắng tinh khôi, nhưng, cũng giống như vị hôn phu của mình, quanh nàng là linh kỉnh hành lý. Túi xách trên tay, vai đeo mấy cái túi, kéo theo một bộ đồ trang điểm và cái túi giấy thật to - tất cả mọi thứ mà bạn có thể hình dung ra, và mọi thứ đều được dán nhãn. Nàng cũng có những chiếc túi của riêng mình: thành kiến, sự cô đơn, những thất vọng. Và cô ấy đang trông đợi điều gì? Hãy lắng nghe suy nghĩ của nàng: *Chỉ vài phút nữa thôi là mình sẽ có một người đàn ông cho riêng mình. Không cần cố vấn nào nữa. Không cần nhóm họp gì nữa. Đã quá đủ rồi, chán nản và*

Hãy cẩn thận, kẻo sự ăn chơi, say sưa và mải lo mưu sinh tràn ngập lòng các con, đến nỗi ngày ấy tới bất thình lình trên các con như bẫy sập, 35vì ngày ấy cũng sẽ đến trên tất cả mọi người khắp thế giới.
- Lu-ca 21:34-35

Sự lo lắng về những nan đề của bản thân khiến chúng ta không còn khả năng giúp đỡ người khác khi họ gặp nan đề.

lo lắng ạ, ta sẽ không phải gặp chúng mày thêm một lần nào nữa. Anh ấy sẽ bù đắp cho ta.

Cuối cùng họ cùng nhau đứng trước mục sư, mất tích trong núi đồ đạc. Họ mỉm cười theo cách của họ suốt buổi lễ, nhưng khi được đề nghị hôn nhau, thì họ không thể. Làm sao bạn có thể ôm người khác nếu tay bạn đầy những túi xách chứ?

7. Xu hướng của con người là mong đợi người khác mang những gánh nặng cho mình. Chúa Giê-xu nhắc nhở chúng ta rằng, mặc dù chúng ta phải quan tâm đến gánh nặng của những người khác, nhưng cách duy nhất để chúng ta có thể kinh nghiệm được sự tự do thực sự là để Ngài mang lấy tất cả những gánh nặng nan đề của chúng ta. Tại sao Chúa Giê-xu lại hoàn toàn có khả năng mang những gánh nặng của chúng ta?

_____
_____
_____

VÌ NIỀM VUI CỦA CHÍNH MÌNH

Vì lợi ích của Đức Chúa Trời mà chúng ta phụng sự, hãy đi du lịch với hành lý gọn nhẹ.

Vì lợi ích của những người mà chúng ta yêu thương, hãy đi du lịch với hành lý gọn nhẹ.

Vì chính niềm vui của chúng ta, hãy đi du lịch với hành lý gọn nhẹ.

"Nguyện người CHÚA yêu dấu, được nghỉ an toàn trong Ngài. Chúa che chở người suốt ngày. Phải, người Chúa yêu được ở giữa hai vai Ngài."

- Phục Truyền Luật Lệ Ký 33:12

Có những gánh nặng trong cuộc đời mà bạn không thể mang được. Đức Chúa Trời của bạn mời gọi bạn đặt chúng xuống và tin cậy vào chính Ngài. Ngài là một người Cha đang đứng ở nơi nhận hành lý ký gửi. Khi một người cha nhìn thấy đứa con trai năm tuổi của mình đang cố gắng kéo cái va li của gia đình ra khỏi băng chuyền hành lý, ông sẽ nói gì? Người cha ấy sẽ nói với con trai mình điều mà Đức Chúa Trời sẽ nói với bạn.

"Hãy để nó xuống đi, con trai! Ba sẽ kéo cho con."

Bạn sẽ nói gì trước lời đề nghị của Ngài? Nếu nhận lời, chúng ta sẽ nhận thấy mình đang đi du lịch với hành lý nhẹ nhàng hơn.

Nhân tiện, ở phần trước bài học, có lẽ tôi đã quá cường điệu về chuyện nhét hành lý của tôi. (Tôi không thường xuyên dùng giày đi trên tuyết.) Nhưng tôi không hề phóng đại lời hứa của Đức Chúa Trời: "Hãy trao mọi điều lo lắng mình cho Ngài vì Ngài chăm sóc anh chị em." (1 Phi-e-rơ 5:7).

8. Hãy đọc Phục Truyền Luật Lệ Ký 33:12. Câu nào sau đây nói đúng về việc yên nghỉ trong Đức Chúa Trời? Hãy đánh dấu tất cả các câu trả lời phù hợp.

☐ Chúng ta có thể nằm nghỉ bình an.
☐ Đức Chúa Trời bảo vệ chúng ta khi chúng ta yên nghỉ trong Ngài.
☐ Những người mà Đức Chúa Trời yêu mến sẽ cùng yên nghỉ với Ngài.

TRỌNG TÂM BÀI HỌC

Thưa anh chị em, về phần anh chị em đã được kêu gọi để hưởng tự do thì đừng lấy tự do làm dịp tiện thỏa mãn tính xác thịt. Nhưng hãy lấy tình yêu thương phục vụ lẫn nhau.

- Ga-la-ti 5:13

* Chúa Giê-xu mời gọi chúng ta bỏ lại đằng sau những gánh nặng mà chúng ta cố gắng mang theo trong đời.

*Chúng ta cố gắng mang những gánh nặng mà chúng ta không bao giờ muốn mang.

*Chúng ta không thể chạm tới những người khác nếu bàn tay chúng ta đã cầm quá nhiều thứ.

*Việc lo lắng về những nan đề của bản thân khiến chúng ta không còn khả năng giúp đỡ người khác khi họ gặp nan đề.

Câu Kinh Thánh ghi nhớ của bạn trong tuần này là Giăng 8:36. Hãy dành vài phút để ôn lại bằng cách viết xuống dưới đây.

Tấm lòng của Chúa Giê-xu

Ma-ri, cũng giống như tất cả những người khác, ngạc nhiên trước việc Chúa xuất Giê-xu xuất hiện trong phòng. Bà đã khóc suốt từ hôm thứ sáu, khi tin về việc Ngài bị bắt và tra tấn đến với bà. Trái tim bà bị đau nhói khi nhìn thấy hình ảnh Ngài, bị đánh đập đến mức không nhận ra được nữa. Nhưng người mẹ thì luôn biết rõ con trai mình. Bà đã khao khát được chạy đến bên cạnh Ngài, để lau máu trên khuôn mặt và xoa dịu tấm lưng bị rách nát của Ngài. Bà đã muốn được đứng giữa Ngài và những tên lính La Mã, để bảo vệ Ngài khỏi những kẻ hành hình. Khi những chiếc đinh đóng vào tay Ngài, bà đã phải quay mặt để khỏi nhìn thấy cảnh tượng đó, nhưng bà vẫn đứng vững trên mặt đất. Bà đã không từ bỏ đứa con trai quý báu này, món quà từ Đức Chúa Trời. Mặc dù trái tim bà tan nát, nhưng bà vẫn ở bên cạnh cho đến khi Ngài ra đi. Bà đã thấy Ngài chết. Nhưng bây giờ Ngài đã ở đây, Ngài vẫn sống! Và trong sự phục sinh của Ngài, bà đã tìm thấy sự tự do. Bà được giải phóng khỏi sự phản đối của những người đứng đầu đến thờ, giải phóng khỏi những lo lắng của một người mẹ đối với Ngài, giải phóng khỏi sự căng thẳng và sự kình địch giữa anh chị em ruột trong gia đình, và giải phóng khỏi nỗi đau buồn như lưỡi gươm đâm thấu vào tim bà (Lu-ca 2:35).

NGÀY HAI – GIẢI THOÁT KHỎI HAM MUỐN

GÁNH NẶNG CỦA SỰ KHÔNG THỎA LÒNG

Hãy cùng tôi đến thăm một nhà tù đông nhất trên thế giới. Có nhiều tù nhân hơn số giường ngủ. Số tù nhân nhiều hơn số đĩa có trong nhà bếp. Nhiều người lưu trú hơn cả nguồn trợ cấp.

CHÚA là Đấng chăn giữ tôi, tôi sẽ không thiếu thốn gì.
-Thi thiên 23:1

Hãy cùng tôi tới một nhà tù khắc nghiệt nhất trên thế giới. Hãy hỏi những tù nhân, họ sẽ cho bạn biết. Họ bị bóc lột sức lao động và bị bỏ đói. Những bức tường thì trơ trụi và giường ngủ thì cứng đơ.

Không có một nhà tù nào đông như vậy. Không có nhà tù nào khắc nghiệt như vậy, và còn gì nữa, không nhà tù nào vĩnh cửu như vậy. Hầu hết tù nhân đều không bao giờ rời khỏi đây. Họ không bao giờ bỏ trốn. Họ không bao giờ được giải phóng. Họ hài lòng án với chung thân ở một nơi chật chội, thiếu tiện nghi như thế này.

Tên của nhà tù này ư? Bạn có thể nhìn thấy nó từ cửa ra vào. Trên cánh cổng của nhà tù này có ghi mấy chữ này: H-A-M M-U-Ố-N.

Nhà tù của sự ham muốn. Bạn đã nhìn thấy những tù nhân của nó rồi. Họ ở trong tình cảnh "thiếu thốn". Họ muốn điều gì đó. Họ muốn cái gì đó lớn hơn. Tốt đẹp hơn. Nhanh hơn. Mỏng hơn. Họ ham muốn.

Không thỏa lòng là một dạng nhà tù.

Hãy nhớ rằng, họ cũng không mong muốn nhiều thứ đâu. Họ chỉ muốn một điều thôi. Một công việc mới. Một chiếc xe hơi mới. Một căn nhà mới. Một người bạn đời mới. Họ không muốn nhiều. Họ chỉ muốn một thứ thôi.

Và khi họ có được "một thứ đó" họ sẽ thấy hạnh phúc. Và họ đúng - họ sẽ hạnh phúc. Khi họ có được "một thứ đó", họ sẽ rời khỏi nhà tù. Nhưng khi việc đó xảy ra rồi, chiếc xe hơi mới trở nên cũ. Công việc mới cũng trở nên cũ. Người hàng xóm mua chiếc tivi to hơn. Người bạn đời mới có những thói quen xấu. Có tiếng xé toạc, loạc xoạc, và trước khi bạn kịp nhận biết nó, giấy phóng thích khỏi nhà tù đã bị xé và bạn lại quay lại nhà tù.

Bởi vì chính tạo vật sẽ được giải phóng khỏi làm nô lệ cho sự hư nát để được tự do vinh quang của con cái Đức Chúa Trời.
-Rô-ma 8:21

1. Hãy đọc các câu Kinh Thánh sau đây. Rồi nối câu Kinh Thánh với điều bạn học được về những khao khát của chúng ta.

- Thi Thiên 37:4   a. Những mong muốn xấu xa không dẫn đến điều
- Thi Thiên 73:25   gì ích lợi.
- Châm Ngôn 11:18   b. Đức Chúa Trời muốn ban cho chúng ta những
- Gia-cơ 1:14   điều chúng ta mong muốn.
                      c. Chúng ta không nên mong muốn bất cứ điều gì
                      ngoài Đức Chúa Trời.
                      d. Những mong muốn gian ác khiến chúng ta
                      phạm tội.

Kết cuộc của họ là sự hư vong, họ lấy cái bụng làm Đức Chúa Trời mình và vinh quang trong cái đáng hổ thẹn. Họ chỉ nghĩ đến những điều thế tục.
-Phi-líp 3:19

Bạn có đang ở tù không? Nếu bạn cảm thấy có nhiều hơn khi có nhiều hơn và cảm thấy tồi tệ khi bạn có ít hơn thì bạn đang ở trong tù rồi. Nếu niềm vui của bạn đến từ mỗi lần hoàn thành một bài thuyết trình, mỗi lần thay đổi, mỗi lần đưa ra quyết định nào đó, mỗi lần thay đổi diện mạo, thì bạn cũng đang ở trong tù rồi. Nếu hạnh phúc của bạn đến từ điều gì đó, đại loại như tài khoản tiền gửi, sự nỗ lực, đồ ăn, nước uống thì hãy đối diện với nó – bạn đang ở tù, nhà tù của ham muốn.

2. Hãy đọc Phi-líp 3:19. Câu nào sau đây đúng, và câu nào sai khi nói về những ham muốn đời này? Đánh dấu câu trả lời đúng bằng (Đ) và câu trả lời sai bằng (S)

___ Được làm bất cứ việc gì mình muốn là định nghĩa về sự tự do thật.
___ Làm bất cứ việc gì mình muốn sẽ đem đến kết cuộc là sự phá huỷ bản thân.
___ Chúng ta có thể tin cậy vào những ham muốn xác thịt.
___Chỉ nghĩ về những điều thuộc về đất thật là nguy hiểm.

TÁI ĐỊNH NGHĨA SỰ THỎA LÒNG

Đúng là một tin tồi tệ. Tin tốt là, bạn có một vị khách. Và vị khách này có một thông điệp có thể thả tự do cho bạn khỏi nhà tù. Hãy chuẩn bị phòng khách để đón tiếp vị khách ấy. Hãy ngồi xuống ghế và nhìn qua chiếc bàn, bạn sẽ thấy tác giả Thi Thiên, ông Đa-vít. Ông ra hiệu cho bạn cúi về phía trước. "Ta có một bí mật muốn nói với ngươi," ông thì thầm, "bí quyết là sự thoả lòng. CHÚA là Đấng chăn giữ tôi, tôi sẽ không thiếu thốn gì." (Thi 23:1).

Đa-vít đã tìm thấy đồng cỏ mà ở đó sự không thỏa lòng bị tiêu diệt. Cứ như thể ông đang nói rằng: "Điều tôi có nơi Đức Chúa Trời vĩ đại hơn điều tôi không có trong cuộc đời này." Bạn có nghĩ rằng bạn và tôi có thể học cách nói điều tương tự không?

3. Khi Đức Chúa Trời là niềm khao khát lớn nhất của chúng ta, thì chúng ta sẽ kinh nghiệm sự tự do. Chúng ta không "muốn" bất cứ điều gì bởi vì không gì có thể so sánh với việc nhận biết và yêu Ngài – và chúng ta tin cậy rằng Ngài sẽ đáp ứng nhu cầu của chúng ta. Hãy tìm các câu Kinh Thánh sau đây và viết ra điều bạn học được về sự khao khát Đức Chúa Trời.

Thi Thiên 40:8 – "Lạy Đức Chúa Trời tôi, Tôi mong muốn làm theo ý Ngài, Kinh Luật của Ngài ở trong lòng tôi."

_____

_____

Thi Thiên 42:2 – "Linh hồn tôi khao khát Đức Chúa Trời, là Đức Chúa Trời hằng sống. Khi nào tôi mới được đến trình diện trước mặt Đức Chúa Trời?"

_____

_____

Châm Ngôn 10:24 – "Điều kẻ ác lo sợ sẽ xảy ra cho nó, nhưng điều người công chính ước ao sẽ được ban cho."

Phi-líp 1:22-24 – "Nhưng nếu tôi còn sống trong thân xác thì tôi sẽ làm công việc có kết quả; tôi không biết nên chọn điều nào. Tôi bị giằng co giữa hai đường: Tôi muốn ra đi để ở cùng Chúa Cứu Thế là điều tốt hơn. Nhưng tôi cứ ở lại trong thân xác, ấy là điều cần thiết hơn cho anh chị em."

Hãy sống như những người được tự do, nhưng đừng dùng sự tự do của anh chị em để che đậy điều ác.
- 1 Phi-e-rơ 2:16

Hãy nghĩ một chút về những điều bạn đang sở hữu. Hãy nghĩ về ngôi nhà mà bạn có, chiếc xe mà bạn đi, tiền mà bạn dành dụm được. Hãy nghĩ về đồ châu báu mà bạn được thừa kế, cổ phiếu mà bạn đã giao dịch và quần áo mà bạn đã mua. Hãy mường tượng về tất cả đồ đạc của bạn và hãy để tôi nhắc bạn về hai lẽ thật của Kinh Thánh.

Đồ đạc không phải là của bạn. Hãy hỏi bất kỳ điều tra viên điều tra những cái chết bất thường nào. Hãy hỏi bất kỳ người ướp xác nào. Hãy hỏi bất kỳ giám đốc nhà tang lễ nào. Họ sẽ cho bạn câu trả lời. Không ai có thể mang theo thứ gì. Khi một trong những người đàn ông giàu có nhất trong lịch sử, John D. Rockefeller, qua đời, nhân viên kế toán của ông được hỏi là: "John D. để lại bao nhiêu tiền?" Bạn biết viên kế toán trả lời sao không? "Tất cả"

4. Hãy đọc Truyền Đạo 5:15 và điền vào chỗ trống câu nói về của cải của chúng ta.

Mọi người đến..............với.........., và khi họ............họ ra đi với.........Mặc dù tất cả công việc.............của họ, họ ra đi giống như khi họ đến.

5. Theo bạn thì làm thế nào để có được sự cân bằng lành mạnh giữa việc có được những điều cần thiết hoặc có ích và việc để điều đó kiểm soát bạn?

Người mở mắt chào đời với hai bàn tay trắng, Nhắm mắt lìa đời, trắng đôi bàn tay. Người ra đi, trong tay chẳng mang theo được gì do công lao khó nhọc mình làm ra.
- Truyền Đạo 5:15

Chúng ta không thực sự sở hữu tất cả những gì chúng ta có trên đất này.

Tất cả những đồ đạc đó đều không phải của bạn. Và bạn có biết điều gì khác về những đồ đạc đó không? Đó cũng không phải là bạn. Việc bạn là ai chẳng có can hệ gì tới quần áo mà bạn mặc hay chiếc xe mà bạn đi. Chúa Giê-xu phán rằng: "sự sống của người ta không phải cốt tại của cải mình dư dật đâu" (Lu-ca 12:15). Thiên đàng không để ý xem bạn có phải là một anh chàng có bộ com-lê đẹp đẽ, một phụ nữ có ngôi nhà to, hay là một đứa trẻ có chiếc xe đạp mới đâu. Thiên đàng chỉ nhìn tấm lòng của bạn, "Ta không xét đoán như loài người xét đoán, vì loài người chỉ nhìn thấy bề ngoài, nhưng CHÚA nhìn thấy tấm lòng bên trong." (1Sa-mu-ên 16:7). Khi Đức Chúa Trời nghĩ về bạn, Ngài có thể nhìn vào lòng trắc ẩn của bạn, sự tận hiến, sự dịu dàng hay sự nhanh nhạy của bạn, nhưng Ngài không nghĩ đến đồ đạc của bạn.

Và khi bạn nghĩ về bạn, bạn cũng không nên nghĩ đến nó. Nếu định nghĩa bản thân bằng những tài sản của mình thì bạn sẽ cảm thấy tốt khi bạn có nhiều và cảm thấy tệ hại khi bạn không có gì.

Tôi nói thế không phải vì thiếu thốn, vì tôi đã tập thoả lòng trong mọi cảnh ngộ. Tôi biết thế nào là nghèo túng thế nào là sung túc. Trong mỗi nơi và mọi hoàn cảnh tôi đã học được bí quyết để sống no đủ hay đói khát, sung túc hay thiếu thốn. Tôi đủ sức làm được mọi việc nhờ Đấng ban thêm năng lực cho tôi.
- Phi-líp 4:11-13

6. Kinh Thánh định nghĩa về sự thoả lòng như thế nào? Hãy đọc Phi-líp 4:11-13. Câu nào sau đây nói đúng về cách Phao-lô định nghĩa sự thoả lòng? Hãy đánh dấu tất cả các câu trả lời phù hợp.

CUỘC SỐNG KHÔNG HỖN ĐỘN.

Cuộc sống nhiều ảnh hưởng nhất là cuộc sống đơn giản nhất. Cuộc sống nhiều ảnh hưởng nhất là cuộc sống nhận biết nó đang đi về đâu, biết nguồn của sức mạnh là gì, và được sống tự do khỏi mọi hỗn loạn, tình huống phát sinh và sự vội vã.

Bận rộn không phải là tội lỗi. Chúa Giê-xu cũng bận rộn. Phao-lô cũng bận rộn. Phi-e-rơ cũng bận rộn. Bạn sẽ không nhận được điều gì xứng đáng nếu không cố gắng, làm việc chăm chỉ và nhiều ưu tư. Bản thân sự bận rộn vốn không phải là tội. Nhưng bận rộn trong những đeo đuổi không ngừng nghỉ về những điều vốn chỉ để lại trong chúng ta sự trống rỗng, vô nghĩa và đổ vỡ - thì điều đó không đẹp lòng Đức Chúa Trời.

Căn nguyên của sự mệt mỏi của con người là đeo đuổi những điều không bao giờ có thể thoả mãn được, nhưng liệu có ai trong chúng ta chưa từng bị cuốn vào những đeo đuổi đó trong cuộc đời? Đam mê, của cải và sự kiêu ngạo của chúng ta—tất cả những thứ đó đều chính là những thứ chết. Khi chúng ta cố gắng để lấy sự sống của mình từ những việc chết, kết quả chỉ là sự mệt mỏi và không thỏa mãn mà thôi.

- Walking with the Savior

Đừng trông chờ thái độ của bạn thay đổi khi hoàn cảnh thay đổi.

☐ Sự thoả lòng đến với Phao-lô một cách tự nhiên – ông là người "siêu thuộc linh"

☐ Phao-lô đã phải học cách thoả lòng với những điều ông có.

☐ Phao-lô đã nổi điên khi những nhu cầu của ông không được đáp ứng.

☐ Phao-lô biết phải sống thế nào kể cả khi ông thiếu thốn và khi ông sung túc.

☐ Phao-lô có thể thoả lòng trong mọi hoàn cảnh vì cớ Đấng Christ.

SỰ THOẢ LÒNG THẬT

Giống như Phao-lô, Doug McKnight đã tìm thấy bí quyết để có sự thoả lòng thật sự. Ở tuổi ba mươi hai, ông bị chẩn đoán là mắc bệnh đa xơ cứng. Trong suốt mười sáu năm tiếp theo, nó đã lấy của ông sự nghiệp, khả năng vận động và thậm chí là cả mạng sống. Vì căn bệnh đa xơ cứng này mà ông không thể tự ăn hay đi lại; ông đã chiến đấu với sự chán nản và sợ hãi. Nhưng trải qua tất cả những điều đó, Doug không bao giờ đánh mất lòng biết ơn Chúa của mình. Bằng chứng của điều này được nhìn thấy trong danh sách cầu nguyện của ông. Bạn bè trong hội thánh đã đề nghị ông liệt kê ra những nhu cầu để họ có thể cầu thay cho ông. Câu trả lời của ông bao gồm mười tám phước hạnh ông muốn tạ ơn Chúa và sáu nhu cầu cần cầu xin. Phước hạnh của ông lớn gấp ba lần nhu cầu của ông. Doug McKnight đã học thoả lòng.

Một người phong ở đảo Tobago cũng vậy. Một người đi truyền giáo ngắn hạn đã gặp bà ta trong chuyến đi truyền giáo ấy. Vào ngày cuối cùng, ông đang hướng dẫn thờ phượng tại một khu vực dành cho người bị bệnh phong. Ông hỏi xem có ai có bài hát nào yêu thích không. Khi ấy, một người phụ nữ quay lại và ông nhìn thấy khuôn mặt bị biến dạng nhất mà ông từng nhìn thấy trên đời. Bà không còn tai và mũi. Môi cũng không còn. Nhưng bà vẫn đưa bàn tay không còn ngón lên và yêu cầu: "Chúng ta có thể hát bài 'Xin anh đếm các phước lành Cha ban' không?".

Nhà truyền giáo ấy đã bắt nhịp bài hát nhưng không thể hát hết bài. Sau đó, có người bình luận: "Tôi chắc là anh sẽ không bao giờ có thể hát lại bài hát này nữa." Ông trả lời rằng: "Không, tôi vẫn sẽ hát. Chỉ là sẽ không bao giờ hát như trước đây vẫn từng hát nữa."

Bạn có đang hy vọng thay đổi hoàn cảnh thì sẽ mang lại sự thay đổi trong thái độ của bạn không? Nếu vậy thì bạn đang bị cầm tù đấy, và bạn cần phải học bí quyết của việc đi du lịch với hành lý gọn nhẹ. *Điều bạn có ở trong Đấng Chăn Chiên lớn hơn rất nhiều so với điều bạn không có trong cuộc đời này.*

CHỜ ĐỢI SỰ THAY ĐỔI

Vậy thì, điều gì chia cách bạn với niềm vui? Bạn sẽ điền vào chỗ trống này như thế nào: "Tôi sẽ hạnh phúc khi...........". Khi tôi được chữa lành. Khi tôi được thăng chức. Khi tôi lấy được vợ/chồng. Khi tôi độc thân. Khi tôi giàu có. Bạn sẽ kết thúc câu này như thế nào?

Nếu con tàu bạn mong chờ không bao giờ tới, nếu giấc mơ của bạn không bao giờ trở thành hiện thực, nếu hoàn cảnh không bao giờ thay đổi, bạn có hạnh phúc không? Nếu không, thì bạn đang nằm trong xà lim lạnh lẽo của sự không thỏa lòng. Bạn đang bị cầm tù. Và bạn cần phải biết điều bạn có ở trong Đấng Chăn Chiên của mình.

7. Hãy tìm các câu Kinh Thánh sau đây và viết ra điều bạn học được về Đấng Chăn Chiên có một không hai của chúng ta.

Thi Thiên 89:6 – "Vì ai ở trên trời có thể so sánh cùng Chúa? Có ai trong vòng các thần giống như Chúa?"

Ê-sai 40:18 – "Các ngươi sẽ ví Đức Chúa Trời với ai? Lấy hình ảnh nào để sánh với Ngài?"

_____

_____

Ê-sai 40:25 – "Đấng Thánh phán: "Các ngươi sẽ so sánh ta với ai? Ta sẽ giống ai?"

_____

Lòng biết ơn là dấu hiệu đảm bảo rằng một người đã được giải phóng khỏi sự ham muốn và biết thoả lòng trong Đấng Christ.

_____

ĐƯỢC MỌI THỨ

Phao-lô nói rằng "lòng tin kính Chúa kèm theo sự thỏa lòng là một nguồn lợi lớn" (1 Ti-mô-thê 6:6). Khi chúng ta giao nộp cho Đức Chúa Trời bao tải cồng kềnh của sự bất mãn, chúng ta không chỉ từ bỏ một điều gì đó mà chúng ta cũng nhận được một điều gì đó. Đức Chúa Trời thay nó bằng một chiếc ba-lô nhẹ nhàng, được may đo riêng cho bạn và có khả năng chiến đấu với đau khổ là lòng biết ơn.

8. Lòng biết ơn là một dấu hiệu đảm bảo một người đã được giải phóng khỏi sự ham muốn và biết thoả lòng trong Đấng Christ. Câu nào sau đây đúng đối với lòng biết ơn? Hãy đánh dấu tất cả các câu trả lời phù hợp. Sử dụng các câu Kinh Thánh dưới đây để giúp bạn trả lời.

☐ Chúng ta phải luôn biết ơn Chúa. (Cô-lô-se 2:7)

☐ Chúng ta có thể biết ơn Chúa vì những điều chúng ta có trong Đức Chúa Trời không hề rúng động. (Hê-bơ-rơ 12:28)

☐ Chúng ta phải cảm tạ Chúa ngay cả khi chúng ta trình bày cho Ngài nhu cầu của mình. (Phi-líp 4:6)

Có sự thỏa lòng, bạn sẽ nhận được điều gì? Bạn có thể nhận được hôn nhân hạnh phúc. Bạn có thể có được những giờ phút quý giá bên con cái. Bạn có thể giữ được lòng tự trọng. Bạn có thể có được sự vui mừng. Bạn có thể có đức tin để nói rằng: "CHÚA là Đấng chăn giữ tôi, tôi sẽ không thiếu thốn gì."

Hãy cố gắng lặp lại một cách chậm rãi. "CHÚA là Đấng chăn giữ tôi, tôi sẽ không thiếu thốn gì."

Thêm một lần nữa:"CHÚA là Đấng chăn giữ tôi, tôi sẽ không thiếu thốn gì."

Thêm một lần nữa:"CHÚA là Đấng chăn giữ tôi, tôi sẽ không thiếu thốn gì."

Suỵt! Bạn có nghe thấy gì không? Tôi nghĩ là tôi đã nghe thấy. Tôi không chắc lắm… nhưng tôi nghĩ tôi đã nghe thấy tiếng cửa nhà tù đang mở ra.

Được giải thoát khỏi tội lỗi anh chị em trở thành nô lệ cho sự công chính.

- Rô-ma 6:18

TRỌNG TÂM BÀI HỌC

*Bất mãn là một dạng nhà tù.

*Chúng ta không thực sự sở hữu tất cả những gì chúng ta có trên đất này.

*Đừng trông chờ hoàn cảnh thay đổi thì thái độ của bạn sẽ thay đổi.

*Lòng biết ơn là dấu hiệu đảm bảo một người được giải phóng khỏi sự ham muốn và biết thoả lòng trong Đấng Christ.

Giăng 8:36 là câu Kinh Thánh ghi nhớ của bạn trong tuần này. Bây giờ hãy viết nó xuống đây để ôn lại.

_____

Tấm lòng của Chúa Giê-xu

Anh đã có tất cả. Gia đình anh rất sung túc, toàn giao du với giới thượng lưu và giàu có. Nhà của anh như là một địa điểm tham quan vậy – sàn nhà bằng đá cẩm thạch mát lạnh, cổng vòm bằng trụ, những căn phòng thoáng mát bên trên để giải trí, đài phun nước ở ngoài sân và một đội ngũ kẻ hầu người hạ chờ đợi bên cạnh. Anh rất thông minh, có học thức, được yêu mến và tôn trọng. Rất nhiều người xung quanh ngưỡng mộ sự tận hiến cho Luật Pháp và đời sống công chính của anh. Cách cư xử của anh chẳng có gì để chê trách. Cộng đồng coi anh là một công dân thuộc tầng lớp quý tộc - lịch sự, đáng tin cậy và rộng lượng. Một người trẻ tuổi còn muốn gì hơn thế nữa? Cho nên khi vị quan trẻ tuổi giàu có này đến gặp Chúa Giê-xu, bạn bè của anh nghĩ rằng chắc chắn Thầy sẽ công nhận sự tử tế của anh, có lẽ đặt anh làm một tấm gương cho những người còn lại trong bọn họ noi theo. Nhưng ngược lại, Chúa Giê-xu nhìn vào mắt chàng trai, và nhìn thấy sự không thỏa lòng của anh. Chúa Giê-xu đưa ra một lời mời đến với sự tự do. Chỉ cần trước tiên có một thay đổi xảy ra thôi. Anh phải làm duy nhất một việc mà thôi. Hãy cho hết những điều anh đang sở hữu. Nhà cửa, kẻ hầu người hạ, địa vị, tiền bạc - tất cả những điều đó phải ra đi. Trước sự ngạc nhiên, vị quan trẻ tuổi giàu có đã phải đối diện với đức tin ít ỏi của mình. Dù đau đớn, nhưng anh vẫn phải quay lưng bỏ đi, cảm thấy hổ thẹn khi nhu cầu của anh chỉ bám vào những của cải trên đất.

- Lu-ca 18: 22-24

NGÀY BA – ĐƯỢC GIẢI THOÁT KHỎI TUYỆT VỌNG

KHU RỪNG NGOÀI ĐÓ

Tôi thắc mắc liệu bạn có thể hình dung ra mình đang ở trong một khu rừng hay không. Một khu rừng rậm rạp. Một khu rừng tối tăm. Bạn bè thuyết phục bạn rằng đó sẽ là khoảng thời gian chỉ có một lần trong đời, và bạn đang ở đây. Bạn thanh toán chi phí. Bạn vượt đại dương. Bạn thuê người hướng dẫn và gia nhập nhóm khách thăm quan. Và bạn mạo hiểm ở nơi mà bạn chưa từng ở –trong một thế giới dày đặc và lạ lẫm của rừng rậm.

Nghe hấp dẫn phải không? Hãy bước sâu hơn một chút. Hãy tưởng tượng rằng bạn đang ở trong một khu rừng, bị lạc và đơn độc. Bạn dừng lại để buộc giày, rồi tìm kiếm, chẳng có ai ở gần đó cả. Bạn nắm bắt cơ hội và đi về phía bên phải; bây giờ bạn lại băn khoăn liệu những người khác có đi về bên trái không. (Hay là bạn đi về bên trái và họ đi về bên phải?)

Bạn có một nan đề. Trước tiên, bạn không được tạo nên để ở nơi này. Đặt bạn vào giữa những đại lộ và toà nhà, bạn có thể tìm được đường về nhà. Nhưng ở đây, giữa các tán lá cây che khuất bầu trời thì sao? Ở đây, giữa các bụi cây che mất lối đi thì sao? Bạn đã ra khỏi nơi quen thuộc của mình. Bạn không được tạo ra để sống ở khu rừng này.

Ai có thể buộc tội bạn vì ngồi trên một khúc gỗ (tốt hơn trước tiên nên kiểm tra xem có rắn không đã), giấu mặt trong lòng bàn tay và nghĩ Tôi sẽ không bao giờ ra khỏi đây được. Bạn không có phương hướng, không trang thiết bị, không hy vọng.

Bạn có thể chọn chế đứng hình cho cảm xúc đó trong giây lát không? Bạn có thể cảm nhận, chỉ vài giây thôi, cảm giác ra khỏi nơi quen thuộc của mình không? Không còn giải pháp? Không còn ý tưởng và không còn sức lực gì cả? Bạn có thể tưởng tượng một chốc lát cảm giác mất hy vọng là như thế nào không?

Đức Giê-su liền bảo những người Do Thái vừa tin theo Ngài rằng: "Nếu các người kiên trì trong đạo Ta dạy thì các người mới thật là môn đệ của Ta. Các người sẽ hiểu biết chân lý và chính chân lý đó sẽ giải phóng các người!"

- Giăng 8:31-32

Đối với nhiều người, cuộc sống là một khu rừng.

1. Hãy tìm các câu Kinh Thánh sau đây và viết ra điều bạn học được về tầm quan trọng của hy vọng.

Thi Thiên 33:18 – "Kìa, mắt Chúa đoái xem người kính sợ Ngài, và kẻ trông cậy nơi tình yêu thương của Ngài."

_____

_____

Ngài phục hồi linh hồn tôi.
- Thi Thiên 23:3

Thi Thiên 42:5 – "Hỡi linh hồn ta, tại sao ngươi chán nản và lo lắng trong mình ta? Hãy hy vọng nơi Đức Chúa Trời. Vì ta sẽ còn ca ngợi Ngài."

_____

_____

Thi Thiên 62:5 – "Linh hồn tôi được an bình nơi một mình Đức Chúa Trời, vì tôi hy vọng nơi Ngài.

_____

_____

Rô-ma 8:24-25 – "Trong niềm hy vọng đó chúng ta đã được cứu; nhưng hy vọng mà đã thấy rồi thì không còn là hy vọng nữa; vì điều gì người ta thấy thì còn hy vọng gì nữa? Nhưng nếu chúng ta không thấy điều chúng ta hy vọng thì chúng ta tha thiết trông chờ trong kiên trì."

_____

Đối với nhiều người, cuộc sống là một khu rừng. Không phải là một khu rừng với nhiều cây xanh và thú dữ. Nếu thế, cuộc sống rất đơn giản. Chỉ với một chiếc dao rựa rừng cây có thể bị đốn bỏ và thú dữ đã có thể bị nhốt trong chuồng. Nhưng khu rừng của chúng ta là tập hợp của những bụi cây rậm rạp, chằng chịt là sức khoẻ suy giảm, những chuyện đau lòng, và những cái ví rỗng tuếch. Khu rừng của chúng ta bị giam hãm trong những bức tường bệnh viện và những phiên toà li dị. Chúng ta không nghe thấy tiếng muông chim ríu rít hay tiếng sư tử gầm rú, nhưng chúng ta nghe thấy tiếng phàn nàn của hàng xóm và yêu sách của ông chủ. Những con dã thú của chúng ta là những người chủ nợ, và bụi rậm bao quanh chúng ta là sự hối hả làm chúng ta kiệt sức.

Đó là khu rừng ngoài kia.

Và đối với vài người, thậm chí đối với nhiều người, món hàng mang tên hy vọng luôn thiếu nguồn cung. Sự tuyệt vọng là một chiếc túi không đáy. Không giống như những cái túi khác, nó không thể nào đầy. Nó trống rỗng, và sự trống rỗng đó tạo ra gánh nặng. Hãy mở miệng bao và kiểm tra tất cả các túi. Hãy lộn ngược chúng và lắc thật mạnh. Chiếc bao tuyệt vọng là một sự trống rỗng đầy đau đớn.

Thuở ấy, anh chị em không có Chúa Cứu Thế, không có quyền công dân Y-sơ-ra-ên, không được dự phần vào các giao ước Đức Chúa Trời đã hứa, không có niềm hy vọng và không có Đức Chúa Trời trong thế gian.

- Ê-phê-sô 2:12

2. Hãy đọc Ê-phê-sô 2:12. Điền vào chỗ trống về sự tuyệt vọng hoàn toàn của những kẻ không nhận biết Đấng Christ. Những kẻ không có Đấng Christ không có quyền công dân........ ...; họ không có phần trong lời hứa mà Đức Chúa Trời đã hứa với................ của Ngài. Họ không có ....bởi vì họ không biết.............................

3. Lĩnh vực quan trọng nào trong đời sống thường giống với rừng rậm - bối rối, khó khăn trong việc vận động và sợ hãi? Hãy đánh dấu tất cả các câu trả lời phù hợp.

☐ Các mối quan hệ   ☐ Tài chính
☐ Tình hình công việc   ☐ Sức khoẻ

Thần của Chúa ở trên Ta, vì Chúa đã xức dầu cho ta đặng loan báo tin mừng cho những kẻ nghèo khổ. Ngài sai ta đi băng bó những tấm lòng tan vỡ, công bố tự do cho những kẻ bị tù đầy, loan tin phóng thích cho những người bị xiềng xích.

- Ê-sai 61:1

ĐẾN ĐƯỢC GIẢI CỨU

Phước cho dân tộc nào biết được tiếng reo hò trong lễ hội ca ngợi Ngài; Lạy Chúa, họ sẽ bước đi trong ánh sáng của sự hiện diện Ngài.

- Thi Thiên 89:15

Điều gì phục hồi hy vọng của bạn? Bạn cần điều gì để nạp năng lượng cho hành trình cuộc đời?

Mặc dù câu trả lời thì rất nhiều, nhưng ba điều đến với tâm trí của chúng ta trước nhất.

Điều đầu tiên có thể là một người. Không phải là bất cứ người nào. Bạn không cần một người cũng đang bị bối rối như mình. Bạn cần một người biết lối ra.

4. Hãy đọc các câu Kinh Thánh sau đây. Rồi nối câu Kinh Thánh với điều bạn học được về sự hiện diện của Đức Chúa Trời giúp chúng ta chiến đấu chống lại sự tuyệt vọng như thế nào.

- Thi Thiên 23:4　　a. Sự hiện diện của Ngài là ánh sáng trong những
- Thi Thiên 89:15　　tối tăm của chúng ta.
- Thi Thiên 31:20　　b. Việc đặt hy vọng vào Ngài khiến chúng ta hạnh phúc.
- Thi Thiên 146:5　　c. Khi Ngài ở cùng chúng ta thì chúng ta không hề sợ hãi.

d. Sự hiện diện của Ngài bảo vệ chúng ta.

Ngài sẽ chăn dắt chiên mình như người chăn chiên, Gom những chiên con trong cánh tay. Ẩm chúng vào lòng và nhẹ nhàng dẫn các chiên mẹ.

- Ê-sai 40:11

Và từ người ấy, bạn cần một tầm nhìn. Bạn cần một ai đó nâng đỡ tâm linh của bạn. Bạn cần một ai đó nhìn thẳng vào bạn và nói rằng: "Đây không phải là kết thúc. Đừng bỏ cuộc. Có một nơi tốt hơn nơi này. Và tôi sẽ đưa anh đến đó."

Và, có thể điều quan trọng nhất là bạn cần có phương hướng. Nếu bạn chỉ có một người nhưng không có một đôi mắt nhìn mới mẻ, thì tất cả những gì bạn có chỉ là người đồng hành. Nếu anh ta có tầm nhìn nhưng không có phương hướng, thì bạn có một người đồng hành đầy mộng tưởng. Nhưng nếu bạn có một người có phương hướng – là người có thể dẫn bạn từ chỗ này đến một nơi đúng đắn –khi đó bạn có một người có thể khôi phục niềm hy vọng trong bạn.

5. Sự dẫn dắt của Đức Chúa Trời giải phóng chúng ta khỏi nỗi sợ không biết phải làm gì. Chúng ta chỉ cần đi theo Ngài. Câu nào sau đây đúng khi nói về sự dẫn dắt của Ngài? Hãy kiểm tra tất cả các câu trả lời. Sử dụng các câu Kinh Thánh dưới đây để giúp bạn trả lời.

☐ Sự hướng dẫn của Ngài hay thay đổi và không đáng tin cậy. (Xuất Ê-díp-tô ký 15:13)

☐ Ngài dẫn dắt những người làm Ngài vui lòng. (Dân Số Ký 14:8)

☐ Ngài dẫn chúng ta khi mọi thứ bằng phẳng. (Thi Thiên 143:10)

☐ Sự dẫn dắt của Ngài là sự dẫn dắt của người đốc công. (Ê-sai 40:11)

Chúa Giê-xu ban cho chúng ta hy vọng vì Ngài đồng đi với chúng ta, ban cho chúng ta tầm nhìn, và cho chúng ta biết con đường mà chúng ta nên đi.

Bạn đã bao giờ gặp một người giống như người mà chúng ta vừa mô tả chưa? Đa-vít đã gặp rồi. Và theo lời ông thì người này đã "bổ lại linh hồn tôi." Tất nhiên là Đa-vít đang nói về Đấng Chăn Giữ ông. Đấng Chăn Giữ chúng ta.

Ông đang đề cập đến việc khôi phục hy vọng cho tâm hồn. Dù bạn là con chiên bị lạc trên vách đá lởm chởm hay là một người thành phố thạo đường bị lạc trong khu rừng sâu, mọi thứ sẽ thay đổi khi người giải cứu bạn xuất hiện.

Sự cô đơn của bạn giảm đi, vì bạn có bạn đồng hành.

Sự tuyệt vọng của bạn giảm đi, vì bạn có một tầm nhìn.

Sự bối rối của bạn bắt đầu chấm dứt, vì bạn có phương hướng.

6. Chúa Giê-xu đã minh họa ba điều cần thiết để giải cứu bạn khỏi tình trạng tuyệt vọng như thế nào? Hãy hoàn thành những câu bên dưới, sử dụng các câu Kinh Thánh để giúp bạn trả lời.

Tôi tin Chúa Giê-xu biết con đường tôi cần phải đi bởi vì..........
(Giăng 14:6)

Tôi biết Chúa Giê-xu có một kế hoạch hay một tầm nhìn tốt nhất cho tôi bởi vì… (Lu-ca 12:7)

_____

_____

Chúa Giê-xu biết phương hướng bởi vì… (Giăng 12:26)

_____

Ngài đã giải cứu chúng ta khỏi uy quyền tối tăm và chuyển đưa chúng ta vào Vương Quốc của Con yêu dấu Ngài.

- **Cô-lô-se 1:13**

Ý NGHĨA CỦA SỰ TỰ DO

Bạn vẫn chưa rời khỏi khu rừng. Cây cối vẫn che khuất bầu trời, và gai vẫn cứa vào da thịt bạn. Thú rừng ẩn nấp và những loài gặm nhấm chạy nhốn nháo. Rừng thì vẫn là rừng. Nó không hề thay đổi, nhưng bạn thay đổi. Bạn đã thay đổi vì bạn có hy vọng. Và bạn có hy vọng vì bạn đã gặp được một người có thể đưa bạn ra khỏi đó.

Đấng Chăn Giữ bạn biết rõ bạn không được tạo nên để sống ở nơi này. Ngài biết bạn không được trang bị để ở nơi này. Nên Ngài đến để đưa bạn ra.

Ngài đã đến để phục hồi linh hồn bạn. Ngài là Đấng hoàn hảo để làm việc đó.

7. Tại sao việc Chúa Giê-xu không nhất thiết phải giải cứu chúng ta khỏi khu rừng – mà giải cứu khỏi sự tuyệt vọng chúng ta cảm thấy khi ở giữa khu rừng đó lại là điều quan trọng?

_____

_____

Câu chuyện này được một người trong một đoàn người Châu Phi đi săn trong rừng sâu kể lại. Người hướng dẫn đi trước anh, cầm một cái rựa và phát những cây cỏ dại chằng chịt và những bụi cây thấp dày. Các du khách thì mệt mỏi và nóng nảy, họ hỏi trong sự thất vọng: "Mình đang ở đâu đây? Ông có biết ông đang dẫn chúng tôi đi đâu không? Đường đi đâu?!" Người dẫn đường dày dạn bước, quay lại phía người đàn ông đó và trả lời rằng: "Tôi chính là đường đi."

Chúng ta cũng đặt ra câu hỏi đó, đúng không nào? Chúng ta hỏi Đức Chúa Trời: "Ngài đang dẫn con đi đâu? Đường đâu?" Và Ngài, cũng giống như người dẫn đường kia, không nói với chúng ta. Ồ, Ngài có thể cho chúng ta một hoặc hai gợi ý lờ mờ, nhưng chỉ có thế. Nếu Ngài cho chúng ta câu trả lời, liệu chúng ta có hiểu không? Liệu chúng ta có nhận thức được vị trí của mình không? Không, chúng ta cũng giống những du khách kia, không biết về khu rừng này. Nên thay vì cho chúng ta một câu trả lời, Chúa Giê-xu ban cho chúng ta một món quà lớn hơn nhiều. Ngài ban cho chúng ta chính Ngài.

Chúng ta thường nghĩ rằng sự tự do trong khi gặp thử thách đồng nghĩa với việc chúng có được mọi câu trả lời mà chúng ta cần. Ngược lại, Ngài ban cho chúng ta Chúa Giê-xu, tức là là tất cả những gì chúng ta cần để có thể vượt qua thử thách.

8. Bạn sẽ mô tả đời sống cầu nguyện của mình trong lúc bị thử thách như thế nào? Xin câu giải đáp? Hay xin ban Chúa Giê-xu?

_____

_____

Đức Giê-xu đáp: "Ta chính là Con Đường, Chân Lý và Nguồn Sống, chẳng bởi Ta thì không ai đến cùng Cha được.

- Giăng 14:6

Hơn nữa, ngay tóc trên đầu các con cũng đã được đếm hết rồi. Vậy, đừng sợ, vì các con còn quý hơn nhiều chim sẻ.

- Lu-ca 12:7

Người nào phục vụ Ta thì phải theo Ta. Ta ở đâu thì kẻ phục vụ Ta cũng sẽ ở đó. Ai phục vụ Ta sẽ được Cha Ta quý trọng.

- Giăng 12:26

Chúa Giê-xu là người Chăn chiên, và Ngài muốn dẫn dắt cuộc đời bạn.

CAI TRỊ
BẰNG TÌNH YÊU THƯƠNG

Chúa Giê-xu đã giảng về sự tự do, nhưng Ngài nói về một thứ tự do khác: sự tự do không đến từ quyền lực, nhưng đến từ sự thuận phục. Không phải thông qua sự điều khiển nhưng qua sự đầu phục. Không phải qua của cải nhưng qua đôi tay rộng mở.

Đức Chúa Trời muốn giải phóng dân Ngài. Ngài muốn cho

họ được tự do. Ngài không muốn họ là nô lệ, mà là con cái của Ngài. Ngài không muốn cai trị họ bằng luật pháp nhưng bằng tình yêu thương.

Chúng ta đã được tự do khỏi tội lỗi và sự tuân thủ luật pháp của riêng chúng ta. Chúng ta được tự do cầu nguyện và tự do yêu Đức Chúa Trời của lòng mình. Và chúng ta được tha thứ bởi một Đấng duy nhất có thể kết tội chúng ta. Chúng ta thực sự được tự do!

- Walking with the Savior.

Vì kẻ nô lệ được Đức Chúa Trời kêu gọi trong Chúa là người tự do thuộc về Chúa. Cũng vậy, người tự do được kêu gọi thì trở nên nô lệ của Chúa Cứu Thế.

- 1 Cô-rinh-tô 7:22

Có ai trong anh chị em bị bạc đãi, người ấy hãy cầu nguyện. Có ai vui mừng hãy đàn hát ca ngợi.

- Gia-cơ 5:13

Chúa Giê-xu không ban cho chúng ta hy vọng bằng cách thay đổi khu rừng của chúng ta; Ngài khôi phục niềm hy vọng trong chúng ta bằng cách ban cho chúng ta chính Ngài.

9. Hãy đọc Gia-cơ 5:13. Điền vào chỗ trống về giải pháp của Đức Chúa Trời cho hoàn cảnh nguy hiểm.

..........ai ....hãy...

Ngài có dẹp bỏ khu rừng không? Không, cây cối vẫn rất rậm rạp.

Ngài có loại bỏ các con thú dữ không? Không, nguy hiểm vẫn rình rập.

Chúa Giê-xu không ban hy vọng qua việc biến đổi khu rừng; Ngài khôi phục lại hy vọng của chúng ta qua việc ban cho chúng ta chính Ngài. Và Ngài hứa sẽ ở cùng chúng ta cho đến khi tận thế. "Ta hằng ở cùng các con luôn cho đến tận thế" (Ma-thi-ơ 28:20).

10. Tự do không phải là một điều gì đó mà chúng ta học về Chúa Giê-xu. Sự tự do là chính Chúa Giê-xu. Ở trong Ngài, sự tự do đơm hoa kết trái. Câu nào sau đây đúng khi nói về sự tự do trong tâm linh, và câu nào sai? Hãy đánh dấu câu trả lời đúng bằng (Đ) và câu trả lời sai bằng (S). Sử dụng các câu Kinh Thánh dưới đây để giúp bạn trả lời.

____ Chúa Giê-xu giải phóng chúng ta khỏi làm tôi mọi cho bất cứ điều gì hay bất cứ ai khác. (Thi Thiên 116:16)

____ Đức Chúa Trời nghe thấy lời kêu khóc của chúng ta và lờ đi. (Thi Thiên 118:5)

____Việc tuân theo các mạng lệnh của Đức Chúa Trời làm chúng ta cảm thấy ngột ngạt.

____Ở đâu có Thánh Linh của Đức Chúa Trời, ở đó có sự tự do. (2 Cô-rinh-tô 3:17)

11. Hãy đọc Ca Thương 3:19-25 - lời chứng về niềm hy vọng của tiên tri Giê-rê-mi. Câu nào trong đoạn Kinh Thánh này đụng chạm đến lòng bạn nhiều nhất trong hôm nay?

_____
_____

HY VỌNG CHO NGÀY MAI

Tất cả chúng ta đều cần có hy vọng, vào một lúc nào đó trong cuộc đời.

Vài người trong các bạn không cần nó ngay bây giờ. Khu rừng của bạn đang là đồng cỏ và cuộc hành trình của bạn thật nhiều niềm vui. Nếu bạn đang ở trong trường hợp này, thì chúc mừng bạn. Nhưng hãy nhớ rằng – chúng ta không biết ngày mai điều gì sẽ xảy ra. Chúng ta không biết con đường này sẽ dẫn đến đâu. Bạn có thể là một người trở về từ nghĩa trang, từ giường bệnh, từ ngôi nhà trống rỗng. Bạn có thể là khúc quanh trên con đường trở về từ một khu rừng.

Và mặc dù bạn chưa cần phục hồi hy vọng ngay hôm nay, nhưng có thể là ngày mai. Và bạn cần phải biết chạy đến với ai.

Hoặc có thể bạn cần hy vọng cho ngày hôm nay. Bạn biết rằng bạn không được tạo dựng để dành cho nơi này. Bạn biết rằng bạn không được trang bị. Bạn cần một ai đó đưa bạn ra ngoài.

Nếu vậy thì hãy kêu cầu Đấng Chăn Giữ bạn. Ngài quen tiếng bạn. Và Ngài đang chờ bạn kêu xin Ngài.

TRỌNG TÂM BÀI HỌC
*Đối với nhiều người, cuộc sống là một khu rừng rậm.
*Chúa Giê-xu ban cho chúng ta hy vọng vì Ngài đồng đi với chúng ta, Ngài có khải tượng, và biết con đường chúng ta cần phải đi.
*Chúa Giê-xu là Người Chăn Chiên, và Ngài muốn dẫn dắt cuộc đời bạn.
*Chúa Giê-xu không ban cho chúng ta hy vọng bằng cách thay đổi khu

rừng của chúng ta; Ngài khôi phục niềm hy vọng trong chúng ta bằng cách ban cho chúng ta chính Ngài.

Câu Kinh Thánh ghi nhớ của bạn hôm nay sẽ là phần điền-vào-chỗ-trống.

Vậy nếu.............bạn.............., bạn sẽ...............được..........
– Giăng 8:36

Tấm lòng của Chúa Giê-xu

Phi-e-rơ đối mặt với một đám đông ngày càng gia tăng, chờ đợi đám đông đang sôi sục giận dữ và bạo lực ổn định để họ có thể nghe tiếng ông. Chắc hẳn ông đã phải chiến đấu với sự bồn chồn, lo lắng và sự do dự. Ông đứng đây, chỉ là một ngư phủ không học thức, sẵn sàng nói chuyện với đám đông rất lớn này. Ông không phải là nhà hùng biện. Không phải một học giả. Không phải người có học thức. Ông không được đào tạo bài bản. Không bằng cấp. Không kinh nghiệm. Bàn tay ông đã quen với việc đẩy mái chèo và kéo lưới. Ông có thể moi ruột cá, kéo neo, xoay buồm – nhưng việc này thì sao? Mặc dù vậy, Phi-e-rơ vẫn điềm tĩnh đứng đó. Ông không phải là nô lệ của sự nghi ngờ - là điều đang cố gắng quấy rầy tâm trí ông. Ông được tự do trong Đấng Christ, và không gì có thể ngăn ông nói cho những con người này nghe về một chân lý – một tin lành tuyệt vời. Phi-e-rơ hắng giọng và cất tiếng nói. Đám đông yên lặng chăm chú lắng nghe khi những lời giảng ấy tuôn đổ trên họ. Lời của sự sống. Lời của hy vọng. Lời của sự cứu rỗi. Một lời mời gọi đón nhận sự tự do.
- Công Vụ Các Sứ Đồ 2:14

Xin nhớ đến cảnh lưu đày khốn khổ của tôi, ngải cứu và cỏ đắng. Tôi thật nhớ mãi, và lòng tôi chùn xuống. Nhưng điều này tôi sực nhớ, do đó tôi hy vọng. Vì cớ tình yêu thương thành tín của Chúa, chúng tôi không bị tiêu diệt. Lòng thương xót Ngài chẳng dứt. Nhưng tươi mới luôn mỗi buổi sáng; Sự thành tín Ngài lớn thay! Tôi tự nhủ: "Chúa là phần sản nghiệp của tôi, do đó tôi hy vọng nơi Ngài." Chúa nhân từ đối với người trông đợi Ngài, đối với người tìm kiếm Ngài.
- Ca Thương 3:19-25

NGÀY BỐN – THOÁT KHỎI SỢ HÃI
TỪ SỢ HÃI ĐẾN BÌNH AN

Chính biểu cảm của Chúa Giê-xu khiến chúng ta bối rối. Chúng ta chưa bao giờ nhìn thấy gương mặt Ngài như thế.

Chúa Giê-xu mìm cười, đúng vậy.

Chúa Giê-xu khóc, chắc chắn rồi.

Chúa Giê-xu nghiêm nghị, thậm chí là như vậy.

Nhưng lúc Chúa Giê-xu đau khổ thì sao? Hai má đẫm đìa nước mắt? Mặt đẫm mồ hôi? Những giọt máu chảy xuống cằm Ngài? Bạn nhớ đêm đó.

1. Hãy đọc Lu-ca 22:39:44 và trả lời câu hỏi sau:
Chúa Giê-xu đã làm gì trên núi Ô-li-ve? (câu 39-41)

_____

_____

Kinh Thánh đề cập đến những cảm xúc gì của Ngài? (câu 44)

_____

_____

Chúng ta cũng vậy, khi còn vị thành niên, chúng ta phải làm nô lệ cho các thần linh trong vũ trụ. Nhưng đến đúng thời kỳ viên mãn Đức Chúa Trời sai Con Ngài đến, do một người nữ sinh ra, sinh ra dưới Kinh Luật, để chuộc những người ở dưới Kinh Luật và để chúng ta nhận được ơn làm con nuôi.
- Ga-la-ti 4:3-5

Tôi sẽ chẳng sợ tai hoạ nào. Tôi sẽ không sợ tai họa gì.
- Thi Thiên 23:4

Quyển Kinh Thánh tôi mang theo khi còn thơ ấu có dán bức tranh về Chúa Giê-xu trong vườn Ghết-sê-ma-nê. Gương mặt Ngài bình yên, bàn tay nắm lại điềm tĩnh khi Ngài quỳ gối bên cạnh tảng đá và cầu nguyện. Chúa Giê-xu có vẻ rất bình an. Kỹ thuật trong các sách Phúc Âm đã hủy phá bức tranh này. Mác nói: "Chúa Giê-xu sắp mình xuống đất" (Mác 14:35). Ma-thi-ơ nói với chúng ta rằng Chúa Giê-xu "buồn rầu và sầu não lắm…cho đến chết" (Ma-thi-ơ 26:37-38). Theo Lu-ca, Chúa Giê-xu "trong cơn thống khổ" (Lu-ca 22:44).

Chúa Giê-xu đã trải qua sự sợ hãi.

2. Sau khi đã đọc qua những đoạn Kinh Thánh trên, bạn sẽ mô tả cảnh tượng này như thế nào? Hãy đánh dấu tất cả các câu trả lời phù hợp.

☐ Chúa Giê-xu nằm bẹp trên mặt đất?

☐ Mặt sấp xuống đất và cầu nguyện?

☐ Hai bàn tay bám chặt vào cỏ?

☐ Người rung lên cùng với tiếng nức nở?

☐ Mặt nhăn nhó giống như mấy cây ô-liu xung quanh?

Chúng ta làm gì với hình ảnh này của Chúa Giê-xu?

Đơn giản. Chúng ta tìm đến hình ảnh ấy khi chúng ta gặp hoàn cảnh tương tự. Chúng ta tìm đọc những đoạn ấy khi chúng ta trải qua cảm giác tương tự; chúng ta tìm đọc những đoạn ấy khi chúng ta cảm thấy sợ hãi. Chẳng phải một trong những cảm xúc Chúa Giê-xu từng trải qua là sợ hãi sao? Ta có thể biện luận rằng nỗi sợ hãi là cảm xúc cơ bản của con người. Ngài đã nhìn thấy một điều gì đó trong tương lai rất khốc liệt, được dự báo trước, nên Ngài đã xin Đức Chúa Cha thay đổi kế hoạch. "Lạy Cha, nếu Cha muốn, xin cất chén này khỏi con" (Lu-ca 22:42).

Điều gì khiến bạn phải cầu xin điều tương tự? Khi lên máy bay? Đối mặt với đám đông? Phát biểu trước đám đông? Nhận một công việc? Kết hôn? Lái xe trên đường cao tốc? Nguyên nhân sợ hãi của bạn có thể là điều nhỏ nhặt đối với người khác. Nhưng đối với bạn, nó khiến chân bạn tê liệt, nó làm trái tim bạn đập thình thịch và làm mặt bạn tái mét. Đó là điều đã xảy ra với Chúa Giê-xu.

3. Hãy đọc Hê-bơ-rơ 4:14-16. Dựa vào những điều bạn vừa đọc, câu nào sau đây đúng khi nói về Chúa Giê-xu? Hãy đánh dấu tất cả các câu trả lời phù hợp.

☐ Ngài quá toàn hảo, Ngài không thể cảm thông với nỗi sợ hãi của chúng ta.

☐ Ngài quá toàn hảo, nhưng Ngài vẫn có thể cảm thông với nỗi sợ hãi của chúng ta.

☐ Ngài đồng cảm với sự yếu đuối của chúng ta.

☐ Ngài có thể giúp đỡ chúng ta vì Ngài hiểu cảm giác của chúng ta.

Ngài đã sợ hãi đến nỗi bị xuất huyết. Các bác sĩ mô tả tình trạng này là hiện tượng mồ hôi máu (*hematidrosis*). Sự lo lắng cùng cực gây ra hiện tượng thoát ra các hoá chất dẫn đến phá vỡ các mao mạch trong tuyến mồ hôi. Khi điều này xảy ra, mồ hôi chảy ra sẽ hoà lẫn với máu.

Chúa Giê-xu còn hơn cả sự lo lắng; Ngài đã sợ hãi. Nỗi sợ hãi là anh cả của sự lo lắng. Nếu sự lo lắng là một cái túi bằng vải bao bì, thì nỗi sợ hãi là một thùng bê tông. Nó không hề nhúc nhích.

4. Hãy tìm các câu Kinh Thánh sau đây và viết ra điều bạn học được về nỗi sợ hãi.

Thi Thiên 27:1 – "CHÚA là ánh sáng và sự cứu rỗi của tôi, tôi sẽ sợ ai? CHÚA là thành lũy của mạng sống tôi, Tôi sẽ khiếp đảm ai?"
_____
_____

Thi Thiên 46:1-2 – "Đức Chúa Trời là nơi trú ẩn và sức lực chúng ta. Ngài sẵn sàng giúp đỡ lúc gian truân. Vì vậy, chúng ta sẽ không sợ dù quả đất biến đổi, núi đồi rung chuyển và đổ xuống lòng biển."
_____
_____

Vậy, vì chúng ta có vị thượng tế vĩ đại đã vượt qua các tầng trời là Đức Chúa Giê-xu, Con Đức Chúa Trời, nên chúng ta hãy giữ vững niềm tin; vì chúng ta không có một vị thượng tế chẳng có thể cảm thông sự yếu đuối chúng ta, nhưng vị thượng tế này đã chịu cám dỗ đủ mọi mặt cũng như chúng ta song không hề phạm tội. Vậy, chúng ta hãy vững lòng đến gần ngai ân sủng, để được thương xót và tìm được ân sùng khả dĩ giúp đỡ chúng ta kịp thời.

- Hê-bơ-rơ 4:14-16

Vì tự do mà Chúa Cứu Thế đã giải thoát chúng ta. Vậy anh chị em hãy đứng vững, đừng mang lấy ách nô lệ một lần nữa.

- Ga-la-ti 5

ÁO CHOÀNG CỦA LOÀI NGƯỜI

"Trong những ngày sống trong xác thịt, Đức Chúa Giê-xu đã lớn tiếng dâng những lời cầu nguyện, nài xin với nước mắt lên Đấng có

Ê-sai 35:4 – "Hãy bảo những người có lòng lo sợ: 'Hãy vững lòng, đừng sợ! Kìa, Đức Chúa Trời các ngươi sẽ đến với sự báo thù, Đức Chúa Trời báo trả. Ngài sẽ đến và cứu rỗi các ngươi.'"

TẬP TRUNG VÀO CHA THIÊN THƯỢNG

Không phải là điều đáng chú ý khi khám phá ra rằng Chúa Giê-xu cũng đã trải qua nỗi sợ hãi như chún ta sao? Nhưng Ngài thật tốt lành biết bao khi cho chúng ta biết điều đó. Chúng ta có xu hướng làm điều ngược lại. Chúng ta che đậy nỗi sợ hãi. Giấu chúng cho thật kỹ. Giữ lòng bàn tay đẫm mồ hôi trong túi áo. Giữ kín cảm giác khô khốc trong cổ họng. Chúa Giê-xu lại không như vậy. Chúng ta không nhìn thấy Ngài đeo mặt nạ. Nhưng chúng ta nghe thấy lời cầu xin Cha Ngài ban sức.

"Lạy Cha, nếu Cha muốn, xin cất chén này khỏi con." Người đầu tiên nghe thấy nỗi sợ hãi của Ngài là Cha Ngài. Ngài có thể chạy đến với mẹ Ngài. Ngài có thể giãi bày với các môn đồ của Ngài. Ngài có thể tổ chức một buổi cầu nguyện. Tất cả những việc đó đều thích hợp, nhưng không phải là việc ưu tiên đối với Ngài. Ngài chạy đến với Cha Ngài trước tiên.

Ồ, sao chúng ta lại định chạy đến mọi nơi nào khác. Trước tiên là đến quán rượu, đến với cố vấn, đến với quyển sách tự cứu hay là người bạn ở nhà bên cạnh. Không phải là Chúa Giê-xu. Đấng đầu tiên lắng nghe nỗi sợ hãi của Ngài là Cha Thiên Thượng.

5. Hành động thông thường của bạn khi nỗi sợ hãi vây hãm là gì? Hãy đánh dấu tất cả các câu trả lời phù hợp.
☐ Nói điều đó với bạn bè.
☐ Thảo luận về nó với các thành viên trong gia đình.
☐ Ngồi im thin thít.
☐ Che giấu.
☐ Chạy đến với Cha.

6. Hãy đọc Ê-sai 41:10 và trả lời câu hỏi sau.
Tại sao chúng ta không nên lo lắng?

Tại sao chúng ta không nên sợ hãi?

Đức Chúa Trời sẽ làm gì cho chúng ta khi chúng ta sợ hãi?

"Tôi sẽ chẳng sợ tai hoạ nào." Làm thế nào Đa-vít có thể công bố điều đó? Bởi vì ông biết phải nhìn vào đâu. "Vì Chúa ở cùng tôi. Cây gậy và cây trượng của Chúa an ủi tôi."

Thay vì chạy đến với những con chiên khác, Đa-vít đã chạy đến với Đấng Chăn Chiên. Thay vì nhìn vào nan đề, ông đã nhìn vào cây gậy và cây trượng của Chúa. Bởi vì ông biết phải nhìn vào đâu, nên Đa-vít có thể nói rằng: "Tôi sẽ chẳng sợ tai hoạ nào."

Tôi biết một anh chàng rất sợ đám đông. Khi bị một nhóm người vây quanh, anh bắt đầu cảm thấy khó thở, khuôn mặt hốt hoảng và mồ hôi đổ ra như thể một võ sĩ su mô trong phòng tắm hơi. Anh nhận được một vài sự giúp đỡ kỳ lạ từ một người bạn trong hội chơi golf.

Khi hai người đang ở rạp chiếu phim, chờ đến lượt được vào, thì

quyền cứu mình khỏi chết, và vì lòng thành kính nên được nhậm lời" (Hê-bơ-rơ 5:7).

Ồ! Thật đúng là một hình ảnh đặc biệt! Chúa Giê-xu đang đau đớn! Chúa Giê-xu đang sợ hãi. Chúa Giê-xu đang mặc chiếc áo choàng, không phải của các vị thánh, nhưng là áo choàng của loài người.

Lần tới khi sự bối rối, hoang mang tìm đến bạn, hãy nhớ kỹ rằng Chúa Giê-xu cũng ở trong vườn. Lần tới nếu bạn nghĩ rằng không ai hiểu được bạn, hãy đọc lại chương mười bốn của sách Mác. Lần tới khi bạn tự than thân trách phận rằng chẳng có ai quan tâm tới mình đâu, hãy ghé thăm vườn Ghết-sê-ma-nê. Và lần tới nếu bạn tự hỏi rằng liệu Đức Chúa Trời có thật sự hiểu được nỗi đau khổ đang lan tràn khắp hành tinh vô vị này hay không, thì xin bạn hãy lắng nghe tiếng Ngài cầu xin giữa các vòm cây.

- *No Wonder They Call Him the Savior.*

Trong lúc đối mặt với nỗi sợ hãi lớn nhất, Chúa Giê-xu đã cầu xin Đức Chúa Trời ban cho Ngài sức mạnh.

Đừng sợ vì Ta ở cùng ngươi. chớ kinh hoàng vì Ta là Đức Chúa Trời ngươi. Ta sẽ thêm sức cho ngươi, giúp đỡ ngươi. Ta sẽ gìn giữ ngươi bằng tay phải công chính của Ta.
- Ê-sai 41:10

Anh chị em không nhận thần trí nô lệ để lại sợ hãi, nhưng là thần trí của con nuôi, nhờ đó anh chị em gọi Đức Chúa Trời là A-ba, Cha!

- **Rô-ma 8:15**

Tôi ngước mắt nhìn lên rặng núi, sự giúp đỡ tôi đến từ đâu? Sự giúp đỡ tôi đến từ CHÚA, Đấng sáng tạo nên trời và đất.

— Thi Thiên 121:1-2

Mắt con hãy nhìn thẳng trước mặt; Mí mắt con hãy hướng thẳng về phía trước. Hãy làm cho bằng phẳng con đường con đi, thì mọi đường lối của con sẽ được chắc chắn. Chớ quay sang bên phải hay bên trái; chân con hãy tránh điều ác.

— Châm Ngôn 4:25-27

Khi nỗi sợ hãi bao vây chúng ta, chúng ta được thúc giục để nhìn xem Chúa Giê-xu.

MỘT LỜI TỪ MIỆNG NGÀI

Có rất nhiều nhân vật trong vở kịch ở Ghết-sê-ma-nê. Giu-đa và sự phản bội. Phi-e-rơ và gươm của ông… Những tên lính và vũ khí. Và mặc dù những điều này là quan trọng, nhưng chúng không phải là phương tiện. Đây không phải là cuộc đối đầu của Chúa Giê-xu và những tên lính, mà là giữa Đức Chúa Trời và Sa-tan. Sa-tan dám bước vào một khu vườn khác, nhưng Đức Chúa Trời vẫn đứng tại đó và Sa-tan không cầu nguyện.

Sa-tan đã thất bại trước sự hiện diện của Chúa Giê-xu. Một lời ra từ miệng Ngài, và đội quân tinh nhuệ nhất trên thế giới này đã tan tành.

Sa-tan im lặng trước lời công bố của Chúa Giê-xu. Không một lần nào kẻ thù được nói nếu Chúa Giê-xu không cho phép.

Sa-tan bị bất lực chống lại sự bảo vệ của Đấng Christ…

Khi Chúa Giê-xu phán rằng Ngài sẽ bảo vệ bạn, Ngài có ý như vậy. Địa ngục phải vượt qua Ngài

nỗi sợ hãi lại ập đến. Đám đông kéo tới vây chặt anh ở trong như một khu rừng. Anh muốn chạy ra ngoài càng nhanh càng tốt. Người bạn bảo anh hãy hít một hơi thật sâu. Rồi người bạn giúp anh kiểm soát cơn khủng hoảng bằng cách nhắc anh nhớ đến khoá học golf.

"Khi cậu đánh quả bóng ra khỏi sân golf, và cây cối bao quanh, thì cậu làm gì?"

"Tớ sẽ tìm một cái lỗ."

"Cậu không nhìn vào mấy cái cây sao?"

"Tất nhiên là không rồi. Tớ sẽ tìm một lỗ hổng và tập trung vào việc đánh golf vào đó."

"Hãy làm như vậy với đám đông này. Khi cậu cảm thấy hốt hoảng, đừng tập trung vào những người này; hãy tập trung vào một lỗ hổng."

Đúng là một lời khuyên tốt về môn golf. Lời khuyên tốt về cuộc đời. Thay vì tập trung vào nỗi sợ hãi, hãy tập trung vào giải pháp.

Đó là điều Chúa Giê-xu đã làm.

Đó là điều Đa-vít đã làm.

7. Hãy đọc Thi Thiên 121:1-2 và điền vào chỗ trống điều bạn đã học được về sự tập chú của chúng ta trong lúc sợ hãi.

Tôi……………lên trên núi,…………của tôi đến từ đâu? Sự tiếp trợ tôi đến từ…………, là Đấng……………trời và đất.

Và đó là điều mà tác giả của sách Hê-bơ-rơ thúc giục chúng ta làm. "Hãy kiên trì chạy trong cuộc đua đã dành sẵn cho mình. Hãy chú tâm, hướng về Đức Chúa Giê-xu là Đấng Tác Giả và hoàn thành của đức tin" (Hê-bơ-rơ 12:1-2).

8. Dựa vào câu Châm Ngôn 4:25, 27, sự xao lãng là một công cụ đắc lực mà Sa-tan sử dụng để làm tăng nỗi sợ hãi của chúng ta như thế nào?

___

___

___

NHÌN XEM CHÚA GIÊ-XU

Tác giả của sách Hê-bơ-rơ không phải là một tay golf, nhưng ông là một người chạy bộ, vì ông nói về người chạy bộ và người chạy dẫn đầu. Người dẫn đầu là Chúa Giê-xu, "cội rễ và cuối cùng của đức tin chúng ta." Ngài là tác giả - điều đó có nghĩa là Ngài đã viết ra cuốn sách về sự cứu rỗi. Và Ngài là người về đích – Ngài không chỉ vẽ bản đồ, Ngài rọi đường đi. Ngài là người chạy dẫn đầu, và chúng ta là những người chạy đua. Và là những người chạy đua, tất cả chúng ta được thúc giục hãy nhìn xem Chúa Giê-xu.

9. Vậy thì ai sẽ được tự do chạy bộ nếu chúng ta bị đè nặng bởi nỗi sợ hãi? Chúng ta chỉ có thể bước những bước đi ngập ngừng ở đây hoặc ở đó nếu chúng ta sợ hãi. Hãy đọc các câu Kinh Thánh sau đây. Rồi nối câu Kinh Thánh với điều bạn học được về cách mà Kinh Thánh thường so sánh đời sống thuộc linh của chúng ta với một cuộc đua.

- Ê-sai 40:31   a. Chúng ta nên chạy để giành lấy giải thưởng.
- 1 Cô-rinh-tô 9:24   b. Chúng ta sẽ hạnh phúc nếu chúng ta tham gia cuộc chạy đua và giành chiến thắng.
- Phi-líp 2:16   c. Chúng ta đừng từ bỏ việc chạy đua.
- Hê-bơ-rơ 12:1   d. Tin cậy Đức Chúa Trời giúp chúng ta chạy đua mà không thấy mình cần giải lao.

Từ khi căn bệnh tim xuất hiện trong gia đình, tôi chạy bộ trong vùng chúng tôi sinh sống. Khi mặt trời đang lên, tôi đang chạy. Và khi tôi đang chạy, thân thể tôi rên rỉ. Nó không muốn hợp tác. Đầu gối đau nhức. Hông cứng đờ. Mắt cá chân than phiền. Thỉnh thoảng những người đi qua cười nhạo đôi chân của tôi, và lòng tự trọng của tôi bị tổn thương.

Tôi cảm thấy bị tổn thương. Và khi tôi cảm thấy bị tổn thương thì tôi đã học biết rằng tôi có ba lựa chọn. Về nhà. (Vợ tôi sẽ cười tôi.) Suy ngẫm về sự đau đớn của mình cho đến khi tôi bắt đầu hình dung ra tôi đang bị chứng đau ngực. Hoặc là tôi sẽ tiếp tục chạy và xem mặt trời mọc. Con đường của tôi vừa rẽ về hướng đông đủ để cho tôi một chỗ ngồi ở hàng ghế đầu ngắm nhìn phép màu nhiệm buổi sáng của Đức Chúa Trời. Nếu tôi ngắm nhìn thế giới của Đức Chúa Trời chuyển từ bóng tối sang ánh vàng, hãy đoán xem? Điều tương tự cũng xảy ra với thái độ của tôi. Sự đau đớn biến mất và các khớp xương giãn ra, và trước khi tôi nhận biết điều đó, thì đoạn đường đã được một nửa và cuộc sống cũng không đến nỗi tồi tệ lắm. Mọi thứ được cải thiện khi tôi tập chú vào mặt trời.

Đó không phải là lời khuyên trong thư gửi cho người Hê-bơ-rơ sao – "Hãy chú tâm vào Chúa Giê-xu"? Tâm điểm của Đa-vít là gì? "Vì Chúa ở cùng tôi; cây trượng và cây gậy của Chúa an ủi tôi."

SỢ CÔ ĐƠN

Khám phá của Đa-vít thực sự là thông điệp của Kinh Thánh - Đức Chúa Trời ở cùng chúng ta. Và, khi Đức Chúa Trời ở gần, thì mọi thứ đều khác biệt. Tất cả mọi thứ!

Bạn có thể đối mặt với sự chết, nhưng bạn không đối mặt với sự chết một mình; Đức Chúa Trời ở cùng với bạn. Bạn có thể phải đối mặt với sự thất nghiệp, nhưng bạn không phải đối mặt với điều đó một mình; Đức Chúa Trời ở cùng với bạn. Bạn có thể phải đối mặt với những tranh chiến trong hôn nhân, nhưng bạn không phải đối mặt với chúng một mình; Đức Chúa Trời ở với bạn. Bạn có thể phải đối mặt với nợ nần, nhưng bạn không đối mặt với nó một mình; Đức Chúa Trời ở cùng với bạn.

Hãy gạch chân những từ này: Bạn không một mình. Gia đình có thể chống lại bạn, nhưng Đức Chúa Trời thì không. Bạn bè có thể phản bội bạn, nhưng Đức Chúa Trời sẽ không làm vậy. Bạn có thể cảm thấy cô đơn khi ở trong một nơi hoang vắng, nhưng không phải như vậy. Ngài ở cùng với bạn. Và bởi vì Ngài ở cùng bạn, nên mọi thứ đều trở nên khác biệt. Bạn cũng khác biệt.

10. Sự cô đơn luôn đứng đầu danh sách của nhiều người khi họ liệt kê những điều họ sợ hãi. Đâu là sự khác biệt giữa việc bị đơn độc và bị cô đơn?

_____

_____

Đừng trốn tránh vườn Ghết-sê-ma-nê của cuộc đời. Hãy bước vào đó. Miễn là đừng vào đó một mình. Và trong khi ở đó, hãy thành thật. Bạn được phép giậm chân thình thịch. Bạn được phép dàn dụa nước mắt. Và nếu mồ hôi của bạn đổ xuống như giọt máu, thì bạn không phải là người đầu tiên đâu. Hãy làm những gì Chúa Giê-xu đã làm; hãy mở rộng lòng mình.

Và hãy thật cụ thể. Chúa Giê-xu cũng đã làm vậy. "Hãy cất chén này," Ngài đã cầu nguyện như vậy. Hãy cho Đức Chúa Trời biết số hiệu của chuyến bay. Hãy cho Ngài biết độ dài của bài phát biểu. Hãy chia sẻ chi tiết về công việc được giao. Ngài có rất nhiều thời gian. Ngài cũng có nhiều tình thương nữa.

nếu muốn đến gần bạn. Chúa Giê-xu có thể bảo vệ bạn. Khi Ngài phán rằng Ngài sẽ đưa bạn về nhà, Ngài sẽ làm như vậy.

- A Gentle Thunder

Chúa là Thánh Linh, Thánh Linh của Chúa ở đâu, ở đó có tự do.
- 2 Cô-rinh-tô 3:17

Chúng ta không bao giờ đơn độc - Đức Chúa Trời ở cùng chúng ta.

Đừng trốn tránh nỗi sợ hãi, miễn là đừng đối mặt với nỗi sợ hãi ấy một mình.

Đừng lo lắng gì cả, nhưng trong mọi việc hãy cầu nguyện, nài xin và cảm tạ mà trình các nhu cầu của mình cho Đức Chúa Trời.

- Phi-líp 4:6

Ngài không nghĩ rằng sự sợ hãi của bạn là ngốc nghếch và khờ dại đâu. Ngài không nói bạn là "Thôi đủ rồi!" hay "Cứng rắn lên nào!". Ngài đã ở vị trí mà bạn đang ở. Ngài hiểu cảm giác của bạn.

Và Ngài biết bạn cần gì. Chính vì vậy mà chúng ta hãy nhấn mạnh lời cầu nguyện như Chúa Giê-xu đã làm. "Nếu Ngài muốn…"

Đức Chúa Trời có muốn không? Có và không. Ngài đã không cất Thập Tự Giá đi, nhưng Ngài cất nỗi sợ hãi của Chúa Giê-xu đi. Đức Chúa Trời đã không khiến cơn bão phải yên lặng, nhưng Ngài khiến những người thủy thủ trở nên bình tĩnh.

Ai có thể nói rằng Ngài sẽ không làm điều tương tự với bạn?

11. Hãy đọc Phi-líp 4:6 và điền vào chỗ trống về chiến lược chiến đấu để được thoát khỏi nỗi sợ hãi.

Đừng…về bất cứ điều gì, nhưng, …và…về tất cả những gì bạn cần, luôn ban cho….

Đừng đo kích thước của ngọn núi; hãy nói với Đấng có thể di chuyển nó. Thay vì tự mang thế giới trên đôi vai mình, hãy trình dâng lên cho Đấng có thể nắm giữ cả vũ trụ trong tay Ngài.

Hy vọng là quay nhìn hướng khác. Lúc này, bạn đang nhìn vào điều gì?

TRỌNG TÂM BÀI HỌC
*Chúa Giê-xu đã trải qua nỗi sợ hãi.
*Trong lúc đối mặt với nỗi sợ hãi lớn nhất, Chúa Giê-xu đã cầu xin Đức Chúa Trời ban cho Ngài sức mạnh.
*Khi nỗi sợ hãi bao quanh chúng ta, chúng ta được thúc giục chăm xem Chúa Giê-xu.
*Chúng ta không bao giờ đơn độc - Đức Chúa Trời ở cùng chúng ta.
*Đừng trốn tránh nỗi sợ hãi, miễn là đừng đối mặt với chúng một mình.

Để ôn lại câu Kinh Thánh ghi nhớ trong tuần của bạn, hãy viết nó xuống các dòng dưới đây. Hãy nhớ rằng, đó là câu Giăng 8:36.

_____

_____

Tấm lòng của Chúa Giê-xu

Quá khứ của Phao-lô chẳng có gì đáng để tự hào. Ông đã cố gắng nhổ tận gốc sự "dị giáo" của Cơ Đốc giáo. Ông đã khủng bố những người nam và làm những người nữ khiếp sợ đến nỗi không dám xưng nhận mình là Cơ Đốc nhân. Ông làm cho các gia đình chia rẽ. Ông đã thiêu rụi nhiều ngôi nhà. Ông đã thâm nhập vào những hội thánh bí mật. Ông đã buộc tội vô số người. Ông nộp nhiều gia đình cho cơ quan chức năng. Ông đã chứng kiến nhiều Cơ Đốc nhân bị phạt, bị bắt bớ, bị bỏ tù, thậm chí bị giết. Ông là thợ săn tiền thưởng người Pha-ri-si, bị ám ảnh với việc hạ gục con mồi của mình. Cơ Đốc nhân chỉ dám nói thầm về ông, và sợ hãi khi nghe thấy tên ông. Nhưng Phao-lô không còn là "Sau-lơ", người tìm cách tiêu diệt hội thánh, nữa. Ông là Phao-lô, cha thuộc linh tốt bụng của rất nhiều hội thánh mới được mở ra được thế giới biết đến. Chúa Giê-xu đã tha thứ cho Phao-lô, và Phao-lô có thể làm công tác truyền giáo, được cất bỏ quá khứ và những gánh nặng của tội lỗi và sự hổ thẹn mà nó nắm giữ. Ông đã đặt mọi điều lo lắng dưới chân của Chúa Giê-xu và chú tâm vào mục tiêu, vào phần thưởng ở phía trước. Phao-lô đã kinh nghiệm được sự tự do của Chúa Giê-xu.

NGÀY NĂM – GIẢI THOÁT KHỎI SỰ HỔ THẸN

GÁNH NẶNG CỦA MẶC CẢM TỘI LỖI

Bạn có nhìn thấy người đang ở trong bóng tối ấy không? Đó là Phi-e-rơ. Sứ đồ Phi-e-rơ. Phi-e-rơ mạnh mẽ. Phi-e-rơ nồng nhiệt. Ông đã từng đi bộ trên mặt nước. Từ trên thuyền bước xuống hồ. Ông sẽ giảng cho hàng ngàn người. Không hề sợ hãi trước bạn bè cũng như kẻ thù. Nhưng đêm nay, người đã từng bước đi trên mặt nước đã vội vã đi trốn. Người sẽ giảng dạy với uy quyền đang khóc trong đau đớn.

Không phải sụt sịt hay thút thít mà là khóc nấc. Rên rỉ kêu khóc. Khuôn mặt đầy râu vùi trong đôi bàn tay thô ráp. Tiếng khóc của ông vang trong đêm tối tĩnh mịch tại Giê-ru-sa-lem. Còn điều gì đau đớn hơn nữa? Thực tế là ông đã làm việc đó hay sự thật là ông đã thề sẽ không bao giờ làm việc đó?

Ngài bày tiệc đãi tôi trước mặt kẻ thù nghịch tôi, Ngài xức dầu trên đầu tôi, chén tôi đầy tràn.
- Thi thiên 23:5

1. *Phi-e-rơ thưa: "Lạy Chúa, con sẵn lòng theo Chúa, đồng tù đồng chết!" Nhưng Ngài đáp: "Phi-e-rơ ơi, Ta bảo cho con biết, hôm nay khi gà chưa gáy, con sẽ chối không biết Ta ba lần!"* – Lu-ca 22:33-34

Phi-e-rơ đã cam kết với Chúa Giê-xu điều gì?

_____

_____

Chúa Giê-xu đã đáp lại như thế nào?

_____

_____

Chối Chúa ngay cái đêm mà Ngài bị phản bội đã tệ lắm rồi, nhưng ông có cần phải khoác lác là ông sẽ không đời nào làm việc ấy không? Một lần chối Chúa đã là điều đáng khinh bỉ rồi, nhưng tới tận ba lần? Ba lần chối Chúa thì thật là khủng khiếp, nhưng ông có nhất thiết phải nguyền rủa Ngài không? Phi-e-rơ liền rủa và thề: "Tôi không biết người ấy đâu!" (Ma-thi-ơ 26:74).

Và bây giờ, ông bị ngập chìm trong vòng xoáy của đau khổ. Phi-e-rơ đang trốn tránh. Phi-e-rơ đang khóc.

2. Hãy tìm các câu Kinh Thánh sau đây và viết ra điều bạn học được về tội lỗi.

Thi Thiên 32:5 – "Tôi đã thú tội cùng Ngài, không giấu tội ác tôi. Tôi nói: "Tôi sẽ xưng các sự vi phạm tôi cùng Chúa, và Ngài đã tha thứ tội lỗi gian ác tôi."

_____

_____

Giê-rê-mi 2:22 – "Dù ngươi có tắm gội bằng xà phòng, rửa mình nhiều lần trong nước tro, dấu vết tội ác ngươi vẫn sờ sờ trước mắt ta." đấy là lời của Chúa Vạn Quân."

_____

_____

Hê-bơ-rơ 10:22 – "Nên chúng ta hãy đến gần Chúa với lòng chân thành, trong niềm tin vững chắc, tâm khảm đã được tẩy sạch khỏi lương tâm ác, thân thể đã tắm rửa bằng nước tinh sạch."

Như thế, vì con cái dự phần vào huyết và thịt nên Ngài cũng dự phần như vậy, để khi chịu chết, Ngài có thể tiêu diệt kẻ thống trị sự chết là quỷ vương và giải phóng những người vì sợ chết phải làm nô lệ suốt đời.
- Hê-bơ-rơ 2:14-15

Những thất bại đẩy chúng ta vào vũng bùn mặc cảm tội lỗi và hổ thẹn.

HÃY VÂNG THEO TIẾNG CHÚA GIÊ-XU

Khi nói đến việc chữa lành tâm linh mình, chúng ta dường như chẳng có cơ hội nào cả. Nó chẳng khác nào bắt chúng ta phải nhảy sào lên tít mặt trăng. Chúng ta không có được yếu tố cần thiết để được chữa lành. Hy vọng duy nhất của chúng ta đó là Đức Chúa Trời sẽ làm cho chúng ta điều mà Ngài đã làm cho người đàn ông ở Bết-sai-đa – đó là Ngài sẽ bước ra khỏi đền thờ và bước vào thế giới đau đớn và bất lực của chúng ta.

Chính xác việc Ngài đã làm là gì?

Tôi ước rằng chúng ta có thể tin nơi lời phán của Chúa Giê-xu...

Khi Ngài phán rằng chúng ta đã được tha thứ, hãy cất bỏ gánh nặng tội lỗi.

Khi Ngài phán rằng chúng ta thật giá trị, hãy tin Ngài.

Khi Ngài phán rằng chúng ta được chu cấp, thì đừng lo lắng nữa.

Nỗ lực của Đức Chúa Trời mạnh mẽ nhất khi nỗ lực của chúng ta trở nên vô dụng.

- He Still Moves Stones

Ai che giấu sự vi phạm mình sẽ không được thịnh vượng, nhưng người nào xưng ra và từ bỏ nó sẽ được thương xót.

- Châm Ngôn 28:13

Một trong những lần tiếp theo mà chúng ta nhìn thấy Phi-e-rơ tiếp xúc với Chúa Giê-xu là khi ông trở lại bờ biển Ga-li-lê. Phi-e-rơ trở lại chiếc thuyền đánh cá, và chúng ta thắc mắc tại sao ông lại đi đánh cá. Chúng ta biết vì sao ông tới Ga-li-lê. Ông đã được bảo rằng khi Chúa Giê-xu sống lại, Ngài sẽ gặp môn đồ ở đó. Nơi hẹn mặt không phải là trên biển, mà là trên một ngọn núi (Ma-thi-ơ 28:16). Nếu những môn đồ định gặp Ngài ở trên núi, thì họ đang làm gì ở trên thuyền thế này? Không ai bảo họ phải đi đánh cá, nhưng họ đã làm việc đó. "Si-môn Phi-e-rơ nói: "Tôi đi đánh cá đây!" Mấy người kia đáp: "Chúng tôi cùng đi với anh!" (Giăng 21:3). Ơ, thế Phi-e-rơ vẫn chưa bỏ nghề đánh cá sao? Hai năm trước, khi Chúa Giê-xu kêu gọi ông đi đánh lưới người, chẳng phải ông đã bỏ lưới lại mà theo Ngài sao? Kể từ đó chúng ta không hề thấy ông đánh cá nữa. Chúng ta chưa bao giờ thấy ông đánh cá lại. Vậy tại sao bây giờ ông lại đánh cá? Đặc biệt là lúc này! Chúa Giê-xu đã sống lại từ trong kẻ chết. Phi-e-rơ đã nhìn thấy ngôi mộ trống. Ai có thể đánh cá vào lúc này cơ chứ?

Hay là họ đang đói? Có thể là một vài người thấy vậy. Có thể chuyến đi đánh cá này xuất phát từ việc dạ dày kêu réo chăng?

Hoặc cũng có thể, chuyến đi được thực hiện bởi một trái tim tan vỡ.

Bạn thấy đấy, Phi-e-rơ không thể phủ nhận việc ông đã chối Chúa. Ngôi mộ trống không thể xoá bỏ được tiếng gà gáy. Đấng Christ đã trở lại, nhưng Phi-e-rơ tự hỏi, ông chắc chắn đã phải tự hỏi: "Sau những gì mình đã làm, liệu Ngài có trở lại với một người như mình không?"

Chúng ta cũng băn khoăn như vậy. Phi-e-rơ có phải là người duy nhất làm cái việc mà ông đã thề là không bao giờ làm không?

"Bất trung là chuyện xưa rồi!"

"Từ bây giờ trở đi, tôi sẽ kiềm chế môi miệng mình."

"Sẽ không bao giờ làm việc mờ ám nào nữa. Tôi đã học được bài học ấy cho mình rồi."

Ô, thanh âm của sự khoe khoang. Và, nỗi đau buồn của sự hổ thẹn của chúng ta.

Thay vì chống lại việc ve vãn, chúng ta lại quay lại ve vãn người khác.

Thay vì lờ đi các cuộc ngồi lê đôi mách thì chúng ta lại tích cực chia sẻ lời nói xấu ấy ra.

Thay vì phải bám chắc vào lẽ thật, thì chúng ta lại che khuất lẽ thật.

Rồi con gà trống cất tiếng gáy, và niềm tin của chúng ta tan tành. Phi-e-rơ có một người đồng hành trong bóng tối.

3. Câu nào sau đây đúng khi so sánh lời đề nghị giải phóng chúng ta khỏi điều hổ thẹn của Chúa Giê-xu và cuộc sống trốn chạy? Hãy đánh dấu tất cả các câu trả lời phù hợp. Sử dụng các câu Kinh Thánh bên dưới để giúp bạn trả lời.

☐ Nếu chúng ta cố gắng che giấu tội lỗi của mình thì chúng ta sẽ không thành công. (Châm Ngôn 28:13)

☐ Khi tội lỗi của chúng ta được tha thứ, chúng ta sẽ hạnh phúc. (Rô-ma 4:7-8)

☐ Khi chúng ta xưng tội mình, thì Ngài sẽ tha thứ cho chúng ta. (1 Giăng 1:9)

4. Hãy đọc Châm Ngôn 10:12 và điền vào chỗ trống - một lời nhắc nhở ngọt ngào và ngắn gọn về năng quyền giải phóng chúng ta khỏi sự hổ thẹn bằng cách tha thứ tội lỗi chúng ta của Đức Chúa Trời.

Tình yêu thương.........tất cả..........

TRỞ LẠI VỚI TẤM LÒNG CỦA CHÚA GIÊ-XU

Chúng ta khóc lóc như Phi-e-rơ đã khóc, và chúng ta làm điều mà Phi-e-rơ đã làm. Chúng ta đi đánh cá. Chúng ta quay trở lại đời sống cũ. Chúng ta trở lại với những thói quen trước khi có Chúa Giê-xu. Chúng ta làm những việc đến một cách tự nhiên, hơn là làm những việc đến theo cách thuộc linh. Và chúng ta thắc mắc liệu Chúa Giê-xu có dành một chỗ cho những người như chúng ta không.

Chúa Giê-xu trả lời câu hỏi đó. Ngài trả lời cho bạn và tôi và tất cả những người định trốn mặt Ngài "giống Phi-e-rơ". Câu trả lời của Ngài xuất hiện trên bờ biển như một món quà cho Phi-e-rơ. Bạn biết Chúa Giê-xu đã làm gì không? Rẽ nước ra? Biến con thuyền thành vàng và lưới thành bạc ư? Không, Chúa Giê-xu đã làm một việc có ý nghĩa hơn nhiều. Ngài mời Phi-e-rơ dùng bữa sáng. Chúa Giê-xu đã chuẩn bị một bữa ăn.

Thù ghét gây ra xung đột, nhưng tình yêu thương che đậy mọi vi phạm.

- Châm Ngôn 10:12

Tất nhiên, bữa sáng chỉ là một khoảnh khắc đặc biệt giữa một vài khoảnh khắc trong buổi sáng hôm đó. Có một mẻ cá lớn và các môn đồ nhận ra Chúa Giê-xu. Phi-e-rơ nhảy xuống biển, các môn đồ chèo thuyền vào bờ. Lúc họ vào bờ, họ thấy Chúa Giê-xu đang ngồi cạnh đống lửa. Cá đang nóng và bánh đã sẵn sàng, và Đấng đánh bại quyền của âm phủ và Đấng cai trị Thiên đàng mời các bạn hữu Ngài ngồi xuống dùng bữa.

5. Hãy đọc bản mô tả Chúa Giê-xu, Phi-e-rơ, và một vài môn đồ trong Giăng 21:4-19 và trả lời câu hỏi sau.

Phi-e-rơ đã làm gì để bày tỏ sự hứng khởi của ông đối với Chúa Giê-xu khi Ngài giải phóng ông khỏi sự hổ thẹn và khôi phục lại mối tương giao giữa ông và Chúa Giê-xu? (câu 7)

_____

_____

Chúa Giê-xu đã làm gì để bày tỏ tình yêu của Ngài dành cho Phi-e-rơ và những người theo Ngài? (câu 10, 13)

_____

_____

Chúa Giê-xu gọi bạn đến, không phải để trách mắng, nhưng để chào đón bạn trở về.

Sau bữa ăn, Chúa Giê-xu dồn sự tập trung và chú ý vào ai? (câu 15)

_____

_____

Nếu bạn thấy bản thân mình bị ngập chìm trong vòng xoáy của đau khổ, giấu mình trong bóng tối của sự hổ thẹn, không ngừng nhớ lại những sai lầm của bản thân, thì lời mời gọi của Chúa Giê-xu là dành cho bạn. Ngài muốn được ngồi đối diện với bạn – không phải để trách mắng, nhưng là để nắm lấy tay bạn. Ngài muốn bạn quay lại hiểu thấu tấm lòng của Ngài. Hãy để Ngài giải phóng bạn.

Không ai biết ơn Chúa hơn Phi-e-rơ. Một kẻ bị Sa-tan sàng sấy như lúa mỳ đang ngồi ăn bánh mỳ do Đức Chúa Trời cung ứng. Phi-e-rơ được mời gọi đến bữa ăn của Đấng Christ. Ngay tại đó, để ma quỷ và những kẻ cám dỗ ông đều thấy. Chúa Giê-xu "dọn bàn cho ông trước mặt kẻ thù nghịch."

Đúng vậy, có thể Phi-e-rơ không nói điều đó theo cách như vậy. Nhưng Đa-vít đã nói. "Chúa dọn bàn cho tôi, trước mặt kẻ thù nghịch tôi" (Thi Thiên 23:5). Điều Người Chăn Chiên đã làm cho bầy chiên mình rất giống với điều mà Chúa Giê-xu đã làm cho Phi-e-rơ.

6. Chúa Giê-xu có một tấm lòng đặc biệt dành cho những người phạm tội. Hãy đọc Lu-ca 5:30-32. Câu nào đúng khi nói về sự quan tâm

Vì trong Chúa Cứu Thế Giê-xu luật của Thánh Linh sự sống đã giải thoát tôi khỏi luật của tội lỗi và của sự chết.

— Rô-ma 8:2

Các người Pha-ri-si và các chuyên gia Kinh luật phàn nàn với các môn đệ Ngài: "Tại sao các anh ăn uống với bọn thu thuế và kẻ tội lỗi?" Đức Chúa Giê-xu đáp: "Người khoẻ mạnh không cần thầy thuốc, nhưng người đau yếu mới cần. Ta không đến để kêu gọi người công chính, nhưng để kêu gọi những người tội lỗi ăn năn."

— Lu-ca 5:30-32

Con giống như con bê chưa thuần ách, Chúa đã sửa dạy con, và con đã chịu sửa dạy. Xin Chúa đem con về, để rồi con sẽ được trở về, vì Chúa là Đức Chúa Trời của con.

— Giê-rê-mi 31:18

của Chúa Giê-xu đối với tội nhân? Hãy đánh dấu câu trả lời đúng bằng (Đ) và câu trả lời sai bằng (S).

____Chúa Giê-xu không quan tâm đến những kẻ phạm sai lầm.

____Đức Chúa Trời sai Chúa Giê-xu đến là để mời những người công bình đến với Ngài.

____ Chúa Giê-xu có một mối tương giao mật thiết với các tội nhân.

____Chúa Giê-xu kêu gọi những tội nhân đến để thay đổi tấm lòng và đời sống của họ.

Ở điểm này trong sách Thi Thiên, đầu óc Đa-vít dường như vẫn còn đang lang thang cùng đàn chiên mình trên những triền đồi cao. Từng dẫn đàn chiên vượt qua thung lũng đến những cánh đồng cỏ bên sườn núi nơi cỏ mọc xanh hơn, ông nhớ đến một trách nhiệm khác nữa của người chăn chiên. Ông phải chuẩn bị một đồng cỏ.

Đây là vùng đất mới, nên người chăn chiên phải thật cẩn thận. Lý tưởng nhất, khu vực chăn thả phải là một đồng bằng, một vùng núi bằng phẳng hay một dẻo cao. Người chăn chiên phải tìm xem có cây cỏ độc nào không, và nơi đó phải có một nguồn nước phong phú hay không. Ông phải kiểm tra xem có dấu vết của chó sói, chó sói đồng hay là gấu dữ không.

Mối quan tâm đặc biệt nhất của người chăn chiên là rắn độc vipe, một loại rắn nhỏ màu nâu sống ở dưới lòng đất. Những con rắn độc thường nhảy vọt ra khỏi lỗ của chúng để cắn vào mũi những con chiên. Những vết cắn thường bị nhiễm độc và thậm chí có thể giết chết chiên. Như một biện pháp phòng chống loại rắn này, người chăn chiên thường đổ dầu vào lỗ của rắn. Ông cũng phết dầu lên mũi của những con chiên. Dầu ở miệng lỗ sẽ bôi trơn lối ra của chúng, ngăn không cho chúng trườn ra ngoài. Mùi dầu trên mũi chiên sẽ khiến rắn không dám đến gần. Người chăn chiên, theo một nghĩa rất thực, đã dọn sẵn bàn cho chiên.

Nếu Đấng Chăn Chiên làm cho bạn điều mà người chăn chiên đã làm cho bầy chiên của mình thì chuyện gì sẽ xảy ra? Giả sử Ngài xử kẻ thù của bạn, là ma quỷ, và chuẩn bị sẵn cho bạn một nơi an toàn để ăn uống thì sao? Nếu Chúa Giê-xu làm cho bạn điều mà Ngài đã làm cho Phi-e-rơ thì sao? Giả sử, khi bạn đang mắc sai lầm, mà Ngài vẫn mời bạn dùng bữa với Ngài thì sao?

7. Đây không phải là sứ điệp của Giê-rê-mi 31:18 sao? Hãy đọc câu Kinh Thánh này và điền vào chỗ trống dưới đây điều bạn học được về việc Đức Chúa Trời sẵn lòng giúp chúng ta mở một con đường để chúng ta trở về với Ngài sau khi chúng ta bị thất bại.

Lạy Chúa, Ngài…con, và con…bài học của con. Xin hãy đem con…để con có thể…trở về.

8. Phản ứng tức thời của bạn là gì trước ý tưởng bạn được chào đón cho dù bạn mắc sai lầm?

a. Chắc chắn phải có cái bẫy gì đó ở đây.

b. Tôi quá bối rối không thể giáp mặt Chúa Giê-xu thêm một lần nào nữa.

c. Chỉ cần nói như vậy thôi, là tôi sẽ lao ngay vào vòng tay Ngài.

ĐẾN BÀN ĂN

Vào đêm cuối cùng trước khi chết, Chúa Giê-xu dọn bàn cho môn đồ của Ngài.

Ngày đầu tiên của kỳ lễ Bánh không men, khi người ta dâng tế chiên con lễ Vượt Qua, các môn đồ thưa với Chúa Giê-xu: "Thầy muốn chúng đi sửa soạn cho Thầy ăn lễ Vượt Qua ở đâu?" Ngài sai hai môn đồ đi và dặn họ: "Hãy vào trong thành, một người xách vò nước sẽ gặp các con, hãy theo người, và khi người vào nhà nào, các con hãy nói cùng chủ nhà ấy: "Thầy hỏi: Phòng dành cho khách để ta ăn lễ Vượt Qua với các môn đệ ta ở đâu?" Người sẽ chỉ cho các con một phòng rộng trên lầu đã được sắp đặt sẵn. Hãy dọn cho chúng ta tại đó." – Mác 14:12-15

Hãy nhìn xem Đấng đã làm công tác "dọn bàn" ở đây. Chúa Giê-xu dành sẵn một căn phòng lớn và sắp xếp người hướng dẫn dẫn đường cho các môn đồ. Chúa Giê-xu đảm bảo rằng căn phòng đó đã được trang bị đồ đạc đầy đủ và đồ ăn đã được dọn sẵn. Các môn đồ làm gì? Họ trung tín làm theo và được no nê.

Đấng Chăn Chiên đã dọn bàn.

Không chỉ thế thôi đâu, Ngài còn xử mấy con rắn nữa. Bạn sẽ nhớ rằng chỉ có một môn đồ không ở lại bữa ăn đêm đó đến cuối cùng. "Trong bữa ăn tối, quỷ vương đã gieo vào lòng Giu-đa, con của Si-môn Ích-ca-ri-ốt, ý tưởng phản bội Ngài. " (Giăng 13:2). Giu-đa bắt đầu ăn, nhưng Chúa Giê-xu không để Giu-đa ăn xong bữa. Trước mệnh lệnh của Chúa Giê-xu, Giu-đa đã rời khỏi phòng. "Việc anh sắp làm hãy làm nhanh lên, Giu-đa lãnh lấy miếng bánh, liền đi ra. Khi ấy đã tối" (Giăng 13:27, 30).

Có một sự tác động trong việc bỏ đi này. Chúa Giê-xu đã dọn bàn trong sự hiện diện của kẻ thù. Giu-đa được phép nhìn thấy bữa tối, nhưng ông không được phép ngồi ở đó.

Ngươi không được chào đón ở đây. Bàn ăn này là dành cho con cái của Ta. Có thể ngươi sẽ cám dỗ chúng nó. Ngươi có thể ngáng chân chúng. Nhưng ngươi sẽ không bao giờ được ngồi cùng với chúng. Tình yêu Chúa Giê-xu dành cho chúng ta thật lớn biết bao.

Và nếu vẫn còn bất cứ một sự nghi ngờ nào, để không còn một "Phi-e-rơ" nào tự hỏi rằng liệu có chỗ nào dành cho họ hay không, Chúa Giê-xu đã đưa ra một lời nhắc nhở dịu dàng khi Ngài chuyển chén cho các môn đồ uống.

"Hết thảy các ngươi hãy uống đi!" Những người cảm thấy mình không xứng đáng, hãy uống đi. Những kẻ cảm thấy hổ thẹn, hãy uống đi. Những kẻ thấy bối rối, hãy uống đi.

9. Hãy đọc Ma-thi-ơ 26:27-28. Dựa vào những gì bạn vừa đọc, câu nào sau đây đúng khi để cập đến lời nhắc nhở giải phóng chúng ta khỏi sự xấu hổ của Chúa Giê-xu?
☐ Ngài muốn mỗi người hãy uống chén này.
☐ Ngài đổ huyết ra chỉ cho một số người.
☐ Ngài đổ huyết ra cho nhiều người và tha thứ tội lỗi của họ.

10. Bài học về việc được giải phóng khỏi sự hổ thẹn của Chúa Giê-xu đã tác động đến kinh nghiệm tiếp theo của bạn về Bữa Tối của Đức Chúa Giê-xu như thế nào?

Vì dù tôi được tự do đối với mọi người, chính tôi tự làm nô lệ cho tất cả để có thể chinh phục nhiều người hơn.
- 1 Cô-rinh-tô 9:19

Chúa Giê-xu đã sắm sẵn cho bạn một chỗ.

Rồi Ngài cầm chén, tạ ơn, trao cho các môn đệ và phán: "Hết thảy các con hãy uống đi. Vì đây là huyết ta, huyết của giao ước đổ ra cho nhiều người được tha tội.
- Ma-thi-ơ 26:27-28

TRỌNG TÂM BÀI HỌC
* Những thất bại đẩy chúng ta vào vũng bùn tội lỗi và hổ thẹn.
* Chúa Giê-xu gọi bạn đến, không phải để trách mắng, nhưng để chào đón bạn trở về.
* Chúa Giê-xu đã sắm sẵn cho bạn một chỗ.

Tôi sẽ bước đi tự do, vì tôi tìm kiếm các mạng lệnh của Chúa.
- Thi Thiên 119:45

Đây là cơ hội cuối cùng để bạn ôn lại câu Kinh Thánh ghi nhớ trong tuần. Bạn đã giấu câu Kinh Thánh đó vào lòng chưa? Hãy viết câu Giăng 8:36 xuống đây.

_____

_____

_____

Tấm lòng của Chúa Giê-xu

Họ trông đợi Ngài biểu diễn các phép lạ cho họ giải trí. Họ trông đợi Ngài kể những câu chuyện hấp dẫn, lôi cuốn. Họ trông đợi Ngài làm họ xúc động bởi những kỳ công không tưởng. Họ trông đợi Ngài làm cho những người Pha-ri-si ngạo mạn phải trật tự. Họ trông đợi Ngài lắng nghe tất cả nan đề của họ. Họ trông đợi Ngài thực hiện những điều phi thường. Họ trông chờ Ngài có mọi lời giải đáp. Họ trông đợi Ngài ban bánh khi họ đói. Họ trông đợi Ngài chữa lành bệnh tật. Họ trông đợi Ngài sẽ đến khi họ kêu cầu Ngài. Họ mong Ngài tuân thủ luật về ngày Sa-bát của họ. Họ trông chờ Ngài lật đổ đế quốc La-mã. Họ trông đợi Ngài ban hòa bình cho họ. Họ mong Ngài trở thành vua của họ trên đất này. Nhưng Chúa Giê-xu không bận tâm về những điều đó. Ngài không bao giờ cố gắng sống theo cách của bất cứ con người nào khác. Chúa Giê-xu được tự do khỏi những trông đợi của những người khác. Ngài giữ cho đôi tai Ngài luôn hướng về Thiên đàng, và luôn sống đúng với tiếng gọi của Cha Ngài.

❖

SÁCH THAM KHẢO
Những phần được lựa chọn trong bài học này được trích dẫn từ cuốn *Travelling Light*.

GHI CHÚ:

[i]Randy C. Alcorn. *Money, Possessions, and Eternity* (Wheaton, Ill.: Tyndale Publishers, 1989), 55.

[ii]Chris Seidman, *Little Buddy* (Orange, Calif.: New Leaf Books, 2001), 138. Đã xin phép sử dụng.

[iii]Rick Athcley, "I have Learned the Secret," audiotape 7 of the 1997 Pepperdine Lectures (Malibu, Calif., 1997). Đã xin phép sử dụng.

[iv]Charles W. Slemming, *He Leadeth Me: The Shepherd's Life in Palestine* (Fort Washington, Pa.: Christian Liter ture Crusade, 1964), quoted in Charles R. Swindoll, *Living Beyond the Daily Grind, Book 1: Reflections on the Songs ans Sayings in Scripture* (Dallas: Word Publishing, 1988), 77-78

BÀI 5
Cảm Nghiệm Niềm Vui của Chúa Giê-xu

Ngài vui. Ngài vui khi nghèo đói. Ngài vui khi bị khước từ. Ngài vui khi bị phản bội. Thậm chí Ngài vẫn vui khi bị treo lên trên công cụ tra tấn, bàn tay Ngài đã bị chọc thủng bởi những cái đinh dài 15 phân của La Mã.

Chúa Giê-xu là hiện thân của niềm vui bền vững. Niềm vui không chịu khuất phục trong hoàn cảnh khó khăn. Niềm vui luôn vững vàng trước nỗi đau. Cái rễ của niềm vui ấy ăn sâu vào tảng đá của sự sống đời đời.

Đây là thứ niềm vui gì vậy? Niềm vui gì mà dám thách thức cả nghịch cảnh? Loài chim gì vẫn hót trong lúc trời còn tối? Sự bình an này đến từ đâu mà lại có khả năng bất chấp nỗi đau như thế?

Tôi gọi đó là niềm vui thiêng liêng.

Nó là niềm vui thiêng liêng bởi vì niềm vui ấy không thuộc về đất này. Những gì thiêng liêng đều thuộc về Đức Chúa Trời. Và niềm vui này là của Đức Chúa Trời.

Đó là niềm vui vì niềm vui có thể vừa làm ta thoả mãn vừa làm ta kinh ngạc.

Niềm vui thiêng liêng là tin mừng đến từ cửa sau của tấm lòng. Đó là điều mà bạn luôn mơ ước nhưng không bao giờ dám trông đợi. Đó là điều tốt vượt quá sức tưởng tượng nhưng đã thành sự thật. Niềm vui ấy là có Đức Chúa Trời giúp đỡ khi bạn bất lực, có Đức Chúa Trời bênh vực, Ngài là cha của bạn, là người hâm mộ bạn nhất, là người bạn thiết thân nhất của bạn. Đức Chúa Trời ở bên cạnh bạn, trong tấm lòng bạn, ở đằng trước bạn và bảo vệ đằng sau bạn. Đó là hy vọng khi bạn ít mong đợi nhất: một đoá hoa bên lề cuộc đời.

Không phải là ngẫu nhiên khi từ mà Chúa Giê-xu dùng để hứa ban niềm vui thiêng liêng lại chính là từ mà sứ đồ Phao-lô đã dùng để mô tả về Đức Chúa Trời: "Đức Chúa Trời hạnh phước …" (1 Ti-mô-thê 1:11); "Đức Chúa Trời là Chúa tể duy nhất, là Đấng ban mọi phước lành" (1 Ti-mô-thê 6:15).

Hãy suy nghĩ về niềm vui của Đức Chúa Trời. Điều gì có thể che khuất được? Điều gì có thể dập tắt được? Điều gì có thể tiêu diệt được? Có bao giờ Đức Chúa Trời rơi vào tâm trạng buồn chán chỉ vì thời tiết xấu không? Ngài có mất bình tĩnh khi phải xếp hàng dài hay là bị tắc đường không? Ngài có bao giờ từ chối làm cho trái đất xoay vòng chỉ vì trái tim Ngài bị tổn thương không?

Không! Niềm vui của Ngài là niềm vui mà hoàn cảnh không thể dập tắt được. Sự bình an của Ngài là bình an mà hoàn cảnh không thể đánh cắp.

Đó là sự vui sướng tuyệt vời đến từ Đức Chúa Trời. Một niềm vui thánh. Một niềm vui thiêng liêng.

Và điều đó nằm trong tầm tay bạn. Giữa bạn và Niềm Vui chỉ cách nhau bởi một quyết định.

HÃY CẢM NGHIỆM SỰ VUI MỪNG CỦA CHÚA GIÊ-XU TRONG TUẦN NÀY.

Trước khi bạn đọc tiếp, hãy dành một chút thời gian để cầu nguyện: *Lạy Cha yêu dấu của con, xin giúp con hiểu niềm vui hằng cư ngụ trong tấm lòng Chúa Giê-xu. Con biết rằng niềm vui mà Ngài ban cho con không bị ảnh hưởng bởi hoàn cảnh, bởi con người hay bởi*

LÁ THƯ CỦA NIỀM VUI

Hãy cùng tôi quay trở lại lịch sử của hai ngàn năm trước. Hãy đến La Mã … tới một căn phòng nhỏ bé xám xịt, bao quanh bởi những bức tường cao… Ở bên trong, chúng ta nhìn thấy một người đàn ông ngồi trên sàn. Đó là một người đàn ông có tuổi, bờ vai khom với cái đầu hói. Tay chân đang bị xích lại…

Đó chính là sứ đồ Phao-lô… Vị sứ đồ sẵn sàng chỉ bước đi theo ý muốn của Đức Chúa Trời thôi đang ở trong vòng xiềng xích - bị giam cầm trong một căn phòng bẩn thỉu – bị giám sát bởi một tên lính La Mã…

Ông đang viết thư. Chắc hẳn đó là lá thư than phiền với Đức Chúa Trời. Chắc hẳn đó là danh sách những lời trách móc… Ông có tất cả lý do để cay đắng và cằn nhằn. Nhưng ông đã không làm vậy. Thay vào đó, ông đã viết một bức thư mà hai ngàn năm sau vẫn được biết đến như bản tuyên ngôn về niềm vui - thư Phi-líp…

Tại sao bạn lại không dành một chút thời gian cho thư Phi-líp nhỉ?

- The Inspirational Study Bible.

a

Thiên sứ bảo: "Đừng sợ! Vì này tôi báo cho các anh một Tin Mừng, một niềm vui lớn cũng là Tin Mừng cho mọi người.

Lu-ca 2:10

cảm xúc của chính con. Xin chỉ cho con biết làm thế nào để cảm nghiệm niềm vui ấy trong cuộc đời của chính mình. A-men.

Trong tuần này, hãy ghi nhớ câu Kinh Thánh Ma-thi-ơ 5:12 – Tiêu chuẩn của niềm vui lớn lao.

Hãy hân hoan, mừng rỡ, các con sẽ được trọng thưởng ở trên trời vì người ta cũng đã bắt bớ các tiên tri của Chúa trước các con như thế. – Ma-thi-ơ 5:12

NGÀY MỘT - NIỀM VUI THIÊNG LIÊNG
NIỀM VUI KHÔN XIẾT

Không một ai có lý do hợp lý để đau khổ hơn Người – thế nhưng cũng không ai vui mừng hơn Người.

Nơi ở đầu tiên của Người là một cung điện. Tôi tớ phục dưới chân Người. Cái búng tay của Người có thể thay đổi cả dòng lịch sử. Tên Người được biết đến và được nhiều người yêu mến. Người có mọi thứ - sự giàu có, quyền lực, sự tôn trọng.

Và rồi Người không còn gì cả.

Những nhà nghiên cứu về sự kiện này vẫn còn trầm tư về nó. Những nhà sử học bị vấp ngã khi cố gắng lý giải về sự kiện này. Làm thế nào một vị vua có thể mất tất cả chỉ trong chốc lát?

Mới phút trước còn là bậc vua chúa, phút sau đã rơi vào cảnh bần cùng.

Giường của Người, rốt cuộc, chỉ là một cái máng ăn súc vật được mượn của người khác —và thường là được đặt trên nền đất cứng. Người thậm chí chưa bao giờ sở hữu một phương tiện đi lại cơ bản nhất và thu nhập phụ thuộc vào tiền bố thí. Thi thoảng Người đói đến độ phải ăn lúa tuốt từ ruộng xuống và hái quả trên cây. Người biết thế nào là bị mưa trút xuống và thấm lạnh. Người biết thế nào là vô gia cư.

Cung điện của Người vốn không một vết ố; giờ đây Người thường tiếp xúc với những thứ bẩn thiu. Người vốn không hề biết đến bệnh tật, nhưng bây giờ lại bị bao quanh bởi bệnh tật.

Người vốn được tôn kính trong vương quốc mình, giờ đây Người chịu sỉ nhục. Đồng loại muốn Người bị hành hình. Một vài người gọi Người là tên điên. Gia đình của Người thì muốn giới hạn Người trong căn nhà của họ.

Bất chấp tất cả những gì đã trải qua, Chúa Giê-xu vẫn vui mừng.

Những người không nhạo báng Người lại muốn lợi dụng người. Họ muốn được Người chiếu cố. Họ thích mánh lới. Người là một người khác thường. Họ muốn người ta thấy họ đi bên Người – được đi bên người khi người còn được mến mộ. Còn khi hết được mến mộ rồi, họ muốn giết Người.

Người đã bị cáo buộc phạm một tội mà Người chưa từng phạm. Nhân chứng được trả tiền để nói dối. Bồi thẩm đoàn gian lận. Không một luật sư nào được chỉ định để bào chữa cho Người. Thẩm phán bị ảnh hưởng bởi quan điểm chính trị đã tuyên án tử hình Người.

Họ đã giết Người. Người đã ra đi như cách Người đã đến – không một xu dính túi. Người đã được chôn trong một ngôi mộ mượn của người khác, chi phí cho đám tang được mấy người bạn động lòng trắc ẩn chi trả. Mặc dù Người từng có mọi thứ, nhưng Người đã chết mà không có gì cả.

Người đã có thể đau khổ. Người đã có thể cay đắng. Người đã có tất cả mọi lý do hợp lý để trở thành một chén thịnh nộ. Nhưng Người không làm vậy.

Ngài vui mừng.

1. Hãy đọc Ê-sai 53:1-12. Sau đó, nối những câu Kinh Thánh với điều bạn học được về những ngoại cảnh của Chúa Giê-xu như điều được mô tả trong sách Tiên tri Ê-sai.

- 53:2   a. Ngài đã bị thương và bị chà đạp vì tội lỗi.
- 53:3   b. Ngài đã chết giữa vòng kẻ ác - dù Ngài vô tội.
- 53:5   c. Vì làm một con người mà Ngài đã không còn vẻ đẹp
- 53:7   và uy nghi của Thiên đàng nữa.
- 53:8   d. Ngài đã bị ức hiếp và xử đoán – nhưng Ngài không
- 53:9   báo thù.
- 53:12   e. Ngài đã bị đối xử như một tội phạm.
          f. Ngài bị người ta khinh bỉ và ruồng bỏ.
          g. Chúa Giê-xu không hề có một người con nào của
          riêng Ngài.

Nhưng hãy vui mừng vì anh chị em được dự phần vào sự đau khổ của Chúa Cứu Thế, để anh chị em được hân hoan vui mừng hơn khi vinh quang Ngài được bày tỏ.
- 1 Phi-e-rơ 4:13

Trước khi chúng ta bắt đầu bài học về niềm vui, chúng ta phải nhận biết rõ ràng nguồn gốc của niềm vui. Chúng ta không nói đến niềm vui được xây dựng trên một cái nền hay thay đổi như hoàn cảnh. Chúng ta đang nói đến một cuộc đời được xây dựng trên một cái nền khác - một sự đổ đầy từ bên trong đến bởi Đức Chúa Trời. Ngoài việc đến bởi Ngài, niềm vui ấy cũng đến từ trong Ngài. En theos – trong Đức Chúa Trời. Những người yêu mến và hầu việc Chúa Giê-xu – không chỉ tập trung vào việc chúng ta sẽ được lợi như thế nào từ nếp sống Cơ Đốc –toả ra niềm vui đích thực. Chúa Giê-xu đã để lại cho chúng ta tấm gương về cách để sống như thế. Nếu chúng ta cảm thấy chúng ta có lý do để cay đắng trong cuộc sống, Ngài còn có nhiều lý do hơn chúng ta. Chúng ta có cảm thấy những lời nói hoài nghi của mình hợp lý không? Vậy Ngài còn có thể hoài nghi nhiều hơn thế nữa! Ấy thế mà Ngài không hề nói một lời hoài nghi nào. Ngài sẽ không làm vậy. Hoàn cảnh không thể tác động đến niềm vui của Ngài – đó là điều bất khả xâm phạm.

ĐỊNH NGHĨA NIỀM VUI THIÊNG LIÊNG
Niềm vui là khi những người chăn chiên tại Bết-lê-hem nhảy múa một điệu jig (một điệu nhảy nhanh) bên ngoài hang. Niềm vui chính là khi Ma-ri ngắm Thiên Chúa nằm ngủ trong máng ăn cho gia súc. Niềm vui là khi ông già tóc bạc Si-mê-ôn ngợi khen Đức Chúa Trời, Đấng chuẩn bị chịu phép cắt bì. Niềm vui là khi Giô-sép dạy Đấng Tạo Hoá cách dùng búa.

Niềm vui là khi nhìn vào gương mặt của Anh-rê khi nhìn vào thùng cơm trưa không bao giờ trống rỗng. Niềm vui là khi những vị khách đang lơ mơ ngủ của đám cưới được uống loại rượu mà trước đây vốn là nước. Niềm vui là khi Chúa Giê-xu đi bộ qua những con sóng một cách thản nhiên như bạn đi trên tấm thảm vậy. Niềm vui là khi người phung nhìn thấy ngón tay ở chỗ mà trước đây chỉ là một cục u…một goá phụ tổ chức bữa tiệc với đồ ăn vốn được chuẩn bị cho đám tang…một người bại liệt biểu diễn nhào lộn. Vui là khi Chúa Giê-xu làm những điều không thể những theo cách không giống ai: chữa lành người mù bằng nước miếng, đóng thuế bằng đồng bạc tìm thấy trong miệng cá và sống lại từ trong kẻ chết và cải trang như một người làm vườn.

Niềm vui thiêng liêng là sự đổ đầy từ bên trong bởi Đức Chúa Trời.

Niềm vui thiêng liêng là gì? Là khi Đức Chúa Trời làm những việc mà những vị thần làm chỉ trong những giấc mơ xa vời của bạn - cười lừa, rửa chân, ngủ trong giông bão. Sự vui mừng là cái ngày mà họ buộc tội Đức Chúa Trời vì đã vui quá mức, tham dự quá nhiều tiệc tùng, và dành quá nhiều thời gian cho đám đông ăn chơi đàn đúm.

Niềm vui là công lao động của cả một ngày lại được trả cho người chỉ mới làm được một giờ…. Là người cha cọ rửa mùi phân heo trên lưng con trai mình… Là người chăn chiên tổ chức một bữa tiệc vì một con chiên đã được tìm thấy. Niềm vui là một viên ngọc được tìm thấy, một tạ lăng được nhân lên, một người ăn mày được lên Thiên đàng, một tên tội phạm được bước vào vương quốc. Niềm vui là sự ngạc nhiên trên khuôn mặt của những người ngoài đường khi được mời đến dự yến tiệc của nhà vua.

Niềm vui là một người đàn bà Sa-ma-ri với đôi mắt mở to kinh ngạc và không thể nói nên lời, vì bà là một người đàn bà tà dâm bước ra khỏi đám đông định ném đá mình, và một Phi-e-rơ từng nói dối trước đứa đầy tớ gái lao mình xuống dòng nước lạnh để nhanh chóng bơi đến gần Đấng mà mình đã rủa sả trước đó.

2. Hãy tìm kiếm các câu Kinh Thánh sau đây và viết ra điều bạn học được về niềm vui - niềm vui thiêng liêng của Đức Chúa Trời.

Thi Thiên 4:7 – "Ngài đã ban lòng tôi tràn đầy niềm vui, nhiều hơn niềm vui của chúng khi chúng được lúa và rượu tràn đầy."

_____

_____

Thi Thiên 47:5 – "Đức Chúa Trời ngự lên trong tiếng reo hò chiến thắng, Chúa đi lên giữa tiếng kèn vang dậy."

_____

_____

Ta bảo cho các con những điều này để niềm vui của Ta ở cùng các con và niềm vui của các con được đầy trọn.

- Giăng 15:11

Thi Thiên 126:3 – "Chúa đã làm những việc vĩ đại cho chúng tôi. Chúng tôi vui mừng."

_____

_____

Ê-sai 61:7 – "Thay vì hổ thẹn, dân ta sẽ hưởng gấp đôi, thay vì nhục nhã họ sẽ vui mừng vì phần điền sản của mình; Cho nên họ sẽ sở hữu gấp đôi phần điền sản trong xứ và được vui mừng đời đời."

_____

_____

THÔNG ĐIỆP CHÚNG TA CẦN NGHE

Một số điều nhất định về Đức Chúa Trời rất dễ hình dung. Tôi có thể hình dung việc Ngài đang sáng tạo thế giới và treo các vì sao lên bầu trời. Tôi có thể hình dung Ngài là một Đấng Toàn Năng, đầy năng quyền và tể trị. Tôi có thể hiểu một Đức Chúa Trời biết rõ tôi, Đấng tạo dựng nên tôi và tôi thậm chí còn có thể hiểu một Đức Chúa Trời lắng nghe tôi. Nhưng một Đức Chúa Trời yêu thương tôi? Một Đức Chúa Trời say mê tôi? Một Đức Chúa Trời vui mừng về tôi thì sao?

Còn tôi, tôi sẽ hát về sức lực Ngài, và mỗi sáng tôi sẽ ca ngợi tình yêu thương Ngài, Vì Ngài là thành lũy của tôi, và nơi tôi trú ẩn trong lúc gian truân. Hỡi sức lực của tôi, tôi ca ngợi Ngài, vì Đức Chúa Trời là thành lũy của tôi, là Đức Chúa Trời yêu thương tôi.

- Thi Thiên 59:16-17

Nhưng đó là thông điệp của Kinh Thánh. Cha của chúng ta không ngừng đeo đuổi con cái Ngài. Ngài gọi chúng ta trở về với Ngài bằng lời của Ngài, Ngài mở đường cho chúng ta bằng huyết của Ngài và Ngài đang khao khát chúng ta trở về.

Tình yêu của Đức Chúa Trời dành cho con cái Ngài chính là thông điệp của Kinh Thánh.

CÓ MỐI LIÊN HỆ MẬT THIẾT VỚI ĐẤNG TOÀN NĂNG

Chúa Giê-xu không hành động nếu Ngài không nhìn thấy Cha hành động. Ngài không phán xét cho đến khi nghe Cha phán xét. Không một hành động hay việc làm nào được thực hiện mà

3. Câu nào sau đây đúng? Hãy đánh dấu tất cả các câu trả lời phù hợp.

☐ "Nếu xét đến cách Chúa cảm nhận về tôi, thì Ngài có thể đón nhận hoặc lìa bỏ tôi."

☐ "Đức Chúa Trời yêu tôi."

☐ "Đức Chúa Trời thờ ơ với tôi."

☐ "Đức Chúa Trời khích lệ tôi."

4. Hãy đọc Thi Thiên 59:16-17 và điền vào chỗ trống câu phát biểu về một tình yêu đáng được ca ngợi.

Buổi sáng, chúng ta có thể.................về ....của Đức Chúa Trời. Ngài là Đấng chở che và nơi............của chúng ta trong ngày............ Chúng ta có thể hát .... Ngài. Ngài là Đức Chúa Trời là Đấng................chúng ta.

VUI MỪNG TRONG SỰ HIỆN DIỆN CỦA CHÚA GIÊ-XU

Có thể chúng ta biết về Đức Chúa Trời nhưng lại không hề biết Ngài gì cả. Trên thực tế, nếu chúng ta không kinh nghiệm Ngài và không biết việc được ở trong sự hiện diện của Ngài có ý nghĩa như thế nào, thì rất có thể chúng ta sẽ không bao giờ thật sự biết Ngài. Việc kinh nghiệm tấm lòng của Chúa Giê-xu sẽ thay đổi hoàn toàn những gì bạn nghĩ là bạn biết về Ngài. Tất cả những gì cần làm là lắng nghe nhịp đập đầu tiên của trái tim Ngài - nhận biết rằng đó chính là Ngài, rằng Ngài thật gần biết bao.

Sự yên lặng sẽ làm chậm nhịp đập trái tim ta, sự tĩnh lặng sẽ mở đôi tai ta, và một điều gì đó thiêng liêng sẽ xảy ra. Tiếng bước chân nhẹ nhàng sẽ phá vỡ sự tĩnh lặng, bàn tay mang dấu đinh sẽ xòe rộng, gợi mở một lời mời dịu dàng và ta bước theo Ngài.

Ước gì tôi đã có thể nói rằng điều đó diễn ra hằng đêm; nhưng không phải. Có những đêm Ngài mời gọi nhưng tôi không nghe thấy. Có những đêm Ngài mời gọi tôi nhưng tôi không đi theo. Nhưng có những đêm tôi nghe được tiếng êm dịu của Ngài thì thầm: "Hỡi những kẻ mệt mỏi và gánh nặng, hãy đến cùng ta....", tôi đã đi theo Ngài. Tôi bỏ lại phía sau những tính toan, những hoá đơn, những hạn chót mà men theo con đường hẹp, cùng Ngài lên núi.

Bạn cũng đã từng ở đó. Bạn đã chạy trốn cái nền bằng cát của thung lũng để đi lên vùng đất rộng lớn lát đá hoa cương của Ngài. Bạn đã quay lưng lại với tiếng ồn và tìm kiếm tiếng nói của Ngài. Bạn đã tách khỏi đám đông và đi theo Ngài khi Ngài dẫn bạn bước trên con đường quanh co đến đỉnh núi.

Đỉnh núi của Ngài. Không khí trong lành. Quang cảnh thoáng đãng. Cơn gió mát dịu. Tiếng huyên náo của phố chợ ở bên dưới còn quang cảnh tươi đẹp của đỉnh núi đang ở trên đây.

Người dẫn đường nhẹ nhàng mời bạn ngồi xuống một tảng đá cao hơn những hàng cây và nhìn ra xa thấy đỉnh núi có từ thời xa xưa không bao giờ bị xói mòn. "Điều cần thiết vẫn là điều đáng có sự đảm bảo," Ngài nói. "Hãy nhớ rằng: không một nơi nào các con sẽ đi đến mà ta chưa từng đặt chân tới. Chân lý vẫn sẽ chiến thắng. Sự chết vẫn sẽ bị diệt vong. Chiến thắng thuộc về các con. Và niềm vui chỉ cách con một quyết định mà thôi – hãy nắm lấy nó."

Đỉnh núi thiêng của Ngài. Một nơi vĩnh cửu trong một thế giới đầy biến chuyển.

5. Chúng ta phải quyết định đeo đuổi niềm vui ở trong sự hiện diện của Chúa Giê-xu cho dù lịch làm việc kín mít và nhiều điều khiến chúng ta xao lãng. Câu Kinh Thánh nào sau đây đúng khi nói đến niềm vui được ở trong sự hiện diện của Chúa Giê-xu, và câu nào sai? Đánh dấu (Đ) vào câu trả lời đúng và (S) vào câu trả lời sai. Hãy sử dụng những câu Kinh Thánh dưới đây để giúp bạn trả lời.

___Ở riêng với Chúa Giê-xu đem lại nhiều phước hạnh cho chúng ta. (Thi Thiên 21:6)

___Chúa Giê-xu chỉ muốn ở với chúng ta một chút thôi (Thi Thiên 41:12)

___ Chúng ta sẽ cảm thấy khá nhàm chán khi Chúa Giê-xu ở bên (Công 2:25-26,)

không có sự hướng dẫn của Cha...

Bởi vì Chúa Giê-xu có thể nghe được điều mà những người khác không thể nghe, Nên Ngài hành động không giống bất kỳ một người nào. Bạn còn nhớ chuyện mọi người cảm thấy bối rối, thắc mắc về người mù từ thuở mới sinh không? Ngài đã không hề thấy bối rối gì cả. Ngài biết rằng sự mù loà này có thể bày tỏ quyền năng của Đức Chúa Trời (Giăng 9:3). Bạn có còn nhớ chuyện mọi người rối lên khi La-xa-rơ bị bệnh không? Chúa Giê-xu không hề rối lên như thế... Đó là vì Chúa Giê-xu có thể nghe được điều mà không một ai khác có thể nghe... Chúa Giê-xu có một mối tương giao liên tục với Cha Ngài.

Bạn có cho rằng Đức Chúa Cha cũng mong điều tương tự nơi chúng ta không? Chắc chắn là vậy rồi!... Đức Chúa Trời mong muốn có mối quan hệ mật thiết vĩnh cửu với bạn giống như Ngài đã có với Con Ngài.

- Just Like Jesus

Để hiểu biết về Chúa Giê-xu, chúng ta phải dành thời gian ở trong sự hiện diện của Ngài.

Những người được cứu chuộc của CHÚA sẽ trở về, đi vào Si-ôn trong tiếng hát. Niềm vui mừng vĩnh cửu sẽ ở trên đầu họ; Họ đầy niềm hân hoan, vui mừng; buồn rầu và than thở sẽ trốn mất.

- Ê-sai 35:10

Những người dự phần trong niềm vui của Chúa Giê-xu có một sự bình an vững vàng không hề rúng động.

_____ Ở riêng với Chúa Giê-xu thì chúng ta được tràn ngập niềm vui. (Công 2:28)

Hãy suy nghĩ về những người sống trong thế giới của bạn. Bạn không thể kể tên những người đã từng ở trên núi với Ngài à? Ồ, nan đề của họ cũng chẳng khác gì chúng ta đâu. Và thử thách của họ cũng khó không kém chúng ta. Nhưng có một sự bình an vững bền đã gìn giữ họ. Một sự tin chắc rằng cuộc đời sẽ không bị đảo lộn chỉ vì những toan tính không đạt được hay những chuyến bay bị dời lịch. Một sự thanh bình làm dịu đi những góc cạnh trên môi miệng họ. Một niềm vui lan toả đang lấp lánh trong đôi mắt họ.

Và sự tin quyết tựa như thành trì kiên cố ngự trị trong tấm lòng của họ khiến họ có thể chịu đựng, thậm chí vui hưởng đoạn thung lũng gập ghềnh bởi vì chỉ cần một quyết định thôi là họ sẽ đến được ngọn núi.

6. Tại sao niềm vui được ở trong sự hiện diện của Chúa Giê-xu lại có tác động thể lý lên vẻ mặt, mức độ căng thẳng, thái độ và cách cư xử của chúng ta?

_____
_____

7. Hãy đọc Giê-rê-mi 31:13 và điền vào chỗ trống điều bạn học được về tính chất đem lại sự biến đổi của niềm vui.

Những kẻ buồn rầu sẽ trở nên vui vẻ và .... Đức Chúa Trời sẽ .... sự buồn rầu của chúng ta thành............. Ngài sẽ ban cho chúng ta............. và niềm vui thay thế cho................

Gần đây tôi đọc tin về một người đàn ông từng chinh phục những đỉnh núi. Những cuộc hành trình ông đi bắt đầu từ khi ông còn rất trẻ và kéo dài đến tận lúc ông qua đời. Vài ngày trước khi ông qua đời, một mục sư đến bệnh viện thăm ông. Khi vị mục sư bước vào phòng, vị mục sư ấy chú ý đến chiếc ghế trống cạnh giường bệnh nhân. Vị mục sư hỏi người đàn ông có phải có ai vừa đến thăm ông không. Người đàn ông lớn tuổi mìm cười: "Tôi để Chúa Giê-xu ngồi trên ghế và nói chuyện với Ngài."

Vị mục sư cảm thấy khó hiểu, nên người đàn ông đã giải thích rằng. "Nhiều năm trước đây, một người bạn đã nói với tôi rằng, cầu nguyện đơn giản là nói chuyện với một người bạn thiết thân. Cho nên hằng ngày tôi đều kéo ghế, mời Chúa Giê-xu ngồi và chúng tôi trò chuyện với nhau."

Vài ngày sau, con gái của người đàn ông đã đến nhà thờ để thông báo với vị mục sư rằng cha cô ta vừa qua đời. "Bởi vì nhìn cha tôi rất thỏa lòng, nên tôi để cha ở lại trong phòng một mình khoảng hai giờ. Khi tôi quay trở lại thì cha tôi đã qua đời. Tôi để ý thấy một việc rất lạ: đầu của cha tôi không để trên gối mà là trên chiếc ghế trống bên cạnh."

Hãy học từ người đàn ông với chiếc ghế. Hãy cùng Vua bước lên đỉnh núi. Ở đó thật nguyên sơ, không đông đúc, tràn ngập niềm vui và trên đỉnh của thế giới. Niềm vui bền bỉ bắt đầu bằng việc hít thở thật sâu trên đỉnh núi trước khi bạn trở lại với cuộc sống đầy hỗn độn dưới đây.

Bấy giờ, các trinh nữ sẽ vui mừng nhảy múa, thanh niên và bô lão sẽ hoan hỉ. Ta sẽ biến tang chế ra vui mừng. Ta sẽ an ủi chúng, và ban cho chúng niềm vui thay vì sầu thảm."
- Giê-rê-mi 31:13

'Chúa cho lòng con ngập tràn vui mừng, Chúa cho con đắc thắng.'
- 1 Sa-mu-ên 2:1a

TRỌNG TÂM BÀI HỌC
* Bất chấp tất cả những gì đã trải qua, Chúa Giê-xu vẫn vui mừng.
* Niềm vui thiêng liêng là sự đầy trọn từ bên trong đến bởi Đức Chúa Trời.
* Để hiểu biết về Chúa Giê-xu, chúng ta phải dành thời gian ở trong sự hiện diện của Ngài.
* Những người dự phần trong niềm vui của Chúa Giê-xu có một sự bình an vững bền, không hề rúng động.

Câu Kinh Thánh mới để bạn ghi nhớ trong tuần này là Ma-thi-ơ 5:12. Hãy dành hai phút để ôn lại, rồi sau đó viết xuống đây.

_____

_____

Tấm lòng của Chúa Giê-xu

Lạnh lẽo. U ám. Trống rỗng. Tê liệt. Với những bước chân khó nhọc, người đàn bà theo sau những người đàn ông đang khiêng xác con trai mình. Những người đi đưa tang than khóc và kêu gào xung quanh bà, những tiếng khóc thê lương mà chính bà cũng không thể nào khóc theo nổi. Cú sốc về cái chết của đứa con trai duy nhất vẫn còn quá rõ nét, quá khó tin nên bà không thể chấp nhận bằng nước mắt. Giờ đây, bà thực sự cô độc – cảm giác hoàn toàn bị cướp đi mất đứa con. Dĩ nhiên, vòng tay của bạn bè làm cho bà vững vàng hơn. Đúng vậy, tất cả hàng xóm của bà đều đến để ngồi bên bà, để khóc cùng bà. Nhưng khi mọi việc xong xuôi thì bà sẽ phải trở về, cô đơn một mình mà thôi. Chồng bà đã mất cách đây nhiều năm, và bà chẳng còn đứa con nào nữa. Con trai bà lại chưa lấy vợ, nên anh cũng chẳng có đứa con nào để có thể chăm sóc cho bà. Bà cũng không có người bà con gần gũi nào để đón bà về ở cùng. Làm thế nào bà mua đồ ăn được? Làm thế nào bà có thể mua dầu được? Bà sẽ làm gì khi mùa đông đến? Mọi suy nghĩ cứ rối tung trong tâm trí đến nỗi bà không nhận thấy đám rước đã dừng lại. Giật mình, bà nhìn quanh. Họ vẫn đang ở trong thành, chưa đến nghĩa trang mà! Chuyện gì thế nhỉ? Rồi bà nhìn thấy nguyên do của sự dừng lại này - một người đàn ông đang nhẹ nhàng đi qua đám người đưa tang tiến về phía con trai bà. Ông ta định bày tỏ lòng tiếc thương và tôn trọng đối với bà chăng? Bà không nghĩ mình biết ông ta – không phải hàng xóm cũng chẳng phải người quen. Nhưng sau đó ông ta nói gì đó và chạm vào con trai bà. Bà thở hổn hển và nín thở khi thấy đứa con trai yêu quý thở trở lại. Sự tê liệt không còn nữa khi bà nhìn thấy con trai yêu quý ngồi dậy. Bà chạy đến với con trai khi người đàn ông đỡ cậu bước xuống khỏi chiếc cáng – nhảy múa vì sự vui mừng tuyệt đối.

- Lu-ca 7:11-15

NGÀY HAI - NIỀM VUI CỦA ĐỨC CHÚA TRỜI

PHƯỚC HẠNH CỦA ĐỨC CHÚA TRỜI

1. Hãy đọc Ma-thi-ơ 5:1-10. Nối những người nhận được niềm vui được tìm thấy trong đoạn Kinh Thánh trên với thái độ/hành động của niềm vui mà họ đã bày tỏ.

___ Người nghèo khó về tâm linh

___ Người than khóc

___ Người khiêm nhu

___ Người đói khát

___Người đầy lòng thương xót

___Người có lòng trong sạch

___ Người hoà giải

___ Người bị bắt bớ

a. Những đứa trẻ mồ côi đói khát biết sự khác biệt giữa một bữa tối trên TiVi và một bữa tiệc Tạ Ơn thịnh soạn.

b. Những người không rời mắt khỏi Thiên đàng trong khi phải bước qua địa ngục trần gian.

c. Những kiến trúc sư xây những chiếc cầu bằng gỗ lấy từ thập giá của người La-mã.

d. Những người thắng một triệu đô la xổ số chia xẻ tiền trúng thưởng với kẻ thù của mình.

e. Chiếc đàn pi-a-no ở hiệu cầm đồ được biểu diễn bởi Van Cliburn. (Ông chơi hay đến nỗi không ai

Thấy đám đông, Đức Chúa Giê-xu
đi lên núi. Khi Ngài đã ngồi xuống,
các môn đệ đến gần, Ngài bắt đầu
dạy dỗ họ:
Phước cho người nghèo khổ trong
tâm linh,
Vì nước Thiên Đàng thuộc về họ.
Phước cho người than khóc,
Vì sẽ được an ủi.
Phước cho người khiêm nhu,
Vì sẽ được thừa hưởng đất.
Phước cho người đói khát sự công
chính,
Vì sẽ được no đủ.
Phước cho người đầy lòng thương,
Vì sẽ được thương xót.
Phước cho người có lòng trong sạch,
Vì sẽ thấy Đức Chúa Trời.
Phước cho người hoà giải,
Vì sẽ được gọi là con cái Đức Chúa
Trời.
Phước cho người vì sự công chính
mà bị bắt bớ,
Vì nước Thiên Đàng thuộc về họ.
    - Ma-thi-ơ 5:1-10

Hãy vui mừng mãi mãi.
    - 1 Tê-sa-lô-ni-ca 5:16

Các xương cốt tôi đều nói: Lạy
Chúa, ai giống như Ngài? Ngài giải
cứu người yếu đuối khỏi kẻ mạnh
bạo, cứu người yếu kém và cùng
khốn khỏi kẻ bóc lột họ.
    - Thi Thiên 35:10

Niềm vui là kết quả của một sự
tái thiết vĩ đại trong tấm lòng
chúng ta.

Hãy ném bỏ khỏi các ngươi mọi vi
phạm mà các ngươi đã phạm; hãy
làm cho các ngươi một tấm lòng
mới và một tâm thần mới.
    - Ê-xê-chi-ên 18:31

f. Những kẻ ăn mày trong gian bếp của Đức Chúa Trời.

g. Hội Những Tội Nhân Vô Danh dùng gắn kết với nhau bởi sự thật trong lời giới thiệu của họ về mình: "Xin chào, tôi đây. Tôi là một tội nhân."

h. Những bác sĩ yêu thương rờ đụng đến người bị bệnh phong hủi mà vẫn không bị nhiễm bệnh.

Đó là lời hứa đặc biệt mà Đức Chúa Trời đã hứa với đoàn người hành hương. Một niềm vui thiên thượng. Một niềm vui thánh.

2. Chúa Giê-xu chia sẻ mối quan hệ thân thiết của Ngài với Cha Ngài cho những người yếu đuối. Hãy đọc Thi-thiên 35:10 và điền vào chỗ trống về món quà của Đức Chúa Trời cho những người yếu đuối.

Đức Chúa Trời cứu .... từ .... và giải cứu .... và......

SỰ TÁI THIẾT HOÀN TOÀN

Nhưng niềm vui này không hề rẻ rúng. Điều Chúa Giê-xu hứa không phải là một chiêu quảng cáo khiến bạn nổi da gà hay một liệu pháp tinh thần cần được đẩy mạnh tại các cuộc biểu tình. Không, Ma-thi-ơ chương 5 mô tả về việc Đức Chúa Trời dựng lại tấm lòng mới hoàn toàn.

Hãy quan sát trình tự. Trước tiên, chúng ta nhận biết nhu cầu của mình (chúng ta nghèo đói về tâm linh). Tiếp theo, chúng ta ăn năn về sự tự mãn của mình (chúng ta than khóc).

Chúng ta từ bỏ việc tự điều khiển mà đầu phục sự kiểm soát của Đức Chúa Trời (chúng ta nhu mì).

Chúng ta biết ơn về sự hiện diện của Ngài đến đỗi chúng ta khao khát Ngài nhiều hơn (chúng ta đói khát).

Chúng ta nhận ra rằng chỉ có Đức Chúa Trời mới thoả mãn được những nhu cầu sâu kín của chúng ta, và chúng ta tin rằng Ngài sẽ làm điều đó. Kết quả là gì? Chúng ta vui mừng!

3. Hãy tìm các câu Kinh Thánh sau đây và viết ra điều bạn học được về lời hứa của Đức Chúa Trời rằng Ngài sẽ làm chúng ta thoả lòng.

Thi Thiên 22:26 – "Người nghèo sẽ ăn và thỏa lòng, người tìm kiếm CHÚA sẽ ca ngợi Ngài. Nguyện lòng các ngươi được sống mãi."

_____

_____

Thi Thiên 81:10 – "Chính Ta là CHÚA, Đức Chúa Trời ngươi; Ta đã đem ngươi ra khỏi đất Ai-cập. Hãy há to miệng ra, Ta sẽ đút đầy."

_____

_____

4. Hãy đọc những câu Kinh Thánh sau đây. Sau đó nối chúng với những điều bạn học được về bước đầu tiên để có được niềm vui - nhận biết rằng ngoài Chúa ra thì bản thân mình không có khả năng để đáp ứng những nhu cầu của mình.

- Rô-ma 6:23
- Ê-xê-chi-ên 18:31
- Giê-rê-mi 15:19
- Ê-phê-sô 2:9

a. Niềm vui khởi nguồn từ một tấm lòng mới và cách suy nghĩ mới.

b. Sự giúp đỡ của Đức Chúa Trời không phải là kết quả của nỗ lực bản thân.

c. Sự giúp đỡ của Đức Chúa Trời là một món quà miễn phí.

d. Chúng ta cần phải thay đổi tấm lòng của mình và quay trở về với Đức Chúa Trời để nhận được niềm vui.

Và tất cả chúng ta, với mặt trần không bị màn che, đều phản chiếu vinh quang của Chúa và được biến đổi theo hình ảnh Ngài từ vinh quang này đến vinh quang khác nhờ Chúa là Thánh Linh.

- 2 Cô-rinh-tô 3:18

Càng gần Ngài, chúng ta càng trở nên giống Ngài. Chúng ta sẽ tha thứ cho người khác (nhân từ). Chúng ta thay đổi cách nhìn của mình (có lòng trong sạch). Chúng ta yêu thương người khác (là người hoà giải). Chúng ta chịu đựng sự bất công (bị bắt bớ).

5. Hãy đọc về quá trình biến đổi đầy vui mừng này trong 2 Cô-rinh-tô 3:18 và điền vào chỗ trống.

Chúng ta đang được...................giống như.............. Sự thay đổi này ở trong chúng ta mang đến...............sự vinh hiển, đến từ...........

Đó không phải là sự thay đổi thái độ cách ngẫu nhiên. Đó là sự phá huỷ kết cấu cũ và tạo nên một kết cấu mới. Sự thay đổi càng triệt để, thì niềm vui càng lớn. Và điều đó đáng cho chúng ta nỗ lực, vì đây là niềm vui của Đức Chúa Trời.

Phước cho người nào có sự vi phạm được tha thứ, tội lỗi mình được khoả lấp. Phước cho người nào Chúa không quy tội ác cho, và trong tâm linh không có sự gian dối. Khi tôi nín lặng, xương cốt tôi tiêu mòn và rên siết suốt ngày. Vì ngày đêm, tay Ngài đè nặng trên tôi, sinh lực tôi tiêu hao như sương gặp nắng hạ. Tôi đã thú tội cùng Ngài, không giấu tội ác tôi. Tôi nói: "Tôi sẽ xưng các sự vi phạm tôi cùng Chúa, và Ngài đã tha thứ tội lỗi gian ác tôi.

- Thi Thiên 32:1-5

6. Niềm vui của sự cứu rỗi không gì so sánh được. Hãy đọc Thi Thiên 32:1-5. Câu nào sau đây đúng khi nói về niềm vui của việc ăn năn tội lỗi và tiếp nhận Đấng Christ? Hãy đánh dấu tất cả các câu trả lời phù hợp.

☐ Khi chúng ta giữ lại tội lỗi của chính mình, chúng ta sẽ trở nên buồn rầu.

☐ Đức Chúa Trời sẵn sàng tha thứ cho chúng ta, coi chúng ta là người vô tội và tha thứ những lỗi lầm của chúng ta.

☐ Khi Đức Chúa Trời tha thứ tội lỗi cho chúng ta, chúng ta được vui mừng.

☐ Chúng ta vui mừng khi chúng ta giấu kín tội lỗi của mình, không cho Đức Chúa Trời biết.

Hãy nhớ rằng, Ma-thi-ơ 5 không phải là một danh sách các câu châm ngôn hay là một tài liệu sưu tập những câu tục ngữ riêng lẻ, mà là một lời mô tả từng-bước-một cách Đức Chúa Trời dựng lại tấm lòng của những người tin Ngài.

Bước đầu tiên là kêu cầu sự giúp đỡ - trở nên "nghèo khó trong tâm linh" và thừa nhận nhu cầu cần Chúa Cứu Thế của mình. Bước tiếp theo là buồn rầu: "Phước cho người than khóc..." Những người than khóc là những người nhận biết rằng mình đã sai, rằng họ rất hối tiếc về điều đó. Không bào chữa. Không biện minh. Chỉ có nước mắt.

Hai bước đầu tiên là thừa nhận sự thiếu hụt và ăn năn về sự kiêu ngạo. Bước tiếp theo là một bước đổi mới: "Phước cho người khiêm nhu..." Nhận biết được sự yếu đuối dẫn chúng ta đến nguồn của sức mạnh – là Đức Chúa Trời. Và sự đổi mới đến khi chúng ta trở nên khiêm nhu – khi chúng ta trao đời sống mình làm công cụ trong tay Đức Chúa Trời.

Hai phước hạnh đầu tiên đưa chúng ta qua lửa của sự thanh tẩy; phước hạnh thứ ba đặt chúng ta vào tay của Chủ.

Càng để Đức Chúa Trời biến đổi chúng ta thì niềm vui chúng ta nhận được càng lớn.

Anh chị em yêu kính Ngài, mặc dù không thấy Ngài, anh chị em tin Ngài dù hiện tại không thấy Ngài, nên anh chị em được tràn đầy niềm vui khôn tả và vinh quang rực rỡ.

- 1 Phi-e-rơ 1:8

Kết quả của quá trình này là gì? Lòng can đảm: "... họ sẽ kế tự thế gian này." Thế gian và những nỗi sợ hãi của nó sẽ không còn chế ngự chúng ta được nữa, vì chúng ta đã bước theo Đấng chế ngự cả thế gian này.

Sự sợ hãi muốn cướp lấy niềm vui của chúng ta.

KẺ ĐÁNH CẮP NIỀM VUI

Ông ta là một tên trộm chuyên nghiệp. Tên của ông khuấy động sự sợ hãi, tựa như những cơn gió sa mạc làm những ngọn cỏ lao xao. Suốt mười ba năm, ông khủng bố tinh thần những người sống ở vùng Wells Fargo, gầm lên tựa cơn bão quét cả trong lẫn ngoài vùng núi Sierra Nevadas, làm khiếp sợ ngay cả những người dân ở vùng biên giới cường tráng nhất. Trong nhữn dòng nhật ký từ San Francisco đến New York, tên ông đồng nghĩa với những mối đe doạ vùng biên.

Trong suốt thời kì thống trị bằng cách khủng bố của mình giữa những năm 1875 và 1883, ông được cho là đã đánh cắp túi xách và làm hai mươi chín đoàn xe ngựa khác nhau phải nín thở. Và ông đã làm những việc đó mà không cần phải bắn một viên đạn nào. Vũ khí của ông chính là danh tiếng. Đạn dược của ông chính là sự hăm dọa.

Một chiếc mũ trùm đầu che khuất khuôn mặt ông. Chưa một nạn nhân nào từng nhìn thấy ông. Chưa một hoạ sĩ nào từng phác hoạ được đặc điểm của ông. Chưa một cảnh sát nào tìm được dấu vết của ông. Ông chưa từng bắn một viên đạn hay bắt giữ một con tin nào.

Ông không cần phải làm vậy. Sự hiện diện của ông đủ để làm người khác tê liệt.

Dơi Đen. Một tên trộm trùm đầu được trang bị vũ khí giết người.

Ông gợi cho tôi nhớ đến một tên trộm khác - một kẻ vẫn hiện diện đâu đây. Bạn biết hắn ta. Ồ, bạn cũng chưa bao giờ thấy mặt hắn đâu. Bạn không thể mô tả giọng nói cũng như không thể phác hoạ hình dáng của hắn. Nhưng khi hắn ở gần, bạn nhận biết được qua nhịp đập của trái tim.

Nếu bạn đã từng ở trong bệnh viện, thì bạn có thể cảm nhận được bàn tay của hắn sợt qua người của bạn.

Nếu bạn đã từng có cảm giác đang bị một ai đó theo sau mình, thì bạn có thể cảm thấy hơi thở lạnh lẽo của hắn trên gáy.

Nếu bạn bị đánh thức lúc nửa đêm trong một căn phòng xa lạ, chính tiếng thì thầm khàn khàn của hắn sẽ đánh cắp giấc ngủ của bạn. Bạn biết hắn.

Chính tên trộm này đã làm cho lòng bàn tay bạn đẫm mồ hôi khi bạn đi phỏng vấn.

Kẻ trộm chỉ đến cướp, giết và huỷ diệt; còn ta đã đến để chiên được sống và sống sung mãn.
- Giăng 10:10

Chính tên lừa bịp đó đã thuyết phục bạn đánh đổi sự liêm chính của bản thân để lấy danh tiếng.

Và cũng chính tên vô lại ấy đã thì thầm vào tai bạn khi bạn rời khỏi nghĩa trang rằng: "Ngươi sẽ là người kế tiếp."

Hắn ta là Dơi Đen của linh hồn. Hắn không thích tiền của bạn. Hắn cũng chẳng thích kim cương. Hắn cũng chẳng theo dõi xe hơi của bạn. Hắn muốn một điều quý giá hơn nhiều. Hắn muốn sự bình an trong tâm trí bạn - niềm vui của bạn.

Tên của hắn là gì ư?

Sợ hãi.

Nhiệm vụ của hắn là cướp đi sự can đảm và để lại cho bạn sự nhút nhát và run sợ. Phương thức làm việc của hắn là lôi kéo bạn bằng những điều huyền bí và chế nhạo bạn bằng những điều bạn chưa biết. Sợ chết, sợ thất bại, sợ Đức Chúa Trời, sợ ngày mai – kho tàng vũ khí của hắn rất lớn. Mục đích của hắn ư? Đó là tạo ra những tâm hồn buồn rầu và nhút nhát.

7. Kinh Thánh xác định tên trộm này là kẻ đã cướp mất những Cơ Đốc nhân và khiến họ từ bỏ niềm vui của mình. Hãy đọc Giăng 10:10 và đánh dấu các câu trả lời phù hợp.

Kẻ trộm đến để.....

☐ Cướp
☐ Giết
☐ Huỷ diệt

Nhưng Chúa Giê-xu đến để....

☐ Ban cho chúng ta sự sống
☐ Ban cho chúng ta sự sống sung mãn

LỜI HỨA BAN NIỀM VUI CỦA CHÚA GIÊ-XU

8. Rất nhiều lời hứa của Chúa Giê-xu là nguồn vui mừng của chúng ta. Hãy đọc những lời hứa trong Kinh Thánh sau đây. Tại sao chúng ta có cớ để vui mừng?

Công Vụ Các Sứ Đồ 3:19 – "Vậy anh em hãy ăn năn, quay về với Đức Chúa Trời để tội lỗi của anh em được xóa bôi, hầu cho các thời kỳ tươi mới được đến từ Chúa."

_____

_____

Rô-ma 3:26 – "Ngài cũng bày tỏ ra sự công chính của Ngài trong hiện tại, chứng tỏ Ngài là công chính ngay trong việc xưng công chính người nào đặt lòng tin nơi Đức Chúa Giê-xu."

_____

_____

Rô-ma 8:1 – "Vậy bây giờ không còn sự đoán phạt đối với những người ở trong Chúa Cứu Thế Giê-xu."

_____

_____

Cô-lô-se 3:3 – "Vì anh chị em đã chết, sự sống mình đã giấu kín với Chúa Cứu Thế trong Đức Chúa Trời."

_____

_____

Hê-bơ-rơ 8:12 – "Ta sẽ thương xót các sự bất chính của họ và không còn ghi nhớ đến tội lỗi họ nữa."

_____

_____

Nếu bạn ở trong Đấng Christ, thì những lời hứa này không chỉ là nguồn của niềm vui. Chúng cũng là nền tảng của sự can đảm thật. Bạn được bảo đảm rằng tội lỗi sẽ được thanh tẩy, che đậy, phủ lấp bằng sự hy sinh của Chúa Giê-xu. Khi Đức Chúa Trời nhìn vào bạn, Ngài không nhìn bạn, mà Ngài nhìn thấy Đấng đang bao phủ bạn. Điều đó có nghĩa là thất bại không phải là điều đáng bận tâm đối với bạn. Chiến thắng của bạn đã được bảo đảm. Sao bạn lại không thể can đảm?

Đây là chỗ mà hành trình của niềm vui bắt đầu được định hình: có được sự can đảm để tin rằng Đức Chúa Trời đã tha thứ tội lỗi của bạn và muốn ban cho cuộc đời bạn niềm vui. Việc nhận lãnh niềm vui thiêng liêng của Ngài khởi đầu từ việc nhận lãnh sự cứu chuộc trọn vẹn của Ngài.

Hãy vui vẻ phụng sự Chúa; Hãy hân hoan ca hát mà đến trước mặt Ngài.

- **Thi Thiên 100:2**

Niềm vui khởi đầu bằng việc có dũng khí để tin rằng bạn đã được tha thứ.

TÂM TÍNH TẠO NÊN CAN ĐẢM

Một truyền thuyết của Ấn Độ kể rằng có một con chuột nhất kia rất sợ mèo cho đến khi một thầy phù thuỷ đồng ý biến nó thành một con mèo. Điều đó đã giải quyết được nỗi sợ hãi của nó... cho đến khi nó gặp một con chó, thầy phù thuỷ lại biến nó thành một con chó. Sau đó con chuột nhất-đã được biến thành mèo-được biến thành chó cảm thấy rất hài lòng cho đến khi nó gặp một con hổ -- vì thế, một lần nữa, thầy phù thuỷ lại biến nó thành con vật mà nó đang sợ. Nhưng khi con hổ đến để phàn nàn rằng nó gặp một thợ săn thì thầy phù thuỷ từ chối giúp đỡ nó. "Ta sẽ biến ngươi trở lại thành con chuột nhất như cũ, bởi vì dù đã có hình dáng của một con hổ thì ngươi vẫn chỉ có trái tim của một con chuột nhất mà thôi."

Có vẻ quen thuộc quá phải không? Có bao nhiêu người mà bạn biết đã tạo ra một vẻ ngoài dữ dằn chỉ để che giấu sự sợ hãi run rẩy bên trong?... Chúng ta đối mặt với sự sợ hãi của chúng ta bằng vũ lực... hoặc chúng ta tích trữ của cải. Chúng ta tìm kiếm sự an toàn bằng nhiều thứ. Chúng ta xây dựng danh tiếng và tìm kiếm địa vị.

Nhưng điều ấy có ích lợi gì không? Sự can đảm là kết quả của việc chúng ta là ai. Những sự chống đỡ bề ngoài chỉ duy trì được trong thời gian ngắn, nhưng chỉ có tâm tính bên trong mới tạo nên sự can đảm.

- *The Applause of Heaven*

9. Nỗi sợ nào đang ngăn cản bạn nhận lãnh sự tha thứ của Đức Chúa Trời và bắt đầu cuộc hành trình vui mừng thực sự?

_____

_____

TRỌNG TÂM BÀI HỌC
* Niềm vui là kết quả của một sự tái thiết lớn lao trong tấm lòng của chúng ta.
* Càng để Đức Chúa Trời biến đổi chúng ta thì niềm vui chúng ta nhận được càng lớn.
* Sự sợ hãi muốn cướp lấy niềm vui của chúng ta.
* Niềm vui khởi đầu bằng việc có dũng khí để tin rằng bạn đã được tha thứ.

Hãy ôn lại câu Kinh Thánh ghi nhớ của bạn trong tuần này – Đó là Ma-thi-ơ 5:12. Bạn có thể thực hành bằng cách viết câu Kinh Thánh đó xuống đây.

_____

_____

chở sầu thảm, vì niềm vui trong CHÚA là sức mạnh của ông bà anh chị.
- Nê-hê-mi 8:10b

Tấm lòng của Chúa Giê-xu

Mặc dù họ đã tính đi cho nhanh, nhưng hai lữ khách vẫn quá đỗi buồn bã chẳng không muốn trò chuyện với nhau lắm. Họ chỉ muốn rời khỏi thành Giê-ru-sa-lem và trở về nhà càng nhanh càng tốt, bỏ tất cả những biến cố xảy ra gần đây lại phía sau. Khi người thứ ba tình cờ gặp và đi cùng đường với họ, họ cảm thấy hơi khó chịu khi ông cố gắng bắt chuyện với họ. Tuy nhiên, phép lịch sự tối thiểu bắt họ phải cư xử một cách tử tế, và họ bắt đầu với những câu chuyện đơn giản như thường lệ. Khi cuộc trò chuyện quay sang chủ đề Lễ Vượt Qua ở Giê-ru-sa-lem, hai người buồn chán và ủ rũ. Họ nói về nỗi thất vọng khi Chúa Giê-xu bị người La Mã hành hình, và tất cả hy vọng về việc Đấng Mê-si-a của họ sụp đổ. Người đàn ông hỏi họ về những hiểu biết của họ về những sự dạy dỗ của Chúa Giê-xu và cái chết của Ngài sau đó. Thật ngạc nhiên, người đồng đi với họ rất hiểu biết về Kinh Thánh, và bắt đầu chỉ ra những mối tương quan thú vị giữa những trọng trách của Đấng Mê-si-a và cuộc đời của Chúa Giê-xu. Khi họ tới làng Em-ma-út, hai lữ khách nài nỉ người bạn đồng hành ở lại dùng bữa tối và hoàn thành nốt câu chuyện còn dang dở. Lòng họ đang được khuấy động bởi điều có thể mang đến cho họ niềm hy vọng, và họ muốn trò chuyện tới cùng để xem những điều mà họ đã nghe biết ấy sẽ đưa họ tới đâu. Bất ngờ, hai lữ khách từ Em-ma-út cảm nhận được một sự khuấy động trong nhận thức - tức là họ nhận ra- rằng người khách lạ đó chính là Chúa Giê-xu! Và với sự khai trí bất ngờ này, tất cả những buồn chán của họ trước đây đều biến nên niềm vui sướng lấp lánh trong ánh mắt.
- Lu-ca 24:13-35

NGÀY BA – TÌNH TRẠNG TẤM LÒNG

SUỐI NGUỒN SỰ SỐNG

Chúng ta có khuynh hướng nghĩ rằng tấm lòng là trung tâm của cảm xúc. Chúng ta nói về "nhịp đập con tim", "đau tim" và "trái tim tan vỡ."

Tấm lòng của chúng ta giống như một cái tháp chỉ huy, nơi những suy nghĩ, khao khát và đức tin được tìm thấy.

Nhưng khi Chúa Giê-xu nói rằng: "Phước cho những người có lòng trong sạch," Ngài đang nói trong một bối cảnh khác. Đối với những thính giả của Chúa Giê-xu, thì tấm lòng là toàn bộ con người bề trong -

một tháp chỉ huy, buồng lái. Tấm lòng được cho là suối nguồn của nhân cách - nguồn gốc của những khao khát, những yêu mến, nhận thức, suy nghĩ, lập luận, trí tưởng tượng, lương tâm, ý định, mục đích, ý chí và niềm tin.

Do đó, có một câu châm ngôn khuyên rằng: ""Hãy gìn giữ tấm lòng của con, vì các nguồn sự sống xuất phát từ đó." (Châm Ngôn 4:23) Đối với suy nghĩ của người Hê-bơ-rơ, tấm lòng giống như một giao lộ cao tốc, nơi hội tụ của tất cả các cảm xúc, các định kiến và sự khôn ngoan gặp nhau. Đó là một trạm trung chuyển, là nơi tiếp nhận những chiếc xe tải chở đầy tâm trạng, ý tưởng, cảm xúc, và sự tin quyết và đặt chúng vào lộ trình đúng.

Ngài sẽ khiến cho miệng anh đầy tiếng cười, môi anh đầy tiếng reo vui.

- Gióp 8:21

1. Hãy đọc những điều Chúa Giê-xu đã chỉ ra trong sách Ma-thi-ơ 15:18-19 và đánh dấu tất cả những câu trả lời phù hợp liên quan đến những mô tả của Ngài về những gì bắt nguồn từ tấm lòng của chúng ta.

☐ Tư tưởng gian ác
☐ Sát nhân
☐ Ngoại tình
☐ Gian dâm
☐ Trộm cắp
☐ Chứng gian
☐ Phỉ báng

Nhưng điều gì miệng nói ra phát xuất từ trong lòng, điều đó mới làm ô uế người ta. Vì từ trong lòng sinh ra những tư tưởng gian ác, sát nhân, ngoại tình, gian dâm, trộm cắp, chứng gian, phỉ báng.
- Ma-thi-ơ 15:18-19

Hãy xem các câu Kinh Thánh dưới đây, sau đó viết xuống điều bạn học được từ những gì Chúa Giê-xu nói về tấm lòng.

Ma-thi-ơ 6:21 – "Vì của cải các con ở đâu, lòng các con cũng ở đó."
_____
_____

Ma-thi-ơ 12:34-35 – "Hỡi loài rắn độc, làm thế nào các người ăn nói hiền lành khi chính các người độc ác? Vì lòng dạ có đầy tràn mới trào ra môi miệng. Người lành do thiện tâm tích lũy, làm lành. Kẻ ác do ác tâm tích lũy, làm ác."
_____
_____

TRỌNG TÂM CỦA VẤN ĐỀ

Tấm lòng là trung tâm của đời sống thuộc linh. Nếu trái của một cái cây không tốt, bạn sẽ không cố gắng xử lý trái đó, bạn sẽ xử lý cái gốc. Và nếu hành động của một người là gian ác, chỉ thay đổi thói quen thôi thì chưa đủ; bạn phải tiến sâu hơn. Bạn phải giải quyết trọng tâm của vấn đề, đó là vấn đề của tấm lòng.

Đó là lý do tại sao tình trạng tấm lòng quan trọng đến như vậy. Tình trạng tấm lòng bạn là gì?

Khi một ai đó quát mắng bạn, bạn có quát mắng lại họ không hay bạn sẽ cầm giữ môi miệng mình? Điều đó phụ thuộc vào tình trạng tấm lòng của bạn.

Khi lịch làm việc của bạn kín mít hoặc danh sách những việc-cần-làm dài dằng dặc, bạn sẽ mất bình tĩnh hay vẫn giữ được bình tĩnh? Điều đó phụ thuộc vào tình trạng tấm lòng của bạn.

Khi bạn bị người khác kéo vào một chuyện ngồi lê đôi mách với một mẩu tin đồn để vu khống người khác, bạn dập tắt nó hay lan truyền tin đồn đó? Điều đó phụ thuộc vào tình trạng tấm lòng bạn.

Bạn nhìn một người đàn bà rách rưới trên phố như một gánh nặng cho xã hội hay là một cơ hội để Đức Chúa Trời hành động? Điều đó

CĂN NHÀ KÍNH CỦA TẤM LÒNG

Hãy nghĩ về một khoảnh khắc nào đó tấm lòng của bạn giống như một nhà kính…. Và tấm lòng bạn, giống như một nhà kính cần phải được kiểm soát.

Lúc này hãy coi những suy nghĩ của bạn là những hạt giống. Có suy nghĩ trở thành những đóa hoa. Có những suy nghĩ trở thành cỏ lùng. Gieo hạt giống hy vọng sẽ tận hưởng sự lạc quan. Gieo hạt giống nghi ngờ sẽ chờ đợi sự bất an…

Bằng chứng bạn có thể tìm thấy ở bất cứ đâu. Bạn đã bao giờ tự hỏi tại sao một số người có khả năng chống chọi chủ nghĩa tiêu cực và vẫn giữ sự kiên nhẫn, lạc quan và tha thứ không? Phải chăng họ chăm chỉ gieo những hạt giống tốt lành và vui thích mùa gặt?

Bạn đã từng tự hỏi vì sao những người khác lại có vẻ bề ngoài cáu kỉnh như vậy không? Một thái độ rầu rĩ? Bạn cũng sẽ giống như vậy nếu tấm lòng của bạn là một nhà kính của cỏ dại và bụi gai.

-Just Like Jesus

cũng phụ thuộc vào tình trạng tấm lòng của bạn.

Tình trạng tấm lòng của bạn cho thấy rằng bạn đang nuôi dưỡng sự đố kị hay ban phát ơn huệ, tìm kiếm sự than văn hay tìm kiếm Đấng Christ, chìm đắm trong khổ đau của loài người hay nếm trải sự nhân từ của Đức Chúa Trời.

3. Những thước đo tốt để đo tình trạng tấm lòng của bạn là gì? Hãy đánh dấu tất cả các đáp án phù hợp.

☐ Sự nóng giận   ☐ Lòng nhân hậu
☐ Ngồi lê đôi mách   ☐ Lòng thương xót

4. Hãy đọc những câu Kinh Thánh sau đây. Sau đó nối các câu Kinh Thánh với điều bạn đã học được về tầm quan trọng của tấm lòng.

- Lu-ca 16:15
- Công Vụ 8:21-22
- 2 Cô-rinh-tô 9:7
- Ê-phê-sô 1:18

a. Lòng chúng ta thúc giục chúng ta bước vào trong sự phục vụ Đức Chúa Trời.

b. Chúng ta hiểu biết lẽ thật bằng tấm lòng của mình.

c. Chúng ta không thể phục vụ Đức Chúa Trời khi tấm lòng chúng ta không ngay thẳng.

d. Đức Chúa Trời biết rõ những điều thực sự ở trong tấm lòng của chúng ta.

Lời tuyên bố của Chúa Giê-xu thật đúng thay: "Phước cho người có lòng trong sạch, vì sẽ thấy Đức Chúa Trời".

Hãy lưu ý trình tự của phước lành này: đầu tiên có tấm lòng trong sạch, sau đó bạn sẽ thấy Đức Chúa Trời. Chúng ta thường đảo ngược trình tự này. Chúng ta cố gắng thay đổi cái bên trong bằng cách thay đổi cái bên ngoài.

Nguyện xin Đấng có quyền gìn giữ anh chị em khỏi vấp ngã, trình anh chị em một cách hân hoan và không có gì đáng trách trước sự hiện diện vinh quang của Ngài.

- Giu-đe 24

Đức Chúa Trời ôi, xin tạo nên trong tôi một tấm lòng trong sạch và làm mới lại trong tôi một tâm linh chân chính.

- Thi Thiên 51:10

5. Kinh Thánh nhắc nhở chúng ta rằng tấm lòng trong sạch là công việc bên trong. Đức Chúa Trời phải thay đổi chúng ta từ bên trong rồi mới tới bên ngoài. Hãy điền vào chỗ trống lời cầu nguyện của vua Đa-vít trong Thi Thiên 51:10.

.........................trong con một.........................., Đức Chúa Trời ôi, và làm ....ngay thẳng.

Ai lại tập trung vào bên ngoài khi vấn để nằm ở bên trong?

Bạn có thực sự muốn biết không? Một bà nội trợ chiến đấu với chứng trầm cảm. Những người bạn có ý tốt đã đưa ra giải pháp nào? Mua cái váy mới thật đẹp đi! Một người chồng đang dính líu đến vụ ngoại tình cảm thấy mặc cảm tội lỗi trong lòng khi tham gia vào cuộc phiêu lưu như vậy. Giải pháp là gì? Đổi bạn! Giao du với những người không làm bạn cảm thấy mặc cảm tội lỗi! Một chuyên gia trẻ tuổi bị quấy rầy bởi sự cô đơn. Ám ảnh về sự thành công đã làm anh mất hết bạn bè. Ông chủ cho anh một ý tưởng: Thay đổi phong cách sống. Cắt tóc đi! Cho mọi người thấy anh giàu có, thành đạt ra sao!

Bạn không thể giải quyết được gốc rễ của vấn đề bằng cách thay đổi những thứ bên ngoài.

Hết người này đến người khác đã giải quyết tình trạng bên ngoài mà không quan tâm tới tình trạng bên trong-- đánh bóng lớp sơn mà không quan tâm tới phần gỗ. Và kết quả ư? Bà nội trợ mua một chiếc váy mới, và bệnh trầm cảm biến mất....... được một ngày, có thể là vậy. Sau đó bóng tối quay trở lại. Người chồng tìm được một nhóm bạn đồng tình với việc ngoại tình của anh ta. Kết quả ư? Bình yên.... cho đến khi đám đông không còn nữa. Sau đó tội lỗi lại quay trở lại. Chuyên gia trẻ tuổi có một vẻ bề ngoài mới và mọi người chú ý đến... cho đến khi phong cách thời trang thay đổi. Sau đó anh chàng lại phải hối hả chạy đi mua những thứ mới để không bị lỗi mốt.

Bạn có thể thay đổi cuộc đời bằng cách thay đổi tấm lòng.

Bề ngoài được đánh bóng; bề trong đang hao mòn dần. Bề ngoài thay đổi, bề trong đang sa sút. Có một điều thật rõ ràng: Mỹ phẩm chỉ thay đổi được làn da mà thôi.

Đến bây giờ chúng ta có thể viết xuống thông điệp của phước lành này. Đó là một điều rất rõ ràng: Bạn thay đổi cuộc đời mình bằng cách thay đổi tấm lòng.

6. Hãy đọc Ma-thi-ơ 7:13-14 và trả lời những câu hỏi sau đây: Đức Chúa Giê-xu đã mô tả hai con đường như thế nào?

_____

_____

Hãy vào cổng hẹp, vì cổng rộng và đường lớn dẫn đến huỷ hoại, nhiều người đi vào đó. Cổng hẹp và đường nhỏ dẫn đến sự sống, chỉ có ít người tìm thấy.
- Ma-thi-ơ 7:13-14

Nhiều người tìm kiếm hạnh phúc trong cuộc đời này bằng việc theo đuổi con đường riêng của họ - Chúa Giê-xu phán họ đang đi trên con đường nào? (c.13)

_____

_____

Có người nhận biết được bí quyết để vui mừng trong Đấng Christ – Chúa Giê-xu nói họ đang đi trên con đường nào? (câu 14)

_____

_____

HÃY THAY ĐỔI
Bạn thay đổi tấm lòng bằng cách nào? Chúa Giê-xu đã ban kế hoạch ấy ở trên núi. Hãy quay trở lại với Các Phước Lành một lần nữa và xem xét theo trình tự.

Bước đầu tiên là thừa nhận tình trạng nghèo nàn của mình: "Phước cho người nghèo khổ trong tâm linh...." Niềm vui của Đức Chúa Trời không đến với những người nỗ lực để xứng đáng có được nó mà đến với những người nhận biết rằng họ không xứng đáng nhận được nó.

Bước thứ hai là buồn rầu: "Phước cho người than khóc...." Niềm vui đến với những người thực sự thấy hổ thẹn về tội lỗi của mình. Chúng ta khám phá ra niềm vui khi rời khỏi nhà tù của sự kiêu ngạo và ăn năn về sự chống nghịch của mình.

Tiếp theo sự buồn rầu là sự nhu mì. Những người nhu mì là những người luôn sẵn lòng để Đức Chúa Trời sử dụng. Họ kinh ngạc vì Đức Chúa Trời đã cứu họ, họ cũng ngạc nhiên vì Đức Chúa Trời có thể sử dụng họ. Họ giống như ban nhạc của những học sinh trung học lại được chơi đàn với Richard Clayderman. Họ không bảo nhạc trưởng phải lĩnh xướng như thế nào; họ thấy xúc động vì được trở thành một phần của buổi hoà nhạc.

Nhưng là sự công chính, bình an và vui mừng trong Thánh Linh.
- Rô-ma 14:17b

7. Đức Chúa Trời muốn chúng ta kinh nghiệm được sự phấn khích khi Ngài sử dụng chúng ta để thay đổi cuộc đời của những người khác. Hãy đọc những câu Kinh Thánh dưới đây và viết ra điều bạn học được về niềm vui mà sứ đồ Phao-lô và các môn đồ khác đã cảm nhận được khi họ tạo ảnh hưởng về Đấng Christ lên những người khác.

1 Tê-sa-lô-ni-ca 2:19 – "Vì hy vọng, niềm vui và mão hoa vinh dự của chúng tôi trước mặt Chúa Giê-xu chúng ta khi Ngài quang lâm là gì? Không phải là chính anh chị em sao?"

_____

3 Giăng 4 – "Không có gì vui mừng hơn cho tôi khi nghe biết con cái mình sống trong chân lý."

_____

8. Tại sao việc phụng sự Đức Chúa Trời thông qua phục vụ người khác lại khiến chúng ta cảm thấy hạnh phúc?

_____

_____

Kết quả của ba bước đầu tiên là gì? Sự đói khát. Bạn chưa bao giờ thấy một điều gì giống như những gì đang diễn ra! Bạn thừa nhận tội lỗi - bạn được cứu. Bạn thú nhận sự yếu đuối - bạn nhận được sức mạnh. Bạn nói rằng bạn rất hối hận - bạn tìm thấy sự tha thứ. Một người khờ dại tìm thấy con đường đầy dẫy niềm vui mà ông ta không thể đoán trước được. Vì một lúc nào đó trong cuộc đời, bạn say mê một điều gì đó tích cực - một điều mang đến cho bạn sự sống chứ không phải làm kiệt quệ bạn. Và bạn muốn nhiều hơn nữa. Khi đó sự nhân từ đến. Bạn càng được nhận nhiều, bạn càng ban cho nhiều. Bạn thấy thật dễ dàng ban ra ơn huệ vì bạn nhận biết rằng mình đã được ban cho quá nhiều. Điều bạn làm cho Chúa chẳng là gì so với điều Chúa đã làm cho bạn.

Lần đầu tiên trong cuộc đời, bạn đã tìm thấy một niềm vui vĩnh cửu, một niềm vui không phụ thuộc vào ý tưởng và hành động của bạn. Đó là niềm vui đến từ Đức Chúa Trời, một niềm vui mà không ai có thể cướp khỏi bạn.

Niềm vui thực sự không phụ thuộc vào hành động hay cảm xúc của bạn.

Một niềm vui thiêng liêng đã được đặt trong tấm lòng bạn.

Nó thiêng liêng bởi vì chỉ có Đức Chúa Trời mới có thể ban cho.

Nó là một niềm vui vì bạn chưa bao giờ mong đợi nó.

Và mặc dù tấm lòng bạn không hoàn hảo, nhưng cũng không thối nát không thể cứu chữa. Và dù cho bạn không phải bất khả chiến bại, nhưng ít nhất cũng thắng được vài trận. Và bạn có thể đánh cược rằng Đức Chúa Trời, Đấng đã tạo nên bạn biết làm thế nào để tẩy sạch bạn - từ trong ra ngoài.

9. Mặc dù nhiều kinh nghiệm và mối quan hệ cũng làm cho chúng ta vui lên đáng kể, nhưng chỉ có Đức Chúa Trời mới có thể ban cho chúng ta niềm vui đích thực. Câu nào dưới đây là câu phát biểu đúng về niềm vui, và câu nào sai? Đánh dấu câu trả lời đúng bằng (Đ) và câu sai bằng (S). Sử dụng những câu Kinh Thánh dưới đây để giúp bạn trả lời.

_____ Chúa Giê-xu đáng cho chúng ta vui mừng, háo hức. (Ma-thi-ơ 13:44-46)

_____Việc thông báo về sự giáng sinh của Chúa Giê-xu đã đem lại sự trông đợi. (Lu-ca 2:10)

_____ Những lời dạy dỗ của Chúa Giê-xu đem đến niềm vui. (Giăng 15:11)

_____ Chúa Giê-xu chỉ muốn chia sẻ một phần niềm vui của Ngài cho các môn đồ. (Giăng 17:13)

TRỌNG TÂM BÀI HỌC

* Lòng chúng ta giống như một cái tháp chỉ huy, nơi những suy nghĩ, khao khát và đức tin được tìm thấy.

* Bạn không thể giải quyết được gốc rễ của vấn đề bằng cách thay đổi những thứ bên ngoài.

* Bạn có thể thay đổi cuộc đời bằng cách thay đổi tấm lòng.

* Niềm vui đích thực không phụ thuộc vào hành động hay cảm xúc của bạn.

Chủ bảo rằng: 'Giỏi lắm, anh là đầy tớ tốt và trung tín! Anh đã trung tín trong các việc nhỏ, ta sẽ đặt anh cai quản những công việc lớn hơn, hãy vào chung vui với chủ anh.

- Ma-thi-ơ 25:21

Để ôn lại câu Kinh Thánh ghi nhớ trong tuần này, xin điền vào chỗ trống:

"......................và ...., các con sẽ được.........
...............ở ...."

– Ma-thi-ơ 5:12

Tấm lòng của Chúa Giê-xu

Ông tuân thủ mọi luật lệ, mọi truyền thống. Ông đã đáp ứng mọi yêu cầu của luật pháp. Y phục của ông đạt mọi tiêu chuẩn về phong cách sự công bình, ngay bên dưới tà áo xanh dài là những tua dua được kết vào, thường quét đất khi ông đi bộ…Ông trung tín tham gia các buổi cầu nguyện buổi sáng và buổi tối. Ông thuộc phần lớn Kinh Thánh. Ông tham gia vào việc khuấy động các cuộc thảo luận về Luật pháp của Môi-se với những người đồng nghiệp. Ông được bầu vào trong ban lãnh đạo của niềm tin. Mọi người cúi đầu chào tôn trọng khi ông đi qua, và bất cứ chỗ nào ông đi qua, ông đều nhận được sự ưu tiên. . Nhưng những lời của Chúa Giê-xu đã động chạm vào lòng Ni-cô-đem một cách sâu sắc. Ông và những người cộng sự đã bị khiển trách, bị gọi là dòng dõi rắn lục và những ngôi mộ được tô trắng. Làm thế nào Chúa Giê-xu biết được sự trống rỗng trong lòng ông? Sự bồn chồn của ông? Sự bất mãn của ông? Mặc dù ông đã cố giữ thể diện, nhưng Ni-cô-đem không biết đến niềm vui. Nên ông đã cố gắng sắp xếp để đến gặp người Thầy-nay-đây-mai-đó này một cách kín đáo. Trong bóng tối, ông đã hỏi Chúa Giê-xu dồn dập tất cả những thắc mắc của ông. Và Ni-cô-đem đã thực sự ngạc nhiên khi nhận ra rằng Chúa Giê-xu không chỉ có tất cả những câu trả lời mà ông đang tìm kiếm, mà Ngài còn hứa ban cho ông niềm vui.
- Giăng 3:1-3

NGÀY BỐN – VƯƠNG QUỐC CỦA NHỮNG ĐIỀU KỲ DIỆU
ĐIỀU KỲ DIỆU CỦA NIỀM VUI

Bây giờ chúng ta hãy xem xét đến trường hợp của bà Sa-rai. Bà đang ở thời vàng son, và Đức Chúa Trời hứa ban cho bà một người con trai. Bà rất phấn khích. Bà đến các cửa hàng dành cho các bà mẹ bìm sữa và mua một vài cái váy bầu. Bà lên kế hoạch tổ chức một bữa tiệc chào đón đứa con và sửa lại lều trại… nhưng chẳng thấy đứa con trai nào cả. Bà đã ăn vài cái bánh sinh nhật và thổi tắt không biết bao nhiêu ngọn nến… nhưng vẫn chẳng có đứa con trai nào hết. Bà đã trải qua một thập kỷ những cuốn lịch treo tường… vẫn chẳng thấy tăm hơi đứa con trai ấy đâu.

Cuối cùng, mười bốn năm qua đi, khi Áp-ram một trăm tuổi và Sa-rai thì chín mươi… khi giấy dán tường trong phòng của con trai bị phai màu và những đồ đạc dành cho trẻ sơ sinh đã bị lỗi thời vài mùa rồi… khi chủ đề về đứa con của lời hứa mang lại những tiếng thở dài và nước mắt và những cái nhìn xa xăm vào bầu trời tĩnh mịch… Đức Chúa Trời đến viếng thăm họ và bảo họ rằng họ nên chọn tên để đặt cho con trai.

Áp-ram và Sa-rai có cùng một phản ứng: cười. Họ cười một phần vì điều đó quá tốt lành nên không thể xảy ra và một phần vì lẽ ra nó phải xảy ra lâu lắm rồi. Họ cười bởi vì họ đã từ bỏ hy vọng và hy vọng được sinh ra một lần nữa luôn là điều khôi hài trước khi nó trở thành sự thật.

Họ cười về tất cả những ý nghĩ điên rồ đó.

Áp-ram nhìn lại Sa-rai –răng thì rụng, ngủ thì phì phò, đầu ng-hẹo ra đằng sau và miệng há hốc, màu mỡ như là trái mận chín lỗ chỗ và chỉ là nhăn nheo quá Còn ông thì cười ngặt nghẽo. Ông đã cố gắng nhịn cười, nhưng ông không thể. Ông luôn là một người không thể nhịn cười khi nghe ai đó pha trò.

Tôi vẫn vui mừng trong Chúa, tôi vẫn hớn hở trong Đức Chúa Trời là Đấng giải cứu tôi.

- Ha-ba-cúc 3:18

Đức Chúa Trời không bị ngăn cản bởi những điều không thể.

Bấy giờ, Chúa tỏ ra nhân hậu với Sa-ra như Ngài nói; Chúa làm cho Sa-ra như Ngài đã hứa. Sa-ra thụ thai, sinh cho Áp-ra-ham một con trai trong tuổi già, đúng thời gian Đức Chúa Trời đã hứa với ông.

- Sáng Thế Ký 21:1-2

Chúng ta biết rằng mọi sự hiệp lại làm ích cho những người yêu kính Đức Chúa Trời, tức là những người được kêu gọi theo mục đích của Ngài.

- Rô-ma 8:28

Bạn có thể chọn vui mừng cho dù nhiều điều đang chống lại bạn.

Sa-rai cũng thấy buồn cười không kém. Khi bà nghe tin, tiếng cười khúc khích bật ra trước khi bà kịp nén lại. Bà lẩm bẩm giờ ông còn sức lực đâu mà con cái nữa, và rồi lại cười.

Họ cười bởi đó là việc bạn sẽ làm khi một ai đó nói rằng người ấy có thể làm được những việc không thể. Họ cười nhạo Đức Chúa Trời một chút thôi nhưng đa phần là cười với Đức Chúa Trời – vì Đức Chúa Trời cũng đang cười. Sau đó, với nụ cười còn hiện diện trên khuôn mặt, Ngài lại bận rộn làm cái việc mà Ngài làm tốt nhất - những việc không thể tin được.

Ngài thay đổi một vài điều - bắt đầu với việc đổi tên cho họ. Áp-ram, cha của một người, bây giờ sẽ là Áp-ra-ham, cha của nhiều dân tộc. Sa-rai, một người son sẻ, bây giờ sẽ là Sa-ra, người mẹ.

1. Hãy đọc Sáng Thế Ký 21:1-2. Câu chuyện này kết thúc một cách vui mừng ra sao?

_____

_____

2. Có những trường hợp chúng ta cảm thấy khó, nếu không nói là không thể, tìm thấy niềm vui. Nhưng Kinh Thánh nhắc chúng ta rằng Đức Chúa Trời chuyên trị làm những điều không thể. Hãy tìm các câu Kinh Thánh sau đây và viết xuống điều bạn học được về những điều không thể.

Mác 9:23 – "Sao ông lại nói 'nếu được?' Ai tin thì mọi việc đều được cả."

_____

_____

Lu-ca 1:37 – "Vì không có điều gì Đức Chúa Trời không làm được."

_____

Lu-ca 18:27 – "Ngài đáp: "Việc gì loài người không làm được, thì Đức Chúa Trời làm được cả."

_____

Đôi khi chúng ta phải nhìn thấy thì mới tin. Chúng ta cần thấy những người từng trải qua những nan đề trong cuộc sống nhưng vẫn bước qua chúng một cách vui mừng, hân hoan trong sự kỳ diệu của Đức Chúa Trời. Những ví dụ về những con người bằng xương bằng thịt này truyền cảm hứng cho chúng ta. Thúc giục chúng ta. Thuyết phục chúng ta. Chúng ta nhận ra rằng chúng ta có thể chọn vui mừng cho dù những điều kỳ quặc đang chống lại chúng ta.

3. Hãy đọc Rô-ma 8:28 và điền vào chỗ trống của câu Kinh Thánh sau đây về sự tin quyết của chúng ta vào việc Đức Chúa Trời hành động cho dù hoàn cảnh của chúng ta có khó hiểu như thế nào đi nữa.
Chúng ta biết rằng trong…………Đức Chúa Trời hành động cho………. của những người…………..Ngài.

CAY ĐẮNG HƠN HAY TỐT HƠN?

Cô có mọi lý do để cay đắng.

Mặc dù có tài, nhưng cô không được chấp nhận trong nhiều năm. Nhà hát Opera danh tiếng đã đóng sầm cánh cửa khi cô xin gia nhập. Những nhà phê bình âm nhạc của Mỹ phớt lờ giọng hát đầy hấp dẫn của cô. Đã nhiều lần cô bị loại ra khỏi những dàn hợp xướng mà cô có thể đáp ứng yêu cầu một cách dễ dàng. Chỉ sau khi đến Châu Âu và giành được sự hưởng ứng nhiệt thành của những khán giả khó làm hài lòng ở Châu Âu thì những nhà lãnh đạo theo quan điểm của Mỹ mới công nhận tài năng của cô.

Không chỉ sự nghiệp chật vật, mà đời sống cá nhân của cô cũng đầy thách thức. Cô là mẹ của hai đứa trẻ tàn tật, một trong hai đứa còn chậm phát triển về trí não. Nhiều năm trước đây, để thoát khỏi sự vội vã của thành phố New York, cô đã mua một ngôi nhà ở Martha's Vineyard, một hòn đảo nằm ở phía Nam của Cape Cod thuộc bang Massachuset.

Nó cháy rụi thành than hai ngày trước khi cô chuyển đến.

Sự chối bỏ trong nghề nghiệp. Đời sống cá nhân thất bại. Đúng là một mảnh đất hoàn hảo cho hạt giống cay đắng.

Một mảnh vườn thích hợp cho sự oán giận đâm rễ. Nhưng trong trường hợp của cô, sự giận dữ không tìm được chỗ dung thân. Bạn bè không gọi cô là cay đắng, họ gọi bà là Kỳ Hân(Vui Mừng) Beverly Sills. Ca sĩ opera lừng danh thế giới. Giám đốc đã nghỉ hưu của Nhà hát Opera thành phố New York.

Ngài đã đổi lời than khóc của tôi ra nhảy múa, Ngài cởi áo tang chế của tôi đi và mặc cho tôi vui mừng.

- Thi Thiên 30:11

Lời nói của cô luôn ngọt ngào kèm theo nụ cười. Khuôn mặt cô dịu dàng và thanh bình. Khi phỏng vấn cô, Mike Wallace đã tuyên bố rằng "Cô là một trong những người ấn tượng nhất - nếu không muốn nói là người phụ nữ ấn tượng nhất mà tôi đã từng phỏng vấn."

Làm thế nào mà một người phải đối diện với những sự chối từ trong nghề nghiệp và những tổn thương trong đời sống cá nhân như thế vẫn được biết đến là Kỳ Hân? "Tôi chọn vui mừng," cô nói. "Nhiều năm trước đây, tôi đã biết tôi có rất ít hoặc không có lựa chọn về sự thành công, hoàn cảnh, hay thậm chí là hạnh phúc; nhưng tôi biết tôi có thể chọn sống vui mừng".

4. Hãy đọc Ê-phê-sô 4:26-32. Đoạn Kinh Thánh này nói gì về việc chiến đấu với "hạt giống cay đắng" và "rễ oán giận"? Điền vào chỗ trống dưới đây.

Hãy đảm bảo bạn không còn.............trước khi kết thúc một ngày.

Đừng cho ma quỷ.................để................bạn.

Đừng nói những........................

Đừng.............hay giận dữ hay...........

Không bao giờ.............một cách giận dữ hoặc................. đối với..........người khác.

Hãy nhân từ và...........với nhau.

......................với nhau.

5. Hoàn cảnh thường tác động đến niềm vui của chúng ta – nhưng Kinh Thánh nói với chúng ta rằng chúng ta không nhất thiết phải lệ thuộc vào nó. Câu nào sau đây đúng khi nói về việc chúng ta có thể vui mừng giữa những nan đề, và câu nào sai? Đánh dấu câu trả lời đúng bằng (Đ) và câu trả lời sai bằng (S). Sử dụng những câu Kinh Thánh dưới đây để giúp bạn trả lời.

_____ Chúng ta có thể vui mừng trong nan đề vì các anh chị em cùng niềm tin an ủi chúng ta. (2 Cô-rinh-tô 7:4)

_____ Đức Chúa Trời không mong đợi chúng ta lúc nào cũng vui vẻ. (1 Tê-sa-lô-ni-ca 5:16)

_____ Chúng ta cần được tràn ngập niềm vui khi gặp nan đề (Gia-cơ 1:2)

_____Những điều tốt lành có thể đến qua những lúc chịu thử thách. (Gia-cơ 1:3)

TỐT HƠN HAY TỆ HƠN

"Chúng ta đã cầu xin sự chữa lành. Đức Chúa Trời không ban điều đó. Nhưng Ngài chúc phước cho chúng ta."

HÃY COI CHỪNG THÁI ĐỘ CỦA BẠN

"Thưa Chúa, em con bỏ mặc con phục vụ một mình, sao Chúa không lưu ý? Xin Chúa bảo nó giúp con!"(Lu-ca 10:40..)
Cuộc sống của Ma-thê đang bị lộn xộn, bà cần được nghỉ ngơi. "Ma-thê, Ma-thê! Con lo lắng và rối trí về nhiều việc", Người Thầy giải thích với bà. "nhưng chỉ có một việc cần thôi." (Lu-ca 11:41-42). Ma-ri chọn điều gì? Bà chọn ngồi dưới chân của Chúa Giê-xu. Đức Chúa Trời vui lòng với thái độ yên lặng của những đầy tớ chân thành hơn là sự phục vụ ồn ã của một người đầy tớ chanh chua...
Điều quan trọng hơn hình thức phục vụ chính là tấm lòng phía sau sự phục vụ đó. Thái độ khôn đúng làm hỏng của lễ mà chúng ta dâng lên bàn thờ cho Đức Chúa Trời.

-He Still Moves Stones

Anh chị em tức giận, nhưng đừng phạm tội, đừng cưu mang giận hờn cho đến khi mặt trời lặn, cũng đừng để quỷ vương thừa cơ lợi dụng. Kẻ quen trộm cắp, đừng trộm cắp nữa, nhưng hãy siêng năng tự tay mình làm ăn lương thiện để có thể giúp người túng thiếu. Môi miệng anh chị em đừng thốt ra một lời ác độc nào, nhưng nếu cần hãy nói lời lành để xây dựng, để đem lại ân phúc cho người nghe. Đừng làm buồn lòng Thánh Linh của Đức Chúa Trời, nhờ Ngài anh chị em được đóng ấn cho ngày cứu chuộc. Hãy lột bỏ khỏi anh chị em tất cả những cay đắng, thịnh nộ, giận hờn, kêu rêu, xúc phạm cùng mọi tính hiểm độc. Anh chị em hãy nhân từ, thương cảm lẫn nhau, tha thứ nhau như Đức Chúa Trời đã tha thứ anh chị em trong Chúa Cứu Thế.

-Ê-phê-sô 4:26-32

Còn các ngươi sẽ đi ra trong vui mừng, và được dẫn về trong bình an. Núi đồi sẽ cất tiếng hát trước mặt các ngươi. Và tất cả cây cối ngoài đồng sẽ vỗ tay.

- Ê-sai 55:12

Vì chúng tôi tin chắc rằng không có sự chết, sự sống, các thiên sứ, các giới quyền lực, việc bây giờ, việc tương lai, các năng lực, bể cao, bể sâu, hay tạo vật nào khác có thể phân rẽ chúng ta khỏi tình yêu thương của Đức Chúa Trời trong Chúa Cứu Thế Giê-xu, Chúa chúng ta.

-Rô-ma 8:38-39

Glyn nói một cách chậm rãi. Một phần vì sự tin quyết của cô. Một phần vì bệnh tật của cô. Don, chồng của cô, ngồi ghế bên cạnh. Ba chúng tôi ngồi lại để cùng nhau lên chương trình cho đám tang của chính cô. Và bây giờ, nhiệm vụ đã hoàn thành, bài hát đã chọn xong, và lời hướng dẫn đã được viết, Glyn nói.

"Ngài đã ban cho chúng ta sức mạnh mà chúng ta không biết. Ngài ban sức mạnh ấy cho chúng ta khi chúng ta cần chứ không phải ban cho từ trước." Lời của cô líu nhíu nhưng rõ ràng. Đôi mắt cô ươn ướt nhưng tự tin.

Tôi tự hỏi liệu tôi sẽ ra sao nếu cuộc đời của tôi chấm dứt ở tuổi bốn mươi lăm. Tôi tự hỏi làm thế nào tôi có thể tạm biệt con cái và vợ tôi. Tôi tự hỏi tôi sẽ thế nào khi làm chứng nhân về cái chết của chính mình.

"Đức Chúa Trời đã ban cho chúng ta sự bình an khi chúng ta đau đớn. Ngài che chở chúng ta mọi lúc. Thậm chí ngay cả khi chúng ta mất kiểm soát, Ngài vẫn ở đó."

6. Hãy đọc Rô-ma 8:38-39. Dựa vào những điều bạn vừa đọc, điều gì sẽ phân rẽ chúng ta khỏi sự hiện diện của Đức Chúa Trời?

_____

_____

Đã một năm kể từ ngày Don và Glyn biết về tình trạng của Glyn – bệnh xơ cứng. Nguyên nhân và cách chữa trị vẫn là một điều bí ẩn. Nhưng hậu quả thì rất rõ ràng. Sức mạnh cơ bắp và khả năng vận động giảm đi đều đặn, chỉ còn lại tâm trí và đức tin mà thôi.

Và chính sự hiệp nhất tâm trí và đức tin của Glyn đã khiến tôi nhận ra rằng việc mình đang làm không chỉ là chuẩn bị cho một đám tang. Tôi đang chiêm ngắm viên ngọc châu thiêng liêng mà cô ấy đã tạo nên từ mỏ tuyệt vọng.

"Chúng ta có thể sử dụng bất kỳ bi kịch nào như một hòn đá làm cho vấp chân hoặc một hòn đá bậc thềm. Tôi hy vọng cái chết của tôi không làm cho gia đình tôi cay đắng. Tôi hy vọng rằng tôi có thể là một ví dụ về việc Đức Chúa Trời muốn chúng ta tin cậy Ngài trong cả thuận cảnh và nghịch cảnh. Vì nếu chúng ta không tin cậy Ngài trong lúc khó khăn, thì chúng ta cũng chẳng tin cậy Ngài gì hết." Cô nói.

Chồng cô cầm tay cô. Anh lau nước mắt cho cô. Anh lau nước mắt cho mình nữa.

"Hai người này là ai?" Tôi tự hỏi bản thân khi nhìn thấy anh chấm khăn giấy lên má cô. "Những người này là ai, mà ngay cả khi đứng bên bờ vực sự sống và cái chết vẫn có thể nhìn sang bờ bên kia với đức tin như vậy"?

Khoảnh khắc đó thật thiêng liêng và ngọt ngào. Tôi chẳng nói gì mấy. Người ta sẽ không mạnh miệng nói nhiều khi đứng trước sự hiện diện của những điều thiêng liêng.

7. Niềm vui thường ẩn mình rất sâu giữa nỗi tuyệt vọng. Cho nên, chúng ta phải biến niềm vui thành một quyết định có chủ tâm và không dựa vào nó như một cảm xúc. Dựa vào 1 Phi-e-rơ 4:12-13, câu nào sau đây đúng khi nói về sự đau đớn? Hãy đánh dấu tất cả các câu trả lời phù hợp.

☐ Nan đề đến để thử luyện chúng ta.

☐ Chúng ta nên ngạc nhiên khi các Cơ Đốc nhân gặp thử thách.

☐ Thử thách giúp chúng ta đến gần với Chúa Giê-xu hơn qua việc dự phần vào sự thương khó với Ngài.

☐ Khi Chúa Giê-xu đến, chúng ta sẽ lại được vui mừng và tràn ngập niềm vui.

GẮN KẾT VỚI NHAU BỞI NIỀM VUI

"Tôi có mọi điều tôi cần để có thể vui mừng!" Robert Reed nói. "Thật ngạc nhiên!" Tôi nghĩ.

Bàn tay của ông bị trẹo và chân thì không cử động được. Ông không thể tự tắm cho mình. Ông cũng không tự ăn được. Ông không thể tự đánh răng, chải đầu, hay là mặc đồ. Những chiếc áo sơ mi của ông được kết bằng những miếng dán Velcro.Giọng nói của ông kéo dài ra như cái đài cát-sét hỏng.

Robert bị chứng bại não.

Bệnh tật đã làm cho ông không thể lái xe, đạp xe đạp và đi dạo. Nhưng nó không thể ngăn ông tốt nghiệp trung học và học tạiTrường Đại học Cơ Đốc Abilene, ngôi trường mà ông đã tốt nghiệp với tấm bằng về tiếng La-tinh. Việc mắc phải căn bệnh bại não không ngăn được ông dạy học tại Trường Cao Đẳng St. Louis hay mạo hiểm tham gia năm chuyến công tác truyền giáo ở nước ngoài.

Và bệnh tật không thể ngăn Robert trở thành nhà truyền giáo ở Bồ Đào Nha.

Ông đã đến Lisbon một mình năm 1972. Ở đó ông thuê một phòng trọ và bắt đầu học tiếng Bồ Đào Nha. Ông tìm được một chủ quán ăn cho ông ăn khi hết giờ cho khách và một gia sư có thể hướng dẫn ông học ngôn ngữ.

Sau đó hằng ngày ông ngồi trong một công viên, phân phát những quyển sách nhỏ nói về Đấng Christ. Trong vòng sáu năm, ông đưa được bảy mươi người về với Chúa, một trong số những người đó đã trở thành vợ ông, bà Rosa.

Mới đây tôi được nghe Robert phát biểu. Tôi thấy những người đàn ông khác bế ông từ xe lăn lên bục diễn thuyết. Tôi thấy họ đặt quyển Kinh Thánh vào lòng ông. Tôi thấy ông dùng những ngón tay cứng đờ cố gắng mở từng trang. Và tôi thấy khán giả gạt những giọt nước mắt thán phục trên gương mặt họ. Robert có thể xin sự đồng cảm hoặc lòng thương hại, nhưng ông đã hành động ngược lại. Ông giơ cánh tay cong queo lên không trung và nói một cách kiêu hãnh rằng: "Tôi có tất cả mọi điều tôi cần để có thể vui mừng."

Những chiếc áo sơ mi của ông được kết lại bằng những miếng dán Velcro, nhưng cuộc đời ông được kết lại với nhau bằng niềm vui.

Anh chị em yêu dấu, đừng ngạc nhiên vì sự thử thách đau đớn mà anh chị em phải chịu như là việc khác thường xảy ra cho anh chị em. Nhưng hãy vui mừng vì anh chị em được dự phần vào sự đau khổ của Chúa Cứu Thế, để anh chị em được hân hoan vui mừng hơn khi vinh quang Ngài được bày tỏ.

-1 Phi-e-rơ 4:12-13

8. Mặc dù thử thách của mỗi chúng ta có thể khác nhau - về phương diện tình cảm, về thân thể vật lý, về vấn đề tài chính, về mối liên hệ – nhưng tất cả chúng ta đều cần được "gắn kết lại bằng niềm vui" vào chính những lúc chúng ta cảm thấy sợ hãi rằng mình sẽ bị tan vỡ. Niềm vui nên có đủ, nhưng chúng ta thường tự thuyết phục bản rằng mình cần có điều gì để được hạnh phúc? Hãy đánh dấu tất cả các câu trả lời phù hợp.

☐ Của cải vật chất.

☐ Các mối liên hệ hài hòa

☐ Sự nghiệp thành đạt

☐ Sức khoẻ tốt

☐ Danh tiếng

☐ Tài chính ổn định

Món quà sự vui mừng của Đức Chúa Trời luôn ban cho những người nhận biết rằng họ đang nghèo thiếu.

Báu vật niềm vui được ban cho những người nghèo khổ trong tâm linh chứ không phải là những người giàu có. Niềm vui của Đức Chúa Trời nhận được qua sự đầu phục, nó không phải phần thưởng cho sự chinh phục. Những người đã từng nếm trải sự hiện diện của Đức Chúa Trời đã từng công bố sự "phá sản" về mặt thuộc linh và thừa nhận sự khủng hoảng tâm linh của mình. Tủ đồ ăn trống không. Túi tiền rỗng tuếch. Chẳng còn sự lựa chọn nào.

Hãy vui mừng trong Chúa luôn luôn; tôi xin nhắc lại: Hãy vui mừng lên.

- Phi-líp 4:4

Nghịch lý trong niềm vui của Đức Chúa Trời - nó được sản sinh ra từ mảnh đất cằn cỗi của sự nghèo túng chứ không phải mảnh đất màu mỡ của thành tựu.

9. Những nan đề và thử thách cá nhân thực ra lại đặt chúng ta vào một điều kiện tốt để có thể nhận được những phước hạnh lớn nhất từ Đức Chúa Trời. Hãy đọc Thi Thiên 126:5-6 và nối những câu dưới đây với câu trả lời đúng.

Những người gieo giống trong nước mắt, sẽ gặt hái trong hân hoan. Người nào vừa đi vừa khóc, mang giống ra gieo; sẽ trở về, vác bó lúa mình trong tiếng hát vui vẻ.
- Thi Thiên 126:5-6

___ "Những người gieo giống trong nước mắt…"
a. sẽ vẫn khóc trong lúc mùa gặt.
b. sẽ hát ca trong lúc mùa gặt.
c. sẽ hối tiếc vì họ đã tin cậy Đức Chúa Trời.
___ "Người nào vừa đi vừa khóc, mang giống ra gieo…"
a. sẽ trở về trong tiếng hát vui vẻ và vác bó lúa mình.
b. sẽ không bao giờ vui mừng được nữa.
c. sẽ không bao giờ trông thấy những nan đề của mình chấm dứt.

TRỌNG TÂM BÀI HỌC
*Đức Chúa Trời không bị ngăn cản bởi những điều không thể.
*Bạn có thể chọn vui mừng cho dù hoàn cảnh không thuận lợi đối với bạn.
*Món quà về niềm vui của Đức Chúa Trời luôn được ban cho những người nhận biết rằng họ đang nghèo thiếu.

Câu Kinh Thánh ghi nhớ trong tuần này của bạn là Ma-thi-ơ 5:12. Hãy dành một vài phút để ôn lại nó bằng cách viết xuống các dòng dưới đây.

_____
_____

Tấm lòng của Chúa Giê-xu

Bước chân của Phi-e-rơ chạy trên con đường bụi bặm. Khi ông và Giăng bắt đầu chạy, hai ông cùng nhau suy xét về cái tin lạ lùng mà những người đàn bà đã báo cho họ. Cái xác đã biến mất. Liệu những người lính La Mã có mang Chúa của họ đi không? Lời thông báo của thiên sứ. Liệu Chúa Giê-xu có thực sự sống lại không? Nếu điều đó là thật thì sao! Với suy nghĩ chợt đến đó, bước chân Giăng dồn dập hơn. Phi-e-rơ cũng hang hái không thua kém, Giăng nhưng ông không thể theo kịp tốc độ của một chàng trai trẻ. Ông đuổi kịp Giăng, thở hổn hển cửa mộ. Dĩ nhiên hòn đá đã bị lăn đi. Phi-e-rơ chui vào, tiến về phía trước thềm đá. Những tấm vải liệm vẫn còn ở đó, không có gì bất thường, nhưng không có xác của Chúa trong đó! Những người lính sẽ không quan tâm tới việc này nếu họ ăn trộm xác Chúa Giê-xu. Có thể những người đàn bà đã đúng! Đúng lúc đó, ánh sáng Thiên Thượng mở mắt họ, và họ cũng nhận được lời xác nhận từ các thiên sứ. Chúa Giê-xu đã sống lại rồi! Mặc dù Phi-e-rơ vừa mới chạy một mạch đến ngôi mộ, nhưng niềm vui đã chắp cánh cho chân ông trên đường trở về.
- Giăng 20:3-10

NGÀY NĂM – GIẢI THOÁT KHỎI SỰ HỔ THẸN

SẮP VỀ ĐẾN NHÀ

Tôi gần về tới nhà rồi. Sau năm ngày, ngủ trên bốn cái giường khách sạn, mười một nhà hàng, và hai mươi hai tách cà phê, tôi sắp về đến nhà. Sau tám chỗ ngồi trên máy bay, năm sân bay, hai lần hoãn chuyến, một quyển sách và 513 gói đậu phộng. Tôi sắp về đến nhà.

Tiếng động cơ vù vù bên dưới. Một đứa trẻ khóc ở hàng ghế phía sau. Các thương gia chuyện trò rôm rả xung quanh. Không khí lạnh từ máy lạnh bên trên xả xuống. Nhưng điều ý nghĩa với tôi nhất lúc này là – nhà.

Nhà. Đó là suy nghĩ đầu tiên khi tôi tỉnh giấc sáng nay. Đó là suy nghĩ đầu tiên khi tôi bước xuống khỏi bục giảng cuối cùng. Đó là suy nghĩ đầu tiên khi tôi chào tạm biệt người cuối cùng mời tôi đến giảng, tại sân bay cuối cùng.

Trái tim tôi như nhảy múa khi tôi bước xuống khỏi máy bay. Lòng tôi nôn nao khi bước lên con dốc dẫn vào sân bay. Tôi bước qua tất cả mọi người. Tôi giữ chặt cái cặp. Bụng tôi thót lại. Bàn tay tôi đẫm mồ hôi. Tôi bước vào hành lang như một diễn viên bước lên sân khấu. Màn được kéo lên, và khán giả đứng trong khán phòng. Những gương mặt đợi người thân đều lướt qua tôi, vì họ biết tôi không phải là người mà họ đợi.

Nhưng tôi nghe thấy tiếng hét inh tai quen thuộc của hai cô con gái nhỏ bên cạnh. "Ba ơi!" Tôi quay lại và nhìn thấy chúng - những gương mặt sạch sẽ, đứng trên ghế, nhảy lên nhảy xuống vui mừng khi người đàn ông của cuộc đời chúng bước về phía chúng. Jenna dừng nhảy để vỗ tay. Cô bé reo vui! Tôi không biết ai đã dạy bé làm thế, nhưng bạn có thể đoán tôi không định bảo con bé dừng lại… những khuôn mặt của nhà mình.

Đó là điều khiến cho lời hứa trong phần cuối của Các Phước Lành trở nên hấp dẫn: "Hãy vui vẻ và nức mừng rỡ, vì phần thưởng các ngươi ở trên trời sẽ lớn lắm." Phần thưởng của chúng ta là gì? Được về nhà.

1. Chúa Giê-xu đã nhắc chúng ta rằng nếu chúng ta vâng theo những điều mà Ngài đã phán trong Ma-thi-ơ 5, thì chúng ta sẽ vui mừng và hưởng được phần thưởng lớn trên Thiên Đàng. Hãy tìm các câu Kinh Thánh sau đây và viết ra điều bạn học được về cách làm thế nào để nhận biết và vâng theo lời Chúa để có được sự vui mừng.

Thi Thiên 19:8 – "Giới luật của Chúa là ngay thẳng, làm lòng người vui vẻ. Điều răn của Chúa là trong sáng, soi sáng con mắt."

Thi Thiên 119:111 – "Lời chứng của Chúa là cơ nghiệp đời đời của tôi, vì chúng là niềm vui cho lòng tôi."

Thi Thiên 119:162 – "Tôi vui mừng vì lời Chúa hứa như người chiếm được chiến lợi phẩm lớn."

Người khốn khổ nhất trên thế gian này chính là Cơ Đốc nhân không vâng lời. Kinh nghiệm Chúa Giê-xu trở nên vừa ngọt vừa đắng đối với những người như vậy – khao khát được vui hưởng mối tương giao với Đấng Christ, nhưng vẫn chần chừ bên ngoài cửa vì cớ tội lỗi. Thật là một sự khác biệt khi nhận biết rằng có một phần thưởng ở trên Thiên Đàng cho những người vâng lời Đấng Christ!

Ngài cho tôi biết con đường sự sống. Trước mặt Ngài có hạnh phúc tràn đầy, bên phải Ngài có niềm vui muôn thuở.
- Thi Thiên 16:11

Thiên đàng là phần thưởng của chúng ta.

Lạy Đức Chúa Trời tôi, tôi mong muốn làm theo ý Ngài, Kinh Luật của Ngài ở trong lòng tôi.
- Thi Thiên 40:8 NLT

"Chúa yêu chuộng công chính và ghét vô đạo. nên Đức Chúa Trời là Đức Chúa Trời của Chúa đã xức dầu vui mừng cho Chúa, đặt Chúa cao cả hơn các đồng bạn Ngài."
- Hê-bơ-rơ 1:9

2. Hãy đọc Thi Thiên 40:8 và Hê-bơ-rơ 1:9. Điền vào chỗ trống những điều bạn đã học về niềm vui của sự vâng lời.

Tôi...............   ....trong việc làm...........
................, Đức Chúa Trời tôi ôi, vì ....của Ngài ở
.....................tôi.

(Thi Thiên 40:8)

Ngài...............công bình và...........điều ác, nên Đức Chúa Trời đã...........cho Ngài và đặt Ngài trổi hơn..................... (Hê-bơ-rơ 1:9)

ĐIỀU TUYỆT VỜI NHẤT VẪN CHƯA ĐẾN

Sách Khải Huyền có thể được đặt tên là Sách Hồi Hương, vì sách này cung cấp cho chúng ta một bức tranh về ngôi nhà của chúng ta trên Thiên Đàng.

Nên Ngài dẫn dân Ngài ra đi với niềm vui, tức là những người Ngài đã chọn ra đi trong tiếng ca hát khải hoàn.

- Thi Thiên 105:43

Lời hứa về Thiên Đàng đem lại cho chúng ta hy vọng cho ngày hôm nay.

Lúc ấy, tôi thấy trời mới và đất mới vì trời thứ nhất và đất thứ nhất đã biến mất và biển cũng không còn nữa. Tôi cũng thấy thành phố thánh là Giê-ru-sa-lem mới, từ Đức Chúa Trời trên trời mà xuống, chuẩn bị như cô dâu trang điểm chờ chàng rể. Tôi nghe một tiếng lớn từ nơi ngai nói: "Này, đền tạm của Đức Chúa Trời ở với loài người, Ngài sẽ ở với họ. Họ sẽ làm dân Chúa, chính Ngài sẽ ở với họ và Ngài sẽ là Đức Chúa Trời của họ. Ngài sẽ lau sạch tất cả nước mắt nơi mắt họ, sẽ không còn chết chóc, tang chế hoặc khóc than hay đau khổ nữa, vì những việc trước đã qua rồi." Đấng ngự trên ngai phán: "Này, ta tân tạo tất cả vạn vật!"
- Khải Huyền 21:1-5

Tất cả những người đó đều chết trong đức tin, chưa nhận được những điều Chúa hứa, chỉ trông thấy và chào mừng những điều ấy từ đàng xa, nhìn nhận mình là người xa lạ và lữ hành trên mặt đất. Những người nói như thế minh định rằng họ đang tìm kiếm một quê hương. Nếu còn nhớ đến quê cũ là nơi họ đã ra đi, tất họ cũng có cơ hội trở về. Trái lại, họ mong ước một quê hương tốt hơn, là quê hương ở trên trời, nên Đức Chúa Trời không hổ thẹn khi được gọi là Đức Chúa Trời của họ vì Ngài đã chuẩn bị cho họ một thành phố.

-Hê-bơ-rơ 11:13-16

3. Khi bạn đọc đoạn Kinh Thánh bên trên, hãy gạch chân những từ hoặc những ý có nghĩa là "mới"

_____

_____

_____

4. Hình ảnh đặc biệt nào trong đoạn Kinh Thánh miêu tả ngôi nhà trên Thiên đàng khiến bạn mỉm cười?

_____

_____

Trong cuộc gặp cuối cùng trên đỉnh núi, Đức Chúa Trời kéo bức màn ra và cho phép những chiến binh nhìn vào quê hương. Khi được giao nhiệm vụ viết ra những gì ông nhìn thấy, Giăng đã chọn một hình ảnh đẹp đẽ nhất trên đất để so sánh. Giăng nói rằng, Thành Thánh giống như "một cô dâu ăn mặc đẹp đẽ chờ chàng rể."

Cô dâu. Một cam kết mặc lấy sự thanh lịch. "Ta sẽ ở với con đến muôn đời." Ngày mai mang hi vọng đến cho hôm nay. Sự trinh bạch đã hứa được gìn giữ. Khi các bạn biết rằng ngôi nhà của mình trên Thiên đàng giống như một cô dâu, hãy cho tôi biết, điều đó không làm bạn cảm thấy muốn về nhà sao?

5. Không phải ngẫu nhiên khi Kinh Thánh kết thúc bởi sách Khải Huyền. Hy vọng về một tương lai tốt đẹp hơn giữ cho niềm vui tồn tại qua nhiều thế kỷ. Bây giờ hãy đọc Hê-bơ-rơ 11:13-16. Hãy đánh dấu tất cả các câu dưới đây xem câu nào phù hợp với điều mà đoạn Kinh Thánh này nói về niềm hy vọng vào tương lai của chúng ta.

☐Chúng ta vui mừng khi chúng ta chăm xem điều sẽ đến trong tương lai xa.

☐ Cơ Đốc nhân cảm thấy trên đất "như là nhà".

☐ Cơ Đốc nhân giống như những du khách ở một đất nước xa lạ.

Vì Chiên Con ở giữa ngai sẽ chăn giữ và hướng dẫn họ đến các suối nước sự sống. Đức Chúa Trời sẽ lau sạch tất cả giọt lệ nơi mắt họ.
-Khải Huyền 7:17

☐ Thiên đàng là quê hương của chúng ta - một quê hương tốt hơn.
☐ Đức Chúa Trời đã chuẩn bị cho chúng ta một thành.

6. Theo Khải Huyền 7:17, ở trên Thiên Đàng, Đức Chúa Trời sẽ làm gì cho chúng ta?

_____

_____

Khi tôi còn là một chàng trai trẻ, tôi có rất nhiều người lau nước mắt cho tôi. Tôi có hai người chị gái luôn che chở cho tôi. Tôi có rất nhiều cô dì chú bác. Tôi có một người mẹ ban đêm làm y tá còn ban ngày thì làm một người mẹ - bà làm cả hai công việc này với sự dịu dàng ấm áp. Tôi thậm chí còn có một người anh trai hơn tôi ba tuổi luôn thông cảm cho tôi.

Nhưng khi nghĩ về một ai đó lau đi những nước mắt cho mình, tôi nghĩ đến Ba tôi. Bàn tay Ba chai sần và rắn rỏi, những ngón tay của ông ngắn và múp míp. Và khi Ba lau một giọt nước mắt, dường như Ba lau sạch nó vĩnh viễn. Có một điều gì đó trong sự đụng chạm của Ba đã lấy đi không chỉ giọt nước mắt thương tổn trên má tôi. Nó cũng lấy đi sự sợ hãi của tôi nữa.

Sứ đồ Giăng nói rằng một ngày nào đó Đức Chúa Trời sẽ lau khô những giọt nước mắt của bạn. Cũng chính bàn tay đã trải rộng bầu trời sẽ rờ chạm vào má bạn. Cũng chính bàn tay đã nắn nên các ngọn núi sẽ vuốt ve mặt bạn. Chính bàn tay đã nắm chặt trong đau đớn tột cùng khi cái đinh của người La Mã xuyên qua sẽ nâng cằm bạn lên và lau khô những giọt nước mắt của bạn. Mãi mãi.

Khi bạn nghĩ về một thế giới không còn lý do để khóc lóc, mãi mãi, điều đó chẳng khiến bạn cảm thấy náo nức muốn về nhà sao?

Chúa Giê-xu hiểu rằng chúng ta chỉ là con người. Bất toàn. Có ngày chúng ta dường như không thể chọn vui cười. Chúng ta có thể bị choáng ngợp. Đau buồn. Bối rối. Tổn thương. Tuy nhiên, trên Thiên đàng, sẽ không có điều gì kiểu như "những ngày tươi đẹp" và "những ngày u tối" nữa. Chúng ta sẽ vui mừng mãi mãi.

Các ngươi sẽ vui mừng múc nước từ giếng cứu rỗi.
- Ê-sai 12:3

Thiên Đàng sẽ là một nơi vui mừng mãi mãi.

7. Hãy đọc những câu Kinh Thánh dưới đây. Sau đó nối các câu Kinh Thánh với điều bạn học được về niềm vui trên Thiên Đàng.

___Thi Thiên 92:8
___Ê-sai 6:2-3
___1 Tê-sa-lô-ni-ca 4:17
___2 Phi-e-rơ 1:11
___1 Giăng 5:11

a. Chúng ta sẽ ở cùng Đức Chúa Trời đời đời.
b. Chúng ta sẽ tôn vinh Đức Chúa Trời đến đời đời.
c. Chúng ta sẽ được chào đón trọng thể ở trong nước Thiên Đàng.
d. Chúng ta có sự sống đời đời trên Thiên Đàng vì cớ Chúa Giê-xu.
e. Các tạo vật trên Thiên Đàng sẽ reo lên: "Thánh thay!"

Nhờ thế con đường vào nước đời đời của Chúa Cứu Thế Giê-xu, Chúa chúng ta sẽ được rộng mở tiếp đón anh chị em.
-2 Phi-e-rơ 1:11

NIỀM VUI ĐỜI ĐỜI

"Sẽ không còn chết chóc..." Sứ đồ Giăng đã tuyên bố như vậy. Bạn có thể tưởng tượng được điều đó không? Một thế giới không xe tang, không nhà xác, không nghĩa trang và không bia mộ? Bạn có thể tưởng tượng được một thế giới không có xẻng đất nào được hất trên quan tài? Không có cái tên nào được khắc trên bia mộ? Không có tang lễ? Không có những bộ trang phục màu đen tang tóc? Không có vòng hoa tang?

Sứ đồ Giăng nói rằng, đời sau sẽ không bao giờ phải nói câu "vĩnh biệt"

Và đây là lời chứng đó: Đức Chúa Trời đã ban cho chúng ta sự sống vĩnh phúc và sự sống này ở trong Con Ngài.
-1 Giăng 5:11

Thưa anh chị em, chúng tôi không muốn để anh chị em đau buồn như những người khác không có hy vọng. Vì nếu chúng ta tin rằng Đức Chúa Giê-xu đã chết và đã sống lại, thì cũng vậy, Đức Chúa Trời sẽ đem những người đã ngủ trong Đức Chúa Giê-xu về cùng Ngài.

-1 Tê-sa-lô-ni-ca 4:13-14

Ngày ấy, các con hãy vui mừng nhảy múa, vì các con sẽ được trọng thưởng trên trời.

- Lu-ca 6:23a

VÒNG TRÒN CỦA NHỮNG NGƯỜI CHIẾN THẮNG

Tất cả chúng ta đều không biết về đời sau, nhưng có một điều chắc chắn Ngày Đấng Christ trở lại sẽ là ngày ban thưởng. Những người không được biết đến trên đất này sẽ được biết đến trên Thiên đàng. Những người chưa bao giờ được nghe những lời hoan hô của con người sẽ được nghe lời tung hô của các thiên sứ. Những người không được nghe lời chúc phước của cha mình, sẽ được nghe lời chúc phước của Cha Thiên Thượng. Những người nhỏ bé sẽ trở nên vĩ đại. Những người bị lãng quên sẽ được ghi nhớ. Những người không được chú ý sẽ nhận lãnh mão triều thiên và những người trung tín sẽ được khen ngợi. Vòng tròn của những người chiến thắng không chỉ dành cho một số ít người kiệt xuất, nhưng cả Thiên đàng đầy dẫy con cái của Đức Chúa Trời, là những người ""sẽ được lãnh mão sự sống mà Đức Chúa Trời đã hứa cho người yêu kính Ngài." (Gia-cơ 1:12).

- *When Christ Comes.*

Hãy nói cho tôi biết, điều đó chẳng làm cho bạn nôn nao muốn về nhà nữa sao?

_____

_____

8. Hãy đọc 1 Tê-sa-lô-ni-ca 4:13-14. Câu nào sau đây đúng khi nói về về niềm vui của chúng ta, bất chấp thực tế chết chóc, và câu nào sai? Đánh dấu câu trả lời đúng bằng (Đ) và câu trả lời sai bằng (S).

___ Sự tuyệt vọng không có chỗ trong đám tang của Cơ Đốc nhân.

___ Chúa Giê-xu là bằng chứng về việc Đức Chúa Trời cũng sẽ khiến chúng ta sống lại từ trong kẻ chết.

___Chúng ta không dám chắc liệu Đức Chúa Trời có khiến Cơ Đốc nhân sống lại từ trong kẻ chết hay không.

___ Đức Chúa Trời hứa rằng Ngài sẽ khiến Cơ Đốc nhân sống lại từ trong kẻ chết.

Những từ ngữ tràn đầy hy vọng nhất trong đoạn Kinh Thánh này của sách Khải Huyền chính là quyết tâm của Đức Chúa Trời: "Ta sẽ làm mới lại hết thảy muôn vật!"

Thật khó khăn khi phải chứng kiến một điều gì đó trở nên cũ kỹ. Thị trấn nơi tôi sinh ra và lớn lên đang cũ đi. Gần đây tôi có đến đó. Một vài toà nhà đã xuống cấp. Vài ngôi nhà đã đổ nát. Vài ba giáo viên của tôi đã về hưu; vài người đã qua đời.

Tôi ước mình có thể làm cho mọi thứ mới trở lại. Tôi ước tôi có thể thổi bay tất cả bụi bẩn khỏi đường phố. Tôi ước mình có thể đi dạo qua những nhà hàng xóm thân thương, vẫy tay chào những khuôn mặt quen thuộc, nựng nịu những con chó thân quen và chạy một vòng từ nhà ra công viên gần nhà. Tôi ước gì mình có thể đi xuống con phố và gọi những người chủ quán đã về hưu và mở những cánh cửa đã đóng kín lại. Tôi ước mình có thể làm mọi thứ mới lại… nhưng tôi không thể.

Nhưng Đức Chúa Trời có thể. "Ngài phục hồi lại linh hồn tôi" (Thi 23:3). Ngài không sửa lại; Ngài khôi phục lại. Ngài không che đậy cái cũ; Ngài khôi phục lại thành cái mới. Bậc Thầy Về Xây Dựng sẽ lấy bản thiết kế gốc ra và khôi phục nó. Ngài sẽ khôi phục lại sức sống. Ngài sẽ khôi phục lại năng lượng. Ngài sẽ khôi phục lại hy vọng. Ngài sẽ khôi phục lại linh hồn.

Khi bạn nhìn thấy thế giới này trở nên yếu mòn và kiệt sức như thế nào và sau đó được đọc về một quê hương nơi mọi thứ đều trở nên mới, hãy nói cho tôi biết, điều đó chẳng làm bạn nôn nả muốn về nhà sao?

9. Làm thế nào để sự tin chắc vào lời hứa Thiên đàng của Đức Chúa Trời có thể giữ vững niềm vui của bạn trong cuộc sống?

_____

_____

_____

10. Đối với Chúa Giê-xu, niềm vui về được trở về với Cha Ngài và làm sáng danh Cha Ngài đủ để giúp Ngài chiến thắng Thập tự giá. Hãy đọc Hê-bơ-rơ 12:2 và điền vào chỗ trống.

Chúa Giê-xu chấp nhận ………….. của Thập tự giá, vì …….…..… mà Đức Chúa Trời đặt trước mặt Ngài. Và hiện nay Ngài …………… bên hữu ngai…………………..

GIÁ TRỊ VÔ SONG CỦA NIỀM VUI

Bạn sẽ đánh đổi điều gì để lấy quê hương đã được đề cập ở trên? Bạn có thích nhận được nhiều của cải trên đất này hơn của cải trên trời không? Bạn có chọn cuộc sống nô lệ thay vì khao khát một đời sống tự do không? Bạn có thực sự muốn từ bỏ những toà biệt thự trên Thiên Đàng để lấy một nhà nghỉ ven đường trên đất này không?

"Phần thưởng các người ở trên trời sẽ lớn lắm!" Chúa Giê-xu phán. Chắc hẳn Ngài đã mỉm cười khi phán câu này. Chắc hẳn mắt Ngài rất long lanh, và tay Ngài chỉ lên bầu trời.

Bởi vì Ngài biết. Đó là ý tưởng của Ngài. Đó là nhà của Ngài.

Hãy chú tâm, hướng về Đức Chúa Giê-xu là Đấng Tác Giả và hoàn thành của đức tin. Vì niềm vui mừng đặt trước mặt, Ngài chịu đựng thập tự giá, khinh điều si nhục, nên được ngồi bên phải ngai Đức Chúa Trời.

- Hê-bơ-rơ 12:2

11. Sự tôn trọng và phần thưởng trên đất – như bằng cấp, tiền thưởng, sự thăng tiến đều không thể sánh so với giá trị của phần thưởng của Chúa Giê-xu. Hãy đọc Khải Huyền 22:12 và điền vào chỗ trống lời phát biểu về phần thưởng của Chúa Giê-xu trên Thiên đàng.

Này, Ta sắp đến, đem .... theo với Ta để .... cho mỗi người tùy theo công việc họ ....

Kinh nghiệm niềm vui của Chúa Giê-xu khiến chúng ta trở nên khác biệt. Nó tác động đến chúng ta. Biết rõ những gì mình biết, nhìn nhận rõ những gì mình đã nhìn, không có nghĩa là lướt qua những khoảnh khắc vui vẻ trên đất này để đến với niềm vui đời đời. Nó có nghĩa là chúng ta không để những nỗi đau trên thế gian này làm mình cay đắng mà làm cho chúng ta trở nên tốt hơn. Chúng ta nhận biết chính xác mình cần phải ở vị trí nào theo như Các Phước Lành đã nói – khao khát Chúa Giê-xu càng hơn!

Thiên Đàng sẽ là nhà của chúng ta.

12. Lời nói có thể nghe rất hay, rất thuyết phục. Tuy nhiên, như chúng ta đã học trong tuần này, những người làm theo lời mình đã nói mới thuyết phục được người khác. Dựa vào Ha-ba-cúc 3:17-18, điều gì cần phải thay đổi trong thái độ (không phải ngoại cảnh) của bạn để tạo ra niềm vui đầy thuyết phục?

Này, Ta sắp đến, đem giải thưởng theo với Ta để báo trả cho mỗi người tùy theo công việc họ làm.

- Khải Huyền 22:12

_____

_____

Có thể bạn không để tâm đến điều này, nhưng bạn đang gần về đến nhà hơn bất cứ lúc nào. Mỗi một khoảnh khắc là một bước đã qua đi. Mỗi hơi thở là sang một trang mới. Mỗi ngày là một dặm được đánh dấu, một ngọn núi được chinh phục. Bạn đang gần tới nhà hơn bao giờ hết. Trước khi bạn nhận biết điều đó, thời điểm của bạn sẽ đến; bạn sẽ bước vào trong Thành Thánh. Bạn sẽ nhìn thấy những gương mặt đang chờ đợi bạn. Bạn sẽ nghe thấy những người yêu quý gọi tên mình. Và, có thể, chỉ là có thể thôi – ở đằng sau, phía sau đám đông, Đấng thà chết còn hơn là sống mà không có bạn, sẽ buông bàn tay mang dấu đinh của Ngài khỏi thiên bào mà nghênh tiếp bạn.

Dù cây vả ngưng trổ bông, vườn nho không ra trái, vườn ô-liu thất mùa, ruộng nương không hạt lúa, ràn mất hết chiên dê, chuồng hết sạch bê bò, tôi vẫn vui mừng trong Chúa, tôi vẫn hớn hở trong Đức Chúa Trời là Đấng giải cứu tôi.

- Ha-ba-cúc 3:17-18

TRỌNG TÂM BÀI HỌC

* **Thiên đàng là phần thưởng của chúng ta.**
* **Lời hứa về Thiên Đàng đem lại cho chúng ta hy vọng trong hôm nay.**
* **Thiên Đàng sẽ là một nơi vui mừng mãi mãi.**
* **Thiên Đàng sẽ là nhà của chúng ta.**

Thêm một cơ hội nữa để ôn lại câu Kinh Thánh ghi nhớ trong tuần này của bạn. Hãy viết câu Kinh Thánh Ma-thi-ơ 5:12 xuống dưới đây.

Bây giờ, Con đi về cùng Cha, Con nói những điều này ra trong thế gian để họ hưởng trọn niềm vui mừng của Con.

- Giăng 17:13

_____

_____

Tấm lòng của Chúa Giê-xu

Xà lim thật khó chịu - ẩm thấp, mốc meo và đầy muỗi mòng. Những tên lính gác xích Phao-lô và Si-la thì chẳng dễ chịu một chút nào, và những sợi xích nặng nề không cho phép họ tìm được một chỗ nghỉ ngơi thoải mái. Cái lạnh của đêm thấm qua các bức tường. Hai người đàn ông đối mặt với đêm dài tăm tối với cơ bắp nhức mỏi và cái đầu nặng nề, đau đớn. Nhưng Phao-lô không phải là người đắm mình trong hoàn cảnh. Ông không bị đánh gục và mất hy vọng. Giữa xà lim ngục tù ở Phi-líp, ông và Si-la đã trình dâng lời cầu nguyện lên Cứu Chúa của mình. Và khi Đức Chúa Trời gặp gỡ họ trong xà lim, họ đã kinh nghiệm được niềm vui đến đỗi mọi thứ xung quanh trở nên mờ nhạt. Bước vào trong sự thờ phượng, hai chất giọng khàn khàn cất lên giai điệu bài hát, và không lâu sau, cả nhà tù tràn ngập lời ca ngợi khen Chúa Giê-xu. Phao-lô và Si-la ca vang về niềm vui cứu rỗi họ nhận được.

- Công Vụ Các Sứ Đồ 16: 25

---◈---

SÁCH THAM KHẢO
Những phần được lựa chọn trong bài học này được trích dẫn từ cuốn
The Applause of Heaven.

GHI CHÚ
Walter Burkhardt, *Tell the Next Generation* (Ramsey, NJ: Paulist, 1982), 80, trích dẫn trong Brennan Manning, *Lion and Lamb* (Old Tappan, NJ: Chosen, Revell, 1986), 129.

BÀI 6
Cảm Nghiệm Tình Yêu của Chúa Giê-xu

Liệu có hai người nào khác nhau nhiều như thế không?

Ông được tôn trọng. Cô bị khinh miệt.

Ông là lãnh đạo hội thánh. Cô là gái điếm.

Ông tạo ra tiêu chuẩn sống cao đẹp. Cô tạo ra một lối sống phá vỡ những tiêu chuẩn ấy.

Ông tổ chức một bữa tiệc. Cô phá hỏng buổi tiệc ấy.

Hãy bảo những người sống ở Ca-bê-na-um chỉ ra xem trong hai người đó, ai là người sùng đạo hơn. Hẳn là họ sẽ chọn Si-môn. Tại sao, vì xét cho cùng, ông là sinh viên thần học, một người trong hàng giáo phẩm. Ai cũng sẽ chọn ông. Bất cứ ai, ngoại trừ Chúa Giê-xu. Chúa Giê-xu biết rõ cả hai người đó. Và Ngài đã chọn người đàn bà. Chúa Giê-xu thật sự đã chọn người đàn bà. Còn nữa, Ngài còn nói cho Si-môn biết lý do.

Không hẳn vì Si-môn muốn biết lý do. Tâm trí ông đang ở một nơi khác. Làm thế nào con đàn bà dâm đãng này vào được nhà mình cơ chứ? Ông không biết phải quát lên với ai, người đàn bà này hay là đám đầy tớ cho cô ta vào. Xét cho cùng thì bữa tối này cũng là một bữa tối trang trọng. Chỉ có những người được mời mới được phép tới dự mà thôi. Chỉ cho giới thượng lưu. Giới tinh hoa. Ai cho phép kẻ hạ tiện này vào đây vậy?

"Si-môn ơi", Ngài nói với người Pha-ri-si, "Ta có một điều cần nói với con"

"Thưa thầy, xin Thầy cứ dạy." Si-môn đáp.

Rồi Chúa Giê-xu kể cho ông nghe câu chuyện này: "Người chủ nợ kia có hai con nợ. Người này mắc nợ năm trăm đồng bạc, người kia năm chục. Hai người đều không có tiền trả, nên chủ nợ tha cho cả hai. Trong hai người đó ai thương mến chủ nợ hơn?" Si-môn thưa: 'Tôi nghĩ là người được tha món nợ lớn hơn!'

Chúa khen: "Con nói đúng lắm!" Rồi Ngài quay lại phía người nữ và bảo Si-môn: "Con thấy chị này không? Ta vào nhà con, con không cho ta nước rửa chân. Nhưng chị đã đổ nước mắt thấm ướt chân ta rồi lấy tóc mà lau. Con không hôn chào ta, nhưng từ khi ta vào đây chị này đã hôn chân ta không ngớt. Con quên mất phép lịch sự xức dầu cho đầu ta, nhưng chị này lấy loại dầu thơm quý hiếm xức chân ta. Vậy nên, ta bảo cho con biết: Dù tội lỗi chị này nhiều lắm, nhưng đã được tha thứ hết, nên chị yêu mến nhiều. Ai được tha thứ ít thì yêu mến ít." (Lu-ca 7:40-47)

Si-môn mời Chúa Giê-xu đến nhà nhưng đối xử với Ngài với sự thờ ơ, không chút nồng nhiệt. Không phép lịch sự thông thường. Không nụ hôn chào đón. Không rửa chân. Không xức dầu lên đầu.

Bạn đã nghĩ rằng Si-môn người của mọi người thì sẽ bày tỏ tình yêu đó. Chẳng phải ông là một người đáng kính trọng trong đền thờ, một học giả Kinh Thánh sao? Nhưng ông lại lạnh lùng và xa cách. Bạn đã nghĩ rằng người đàn bà đó sẽ tránh mặt Chúa Giê-xu. Không phải cô là người đàn bà của bóng tối, một người đàn bà hư hỏng ở thị trấn này sao? Nhưng cô không thể không bày tỏ tình yêu thương đối với Ngài. Tình yêu của Si-môn đầy giới hạn và kiệt xỉ. Ngược lại, tình yêu của người đàn bà này lại rời rộng và phung phí.

Làm thế nào chúng ta có thể giải thích sự khác biệt giữa hai người này? Bởi giáo dục? Học thức? Hay tiền bạc? Không, cả ba điều đó Si-môn đều vượt xa người đàn bà.

Nhưng có một lĩnh vực mà cô bỏ xa Si-môn. Hãy nghĩ về điều

Vì chúng tôi tin chắc rằng không có sự chết, sự sống, các thiên sứ, các giới quyền lực, việc bây giờ, việc tương lai, các năng lực, bề cao, bề sâu, hay tạo vật nào khác có thể phân rẽ chúng ta khỏi tình yêu thương của Đức Chúa Trời trong Chúa Cứu Thế Giê-xu, Chúa chúng ta..

- Rô-ma 8:38-39

này. Một khám phá mà cô đã tìm ra nhưng Si-môn lại không tìm ra là gì? Báu vật nào cô trân trọng mà Si-môn không hề trân trọng? Đơn giản thôi, đó là tình yêu thương của Đức Chúa Trời. Chúng ta không biết cô nhận được tình yêu đó khi nào. Chúng ta không được biết cách mà cô được nghe nói về tình yêu đó.

Liệu có phải bí quyết để yêu thương là đón nhận tình yêu thương ấy không? Bạn trao ban yêu thương trước tiên bằng việc bạn đón nhận nó. "Chúng ta yêu, vì Đức Chúa Trời đã yêu chúng ta trước" (1 Giăng 4:19).

Bạn khao khát sẽ yêu thương nhiều hơn? Hãy bắt đầu bằng việc chấp nhận địa vị của bạn là một đứa con yêu dấu. "Anh chị em là con yêu dấu của Đức Chúa Trời, hãy cố gắng trở nên giống Chúa. 2Hãy sống trong tình yêu thương như Chúa Cứu Thế đã yêu thương anh chị em." (Ê-phê-sô 5:1-2).

CẢM NGHIỆM TÌNH YÊU CỦA CHÚA GIÊ-XU TRONG TUẦN NÀY

Trước khi đọc tiếp, hãy dành ít thời gian để cầu nguyện.

Lạy Chúa Giê-xu, trong tuần này, xin tình yêu của Ngài - bề sâu, tính bền vững và giá trả của tình yêu ấy - sẽ được thể hiện rõ ràng trong con. Xin giúp con biết làm thế nào để lan truyền tình yêu của Ngài cho những người khác. Xin giúp con yên nghỉ trong sự tin quyết rằng không gì có thể phân rẽ con khỏi tình yêu của Ngài. A-men.

Tuần này, hãy ghi nhớ câu Kinh Thánh Ê-phê-sô 3:18-19 - bằng chứng về tình yêu của Chúa Giê-xu dành cho chúng ta.

Anh chị em có đủ sức để cùng tất cả thánh đồ hiểu thấu chiều rộng, chiều dài, chiều cao, chiều sâu của tình yêu ấy. Và khi biết được tình yêu của Chúa Cứu Thế, là tình yêu vượt quá sự hiểu biết, anh chị em sẽ được đầy dẫy mọi sự sung mãn của Đức Chúa Trời.

CON NGƯỜI THẬT CỦA BẠN

Thật nguy hiểm khi tóm tắt những chân lý vĩ đại chỉ trong một câu, nhưng tôi vẫn thử đây. Nếu một hoặc hai câu có thể diễn tả được sự khao khát của Đức Chúa Trời đối với mỗi chúng ta, thì nó có thể là câu này:

Đức Chúa Trời yêu con người thật của bạn nhưng Ngài không bỏ mặc bạn như vậy. Ngài muốn bạn trở nên giống Chúa Giê-xu.

Đức Chúa Trời yêu con người thật của bạn. Nếu bạn nghĩ rằng Ngài yêu bạn hơn đức tin của bạn mạnh mẽ hơn, thì bạn đã sai rồi. Nếu bạn nghĩ rằng tình yêu của Ngài sẽ sâu sắc hơn nếu suy nghĩ của bạn sâu sắc hơn, thì bạn lại nhầm nữa rồi. Đừng nhầm lẫn giữa tình yêu của Đức Chúa Trời với tình yêu của loài người. Tình yêu của con người thường tăng lên khi thấy thành tích và giảm bớt khi thấy lỗi lầm. Tình yêu của Đức Chúa Trời không giống như vậy đâu. Ngài yêu chính con người bạn.

- Just Like Jesus

NGÀY MỘT – NƠI TÌNH YÊU VÀ SỰ CÔNG CHÍNH GẶP NHAU

MÓN QUÀ CỦA ĐỨC CHÚA TRỜI TỪ THIÊN ĐÀNG

Đức Chúa Trời ban ân điển cho chúng ta vì Ngài yêu chúng ta.

Tình yêu thương ở trong điều này: Không phải chúng đã yêu kính Đức Chúa Trời, nhưng Ngài đã yêu thương chúng ta và sai Con Ngài làm sinh tế hy sinh chuộc tội lỗi chúng ta.

- 1 Giăng 4:10

Làm sao sự bào chữa cho những điều ác lại đến từ thế gian này được? Không thể. Nó không thể đến từ thế gian này được.. Chắc chắn phải đến từ Thiên đàng.

Trong khi ân điển của Chúa Giê-xu dạy chúng ta về vai trò làm con đường của Thiên đàng dẫn chúng ta tới sự cứu rỗi, thì tình yêu của Ngài cho chúng ta biết nguyên do tại sao Ngài lại sẵn lòng cứu chúng ta. Việc hiểu được rằng Đức Chúa Trời ban ân điển cho chúng ta là một chuyện – nhưng nhận biết tại sao Ngài là một Đức Chúa Trời nhân từ lại là một chuyện khiến chúng ta rối trí. Đơn giản thế này thôi: Ngài ban ân điển cho chúng ta vì Ngài yêu chúng ta. Khi chúng ta nhận ra để Chúa Giê-xu bước lên Thập tự giá đòi hỏi tình yêu của Ngài phải lớn ra sao, thì chúng ta sẽ bắt đầu sống tuôn tràn tình yêu của Đức Chúa Trời. Khi chúng ta học bài học của tuần này, chúng ta sẽ sớm nhận ra rằng món quà tình yêu này quá tuyệt vời đến đỗi chúng ta không thể giữ cho riêng mình.

1. Hãy đọc Giăng 3:16-17 và điền vào chỗ trống điều mà đoạn Kinh Thánh này nói về tình yêu thương của Đức Chúa Trời.

Đức Chúa Trời..............thế gian nhiều đến nỗi Ngài..............
Một và duy nhất ....để cho bất cứ ai.................Ngài sẽ không bị..........nhưng nhận được sự sống đời đời. Đức Chúa Trời đã không............Con Ngài vào trong thế gian để.............thế gian tội lỗi, nhưng để cứu thế gian..........Ngài.

Sao Đức Chúa Trời có thể trừng phạt tội lỗi và yêu thương tội nhân? Phao-lô đã làm sáng tỏ điều này: "Vì cơn thịnh nộ của Đức Chúa Trời đã bộc lộ từ trời nghịch lại mọi hình thức không tôn kính Đức Chúa Trời và bất chính của những người lấy bất chính áp chế sự thật" (Rô-ma 1:18). Liệu Đức Chúa Trời có hạ thấp tiêu chuẩn của Ngài xuống để có thể tha thứ cho chúng ta không? Liệu Đức Chúa Trời có ngó lơ và giả bộ như tôi chưa từng phạm tội không? Liệu có phải chúng ta có muốn một Đức Chúa Trời hay thay đổi luật lệ và thiên vị không? Không! Chúng ta muốn một Đức Chúa Trời, là Đấng "không bao giờ thay đổi, cũng không có bóng biến cải nào nơi Ngài" (Gia-cơ 1:17) và là Đấng "không thiên vị ai" (Rô-ma 2:11).

Bên cạnh đó, khi lờ đi tội lỗi chính là tán thành tội lỗi đó. Nếu tôi không phải trả giá gì cho tội lỗi của mình thì tôi sẽ lại tiếp tục phạm tội! Nếu tội lỗi không mang đến sự đau đớn nào thì tôi lại phạm tội nữa! Thật vậy, "chúng ta cứ làm điều ác để có thể đem lại điều lành" (Rô-ma 3:8). Đây có phải là ý định của Đức Chúa Trời không? Thỏa hiệp sự thánh khiết của Ngài và cho phép tội ác của chúng ta tiếp diễn sao?

Tất nhiên là không. Vậy Ngài phải làm gì? Làm thế nào Ngài có thể vừa công bình vừa yêu thương tội nhân được? Làm thế nào Ngài có thể vừa yêu thương vừa hình phạt tội nhân? Làm sao Ngài có thể vừa thoả mãn đòi hỏi của Ngài vừa tha thứ những sai phạm của tôi được? Liệu có cách nào để Đức Chúa Trời có thể tôn vinh sự liêm chính của Thiên đàng mà không quay lưng lại với tôi không?

Đức Chúa Trời được thúc giục phải cứu chúng ta vì hai điều, vì tình yêu của Ngài dành cho chúng ta và trách nhiệm của Ngài là phải xử lý tội lỗi. Ân điển của Ngài là nơi mà tình yêu và sự công bình gặp nhau để cung ứng cho chúng ta sự cứu rỗi.

2. Câu nào sau đây đúng khi nói về sự công bình của Đức Chúa Trời? Hãy dùng các câu Kinh Thánh dưới đây để giúp bạn trả lời. Hãy đánh dấu tất cả các câu trả lời phù hợp.

☐ Đức Chúa Trời phải xét đoán kẻ ác. (Thi Thiên 7:11)
☐ Đức Chúa Trời yêu sự công chính. (Thi Thiên11:7)
☐ Đức Chúa Trời chỉ xét đoán dân sự của Ngài. (Thi Thiên 58:11)
☐ Đức Chúa Trời làm điều thiện và công bình. (Thi Thiên 99:4)

3. Nếu bạn phải viết một biểu đồ hình tròn về tỉ lệ phần trăm tình yêu và sự công chính cần có của Đức Chúa Trời để cứu chúng ta, bạn sẽ chia chúng như thế nào? Tại sao?

_____

_____

QUYẾT ĐỊNH

Sự thánh khiết đòi hỏi tội lỗi phải bị trừng phạt. Sự nhân từ buộc tội nhân phải được thương xót. Làm sao Đức Chúa Trời có thể đáp ứng được cả hai?

Có một minh hoạ đơn giản có thể giúp làm sáng tỏ tình thế tiến thoái lưỡng nan này. Hãy tưởng tượng bạn bị bắt và bị dẫn đến trước mặt quan toà vì tội chạy quá tốc độ cho phép - lần thứ ba trong hai năm. Bạn thừa

Nhưng tình yêu thương của CHÚA hằng còn đời đời cho những người kính sợ Ngài; và sự công chính của Ngài cho con cháu họ.
- **Thi Thiên 103:17**

Tình yêu của Chúa Cứu Thế, là tình yêu vượt quá sự hiểu biết, nhưng tôi cầu nguyện để anh chị em có thể hiểu được tình yêu đó (Ê-phê-sô 3:19).

Thật sai lầm làm sao khi đóng những cái đinh sắc nhọn vào chính bàn tay đã sáng tạo nên trái đất. Và thật không đúng khi Con của Đức Chúa Trời bị buộc phải nghe sự im lặng của Đức Chúa Trời.

Không đúng, nhưng điều đó đã xảy ra.

Chính lúc Chúa Giê-xu ở trên thập tự giá. Đức Chúa Trời khoanh tay đứng nhìn. Ngài quay lưng. Ngài không đoái hoài đến tiếng kêu thất thanh của đứa con vô tội.

Ngài ngồi yên khi tội lỗi của cả thế gian chất trên Con Ngài. Ngài không hề làm gì khi tiếng khóc thảm thiết hơn hàng triệu lần tiếng khóc của Giăng vang lên bầu trời đen: "Đức Chúa Trời con ơi, Đức Chúa Trời con ơi, sao Ngài lìa bỏ con?"

Điều đó có đúng không? Không.
Điều đó có công chính không? Không.
Điều đó có yêu thương không? Có.

- The Applause of Heaven

Vì Chúa là công chính. Ngài yêu điều công chính. Người ngay thẳng sẽ nhìn xem mặt Ngài.

- Thi Thiên 11:7

Ân điển của Đức Chúa Trời là nơi mà tình yêu thương và sự công chính gặp nhau để cung ứng cho chúng ta sự cứu rỗi.

Đức Chúa Trời, bởi huyết của Chúa Cứu Thế Giê-xu đã lập Ngài làm sinh tế chuộc tội cho mọi người tin. Như vậy Đức Chúa Trời đã tỏ ra sự công chính của Ngài bởi lòng khoan nhẫn, bỏ qua những tội phạm trong quá khứ, Ngài cũng bày tỏ ra sự công chính của Ngài trong hiện tại, chứng tỏ Ngài là công chính ngay trong việc xưng công chính người nào đặt lòng tin nơi Đức Chúa Giê-xu.

- Rô-ma 3:25-26

Vì Đức Chúa Trời yêu thương nhân loại, đến nỗi đã ban Con Một của Ngài, để ai tin nhận Đấng ấy sẽ không bị hư mất nhưng được sự sống vĩnh phúc.

- Giăng 3:16

Đức Chúa Trời yêu thương ta vì Ngài chọn yêu thương chúng ta.

nhận điều đó. Bạn đang chạy quá tốc độ - lần nào cũng thế. Tuy nhiên, hãy tưởng tượng khi bước vào trong phòng xử án, bàn tay đẫm mồ hôi, khi bạn nghe vị quan toà đưa ra phán quyết:

"Tôi đã tìm ra một cách để giải quyết sai phạm của anh. Tôi không thể bỏ qua những sai phạm ấy, làm vậy là không công chính. Tôi không thể giả vờ như anh không hề sai phạm ; làm vậy là dối trá. Nhưng đây là điều tôi có thể làm. Trong hồ sơ của chúng tôi, có một người với quá khứ không tì vết. Người ấy chưa bao giờ phạm luật. Không một lỗi lầm. Không một sai phạm nào. Thậm chí người ấy không bị một vé phạt về tội đỗ xe trái phép nào cả. Người ấy tình nguyện đổi hồ sơ với anh. Chúng tôi sẽ thay tên anh vào hồ sơ của người ấy, và thay tên người ấy vào hồ sơ của anh. Chúng tôi sẽ trừng phạt người ấy về sai phạm của anh. Và anh, người phạm lỗi, sẽ được xưng công chính. Người ấy, người công chính, sẽ trở thành người phạm lỗi."

Người này là ai vậy? Kẻ ngốc nghếch nào mà lại làm việc đó vậy?

Để tiếp tục minh hoạ này, hãy tưởng tượng nếu người công chính đó chính là vị thẩm phán. Ông là người sẵn sàng đổi hồ sơ không tì vết của ông cho bạn.

Cũng tương tự như vậy, Chúa Giê-xu yêu chúng ta nhiều đến nỗi Ngài sẵn sàng ban cho chúng ta "hồ sơ trong sạch" của Ngài (một đời sống vô tội) để Ngài nhận lấy hình phạt cho hồ sơ không hoàn hảo của chúng ta. Vị quan toà trong minh hoạ này không có lý do gì để ban ân huệ cho chúng ta. Ông ấy không biết chúng ta. Chắc chắn là ông ấy không mắc nợ gì chúng ta cả – chúng ta tội lỗi, bạn nhớ không? Đức Chúa Trời cũng như vậy.

4. Hãy đọc Rô-ma 3:25-26. Dựa vào những điều bạn vừa đọc, xin cho biết tại sao Đức Chúa Trời lại ban Chúa Giê-xu cho chúng ta? Hãy đánh dấu tất cả các câu trả lời phù hợp..

☐ Đức Chúa Trời ban Chúa Giê-xu làm phương cách tha thứ tội lỗi của chúng ta bằng cách đặt niềm tin vào huyết của sự chết Chúa Giê-xu.

☐ Đức Chúa Trời ban Chúa Giê-xu để bày tỏ rằng Đức Chúa Trời luôn làm điều công chính và công bằng.

☐ Đức Chúa Trời ban Chúa Giê-xu để Ngài có thể xét đoán cách công chính.

☐ Đức Chúa Trời ban Chúa Giê-xu để Ngài xưng công chính cho bất kỳ ai đặt lòng tin nơi Chúa Giê-xu.

Tình yêu của Đức Chúa Trời được sản sinh từ bên trong Ngài, không phải từ điều mà Ngài tìm thấy ở chúng ta. Tình yêu của Ngài là sẵn có tự sinh. Như Charles Wesley đã nói: "Ngài đã yêu chúng ta. Ngài sẽ yêu chúng ta. Bởi vì Ngài sẽ làm vậy."

Có phải Ngài yêu chúng ta vì chúng ta tốt không? Vì chúng ta nhân đức? Hay vì chúng ta có đức tin lớn? Không, Ngài yêu chúng ta vì sự tốt lành, sự nhân từ, và đức tin lớn của Ngài. Giăng đã nói về điều này như sau: "Tình yêu thương ở trong điều này: Không phải chúng ta đã yêu kính Đức Chúa Trời, nhưng Ngài đã yêu thương chúng ta" (1 Giăng 4:10). Những suy nghĩ này có an ủi bạn không? Tình yêu của Ngài không xoay quanh tình yêu của bạn. Tình yêu dạt dào của bạn không làm tình yêu của Ngài tăng thêm. Việc bạn thiếu yêu thương Ngài cũng không làm Ngài bớt yêu bạn.

Sự tử tế của bạn không làm Ngài yêu bạn thêm, và sự yếu đuối của bạn cũng không làm Ngài bớt yêu bạn đi. Điều Môi-se đã nói với dân Y-sơ-ra-ên chính là điều Đức Chúa Trời phán với chúng ta: "Chúa thương xót và lựa chọn anh chị em không phải vì anh chị em đông hơn các dân khác, thực ra anh chị em là dân tộc ít người nhất. Nhưng vì Chúa thương yêu anh chị em" (Phục 7:7-8).

Đức Chúa Trời yêu bạn đơn giản vì Ngài chọn yêu bạn.

Ngài yêu bạn khi bạn không thấy mình đáng yêu.

Ngài yêu bạn khi không có người nào yêu bạn. Những người khác có thể bỏ rơi bạn, xa lánh bạn và ngó lơ bạn, nhưng Đức Chúa Trời vẫn yêu bạn. Lúc nào Ngài cũng yêu bạn. Dù có chuyện gì đi chăng nữa.

Đây là tình cảm của Ngài: "Ta sẽ gọi kẻ không phải là dân ta là dân ta, kẻ chẳng được yêu dấu là yêu dấu" (Rô-ma 9:25).

Đây là lời hứa của Ngài: "Ta đã yêu con với tình yêu muôn thuở, vì thế, ta vẫn tiếp tục bền lòng yêu con" (Giê-rê-mi 31:3).

Trong khi chúng ta có thể hiểu về mặt thần học và về mặt lý trí sự hoán chuyển, được thúc đẩy bởi tình yêu và , được thực hiện trên đồi Gô-gô-tha, nhưng thực tại này cần động chạm tới tấm lòng của chúng ta thì mới hoàn thành tiến trình hoán chuyển ấy. Chúng ta được yêu thương. Hãy để những lời này vang vọng bên tai chúng ta. Chúng ta được yêu thương.

Hãy trở về với CHÚA, Đức Chúa Trời của ông bà, vì Ngài nhân từ, thương xót, chậm giận, kiên định trong tình yêu thương, và vui lòng đổi ý, không giáng tai họa.
- Giô-ên 2:13

5. Hãy đọc các câu Kinh Thánh sau đây. Rồi nối câu Kinh Thánh với điều mà bạn học được về tình yêu của Đức Chúa Trời.

- Ê-sai 54:10   a. Tình yêu của Ngài thật vĩ đại.
- Giô-ên 2:13   b. Ngài yêu chúng ta như con cái Ngài.
- Ê-phê-sô 3:19   c. Tình yêu của Ngài sẽ không bao giờ mất đi.
- 1 Giăng 3:1   d. Tình yêu của Ngài vượt quá sự hiểu biết của chúng ta.

Các con hãy xem, Đức Chúa Cha đã yêu thương chúng ta là dường nào, đến nỗi chúng ta được gọi là con cái Đức Chúa Trời, và thật vậy, chúng ta là con cái Ngài.
- 1 Giăng 3:1

Tình yêu thương vượt qua khoảng cách, và Đấng Christ đi từ cõi đời đời vô hạn để bị giới hạn bởi thời gian, để có thể trở thành một người giữa vòng chúng ta. Ngài không cần phải làm như vậy. Ngài có thể từ bỏ. Và bất cứ lúc nào trong cuộc hành trình Ngài cũng có thể xin được từ bỏ.

Khi Ngài thấy bụng người mẹ quá đỗi chật chội, Ngài cũng có thể dừng lại.

Khi Ngài nhận thấy bàn tay Ngài sẽ nhỏ bé nhường nào, giọng nói Ngài yếu ớt ra sao và dạ dày Ngài sẽ bị đói như thế nào thì Ngài có thể dừng lại. Khi lần đầu phải ngửi mùi khai khai của chuồng gia súc, khi phải chịu những cơn gió lạnh đầu tiên. Ngay lần đầu tiên bị trầy xước đầu gối hay phải xỉ mũi, hắt hơi hay phải nếm những chiếc bánh mì khô khốc, Ngài có thể quay đầu và bỏ đi.

Khi Ngài nhìn thấy sàn nhà đầy bụi bẩn của ngôi nhà ở Na-xa-rét của mình. Khi Giô-sép giao cho Ngài làm việc vặt trong nhà. Khi bạn bè học cùng Ngài ngủ gật trong giờ đọc Kinh Torah, luật pháp của Ngài. Khi hàng xóm lấy tên Ngài để trêu chọcKhi người nông dân lười biếng đổ lỗi cho Đức Chúa Trời về mùa màng thất thu. Bất cứ lúc nào Chúa Giê-xu cũng có thể nói rằng: "Xong chuyện! Thế là đủ rồi! Ta về thôi." Nhưng Ngài đã không làm như vậy.

Ngài đã không làm vậy, vì Ngài là tình yêu thương. Và "tình yêu thương… nín chịu mọi sự" (1 Cô-rinh-tô 13:4-7). Ngài đã chịu đựng khoảng cách ấy.

Chúa Giê-xu đã chịu đựng mọi chuyện vì Ngài yêu chúng ta.

6. . Điều gì khiến bạn muốn dừng lại, từ bỏ và trốn chạy? Tại sao bạn trở lại? Tại sao bạn ở lại?   •

_____

_____

Một vài người trong chúng ta có thể xác định rõ ràng những khoảnh khắc chúng ta biết rõ rằng Đức Chúa Trời yêu chúng ta. Đó có thể là một buổi cắm trại, một cơn phục hưng, một buổi chiều hoàng hôn tuyệt đẹp trên bờ biển, hoặc thậm chí là một sự ấm áp lạ thường giữa lúc chịu một nỗi đau buồn không hề mong đợi đã dẫn bạn đến sự mặc khải

Đây là cách Đức Chúa Trời biểu lộ tình yêu thương của Ngài giữa vòng chúng ta: Đức Chúa Trời đã sai Con Một của Ngài đến thế gian để nhờ Con ấy chúng ta được sống.
- 1 Giăng 4:9

này. Tình yêu của Ngài gặp gỡ chúng ta trongkhi cuộc sống xoay vần, dù chúng ta ở bất cứ đâu, như lời nhắc nhở đầy tươi mới một làn gió nhẹ.

7. Bạn đã bao giờ trải nghiệm khoảnh khắc bạn thực sự hiểu được tình yêu của Chúa Giê-xu không? Hãy thử miêu tả cảm nhận thân mật và sự quen thuộc với tình yêu của Chúa Giê-xu này.

_____

_____

_____

Không có sự sợ hãi trong tình yêu thương, trái lại tình yêu toàn vẹn loại bỏ sợ hãi, vì sợ hãi có hình phạt và ai sợ hãi thì không được toàn vẹn trong tình yêu thương.

- 1 Giăng 4:18

ĐỨC CHÚA TRỜI SAY MÊ BẠN
Có rất nhiều lý do để Đức Chúa Trời cứu bạn: vì sự vinh hiển của chính Ngài, để thỏa đáp sự công chínhcủa Ngài, để minh chứng thẩm quyền tối cao của Ngài. Nhưng một trong các lý do ngọt ngào nhất khiến Đức Chúa Trời cứu bạn là vì Ngài yêu bạn. Ngài muốn có bạn ở bên. Ngài nghĩ rằng bạn là điều tốt đẹp nhất trần đời.

Nếu Đức Chúa Trời có một cái tủ lạnh, ảnh của bạn sẽ được gắn trên cánh tủ. Nếu Ngài có một cái ví, chắc chắn sẽ có ảnh của bạn trong đó. Ngài thương tặng bạn những đoá hoa khi mùa xuân đến và ánh bình minh mỗi sớm mai. Bất cứ khi nào bạn muốn trò chuyện, Ngài sẽ lắng nghe. Ngài có thể sống ở bất cứ đâu trong vũ trụ này, nhưng Ngài đã chọn ở trong lòng bạn…

Bạn của tôi ơi, hãy đối diện với tình yêu Ngài. Ngài yêu bạn vô cùng.

- A Gentle Thunder

Đức Chúa Trời chứng minh tình yêu Ngài dành cho chúng ta bằng cách hy sinh Con Một của Ngài.

PHẢN ỨNG CỦA CHÚNG TA
Việc nhận biết rằng chúng ta không phải làm gì để xứng đáng có được tình yêu của Đức Chúa Trời nhắc nhở chúng ta đừng sống trong sợ hãi rằng sẽ đánh mất nó. Nếu bạn không làm gì để có được nó, vậy thì làm sao những gì bạn làm (hoặc sự thiếu sót củabạn) lại có thể đánh mất tình yêu đó được? Nhiều người sống trong sợ hãi trước sự công chính của Đức Chúa Trời bởi vì họ không bao giờ có thể dung hòa sự công chính với tình yêu của Ngài. Ân điển là nơi cả hai điều này gặp nhau, tạo nên một sự gắn kết không thể phá đổ.

8. Hãy đọc 1 Giăng 4:18 ở cột bên trái và điền vào chỗ trống dưới đây.
"Trong ………….của Đức Chúa Trời, ở đó không có………….., vì tình yêu toàn vẹn của Đức Chúa Trời loại bỏ sự sợ hãi. Đó là…………… khiến một người ……………, nên……………không được toàn vẹn trong người ……………."

Bạn có biết rằng mạng lệnh được Chúa Giê-xu lặp lại nhiều nhất là "Đừng sợ!" không? Bạn có biết rằng mạng lệnh từ Trời rằng đừng sợ hãi xuất hiện trong tất cả các sách trong Kinh Thánh không?

Sứ đồ chỉ ra rằng Thập tự giá chính là sự bảo đảm về tình yêu của Đức Chúa Trời cho chúng ta. "Đức Chúa Trời đã tỏ tình yêu thương Ngài đối với chúng ta, khi chúng ta còn là tội nhân thì Chúa Cứu Thế đã chết thay cho chúng ta." (Rô-ma 5:8). Đức Chúa Trời chứng tỏ tình yêu của Ngài đối với chúng ta qua việc hy sinh Con Một của Ngài.

9. Dựa vào điều bạn vừa đọc, câu nào sau đây đúng khi nói về sự hy sinh của Chúa Giê-xu? Hãy đánh dấu câu trả lời đúng bằng (Đ) và câu trả lời sai bằng (S).
___ Chúa Giê-xu sẵn lòng hy sinh chính Ngài cho chúng ta sau khi chúng ta làm trọn phần việc của mình.
___ Chúa Giê-xu sẵn lòng chết cho chúng ta "khi chúng ta vẫn còn là tội nhân."
___ Chúa Giê-xu không thể hy sinh cho chúng ta cho đến khi chúng ta xưng nhận đức tin nơi Ngài.

10. Việc Chúa Giê-xu chịu chết cho chúng ta khi chúng ta còn là tội nhân mang ý nghĩa như thế nào?

_____

_____

Thuở xưa Đức Chúa Trời đã sai các tiên tri để rao giảng, ngày nay Ngài đã sai Con Ngài đến để chịu chết. Trước kia Ngài uỷ thác cho các thiên sứ đến giúp đỡ, ngày nay Ngài sai Con Ngài đến để chuộc mua. Khi chúng ta sợ hãi, Ngài chỉ vào dòng máu tuôn chảy từ hông và tay chân Ngài và phán rằng: "Đừng sợ!"

11. Chúa Giê-xu sẽ mãi yêu thương chúng ta? Kinh Thánh nói như vậy. Hãy đọc Rô-ma 8:38-39 ở cột trái. Dựa vào những điều bạn vừa đọc, hãy kiểm tra xem câu nào sau đây đúng khi nói về sự liên kết giữa chúng ta với tình yêu của Đức Chúa Trời qua Chúa Giê-xu.

☐ Sự chết không thể phân rẽ chúng ta.

☐ Sự sống không thể phân rẽ chúng ta.

☐ Những việc của hiện tại không thể phân rẽ chúng ta.

☐ Những việc của tương lai không thể phân rẽ chúng ta.

☐ Kẻ quyền lực không thể phân rẽ chúng ta.

☐ Không có điều gì trên thế gian này có thể phân rẽ chúng ta.

Vì chúng tôi tin chắc rằng không có sự chết, sự sống, các thiên sứ, các giới quyền lực, việc bây giờ, việc tương lai, các năng lực, bề cao, bề sâu, hay tạo vật nào khác có thể phân rẽ chúng ta khỏi tình yêu thương của Đức Chúa Trời trong Chúa Cứu Thế Giê-xu, Chúa chúng ta..

-Rô-ma 8:38-39

TRỌNG TÂM BÀI HỌC

* Đức Chúa Trời ban ân điển cho chúng ta vì Ngài yêu chúng ta.

* Ân điển của Đức Chúa Trời là nơi mà tình yêu thương và sự công chính gặp nhau để chúng ta được cứu rỗi.

* Đức Chúa Trời yêu thương chúng ta vì Ngài đã chọn làm điều đó.

* Chúa Giê-xu đã chịu đựng mọi sự vì Ngài yêu chúng ta.

* Đức Chúa Trời chứng minh tình yêu mà Ngài dành cho chúng ta bằng cách hy sinh Con Một của Ngài.

* **Không gì có thể phân rẽ chúng ta khỏi tình yêu thương của Đức Chúa Trời.**

Không điều gì có thể phân rẽ ta khỏi tình yêu thương của Đức Chúa Trời..

Đây là lúc bạn làm quen với câu Kinh Thánh ghi nhớ trong tuần này. Hãy dành vài phút để viết Ê-phê-sô 3:18-19 xuống các dòng kẻ dưới đây.

_____

_____

Chúc tụng Đức Chúa Trời, Cha của Chúa Cứu Thế Giê-xu, Chúa chúng ta, là Đấng đã ban đủ mọi phúc lành thiêng liêng trên trời cho chúng ta trong Chúa Cứu Thế.

-Ê-phê-sô 1:3

Tấm lòng của Chúa Giê-xu

Người có nơi để đi, có việc để làm, có những người cần gặp. Ngài đang trên đường đi đây đó, giảng dạy trong nhà hội Do Thái địa phương, trên bờ biển, và bên sườn đồi trong vùng. Ngài có một thông điệp để truyền đạt, câu hỏi để trả lời, các câu chuyện ngụ ngôn để soạn. Và khi không giảng dạy thì Ngài lắng nghe. Những môn đồ mà Ngài đã lựa chọn, những người bạn thân thiết nhất, và thậm chí là những nhà lãnh đạo tôn giáo đang giành nhau thời gian và sự chú ý của Ngài. Chúa Giê-xu là một người bận rộn. Làm sao Ngài có thể gánh thêm một trách nhiệm nào nữa? Ngài sẽ tìm thời gian ở đâu để cam kết với một cơ hội mục vụ nữa? Ngài không xứng đáng có một khoảng thời gian thư thả, nghỉ ngơi và dành thời gian cho chính mình sao? Trong tình huống tương tự thì việc giáp mặt với một đám đông đang có đầy nhu cầu sẽ là lựa chọn cuối cùng của chúng ta. Nhưng Ngài ở đó, lắng nghe những câu chuyện của những người không có khả năng vận động và những người mù lòa. Nắm tay những người chán nản và mệt mỏi. Rờ chạm lên khuôn mặt của những người tuyệt vọng và sắp chết. Vậy Ngài có nghiến răng và mỉm cười lúc những điều này làm gián đoạn lịch trình của Ngài không? Ngài có buồn chán khi nghe những câu chuyện giống nhau lặp đi lặp lại không? Ngài có cảm thấy bực mình khi những người khác dường như không hề quan tâm đến cảm giác, nan đề và nhu cầu của Ngài không? Không! Những điều đó không bao giờ lọt vào tâm trí Ngài. Mặc dù đối diện với vô số gương mặt, nhưng Chúa Giê-xu vẫn nhìn rõ tấm lòng của từng cá nhân, mỗi cuộc đời đều quý giá, mỗi linh hồn đều bất diệt qua con mắt yêu thương của Ngài.

NGÀY HAI - NHỮNG TẤM LÒNG CHÂN THẬT

HỐI LỖI

Khi chúng ta xem xét tình yêu ở mức độ con người, chúng ta có thể sợ rằng những người khác sẽ không yêu chúng ta nữa khi biết con người thật của chúng ta. Đó là một sự nô lệ – chúng ta không thể cảm thấy được yêu thương một cách trọn vẹn và cũng không thể tự do yêu thương người khác. Tuy nhiên, khi chúng ta kinh nghiệm được tình yêu của Chúa Giê-xu, chúng ta sẽ hiểu được thế nào là sống tự do. Chúa Giê-xu biết mọi điều về chúng ta, cả điều tốt lẫn điều xấu, nhưng Ngài vẫn yêu chúng ta một cách trọn vẹn. Chúng ta được tự do thành thật với Ngài về việc chúng ta là ai – và chúng ta không là ai. Tình yêu của Ngài dành cho chúng ta không bao giờ thay đổi.

Nhưng ngay từ buổi sáng thế, Đức Chúa Trời đã đòi hỏi sự chân thật. Ngài không đòi hỏi sự hoàn hảo, nhưng Ngài mong đợi chúng ta chân thật. Mãi từ thời Môi-se, Đức Chúa Trời đã phán rằng: "Nhưng nếu họ xưng tội của họ và tội của tổ tiên họ, tức là tội phản bội và chống nghịch ta, làm cho ta chống cự họ, đưa họ vào đất kẻ thù – thì… ta sẽ nhớ lại giao ước ta với Gia-cốp, giao ước ta với Y-sác và giao ước ta với Áp-ra-ham và ta cũng sẽ nhớ đến đất của họ" (Lê 26:40-42).

1. Hãy tìm các câu Kinh Thánh sau và viết ra điều bạn học được về ưu tiên của Đức Chúa Trời đối với việc xưng tội của chúng ta.

Thi Thiên 32:5 – "Tôi đã thú tội cùng Ngài, không giấu tội ác tôi. Tôi nói: 'Tôi sẽ xưng tội các sự vi phạm tôi cùng Chúa', và Ngài đã tha thứ tội lỗi gian ác tôi."

_____

vì Chúa hứa: "Ta không bao giờ _____
lìa con, Chẳng bao giờ bỏ con!"
- Hê-bơ-rơ 13:5b

Thi Thiên 38:18 – ""Tôi xưng nhận tội ác của tôi; Tôi buồn rầu vì tội lỗi tôi."

_____

_____

1 Giăng 1:9 – "Nếu chúng ta xưng tội lỗi mình, thì Ngài là Đấng thành tín và công chính để tha thứ tội lỗi chúng ta và thanh tẩy chúng ta sạch mọi điều bất chính."

_____

_____

Charles Robertson đáng lẽ phải ăn năn hối lỗi. Không phải để anh được tha bổng; bởi vì anh ta đã cướp ngân hàng. Nhưng ít nhất anh ta đã không trở thành trò cười của vùng Virginia Beach (một thành phố biển thuộc tiểu bang Virginia, Hoa Kỳ).

Kẹt tiền, Robertson, mười chín tuổi, đã đến Ngân hàng Tiểu bang Jefferson vào một chiều thứ tư, điền vào đơn vay tiền, rồi lại ra về. Hình như anh thay đổi ý định về chuyện vay tiền và chọn một kế hoạch nhanh hơn. Hai giờ sau anh quay lại với một khẩu súng lục, một chiếc túi và một tờ giấy đòi nhân viên nộp hết tiền cho anh ta. Nhân viên thu ngân làm theo, và Robertson có được một túi tiền một cách bất ngờ.

Nhận thấy cảnh sát đang đến rất gần, anh ta lao ra phía cửa trước. Đi được nửa đường đến chỗ cái xe thì anh phát hiện ra mình để quên tờ giấy đòi tiền. Sợ rằng nó có thể trở thành bằng chứng để chống lại mình, anh chạy trở lại vào ngân hàng và vỗ lấy nó từ nhân viên thu ngân. Sau đó, cầm tờ phiếu và tiền trong tay, anh chạy một mạch qua tòa nhà tới chiếc xe đang đỗ của mình. Đó là lúc anh phát hiện ra mình đã để quên chìa khoá trên quầy thu tiền khi quay lại lấy tờ phiếu.

"Bây giờ là lúc hốt hoảng đây!" một thám tử cười thầm.

Robertson cúi người chạy vào trong một nhà vệ sinh của một cửa hàng bán đồ ăn nhanh gần đó. Anh tháo tấm lát trần và giấu tiền và khẩu súng lục 25 li lên đó. Chạy vội qua các ngõ nhỏ và trườn sau những chiếc xe, cuối cùng anh cũng về tới căn hộ của mình, bạn cùng phòng của anh, không hề biết gì về vụ cướp ngân hàng, đã chào đón anh bằng câu: "Mình cần xe đi ra ngoài chút."

Đấy, chiếc xe bỏ trốn của Robertson xe đi mượn. Thay vì thú nhận về tội lỗi và thừa nhận việc làm sai trái của mình, Robertson lại lún sâu hơn xuống vũng bùn.. "Ừm... xe cậu bị mất cắp rồi," anh nói dối.

Trong khi Robertson có vẻ hốt hoảng, thì anh bạn cùng phòng lại đi gọi cho cảnh sát để thông báo về chiếc xe bị mất cắp. Khoảng hai mươi phút sau, một nhân viên cảnh sát phát hiện ra chiếc xe "bị mất cắp" nằm cách ngân hàng vừa bị cướp chỉ một tòa nhà. Thông báo của cảnh sát đã được phát trên đài rằng kẻ cướp ngân hàng đã bỏ quên chìa khoá. Nhân viên cảnh sát này nối kết hai vấn đề với nhau và lấy chìa khoá thử mở chiếc xe. Chiếc xe đã khởi động.

Các thám tử tìm đến địa chỉ của người thông báo mất xe. Họ tìm thấy Robertson ở đó. Anh nhận tội và bị buộc tội cướp ngân hàng và phải ngồi tù. Không được tại ngoại. Không vay viếc gì nữa. Không đùa.

Có những ngày, làm việc lương thiện thật không dễ chút nào. Thậm chí làm một việc xấu đúng cách thôi cũng còn khó hơn. Robertson không đơn độc. Chúng ta cũng đã làm những việc tương tự. Có thể chúng ta không lấy tiền, nhưng chúng ta lợi dụng người khác, hoặc kiểm soát người khác, hoặc không quan tâm tới cảm nhận của người khác, và rồi giống như tên trộm, chúng ta bỏ trốn. Lao xuống các ngõ hẻm của sự gian trá. Ẩn mình sau những cao ốc công-việc-cần-phải-làm và hạn-phải-nộp. Mặc dù chúng ta cố gắng hành động một cách bình thường, nhưng bất cứ ai đứng gần nhìn vào cũng có thể nhận ra chúng ta đang trốn chạy: mắt láo liên, bàn tay cựa quậy không yên, chúng ta nói năng một cách bồn chồn. Cố gắng che đậy tội lỗi, chúng ta ủ mưu tính kế và cảm thấy lúng túng, thay đổi chủ đề và thay đổi phương hướng. Chúng ta không muốn ai biết sự thực này, đặc biệt là Đức Chúa Trời.

1. Những lĩnh vực nào trong cuộc sống mà nhiều người bị cám dỗ muốn che giấu sự thật? Hãy đánh dấu tất cả các câu trả lời phù hợp.

☐ Sự chính trực trong công việc.
☐ Bản khai báo tài chính cuối năm để nộp thuế.
☐ Sự thành thật trong các mối quan hệ.
☐ Cải thiện hình ảnh của bản thân.
☐ Tránh xa lời trách mắng.

2. Hãy đọc Thi Thiên 51:3-5 và điền vào chỗ trống về lời xưng tội của Đa-vít.
..............là Đấng mà con phạm tội cùng. Con đã................ điều Ngài phán   là............ Ngài là..............khi Ngài tuyên án và công bình khi ....

3. Dựa vào những điều bạn vừa đọc về tấm gương của Đa-vít, định nghĩa của Kinh Thánh về việc "xưng nhận" tội lỗi của chúng ta là gì?

_____
_____
_____

Tôi cầu xin, bởi đức tin, Chúa Cứu Thế ngự trong lòng anh chị em để khi đã đâm rễ và lập nền trong tình yêu thương, anh chị em có đủ sức cùng tất cả thánh đồ hiểu thấu chiều rộng, chiều dài, chiều cao, chiều sâu của tình yêu ấy. Và để biết được tình yêu của Chúa Cứu Thế, là tình yêu vượt quá sự hiểu biết, anh chị em sẽ được đầy dẫy mọi sự sung mãn của Đức Chúa Trời.

- Ê-phê-sô 3:17-19

Vì tôi nhận biết các vi phạm tôi, tội lỗi tôi hằng ở trước mặt tôi. Tội đã phạm tội cùng Ngài, chỉ một mình Ngài thôi. Tôi đã làm điều ác trước mặt Ngài, cho nên Ngài là công bình khi tuyên án, Ngài là chính đáng khi phán xét. Thật vậy, tôi vốn gian ác từ khi sinh ra, tôi vốn tội lỗi từ khi được hoài thai trong bụng mẹ.

- Thi-thiên 51:3-5

SỰ ĂN NĂN

Sự ăn năn là một yếu tố cần thiết trong mối tương giao yêu thương của chúng ta với Đức Chúa Trời qua Đấng Christ. Chúng ta không thể giả bộ là một người nào khác với Ngài. Ngài biết rõ chúng ta. Nhưng hơn hết mọi điều, Ngài yêu chúng ta vô cùng. Hành động ăn năn tội lỗi của chúng ta với Ngài mang chúng ta đến gần Ngài hơn - nhận biết rằng chúng ta được yêu thương sâu sắc chỉ bởi một Đấng có thể giúp đỡ chúng ta trong sự yếu đuối của mình.

Hạt giống của Đức Chúa Trời tăng trưởng tốt hơn trên mảnh đất là tấm lòng được dọn sạch.

Ăn năn đối với linh hồn chúng ta chẳng khác nào việc chuẩn bị đất cho câu trồng vậy. Trước khi người nông dân gieo hạt giống trên diện tích đất của mình, người ấy dọn sạch những đá sỏi và nhổ hết các gai góc Ông biết rằng hạt giống sẽ mọc tốt hơn khi đất được chuẩn bị kỹ càng. Sự ăn năn là hành động mời Đức Chúa Trời bước vào mảnh đất tấm lòng chúng ta. "Cha ơi, có một hòn đá của sự tham lam ở đây. Con không thể lay chuyển được nó. Còn cái cây tội lỗi ở cạnh hàng rào thì sao ạ? Rễ của nó dài và sâu lắm. Con có thể chỉ cho Ngài những khu đất khô cằn, quá cứng cỏi đến mức hạt giống không mọc lên được không ạ?" Hạt giống của Đức Chúa Trời phát triển tốt hơn nếu mảnh đất tấm lòng được dọn sạch.

Đừng trông chờ thái độ của bạn thay đổi khi hoàn cảnh thay đổi.

Và rồi Cha và Con cùng nhau bước trên cánh đồng, đào xới và nhổ cỏ, chuẩn bị một tấm lòng kết quả. Sự ăn năn mời Cha hành động trên mảnh đất linh hồn.

3. Tại sao việc "chuẩn bị tấm lòng" bằng việc ăn năn tội lỗi lại là việc làm cần thiết?

_____

_____

4. Tại sao việc "chuẩn bị tấm lòng" bằng việc ăn năn tội lỗi lại là việc làm cần thiết?

_____

_____

_____

5. Dựa vào những điều bạn đã học đến lúc này, khi Chúa Giê-xu quan sát mảnh đất lòng bạn, mảnh đất ấy đang ở tình trạng nào? Hãy đánh dấu tất cả các câu trả lời phù hợp.

☐ Đất đá sỏi, nó làm chậm sự phát triển của bạn vì rễ không thể mọc sâu hơn.

☐ Mảnh đất cứng cỏi, khó nhận được sự đụng chạm của Đức Chúa Trời - cứng lòng.

☐ Cỏ lùng của sự lo lắng làm nghẹt ngòi khả năng tăng trưởng của chúng ta.

☐ Những vùng đất khô hạn và cần cỗi, khao khát nước của Lời Ngài.

☐ Những góc tối bị quá khứ che khuất làm mặt trời không thể chiếu xuống được.

☐ Những khoảng đất bị bỏ hoang cần được nhổ cỏ và tưới nước thường xuyên hơn để có thể ra trái.

☐ Mảnh đất màu mỡ, sạch sẽ, được nhổ cỏ và được tưới nước đầy đủ.

SỰ THỜ PHƯỢNG CHÂN THẬT

Xưng tội là tìm kiếm sự tha thứ của Đức Chúa Trời, chứ không phải sự ân xá. Tha thứ hàm chứa sự thừa nhận tội lỗi; sự ân xá, có nguồn gốc từ một từ Hi Lạp có nghĩa tương tự với từ "chứng hay quên", là quên đi một vi phạm có thật mà không cần đến sự thừa nhận tội lỗi. Sự ăn năn thừa nhận sai lầm và cầu xin sự tha thứ; sự ân xá phủ nhận điều sai trái và tuyên bố vô tội.

Nhiều môi miệng cầu xin sự tha thứ trong khi thực tế thì tuyên bố mình được ân xá

6. Hãy đọc Thi Thiên 51:7-12. Dựa vào những điều bạn vừa đọc, câu nào sau đây đúng khi nói về nhu cầu cần được tha thứ của chúng ta, và câu nào sai? Hãy đánh dấu câu trả lời đúng bằng (Đ) và câu trả lời sai bằng (S).

_____ Tội lỗi làm tấm lòng chúng ta trở nên dơ dáy.

_____ Đức Chúa Trời chỉ có thể khiến chúng ta trở nên trong sạch khỏi tội lỗi được nhiêu đó thôi – chúng ta không thể hoàn toàn trong sạch được.

_____ Đức Chúa Trời có thể khôi phục sự vui mừng của chúng ta

_____ Đức Chúa Trời không thể xoá sạch tất cả tội lỗi của chúng ta.

_____ Đức Chúa Trời có thể tạo ra một tấm lòng trong sạch từ một tấm lòng không trong sạch.

Khi chúng ta không tcảm thấy có nhu cầu được sự tha thứ, sự thờ phượng của chúng ta trở nên nguội lạnh (tại sao phải cảm tạ Đức Chúa Trời về ân điển mà chúng ta không cần đến chứ?) và đức tin của chúng ta trở nên yếu đuối (Tôi sẽ tự giải quyết những sai lầm của mình, cảm ơn). Chúng ta giỏi giữ Đức Chúa Trời ở bên ngoài hơn là mời Ngài bước vào trong. Các buổi sáng Chúa nhật chúng ta luôn tất bật với việc ăn mặc tươm tất cho sự thờ phượng, chuẩn bị đầu tóc cho sự thờ phượng, chuẩn bị quần áo cho sự thờ phượng, thế còn việc chuẩn bị tâm linh thì sao?

Tôi có đang sai lầm khi nói rằng nhiều người trong chúng ta tham dự buổi thờ phượng trong trạng thái bận rộn, tất bật không? Tôi có nói điều gì đó không phù hợp khi đề cập rằng nhiều người trong chúng ta tiêu phí cuộc đời mình trong trạng thái bận rộn, tất bật không?

Tôi có đang nói quá khi tuyên bố rằng: "Ân điển hàm nghĩa bạn sẽ không còn phải chạy đua nữa!" không? Đó là chân lý. Ân điển hàm nghĩa cuối cùng chúng ta được an toàn khi nhìn vào con người bề trong của mình.

HÌNH MẪU CỦA CHÂN LÝ

Bây giờ chúng ta hãy xem xét sự ăn năn (và sự tha thứ) thật tác động đến cuộc đời của một môn đồ như thế nào. Bạn có nhớ Phi-e-rơ không? Phi-e-rơ, người "đã rút gươm ra và đã chối Chúa" ấy. Môn đồ mà phút trước còn khoe khoang mà phút sau đã chạy trốn ấy? Ông ngủ gật lúc đáng lẽ phải cầu nguyện. Ông chối Chúa vào lúc ông cần phải bênh vực. Ông nguyền rủa vào lúc cần phải an ủi. Ông bỏ chạy khi ông cần phải đứng lại. Chúng ta nhớ Phi-e-rơ là người đã quay đầu bỏ chạy, nhưng chúng ta có nhớ rằng ông cũng là người đã trở lại và ăn năn không? Chúng ta cần nhớ điều đó.

Tôi có một câu hỏi dành cho bạn.

Làm thế nào các tác giả của Tân Ước biết được tội lỗi của ông? Ai đã cho họ biết về sự phản bội của ông? Và, quan trọng hơn, làm thế nào họ biết chi tiết, cụ thể như vậy? Ai đã nói với họ về đứa đầy tớ gái đứng ở cổng và những người lính sưởi ấm bên đống lửa? Làm sao Ma-thi-ơ biết được rằng chính chất giọng của Phi-e-rơ đã khiến ông bị nghi ngờ? Làm sao Lu-ca biết được Chúa Giê-xu liếc nhìn Phi-e-rơ? Ai đã nói với cả bốn tác giả về tiếng gà gáy và giọt nước mắt tuôn chảy?

Đức Thánh Linh? Tôi cho là như vậy. Đó chỉ có thể là do mỗi tác giả đều biết được khoảnh khắc ấy thông qua sự thần cảm từ Chúa. Hoặc

Chúng ta yêu thương vì Đức Chúa Trời đã yêu thương chúng ta trước.

Ân điển hàm nghĩa bạn không cần phải chạy đua nữa.

Có một điều gì đấy sâu thẳm trong mỗi chúng ta luôn khao khát được quay trở lại với mối tương giao với Chúa Giê-xu.

TÌNH YÊU THƯƠNG TREO TRÊN THẬP TỰ GIÁ

Đức Chúa Trời nhìn quanh ngọn đồi và thấy trước được cảnh tượng. Ba người bị treo trên ba cây thập tự giá. Tay dang ra. Đầu gục xuống. Họ kêu van với tiếng gió.

Những người đàn ông mặc quân phục lính ngồi trên đất gần chỗ ba người …

Những người đàn bà bị sự đau khổ bao trùm đang tụ tập dưới chân đồi… mặt đẫm đìa nước mắt.

Cả Thiên Đàng đứng lên chiến đấu. Mọi tạo vật đều yêu cầu sự giải cứu. Tất cả cõi đời đời đều sẵn sàng bảo vệ. Nhưng Đấng Sáng Tạo không đưa ra mạng lệnh nào.

"Việc ấy phải được hoàn tất …" Ngài phán, và rút lui.

Các thiên sứ lại nói nữa. "Đáng lẽ việc ấy phải bớt đau đớn hơn…"

Đấng Tạo Hoá nhẹ nhàng ngắt lời. "Nhưng như thế thì không còn là yêu thương nữa."

- In the Eye of the Storm

giả có thể mỗi tác giả đã được nghe lời thú tội chân thành của chính kẻ phản bội. Phi-e-rơ đã phơi bày tội lỗi của chính mình. Giống như kẻ cướp nhà băng, ông làm việc sai trái rồi bỏ chạy. Không giống như tên cướp ấy, Phi-e-rơ dừng lại và suy nghĩ. Ở đâu đó trong bóng tối ở Giê-ru-sa-lem, ông từ bỏ việc chạy trốn, quỳ gối xuống, vùi mặt vào bàn tay và ngừng trốn chạy.

Nhưng ông không chỉ từ bỏ việc trốn chạy, mà ông còn cởi mở lòng mình. Ông trở lại căn phòng mà Chúa Giê-xu đã bẻ bánh và ban chén nước nho cho các môn đồ. (Điều này nói lên nhiều điều về những môn đồ đã cho phép Phi-e-rơ quay trở lại.)

Ông ở đó, cơ thể vạm vỡ của ông che kín khung cửa. "Hỡi anh em, tôi có một vài thứ phải vứt bỏ khỏi lòng mình." Và đó là lúc họ được biết về đống lửa, về người đầy tớ gái và cái nhìn của Chúa Giê-xu. Đó là lúc họ được nghe biết về môi miệng đã nguyền rủa Chúa và tiếng gà gáy. Đó là cách họ đã nghe về câu chuyện này. Chính ông đã phơi bày tất cả.

Nếu bạn đã kinh nghiệm về Chúa Giê-xu, bạn biết một điều đúng đắn ấy là: bạn không thể chạy trốn khỏi Ngài. Tận trong sâu thẳm, bạn thậm chí thật sự không muốn chạy trốn mặc dù trên thực tế bạn giả vờ làm như bạn muốn lắm vậy. Có một điều gì đó bên trong bạn khao khát được trở về với mối tương giao với Ngài.

Nhưng Đức Chúa Trời đã tỏ tình yêu thương Ngài đối với chúng ta, khi chúng ta còn là tội nhân thì Chúa Cứu Thế đã chết thay cho chúng ta.
- Rô-ma 5:8

Đối với nhiều người, cuộc sống là một khu rừng.

7. Dựa vào Rô-ma 2:4, câu nào sau đây đúng? Hãy đánh dấu tất cả các câu trả lời phù hợp.
☐ Đức Chúa Trời làm cho chúng ta xấu hổ đến nỗi phải ăn năn tội lỗi mình.
☐ Đức Chúa Trời dùng mưu kế để khiến chúng ta phải ăn năn.
☐ Sự nhân từ của Đức Chúa Trời "yêu thương" chúng ta đến nỗi chúng ta ăn năn tội lỗi mình.

8. Bạn sẽ hoàn thành các câu sau như thế nào?
"Đối với tôi, tình yêu của Chúa Giê-xu giống như…."
a. hiểu về hành tinh này – Tôi không thể nào hiểu được.
b. Một kỷ niệm thời thơ ấu với bài hát hồi bé tôi đã hát.
c. Một điều gì đó sẽ bị lấy khỏi tôi nếu tôi không hoàn hảo.
d. Không khí mà tôi đang thở - tôi không thể sống thiếu nó.

Ngày xưa có hai nông dân nọ không thể sống thuận hoà với nhau. Một khe núi rộng chia cắt hai trang trại của họ, nhưng như một dấu hiệu về việc không thích nhau, mỗi bên đã xây một hàng rào bên cạnh vực sâu để tránh xa người kia.

Tuy nhiên, cuối cùng, thì con gái của nhà bên này lại gặp con trai của nhà bên kia và đôi trẻ đem lòng yêu nhau. Để chứng minh mình không bị chia cắt bởi sự giận hờn của cha họ, họ đã phá bỏ hàng rào và dùng gỗ vốn để xây hàng rào làm một cây cầu bắc ngang qua khe núi.

Sự xưng tội cũng vậy. Tội lỗi đã được xưng nhận trở thành cây cầu mà nhờ đó chúng ta có thể bước trở lại với sự hiện diện của Đức Chúa Trời.

Hay ngươi khinh thường lòng đầy nhân từ, khoan dung và nhẫn nại của Ngài mà không nhận biết rằng sự nhân từ của Đức Chúa Trời là để dẫn ngươi đến hối cải sao?
- Rô-ma 2:4

9. Dựa vào Ê-sai 1:18-19, hãy nối câu bên phải với lẽ thật ở cột bên trái.
- Mặc dù tội lỗi chúng ta đỏ như máu…
- Mặc dù tội lỗi chúng ta đỏ như hồng điều…
- Nếu chúng ta sẵn lòng vâng lời Đức Chúa Trời…

a. Ngài sẽ ban phước cho chúng ta.
b. Ngài sẽ làm chúng ta trắng như tuyết.
c. Ngài sẽ làm chúng ta trắng như lông chiên.

Sự xưng tội xây một cây cầu qua đó chúng ta có thể bước trở lại vào sự hiện diện của Đức Chúa Trời.

10. Hình ảnh này nói với chúng ta điều gì về việc Đức Chúa Trời có thể phục hồi chúng ta một cách hoàn toàn?

_____

_____

Giống như hai người yêu nhau trong câu chuyện này. Đức Chúa Trời kêu gọi chúng ta phá đổ bất cứ điều gì phân rẽ mối tương giao của chúng ta với Ngài và "dùng nó làm cầu nối dẫn chúng ta đến với Ngài." Tình yêu phải được sẻ chia! "Nếu chúng ta xưng tội lỗi mình, thì Ngài là Đấng thành tín và công chính để tha thứ tội lỗi chúng ta và thanh tẩy chúng ta sạch mọi điều bất chính" (1 Giăng 1:9).

Tôi có thể hỏi thẳng bạn một câu không? Bạn đang giữ bí mật nào với Đức Chúa Trời? Có khía cạnh nào trong cuộc đời bạn đã vượt quá giới hạn? Có căn gác nào chất đầy thứ nọ thứ kia và bị khóa chặt không? Có điều gì trong quá khứ và hiện tại bạn hy vọng rằng bạn và Đức Chúa Trời không bao giờ phải thảo luận về nó không?

Hãy học bài học từ tên cướp: bạn càng chạy xa bao nhiêu thì mọi việc lại càng trở nên tồi tệ bấy nhiêu. Hãy học lấy bài học từ Phi-e-rơ: Bạn càng sớm nói với Chúa Giê-xu bao nhiêu thì bạn càng nói cho người khác về Ngài nhiều bấy.

Khi bạn ở trong cái nắm giữ thật chặt của ân điển, bạn được tự do để thành thật. Hãy tra xét lòng mình trước khi mọi việc trở nên tồi tệ. Hẳn bạn sẽ vui vì đã làm vậy

CHÚA phán: "Bây giờ, chúng ta hãy đến, tranh luận với nhau: dù tội lỗi ngươi đỏ như vải điều sẽ trở nên trắng như tuyết. Dù đỏ như màu đỏ thẫm, sẽ trắng như lông chiên. Nếu các ngươi mong muốn và vâng lời, các ngươi sẽ ăn sản vật tốt lành của đất.

- Ê-sai 1:18-19

TRỌNG TÂM BÀI HỌC
* **Hạt giống của Đức Chúa Trời tăng trưởng tốt hơn nếu mảnh đất tấm lòng được dọn sạch qua sự ăn năn.**
* **Ân điển hàm nghĩa bạn sẽ không phải trốn chạy nữa.**
* **Có một điều gì đó sâu thẳm trong mỗi chúng ta luôn khao khát được quay trở lại trong mối tương giao với Chúa Giê-xu.**
* **Sự xưng tội xây dựng một cây cầu mà qua đó chúng ta có thể bước trở lại vào trong sự hiện diện của Đức Chúa Trời.**
* **Đừng che giấu tội lỗi của bạn khỏi Đức Chúa Trời. Hãy xưng chúng ra thì Ngài sẽ tha thứ cho bạn.**

Giờ là lúc ôn tập một chút. Câu Kinh Thánh ghi nhớ trong tuần của bạn là Ê-phê-sô 3:18-19. Hãy dành ít phút để viết nó xuống dòng kẻ dưới đây.

_____

_____

Đừng che giấu tội lỗi của bạn khỏi Đức Chúa Trời. Hãy xưng chúng ra thì Ngài sẽ tha thứ cho bạn.

Tấm lòng của Chúa Giê-xu

Cô cảm thấy bực khi nhìn thấy Ngài đi trên con đường của cô. Rõ ràng là cô đã hy vọng được ở một mình trong ít phút. Khi Ngài xin cô nước uống, cô đã cư xử đủ lịch sự, nhưng Ngài nhìn thấy lưng cô cứng lại. Có phải cô thấy khó chịu vì phải làm thêm việc hay ngạc nhiên vì Ngài đã xin cô cho uống nước hay e sợ khi một người đàn ông Do Thái lại lờ đi những tục lệ xã hội. Đôi mắt cô bị che khuất bởi sự thất vọng, bất mãn và vô tín. Cô dường như quá mệt mỏi với cuộc sống, cứ như thể cô đã không còn muốn quan tâm tới điều gì nữa. Dù vậy, cô đã đủ dũng cảm để giả bộ với Ngài--né tránh câu hỏi của Ngài và đặt ra những câu hỏi nghe có vẻ thông minh. Cho đến khi Ngài đi vào trọng tâm của vấn đề. Ngài biết rõ quá khứ, hoàn cảnh hiện tại và nhu cầu lớn nhất của cô. Ngài đã nhìn thấy khao khát sâu thẳm bên trong cô – Ngài biết khao khát ấy vẫn ở đó. Vậy nên, Chúa đã thay đổi lộ trình, và đi ngang qua miền thù địch chỉ vì

Ngài cứu chuộc mạng sống tôi khỏi mồ sâu; lấy tình yêu thương và thương xót làm mão triều đội cho tôi.

- Thi Thiên 103:4

cô. Ngài đã sắp xếp lại lộ trình của Ngài để có mặt tại chính cái giếng đó, vào ngày đó giờ đó, bởi vì Ngài yêu thương người phụ nữ sẽ có mặt ở đó. Cô cần phải kinh nghiệm được tình yêu của Chúa Giê-xu. Và cô đã kinh nghiệm.

NGÀY BA – SỨC NẶNG CỦA LÒNG CĂM THÙ

ẤN ĐỊNH TỈ SỐ

Hàng tuần Kevin Tunell được yêu cầu phải gửi một đô-la cho một gia đình mà anh thà quên họ đi còn hơn. Họ đã đòi anh trả 1,5 triệu đô-la nhưng cuối cùng thống nhất là 936 đô, sẽ được trả một đôla một lần. Gia đình đó yêu cầu Tunell phải thanh toán vào ngày thứ Sáu hàng tuần để anh không thể quên được điều gì đã xảy ra vào cái ngày thứ Sáu đầu tiên năm 1982 đó.

Đó là cái ngày mà con gái họ bị giết hại. Tunell bị kết tội ngộ sát và lái xe khi say rượu. Lúc đó anh mười bảy tuổi. Cô gái đó mười tám tuổi. Tunell đã phải tuân theo phán quyết của toà án. Anh cũng dành bảy năm tham gia cuộc vận động chống lại việc lái xe khi say rượu, nhiều hơn sáu năm so với bản án yêu cầu. Nhưng anh vẫn quên việc phải gửi tiền.

Người đầy tớ quỳ xuống van lạy: 'Xin ngài hoãn lại cho tôi, tôi sẽ trả hết'. Vua động lòng thương xót, thả người đầy tớ ấy ra và tha hết nợ.
- Ma-thi-ơ 18:26-27

Việc phải bồi thường mỗi tuần phải kéo dài đến năm 2000. Mười tám năm. Tunell làm một tờ ngân phiếu mang tên nạn nhân, gửi nó cho gia đình cô gái, và tiền được gửi vào một quỹ học bổng.

Gia đình đó đã đưa anh ra toà bốn lần về việc không tuân giữ thoả thuận. Sau mỗi lần xuất hiện, Tunell phải ở trong tù ba mươi ngày. Anh khăng khăng nói rằng anh không phải là người không tuân theo yêu cầu nhưng anh thà làm vậy thay vì bị ám ảnh bởi cái chết của cô gái và bị dằn vặt bởi những lời nhắc nhở. Anh đã để nghị gửi cho gia đình bị hại hai hộp ngân phiếu đủ để trả tiền nộp phạt cho đến năm 2001, thêm một năm so với yêu cầu. Họ từ chối. Cái họ cần không phải là tiền, mà là sự hối cải.

Người mẹ nói: "Tôi muốn nhận tiền đúng giờ hàng tuần. Thằng bé cần phải ghi nhớ điều mà nó đã gây ra cho con gái tôi hàng tuần cho mười tám năm ngắn ngủi của cuộc đời con bé."

1. Tại sao chúng ta thường đòi hỏi một kiểu "trả giá" nào đó khi liên hệ đến chuyện phải tha thứ cho những người đã làm tổn thương chúng ta sâu sắc?

_____

_____

2. Hãy tìm các câu Kinh Thánh sau đây và viết ra điều bạn học được về mối liên hệ giữa tội lỗi và việc trả nợ.

Lê-vi -Ký 26:15-16– "Nếu các ngươi khước từ các quy luật ta, nếu tâm hồn các ngươi ghét bỏ luật lệ ta để khỏi làm theo mọi điều răn ta và vì thế vi phạm giao ước ta, thì đây là những điều ta sẽ làm cho các ngươi; ta sẽ thình lình giáng trên các ngươi cơn khủng khiếp."

_____

_____

Ha-lê-lu-gia! Hãy cảm tạ Chúa vì Ngài là thiện; Tình yêu thương kiên trì của Ngài còn mãi mãi.
- Thi Thiên 106:1

Thi Thiên 49:8 – "Vì giá cứu chuộc mạng sống họ quá mắc, người sẽ chẳng bao giờ trả nổi."

_____

_____

Rô-ma 6:23 – "Vì tiền công của tội lỗi là sự chết"

_____
_____
_____

Rô-ma 8:24-25 – "Trong niềm hy vọng đó chúng ta đã được cứu; nhưng hy vọng mà đã thấy rồi thì không còn là hy vọng nữa; vì điều gì người ta thấy thì còn hy vọng gì nữa? Nhưng nếu chúng ta không thấy điều chúng ta hy vọng thì chúng ta tha thiết trông chờ trong kiên trì."

_____
_____

Sự thù ghét thật phi lý.

TÌNH YÊU CỦA NGÀI THÊM NĂNG LỰC CHO CHÚNG TA

Bản chất tự nhiên của con người là muốn trả thù. Tuy nhiên, Đức Chúa Trời kêu gọi chúng ta thành những con người siêu nhiên. Ân điển của Đức Chúa Trời dành cho chúng ta đòi hỏi chúng ta và thực sự ban năng lực để chúng ta có thể sống nhân từ với những người khác. Nếu chúng ta kinh nghiệm được tình yêu của Ngài qua Đấng Christ, Ngài mong muốn chúng ta hành động một cách yêu thương với những người khác – cho dù họ có vẻ không xứng đáng ra sao đi nữa.

"Thế còn người cha đã bỏ rơi tôi từ khi còn nhỏ thì sao?"

"Và người vợ đã bỏ tôi chỉ vì một hình mẫu mới thì sao?"

"Và ông chủ sa thải tôi khi con tôi đang đau ốm thì sao?"

Thầy Giê-xu đã làm họ im lặng lắng nghe khi giơ tay lên và bắt đầu kể câu chuyện người đầy tớ hay quên.

3. Hãy đọc Ma-thi-ơ 18:23-35. Chúa Giê-xu chính là người chủ hào phóng trong câu chuyện ngụ ngôn này, Ngài giải thoát chúng ta khỏi một món nợ lớn mà chúng ta không bao giờ có thể trả. Tuy nhiên, người đàn ông trong câu chuyện này giống chúng ta hơn chúng ta nhận biết về mình. Dù được tha nợ, nhưng ông lại rời đi và sống y như một người vẫn còn bị đe dọa tịch thu tài sản vậy.

Người đầy tớ đã nói về tình trạng khó khăn của mình như thế nào? (câu 26)

_____
_____

Người chủ đáp lại ra sao? (câu 27)

_____
_____

Người đầy tớ không tha thứ này đã trả lời những người nợ tiền ông ta ra sao? (câu 28-31)

_____
_____

Có một điều gì đó không đúng trong bức tranh này. Đây là hành động của người vừa được tha nợ hàng triệu sao? Bóp cổ người chỉ nợ mình vài đồng thôi sao? Đây là những lời nói của người vừa được giải phóng sao? "Hãy trả tiền ông nợ của tôi mau!"

Quyết định này thật vô lý.

Nhưng lòng thù ghét chẳng bao giờ có lý cả.

NGUYÊN TẮC 7:47

Sự thù hận không có chỗ trong đời sống của Cơ Đốc nhân. Sau khi chúng ta được tha thứ quá nhiều, làm sao chúng ta lại không tha thứ cho người khác? Sự thù hận thật vô lý. Nhưng Nguyên tắc 7:47 lại rất có lý. Nguyên tắc 7:47 là gì?

Hãy đọc câu 47 của Lu-ca chương 7: "Ai được tha thứ ít thì yêu

TẤT CẢ NHỮNG GÌ BẠN TÌM ĐƯỢC LÀ TÌNH YÊU.

Nước thì phải ướt. Lửa thì phải nóng. Bạn không thể lấy sự ẩm ướt ra khỏi nước mà vẫn có nước được. Bạn không thể lấy hơi nóng ra khỏi lửa mà vẫn có lửa được.

Cũng vậy, bạn không thể lấy tình yêu thương khỏi [Đức Chúa Trời]... mà vẫn có Ngài hiện diện được. Vì Ngài đã.... và vẫn luôn là... Tình Yêu Thương.

Hãy thăm dò sâu bên trong Ngài. Hãy khảo sát mọi ngõ ngách. Tìm kiếm mọi khía cạnh. Tình yêu là tất cả những gì bạn tìm thấy. Hãy đến điểm khởi đầu của những quyết định Ngài đã đưa ra và bạn sẽ thấy nó. Hãy đến với kết thúc của mọi câu chuyện mà Ngài đã kể và bạn sẽ thấy nó.

Tình yêu thương.

Không cay đắng. Không xấu xa. Không tàn ác. Chỉ có tình yêu. Tình yêu không tì vết. Một tình yêu tha thiết. Một tình yêu tinh sạch và bao la. Ngài là tình yêu thương.

- In the Eye of the Storm.

Chúng ta đã được tha thứ quá nhiều. Tại sao chúng ta lại không thể tha thứ cho người khác?

mến ít." Giống như chiếc máy bay phản lực lớn có thể chở hàng trăm hành khách, Nguyên tắc 7:47 có những chiếc cánh rộng. Giống như phương tiện bay, lẽ thật này có thể đưa bạn lên một tầm cao mới. Hãy đọc lại một lần nữa. "Ai được tha thứ ít thì yêu mến ít." Nói cách khác, chúng ta không thể ban cho thứ chúng ta chưa hề nhận. Nếu chúng ta chưa từng đón nhận tình yêu thương, thì làm sao chúng ta có thể yêu người khác được chứ?

Nhưng, hãy xem thử chúng ta thường ráng sức ra sao! Cứ như thể chúng ta có thể "gọi hồn" tình yêu bằng sức mạnh của ý chí tuyệt đối. Cứ như thể bên trong chúng ta có nhà máy chưng cất tình cảm mà chỉ cần đút một cây củi hay một chút lửa là đủ. Chúng ta đẩy củi vào và thổi phù phù với sự kiên quyết. Chiến thuật tiêu biểu của chúng ta khi đối phó với một mối quan hệ bị trục trặc là gì? Ráng thêm nữa. "Người bạn đời của tôi cần sự tha thứ? Tôi không biết, nhưng tôi sẽ tha thứ."

"Tôi không quan tâm gã ăn bám đó đã làm tổn thương tôi nhiều như thế nào, nhưng tôi sẽ tử tế với anh ta."

"Tôi có bổn phận phải yêu người lân cận sao? Được thôi! Tôi sẽ yêu vậy."

Vì vậy chúng ta ráng sức. Nghiến răng. Phồng má. Chúng ta ráng yêu thương dù tình yêu đó khiến chúng ta không sống nổi! Và nó làm thế với chúng ta thật.

CHÚA chậm giận, dư dật tình yêu thương, tha thứ tội lỗi và sự phản nghịch.

- Dân Số Ký 14:18a

4. Hãy viết lại Nguyên tắc 7:47 bằng ngôn từ của bạn.

_____
_____

Có khi nào chúng ta đã bỏ lỡ một bước nào đó không? Có thể nào bước đầu tiên của yêu thương không phải là hướng về người mà hướng về Ngài không? Có phải bí quyết để yêu thương là nhận lãnh tình yêu đó không?

Thế thì, như anh chị em đều trổi hơn trong mọi sự: Trong đức tin, lời nói, kiến thức, nhiệt thành mọi mặt và lòng yêu thương chúng tôi, thì cũng hãy làm trổi hơn trong việc ân phúc này.

- 2 Cô-rinh-tô 8:7

5. Hãy đọc những câu hỏi sau đây ở cột bên trái. Rồi nối nó với lẽ thật ở cột bên phải nhằm minh hoạ cho Nguyên tắc 7:47 bằng hành động.

___ Khao khát trở nên người yêu thương hơn?   a. Phi-líp 2:6-7
___ Muốn học cách tha thứ?   b. Ê-phê-sô 5:1-2
___Muốn ưu tiên quyền lợi của người khác trước tiên?   c. 2 Phi-e-rơ 3:9
___ Cần kiên nhẫn hơn?   d. Ê-phê-sô 4:32
___Cần rộng lượng hơn?   e. Lu-ca 6:35
___Cần khoan dung hơn?   f. 2 Cô-rinh-tô 8:7

Vì Ta sẽ tha thứ tội ác chúng, và ta sẽ không còn nhớ tội lỗi chúng nữa

- Giê-rê-mi 31:34

6. Khi nói về điều bạn cần nhất trong đời, đức tính nào quan trọng nhất đối với bạn: yêu thương, tha thứ, vô vị kỷ, nhẫn nại? Và bạn nghĩ rằng Nguyên tắc 7:47 có thể giúp đỡ cho lĩnh vực cụ thể đó trong đời sống bạn như thế nào?

_____
_____
_____

TÌNH YÊU THƯƠNG CỦA ĐẤNG CHRIST
- LIỀU THUỐC CHỮA HẬN THÙ

Khi chúng ta say mê và kinh nghiệm được tình yêu của Đấng Christ, một trong những kết quả sẽ là việc chúng ta yêu người khác hơn. Khao khát yêu thương và tha thứ họ một cách phi lý và không thể lý giải được thay thế cho sự cay đắng theo thời gian. Kinh Thánh phán rằng khi chúng ta cảm nghiệm sự tha thứ lớn lạ mà chúng ta đã nhận được, thì chúng ta có thể yêu thương người khác nhiều hơn (Lu-ca 7:47). Tuy nhiên, nếu chúng ta vẫn chưa nhận ra sức nặng của món nợ của chính mình với Đức Chúa Trời, chúng ta sẽ hẹp hòi trong tình yêu của mình với người khác.

Việc tin rằng chúng ta đã được tha thứ và được xóa nợ hoàn toàn và mãi mãi hiếm khi làm chuyện dễ dàng. Ngay cả khi chúng ta đứng trước ngôi Ngài và nghe điều đó từ chính môi miệng Ngài, chúng ta vẫn nghi ngờ.

Hình như đó là nan đề của người đầy tớ. Anh vẫn cảm thấy mình bị mắc nợ. Chúng ta có thể giải thích thế nào về hành vi của anh? Thay vì tha thứ cho người mắc nợ, thì anh lại bóp cổ người ấy! "Tôi sẽ bóp nát anh ra để lấy tiền!" Anh không thích nhìn thấy bản mặt của người đàn ông này. Tại sao? Vì người đàn ông này nợ anh nhiều quá phải không? Tôi không nghĩ như vậy. Anh ghét người đàn ông này vì người đàn ông này nhắc anh nhớ đến món nợ của anh với Người Chủ.

7. Hãy đọc Giê-rê-mi 31:34. Dựa vào điều bạn vừa đọc, điền vào chỗ trống câu Kinh Thánh nói về việc Đức Chúa Trời nhớ đến tội lỗi của chúng ta.

Đức Chúa Trời sẽ...............tội lỗi chúng ta - kể cả tội lỗi gian ác nhất mà chúng ta đã gây ra. Thực tế, khi Ngài tha thứ chúng ta, Ngài phán rằng Ngài sẽ...............tội lỗi chúng ta...........

Vấn đề là nếu trước hết chúng ta không đón nhận tình yêu thì làm sao chúng ta có thể yêu thương người khác? Ở ngoài Chúa thì "lòng người ta là dối trá hơn mọi vật" (Giê-rê-mi 17:9 NIV). Thứ tình yêu có thể cứu vãn hôn nhân không có trong chúng ta. Thứ nhiệt tâm gìn giữ tình bạn cũng không thể tìm thấy trong lòng của chúng ta. Chúng ta cần sự giúp đỡ từ một nguồn bên ngoài. Một sự truyền thụ. Chúng ta có yêu như Đức Chúa Trời vẫn yêu không? Thế thì chúng ta phải bắt đầu bằng việc đón nhận tình yêu của Đức Chúa Trời.

Chúng ta, những người giảng dạy Lời Chúa, đã có lỗi vì đã bỏ qua bước đầu tiên. "Hãy yêu thương nhau!" chúng ta giảng cho hội thánh như vậy. "Hãy nhẫn nại, nhân từ, tha thứ!" chúng ta kêu gọi họ. Nhưng việc bảo mọi người hãy yêu thương mà không nói cho họ biết rằng họ đã được yêu cũng giống như bảo họ viết ngân phiếu mà không gửi tiền vào tài khoản cho họ vậy. Chẳng thế mà rất nhiều mối quan hệ bị "bội chi". Những tấm lòng thiếu thốn tình yêu. Sứ đồ Giăng đã đưa ra hình mẫu về một trình tự đúng đắn. Ông gửi tiền vào tài khoản trước khi bảo họ viết ngân phiếu. Trước tiên, gửi tiền trong tài khoản: "Đây là cách Đức Chúa Trời biểu lộ tình yêu thương của Ngài giữa vòng chúng ta: Đức Chúa Trời đã sai Con Một của Ngài đến thế gian để nhờ Con ấy chúng ta được sống. Tình yêu thương ở trong điều này: Không phải chúng ta đã yêu kính Đức Chúa Trời, nhưng Ngài đã yêu thương chúng ta và sai Con Ngài làm sinh tế hy sinh chuộc tội lỗi chúng ta." (1 Giăng 4:9-10). Và sau khi đã gửi một khoản tiền cọc đẩy sự can đảm và có tính chất mở mắt chúng ta như vậy, thì Giăng đã kêu gọi bạn và tôi hãy lấy quyển ngân phiếu ra: "Các con yêu dấu! Nếu Đức Chúa Trời đã yêu thương chúng ta như thế, thì chúng ta cũng nên yêu thương nhau." (câu 11).

Bí quyết để yêu thương là yêu như chúng ta được yêu. Đây chính là bước đầu tiên hay bị bỏ quên trong các mối liên hệ.

8. Thật không dễ dàng để lúc nào cũng nhẫn nại, nhân từ và tha thứ người khác. "Bí quyết" để bày tỏ tình yêu thương theo cách này là gì?

_____
_____
_____

> **Để có thể yêu như Chúa đã yêu, trước hết chúng ta cần nhận lấy tình yêu của Ngài.**

> *Nhưng tôi tin cậy nơi tình yêu thương của Ngài. Lòng tôi vui mừng trong sự giải cứu của Ngài.*
> *- Thi Thiên 13:5*

> **Khi bạn muốn một ai đó phải trả giá cho những gì họ đã gây ra cho bạn, thì hãy nhớ rằng – có một Đấng đã trả giá rồi.**

ĐỨC CHÚA TRỜI YÊU BẠN THA THIẾT

Không bị trói buộc bởi thời gian, Ngài có thể nhìn thấy hết thảy chúng ta. Từ những khu rừng xa xôi hẻo lánh của bang Virginia đến những khu buôn bán sầm uất của thủ đô London; từ những tên cướp biển đến các nhà du hành vũ trụ, từ những người sống trong hang hóc đến các vị vua. Từ những người xây dựng lều trại thô sơ tới những người chỉ huy xếp những chồng đá, Ngài nhìn thấy hết thảy chúng ta. Tất cả những kẻ lang thang và những người đầu đường xó chợ, Ngài cũng nhìn thấy chúng ta trước khi chúng ta được sinh ra.

Và Ngài yêu điều mà Ngài nhìn thấy. Đầy trìu mến.Đấng tạo lên các vì sao quay về phía chúng ta, từng người một, và phán rằng: "Con là con ta. Ta yêu con tha thiết. Ta biết rằng một ngày nào đó con sẽ rời bỏ ta mà đi. Nhưng ta muốn con biết rằng, ta đã chuẩn bị một con đường để con trở về."

- In the Grip of Grace

Bạn của bạn không giữ lời hứa? Ông chủ của bạn không giữ lời hứa? Tôi rất tiếc, nhưng trước khi bạn làm gì, hãy trả lời câu hỏi này: Đức Chúa Trời đã phản ứng thế nào khi bạn không giữ lời hứa của mình?

Bạn bị lừa dối? Thật đau lòng khi bị lừa dối. Nhưng trước khi bạn nắm chặt bàn tay lại, hãy nghĩ xem: Đức Chúa Trời đã phản ứng thế nào khi bạn lừa dối Ngài?

Bạn đã bị bỏ mặc ư? Bị lãng quên ư? Bị bỏ rơi ư? Sự hắt hủi làm ta đau đớn. Nhưng trước khi bạn trả thù, hãy thành thật với chính mình. Bạn đã bao giờ hờ hững với Đức Chúa Trời chưa? Có phải lúc nào bạn cũng lưu tâm đến ý muốn của Ngài không? Không ai trong chúng ta làm được vậy. Đức Chúa Trời đã phản ứng thế nào khi chúng ta thờ ơ với Ngài?

Chìa khoá để tha thứ cho người khác là đừng tập trung vào những điều mà họ đã gây ra cho bạn, nhưng bắt đầu tập trung vào những điều mà Đức Chúa Trời đã làm cho bạn.

Nhưng, Max à, điều đó không công bằng! Ai đó phải trả giá cho những điều mình đã gây ra chứ!

Tôi đồng ý. Ai đó phải trả giá. Và Ai Đó đã trả giá rồi.

Tình yêu của Chúa Giê-xu là tình yêu hành động. Tình yêu tạo ra sự thay đổi. Tình yêu thúc đẩy sự chữa lành. Tình yêu ban cho người mắc nợ sự tự do để tha thứ cho những người mắc nợ khác.

9. Câu nào sau đây đúng khi nói về điều mà Đức Chúa Trời đã làm cho chúng ta và tại sao nó đúng? Hãy đánh dấu tất cả các câu trả lời phù hợp. Sử dụng các câu Kinh Thánh dưới đây để giúp bạn trả lời.

☐ Sự tha thứ của Chúa là tối thượng (Hê-bơ-rơ 10:18)

☐ Sinh tế là Chúa Giê-xu cất đi mọi tội lỗi của chúng ta. (1 Giăng 2:2)

☐ Sự hy sinh của Chúa Giê-xu minh chứng cho một tình yêu đích thực. (1 Giăng 4:10)

Ngài có loại bỏ các con thú dữ không? Không, nguy hiểm vẫn rình rập.

Chúa Giê-xu không ban hy vọng qua việc biến đổi khu rừng; Ngài khôi phục lại hy vọng của chúng ta qua việc ban cho chúng ta chính Ngài. Và Ngài hứa sẽ ở cùng chúng ta cho đến khi tận thế. "Ta hằng ở cùng các con luôn cho đến tận thế" (Ma-thi-ơ 28:20).

TRỌNG TÂM BÀI HỌC

* Lòng thù hận không bao giờ là hợp lý.

* Chúng ta đã được tha thứ quá nhiều. Vậy tại sao chúng ta lại không thể tha thứ cho người khác?

* Để có thể yêu thương như Chúa đã yêu, trước hết chúng ta cần phải đón nhận tình yêu của Ngài.

* Khi bạn muốn một ai đó phải trả giá cho những gì họ đã gây ra cho bạn, thì hãy nhớ rằng – có một Đấng đã trả giá đó rồi.

Chúng ta hãy ôn lại câu Kinh Thánh hôm nay bằng việc điền vào chỗ trống.

"Anh chị em có .... cùng tất cả thánh đồ hiểu thấu chiều ...., chiều ...., chiều........., chiều .... của tình yêu ấy. Và để biết được .... của Chúa Cứu Thế, là tình yêu vượt quá sự ...., anh chị em sẽ được .... mọi sự sung mãn của ...." – Ê-phê-sô 3:18-19

Tấm lòng của Chúa Giê-xu

Chúa Giê-xu có cơ hội để được bao quanh bởi những điều tốt nhất và tươi sáng nhất mà thế gian này mang lại. Khi Ngài bắt đầu chức vụ, Ngài có thể tạo ra một đội ngũ làm việc ăn ý (dreamteam) gồm những người nam và người nữ đồng lòng phục vụ cho Ngài. Ngài có thể nhận hồ sơ để tìm ra những ứng viên tràn đầy năng lượng, tận tâm và có tinh thần đồng đội nhất. Ngài có thể tạo ra những tấm lòng sẵn sàng chịu dạy dỗ và khả năng đáp ứng những yêu cầu của công việc hơn. Chỉ cần liếc qua lòng của một người là Ngài có thể biết được họ có khả năng để giảng dạy, chia sẻ tin lành và truyền giáo hay không. Ngài đã có thể dùng phương cách tốt đó là kí hợp đồng với một đặc trách thanh niên, một điều phối viên mục vụ thiếu nhi và thậm chí là một mục sư phụ trách mảng hành chính. Nhưng Ngài đã không làm vậy. Hãy nhìn những người đàn ông và phụ nữ đang vây quanh Chúa Giê-xu! Họ cứ không hiểu được ý Chúa . Dường như họ không thể tin tưởng người lãnh đạo của mình. Họ luôn luôn bỏ qua lời Ngài. Và cuối cùng, tất cả bọn họ đều bỏ rơi Ngài. Chúng ta hầu như không thể trông đợi điều gì từ nhóm người làm mục vụ như thế này. Vậy tại sao Chúa Giê-xu lại chọn đám người này làm bạn đồng hành thiết nhất của Ngài? Bởi vì Ngài yêu họ. Và Ngài biết rằng tình yêu của Ngài có thể biến cải họ trở thành những người mà Đức Chúa Trời có thể sự dụng một cách mạnh mẽ.

> *Hãy cảm tạ Chúa vì Ngài là thiện; vì tình yêu thương của Ngài tồn tại đời đời.*
>
> *- Thi Thiên 136:1*

NGÀY BỐN – MỘT TÌNH YÊU ĐÁNG ĐỂ TRAO BAN CHO

NĂNG LỰC ĐỂ YÊU

Nhiều người bảo chúng ta phải yêu thương. Chỉ có Đức Chúa Trời mới có thể ban cho chúng ta năng lực để yêu.

> *1 Cô-rinh-tô 13 mô tả tình yêu vô hạn của Đấng Christ.*

Chúng ta biết Đức Chúa Trời muốn chúng ta làm gì. "Đây là điều răn của Ngài: ....phải yêu thương nhau" (1 Giăng 3:23). Nhưng làm thế nào chúng ta có thể yêu người khác? Làm sao chúng ta có thể tử tế với người đã không giữ lời thề nguyện? Với những người không tử tế với chúng ta? Làm sao chúng ta có thể kiên nhẫn với những hạng người kền kền hay hạng người dịu dàng kiểu con nhím? Làm sao chúng ta có thể tha thứ cho những kẻ đào mỏ, và những kẻ đâm lén sau lưng mà chúng ta gặp, yêu và cưới? Làm sao chúng ta có thể yêu thương như Đức Chúa Trời đã yêu? Chúng ta muốn. Chúng ta khao khát. Nhưng làm sao chúng ta làm được điều đó?

Bằng cách sống bởi mình được yêu. Bởi tuân theo Nguyên tắc 7:47 mà chúng ta vừa mới ôn lại trong Ngày Ba: Đón nhận trước, rồi yêu thương sau.

1. . Tại sao tha thứ và yêu thương lại đi ngược với bản chất của con người?

_____

_____

Chúng ta hãy mang nguyên tắc này lên trên "đỉnh núi Everest" của những bức thư tình. Không chỉ một người coi 1 Cô-rinh-tô 13 là chương đẹp nhất trong Kinh Thánh. Không có lời nào động chạm đến tấm lòng yêu thương của con người hơn là những câu này. Và không có câu nào nói lên trọng tâm của chương này hơn câu 4 đến câu 8.

2. Hãy đọc 1 Cô-rinh-tô 13:4-8 và điền vào chỗ trống về phẩm chất của tình yêu thương.

Tình yêu thương hay ...., tình yêu thương ....,

Tình yêu thương hay nhẫn nhục, tình yêu thương nhân từ, không ghen ghét, không khoe khoang, không kiêu ngạo, không khiếm nhã, không tìm tư lợi, không dễ nóng giận, không ghi nhớ việc ác, không vui về việc bất chính nhưng chung vui trong sự thật. Tình yêu thương dung thứ mọi sự, tin tưởng mọi sự, hy vọng mọi sự, chịu đựng mọi sự.

- 1 Cô-rinh-tô 13:4-7

Dù núi dời, dù đổi chuyển, nhưng tình yêu thương ta dành cho ngươi sẽ không đổi; giao ước bình an của chúng ta cũng không thay. Chúa Đấng thương xót ngươi phán như vậy.

- Ê-sai 54:10

SỨC MẠNH TÌNH YÊU THƯƠNG CỦA ĐỨC CHÚA TRỜI

Có rất nhiều nhân vật trong vở kịch "Có điều gì có thể khiến ta hết yêu con không?" Đức Chúa Trời hỏi. "Này, ta nói thứ tiếng của con, ngủ trên trái đất của con và cảm nhận nỗi đau của con. Hãy nhìn xem Đấng sáng tạo ra âm thanh và ánh sáng khi Ngài hắt hơi, ho và sổ mũi. Con tự hỏi rằng liệu ta có hiểu cảm giác của con không? Hãy nhìn vào đôi mắt đang nhảy múa của đứa trẻ ở Na-xa-rét; đó chính là Đức Chúa Trời đang đến trường. Hãy suy ngẫm về đứa trẻ chập chững bên bàn ăn của Ma-ri, đó là Đức Chúa Trời đang làm đổ sữa ra bàn.

"Con tự hỏi rằng tình yêu của ta sẽ tồn tại bao lâu phải không? Hãy tìm câu trả lời trên chiếc thập tự bị gãy thành từng mảnh, trên ngọn đồi lởm chởm. Hãy ngước mắt lên! Đó chính là ta, Đấng Sáng Tạo của con, Đức Chúa Trời của con, đã bị đóng đinh và máu chảy. Bị phỉ nhổ và bao phủ bởi tội lỗi.

"Đó là tội lỗi của con mà ta đang cảm nhận. Đó là sự chết của con mà ta đang trải qua. Đó là sự phục sinh của con mà ta đang sống lại. Ta yêu con nhiều biết dường nào."

- In the Grip of Grace

không ...., không ...., không ...., không ...., không tìm........,, không dễ ....,, không ghi nhớ ....,, không vui về việc ...., nhưng chung vui trong .... Tình yêu thương .... mọi sự, ... mọi sự, ..., mọi sự, ...,,mọi sự.

Vài năm trước, một người nào đó thách thức tôi thay thế từ tình yêu thương trong đoạn Kinh Thánh này bằng tên của tôi. Tôi đã thử và thành một kẻ nói dối. "Max hay nhịn nhục, Max hay nhân từ. Max không ghen tị, anh ấy không khoe mình, chẳng lên mình kiêu ngạo..." Đủ rồi! Dừng lại ngay! Những lời ấy sai hết. Max không nhịn nhục. Max không nhân từ. Hãy hỏi vợ và các con tôi. Có thể Max là một người vô cùng thô lỗ! Đó là nan đề của tôi.

Và trong nhiều năm đó là nan đề của tôi với đoạn Kinh Thánh này. Đoạn Kinh Thánh đưa ra một tiêu chuẩn mà tôi không thể đáp ứng được. Không ai có thể đáp ứng được. Không ai có thể đáp ứng được cả, ngoại trừ Đấng Christ. Không phải đoạn Kinh Thánh này miêu tả về tình yêu vô hạn của Đức Chúa Trời sao? Hãy thay thế danh xưng Đấng Christ vào từ tình yêu thương, và xem liệu nó có đúng không.

Chúa Giê-xu hay nhịn nhục, Chúa Giê-xu hay nhân từ. Chúa Giê-xu chẳng ghen ty, chẳng khoe mình, chẳng lên mình kiêu ngạo. Chúa Giê-xu chẳng làm điều trái phép, chẳng kiếm tư lợi, chẳng nóng giận, chẳng nuôi dưỡng sự dữ, chẳng vui về điều không công bình, nhưng vui trong lẽ thật. Chúa Giê-xu hay dung thứ mọi sự, tin mọi sự, trông cậy mọi sự, nín chịu mọi sự. Chúa Giê-xu trường tồn bất diệt.

3. Dựa vào 1 Cô-rinh-tô 13, thuộc tính nào sau đây bạn thực hành một cách kiên định nhất với những người khác? Hãy đánh dấu tất cả các câu trả lời phù hợp.

☐ Nhân từ
☐ Nhịn nhục
☐ Khiêm nhường
☐ Đáng tin cậy
☐ Hay tha thứ

4. Thuộc tính nào trong những thuộc tính mô tả tình yêu thương của Chúa Giê-xu này làm bạn chú ý nhất? Đó có phải là một khía cạnh trong tình yêu thương của Đức Chúa Trời mà bạn khao khát mình thể hiện không?

_____
_____

LÝ DO CHÚA GIÊ-XU ĐẾN

Ngài yêu bạn. Đó là lý do Ngài đến.

Đó là lý do Ngài chịu đựng khoảng cách giữa chúng ta. "Tình yêu thương... nín chịu mọi sự."

Đó là lý do Ngài đã chịu đựng sự chống nghịch của chúng ta. "Tình yêu thương ...nín chịu mọi sự."

Đó là lý do Ngài đã bước bước cuối cùng của Sự Nhập thể: "Đức Chúa Trời đã làm cho Đấng vốn chẳng biết tội lỗi trở nên tội lỗi vì chúng ta, hầu cho chúng ta nhờ Đấng đó mà được trở nên sự công bình của Đức Chúa Trời" (2 Cô-rinh-tô 5:21 NIV).

Tại sao Chúa Giê-xu làm vậy? Chỉ có một câu trả lời thôi. Và câu trả lời đó chỉ có một từ. Yêu. Và tình yêu thương của Đấng Christ "dung thứ mọi sự, tin mọi sự, trông cậy mọi sự, nín chịu mọi sự" (1 Cô-rinh-tô 13:7).

Hãy suy nghĩ về điều đó một chút. Hãy dành một chút uống nó

vào. Uống vào thật sâu. Đừng chỉ nhấm nháp. Đây là lúc để nuốt vào. Đây là lúc để tình yêu thương của Ngài phủ che mọi điều trong cuộc đời của bạn. Mọi bí mật. Mọi tổn thương. Mọi giờ gian ác, mọi phút lo âu.

Những buổi sáng bạn thức dậy trên giường của một người lạ? Tình yêu của Ngài sẽ che phủ điều đó. Những năm bạn nuôi dưỡng định kiến và kiêu ngạo? Tình yêu của Ngài sẽ che phủ điều đó. Mọi lời hứa bị phá vỡ, hút chích ma túy, ăn trộm ăn cắp. Mọi lời nói cáu giận, mọi lời chửi rủa, mọi lời cay nghiệt. Tình yêu của Ngài sẽ che phủ tất cả.

Hãy để tình yêu của Chúa Giê-xu khoả lấp mọi điều trong cuộc đời bạn.

Hãy để Ngài làm điều đó. Hãy cùng khám phá với tác giả Thi Thiên: "Ngài ... đội cho tôi bằng tình yêu thương và sự nhân từ" (Thi Thiên 103:4). Hãy hình dung một chiếc xe tải khổng lồ chở đầy yêu thương. Bạn đang ở đằng sau. Đức Chúa Trời nâng thùng xe lên cho đến khi tình yêu bắt đầu tuôn đổ. Ban đầu thật chậm, xuống dần, xuống dần, xuống dần cho đến khi bạn bị che lấp, chôn vùi, bao phủ trong tình yêu của Ngài.

"Này, anh đâu rồi?" ai đó hỏi.

"Tôi đây, tình yêu phủ hết người tôi rồi đấy!"

Hãy để tình yêu Ngài che phủ mọi sự.

Hãy làm điều đó vì lợi ích của Ngài. Cho sự vinh hiển của Danh Ngài.

Hãy làm điều đó vì lợi ích của bạn. Cho sự bình an của lòng bạn.

Và hãy làm điều đó vì lợi ích của họ. Cho những người trong cuộc đời bạn. Hãy để tình yêu của Ngài tuôn đổ trên bạn đến đỗi tình yêu của bạn có thể tuôn tràn trên họ.

5. Hãy tìm các câu Kinh Thánh sau đây và viết ra điều bạn học được về tác động tổng thể của tình yêu thương Đức Chúa Trời lên đời sống tội lỗi của chúng ta.

1 Cô-rinh-tô 6:11 – "Nhưng nhờ danh Chúa Cứu Thế Giê-xu và trong Đức Thánh Linh của Đức Chúa Trời chúng ta, anh chị em đã được rửa sạch, được thánh hoá và được tuyên xưng công chính."

_____

_____

Con đã tiết lộ Danh Cha cho họ và sẽ còn bày tỏ thêm, để tình Cha thương con ở trong họ và để con còn ở trong họ mãi.

- Giăng 17:26

1 Tê-sa-lô-ni-ca 5:23 – "Nguyện xin chính Đức Chúa Trời bình an thánh hoá anh chị em một cách toàn diện. Nguyện tâm linh, tâm hồn và thân thể anh chị em được gìn giữ trọn vẹn, không có gì đáng trách trong ngày Chúa Cứu Thế Giê-xu, Chúa chúng ta quang lâm."

_____

_____

Hê-bơ-rơ 9:13-14 – "Vì nếu huyết của dê đực và bò đực cùng tro bò cái tơ đem rảy trên người ô uế còn thánh hoá họ cho được thanh sạch về thân xác, thì huyết của Chúa Cứu Thế là Đấng nhờ Thánh Linh đời đời dâng hiến chính mình Ngài như một sinh tế không tì vết cho Đức Chúa Trời càng có hiệu lực muôn phần hơn, để thanh tẩy lương tâm chúng ta khỏi những công việc chết để phụng sự Đức Chúa Trời hằng sống."

_____

_____

YÊU THƯƠNG KẺ THÙ NGHỊCH

Trong Thế Chiến Thứ Nhất, một người lính Đức Quốc Xã bị rơi xuống một hố đạn pháo ở vùng xa xôi hẻo lánh. Ở đó, anh ta tìm thấy một kẻ địch đang bị thương. Tên lính bị ngã người bê bết máu và chỉ sống được vài phút nữa. Cảm động bởi tình cảnh khốn khổ của người đàn ông này, người lính Đức đã cho anh ta uống nước. Qua sự tử tế đơn giản bé này, một mối quan hệ được phát triển. Người đàn ông sắp chết chỉ vào túi

Anh chị em hãy nhân từ, thương cảm lẫn nhau, tha thứ nhau như Đức Chúa Trời đã tha thứ anh chị em trong Chúa Cứu Thế.

- Ê-phê-sô 4:32

chiếc áo sơ mi của mình, người lính Đức lấy ra một chiếc ví và trong đó có vài tấm ảnh gia đình. Anh ta cầm những tấm ảnh để người đàn ông bị thương có thể nhìn ngắm những người thân yêu lần cuối. Dù với súng đạn ác liệt trên đầu, và chiến tranh xung quanh, nhưng hai kẻ thù này, trong một khoảnh khắc ngắn ngủi, đã trở thành những người bạn.

Điều gì đã xảy ra trong hố đạn pháo vậy? Tất cả tội ác đã chấm dứt sao? Hay là tất cả những điều sai trái trở nên đúng đắn? Không. Điều đã xảy ra chỉ đơn giản là: Hai kẻ địch đã nhìn nhau như đang nhìn những con người cần sự giúp đỡ. Đây là sự tha thứ. Tha thứ khởi đầu bằng việc vượt lên trên cuộc chiến tranh, nhìn vượt xa hơn những bộ quân phục, và lựa chọn việc nhìn người kia, không phải như nhìn một kẻ thù, thậm chí không phải như nhìn một người bạn, mà chỉ đơn giản là nhìn nhau như những người lính đang khao khát được bình an trở về với gia đình.

6. Hãy đọc Ê-phê-sô 4:32 và điền vào chỗ trống về phản ứng của chúng ta đối với những người làm tổn thương chúng ta.

Anh chị em hãy ...., ... lẫn nhau, ... nhau như .... đã tha thứ anh chị em trong ....

....

Nhiều người bảo chúng ta phải yêu thương. Chỉ nhờ năng lực của Đức Chúa Trời thì chúng ta mới có thể yêu.

Hãy gọi nó là một sự nghiện ngập xấu xa. Chúng ta bắt đầu thói quen một cách ngây thơ, tự nuông chiều những sự tổn thương của mình bằng tặng nó vài liều giận dữ. Không nhiều đâu, chỉ một hai mũi kim thù hận thôi mà! Sự hả giận làm tê liệt sự tổn thương, vì vậy chúng ta lại quay lại để chích thêm vài liều và lần sau thì liều lượng tăng lên. chúng ta khinh bỉ không chỉ những việc anh ta đã làm, mà còn cả con người anh ta nữa. Chúng ta lăng mạ. Sỉ nhục. Nhạo báng anh ta. Sự giận dữ được tiếp thêm sức mạnh. Bị kích thích bởi sự hiểm ác, vai trò của chúng ta bị đảo ngược. Chúng ta không phải là nạn nhân, chúng ta là kẻ chiến thắng. Cảm giác thật dễ chịu. Chẳng mấy chốc chúng ta ghét anh ta và ghét cả bất cứ ai thích anh ta. ("Đàn ông đều là những kẻ đểu giả." "Kẻ truyền đạo nào cũng hám lợi." "Đàn bà không đáng tin.") Bước tiếp theo ta có thể đoán được. Sự tổn thương biến thành lòng căm thù, và lòng căm thù biến thành cơn thịnh nộ giống như việc chúng ta trở thành những kẻ nghiện ma tuý, không thể sống một ngày mà không chích vào mạch máu của mình sự cố chấp và cay đắng.

Môi miệng anh chị em đừng thốt ra một lời ác độc nào, nhưng nếu cần hãy nói lời lành để xây dựng, để đem lại ân phúc cho người nghe.

- Ê-phê-sô 4:29

7. Hãy đọc các câu Kinh Thánh sau đây. Rồi nối các câu Kinh Thánh với điều bạn học được về hậu quả của việc nuông chiều sự tổn thương của chính mình.

- Châm ngôn 10:12
- Rô-ma 3:14-17
- Ê-phê-sô 4:22
- Ê-phê-sô 4:29

a. Làm cho người khác trở nên yếu đuối hơn.
b. Lừa phỉnh chúng ta muốn làm việc gian ác.
c. Gây rắc rối.
d. Gây ra sự thất bại và đau khổ.

Nên bây giờ còn ba điều này: Đức tin, hy vọng và tình yêu thương. Nhưng điều lớn hơn hết là tình yêu thương.

- 1 Cô-rinh-tô 13:13

Thay vì để 1 Cô-rinh-tô 13 gợi chúng ta nhớ đến một tình yêu chúng ta không thể tạo ra, thì hãy để nó gợi chúng ta nhớ đến tình yêu mà chúng ta không thể cưỡng lại được – đó là tình yêu thương của Đức Chúa Trời.

Một vài người trong các bạn đang khao khát thứ tình yêu này. Những người đáng ra phải yêu thương bạn lại không yêu bạn. Những người đáng ra có thể yêu thương bạn lại không làm thế. Bạn bị bỏ rơi trong bệnh viện. Bị bỏ mặc tại nhà thờ. Bị bỏ lại với chiếc giường đơn độc. Bị bỏ rơi với một trái tim tan vỡ. Bị bỏ quên cùng với câu hỏi: "Liệu

Vì thế, anh chị em là con yêu dấu của Đức Chúa Trời, hãy cố gắng trở nên giống Chúa. Hãy sống trong tình yêu thương như Chúa Cứu Thế đã yêu thương anh chị em và hiến thân Ngài làm tế lễ và sinh tế có mùi thơm cho Đức Chúa Trời

- Ê-phê-sô 5:1-2

có ai yêu thương tôi không?"

Xin bạn hãy lắng nghe câu trả lời đến từ trời. Đức Chúa Trời yêu thương bạn. Một cách cá nhân. Một cách mạnh mẽ. Một cách say đắm. Người khác hứa nhưng lại thất hứa. Nhưng Đức Chúa Trời hứa và Ngài giữ lời. Ngài yêu bạn bằng một tình yêu bền bỉ. Và tình yêu của Ngài – nếu bạn để Ngài làm – có thể khoả lấp lòng bạn và để lại trong bạn một tình yêu đáng để ban cho.

8. Hãy đọc Ê-phê-sô 5:1-2. Dựa vào điều bạn vừa đọc, câu nào sau đây đúng, và câu nào sai? Đánh dấu câu trả lời đúng bằng (Đ) và câu trả lời sai bằng (S).

_____ Chuyện hành động như con cái của Đức Chúa Trời là việc bất khả thi.

_____ Chúng ta phải sống một cuộc đời yêu thương.

_____ Chúa Giê-xu có thể giúp chúng ta yêu thương người khác như chính Ngài đã yêu thương chúng ta.

_____ Yêu người khác theo cách chúng ta cần phải yêu đôi khi là sự hy sinh.

> Chúa Giê-xu mời gọi chúng ta sống tuôn tràn tình yêu thương của Đức Chúa Trời.

SỐNG TUÔN TRÀN

Tôi có đang sống trong sự tuôn tràn tình yêu Đức Chúa Trời không? Tôi có yêu thương những người trong cuộc đời tôi không? Cách tôi đối xử với mọi người có phản chiếu cách Đức Chúa Trời đã đối đãi tôi không?

> Thù hận và cay đắng là những gánh nặng.

Yêu thương người khác không phải lúc nào cũng dễ dàng. Thực tế, đây là một thách thức đối với một vài người trong các bạn. Bạn buộc phải nghĩ về những con người trong cuộc đời mà bạn cảm thấy khó yêu. Đây là một nhiệm vụ khó khăn. Thật không dễ để yêu những người vốn là nguyên nhân gây ra những nỗi đau, sự lạm dụng, sự chối bỏ và sự cô đơn. Một vài người trong các bạn tự hỏi sao bạn có thể yêu được những người đã gây cho bạn những nỗi đau dường ấy. Vậy bạn có thể làm gì?

Sự khôn ngoan thông thường nói rằng thiếu yêu thương hàm nghĩa thiếu nỗ lực, nên chúng ta phải cố gắng hơn nữa, đào sâu hơn nữa, ráng sức hơn nữa.

Vậy việc thiếu yêu thương có thể hàm chứa điều gì khác nữa? Liệu có phải chúng ta đã bỏ qua một bước nào không? Một bước thiết yếu? Liệu có phải chúng ta đang cố gắng ban cho điều mà chúng ta không có? Chúng ta có đang quên mất rằng trước tiên mình phải nhận lãnh đã?

> *"Thưa thầy, nếu anh em con phạm tội cùng con, thì sẽ tha cho họ mấy lần? Đến bảy lần chăng?"*
> - Ma-thi-ơ 18:21

Người đàn bà ở Ca-bê-na-um đã không quên điều đó. Bạn có nhớ người phụ nữ trong bài ở đầu tuần này không? Bạn có nhớ cô đã "lãng phí" tình yêu dành cho Đấng Christ không? Rửa chân Ngài bằng nước mắt. Lau chân Ngài bằng tóc. Nếu tình yêu thương là một thác nước, cô chính là thác Niagara.

Còn Si-môn? Ồ, Si-môn là sa mạc Xa-ha-ra. Khô cằn. Nứt nẻ. Khắc nghiệt. Tấm lòng khô khan của ông làm chúng ta ngạc nhiên. Ông là một người hay đi nhà thờ, một mục sư, một sinh viên trường Kinh Thánh. Còn cô, ngược lại, là một gái điếm. Hẳn là ông đã quên nhiều phần Kinh Thánh, và dù có quên thì vẫn nhiều hơn điều cô từng biết. Nhưng cô lại khám phá ra một chân lý mà Si-môn, vì một lý do nào đó, đã bỏ lỡ: Tình yêu của Đức Chúa Trời là vô tận.

LÀM THẾ NÀO ĐỂ TỪ BỎ THÓI QUEN

Phi-e-rơ băn khoăn về việc quá bao dung cho một người phạm tội. Luật pháp của người Do Thái khuyến khích người bị thương tha thứ cho người làm mình bị thương ba lần. Phi-e-rơ sẵn sàng tha thứ gấp đôi

Trên hết các mỹ đức ấy, hãy thêm tình yêu thương, là sợi dây ràng buộc toàn hảo.

- Cô-lô-se 3:14

Vì cơn giận của con người không thể hiện đức công chính của Đức Chúa Trời.

- Gia-cơ 1:20

Tình yêu thương trường tồn bất diệt.

số lần đó và thêm một lần nữa để tạo ra một tiêu chuẩn tốt. Không có gì nghi ngờ khi ông nghĩ rằng Chúa Giê-xu sẽ ấn tượng về điều đó. Nhưng Ngài không hề ấn tượng! Câu trả lời của Thầy khiến chúng ta kinh ngạc. "Bảy lần ư? Không phải đâu. Mà là bảy mươi lần bảy" (câu 22).

Nếu bạn đang dừng lại để tính xem bảy mươi lần bảy là bao nhiêu, thì bạn đang bỏ lỡ điều quan trọng đấy. Chúa Giê-xu đang phán rằng, ghi nhận sự nhân từ của mình thì không còn nhân từ nữa. Nếu bạn tính toán ơn huệ của mình, thì bạn không hề nhân từ. Ân huệ của chúng ta không nên bị cạn kiệt.

Hãy để tôi nói cho bạn rõ. Lòng thù hận sẽ làm cách nhìn của bạn nên chua chát và đánh gãy sống lưng bạn. Gánh nặng cay đắng đơn giản là rất nặng nề. Đầu gối bạn sẽ oằn dưới căng thẳng, và tấm lòng bạn sẽ tan vỡ dưới sức nặng. Dù không có những gánh nặng thù hận trên lưng thì ngọn núi trước mặt bạn cũng đủ dốc đứng rồi. Lựa chọn khôn ngoan nhất – lựa chọn duy nhất – dành cho bạn là hãy bỏ lại sự giận dữ. Bạn sẽ không bao giờ bị yêu cầu phải ban cho người khác nhiều ân huệ hơn những gì bạn đã được nhận được từ Đức Chúa Trời.

9. Câu nào sau đây đúng khi nói về sự giận dữ? Hãy đánh dấu tất cả các câu trả lời phù họ. Hãy sử dụng những câu Kinh Thánh dưới đây để giúp bạn trả lời..

☐ Chúa Giê-xu coi sự giận dữ của chúng ta là chuyện gì nghiêm trọng đâu. (Ma-thi-ơ 5:22)
☐ Ta có thể giận dữ mà vẫn không hề phạm tội. (Ê-phê-sô 4:26)
☐ Kìm chế cơn giận giúp chúng ta sống một cuộc đời theo ý muốn của Đức Chúa Trời. (Gia-cơ 1:20)
☐ Giận dữ tạo cơ hội cho ma quỷ đánh bại chúng ta. (Ê-phê-sô 4:27)

Phao-lô nói: "Tình yêu thương không bao giờ chấm dứt" (1 Cô-rinh-tô 13:8).

Động từ hư mất mà Phao-lô dùng ở đây thường được dùng để miêu tả kết cuộc của một bông hoa khi nó rơi xuống mặt đất, tàn héo và thối rữa. Nó cũng mang ghĩa sự chết và sự tan biến. Theo như vị sứ đồ này thì Tình yêu của Đức Chúa Trời sẽ không bao giờ rơi xuống đất, héo tàn và thối rữa. Vì bản chất của nó là bất diệt. Nó không bao giờ bị tan biến.
Tình yêu thương "sẽ tồn tại mãi mãi".
Nó "không bao giờ chết".
Nó "không bao giờ chấm dứt".
Tình yêu thương "là vĩnh cửu".
Tình yêu thương của Đức Chúa Trời "sẽ không bao giờ chấm dứt".
Tình yêu thương chẳng hề hư mất bao giờ.
Các hệ thống cầm quyền có thể thất bại, nhưng tình yêu thương của Đức Chúa Trời thì còn mãi. Ngôi vua cũng chỉ tạm thời, nhưng tình yêu thương thì vĩnh cửu. Tiền của bạn sẽ hết, nhưng tình yêu thương thì không bao giờ vơi cạn.

TRỌNG TÂM BÀI HỌC
* 1 Cô-rinh-tô 13 mô tả tình yêu vô hạn của Đấng Christ.
* Hãy để tình yêu của Chúa Giê-xu khoả lấp mọi sự trong đời sống bạn.
* Người ta thường bảo chúng ta phải yêu thương. Nhưng Chỉ nhờ năng lực của Đức Chúa Trời thì chúng ta mới có thể yêu.
* Chúa Giê-xu mời gọi chúng ta sống tuôn tràn tình yêu của Đức Chúa Trời.
* Thù hận và cay đắng là những gánh nặng.
* Tình yêu thương trường tồn bất diệt.

Chúng ta lại đến phần kết này rồi. Bạn đã thuộc lòng câu Kinh Thánh chủ đề chưa? Hãy viết câu Kinh Thánh Ê-phê-sô 3:18-19 xuống đây để xem thử bạn đã thuộc chưa nhé!

_____

_____

_____

Tấm lòng của Chúa Giê-xu

Chúa Giê-xu đã chào đón chúng với vòng tay rộng mở. Hiển nhiên có lúc chúng bám chặt lấy Ngài. Hiển nhiên là chúng đặt ra những câu hỏi ngộ nghĩnh. Rồi những cái tã khai mù, những ngón tay nhớp nháp và cả việc đổ sữa khắp nơi nữa. Chúa Giê-xu dành thời gian cho con trẻ. Ngài lắng nghe chúng nói. Ngài giải đáp những thắc mắc của chúng một cách nghiêm túc. Ngài ôm chúng thật chặt. Bọn trẻ không thể hiểu tại sao chúng lại phải chia sẻ về Chúa Giê-xu cho cha mẹ chúng. Chúng cũng không bận tâm liệu người lớn có muốn nói chuyện khác hay không. Tất cả những gì chúng muốn là được cưỡi trên lưng thêm chút nữa. Được nghe kể thêm một câu chuyện nữa. Những đứa trẻ với đôi mắt mở to, đầy năng lượng và đầy tin tưởng – Chúa Giê-xu cũng yêu chúng.

Người nào tuân giữ lời Ngài thì tình yêu thương Đức Chúa Trời trong người ấy thật toàn hảo, nhờ đó chúng ta biết mình ở trong Ngài.

- 1 Giăng 2:5

NGÀY NĂM – ĐIỀU CHÚNG TA THỰC SỰ MUỐN BIẾT

TÌNH YÊU NGÀI VĨ ĐẠI LÀM SAO

Chính tiếng hát của con bé đã làm điều đó. Lúc đầu tôi không hề để ý. Chẳng có lý do gì để chú ý cả. Tình huống ấy cũng rất bình thường. Một người cha đón đứa con gái-sáu-tuổi từ lớp hướng đạo sinh dành cho các bé gái về.

Tôi lái xe xuống đường, bật loại nhạc mà con bé yêu thích, và chuyển sự chú ý sang những vấn đề phức tạp hơn là lịch làm việc và bổn phận.

Nhưng chỉ mới bước vào mê cung suy nghĩ ấy thì tôi lại bước ra ngay. Sa-ra đang hát. Hát về Đức Chúa Trời. Hát cho Đức Chúa Trời. Đầu quay lại phía sau, cằm ngửa lên, và phổi nở ra, con bé làm chiếc xe tràn ngập âm nhạc. Đàn hạc của Thiên đàng cũng phải dừng lại để lắng nghe.

Đó là con gái của tôi sao? Con bé nghe có vẻ già dặn. Trông nó lớn hơn, cao hơn, thậm chí xinh đẹp hơn. Tôi đã ngủ quên nên đã bỏ lỡ điều gì sao? Điều gì đã xảy ra với đôi má mũm mĩm kia vậy? Điều gì đã xảy ra với khuôn mặt bé nhỏ và những ngón tay ngắn ngủn và mũm mĩm kia vậy? Con bé đang trở thành một thiếu nữ. Mái tóc vàng xoã xuống vai. Chân đung đưa trên ghế. Đâu đó trong cái đêm ấy, một trang mới đã được lật mở, và hãy nhìn con bé kìa!

Nếu bạn đã làm cha làm mẹ thì bạn sẽ hiểu ý tôi. Mới ngày hôm qua còn tã bỉm mà hôm nay đã lái xe rồi. Đột nhiên đứa con bé bỏng của bạn sắp chuyển đến ký túc xá của trường để ở, và bạn đã không còn cơ hội để bày tỏ tình yêu với chúng, vì vậy bạn nói ngay.

Đó là điều tôi đã làm. Hết bài hát và Sa-ra ngừng lại. Tôi lấy cái đĩa ra rồi đặt tay lên vai bé và nói: "Sa-ra, con thật đặc biệt." Con bé quay lại và mỉm cười cách bao dung. "Một ngày nào đó, một cậu con trai có chân có tóc sẽ đánh cắp trái tim con gái của ba và kéo con của ba bước vào chương mới của cuộc đời. Nhưng ngay lúc này, con thuộc về ba."

Con bé nghiêng đầu, quay đi một phút, rồi quay lại nhìn tôi và hỏi: "Ba à, sao hôm nay ba nói chuyện lạ thế?"

Tôi nghĩ rằng những lời ấy có vẻ lạ lắm đối với một đứa trẻ sáu

Các mối quan hệ của con người dạy chúng ta đôi điều về tình yêu thương của Đức Chúa Trời.

Vậy thì chúng ta sẽ nói gì về những điều này? Nếu Đức Chúa Trời đứng với chúng ta thì còn ai chống nghịch được chúng ta? Đấng thật đã không tiếc chính Con Ngài nhưng đã phó Con ấy vì tất cả chúng ta thì làm sao mà Ngài chẳng ban mọi sự luôn với Con đó cho chúng ta? Ai sẽ kiện cáo những người được lựa chọn của Đức Chúa Trời? Đức Chúa Trời là Đấng xưng công chính. Ai là người sẽ kết án? Chúa Cứu Thế Giê-su là Đấng đã chết, nhưng cũng đã sống lại, đang ngự bên phải của Đức Chúa Trời, cầu khẩn thay cho chúng ta. Ai sẽ phân rẽ chúng ta khỏi tình yêu thương của Chúa Cứu Thế? Phải chăng là hoạn nạn, cực khổ, bắt bớ, đói khát, trần truồng, nguy hiểm hay gươm giáo? Như Kinh Thánh chép rằng: "Vì Ngài mà chúng tôi bị giết suốt cả ngày, chúng tôi bị kể như chiên của lò sát sinh." Nhưng trong tất cả những điều này chúng ta hoàn toàn chiến thắng nhờ Đấng đã yêu thương chúng ta. Vì chúng tôi tin chắc rằng không có sự chết, sự sống, các thiên sứ, các giới quyền lực, việc bây giờ, việc tương lai, các năng lực, bề cao, bề sâu, hay tạo vật nào khác có thể phân rẽ chúng ta khỏi tình yêu thương của Đức Chúa Trời trong Chúa Cứu Thế Giê-xu, Chúa chúng ta.

- Rô-ma 8:31-39

Điều tôi cầu xin là tình yêu thương của anh chị em ngày càng gia tăng cùng với sự hiểu biết và tất cả nhận thức.

- Phi-líp 1:9

Nếu Đức Chúa Trời đứng với chúng ta thì còn ai chống nghịch được chúng ta?

- Rô-ma 8:31

tuổi. Tình yêu của một người cha khi đi vào tai của một đứa trẻ lại trở nên ngượng nghịu đến vậy. Cảm xúc dâng trào của tôi vượt quá giới hạn của con bé. Nhưng điều đó không thể ngăn cản tôi tiếp tục nói.

Không có cách nào để tâm trí nhỏ bé của chúng ta có thể hiểu thấu tình yêu thương của Đức Chúa Trời. Nhưng điều đó không thể ngăn Ngài đến.

Mặc dù tình yêu của con người, dù ở mức độ cao nhất, vẫn đầy thiếu sót khi so sánh với tình yêu của Đức Chúa Trời, nhưng chúng ta không thể không so sánh hai loại tình yêu này để chúng ta bắt đầu có thể hiểu. Có thể chúng ta đã và đang nhận được đặc ân kinh nghiệm tình yêu vô điều kiện từ cha mẹ hay tình yêu hy sinh của người bạn đời. Cả hai trường hợp nói trên đều cho chúng ta thấy các mối quan hệ của con người cho chúng ta thấy một điều gì đó về tình yêu thương của Đức Chúa Trời.

1. Các mối liên hệ yêu thương của con người, mặc dù rất tuyệt vời, vẫn chỉ là một sự so sánh khập khiễng so với mối quan hệ yêu thương của chúng ta với Đức Chúa Trời ở những khía cạnh nào?

_____

_____

_____

2. Hãy đọc Thi Thiên 22:1-8. Dựa vào điều bạn vừa đọc, tác giả Thi Thiên đã đặt ra những câu hỏi gì về tình yêu thương của Đức Chúa Trời? Hãy đánh dấu tất cả các câu trả lời phù hợp.

☐ Nếu Ngài yêu con, tại sao con lại cảm giác như Ngài đang lìa bỏ con vậy?

☐ Nếu Ngài yêu con, tại sao Ngài dường như ở quá xa như vậy?

☐ Nếu Ngài yêu con, sao Ngài không đáp lời con?

☐ Nếu Ngài yêu con, tại sao Ngài không đến giải cứu con?

Bức thư Phao-lô gửi cho người Rô-ma cho chúng ta biết điều ông đã học được về tình yêu thương của Đức Chúa Trời. Chỉ có Phao-lô mới bày tỏ sự hiểu biết của mình bằng các câu hỏi tu từ như vậy. Chính xác là năm câu.

Những câu hỏi này không hề mới đối với bạn. Bạn đã từng đặt ra những câu hỏi đó rồi. Bạn đã hỏi những câu hỏi ấy trong đêm; trong lúc giận dữ. Chẩn đoán của bác sĩ, cũng như phán quyết của toà án và những hóa đơn chưa trả khiến những câu hỏi ấy xuất hiện cách rõ ràng, không hề giấu giếm. Những câu hỏi đó dò xét những nỗi đau, những nan đề và hoàn cảnh. Không, các câu hỏi này không hề mới, nhưng có thể câu trả lời thì mới.

CÂU HỎI VỀ SỰ BẢO VỆ

Câu hỏi không hề giản đơn: "Ai có thể nghịch với chúng ta?" Bạn có thể trả lời câu hỏi đó. Ai có thể nghịch với bạn? Bệnh tật, lạm phát, tham nhũng, kiệt sức. Thiên tai đe doạ và nỗi sợ hãi giam cầm. Nếu câu hỏi của Phao-lô là: "Ai có thể nghịch với chúng ta?" thì việc chúng ta có thể liệt kê các kẻ thù của mình luôn dễ hơn rất nhiều so với việc chiến đấu với chúng. Nhưng đó không phải là câu hỏi. Câu hỏi là, NẾU ĐỨC CHÚA TRỜI VỪA GIÚP CHÚNG TA, thì ai có thể nghịch với chúng ta? Hãy cho phép tôi được nói tiếp. Bốn từ trong câu Kinh Thánh này đáng được bạn lưu tâm. Hãy đọc cụm từ này một cách chậm rãi: "Đức Chúa Trời vừa giúp chúng ta." Xin hãy dừng lại một phút trước khi đọc tiếp.

Xin đọc lại một lần nữa, đọc to lên. (Tôi muốn xin lỗi người đang ngồi cạnh bạn.) Đức Chúa Trời vùa giúp chúng ta. Hãy đọc lại cụm từ này bốn lần, lần này nhấn mạnh từng chữ một. (Thôi nào, bạn đâu cần vội lắm đâu!)

ĐỨC CHÚA TRỜI VÙA GIÚP CHÚNG TA.
ĐỨC CHÚA TRỜI VÙA GIÚP CHÚNG TA.
ĐỨC CHÚA TRỜI VÙA GIÚP CHÚNG TA.
ĐỨC CHÚA TRỜI VÙA GIÚP CHÚNG TA.

Đức Chúa Trời vùa giúp bạn.

Đức Chúa Trời vùa giúp bạn. Cha mẹ có thể quên bạn, thầy cô có thể bỏ bê bạn, anh chị em ruột có thể cảm thấy xấu hổ về bạn; nhưng cách bạn chỉ một lời cầu nguyện thôi là Đấng đã sáng tạo biển cả và đại dương. Đức Chúa Trời!

3. Hãy tìm các câu Kinh Thánh dưới đây và viết ra điều bạn học được về ích lợi của việc có Đức Chúa Trời ở cùng.

Sáng Thế Ký 18:14 – "Có điều gì quá khó cho Chúa không? Không!"

_____

_____

Phục Truyền Luật Lệ Ký 4:34 – "Có bao giờ có thần nào dùng thử nghiệm, dùng dấu kỳ phép lạ, dùng chiến tranh và quyền năng mạnh mẽ, hay dùng những hành động vĩ đại kinh hồn để đem dân tộc này ra khỏi một nước khác, như Chúa, Đức Chúa Trời của anh chị em đã thực hiện trong xứ Ai-cập ngay trước mắt anh chị em không?"

_____

_____

Đức Chúa Giê-xu đáp: 'Ai yêu kính ta sẽ vâng giữ lời ta. Cha ta sẽ yêu quý người, chúng ta sẽ đến ở với người đó.
- Giăng 14:23

Thi Thiên 44:3 – "Vì không phải nhờ gươm mà họ chiếm được xứ, cũng không phải bởi cánh tay mình mà họ chiến thắng. Nhưng nhờ tay phải Ngài, bởi cánh tay Ngài, nhờ ánh sáng của mặt Ngài, vì Ngài quý mến họ."

_____

_____

Đức Chúa Trời vùa giúp bạn. Không phải là "có thể," không phải "đã từng," không phải "đã", không phải "có lẽ" mà là "Đức Chúa Trời đang!" Ngài vùa giúp bạn. Hôm nay. Giờ này. Phút này. Khi bạn đọc câu này. Không cần phải xếp hàng hay trở lại vào ngày mai. Ngài ở với bạn. Ngài không thể gần bạn hơn chính giây phút này. Sự thành tín của Ngài không hề tăng lên nếu bạn tốt đẹp hơn hay giảm đi nếu bạn tệ hơn. Ngài vùa giúp bạn.

Đức Chúa Trời vùa giúp bạn. Hãy nhìn về phía đường biên; Đức Chúa Trời đang cổ vũ cho bạn chạy đua. Hãy nhìn đến đích, Đức Chúa Trời đang hoan nghênh bước tiến của bạn. Hãy nghe tiếng Ngài hô vang tên bạn trên khán đài. Bạn quá mệt nên không thể tiếp tục phải không? Ngài sẽ bồng ẩm bạn. Bạn quá chán nản nên không thể tiếp tục chiến đấu? Ngài sẽ nâng đỡ bạn. Đức Chúa Trời vùa giúp bạn.

Đức Chúa Trời vùa giúp bạn. Nếu Ngài có một tờ lịch, ngày sinh nhật của bạn sẽ được khoanh tròn. Nếu Ngài lái xe, tên của bạn sẽ được ghi trên cái đỡ va xe ô-tô của Ngài. Nếu có một cái cây ở trên Thiên đàng, thì Ngài sẽ khắc tên bạn lên thân cây. Chúng ta biết là Ngài có một hình xăm, và chúng ta biết trên đó viết gì, "Này, ta đã khắc tên ngươi trong lòng bàn tay ta," Ngài tuyên bố như thế (Ê-sai 49:16).

Đức Chúa Trời không cứu bạn để rồi bạn lại muộn phiền.

Đức Chúa Trời không cứu bạn để rồi bạn lại muộn phiền.

CÂU HỎI VỀ SỰ CUNG ỨNG

Đấng thật đã không tiếc chính Con Ngài nhưng đã phó Con ấy vì tất cả chúng ta thì làm sao mà Ngài chẳng ban mọi sự luôn với Con đó cho chúng ta? – Rô-ma 8:32

Đấng đã ban chính Con Ngài cho chúng ta mà lại không đáp ứng nhu cầu của chúng ta sao? Vậy sao chúng ta vẫn còn lo lắng? Chúng ta lo lắng về tương lai, về con đường công danh sự nghiệp. Chúng ta lo lắng về học vấn, giải trí và về những thứ bệnh vặt vãnh. Chúng ta lo mình không đủ tiền, và khi chúng ta có tiền chúng ta lại lo sợ rằng mình không biết quản lý tốt. Chúng ta lo lắng rằng một ngày nào đó chúng ta sẽ nghe tin sữa tách béo lại đầy chất béo.

Nếu các con là người gian ác còn biết cho con cái mình quà tốt, huống chi Cha các con ở trên trời lại không ban điều tốt hơn cho những người cầu xin Ngài sao?
   - Ma-thi-ơ 7:11

Bây giờ, hãy thành thật nhé. Đức Chúa Trời có cứu bạn để rồi bạn lại phiền muộn không? Ngài có dạy bạn bước đi để rồi nhìn bạn vấp ngã không? Ngài đã chịu đóng đinh trên thập tự giá vì tội lỗi của bạn rồi lại không đếm xỉa gì đến lời cầu nguyện của bạn hay sao? Thôi nào! Kinh Thánh đang trêu ngươi chúng ta khi nói rằng: "Vì Ngài sẽ truyền lệnh cho thiên sứ coi sóc ngươi, bảo vệ ngươi trong mọi đường lối ngươi" sao? (Thi Thiên 91:11).

Tôi không nghĩ vậy.

4. Hãy đọc những câu Kinh Thánh sau đây. Rồi nối câu Kinh Thánh với điều bạn học được về Đức Chúa Trời là Đấng Cung Ứng.

- Thi Thiên 111:5   a. Ngài ban cho chúng ta nhiều điều để vui hưởng.
- 1 Ti-mô-thê 6:17   b. Ngài quan tâm đến những nhu cầu cơ bản của
- 1 Phi-e-rơ 4:11   chúng ta.
                                 c. Ngài ban cho chúng ta sức mạnh cá nhân.

Nên chúng ta hãy đến gần Chúa với lòng chân thành, trong niềm tin vững chắc, tâm khảm đã được tẩy sạch khỏi lương tâm ác, thân thể đã tắm rửa bằng nước tinh sạch.
   - Hê-bơ-rơ 10:22

5. Hãy đọc Ma-thi-ơ 7:11. Dựa vào điều bạn vừa đọc, câu nào sau đây đúng và câu nào sai? Hãy đánh dấu câu trả lời đúng bằng (Đ) và câu trả lời sai bằng (S).

Phi-e-rơ đã làm gì để bày tỏ sự hứng khởi của ông đối với Chúa Giê-xu khi Ngài giải phóng ông khỏi sự hổ thẹn và khôi phục lại mối tương giao giữa ông và Chúa Giê-xu? (câu 7)

_____ Mối quan tâm hàng đầu của Đức Chúa Trời là nhu cầu của chúng ta.

_____ Đức Chúa Trời quá bận rộn nên không thể quan tâm đến tất cả nhu cầu của chúng ta.

_____ Ngài thường bị ám ảnh bởi việc cố gắng phân định xem nhu cầu nào là chính đáng và nhu cầu nào không chính đáng.

_____ Ngài yêu thích việc cung ứng những điều tốt đẹp cho con cái Ngài.

Chúng ta không cần phải cảm thấy mặc cảm tội lỗi vì chúng ta đã được tha thứ rồi.

HAI CÂU HỎI VỀ MẶC CẢM TỘI LỖI VÀ ÂN ĐIỂN

Ai sẽ kiện kẻ lựa chọn của Đức Chúa Trời? Đức Chúa Trời là Đấng xưng công bình những kẻ ấy. Ai sẽ lên án họ ư? Đức Chúa Giê-xu Christ là Đấng đã chết, và cũng đã sống lại nữa, Ngài đang ngự bên hữu Đức Chúa Trời, cầu nguyện thay cho chúng ta. – Rô-ma 8:33-34

Mọi giây phút trong cuộc đời bạn, kẻ kiện cáo luôn đưa ra lý do để buộc tội bạn. Hắn sẽ tỉ mỉ ghi xuống mọi lỗi lầm và đánh dấu mọi sự khinh xuất của bạn. Bạn cứ làm ngơ những ưu tiên của mình đi, hắn sẽ vội vàng viết xuống ngay. Bạn cứ không giữ lời hứa đi, hắn sẽ ghi lại liền. Bạn cứ cố quên đi quá khứ đi, hắn sẽ nhắc cho bạn nhớ đấy! Cứ cố gắng xoá bỏ những lỗi lầm à? Hắn sẽ ngăn cản bạn ngay!

Nhân chứng chuyên nghiệp này không có mục tiêu nào lớn hơn là việc đưa bạn ra toà và tăng nặng hình phạt. Ngay cái tên của hắn, Dia-bolos, cũng có nghĩa là "kẻ vu khống." Hắn ta là ai? Ma quỷ.

6. Dựa vào Khải Huyền 12:10-12, tại sao sự kết tội lại là một công cụ hiệu quả trong kho tàng vũ khí của kẻ thù thuộc linh của chúng ta?

_____

_____

7. Hãy đọc Hê-bơ-rơ 10:22. Hãy tóm tắt xuống dưới đây điều mà câu Kinh Thánh này dạy dỗ chúng ta về mặc cảm tội lỗi kéo dài.

_____

_____

Hẳn là "kẻ tố cáo anh chị em của chúng ta, ngày đêm buộc tội họ trước mặt Đức Chúa Trời" (Khải Huyền 12:10). Bạn không thấy hắn sao? Hắn đang đi qua đi lại trước ngai của Đức Chúa Trời. Bạn không nghe thấy tiếng hắn sao? Hắn đang nhắc đến tên bạn, liệt kê tội lỗi của bạn đấy!

Hắn kiện cáo: "Chúa ơi, đây là người mà Ngài gọi là con cái Ngài. Anh ta không xứng đáng. Trong anh ta toàn sự tham lam thôi. Khi nói, anh ta chỉ nghĩ đến bản thân mình. Anh ta sống hết ngày này đến ngày khác mà không có một lời cầu nguyện chân thật nào. Tại sao vậy? Thậm chí buổi sáng nay cũng vậy, anh ta thích ngủ hơn là dành thời gian để tương giao với Ngài. Tôi tố cáo anh ta tội lười biếng, ích kỷ, lo lắng và vô tín."

Khi hắn nói, bạn gục đầu xấu hổ. Bạn chẳng có lời biện minh nào. Lời cáo buộc của hắn là đúng. "Tôi thừa nhận tôi tội lỗi, thưa quan tòa," bạn lẩm bẩm.

"Hình phạt là gì?" Sa-tan hỏi.

"Vì tiền công của tội lỗi là sự chết," Vị quan toà giải thích, "nhưng trường hợp này thì đã có người phải chết rồi. Vì người này mà Đấng Christ đã chết."

Sa-tan đột nhiên im lặng. Và bạn trở nên vui sướng tột cùng. Bạn nhận ra rằng Sa-tan không thể buộc tội bạn. Không ai có thể buộc tội bạn! Hắn có thể chỉ trỏ về phía bạn và hắn có thể kể tội bạn, nhưng hình phạt lại đi chệch hướng, như thể mũi tên đâm trúng vào cái khiên vậy. Một khi vị quan toà đã giải phóng cho bạn, thì bạn không cần phải sợ phải ra tòa nữa.

8. Hãy đọc Ê-sai 50:7-8 và điền vào chỗ trống về điều Đức Chúa Giê-xu đã làm đối với tội lỗi của chúng ta.

Đức Chúa Trời ....tôi, nên tôi sẽ không.......................
Tôi sẽ ...., và tôi biết tôi sẽ không..................... Ngài bày tỏ rằng tôi là ...., và Ngài gần bên tôi. Nên ai có thể................tôi?

CÂU HỎI VỀ SỰ TÍNH NHẪN NẠI

Đây rồi. Đây là câu hỏi. Đây là điều chúng ta muốn biết. Chúng ta muốn biết liệu tình yêu của Đức Chúa Trời kéo dài được bao lâu. Có thể Phao-lô cũng đã bắt đầu với câu hỏi này. Có thực sự Đức Chúa Trời yêu thương chúng ta mãi mãi không? Không chỉ yêu vào trong ngày Lễ Phục Sinh khi giày dép chúng ta bóng lộn và đầu tóc chúng ta chải chuốt gọn gàng chứ? Chúng ta muốn biết (từ sâu thẳm bên trong, chúng ta thực sự không muốn biết điều đó sao?) Đức Chúa Trời cảm thấy thế nào khi tôi là một kẻ ngu ngốc? Không phải là khi tôi hăng hái, sống tích cực và sẵn sàng cho tất cả những giới đói đổ ăn. Không phải lúc đó. Tôi biết lúc ấy Ngài cảm thấy thế nào về tôi. Chính tôi còn thích tôi lúc ấy mà!

Tôi muốn biết Ngài cảm thấy thế nào về tôi khi tôi cáu gắt với mọi thứ chuyển động, khi suy nghĩ của tôi thuộc tầng lớp cặn bã của xã hội, khi miệng lưỡi của tôi sắc đến mức có thể cắt được đá. Khi đó Ngài sẽ

Hãy sống trong tình yêu thương như Chúa Cứu Thế đã yêu thương anh chị em và hiến thân Ngài làm tế lễ và sinh tế có mùi thơm cho Đức Chúa Trời.

- Ê-phê-sô 5:2

Nhưng Chúa sẽ giúp đỡ tôi, nên tôi không bị nhục; Nên tôi làm cho mặt tôi như đá lửa và tôi biết rằng tôi sẽ không bị hổ thẹn. Đấng tuyên xưng tôi công chính đang ở gần. Ai là kẻ đối địch tôi? Hãy cùng nhau đứng dậy. Ai là kẻ tố cáo tôi? Hãy đến gần gặp tôi

- Ê-sai 50:7-8

BẠN ĐÃ CHIẾM TRỌN LÒNG ĐỨC CHÚA TRỜI.

Bạn đã bao giờ để ý cách mà chú rể nhìn cô dâu trong lễ cưới chưa? Tôi đã để ý rồi đấy. Có thể đó là do vị trí thuận lợi của tôi. Là một mục sư chủ lễ, tôi được đứng cạnh chú rể....

Nếu ánh sáng vừa vặn và góc nhìn vừa đẹp, tôi có thể nhìn thấy một hình ảnh nhỏ bé phản chiếu trong mắt chú rể. Hình ảnh của cô dâu. Và hình ảnh của cô gái ấy nhắc nhở tôi về lý do anh có mặt ở đây. Quai hàm anh thả lỏng và nụ cười gượng ép trở nên tự nhiên. Anh quên rằng mình đang mặc một bộ tuxedo. Anh quên chiếc áo sơ-mi đẫm mồ hôi của mình... Khi anh nhìn cô dâu, mọi suy nghĩ về sự trốn chạy đều trở thành trò đùa. Vì điều đó được viết lên mặt anh, "Ai có thể chịu đựng được cuộc sống không có cô dâu này chứ?"

Và đó chính xác là cảm giác của Chúa Giê-xu. Hãy nhìn đủ lâu vào mắt Chúa Cứu Thế và, ở đó, bạn cũng sẽ thấy một cô dâu. Mặc soire đẹp đẽ. Được mặc lấy sự duyên dáng tinh khôi... Ấy là cô dâu... đang bước về phía Ngài...

Bạn có biết cô dâu mà Chúa Giê-xu khao khát là ai không?... Đó là bạn. Bạn đã chiếm trọn tấm lòng của Đức Chúa Trời.

- When Christ Comes

cảm thấy thế nào về tôi?

Đó chính là thắc mắc. Đó là mối quan tâm. Ồ, bạn không nói ra thôi; thậm chí bạn cũng không câu trả lời đâu. Nhưng tôi có thể nhìn thấy điều đó trên gương mặt bạn. Tôi có thể nghe thấy điều đó trong lời bạn nói. Có phải tuần này tôi đã vượt đèn đỏ? Có phải thứ Ba tuần trước tôi đã uống say bí tỉ đến nhấc chân không nổi không?... Thứ Năm tuần trước tôi đã đi công tác tới một nơi mà tôi nhàn cư ... Mùa hè trước tôi đã nguyền rủa Đức Chúa Trời, Đấng đã tạo nên tôi khi tôi phải đứng bên mộ của đứa con mà Ngài đã ban cho tôi?

Tôi đã trôi giạt quá xa? Chờ đợi quá lâu? Trượt ngã quá nhiều ư?

Đó là điều chúng ta muốn biết.

Liệu có điều gì có thể phân rẽ chúng ta khỏi tình yêu của Đấng Christ không?

9. Dựa vào Phục Truyền Luật Lệ Ký 33:27, câu nào sau đây đúng? Hãy đánh dấu tất cả các câu trả lời phù hợp.

☐ Đức Chúa Trời trường tồn bất diệt.

☐ Ngài là nơi trú ẩn an toàn của chúng ta.

☐ Tay Ngài nâng chúng ta lên.

☐ Sự bảo vệ và sự hiện diện của Ngài trường tồn bất diệt.

Ai sẽ phân rẽ chúng ta khỏi tình yêu thương của Chúa Cứu Thế? Phải chăng là hoạn nạn, cực khổ, bắt bớ, đói khát, trần truồng, nguy hiểm hay gươm giáo?

- Rô-ma 8:35

Không điều gì có thể làm tình yêu thương của Đức Chúa Trời dành cho chúng ta đổi thay.

"Điều gì có thể khiến ta hết yêu con?" Đức Chúa Trời hỏi. "Hãy xem, ta nói tiếng nói của con, ngủ trên mặt đất của con, và cảm nhận nỗi đau của con. Hãy nhìn xem Đấng tạo ra âm thanh và ánh sáng khi Ngài hắt hơi, ho và sổ mũi. Con tự hỏi rằng liệu ta có hiểu cảm giác của con không? Hãy nhìn vào đôi mắt đang nhảy múa của đứa trẻ ở Na-xa-rét; đó chính là Đức Chúa Trời đang đến trường. Hãy để ý đứa trẻ mới biết đi bên bàn ăn của Ma-ri, đó là Đức Chúa Trời đang đổ sữa của Ngài xuống bàn.

"Con tự hỏi rằng tình yêu của ta sẽ tồn tại bao lâu phải không? Hãy tìm câu trả lời trên thập tự giá gẫy vụn, trên ngọn đồi lởm chởm. Hãy nhìn lên đi, chính ta, Đấng Sáng tạo của con, Đức Chúa Trời của con, bị đóng đinh và chảy máu. Bị phỉ nhổ và bao phủ bởi tội lỗi. Đó là tội lỗi của con mà ta đang cảm nhận. Đó là sự chết của con mà ta đang trải qua. Đó là sự phục sinh của con mà ta đang sống. Ta yêu con nhiều biết dường nào."

Đó là điều chúng ta thực sự muốn biết. Tình yêu của Ngài sẽ trường tồn phải không? Khi chúng ta thực sự tin rằng câu trả lời là phải, thì cuộc đời của chúng ta sẽ mở ra triển vọng của một sự thay đổi đột phá.

Đức Chúa Trời vĩnh cửu là nơi ngươi trú ẩn, bên dưới ngươi có tay đời đời của Ngài nâng đỡ, Ngài đánh đuổi quân thù trước mặt ngươi, rồi bảo ngươi rằng: 'Hãy diệt chúng đi'

- Phục Truyền Luật Lệ Ký 33:27

Không gì có thể thay đổi được tình yêu của Đức Chúa Trời dành cho chúng ta.

10. Theo 1 Cô-rinh-tô 15:10, điều gì xảy ra khi Phao-lô đối diện với tình yêu thương của Đức Chúa Trời? Hãy đánh dấu câu trả lời của bạn.

☐ Ông vẫn là con người cũ.

☐ Tình yêu của Đức Chúa Trời đã biến đổi ông và khiến ông trở thành người mà Ngài muốn.

TRỌNG TÂM BÀI HỌC

* **Các mối quan hệ của con người dạy chúng ta đôi điều về tình yêu của Đức Chúa Trời.**

* **Đức Chúa Trời vừa giúp chúng ta.**

* **Đức Chúa Trời không cứu bạn để rồi bạn lại buồn phiền.**

* **Chúng ta không cần phải cảm thấy mặc cảm tội lỗi, vì chúng ta đã được tha thứ rồi.**

* **Không gì có thể thay đổi được tình yêu của Đức Chúa Trời dành cho chúng ta.**

Hãy ôn lại câu Kinh Thánh ghi nhớ của bạn lần cuối cùng. Hãy viết câu Kinh Thánh Ê-phê-sô 3:18-19 xuống đây.

_____

_____

Tấm lòng của Chúa Giê-xu

Sự sỉ nhục Ngài chịu lên đến cực điểm. Một trong những người bạn thân thiết nhất của Ngài đã phản bội Ngài. Tất cả những người bạn khác đã bỏ rơi Ngài. Ngài đã bị ức hiếp và đánh đập. Họ đã phỉ báng Ngài, rồi hành hạ Ngài. Sự tàn ác của họ không thể tả xiết. Nỗi đau đớn kinh khiếp đến mức Ngài không thể đứng vững được nữa. Khi Ngài phải ra toà xét xử, Ngài đã phải chứng kiến những kẻ làm chứng dối trá và quan toà vờ như không thấy những sự mâu thuẫn rành rành. Ngài đã chứng kiến những kẻ ức hiếp vui mừng về sự chết của Ngài, những niềm vui xấu xa trong mắt họ. Roi da đã xé rách đầu và lưng Ngài, và máu chảy nhiều làm Ngài hoa mắt. Gai nhọn trên đầu thật khó mà lờ đi mỗi khi cây thập tự trên lưng Ngài đập vào nó. Ngài có thể chịu đựng gì hơn nữa? Rồi họ lột trần Ngài, bắt Ngài đối mặt với một thành phố trong tình trạng trần truồng hoàn toàn. Rồi họ đóng đinh Ngài và kéo cây thập tự lên. Mọi hơi thở đều đau đớn tột cùng. Mọi cơ bắp và dây thần kinh đều phản kháng. Sắp đến lúc chấm dứt rồi. Với hơi thở cuối cùng, Ngài nói vài lời với đám đông. Không phải là những lời rủa sả thậm tệ. Không phải sự hối tiếc. Không phải lời hứa trả thù. Chúa Giê-xu hổn hển nói lời tha thứ. Mặc dù họ đã làm những việc tàn ác nhất, nhưng Chúa Giê-xu vẫn yêu thương họ - yêu họ đến nỗi có thể nói rằng "Lạy Cha, xin tha cho họ."

Hỡi các con bé nhỏ, chúng ta đừng thương yêu chỉ bằng lời nói và nơi đầu môi chót lưỡi, nhưng hãy yêu thương bằng hành động và chân thật.

-1 Giăng 3:18

❖

TÀI LIỆU ĐỌC THÊM
Những phần được lựa chọn trong bài học này được trích dẫn từ quyển sách _A Love Worth Giving_.

GHI CHÚ
"Drunken Driver Skips $1 Weekly Payments to Victim's Parents," _San Antonio Light,_ 31/03/1990

BÀI 7
Kinh Nghiệm Quyền Năng của Chúa Giê-xu

Hãy tưởng tượng hôm nay là một chiều thứ bảy tháng Mười. Mọi việc cần làm hôm nay bạn đã làm xong. Buổi chiều nhàn rỗi bày ra trước mắt. Bạn không hay có được một buổi chiều tự do, nhàn nhã thế này, nên bạn cân nhắc những lựa chọn của mình cho ngày này. Bạn cầm tờ báo lên để tìm vài ý tưởng. Xem phim à? Chẳng có gì hay ho để xem. Ti vi ư? Bạn có thể xem bất cứ lúc nào. Đợi chút! Cái gì thế này? Một quảng cáo đập vào mắt bạn.

Một Buổi Triển lãm Nghệ thuật Đặc sắc.

"Những Cây Sậy Giập nát và Tim đèn Gần Tàn"

2:00 đến 4:00 Chiều Thứ Bảy

Tại Thư viện Lincoln.

Ừm…Đã lâu rồi bạn mới thấy một buổi triển lãm đáng xem. "Những Cây Sậy Giập nát và Tim đèn Gần Tàn"? Chắc chắn phải có một vài hiện vật tự nhiên. Ngoài ra, lối vào các khu trưng bày hẳn cũng sẽ rất thú vị. Bạn sẽ đi xem triển lãm! Bạn đặt tờ báo xuống, cầm áo khoác lên và vớ lấy đôi găng tay.

Mùi ẩm mốc của những cuốn sách chào đón bạn khi bạn đi qua cửa thư viện.

Đó là một căn phòng kín – không lớn hơn một phòng làm việc xinh xắn. Các giá sách che kín tường, và sách xếp thành hàng trên giá. Tiếng củi nổ lách tách trong lò sưởi, và một cặp ghế bành cao như đang mời gọi bạn dành buổi chiều cho những quyển sách thú vị. Có thể để sau, bạn nghĩ. Trước tiên, đi xem nghệ thuật đã.

Xung quanh phòng bày biện các bức tranh. Tất cả đều được đóng khung. Tất cả đều có màu sắc sống động. Tất cả đều được đặt trên giá, từng đôi một, và luôn áp lưng vào nhau. Bạn để găng tay vào túi áo khoác, treo áo khoác lên móc, và bước tới bức tranh đầu tiên.

Đó là bức chân dung của một người phung, nhân vật trung tâm của bức sơn dầu. Ông cúi gập người xuống giống như lưng có bướu. Bàn tay không còn ngón của ông được bọc trong búi giẻ rách, đưa về phía bạn, cầu xin. Một cái khăn trùm rách che kín khuôn mặt ông ta ngoại trừ đôi mắt đầy đau khổ. Đám đông vây quanh ông đang hỗn loạn. Một người cha túm lấy đứa con hiếu kỳ. Một người phụ nữ giẫm vào chân chính mình khi cố thoát khỏi đám đông. Một người đàn ông trừng trừng ngó sượt qua vai mình khi chạy. Chủ đề của bức tranh chính là lời cầu xin của người phung: "Nếu thầy muốn, thầy có thể chữa lành…"

Bức tranh tiếp theo cũng vẽ chân dung chính người phung đó, nhưng quang cảnh đã thay đổi một cách đột ngột. Tựa đề bức tranh chỉ có hai từ: "Ta muốn." Bức tranh này phác hoạ người phung đang đứng thẳng người. Ông đang nhìn bàn tay đã dài ra của mình – nó đã có những ngón tay! Cái khăn trùm không còn trên mặt nữa và ông đang mỉm cười. Không còn đám đông; chỉ có một người khác đang đứng bên cạnh người phung. Bạn không thể nhìn thấy mặt người này, nhưng bạn có thể nhìn thấy bàn tay của người đó đang đặt lên vai người đã được chữa lành.

"Đây không phải là một buổi triển lãm thông thường," bạn thì thầm một mình khi bước đến bức tranh tiếp theo.

Bức tranh tiếp theo thật kỳ quái. Khuôn mặt méo mó của người đàn ông chi phối toàn bộ bức tranh sơn dầu. Mái tóc màu vàng da cam bị xoắn vặn lại tương phản với cái nền màu tím. Khuôn mặt kéo dài xuống và phình ra ở dưới giống như một quả lê. Đôi mắt là các khe hở

Hãy yên lặng và biết rằng chính Ta là Đức Chúa Trời. Ta sẽ được tán dương giữa các nước và được tôn cao trên đất.

- Thi Thiên 46:10

Người sẽ không bẻ cây sậy sắp gãy, cũng không dập tắt ngọn đèn gần tàn, cho đến khi công lý được toàn thắng.

- Ma-thi-ơ 12:20

vuông góc trong đó một nghìn đồng tử bé nhỏ nhảy vụt ra. Cái miệng há hoác cứng lại trong tiếng hét thất thanh. Bạn chú ý tới một thứ gì đó bất thường – có sinh vật cư trú ở đó! Hàng trăm sinh vật trông giống nhện đang bám lấy nhau. Giọng nói tuyệt vọng của chúng được chú ý bởi lời chú thích, "Hãy thề với Chúa rằng người sẽ không tra tấn ta!"

Thật mê hoặc, bạn bước tới bức tranh kế tiếp. Cũng là người đàn ông đó, nhưng giờ đây nét mặt của ông thật điềm tĩnh. Đôi mắt, không còn hoang dại nữa mà chân thật và dịu dàng. Miệng đã ngậm lại, và lời chú thích đã giải thích cho sự bình an đột ngột này: "Được giải phóng." Người đàn ông đang ngả người về phía trước như thể đang lắng nghe chăm chú. Bàn tay xoa cằm. Và đung đưa trên tay ông là chiếc cùm và xiềng xích – dây xích đã bị bẻ gãy.

Suốt buổi triển lãm, trình tự được lặp lại. Luôn là hai bức tranh, một bức vẽ về một người đang ở trong sự tổn thương và một bức vẽ khi người đó được bình an. Các lời chứng về tình trạng "Trước kia" và "Bây giờ" kể về những cuộc gặp gỡ thay đổi cuộc đời. Các khung cảnh tiếp nối nhau, cảnh bình an làm lu mờ cảnh đau buồn . Mục đích đánh bại nỗi đau. Hy vọng chiếu sáng sự thương tổn.

Trong tuần này, hãy cùng nhau dạo qua phòng trưng bày. Hãy suy nghĩ về những khoảnh khắc khi Đấng Christ gặp gỡ con người trong thời khắc đau khổ của họ. Chúng ta sẽ thấy những lời tiên tri được ứng nghiệm. Chúng ta sẽ thấy những cây sậy bị giập đã được kéo thẳng và những tim đèn gần tàn cháy sáng.

KINH NGHIỆM QUYỀN NĂNG CỦA CHÚA GIÊ-XU TRONG TUẦN NÀY

Trước khi bạn đọc tiếp, hãy dành một chút thời gian để cầu nguyện ngay bây giờ.

Lạy Cha kính yêu. Quyền năng của Ngài lớn hơn mọi nhu cầu và nỗi sợ hãi của con. Quyền năng của Ngài đắc thắng tội lỗi và sự chết. Xin hãy dạy con biết yên nghỉ trong bàn tay mạnh mẽ của Ngài. Xin hãy giúp con biết trông cậy nơi quyền năng của Ngài, cho dù con không hiểu chuyện gì đang diễn ra. Xin hãy chỉ cho con biết làm thế nào Chúa Giê-xu có thể gặp gỡ con vào thời khắc con yếu đuối nhất với quyền năng trọn vẹn của chính Ngài.

Tuần này, hãy ghi nhớ câu Kinh Thánh 2 Cô-rinh-tô 12:9 - Nguồn sức mạnh bí mật của Phao-lô:

Nhưng Ngài phán với tôi: Ân sủng Ta đủ cho con rồi, vì quyền năng của Ta trở nên trọn vẹn trong sự yếu đuối. Vì vậy, tôi rất vui mừng, tự hào trong sự yếu đuối của tôi, để quyền năng của Chúa Cứu Thế có thể ở luôn trong tôi.

NGÀY MỘT – MỌI NGƯỜI ĐỀU CẦN PHÉP LẠ
THỜI KHẮC TUYỆT VỌNG

Bà là một cây sậy đã giập: "Bị rong huyết đã mười hai năm," "đau đớn rất nhiều," "hao tốn hết tiền của," và "bệnh ngày càng nặng thêm."

Căn bệnh rối loạn kinh nguyệt mãn tính. Chảy máu không ngớt. Căn bệnh này có thể gây khó khăn cho mọi phụ nữ ở bất cứ khu vực nào. Nhưng đối với người Do Thái, không có gì có thể tồi tệ hơn nữa. Không còn điều gì trong cuộc đời bà không bị ảnh hưởng.

Về sinh lý… bà không thể chạm vào người chồng.

Về tình mẫu tử… bà không thể sinh con cái.

Việc công việc gia đình… bất cứ thứ gì bà chạm vào đều bị coi là ô uế. Không được rửa chén bát. Không được quét nhà.

Về mặt tâm linh… bà không được phép bước vào đến thờ.

Bà bị kiệt sức về thể xác và bị xã hội ruồng bỏ.

Bà đã tìm kiếm sự giúp đỡ "của nhiều thầy thuốc" (Câu 26). Bản văn Do Thái cổ (bản Talmud) đã đưa ra không dưới mười một phương pháp chữa trị cho căn bệnh này. Chắc chắn là bà đã thử tất cả các phương pháp đó. Một số phương pháp phù hợp. Những phương pháp khác chỉ giống như lấy tàn của trứng đà điểu trên vải lanh, hoàn toàn mê tín dị đoan.

Bà "đã hao tốn hết tiền của" (câu 26). Bao nhiêu tiền của đều đổ hết vào việc chữa bệnh, và kết quả lại càng thảm hại hơn. Một người bạn phải chiến đấu với căn bệnh ung thư đã nói với tôi rằng việc đối mặt với những tên chủ nợ không ngớt săn lùng đòi thanh toán tiền điều trị bệnh cũng tổn hại không kém gì so với bệnh tật.

"Không thấy đỡ gì mà bệnh ngày càng nặng thêm" (câu 26). Bà là cây sậy đã giập. Bà thức dậy mỗi ngày với thân thể chẳng ai muốn có. Bà chán nản với lời cầu nguyện cuối cùng của mình. Và vào cái ngày chúng ta gặp bà, bà cũng định cầu xin điều đó.

1. . Đôi khi thời khắc tuyệt vọng hoàn toàn chính là thời khắc bước ngoặt của chúng ta – nơi Đức Chúa Trời bước vào để thực hiện phép lạ. Ở trong "thời khắc tuyệt vọng hoàn toàn" có nghĩa là gì?

_____

_____

2. Hãy tìm các câu Kinh Thánh dưới đây và viết ra điều bạn học được về những người đã rơi vào bước đường cùng và tìm đến sự giúp đỡ của Đức Chúa Trời.

2 Sa-mu-ên 12:16-17

_____

2 Các Vua 20:2-3

_____

2 Cô-rinh-tô 4:8-9

_____

CHÚA GIÊ-XU ĐÁP ỨNG TRƯỚC ĐỨC TIN.

Khi bà đến được với Chúa Giê-xu, thì Ngài đang bị đám đông vây quanh. Ngài đang trên đường đến để chữa lành cho con gái Giai-ru, người quan trọng nhất trong cộng đồng. Liệu có thể nào Chúa Giê-xu tạm hoãn việc khẩn cấp với một lãnh đạo cấp cao để giúp những người như bà không? Rất hiếm! Nhưng liệu bà có thể sống sót nếu không nắm bắt lấy cơ hội không? Hiếm hơn nhiều. Cho nên bà đã nắm lấy cơ hội.

"Nếu ta chỉ rờ áo Ngài thôi," bà nghĩ, "thì ta sẽ được lành" (câu 28).

Một quyết định táo bạo. Để chạm vào Ngài, bà sẽ phải chạm vào mọi người. Nếu ai đó nhận ra bà… bà sẽ bị khiển trách và sẽ không có cơ hội được chữa lành nữa. Nhưng bà có lựa chọn nào khác chứ? Bà không có tiền, không quyền, không bè bạn, không giải pháp nào cả. Tất cả những gì bà có là một linh cảm điên rồ rằng Chúa Giê-xu có thể cứu giúp và một hy vọng to lớn rằng Ngài sẽ giúp bà.

Có thể đó cũng là tất cả những gì bạn có: một linh cảm điên rồ và một hy vọng mãnh liệt. Bạn chẳng có gì để dâng lên. Nhưng bạn đang bị tổn thương. Và tất cả những gì bạn cần dâng lên là trao cho Ngài sự tổn thương của bạn.

Sức mạnh và quyền năng ở trong tay Ngài; Ngài có quyền làm cho vĩ đại và ban sức lực cho mọi người.

Khi chúng ta rơi vào thời khắc tuyệt vọng hoàn toàn, Đức Chúa Trời sẽ can thiệp.

Và Ngài nhìn quanh để xem người đã đụng vào mình. Người đàn bà nhận biết việc đã xảy ra cho mình thì run rẩy, sợ hãi, đến quỳ dưới chân Ngài mà trình bày tất cả sự thật. Ngài bảo bà: "Con ơi, đức tin con đã chữa lành cho con, hãy về bình yên, khoẻ mạnh hết đau yếu.

- Mác 5:32-34

Chúng ta cố gắng mang những gánh nặng mà chúng ta không bao giờ muốn mang.

Vì Thánh Linh Đức Chúa Trời ban cho chúng ta không làm cho chúng ta nhút nhát, nhưng trái lại, Thánh Linh Ngài khiến chúng ta nên mạnh mẽ, giàu tình thương và biết tự chủ.

- 2 Ti-mô-thê 1:7

Là những người nhờ đức tin được quyền năng của Đức Chúa Trời gìn giữ cho sự cứu rỗi, là điều sẵn sàng để được bày tỏ trong thời cuối cùng.

- 1 Phi-e-rơ 1:5

Đức tin là sự tin quyết rằng Chúa Giê-xu có thể làm mọi điều và hy vọng rằng Ngài sẽ cứu giúp chúng ta.

Đức tin là sự tin chắc rằng Đức Chúa Trời là Đấng có thật và Ngài là Đấng tốt lành.

Lạy CHÚA, Đức Chúa Trời Vạn Quân, ai quyền năng giống như Chúa? Sự thành tín của Ngài bao quanh Ngài.

- Thi Thiên 89:8

Đức tin là thực chất của những điều ta hy vọng, là bằng chứng của những việc ta không xem thấy.

- Hê-bơ-rơ 11:1

3. Khi chúng ta rơi vào ngõ cụt, chúng ta có thể tiếp tục nấn ná ở đó hoặc quay trở về với Đức Chúa Trời với hy vọng rằng Ngài sẽ giải quyết mọi nan đề của chúng ta. Hãy chọn phản ứng tiêu biểu của bạn khi ở trong tình thế khó khăn. Hãy đánh dấu tất cả các câu trả lời phù hợp.

☐ Tôi hay lo lắng về tình trạng của mình, suy nghĩ và cân nhắc lại những khả năng và lựa chọn của mình.

☐ Tôi cố gắng không nghĩ đến nan đề của mình bằng cách tập trung vào những việc khác.

☐ Tôi tìm cách đổ lỗi cho người khác về tình trạng tuyệt vọng của mình.

☐ Tôi ôn ã phàn nàn về hoàn cảnh của mình với bất cứ ai chịu lắng nghe.

☐ Tôi bắt đầu sa vào sự buồn rầu và chán nản không lối thoát.

☐ Tôi thấy đức tin mình bị lung lay, và tôi bắt đầu tự hỏi liệu Đức Chúa Trời có giải cứu tôi không.

☐ Tôi chưa bao giờ thực sự đánh mất đức tin, và tôi có thể lệ thuộc vào Chúa Giê-xu, Đấng sẽ giúp tôi vượt qua.

4. Người đàn bà này có thể đã sợ hãi khi nghĩ đến những điều người khác suy nghĩ về sự cố gắng đến gần Chúa Giê-xu một cách tuyệt vọng của bà. Bà có thể để nỗi sợ hãi cản trở mình. Hãy đọc những câu Kinh Thánh sau đây. Sau đó nối câu Kinh Thánh với điều bạn học được về việc chiến thắng nỗi sợ hãi.

- 2 Ti-mô-thê 1:7   a. Đức Chúa Trời muốn chúng ta chắc chắn về hy
- Hê-bơ-rơ 3:6   vọng của chúng ta nơi Ngài.
- 1 Giăng 4:18   b. Tình yêu của Đức Chúa Trời loại bỏ sự sợ hãi.
                    c. Đức Chúa Trời không tạo nên chúng ta để sợ hãi.

Có thể đó là điều đã ngăn cản bạn đến với Đức Chúa Trời. Ồ, bạn đã bước một hoặc hai bước hướng về Ngài. Nhưng khi đó bạn nhìn thấy những người khác xung quanh Ngài. Họ có vẻ rất thanh sạch, rất chỉnh tề, rất ăn khớp và xứng hợp với đức tin. Và khi bạn nhìn thấy họ, họ cản trở tầm nhìn của bạn về Đức Chúa Trời. Cho nên bạn

Nếu điều đó mô tả bạn, hãy cẩn thận ghi nhớ, chỉ có một người được tán dương vào ngày hôm đó vì đã có đức tin. Đó không phải là người ban cho rời rộng. Đó không phải là một tín đồ trung thành. Đó không phải là một giáo viên đáng được tuyên dương. Đó là một người bị xã hội ruồng bỏ, không một xu dính túi, bị sự xấu hổ chi phối, một người nắm chặt lấy linh cảm của mình là Ngài có thể giúp đỡ và nắm chắc hy vọng rằng Ngài sẽ cứu giúp. À, đó cũng không phải là một định nghĩa tồi về đức tin: Một sự tin quyết rằng Ngài có thể giúp đỡ và hy vọng rằng Ngài sẽ làm điều đó. Nghe có vẻ giống với định nghĩa về đức tin mà Kinh Thánh đưa ra nhỉ? "Không có đức tin thì không thể nào đẹp lòng Đức Chúa Trời vì người đến gần Đức Chúa Trời phải tin Ngài hiện hữu và tưởng thưởng những ai hết lòng tìm kiếm Ngài." (Hê-bơ-rơ 11:6)

Định nghĩa không quá phức tạp phải không nhỉ? Đức tin là sự tin chắc rằng Đức Chúa Trời là Đấng có thật và Ngài là Đấng tốt lành. Đức tin không phải là một kinh nghiệm kỳ bí hay là một ảo ảnh giữa đêm đen hay là một tiếng nói trong rừng... Nó là một lựa chọn để tin rằng Đấng sáng tạo ra tất cả sẽ không bỏ rơi tất cả, rằng Ngài vẫn ban ánh sáng để xua tan bóng tối và đáp ứng lại những hành động bởi đức tin.

5. Câu nào sau đây đúng khi nói về đức tin, và câu nào sai? Đánh dấu câu trả lời đúng bằng (Đ) và câu trả lời sai bằng (S). Hãy sử dụng những câu Kinh Thánh dưới đây để giúp bạn trả lời.

___Nếu chúng ta tin rằng Đức Chúa Trời có đủ sức mạnh để giải cứu chúng ta, thì chúng ta sẽ tin cậy Ngài. (Hê-bơ-rơ 11:6)

_____ Nếu chúng ta nghi ngờ quyền năng của Ngài, chúng ta không bày tỏ đức tin thật của chúng ta nơi Ngài. (Gia-cơ 1:6-7)

_____ Đức Chúa Trời không đủ quyền năng để giải quyết tất cả các nan đề của chúng ta. (Thi Thiên 89:8)

6. "Đức tin là sự biết chắc rằng Ngài có thể làm và hy vọng rằng Ngài sẽ làm." Hãy đọc Hê-bơ-rơ 11:1 và điền vào chỗ trống dưới đây điều bạn học được về đức tin trong câu Kinh Thánh này.

............là ....của những điều mình...............và nhận biết trong tấm lòng rằng những điều đó là ....cho dù chúng ta không...............bằng mắt.

Đức Chúa Trời phán rằng hoàn cảnh của chúng ta càng tuyệt vọng thì sự giải cứu của Chúa càng lớn lao.

TIN NƠI QUYỀN NĂNG CỦA ĐỨC CHÚA TRỜI.

Dĩ nhiên không có sự bảo đảm nào cả. Bà hy vọng rằng Ngài sẽ đáp lời… Bà khao khát Chúa đáp lời … nhưng bà không biết liệu Ngài có đáp lại hay không. Tất cả những gì bà biết là Ngài đang ở đó và Ngài là Đấng tốt lành. Đó là đức tin.

Đức tin không phải là tin rằng Đức Chúa Trời sẽ làm điều chúng ta mong muốn. Nhưng đức tin là tin rằng Ngài sẽ làm điều công bình.

"Phước cho những người rất nghèo khổ, không có gì để ban cho, kẻ khốn cùng, bệnh tật," Chúa Giê-xu phán, "vì nước Thiên đàng thuộc về họ" (Ma-thi-ơ 5:6, theo cách diễn giải của tôi).

Cách quản trị của Đức Chúa Trời hoàn toàn đảo lộn (Hoặc Ngài quản trị theo kiểu đảo cho đúng chiều còn cách của chúng ta là đảo cho ngược chiều đúng). Đức Chúa Trời phán rằng hoàn cảnh của chúng ta càng vô vọng thì sự giải cứu của Chúa càng lớn lao. Lo lắng của chúng ta càng lớn thì lời cầu nguyện của chúng ta càng chân thành.

Một người phụ nữ khoẻ mạnh sẽ không bao giờ đánh giá cao quyền năng phát ra từ một cái chạm vào vạt áo Ngài. Nhưng người đàn bà này đang bị bệnh, và khi tình trạng tiến thoái lưỡng nan của bà gặp được sự đáp ứng của Chúa, phép lạ đã xảy ra.

Phần của bà trong việc chữa lành là rất nhỏ. Tất cả những gì bà đã làm là giơ thẳng tay vượt qua đám đông.

"Chỉ cần ta có thể chạm vào Ngài."

7.Câu nào sau đây bày tỏ đức tin nơi năng lực hành động thay cho chúng ta của Đức Chúa Trời. Hãy đánh dấu vào một câu trả lời duy nhất.

☐ "Nếu Đức Chúa Trời làm điều tôi muốn, thì tôi sẽ tin rằng Ngài là Đấng tốt lành."

☐ "Tôi không biết điều gì có thể xảy ra, nhưng tôi biết rằng Đức Chúa Trời ở đó, và tôi biết Ngài tốt lành.

8. "Càng lo lắng thì lời cầu nguyện càng chân thành." Bạn đã kinh nghiệm được lẽ thật của lời tuyên bố này chưa? Đó là khi nào? Chúng ta hãy thăm lại phòng trưng bày thư viện một lát để xem vị hoạ sĩ đã mô tả một cách đầy sáng tạo câu chuyện này ra sao trong một mô hình một câu chuyện hai bức tranh nhé.

Bút vẽ của hoạ sĩ bắt được khoảnh khắc một người phụ nữ lơ lửng giữa trời khi đang nhảy từ hẻm núi này sang hẻm núi khác. Quần áo rách tươm rách mướp. Thân thể yếu đuối, và làn da nhợt nhạt. Trông bà xanh xao vì thiếu máu. Đôi mắt tuyệt vọng khi bà bám hai tay lên vách núi. Ngoài mép bức tranh là một người đàn ông. Tất cả những gì bạn nhìn thấy là đôi chân, đôi dép và vạt áo của ông ấy. Ở dưới bức tranh là lời của người phụ nữ: "Chỉ cần…."

Đức Chúa Trời dời núi, núi chẳng biết trước, trong cơn giận, Ngài lật đổ núi.

LÀM ĐIỀU CÔNG BÌNH

Bạn cảm thấy mất kiên nhẫn với cuộc sống của chính mình, cố gắng thiết lập một thói quen và kiểm soát tội lỗi – và trong sự thất vọng của chính mình, bạn bắt đầu tự hỏi quyền năng của Đức Chúa Trời ở đâu. Hãy kiên nhẫn! Đức Chúa Trời dùng những khó khăn của hôm nay để làm bạn trở nên mạnh mẽ hơn trong ngày mai. Ngài đang trang bị cho bạn. Đức Chúa Trời là Đấng khiến mọi vật lớn lên sẽ giúp bạn kết quả.

Hãy tin cậy vào thực tế rằng Đức Chúa Trời sống trong bạn. Hãy suy nghĩ về quyền năng đã ban cho bạn sự sống. Việc nhận biết Đức Chúa Trời đang ở trong bạn có thể thay đổi nơi bạn muốn đến và việc bạn muốn làm trong hôm nay.

- Walking With the Savior

Bạn nhanh chóng bước đến để xem cảnh tiếp theo. Lúc này bà đang đứng. Đất dưới đôi chân trần của bà vững chắc. Khuôn mặt bà ửng hồng sức sống. Đôi mắt thận trọng của bà ngước lên nhìn đám đông vây quanh mình. Đứng bên cạnh bà là người mà bà đã cố gắng chạm vào. Tựa đề của bức tranh ư? Đó là lời của Chúa. "Hãy vững lòng …"

Sự giúp đỡ của Đức Chúa Trời luôn gần bên và dành sẵn cho những kẻ tìm kiếm

Sự giúp đỡ của Đức Chúa Trời gần bên và luôn dành sẵn cho chúng ta, nhưng chỉ có những người tìm kiếm mới nhận được nó. Sự thờ ơ không đem lại kết quả gì. Công việc vĩ đại trong câu chuyện này là sự chữa lành phi thường đã xảy ra. Nhưng lẽ thật lớn nhất là sự chữa lành khởi đầu bằng cái chạm của bà. Và với hành động dũng cảm nhỏ bé đó, bà đã kinh nghiệm được quyền năng dịu dàng của Chúa Giê-xu.

9. Chúa Giê-xu vừa dịu dàng vừa quyền năng, cả hai đồng thời, ra sao?

_____

_____

TRỌNG TÂM BÀI HỌC

*Khi chúng ta rơi vào thời khắc tuyệt vọng hoàn toàn, Đức Chúa Trời sẽ can thiệp.

*Đức tin là sự tin chắc rằng Ngài có thể và hy vọng rằng Ngài sẽ giúp đỡ chúng ta.

*Đức tin là sự tin chắc rằng Đức Chúa Trời là Đấng có thật và Ngài là Đấng tốt lành.

Đức Chúa Trời há chẳng phải cao như các từng trời kia sao? Hãy xem chót các ngôi sao: cao biết bao nhiêu!

*Đức Chúa Trời phán rằng hoàn cảnh của chúng ta càng tuyệt vọng thì sự giải cứu của Chúa càng lớn lao.

*Sự giúp đỡ của Đức Chúa Trời gần bên và luôn dành sẵn cho những kẻ tìm kiếm.

Hãy dành đôi phút để ôn lại câu Kinh Thánh ghi nhớ của tuần này. Hãy viết câu Kinh Thánh 2 Cô-rinh-tô 12:9 xuống dòng kẻ dưới đây.

_____

Tấm lòng của Chúa Giê-xu

Tin đồn đã loan đi vài tháng nay. Có người nói rằng Chúa Giê-xu là một nhà tiên tri. Có người cho rằng Ngài là nhà cải cách chính trị. Nhưng điều thu hút sự quan tâm nhiều nhất là tin đồn rằng người đàn ông này có thể chữa bệnh. Người mù, người què, người điếc, người bệnh tật - tất cả đều quả quyết rằng họ được lành nhờ sự đụng chạm của Ngài. Có một chuyện lạ lùng hơn cả là việc Ngài đuổi quỷ và gọi người chết sống lại. Điều này chắc chắn là quá tốt lành nên khó có thể là sự thật, nhưng tia hy vọng này là quá lớn lao, khiến những người đang bị đau đớn không thể bỏ qua. Cho nên bất cứ nơi đâu Chúa Giê-xu đến, thì những người tìm kiếm đều theo Ngài. Họ mang đến cho Ngài tất cả bệnh tật của họ. Họ cầu xin Ngài cho phép họ chỉ sờ đến vạt áo của Ngài mà thôi. Những người yếu đuối và nghèo túng khao khát được kinh nghiệm quyền năng của Chúa Giê-xu.

NGÀY HAI – QUYỀN NĂNG CỦA LỜI CẦU NGUYỆN RỤT RÈ

QUYỀN NĂNG TRONG LỜI CẦU NGUYỆN

Nếu bạn vật lộn với việc cầu nguyện, tôi chỉ muốn giới thiệu với bạn người đàn ông này. Đừng lo, ông ấy không phải là một vị thánh trong tu viện đâu. Ông ấy cũng không phải là một sứ đồ có đầu gối chai đi vì cầu nguyện. Ông cũng không phải là một tiên tri có tên đệm là Suy Ngẫm. Ông ta cũng không quá thánh khiết đến độ bạn không thể với tới để nhắc bạn nhớ rằng bạn phải cầu nguyện nhiều ra sao. Ngược lại thì đúng hơn. Một người đàn ông đang có nan đề. Một phụ huynh với đứa con bị bệnh cần một phép lạ. Lời cầu nguyện của người bố ấy không nhiều, nhưng câu trả lời và kết quả nhắc nhở chúng ta rằng: Quyền năng không nằm trong lời cầu nguyện, mà nằm trong tay Đấng lắng nghe lời cầu nguyện đó.

Con...........dùng lời quyền năng mình, Ngài duy trì vạn vật.
- Hê-bơ-rơ 1:3

1. Câu nào sau đây đúng khi nói về quyền năng của sự cầu nguyện, và câu nào sai? Đánh dấu câu trả lời đúng bằng (Đ) và câu sai bằng (S).

____ Chúng ta phải cầu nguyện đúng lời lẽ câu cú thì mới nhận được sự giúp đỡ của Chúa Giê-xu.

____ Chúa Giê-xu chỉ đáp lời lời cầu nguyện của những người siêu thuộc linh.

____ Năng quyền mà chúng ta cần ở nơi Chúa Giê-xu chứ không phải nơi lời cầu nguyện của chúng ta.

Năng quyền mà chúng ta cần là ở nơi Chúa Giê-xu chứ không phải nơi lời cầu nguyện của chúng ta.

2. Hãy đọc những câu Kinh Thánh dưới đây. Sau đó nối câu Kinh Thánh với điều bạn học được rằng quyền năng của Đức Chúa Trời như thế nào khi so sánh với sức mạnh của chúng ta.

- Thi Thiên 20:7	a. Ngài nắm giữ mọi vật lại với nhau bằng quyền năng Ngài.
- Thi Thiên 29: 4	
- Giê-rê-mi 10:12	b. Đức Chúa Trời sáng tạo thế giới bằng quyền năng của Ngài.
- Mác 1:7	
- Hê-bơ-rơ 1:3	c. Tin cậy Đức Chúa Trời tốt hơn là tin cậy một người nào khác.
	d. Tiếng nói của Đức Chúa Trời mà thôi cũng đầy quyền năng.
	e. Chúa Giê-xu vĩ đại hơn con người "thuộc linh" nhất.

Ngài hỏi cha nó: "Nó bị bệnh thế này đã bao lâu rồi?" Người cha thưa: "Từ lúc cháu còn bé, đã nhiều lần quỷ đẩy cháu vào lửa và xô xuống nước để giết cháu. Dù sao, nếu được, xin Thầy thương tình giúp chúng tôi." Đức Chúa Giê-xu bảo: "Sao ông lại nói 'nếu được?' Ai tin thì mọi việc đều được cả." Cha đứa bé liền kêu lớn: "Tôi tin, xin Thầy giúp tôi có lòng tin." – Mác 9:21-24

Lạy Đức Chúa Trời, nguyện Ngài được tôn cao hơn các tầng trời, nguyện vinh quang Ngài toả khắp trái đất.
-Thi Thiên 57:5

Ông cầu nguyện trong tuyệt vọng. Con trai ông, đứa con trai một của ông, bị quỷ ám. Nó không chỉ bị câm điếc và động kinh mà còn bị một linh gian ác chiếm giữ. Từ khi cậu bé còn rất nhỏ, quỷ dữ đã đẩy nó vào lửa và xuống nước.

Hãy hình dung đến nỗi đau của người cha này. Những người cha khác có thể nhìn thấy con cái mình lớn lên và trưởng thành, còn ông thì chỉ có thể nhìn thấy con mình đau đớn. Trong khi những người khác dạy cho con trai của họ một cái nghề, ông lại phải cố gắng giữ cho con ông sống sót.

Quả là một thách thức! Ông không thể rời mắt khỏi con trai mình dù chỉ một phút. Ai mà biết được khi nào cơn bệnh tiếp theo xảy ra chứ? Người cha này phải ở trong tình trạng sẵn sàng ứng cứu và cảnh giác hai tư giờ mỗi ngày. Ông đang tuyệt vọng và mệt mỏi, và lời cầu nguyện của ông đã phản ánh cả hai điều đó.

"Nếu Thầy có thể, xin hãy thương tình giúp đỡ chúng tôi."

Hãy lắng nghe lời cầu nguyện này. Nghe có vẻ gì can đảm không? Tự tin không? Mạnh mẽ không? Hầu như không.

Một từ có thể tạo ra rất nhiều sự khác biệt. Thay vì từ "nếu", điều gì sẽ xảy ra nếu ông ta dùng từ "vì"? "Vì Ngài có thể làm mọi điều cho nó, xin hãy thương xót và giúp đỡ chúng tôi."

Nhưng đó không phải là điều ông đã nói. Ông đã dùng chữ "nếu". Tiếng Hy Lạp thậm chí còn rõ ràng hơn. Điều này bày tỏ hàm ý nghi ngờ. Như thể ông đã nói rằng: "Đứa trẻ này có thể không liên quan gì đến Ngài, nhưng nếu Ngài có thể…."

Một lời cầu xin điển hình của một người có nan đề. Nhu mì hơn là mạnh mẽ. Rụt rè hơn là dữ dội. Giống một con chiên khập khiễng đến với người chăn hơn là một con sư tử đầy cao ngạo đang gầm rú trong rừng nhiệt đới. Nếu lời cầu nguyện của ông ấy giống của bạn, thì đừng nản lòng, vì đó chính là sự cầu nguyện bắt đầu.

3. Dẫu cuộc sống thường ngày của chúng ta vẫn có những bất định, nhưng khủng hoảng thường đẩy lời cầu nguyện của chúng ta đến cực điểm của sự trung thực và chân thành. Chúng ta biết mình cần sự giúp đỡ! Hãy tìm kiếm các câu Kinh Thánh sau đây và viết ra điều bạn học được về việc nhận biết nhu cầu của chính mình.

1 Sa-mu-ên 1:10-11

_____

_____

> Chúa Giê-xu đáp lại với sự chân thật của chúng ta chứ không phải với tài hùng biện trong lời cầu nguyện của chúng ta.

Thi Thiên 17:1

_____

_____

Rô-ma 7:24

_____

_____

TRONG SỰ YẾU ĐUỐI CỦA CHÚNG TA

Nó bắt đầu bằng khao khát. Một lời thỉnh cầu khẩn khoản chân thật. Những con người yếu đuối, tầm thường ngó chăm chăm lên đỉnh Everest ngạo nghễ trước mặt. Không giả vờ. Không khoe khoang. Không làm dáng. Chỉ cầu nguyện mà thôi. Lời cầu nguyện yếu ớt, nhưng dù sao nó vẫn là lời cầu nguyện.

Chúng ta bị cám dỗ là nên đợi cho đến khi mình biết cách cầu nguyện mới cầu nguyện. Chúng ta đã được nghe những lời cầu nguyện của người trưởng thành thuộc linh. Chúng ta đã đọc về sự khắc nghiệt của những người sống kỷ luật. Và chúng ta tin chắc rằng chúng ta còn cả một quãng đường dài phải đi.

Và chúng ta thà không cầu nguyện chứ nhất định không cầu nguyện những lời cầu nguyện khô khan, không hoa mỹ, vì vậy chúng ta không cầu nguyện. Hoặc là chúng ta không cầu nguyện thường xuyên. Chúng ta chờ cho đến khi học được cách cầu nguyện thì mới cầu nguyện.

Một điều tốt là người đàn ông này không phạm sai lầm như thế. Ông ta không giống người-cầu- nguyện cho lắm. Và lời cầu nguyện của ông không giống một lời cầu nguyện cho lắm. Ông thậm chí còn phải thừa nhận điều này! "Con tin," ông nài xin. "Xin giúp con có thêm đức tin" (Mác 9:24).

Lời cầu nguyện này không dành để viết sách hướng dẫn thờ

phượng. Không có thi thiên nào ra từ câu nói của ông. Lời cầu nguyện của ông rất đơn giản – không thần chú, không nhịp điệu. Nhưng Chúa Giê-xu vẫn đáp lời. Ngài vẫn nhậm lời, không phải vì tài hùng biện mà vì nỗi đau của ông.

Chúa Giê-xu có rất nhiều lý do để từ chối lời đề nghị của người đàn ông này.

Chúa làm tất cả những gì đẹp lòng Ngài, Ngài làm những việc ở trên trời, dưới đất, trên biển và trong tất cả vực sâu.

- Thi Thiên 135:6

4. "Tôi tin. Xin Thầy giúp tôi có lòng tin." Tại sao đây lại là lời cầu nguyện thích hợp trong thời khắc khủng hoảng?

_____

_____

5. Hãy đọc các câu Kinh Thánh sau đây và viết xuống điều bạn học được về cách Chúa Giê-xu nhấn mạnh đến mối liên hệ giữa đức tin và năng quyền.

Ma-thi-ơ 17:20 – "Ta bảo các con, nếu các con có đức tin chỉ bằng một hạt cải, các con có thể bảo hòn núi này rằng: 'Hãy dời qua bên kia.' Thì nó sẽ dời đi. Không có gì các con không làm được."

_____

_____

Mác 5:36 – "Nhưng Đức Chúa Giê-xu chẳng quan tâm đến lời đó. Ngài bảo viên quản lý hội đường: "Đừng sợ, chỉ tin mà thôi.""

_____

_____

Giăng 9:35, 38 – "Đức Chúa Giê-xu nghe họ đuổi anh đi, nên tìm anh hỏi: 'Anh có tin Con Người không?' Người ấy nói: 'Lạy Chúa, con tin!' rồi thờ lạy Ngài."

_____

_____

Không bao giờ có một vũ đài cầu nguyện nào nghèo nàn cả. Đức tin ở đâu trong bức tranh này? Các môn đồ đã thất bại, các thầy thông giáo thích thú, Sa-tan chiến thắng, và người cha thì tuyệt vọng. Bạn phải chật vật lắm mới tìm được một nhánh li ti của đức tin giữa một rừng cỏ khô.

Có thể bạn cũng phải chật vật lắm mới tìm thấy được nhánh li ti của đức tin đó giữa một rừng cỏ khô của riêng bạn. Có thể cuộc sống của bạn cũng là cả một quãng đường xa tít tắp mới tới Thiên đàng. Những tiếng la hét ầm ĩ của bọn trẻ thay cho tiếng hát của các thiên thần. Niềm tin thì đầy sự chia rẽ - những người lãnh đạo của bạn ưa cãi vã hơn là chăm sóc tín hữu. Nan đề áp đảo. Bạn không thể nhớ được khi nào bạn thức dậy mà không có nan đề.

Và vượt ra khỏi những tiếng ầm ĩ của nghi ngờ là tiếng nói rụt rè của bạn: "Nếu Ngài có thể làm điều gì cho con…."

Một lời cầu nguyện như vậy có thể nào tạo ra sự khác biệt?

Hãy để Mác trả lời câu hỏi này.

Thấy đoàn dân đông chạy đến, Đức Chúa Giê-xu quở tà linh: "Quỷ câm và điếc kia, Ta truyền cho mầy phải ra khỏi đứa trẻ này, không được nhập lại nữa." Quỷ câm rú lên một tiếng, vật ngã đứa trẻ rồi ra khỏi. Đứa trẻ bất động như chết nên nhiều người nói: "nó chết rồi!" Nhưng Đức Chúa Giê-xu cầm tay nó, đỡ dậy thì nó đứng lên. – Mác 9:25-27

Điều này làm các môn đồ bối rối. Ngay khi họ rời khỏi đám đông,

Ngài sẽ chăn dắt đàn chiên mình như người chăn chiên, gom những chiên con trong cánh tay, ẩm chúng vào lòng và nhẹ nhàng dẫn các chiên mẹ

- Ê-sai 40:11

họ hỏi Chúa Giê-xu: "Tại sao chúng con không thể đuổi được quỷ này?" Câu trả lời của Ngài ư? "Loại quỷ này phải cầu nguyện mới đuổi được."

Lời cầu nguyện của chúng ta tạo ra sự khác biệt.

Lời cầu nguyện nào? Lời cầu nguyện nào tạo ra sự khác biệt? Có phải là lời cầu nguyện của các sứ đồ không? Không, họ đã không cầu nguyện. Chắc hẳn đó phải là lời cầu nguyện của các thầy thông giáo rồi. Có thể là họ đã đến đền thờ và cầu thay. Không! Các thầy thông giáo cũng không cầu nguyện. Vậy thì chắc chắn là của dân chúng rồi. Có thể họ đã thức đêm để cầu nguyện cho cậu bé. Không đâu! Dân chúng cũng đã không hề cầu nguyện. Họ chưa bao giờ quỳ gối. Vậy lời cầu nguyện nào đã dẫn tới việc Chúa Giê-xu đuổi quỷ?

Chỉ có một lời cầu nguyện duy nhất trong câu chuyện này. Đó là lời cầu nguyện chân thành của một người đàn ông đang đau đớn. Và, vì Đức Chúa Trời cảm động với nỗi đau của chúng ta hơn là tài hùng biện của chúng ta, nên Ngài đã đáp lời. Đó là những gì những người cha đã làm.

6. Nhu cầu của chúng ta làm cho quyền năng của Chúa Giê-xu trở thành hành động. Nó rung lên thứ thanh âm báo động. Tại sao? Bởi vì Ngài yêu chúng ta. Hãy đọc Ê-sai 40:11 và trả lời câu hỏi sau.

Hình ảnh nào được sử dụng để mô tả sức mạnh dịu dàng của Đức Chúa Trời?

_____

_____

Hãy tin cậy nơi Chúa đời đời, vì trong Chúa, chính Chúa là vầng đá muôn đời.
- Ê-sai 26:4

Ngài đã đáp lại sự yếu đuối như thế nào?

_____

_____

_____

Đó chính xác là những gì Jim Redmond đã làm.

Con trai của ông, Derek, một chàng trai người Anh hai mươi sáu tuổi, được kỳ vọng sẽ giành chiến thắng trong chặng đua bốn trăm mét ở Thế Vận Hội Thể thao Barcelona năm 1992. Nửa chặng đua của trận bán kết, một cơn đau khủng khiếp thiêu đốt chân phải của anh. Anh đã gục ngã xuống đường đua với một chân cà kheo bị rách

Khi các nhân viên y tế ào tới, Derek cũng nỗ lực đứng dậy. "Lúc đó giống như là tôi có bản năng của một con thú vậy," sau này anh đã nói như thế. Anh đã cố gắng nhảy lò cò, xô đẩy những huấn luyện viên ra với một nỗ lực điên rồ muốn hoàn thành chặng đua ấy.

Khi anh quay lại đường đua, một người đàn ông to lớn bước qua đám đông. Ông ta mặc một chiếc áo phông có dòng chữ "Hôm nay bạn đã ôm chặt đứa con của mình chưa?" và một cái mũ với lời thách thức: "Hãy làm thế!" Người đàn ông đó là Jim Redmond, cha của Derek.

"Con không cần phải làm như vậy," ông nói với đứa con trai đang khóc của mình.

"Cần chứ! Con phải làm vậy," Dereck tuyên bố.

"Ồ, vậy thì," Jim nói, "chúng ta sẽ cùng nhau hoàn thành việc này."

Và hai cha con đã làm như thế. Jim quàng tay của Dereck qua vai mình và giúp anh đi tập tễnh hết đường đua. Gạt những người bảo vệ ra, đầu của chàng trai thỉnh thoảng phải ngả vào vai cha mình, nhưng họ vẫn hoàn thành đường đua của Derek.

Đám đông vỗ tay, đứng lên, rồi cổ vũ, rồi khóc khi hai cha con hoàn thành chặng đua.

Điều gì khiến người cha làm vậy? Điều gì khiến người cha rời khỏi chỗ đứng để đón con trai trên đường đua? Có phải đó là vì sức mạnh của đứa con không? Không, đó là vì nỗi đau của con trai ông. Con trai ông đang bị đau đớn và vật lộn để kết thúc cuộc đua. Vì vậy người cha đã đến giúp con trai mình hoàn thành điều đó.

Đức Chúa Trời cũng làm điều tương tự. Lời cầu nguyện của chúng ta có thể vụng về. Nỗ lực của chúng ta có thể yếu ớt. Nhưng vì năng quyền của lời cầu nguyện thuộc về Đấng nghe lời cầu nguyện đó chứ không phải thuộc về người nói ra lời cầu nguyện đó, nên lời cầu nguyện của chúng ta tạo ra một sự khác biệt.

TRỌNG TÂM BÀI HỌC
*Năng quyền mà chúng ta cần là ở nơi Chúa Giê-xu chứ không phải nơi lời cầu nguyện của chúng ta.
*Chúa Giê-xu đáp lại trước sự chân thật của chúng ta chứ không phải trước tài hùng biện trong lời cầu nguyện của chúng ta.
*Lời cầu nguyện của chúng ta tạo ra sự khác biệt.

Hãy dành chút thời gian ôn lại. Dùng vài phút để viết ra câu Kinh Thánh ghi nhớ 2 Cô-rinh-tô 12:9.

_____
_____
_____

Tấm lòng của Chúa Giê-xu

Họ đang cầu nguyện với Đức Chúa Trời, nhưng có lẽ họ không bao giờ nhận ra rằng Con Ngài đang tình cờ nghe được lời cầu nguyện đó. Người đàn ông thứ nhất - một người Pha-ri-si – đang bận rộn với việc tự khen ngợi bản thân trước mặt Đức Chúa Trời. "Con dâng hiến một phần mười. Con kiêng ăn. Con thích con người của mình!" Chưa đủ tệ, người đàn ông này bắt đầu nói thêm. "Con thích chính con. Con vui vì Ngài đã tạo dựng nên con là con. Bản thân con là người tốt hơn hết thảy những người khác." Lời khoe khoang khoác lác này có thể làm tăng lòng tự trọng của bản thân người Pha-ri-si này, nhưng nó không bao giờ đến được với Đức Chúa Trời. Người đàn ông thứ hai - một người thu thuế - đã đến đền thờ với một thái độ hoàn toàn khác. Ông đứng ở gần cửa, không dám bước vào trong. Đôi mắt nhìn xuống, và đôi vai trùng xuống thể hiện sự buồn rầu, ân hận và đầu phục. Trong sự khiêm nhường, ông nhận biết tội lỗi của mình. "Đức Chúa Trời ôi, xin hãy thương xót con, là kẻ tội nhân." Ông nói rất ít, nhưng tấm lòng của ông chân thành. Chúa Giê-xu tuyên bố rằng lời cầu nguyện của người thứ hai đã tạo ra sự khác biệt trên thế gian này. Ông trở về nhà là một người được tha thứ tội lỗi.
- Lu-ca 18:9-14

Ai đã dùng lòng bàn tay đong nước biển, gang bàn tay đo các tầng trời? Lấy đấu đong bụi đất? Cân núi trên bàn cân và đồi trên cán cân?

- Ê-sai 40:12

NGÀY BA – KHI CHÚNG TA KHÔNG CÒN LỰA CHỌN

Tại Giê-ru-sa-lem, gần bên Cửa Chiên, có một cái hồ dưới vòm cung năm hàng cột, tiếng Do Thái gọi là Bết-xa-tha. Người đau yếu, mù loà, què quặt và bại liệt nằm tại đây rất đông. Họ chờ khi nước động, vì thỉnh thoảng một thiên sứ của Chúa giáng xuống hồ, khuấy động mặt nước, người nào xuống hồ đầu tiên khi nước dao động thì dù mắc bệnh gì cũng được lành. Ở đó có một người mắc bệnh đã ba mươi tám năm. Đức Chúa Giê-xu thấy người nằm liệt, biết người mang bệnh đã lâu nên hỏi: "Anh có muốn lành bệnh không?" Người bệnh đáp: "Thưa ông, chẳng có ai quăng tôi xuống hồ khi nước dao động. Khi tôi lần tới được thì người khác đã xuống trước tôi rồi!" Đức Chúa Giê-xu bảo: "Anh hãy đứng dậy, vác chõng rồi bước đi!" Lập tức, người ấy được lành, mang chõng mà đi. Hôm ấy nhằm ngày Sa-bát. – Giăng 5:2-9

Trong một thời gian dài, câu chuyện này chẳng có ý nghĩa gì với tôi. Tôi không thể hiểu được nó. Câu chuyện kể về một người đàn ông chỉ có vừa đủ đức tin để tiếp tục đứng đó, nhưng Chúa Giê-xu đã đối xử với ông như thể ông đã đặt đứa con trai yêu dấu của mình lên bàn thờ dâng cho Đức Chúa Trời vậy. Những người tử vì đạo và các sứ đồ mới xứng đáng nhận được vinh dự đó, chứ không phải con người nghèo khổ nào đó thậm chí còn không biết Chúa Giê-xu là ai khi anh ta gặp Ngài. Hoặc là tôi nghĩ như vậy.

Trong một thời gian rất dài, tôi đã nghĩ rằng Chúa Giê-xu tốt "quá mức cho phép". Tôi đã nghĩ câu chuyện này quá kỳ lạ. Tôi đã nghĩ câu chuyện này quá tốt lành nên không thể nào là thật. Sau đó tôi nhận ra một vài điều. Câu chuyện này không nói về một người tàn tật ở Giê-ru-sa-lem. Câu chuyện này nói về bạn. Câu chuyện này nói về tôi. Người đàn ông đó không phải là không có tên. Ông ta có một cái tên - tên của bạn. Ông ta có khuôn mặt - của tôi. Ông ta có một vấn đề - giống vấn đề của chúng ta.

Tất cả chúng ta đều ở trong tình huống khó khăn như nhau: chỉ có người thánh khiết mới có thể nhìn thấy Đức Chúa Trời.

Chúa Giê-xu gặp gỡ người đàn ông gần bên một hồ lớn ở phía bắc đền thờ Giê-ru-sa-lem. Cái hồ dài 109m, rộng 39 m, và sâu 22m. Một hàng cột với năm hiên nhìn xuống hồ. Đó là một công trình kỷ niệm sự giàu có và thịnh vượng, nhưng giờ đây nó bị những người đau ốm và bệnh tật chiếm giữ.

Nơi đó được gọi là Bết-xa-tha. Nó hiện nay có thể được gọi là Công viên Trung tâm, Bệnh viện Thủ đô, hay thậm chí là Bia và Nướng. Nó có thể là nơi những người vô gia cư tụ tập ở dưới cây cầu vượt ở trung tâm thành phố. Nó có thể là bất cứ nơi đâu tập trung những con người đau khổ.

Một dòng nước ngầm thỉnh thoảng làm cho mặt hồ dao động. Người ta tin rằng sự dao động đó là do cánh của Thiên sứ giáng xuống chạm vào mặt nước. Họ cũng tin rằng người đầu tiên chạm vào nước sau khi Thiên sứ giáng xuống thì sẽ được chữa lành. Người ta có được chữa lành thật không? Tôi không biết. Nhưng tôi biết là những người bệnh tật đến đó để thử.

KHÔNG CÒN LỰA CHỌN

Bạn có nhớ tôi đã nói câu chuyện này nói về chúng ta không? Bạn có nhớ tôi đã nói rằng tôi tìm thấy gương mặt của chúng ta trong Kinh Thánh không? À, chúng ta ở đây để lấp đầy những khoảng trống giữa các chữ trong câu 5: "Một người đàn ông nằm đó mắc bệnh đã ba mươi tám năm."

Ngươi không biết sao? Ngươi chưa nghe sao? Chúa là Đức Chúa Trời đời đời. Ngài là Đấng sáng tạo các đầu cùng quả đất. Ngài không kiệt sức cũng không mỏi mệt, và sự hiểu biết của Ngài không thể dò được.

- Ê-sai 40:28

Có thể bạn không thích bị mô tả như thế. Có thể bạn thích đồng nhất mình với sự dũng cảm của Đa-vít hay là sự tận tuỵ của Ma-ri. Tất cả chúng ta đều như vậy. Nhưng trước khi bạn và tôi có thể giống như họ, chúng ta phải thừa nhận rằng chúng ta giống người bại liệt. Những người bại liệt không còn lựa chọn nào cả. Không thể đi lại. Không thể làm việc. Không thể tự chăm sóc cho mình. Thậm chí không thể lăn xuống hồ để chạm vào nước khi thiên sứ giáng xuống.

Mục tiêu của chúng ta là trở nên giống Chúa Giê-xu; bất cứ điều gì bị thiếu hụt đều không xứng hiệp với Chúa.

Có thể bạn đang cầm quyển sách này bằng đôi tay khoẻ mạnh và đọc nó bằng đôi mắt sáng trong, và bạn không thể hình dung được bạn và người bị bại liệt bốn-thập-kỷ kia có điểm chung nào. Làm sao ông ta có thể là bạn được? Chúng ta có điểm chung nào với ông ta?

Đơn giản thôi. Tình trạng khó khăn và niềm hi vọng của chúng ta. Tình trạng khó khăn gì vậy? Nó được mô tả trong Hê-bơ-rơ 12:14: "Vì nếu không nên thánh thì chẳng ai được thấy Đức Chúa Trời."

Đó là nan đề của chúng ta: Chỉ có người thánh khiết mới được nhìn thấy Đức Chúa Trời. Sự thánh khiết là điều kiện tiên quyết đối với nước Thiên đàng. Sự hoàn hảo là yêu cầu của cõi đời đời.

1. Hãy đọc những câu Kinh Thánh dưới đây và viết ra điều bạn học được về tình trạng khó khăn của chúng ta.

Lê-vi Ký 11:45 – "Ta là Chúa, Đấng đã đem các ngươi ra khỏi Ai Cập để làm Đức Chúa Trời các ngươi; vì vậy các ngươi phải nên thánh, vì Ta là thánh."

_____

Ma-thi-ơ 5:48 – "Thế thì, các con hãy toàn hảo, như Cha các con ở trên trời là Đấng toàn hảo."

_____

1 Phi-e-rơ 1:15 – "Nhưng như Đấng kêu gọi anh chị em là thánh, anh chị em phải nên thánh trong cách sống mình."

_____

CHÚA GIÊ-XU ĐÁP ỨNG NHU CẦU CỦA CHÚNG TA

Chúng ta ước rằng điều đó không phải là như vậy. Chúng ta hành động như thể điều đó không phải như vậy. Chúng ta hành động như thế chúng ta là những người "đạt được tiêu chuẩn đủ tốt", những người được nhìn thấy Đức Chúa Trời. Chúng ta để nghị rằng những người cố gắng hết sức thì sẽ được nhìn thấy Đức Chúa Trời. Chúng ta hành động như thế chúng ta tốt đẹp nếu chúng ta không bao giờ làm điều gì quá tệ. Và sự tốt đẹp đó khiến chúng ta đủ tiêu chuẩn để vào nước Thiên đàng.

Nghe có vẻ đúng với chúng ta, nhưng nó không đúng đối với Đức Chúa Trời. Và Ngài đặt ra những tiêu chuẩn. Và những tiêu chuẩn này rất cao. "Các con hãy toàn hảo, như Cha các con ở trên trời là Đấng toàn hảo" (Ma-thi-ơ 5:48).

Bạn thấy đấy, trong chương trình của Đức Chúa Trời, Ngài chính là tiêu chuẩn của sự toàn hảo. Chúng ta đừng nên so sánh bản thân với những người khác, họ cũng chỉ xấu xa như chúng ta mà thôi. Mục tiêu là trở nên giống như Ngài; mọi sự thiếu hụt đều không xứng hợp.

Đó là lý do vì sao tôi nói rằng người bị bại liệt ấy chính là bạn và tôi. Chúng ta bị tê liệt giống như người bại liệt ấy. Chúng ta bị mắc kẹt, giống người bại liệt ấy. Chúng ta bị bế tắc, giống như người bại liệt ấy; chúng ta không có giải pháp nào cho nan đề của chính mình.

Chính là bạn và tôi đang nằm dưới đất. Chính chúng ta đang bị thương và kiệt sức. Chúng ta không có cơ hội nào để chữa lành cho tình trạng thuộc linh của mình. Nó tựa như chúng ta bị yêu cầu phải nhảy vào lên mặt trăng vậy. Chúng ta không có những điều cần để được chữa lành. Hy vọng duy nhất của chúng ta đó là Đức Chúa Trời sẽ làm cho chúng ta điều Ngài đã làm cho người đàn ông ở Bết-xa-tha - rằng Ngài sẽ bước ra khỏi đến thờ và bước đến với sự đau đớn và bất lực của chúng ta.

Đó chính xác là những gì Ngài đã làm.

2. Hãy đọc Rô-ma 7:14-25 ở cột bên trái và điền vào chỗ trống về điều đoạn Kinh Thánh này nói về sự vô ích của việc sống dựa vào sức riêng của chúng ta.

Tội lỗi cai trị trong chúng ta như thể chúng ta là ....của nó. Chúng ta..........làm điều chúng ta muốn (như vâng lời Chúa Giê-xu), và thay vào đó chúng ta ....điều mà chúng ta ghét (bất tuân với Ngài). Đây là cách mà chúng ta nhận biết rằng chẳng có ....ở trong chúng ta đâu, là những phần thuộc về thế gian và tội lỗi. Giống như có một luật khác đang cai trị trong chúng ta – là luật của............. Nó biến chúng ta thành ....của .... Ai sẽ cứu chúng ta khỏi thân thể ....? Cảm tạ Đức Chúa Trời đã cứu chúng ta qua ....Đức Chúa Giê-xu Christ, Chúa chúng ta.

Và, chúng ta biết luật pháp là thiêng liêng; nhưng tôi là tánh xác thịt đã bị bán cho tội lỗi. Vì tôi không hiểu điều mình làm: Tôi chẳng làm điều mình muốn, nhưng làm điều mình ghét. Song nếu tôi làm điều mình chẳng muốn, thì bởi đó nhận biết luật pháp là tốt lành. Bấy giờ chẳng phải tôi làm điều đó nữa, nhưng ấy là tội lỗi ở trong tôi. Và, tôi biết điều lành chẳng ở trong tôi đâu, nghĩa là trong xác thịt tôi, bởi tôi có ý muốn làm điều lành, nhưng không có quyền làm trọn; Vì tôi không làm điều lành mình muốn, nhưng làm điều dữ mình không muốn. Ví bằng tôi làm điều mình không muốn, ấy chẳng phải là tôi làm điều đó nữa, nhưng là tội lỗi ở trong tôi vậy. Vậy tôi thấy có một luật này trong tôi: Khi tôi muốn làm điều lành, thì điều dữ dính dấp theo tôi. Vì theo người bề trong, tôi vẫn lấy luật pháp Đức Chúa Trời làm đẹp lòng, nhưng tôi cảm biết trong chi thể mình có một luật khác giao chiến với luật trong trí mình, bắt mình phải làm phu tù cho luật của tội lỗi, tức là luật ở trong chi thể tôi vậy. Khốn nạn cho tôi! Ai sẽ cứu tôi thoát khỏi thân thể hay chết này? Cảm tạ Đức Chúa Trời, nhờ Đức Chúa Giê-xu Christ, là Chúa chúng ta! Như vậy, thì chính mình tôi lấy trí khôn phục luật pháp của Đức Chúa Trời, nhưng lấy xác thịt phục luật pháp của tội lỗi.

- Rô-ma 7:14-25

Đức Chúa Trời là nơi trú ẩn và sức lực chúng ta. Ngài sẵn sàng giúp đỡ lúc gian truân.

- Thi Thiên 46:1

Năng quyền của Đức Chúa Trời làm cho chúng ta sống lại.

Đối với những người hư mất, sứ điệp của thập tự giá là ngu dại. Nhưng đối với chúng ta, những người được cứu rỗi, thì đó là quyền năng của Đức Chúa Trời.

- 1 Cô-rinh-tô 1:18

Chúa Giê-xu đã bước vào thế giới đầy đau đớn này và chìa bàn tay ra cho chúng ta. Đã đến lúc chúng ta nắm lấy tay Ngài.

BÀN TAY NĂNG QUYỀN CỦA ĐỨC CHÚA TRỜI

Vì mọi sự vật trên trời hay dưới đất, hữu hình hay vô hình, đều được sáng tạo trong Ngài (Cô-lô-se 1:16)

Với một quyết định, lịch sử đã bắt đầu. Sự tồn tại trở nên có thể đo lường được.

Từ cái không có gì xuất hiện ánh sáng

Từ ánh sáng xuất hiện ban ngày.

Rồi xuất hiện trời….và đất.

Và trên mặt đất thì sao? Bàn tay năng quyền bắt đầu hành động.

Ngài chạm khắc các hẻm núi. Ngài đào các đại dương. Các núi nhô lên từ đồng bằng. Ngài treo các vì sao lên bầu trời. Một vũ trụ lấp lánh.

Hãy ngắm xem các hẻm núi để biết được sự huy hoàng của Đấng Tạo Hoá. Hãy chạm vào những

ĐIỀU ĐỨC CHÚA TRỜI CÓ THỂ LÀM

Hãy đọc một cách cẩn thận và chậm rãi lời mô tả của Phao-lô về điều Đức Chúa Trời đã làm cho chúng ta: "Khi anh em đã chết bởi tội lỗi mình và sự xác thịt mình không chịu cắt bì, thì Đức Chúa Trời đã khiến anh em sống lại với Đấng Christ, vì đã tha thứ hết mọi tội chúng ta: Ngài đã xoá tờ khế lập nghịch cùng chúng ta, các điều khoản trái với chúng ta nữa, cùng phá huỷ tờ khế đó mà đóng đinh trên cây thập tự; Ngài đã truất bỏ các quyền cai trị cùng các thế lực, dùng thập tự giá chiến thắng chúng nó, và nộp ra tỏ tường giữa thiên hạ" (Cô-lô-se 2:13-15).

Hãy tách từng cụm từ và xem xét. Trước tiên, hãy xem tình trạng của chúng ta. "Khi bạn bị chết về tâm linh…..và….. không được tự do."

Người bại liệt còn khá hơn chúng ta nhiều. Ít nhất thì ông ta vẫn còn sống. Phao-lô nói rằng nếu bạn và tôi không ở trong Đấng Christ thì chúng ta đã chết rồi. Chết tâm linh. Chỉ là những xác chết. Không sự sống. Những thi thể. Chết mất. Người chết thì còn làm gì? Chẳng làm được gì mấy.

Nhưng hãy nhìn xem điều Đức Chúa Trời có thể làm với một xác chết.

3. . Dựa vào những điều bạn vừa mới đọc trong Cô-lô-se, câu nào sau đây đúng khi nói về điều Đức Chúa Trời đã làm. Hãy đánh dấu tất cả các câu trả lời đúng.

☐ Đức Chúa Trời khiến chúng ta sống lại.
☐ Đức Chúa Trời tha thứ.
☐ Ngài xóa nợ.
☐ Ngài vứt bỏ các giấy tờ ghi nợ đó.
☐ Ngài truất bỏ các quyền cai trị tâm linh.
☐ Ngài giành chiến thắng.
☐ Ngài bày tỏ cho thế gian thấy.

4. Khi bạn nhìn vào các từ ngữ ở trên đây, hãy trả lời câu hỏi này. Ai đang làm công việc này? Bạn hay Đức Chúa Trời? Ai hành động? Bạn hay Đức Chúa Trời? Ai đang làm công việc cứu rỗi? Bạn hay Đức Chúa Trời? Ai là người có sức mạnh? Và ai là người bị bại liệt?

5. Hãy đọc I Cô-rinh-tô 1:18. Hãy điền vào chỗ trống điều mà câu Kinh Thánh này nói về quyền năng của Đức Chúa Trời được bày tỏ qua thập tự giá của Chúa Giê-xu.

Sứ điệp của…………là ngu dại đối với những người……………. Họ không nhận được điều đó. Tuy nhiên, đối với chúng ta là những người…………….. thập tự giá của Chúa Giê-xu là………………của Đức Chúa Trời.

LÀM THEO LỜI PHÁN CỦA CHÚA GIÊ-XU

Hãy quay trở lại Bết-xa-tha một chút. Tôi muốn bạn nhìn vào đoạn đối thoại ngắn nhưng đầy tính mặc khải giữa người bại và Đấng Cứu Thế. Trước khi Chúa Giê-xu chữa lành cho ông, Ngài hỏi ông một câu hỏi: "Anh có muốn được lành bệnh không?"

"Thưa ông, chẳng có ai quăng tôi xuống hồ khi nước dao động. Khi tôi lần tới được thì người khác đã xuống trước tôi rồi!" (câu 7).

Có phải người đàn ông này đang phàn nàn? Có phải ông ta đang cảm thấy thương hại bản thân? Hay có phải ông ta chỉ đang trình bày một thực tế thôi? Ai biết được. Nhưng trước khi chúng ta nghĩ nhiều về việc đó, hãy xem điều gì xảy ra tiếp theo.

"Anh hãy đứng dậy, vác chõng rồi bước đi!"

"Lập tức, người ấy được lành, mang chõng mà đi."

Tôi ước gì mình có thể làm như vậy. Tôi ước rằng mình có thể làm theo lời phán của Chúa Giê-xu. Tôi ước rằng chúng ta có thể học được điều này, khi Chúa Giê-xu phán điều gì đó, nó sẽ xảy ra. Thứ bệnh bại liệt cụ thể này là gì mà lại giới hạn được chúng ta? Sự miễn cưỡng ương ngạnh này là gì mà cần được chữa lành? Khi Chúa Giê-xu bảo chúng ta đứng dậy, thì hãy đứng dậy.

Đây là câu chuyện của bạn phải không? Có thể lắm. Giống đến từng chi tiết. Một người lạ mặt hiền lành đã bước vào thế giới đầy đau khổ của bạn và đưa bàn tay mình ra.

Bây giờ là lúc bạn cần nắm lấy bàn tay ấy.

TRỌNG TÂM BÀI HỌC

*Tất cả chúng ta đều ở trong tình trạng khó khăn như nhau: chỉ có người thánh khiết mới được nhìn thấy Đức Chúa Trời.

*Mục tiêu của chúng ta là trở nên giống Chúa Giê-xu; bất cứ điều gì bị thiếu hụt đều không xứng hiệp với Chúa.

*Quyền năng của Đức Chúa Trời làm cho chúng ta sống lại.

*Chúa Giê-xu đã bước vào thế giới đầy đau đớn của chúng ta và đưa đôi bàn tay Ngài ra cho chúng ta. Đã đến lúc chúng ta cần nắm lấy tay Ngài.

Bây giờ là giờ ôn tập câu Kinh Thánh ghi nhớ giữa tuần! Hãy điền vào chỗ trống.

Nhưng Ngài phán với tôi: .... Ta đủ cho con rồi, vì .... của Ta trở nên .... trong sự yếu đuối. Vì vậy tôi rất......................., tự hào trong sự ....của tôi, để .... của Chúa Cứu Thế có thể .... trong tôi.

– 2 Cô-rinh-tô 12:9

Tấm lòng của Chúa Giê-xu

Ông đang ngồi chỗ ông vẫn thường ngồi, gần một khu vực có nhiều bụi cây để giảm nhẹ sức nóng của mặt trời. Trải chiếu ra, và ngồi bắt chân chữ ngũ. Nhỏ bé, yếu đuối, đói khát – ông lắng nghe tiếng móng ngựa, tiếng bước chân lê trên đường, tiếng lạc đà ặc è bước. Khi ấy ông bắt đầu chìa tay ra xin. Đa phần mọi người chẳng bao giờ thật sự nhìn ông. Ông chỉ là một trong vô số những người ăn xin khác đang ngồi bên vệ đường dẫn vào thành Giê-ri-cô. Ông chỉ là một phần của cảnh vật, một đốm nhỏ của sắc màu địa phương. Chỉ là một kẻ ăn mày lại còn bị mù. Người khác có thể quay đầu lại vì giọng nói của ông và vì lòng thương hại. Họ sẽ thả vài đồng xu vào cái bát hoặc cho ông một mẩu thức ăn hoặc đồ uống rồi bước đi. Một buổi sáng nọ, ông nghe thấy tiếng ầm ĩ của rất nhiều giọng nói. Dường như có một cuộc diễu hành qua đây - rất nhiều tiếng chân, rất nhiều giọng nói. "Cái gì thế? Cái gì đang diễn ra thế nhỉ?" ông hỏi những người ngồi gần mình. "Tôi có thể nhìn thấy," một người ăn mày gần đấy trả lời, "đó là Giê-xu người Na-xa-rét cùng với các môn đồ đang đi qua đây." Người hành khất mù ngập ngừng trong giây lát rồi cất tiếng kêu lớn: "Lạy Chúa Giê-xu, con vua Đa-vít, xin thương xót tôi!" Càng lúc ông càng kêu lớn hơn. Vài người bắt đầu quở trách ông. "Suỵt!" "Im nào!" "Đừng làm phiền Ngài!" Nhưng người hành khất không chịu yên và Chúa Giê-xu quay lại. "Đem ông ấy lại đây cho thầy" Chúa Giê-xu yêu cầu. Và người hành khất thấy mình đang run rẩy trước sự hiện diện của Con Đức Chúa Trời. "Con muốn Ta làm gì cho con?" Ngài hỏi. Ông nên

---

đoá hoa để cảm nhận được sự tinh tế của Ngài. Hãy nghe tiếng sấm rền và lắng nghe sức mạnh của Ngài...

Hôm nay bạn sẽ được nhìn thấy cõi thọ tạo của Đức Chúa Trời. Khi bạn nhìn xem sự đẹp đẽ xung quanh mình, hãy để từng chi tiết nhắc nhở bạn ngẩng cao đầu ngợi khen Ngài. Hãy bày tỏ sự cảm kích của mình đối với sự sáng tạo của Ngài. Hãy khích lệ người khác nhìn xem sự đẹp đẽ trong cõi sáng tạo của Ngài.

- In the Eye of the Storm.

Con ở đâu khi Ta đặt nền móng trái đất? Nếu con thông sáng hãy cho Ta biết.

- Gióp 38:4

Đức Chúa Giê-xu đáp: "Ta chính là Con Đường, Chân Lý và Nguồn Sống, chẳng bởi Ta thì không ai đến cùng Cha được.

- Giăng 14:6

Hơn nữa, ngay tóc trên đầu các con cũng đã được đếm hết rồi. Vậy, đừng sợ, vì các con còn quý hơn nhiều chim sẻ.

- Lu-ca 12:7

xin bánh ăn? Hay là nên xin chút rượu? Hay là vài đồng bạc? Không. Đây không phải là thương nhân nào đó đi ngang qua. Ông đang đối diện với một Đấng quyền năng có thể ban cho ông nhiều hơn thế. "Xin cho con được sáng mắt," người ăn mày nài xin. Cảm động trước đức tin của người này, Chúa Giê-xu chạm vào ông bằng quyền năng của Ngài. Thị lực được khôi phục, và Đức Chúa Trời được ngợi khen.

-Lu-ca 18:35-43

NGÀY BỐN
QUYỀN NĂNG CỦA CHÚA GIÊ-XU ĐẮC THẮNG SỰ CHẾT

THỰC TẠI VỀ MỘ PHẦN

Chiên Con đã chịu chết xứng đáng được quyền năng, giàu có, khôn ngoan, dũng lực, danh dự, vinh quang và ca tụng.

- **Khải Huyền 5:12**

Không gì vượt quá quyền năng của Chúa Giê-xu.

Hỡi sự chết, chiến thắng của mày ở đâu?

- **1 Cô-rinh-tô 15:55**

ĐẮC THẮNG SỰ CHẾT

Ngọn lửa thắp lên sự nóng cháy của Hội thánh thời Tân Ước chính là niềm tin không thể dập tắt rằng nếu Chúa Giê-xu chỉ là một con người bình thường thì Ngài vẫn còn đang ở trong hầm mộ. Những tín đồ đầu tiên không thể im lặng trước một thực tế rằng người mà họ đã chứng kiến bị treo trên thập tự giá nay lại bước đi trên mặt đất và hiện ra cho năm trăm người xem thấy.

Chúng ta hãy khiêm nhường nhưng quả quyết cầu xin rong Danh Chúa Giê-xu, để Ngài nhắc nhở chúng ta về ngôi mộ trống. Chúng ta hãy nhìn xem Chúa Giê-xu đắc thắng: Đấng chiến thắng mộ phần, Đấng thách thức sự chết. Và chúng ta hãy tự nhắc nhở mình rằng, chúng ta cũng sẽ được dự phần trong sự đắc thắng đó.

- *Walking with the Savior*

Bạn đang rời khỏi nhà thờ. Lễ tang đã xong. Việc chôn cất sắp đến. Đi phía trước bạn là sáu người đàn ông đang khiêng quan tài trong đó là con trai bạn. Con trai duy nhất của bạn.

Bạn đang chết lặng vì đau khổ. Choáng váng. Bạn đã mất chồng, và giờ bạn mất nốt đứa con. Giờ đây, bạn không còn gia đình. Nếu bạn còn nước mắt, bạn sẽ khóc. Nếu bạn còn đức tin, bạn sẽ cầu nguyện. Nhưng cả hai đều không còn, nên bạn chẳng làm gì cả. Bạn chỉ nhìn chằm chằm vào phần sau của chiếc quan tài bằng gỗ.

Đột nhiên nó dừng lại. Những người khiêng quan tài dừng lại. Bạn cũng dừng lại.

Một người đàn ông bước đến trước quan tài. Bạn không biết ông ấy. Bạn chưa bao giờ nhìn thấy ông ấy. Ông ấy không dự lễ tang. Ông ấy mặc một chiếc quần bằng vải chéo và áo choàng bằng vải nhung kẻ. Bạn không biết ông ta đang làm gì. Nhưng trước khi bạn kịp phản đối, thì ông ta đã bước đến trước bạn và nói: "Đừng khóc!"

Đừng khóc ư? Đừng khóc! Đây là một đám tang. Con trai tôi đã chết. Không khóc ư? Ông là ai mà bảo tôi đừng khóc? Đó là suy nghĩ của bạn, nhưng chúng không bao giờ được cất lên thành lời. Vì trước khi bạn kịp nói, ông ấy đã hành động.

Ông ấy quay lại phía quan tài, đặt tay lên đó và nói to rằng: "Hỡi chàng trai trẻ, ta bảo con, hãy trỗi dậy!"

"Chờ chút!", một trong số những người khiêng quan tài phản đối. Nhưng câu nói này bị gián đoạn bởi một cử động bất ngờ trong quan tài. Những người đàn ông nhìn nhau rồi nhanh chóng hạ quan tài xuống đất. Họ mới làm một việc tốt, vì ngay sau khi chạm đất, nắp quan tài từ từ mở ra...

Nghe có vẻ giống như tiểu thuyết khoa học viễn tưởng nhỉ? Không phải đâu. Nó ở ngay trong sách Phúc âm Lu-ca đấy. "Ngài đến gần, sờ quan tài, những người khiêng quan tài liền đứng lại. Ngài bảo: 'Hỡi cậu trai trẻ, Ta truyền cho con hãy chỗi dậy.' Người chết ngồi dậy và bắt đầu nói" (Lu-ca 7:14-15).

Bây giờ hãy cẩn thận. Đừng đọc dòng cuối cùng nhanh quá. Hãy đọc lại một lần nữa. Thật chậm rãi.

"Người chết ngồi dậy và bắt đầu nói."

Bạn không nghĩ rằng đây là một câu bất thường sao? Bạn có nguy cơ làm hỏng câu nói đó, vì vậy hãy đọc lại câu đó một lần nữa. Lần này hãy đọc lớn tiếng từng từ một nhé. "Người chết ngồi dậy và bắt đầu nói."

Tốt lắm! (Mọi người xung quanh bạn có quay sang nhìn bạn không?) Chúng ta có thể làm lại lần nữa chứ? Lần này, lại đọc lớn tiếng nhé, nhưng thật c-h-ậ-m! Ngắt giữa các từ nhé.

"Người....chết....ngồi.....dậy....và....bắt....đầu...nói."

Bây giờ có một câu hỏi. "Trong câu này điều gì là không bình thường?

Bạn biết điều đó. Người chết không thể ngồi dậy! Người chết không thể nói được! Người chết không thể rời khỏi quan tài được!

Trừ khi Chúa Giê-xu xuất hiện. Bởi vì khi Chúa Giê-xu xuất hiện, bạn không bao giờ biết được điều gì có thể xảy ra.

1. Dựa vào những gì bạn vừa đọc, câu nào sau đây đúng khi nói về quyền năng của Chúa Giê-xu? Hãy đánh dấu câu trả lời của bạn.

☐ Mọi thứ có thể thay đổi bởi lời phán của Chúa Giê-xu.

☐ Chúa Giê-xu có thể đến với chúng ta lúc chúng ta đau khổ nhất.

☐ Khi Chúa Giê-xu xuất hiện, mọi chuyện đều có thể xảy ra.

☐ Quyền năng của Chúa Giê-xu không phù hợp với những thực tại chẳng hạn như sự chết.

☐ Không có điều gì vượt quá quyền năng của Chúa Giê-xu

KHI CHÚA GIÊ-XU XUẤT HIỆN

Giai-ru có thể nói cho bạn biết. Con gái ông ta đã chết. Những người đi đưa tang đã ở trong nhà rồi. Tang lễ đã bắt đầu. Mọi người nghĩ rằng điều tốt nhất Chúa Giê-xu có thể làm là nói một vài lời lành về con gái của Giai-ru. Chúa Giê-xu cũng đã nói vài lời. Nhưng không phải về cô bé, mà là nói với cô bé.

"Con ơi, hãy dậy!" (Lu-ca 8:54).

Điều tiếp theo mà cha của cô bé biết đó là cô bé đang ăn uống, Chúa Giê-xu đang vui cười và những người khóc thuê thì được cho về nhà sớm.

Chính Ngài tạo dựng địa cầu bởi quyền năng Ngài, sáng lập thế giới bởi sự khôn ngoan Ngài, và giương các tầng trời bởi trí thức Ngài.

- Giê-rê-mi 51:15

2. Chúa Giê-xu chỉ phán bảo và thân thể đã chết của cô bé đáp lại. Hãy tìm các câu Kinh Thánh sau đây và viết ra điều bạn học được về quyền năng chứa đựng trong lời của Đức Chúa Trời và tiếng phán của Ngài.

Phục Truyền Luật Lệ Ký 8:3 – "Người ta sống không phải chỉ nhờ bánh mà thôi, nhưng nhờ mọi lời từ miệng Chúa phán ra."

_____

_____

Thi Thiên 29:3 – "Tiếng của Chúa vang rền trên sông nước, Đức Chúa Trời vinh quang sấm sét. Chúa ở trên các đại dương."

_____

_____

Ê-sai 30:21 – "Tai các ngươi sẽ nghe tiếng nói từ phía sau: "Đây là con đường, hãy đi theo" khi các ngươi rẽ sang bên phải hay bên trái."

_____

_____

Giô-ên 3:16 – "Bấy giờ Chúa gầm lên từ Si-ôn, tiếng Ngài vang dội từ Giê-ru-sa-lem; Trời đất rung chuyển, nhưng Chúa là nơi ẩn náu cho dân Ngài, là thành trì kiên cố cho dân Y-sơ-ra-ên."

_____

_____

Đối diện với cái chết của người thân yêu sẽ bộc lộ cách chúng ta nhìn Đức Chúa Trời.

Giăng 5:28 – "Các ngươi đừng kinh ngạc về điều này, vì giờ sắp điểm, khi tất cả những người nằm trong mộ sẽ nghe tiếng gọi của Ngài."

_____

_____

Ma-thê có thể nói cho bạn nghe. Bà đã hy vọng rằng Chúa Giê-xu

*Trước khi núi non được sinh ra;
trái đất và thế gian được tạo nên;
Từ trước vô cùng cho đến đời đời,
Ngài là Đức Chúa Trời.*
- Thi Thiên 90:2

*Thật ra, Chúa chờ đợi để ban ơn
cho các ngươi. Thật vậy, Ngài sẽ
đứng lên để tỏ lòng thương xót các
ngươi. Vì Chúa là Đức Chúa Trời
công bình. Phước cho người nào
trông đợi Ngài.*
- Ê-sai 30:18

**Đức Chúa Trời cầm giữ chìa
khoá của sự sống và sự chết.**

TIẾNG ĐẤNG CHĂN CHIÊN
Sẽ đến một ngày mọi người sẽ
nghe tiếng của Chúa Giê-xu. Sẽ
đến một ngày , mọi tiếng nói khác
đều phải im lặng. Người ta nghe
thấy tiếng Ngài – và chỉ có tiếng
Ngài mà thôi.
Có người sẽ nghe được tiếng của
Ngài lần đầu tiên. Điều đó không
có nghĩa là Ngài chưa bao giờ
phán, mà là họ chưa bao giờ lắng
nghe. Đối với những người này,
tiếng của Đức Chúa Trời chỉ là
tiếng nói của một người xa lạ. Họ
sẽ nghe một lần-- và không bao
giờ được nghe lại nữa. Họ sẽ dùng
cả cõi vĩnh cửu để tránh né những
tiếng nói mà họ đã đi theo khi còn
ở trên đất.
Nhưng những người khác sẽ được
gọi dậy từ mộ phần bởi một giọng
nói quen thuộc. Bởi vì họ là chiên

sẽ đến để chữa lành cho La-xa-rơ. Ngài đã không đến. Sau đó bà lại hy vọng rằng Ngài sẽ đến để chôn cất La-xa-rơ. Ngài cũng không đến. Lúc Ngài đến Bê-tha-ni thì La-xa-rơ đã được chôn bốn ngày rồi và Ma-thê đang tự hỏi rằng Chúa Giê-xu là kiểu bạn bè gì vậy.

Bà nghe tin Ngài đang ở thị trấn nên bà chạy ngay đến đó để gặp Ngài. "Thưa Chúa, nếu Chúa có ở đây," bà giải bày "anh con chắc đã không chết!" (Giăng 11:21).

Có sự tổn thương trong những lời này. Tổn thương và thất vọng. Đấng có thể tạo ra sự khác biệt lại không làm điều đó, và Ma-thê muốn biết lý do.

Có thể bạn cũng vậy. Có thể bạn cũng đã làm điều mà Ma-thê đã làm. Một người mà bạn yêu thương đang đứng bên lần ranh giữa sự sống và cái chết, bạn tìm đến Chúa Giê-xu để xin Ngài giúp đỡ. Bạn, cũng giống như Ma-thê, tìm đến người duy nhất có thể kéo một người trở lại từ bờ vực của sự chết. Bạn xin Chúa Giê-xu đưa tay ra.

Ma-thê chắc hẳn đã nghĩ rằng, chắc chắn Ngài sẽ đến. Không phải Ngài đã giúp đỡ người bại liệt sao? Không phải Ngài đã giúp người bị bệnh hủi được sạch sao? Không phải Ngài đã làm cho người mù được sáng mắt sao? Và những người đó hầu như không biết Ngài là ai. La-xa-rơ là bạn của Ngài. Chúng ta giống như một gia đình vậy. Không phải Chúa Giê-xu đã đến đây vào các dịp cuối tuần sao? Không phải Ngài đã ngồi ăn với chúng ta sao? Khi Ngài nghe tin La-xa-rơ bị ốm, Ngài sẽ ở đây trong từng nhịp đập.

Nhưng Ngài đã không đến. Bệnh La-xa-rơ trở nặng. Bà nhìn qua cửa sổ. Chúa Giê-xu không hề xuất hiện. Anh trai bà thì lúc tỉnh lúc mê. "Ngài sẽ sớm đến thôi, La-xa-rơ à," bà hứa như vậy. "Hãy kiên trì." Nhưng tiếng gõ cửa chẳng bao giờ xảy ra. Chúa Giê-xu không hề xuất hiện. Không giúp đỡ. Không chữa lành. Không đến để chôn cất. Và giờ đây, sau bốn ngày, cuối cùng Ngài cũng chịu xuất hiện. Tang lễ thì đã qua lâu rồi. Thân thể thì đã bị chôn vùi, và hầm mộ cũng bị niêm phong nữa.

Và Ma-thê bị tổn thương.

Lời nói của bà như được vọng lại từ một nghìn nghĩa trang vậy. "Nếu Chúa có ở đây, anh con chắc đã không chết."

Chúa, nếu Ngài làm phần việc của Ngài, thì chồng con đã được cứu sống. Nếu Ngài chịu làm việc Ngài đáng phải làm, thì con của con đã sống.

Giá như Ngài nghe lời cầu nguyện của con thì con đã không trắng tay. Mộ phần phơi bày cách chúng ta nhìn Đức Chúa Trời.

3. Thực tại là sự chết đôi khi làm cho chúng ta nghi ngờ quyền năng của Đức Chúa Trời ra sao?

_____

_____

4. Sự chết là ví dụ tiêu biểu về sự trì hoãn trong quyền năng của Đức Chúa Trời. Chúng ta vẫn biết rằng một ngày nào đó chúng ta sẽ gặp lại những người thân yêu của mình, nhưng chúng ta phải đợi đến ngày Đức Chúa Trời khiến tất cả chúng ta sống lại từ trong sự chết. Và chờ đợi là việc rất khó khăn. Hãy đọc các câu Kinh Thánh sau đây. Sau đó nối câu Kinh Thánh với điều mà bạn học được về việc chờ đợi Đức Chúa Trời.

___ Ê-sai 30:18

___ Rô-ma 8:19

___ 1 Tê-sa-lô-ni-ca 1:1

a. Chúng ta chờ đợi, và tin rằng Chúa Giê-xu sẽ trở lại.

b. Nếu chúng ta trông đợi nơi Đức Chúa Trời, chúng ta sẽ hạnh phúc.

c. Cả thế gian chờ đợi Đức Chúa Trời bày tỏ quyền năng của Ngài.

ĐÁNH BẠI SỰ CHẾT

Khi chúng ta đối diện với cái chết, định nghĩa của chúng ta về Đức Chúa Trời bị thách thức. Và điều đó lại thách thức đức tin của chúng ta. Điều này sẽ khiến chúng ta đặt ra một câu hỏi nhức nhối. Tại sao chúng ta lại coi sự hiện diện của cái chết đồng nghĩa với sự vắng mặt của Đức Chúa Trời? Tại sao chúng ta lại nghĩ rằng nếu thân thể này không được chữa lành có nghĩa là Đức Chúa Trời xa ta lắm? Chữa lành là cách duy nhất để Đức Chúa Trời chứng minh sự hiện diện của Ngài sao?

Thỉnh thoảng chúng ta nghĩ như vậy. Và kết quả là, khi Đức Chúa Trời không đáp lại lời cầu xin chữa lành của chúng ta thì chúng ta tức giận. Bực bội. Sự đổ lỗi thay thế cho đức tin. "Nếu Ngài có mặt ở đây, Đức Chúa Trời ôi, và làm phần việc của Ngài, thì cái chết này đã không xảy ra."

5. Kinh Thánh chỉ rõ thực chất của sự chết. Như thể Ngài biết rằng đó sẽ là một điều có thể vẫn khiến chúng ta nghi ngờ Ngài. Câu nào sau đây đúng khi nói về sự chết? Hãy đánh dấu tất cả các câu trả lời phù hợp. Sử dụng những câu Kinh Thánh dưới đây để giúp bạn trả lời.

☐ Một ngày nào đó, Đức Chúa Trời sẽ tiêu diệt sự chết vĩnh viễn. (Ê-sai 25:8)

☐ Nếu chúng ta đặt lòng tin nơi Chúa Giê-xu, tâm linh chúng ta sẽ không bao giờ chết. (Giăng 10:27-28)

☐ Chúa Giê-xu ban cho chúng ta sự sống không bao giờ bị phá huỷ. (2 Ti-mô-thê 1:10)

☐ Đức Chúa Trời cầm chìa khoá của sự chết. (Khải Huyền 1:18)

Thời gian trước, một vị khách đến thăm gia đình tôi đã trình diễn cho mấy cô con gái của tôi vài trò ảo thuật. Mấy trò ảo thuật bằng tay đơn giản. Tôi đứng bên cạnh và quan sát phản ứng của các con tôi. Chúng rất ngạc nhiên. Khi đồng xu biến mất, chúng há hốc miệng ra vì kinh ngạc. Khi đồng xu xuất hiện trở lại, chúng sững sờ. Lúc đầu tôi cảm thấy rất thích thú với sự bối rối của chúng.

Nhưng cùng lúc đó, sự bối rối của chúng trở thành mối bận tâm của tôi. Một phần trong tôi không thích việc đang diễn ra. Các con của tôi đang bị lừa. Ông ấy đang lừa gạt chúng. Bọn trẻ, những đứa trẻ ngây thơ, đang bị ông ấy, một người lừa dối, dẫn dụ. Tôi không thích như vậy. Tôi không muốn nhìn thấy các con mình bị lừa gạt.

Nên tôi thì thầm với chúng . "Nó ở trong tay áo của chú ấy đấy." Tôi cam đoan là nó ở đấy. "Nó ở đằng sau tai chú ấy." Và bạn biết gì không, tôi đã đúng! Có thể tôi bất lịch sự khi can thiệp vào màn trình diễn này, nhưng tôi không thích nhìn một kẻ lừa đảo qua mặt những đứa con của mình.

Đức Chúa Trời cũng không muốn.

Chúa Giê-xu cũng không thể chịu đựng được việc phải ngồi và nhìn xem gia quyến của những người qua đời bị lừa gạt.

Xin bạn hãy hiểu rằng, Đức Chúa Trời không khiến người chết sống lại vì lợi ích của người chết, Ngài khiến người chết sống lại vì lợi ích của người sống.

CHÚA GIÊ-XU LÀM NHỮNG VIỆC KHÔNG THỂ

"La-xa-rơ, hãy ra!" (câu 43).

Ma-thê im lặng khi Chúa Giê-xu ra lệnh. Những người than khóc im lặng. Không ai quấy rầy khi Ngài đứng đối diện với ngôi mộ đá và ra lệnh cho nó phải phóng thích bạn của Ngài ra.

Tất cả đều bất động, ngoại trừ La-xa-rơ. Từ sâu trong hầm mộ, ông cử động. Trái tim đã ngủ yên bắt đầu đập trở lại. Đôi mắt bị che khuất đột nhiên mở ra. Ngón tay cứng đờ giơ lên. Và một xác ướp trong

quen tiếng người chăn mình. Họ là những đầy tớ mở rộng cửa chào đón khi Chúa Giê-xu gõ cửa.

Và bây giờ cánh cửa lại được mở ra. Chỉ có lần này thôi, sẽ không phải là Chúa Giê-xu bước vào nhà của chúng ta nữa, mà chính chúng ta là những người bước vào nhà của Ngài.

- In the Eye of the Storm.

Chúa Vạn Quân ở cùng chúng ta. Đức Chúa Trời của Gia-cốp là thành luỹ chúng ta.
- Thi Thiên 46:7

Nhưng Đức Chúa Trời đã làm cho Ngài sống lại, giải cứu Ngài khỏi nỗi thống khổ của sự chết, vì nó không thể giam giữ Ngài được..
- Công Vụ Các Sứ Đồ 2:24

Khi Chúa Giê-xu trở lại, sẽ không còn sự chết nữa.

mộ ngồi dậy. Bạn có muốn biết điều gì xảy ra tiếp theo không?

Hãy để Giăng nói cho bạn biết. "Người chết đi ra, tay chân vẫn còn quấn vải liệm, mặt còn phủ khăn" (câu 44).

Lại là nó. Bạn có nhìn thấy không? Hãy đọc lại bốn từ đầu tiên của câu Kinh Thánh này lần nữa.

"Người chết đi ra."

Đọc Lại nào. Lần này chậm hơn.

"Người chết đi ra."

Đọc một lần nữa. Lần này thì đọc to lên và thật chậm nhé. (Tôi biết bạn nghĩ là tôi bị điên, nhưng tôi thực sự muốn bạn nắm bắt được điều này.)

"Người…..chết…..đi…..ra."

Tôi có thể hỏi một câu tương tự như vậy không? (Tất nhiên là tôi có thể rồi, tôi đang viết sách mà!)

Câu hỏi: Điều gì có vẻ không đúng trong bức tranh này?

Trả lời: Người chết không ra khỏi mộ được.

Câu hỏi: Đức Chúa Trời là Đấng như thế nào?

Trả lời: Đức Chúa Trời là Đấng giữ chìa khoá của sự sống và cái chết.

Đức Chúa Trời là Đấng vén tay áo của kẻ lừa bịp và vạch trần trò lừa bịp đó là gì.

Đức Chúa Trời là Đấng mà bạn muốn có mặt trong đám tang của bạn.

6. Chúa Giê-xu có quyền trên sự chết vì Ngài đã chiến thắng sự chết. Chính Ngài đã kinh nghiệm sự chết – Ngài biết rằng nó có thể bị đánh bại và một ngày nào đó nó sẽ bị đánh bại. Hãy đọc Công Vụ Các Sứ Đồ 2:24 và điền vào chỗ trống câu Kinh Thánh nói về quyền năng đắc thắng sự chết của Chúa Giê-xu này.

Đức Chúa Trời đã khiến………………..từ ……………… và khiến Ngài ………khỏi……………..của sự chết. ………………đơn giản là không thể………….Chúa Giê-xu trong mộ.

Ngài sẽ làm việc đó một lần nữa, bạn biết điều đó mà. Ngài đã hứa Ngài sẽ làm vậy. Và Ngài đã bày tỏ rằng Ngài có thể.

"Chính Chúa sẽ từ trời giáng xuống" (1 Tê-sa-lô-ni-ca 4:16).

Chính tiếng đó đã đánh thức chàng trai ở Na-in, làm cho đứa con gái đã ngủ yên của Giai-ru cử động, đánh thức xác chết của La-xa-rơ - tiếng nói đó sẽ lại phán lần nữa. Thế gian và đại dương sẽ phải nhả các xác chết mà nó giam giữ ra. Sẽ không còn sự chết nữa.

Chúa Giê-xu đảm bảo điều đó.

Phải mạnh mẽ can đảm lên. Đừng sợ hãi kinh khiếp trước mặt các dân đó vì Chúa, Đức Chúa Trời của anh chị em cùng đi với anh chị em; Ngài không bao giờ xa lìa hay rời bỏ anh chị em đâu.

- Phục Truyền Luật Lệ Ký 31:6

TRỌNG TÂM BÀI HỌC

* Đối diện với cái chết của người thân yêu phơi bày nhãn quan của chúng ta về Đức Chúa Trời

* Không có gì vượt quá quyền năng của Chúa Giê-xu.

V Đức Chúa Trời nắm giữ chìa khoá của sự sống và cái chết.

* Khi Chúa Giê-xu trở lại, sẽ không còn có sự chết nữa.

Câu Kinh Thánh ghi nhớ của bạn sao rồi? Hãy dành vài phút ôn lại câu Kinh Thánh của tuần này nhé! Đó là 2 Cô-rinh-tô 12:9.

Tấm lòng của Chúa Giê-xu

Họ đã ngồi ở đó, bên cạnh nhau, nắm chặt tay nhau khi nỗi sợ hãi đang bóp nghẹt trái tim họ. Cuối cùng, chồng bà đã để bà ở lại một mình - để đi tìm một thầy thuốc khác mà bà đề nghị. Cho nên bà nắm chặt lấy tay con gái mình, giữ lấy hơi thở của cô bé cho đến khi cô bé hít vào. Bà cầu nguyện, một cách rời rạc và tuyệt vọng. "Xin giúp Giai-ru tìm được sự giúp đỡ, xin đừng để cho con gái con phải chết." Những người thân trong gia đình đang ngồi ở tầng dưới của ngôi nhà, thỉnh thoảng lại chạy lên để xem hai mẹ con ở trên đó thế nào. Và khi tiếng khóc đau khổ vang đến tai họ, họ chạy đến với bà. Những vòng tay sẵn sàng ôm lấy người mẹ có đứa con vừa qua đời. Những bờ vai chìa ra để bà có thể gục vào để khóc. Những giọng nói thì thầm bảo nhau nên bắt đầu chuẩn bị cho tang lễ. Lúc ông Giai-ru về đến nhà, Chúa Giê-xu đi đằng sau ông, thì những người khóc thuê đã tập trung lại và nhạc buồn phủ kín căn nhà. Bị tê liệt và mất tinh thần, Giai-ru ôm lấy vợ mình. Chúa Giê-xu ra lệnh hãy bảo những người khóc thuê ra về. Hai vợ chồng vụng về bước theo Chúa Giê-xu và một vài môn đồ của Ngài lên gác, vào phòng của con gái họ. Giai-ru đã hy vọng rằng Chúa Giê-xu có quyền năng để chữa lành cho con gái ông. Hãy thử tưởng tượng xem ông đã ngạc nhiên thế nào khi quyền năng của Chúa Giê-xu đủ để kêu con gái ông sống lại! Đau khổ biến mất. Chỉ còn lại niềm vui và sự hoan hỉ.

- Lu-ca 8:41-56

NGÀY NĂM – PHÒNG TRƯNG BÀY CỦA NGƯỜI LĂN HÒN ĐÁ

PHÒNG TRƯNG BÀY SỰ YẾU ĐUỐI

Cây sậy đã giập.
Đứng thẳng với sự tự tin.
Đầu ngẩng cao trên thân cây mạnh mẽ.
Nhưng đó là trước khi vật bất cẩn đổ ập, trước khi trận mưa lớn trút xuống.
Bây giờ nó giập nát, gãy gập xuống. Yếu đuối.
Nó đang tìm kiếm một bàn tay dịu dàng để uốn nắn cho thẳng, chứ không phải bẻ gãy.
Nó cần một sự rờ đụng chắc chắn để chữa lành chứ không phải làm tổn thương.
Quyền năng dịu dàng.
Sức mạnh mềm mại.
Liệu có bàn tay nào như vậy không?

Cha Ta đã ban cho Ta. Ngài là Đấng quyền năng hơn cả; không ai cướp đoạt nổi khỏi tay Cha.
- Giăng 10:29

Hãy cùng nhau thăm lại phòng trưng bày mà chúng ta đã đến thăm lúc bắt đầu bài học này - Phòng Trưng bày Cây Sậy Giập nát và Tim đèn Gần Tàn.
Trơ trọi ở giữa căn phòng là một bức tranh đơn. Bức tranh này khác hẳn với những bức tranh khác. Không có gương mặt nào cả. Không bóng dáng con người. Hoạ sĩ đã nhấn bút vào một lời tiên tri cổ xưa, và phác hoạ hai vật thể đơn giản – cây sậy và tim đèn.
"Người sẽ không bẻ cây sậy sắp gãy, cũng không dập tắt ngọn đèn gần tàn." (Ma-thi-ơ 12:20)
Có điều gì mỏng manh và yếu đuối hơn một cây sậy bị giập không? Hãy quan sát một cây sậy bị giập bên bờ sông.
Bạn có phải là một cây sậy bị giập không? Có phải cách đây rất lâu bạn đã từng hiên ngang đứng thẳng và đầy tự hào không? Bạn đã đứng thẳng và mạnh mẽ, được nuôi dưỡng bởi những dòng nước và rễ ăn sâu dưới lòng sông một cách đầy tự tin.
Rồi một điều gì đó đã xảy ra. Bạn bị giập nát...
vì những lời nói cay nghiệt
vì sự tức giận của một người bạn
vì sự phản bội của người bạn đời

vì thất bại của chính bản thân bạn
vì sự khắt khe của tôn giáo.
Và bạn đã bị thương, gục ngã như chưa từng yếu đuối đến thế.
Cây sậy rỗng, đã từng đứng thẳng, nay cúi rạp xuống, và ẩn mình trong đám cây cỏ nến.

1. Hãy tra cứu các câu Kinh Thánh dưới đây và viết ra điều bạn học được về việc Chúa Giê-xu biết rõ cuộc đời đầy thương tổn của chúng ta.

Ma-thi-ơ 6:34 – "Thế thì, đừng lo sợ cho ngày mai, vì ngày mai sẽ lo cho ngày mai. Nỗi lao phiền trong ngày cũng đủ quá rồi!"

Giăng 15:18 – "Nếu thế gian ghét các con, thì hãy biết là họ đã từng ghét Ta trước rồi."

Nhưng, Ta có điều trách con vì con đã mất tình yêu ban đầu. Vậy, con hãy nhớ lại con đã vấp ngã từ đâu, hãy ăn năn và làm lại công việc ban đầu. Nếu không, Ta sẽ đến và dời giá đèn của con ra khỏi chỗ của nó, trừ khi con ăn năn.
-Khải Huyền 2:4-5

Giăng 16:33 – "Ta bảo cho các con những điều này để các con được bình an trong Ta. Trong thế gian, các con sẽ gặp hoạn nạn; nhưng hãy an tâm! Ta đã thắng thế gian rồi."

Và chiếc bấc nến cháy âm ỉ. Có điều gì gần với sự chết hơn một tim đèn gần tàn? Đã một thời rực sáng, và bây giờ đang le lói và ngày càng yếu ớt hơn. Vẫn còn hơi ấm của đam mê ngày hôm qua, nhưng không còn lửa. Vẫn chưa nguội lạnh nhưng cách xa sự nóng cháy. Có phải cách đây rất lâu bạn đã từng cháy bỏng trong đức tin không? Hãy nhớ lại xem bạn đã chiếu sáng con đường như thế nào?

Và rồi một cơn gió đến… một cơn gió lạnh, một cơn gió khắc nghiệt. Họ nói rằng ý tưởng của bạn thật ngốc nghếch. Họ nói rằng những giấc mơ của bạn thật quá xa vời. Họ mắng bạn vì thách thức thời gian thử nghiệm.

Đức Chúa Trời đối đãi với những người thương tổn và mỏi mệt bằng sự dịu dàng.

Những cơn gió liên miên trút xuống đầu bạn. Ồ, bạn đã đứng một cách mạnh mẽ được một lúc (hoặc có thể là cả đời), nhưng luồng gió bất tận đập mạnh vào ngọn lửa đang bập bùng của bạn, đẩy bạn về phía bóng tối.

2. Hãy đọc Khải Huyền 2:4-5 ở cột bên trái và viết ra điều bạn học được về mối quan tâm của Chúa Giê-xu đối với những đam mê đang nguội dần của ngọn đèn gần tàn.

Là Đấng đã về thiên đàng và hiện đang ngự bên phải Đức Chúa Trời, với các thiên sứ, các bậc thẩm quyền và năng lực đầu phục Ngài.
- 1 Phi-e-rơ 3:22

Cây sậy đã giập và ngọn đèn gần tàn. Đời biết phải làm gì với bạn. Thế giới có một chỗ dành cho những người bị đánh đập. Thế giới sẽ làm bạn vỡ vụn. Thế giới sẽ thổi cho bạn tắt ngúm.

Nhưng những hoạ sĩ của Kinh Thánh thì tuyên bố rằng Đức Chúa Trời sẽ không làm như vậy. Chính sự đụng chạm dịu dàng của Đấng Sáng Tạo đã được vẽ lên bức tranh sơn dầu này đến bức tranh sơn dầu khác, Ngài dành một nơi đặc biệt cho những người bị thương tổn và mệt mỏi của thế giới này. Đức Chúa Trời là bạn hữu của mọi tấm lòng tan vỡ. Đức Chúa Trời là Đấng bảo vệ những giấc mơ của bạn. Đó chính là chủ đề của Tân Ước.

Và đó cũng là chủ đề của phòng trưng bày này.

3. Với quyền năng tác động lên vũ trụ bằng mệnh lệnh của Ngài, Đức Chúa Trời có thể xoá sổ bạn chỉ bằng một lời phán. Nhưng thay vào đó, Chúa Giê-xu đã đến với bạn bằng sức mạnh dịu dàng. Ngài không chịu từ bỏ chúng ta. Câu nào sau đây đúng khi nói về sự tận hiến của Chúa Giê-xu đối với chúng ta? Hãy dùng các câu Kinh Thánh sau đây để giúp bạn trả lời. Hãy đánh dấu tất cả các câu trả lời phù hợp.

☐ Ngài sẽ không bao giờ lìa bỏ chúng ta, Ngài không bao giờ quên chúng ta. (Hê-bơ-rơ 13:5)

☐ Đức Thánh Linh sẽ ở với chúng ta đời đời. (Giăng 14:16)

☐ Chúng ta có thể cứ ở trong tình yêu của Đức Chúa Trời. (Giăng 15:10)

☐ Khi chúng ta trải qua những thời điểm khó khăn, điều đó có nghĩa là Đức Chúa Trời đã từ bỏ chúng ta rồi. (2 Cô-rinh-tô 4:9)

> Chúa Giê-xu vẫn đang chữa lành những tấm lòng và phục hồi những cuộc đời.

ĐIỀU CHÚA GIÊ-XU LÀM

Bạn không nghĩ đó là một phòng trưng bày kỳ lạ sao? Một căn phòng của những bức chân dung từ nỗi-đau-đến-sự-bình-an. Một khu trưng bày sức mạnh được phục hồi. Một rừng sức sống được hồi sinh.

Một cuộc triển lãm của những cơ hội thứ hai.

Không phải là khó tin khi đến thăm một cuộc triển lãm thực như vậy sao? Chẳng phải là rất thú vị khi được dạo qua một bộ sưu tập thật về "Cây sậy đã giập và ngọn đèn gần tàn" sao? Nếu bạn được ngắm hết bức tranh này đến bức khác vẽ lại việc Đức Chúa Trời đã gặp gỡ mọi người ở thời khắc đau khổ của họ thì sẽ thế nào? Không chỉ vẽ những nhân vật trong Kinh Thánh mà cả những con người đương thời giống như bạn? Những con người trong thế hệ và thế giới của bạn!

Và nếu phòng trưng bày này không chỉ nói về những câu chuyện của họ mà còn nói về câu chuyện của bạn và của tôi thì sao? Nếu có một chỗ để chúng ta có thể trưng bày những kinh nghiệm "ngày trước" và "bây giờ" của chúng ta thì sao? Ồ, có thể có một nơi như vậy đấy. Tôi có ý tưởng cho một phòng trưng bày như vậy. Nghe có vẻ cường điệu, nhưng nó đáng để chia sẻ.

Trước khi tôi làm vậy, chúng ta cần phải thảo luận một câu hỏi cuối cùng. Câu hỏi quyết định. Bạn vừa đọc hết câu chuyện này đến câu chuyện khác về việc Đức Chúa Trời gặp gỡ con người vào lúc đau khổ của họ. Hãy nói cho tôi biết, tại sao những câu chuyện này lại có mặt trong Kinh Thánh? Tại sao các sách Phúc Âm lại đầy dẫy những con người như vậy? Những con người tuyệt vọng? Mặc dù hoàn cảnh của họ khác nhau, nhưng tình trạng của họ thì giống nhau. Họ bế tắc. Bị xa lánh. Bị ruồng bỏ. Họ không có nơi nào để tìm đến. Trên môi họ là lời cầu nguyện tuyệt vọng. Tấm lòng họ là những giấc mơ vụn vỡ. Và trên tay họ là sợi dây đã đứt. Nhưng trước mắt họ là một người Ga-li-lê-không-bao-giờ-nói-chết-quách-cho-rồi, luôn luôn bước đến khi những người khác quay lưng bước đi.

Những hành động của người này đơn giản một cách đáng kinh ngạc. Chỉ với những lời nói nhân từ hoặc sự rờ chạm ân cần. Chạm ngón tay lên đôi mắt mù loà. Đặt tay lên đôi vai mệt mỏi. Lời phán cho những tấm lòng buồn chán... tất cả đều làm trọn lời tiên tri: "Người sẽ không bẻ cây sậy sắp gãy, cũng không dập tắt ngọn đèn gần tàn."

Tôi hỏi lại lần nữa. Tại sao những bức chân dung này lại có mặt trong Kinh Thánh? Tại sao cuộc triển lãm này lại tồn tại? Tại sao Đức Chúa Trời lại để cho chúng ta thấy hết câu chuyện này tới câu chuyện khác về những cuộc đời được hồi sinh sau những thương tổn? Để chúng ta có thể biết ơn quá khứ phải không? Để chúng ta có thể nhìn lại mà kinh ngạc về những gì Chúa Giê-xu đã làm phải không?

> Kinh Thánh ghi lại những khoảnh khắc một Đức Chúa Trời chân thật đối diện với những nỗi đau thực sự.

Chúa đáp: "Nếu các con có đức tin như hạt cải, các con có thể bảo cây dâu này: 'Hãy tự nhổ gốc lên và xuống trồng dưới biển!' thì nó cũng vâng lệnh các con.

- Lu-ca 17:6

Không. Không. Không. Trăm lần không. Vạn lần không. Mục đích của những câu chuyện này không phải là để nói cho chúng ta biết về việc Chúa Giê-xu đã làm. Mục đích của chúng là nói cho chúng ta biết về việc Chúa Giê-xu đang làm.

4. Chúng ta có thể trông cậy rằng sức mạnh của Chúa Giê-xu trong quá khứ vẫn sẽ thêm lên cho chúng ta trong hiện tại và cả trong tương lai nữa. Hãy đọc những câu Kinh Thánh sau đây. Sau đó nối câu Kinh Thánh với điều bạn học được về tính nhất quán trong những việc Chúa Giê-xu làm.

- Ma-thi-ơ 28:20   a. Chúa Giê-xu sống muôn đời.
- 1 Cô-rinh-tô 13:7   b. Ngài sẽ luôn ở cùng chúng ta.
- Hê-bơ-rơ 7:24   c. Chúa Giê-xu hôm qua, hôm nay cho đến đời đời không hề thay đổi.
- Hê-bơ-rơ 13:8   d. Tình yêu của Ngài mãi luôn vững bền.
- Hê-bơ-rơ 13:8

"Tất cả những điều được ghi từ xưa đều nhằm giáo huấn chúng ta, ngõ hầu nhờ lòng kiên nhẫn và sự an ủi của Kinh Thánh mà chúng ta có niềm hy vọng." – (Rô-ma 15:4)

Đây không phải chỉ là những câu chuyện cho các em thiếu nhi lớp Trường Chúa Nhật. Không phải là những truyện tiểu thuyết lãng mạn. Cũng không phải là những ảo ảnh ở-đâu-đó-bên-kia-cầu-vồng. Đó là những khoảnh khắc lịch sử mà ở đó một Đức Chúa Trời chân thực đáp ứng trước những nỗi đau thực sự để rồi chúng ta có thể trả lời câu hỏi: "Đức Chúa Trời ở đâu khi tôi chịu đau khổ?"

5. Bạn sẽ trả lời câu hỏi này thế nào: "Đức Chúa Trời ở đâu khi tôi đau khổ?"

_____
_____

VUI MỪNG VỀ SỨC MẠNH CỦA CHÚA

Bây giờ hãy suy gẫm về câu chuyện của chính mình qua những điều mà bạn đã đọc trong câu chuyện của họ. Hãy đứng trước những bức tranh sơn dầu mang tên bạn và vẽ chân dung của chính mình.

Không nhất thiết phải vẽ trên vải. Có thể dùng bút chì vẽ lên giấy, dùng đánh trên máy vi tính, làm một tác phẩm điêu khắc bằng đất sét, hay viết một ca khúc trữ tình. Bạn làm điều đó bằng cách nào không quan trọng, nhưng tôi xin bạn hãy làm điều đó. Hãy ghi lại vở kịch của bạn. Hãy viết một trường thiên tiểu thuyết thuật lại câu chuyện cuộc đời bạn. Hãy vẽ biểu đồ cuộc hành trình của mình.

Hãy bắt đầu với "Trước đây." Trước khi biết Chúa Giê-xu bạn như thế nào? Bạn có nhớ không? Có thể là vài thập kỷ trước đây. Có thể là mới ngày hôm qua. Có thể bạn biết Ngài rất rõ. Có thể bạn vừa mới gặp Ngài. Tôi nói lại, điều đó không quan trọng. Điều quan trọng là bạn không bao giờ quên cuộc sống sẽ ra sao nếu không có Ngài.

Nhưng đừng chỉ vẽ về quá khứ, hãy mô tả hiện tại. Miêu tả sự đụng chạm của Ngài. hãy bày tỏ sự khác biệt mà Ngài đã làm trên cuộc đời bạn. Nhiệm vụ này cũng có thách thức riêng của nó. Dù vẽ bức tranh "Ngày trước" có thể làm ta đau khổ, bức tranh "Bây giờ" có thể còn nhiều mơ hồ. Chúa vẫn chưa hoàn tất việc Ngài làm trên bạn đâu!

Nguyện xin Đức Chúa Trời tăng cường mọi quyền năng cho anh chị em theo sức mạnh vinh quang Ngài để anh chị em kiên trì chịu đựng mọi sự.

- Cô-lô-se 1:11

À, nhưng hãy nhìn xem bạn đã tiến được bao xa rồi! Tôi không biết bạn, nhưng tôi biết rằng bạn đã vượt qua một quãng đường dài. Đức Chúa Trời đã bắt đầu hành động trong tấm lòng của bạn. Và điều gì Ngài đã bắt đầu, Ngài sẽ làm trọn. "Tôi tin chắc điều này, Đấng đã bắt đầu làm một việc tốt lành trong anh chị em cũng sẽ hoàn thành việc đó cho đến ngày của Chúa Cứu Thế Giê-xu" (Phi-líp 1:6).

Vậy hãy ghi vào lịch sử những việc Chúa Giê-xu đã làm. Nếu Ngài đã mang đến sự bình an, hãy vẽ một con chim bồ câu. Nếu là sự vui mừng, hãy vẽ một chiếc cầu vồng trên bức tường. Nếu là sự dũng cảm, hãy hát một bài hát về những-người-dời-núi. Và khi bạn hoàn thành, đừng giấu nó đi. Hãy để nó ở nơi mà bạn có thể nhìn thấy. Hãy đặt nó ở chỗ mà bạn có thể được nhắc nhở hàng ngày, về quyền năng dịu dàng của Đức Chúa Trời.

6. Bạn muốn nhìn thấy quyền năng dịu dàng của Chúa Giê-xu hành động ở lĩnh vực nào trong cuộc đời bạn?

Mục đích của các câu chuyện Kinh Thánh là để giúp chúng ta trông đợi trong đức tin.

_____

_____

NGÀI VẪN LĂN HÒN ĐÁ

Đó là ý tưởng của tôi. Tôi biết là nó hơi điên rồ, nhưng sẽ thế nào nếu tất cả chúng ta về nhà và mở một phòng trưng bày? Tôi không biết là trên thiên đàng có cho cất giữ những bức vẽ này không. Nhưng có một điều đó nói với tôi rằng Cha chúng ta sẽ không phiền khi chúng ta lưu giữ chúng đâu. Nhưng thật sự là trên thiên đàng sẽ có rất nhiều không gian và thời gian.

Và đâu đó ở giữa quảng trường hy vọng này là câu chuyện của bạn. Người này rồi người khác sẽ đến. Họ sẽ lắng nghe như thể họ có tất cả thời gian trên thế giới này (và thật sự họ có đấy!) Họ đối xử với bạn như thể bạn là người của hoàng tộc vậy (vì bạn đúng là vậy mà!) Sa-lô-môn đặt ra vài câu hỏi. Gióp ca ngợi khả năng chịu đựng của bạn. Giô-suê tán dương lòng dũng cảm của bạn. Và khi tất cả những người đó khen ngợi, bạn cũng khen ngợi. Vì trên Thiên đàng, tất cả mọi người đều biết những lời ca ngợi đó sẽ hướng đến một Nguồn.

Và nói về Nguồn đó, Ngài cũng được miêu tả trong phòng trưng bày trên Thiên đàng. Hãy quay lại và nhìn xem. Bức tranh về Ngài đặt cao hơn tất cả những bức khác. Ở một nơi nổi bật nhất. Chính xác là ở giữa. Có một bức được trưng bày trên bục cao hơn tất cả những bức khác. Có một thứ có thể được nhìn thấy từ mọi điểm trong phòng trưng bày, đó là một tảng đá. Tròn. Nặng. Tảng đá này được dùng để đậy cửa mộ.

Nhưng bây giờ không còn như vậy nữa. Hãy hỏi Ma-ri và Ma-thê. Hãy hỏi Phi-e-rơ. Hãy hỏi La-xa-rơ. Hãy hỏi bất cứ ai trong phòng trưng bày này. Họ sẽ nói cho bạn. Những tảng đá chưa bao giờ là đối thủ của Đức Chúa Trời.

Liệu có một cuộc trưng bày nào như vậy trên Thiên đàng không? Ai biết được? Nhưng tôi biết rằng đã từng có một tảng đá ở trước ngôi mộ. Và tôi biết nó đã bị lăn đi. Và tôi cũng biết rằng có những tảng đá trên con đường của bạn. Những hòn đá ngáng chân và gài bẫy. Những hòn đá quá to đối với bạn.

Nếu các con cứ ở trong Ta và lời của Ta vẫn ở trong các con, hãy cầu xin điều gì mình ước muốn thì sẽ được.

- Giăng 15:7

7. Hãy đọc Cô-lô-se 1:11. Hãy điền vào chỗ trống bên dưới điều bạn học được về năng lực của Đức Chúa Trời có thể khiến bạn trở nên mạnh mẽ nhờ quyền năng của Ngài.

Đức Chúa Trời sẽ................bạn với quyền năng............. của Ngài. Ngài làm điều này để chúng ta sẽ không.............khi................ bước đi con đường của chúng ta. Ngài muốn chúng ta...................

Xin bạn hãy nhớ rằng, mục đích của những câu chuyện này không phải để giúp chúng ta nhìn lại đằng sau với sự ngạc nhiên mà là nhìn về phía trước bằng đức tin. Đức Chúa Trời, Đấng đã phán hiện vẫn còn phán. Đức Chúa Trời đã tha thứ vẫn đang tha thứ. Đức Chúa Trời đã đến vẫn đang đến. Ngài đến trong thế giới của chúng ta. Ngài bước vào thế giới của bạn. Ngài đến để làm việc mà bạn không thể. Ngài đến để lăn những

Phải, Đấng bảo vệ Y-sơ-ra-ên sẽ không buồn ngủ cũng không cần ngủ.

- Thi Thiên 121:4

tảng đá mà bạn không thể lay chuyển.

Những hòn đá không phải là đối thủ của Đức Chúa Trời. Ngày trước không và bây giờ cũng không. Ngài vẫn đang lăn những hòn đá.

TRỌNG TÂM BÀI HỌC

* **Đức Chúa Trời đối đãi với những người bị thương tổn và mệt mỏi bằng sự dịu dàng.**

* **Kinh Thánh ghi lại những khoảnh khắc Đức Chúa Trời chân thật đối diện với những nỗi đau thực sự.**

* **Mục đích của các câu chuyện Kinh Thánh là giúp chúng ta nhìn về phía trước bằng đức tin.**

Tấm lòng của Chúa Giê-xu

Thô-ma đã nhìn thấy tất cả. Trong ba năm, ông đã nhìn thấy Chúa Giê-xu cho những kẻ đói được ăn no, chữa lành người bệnh, thậm chí kêu người chết sống lại. Các phép lạ thật đáng kinh ngạc. Dường như Chúa Giê-xu sở hữu quyền năng của Thiên đàng. Vậy tại sao Ngài lại chết? Chúa Giê-xu đáng lẽ đã có thể thoát khỏi những kẻ săn đuổi Ngài từ trước đó rồi. Điều gì làm cho Ngài bị tổn thương như lúc này? Quyền năng của Ngài ở đâu khi Giu-đa phản bội Ngài? Quyền năng Ngài ở đâu khi những tên lính đánh Ngài? Quyền năng Ngài ở đâu khi Phi-lát kết án Ngài? Quyền năng Ngài ở đâu khi thập tự giá chất trên vai Ngài? Quyền năng Ngài ở đâu khi họ đóng đinh Ngài trên thập tự giá? Và khi Ngài bị chết thì quyền năng Ngài ở đâu? Bây giờ Chúa Giê-xu đã chết và quyền năng đó không còn nữa. Vậy đấy. Thô-ma cảm thấy bị lừa dối, thất vọng và nghi ngờ. Ông sẽ phải cẩn thận hơn với những gì ông sẽ tin trong tương lai. Cho nên khi các môn đồ chạy đến báo cho ông biết một tin lạ lùng rằng Chúa Giê-xu đã sống lại, Thô-ma đặt chân xuống mặt đất. "Không thể nào! Nếu tôi không nhìn thấy tận mắt, tôi sẽ không tin. Tôi muốn chạm vào Ngài, nhìn vào mắt Ngài và nhìn thấy dấu đinh trên tay Ngài." Và Chúa Giê-xu đã đến. Quyền năng chưa bao giờ mất đi và Thô-ma được chào đón để kinh nghiệm quyền năng đó một lần nữa.

❖

TÀI LIỆU ĐỌC THÊM

Những phần được lựa chọn trong bài học này được trích dẫn từ cuốn *He Still Moves Stones.*

BÀI 8
Kinh Nghiệm Sự Tha Thứ
của Chúa Giê-xu

Nếu chúng ta - vốn là những con người đầy nhược điểm và tham lam mà còn yêu thích việc tặng quà, thì Đức Chúa Trời thánh khiết và toàn hảo sẽ yêu thích tặng quà cho chúng ta nhiều đến dường nào? Chúa Giê-xu hỏi: "Nếu các con là người gian ác còn biết cho con cái mình quà tốt, huống chi Cha các con ở trên trời lại không ban điều tốt hơn cho những người cầu xin Ngài sao?" (Ma-thi-ơ 7:11).

Những tặng phẩm của Đức Chúa Trời chiếu rọi tấm lòng, sự tốt lành và sự rộng rãi của Ngài. Gia-cơ, em của Chúa Giê-xu nói với chúng ta rằng: "Tất cả các ân huệ tốt lành cũng như tất cả các ân tứ toàn hảo đều đến từ trên cao và do Cha sáng láng ban xuống." (Gia-cơ 1:17). Tất cả mọi sự ban cho đều bày tỏ tình yêu của Đức Chúa Trời… nhưng không một sự ban cho hay món quà nào bày tỏ tình yêu của Ngài nhiều hơn món quà thập tự giá. Chúng không được bọc bằng giấy, nhưng bằng nỗi thống khổ. Không được đặt quanh cái cây, mà quanh thập tự giá. Và không phải được bọc bằng dây ruy-băng, mà được tưới bằng máu.

Món quà thập tự giá.

Người ta đã nói rất nhiều về món quà thập tự giá, nhưng những món quà khác thì sao? Những chiếc đinh và mão gai thì sao? Quần áo thì bị những tên lính chia nhau lấy đi. Vải thì để dành cho việc chôn cất. Bạn đã dành thời gian để mở những món quà này ra chưa?

Ngài không buộc phải ban tặng món quà đó, bạn biết mà. Chỉ một hành động duy nhất đòi hỏi để đem lại sự cứu rỗi của chúng ta, đó là việc đổ máu, nhưng Ngài đã làm nhiều hơn thế. Nhiều hơn rất nhiều.

Có thể nào ngọn đồi thập tự giá chứa đựng nhiều món quà của Đức Chúa Trời đến vậy? Suốt tuần này, chúng ta hãy cùng kiểm chứng nhé! Hãy mở những món quà ân điển này ra, như thể - hoặc rất có thể - đây là lần đầu tiên bạn làm vậy. Và khi bạn chạm vào chúng – khi bạn cảm nhận từng thớ gỗ của thập tự giá, lần theo từng cây sậy bện nên mão gai và dùng ngón tay đụng vào đầu cây đinh – hãy dừng lại và lắng nghe. Có thể bạn sẽ nghe thấy tiếng Ngài thì thầm:

"Ta đã làm việc này, chỉ vì con."

KINH NGHIỆM SỰ THA THỨ CỦA CHÚA GIÊ-XU TRONG TUẦN NÀY

Trước khi bạn đọc tiếp, xin dành thời gian để cầu nguyện.

Lạy Chúa, xin Ngài đem con đến với thập tự giá trong tuần này. Xin Ngài giúp con nhìn thấy món quà quý giá của sự tha thứ bằng đôi mắt tươi mới. Xin ban cho con nắm bắt được tình yêu vô lượng vô biên của Ngài, cái giá quá đắt mà Ngài phải trả cũng như kế hoạch hoàn hảo của Ngài. Xin giúp con hiểu rõ cái giá của sự tha thứ mà con được nhận. Và tuần này, khi con kinh nghiệm được ơn tha thứ của Chúa Giê-xu, xin chỉ cho con biết cách lan tỏa sự tha thứ đó cho những người sống quanh con. A-men.

Tuần này, hãy ghi nhớ câu Kinh Thánh Cô-lô-se 1:13-14 - chứng cớ về sự tha thứ của Chúa Giê-xu.

Ngài đã giải cứu chúng ta khỏi uy quyền tối tăm và chuyển đưa chúng ta vào Vương Quốc của Con yêu dấu Ngài. Trong Đức Con chúng ta được cứu chuộc và tha tội. -Cô-lô-se 1:13-14

KHÔNG PHẢI SỰ TOÀN HẢO MÀ LÀ SỰ THA THỨ

Không phải những người La Mã đã đóng đinh Chúa Giê-xu trên thập tự giá đâu. Không phải là những cái đinh nhọn đã giữ Chúa Giê-xu ở trên thập tự giá đâu. Điều giữ Ngài trên thập tự giá chính là lòng tin quyết của Ngài rằng việc Ngài phải trở nên tội lỗi là cần thiết - rằng Ngài là Đấng trong sạch trở nên tội lỗi và cơn thịnh nộ của Đức Chúa Trời phải được đổ xuống, không phải trên những vật thọ tạo, nhưng trên chính Đấng Tạo Hoá.

Khi một Đấng không biết tội lỗi trở nên tội lỗi vì chúng ta, khi một Đấng vốn không có tì vết bị bao phủ bởi tội lỗi của cả thế gian, Đức Chúa Trời đã không gọi đạo thiên binh thiên sứ của Ngài đến để giải cứu. Ngài không làm vậy, vì Ngài biết rằng Ngài thà từ bỏ Con Ngài hơn là phải từ bỏ chúng ta.

Dù bạn đã làm gì đi nữa, không bao giờ là quá muộn. Cho dù bạn đã sa ngã đến đâu đi nữa, nó cũng chưa phải quá muộn. Cho dù lỗi lầm của bạn có tệ hại đến mức nào, thì cũng không quá muộn để đào thật sâu, kéo chúng ra và bỏ chúng đi – thì chúng ta sẽ được tha thứ.

Điều làm cho một Cơ Đốc nhân trở thành một Cơ Đốc nhân không phải là sự toàn hảo, mà là sự tha thứ.

- Walking with the Savior

Đức Chúa Trời, bởi huyết của Chúa Cứu Thế Giê-xu đã lập Ngài làm sinh tế chuộc tội cho mọi người tin. Như vậy, Đức Chúa Trời đã tỏ ra sự công chính của Ngài bởi lòng khoan nhẫn, bỏ qua những tội phạm trong quá khứ.

- Rô-ma 3:25

NGÀY MỘT – XEM CÁI GIÁ PHẢI TRẢ
THỜI GIAN ĐÃ HẾT

Ngôi Lời đã giáng thế làm người, cư ngụ giữa chúng ta, tràn đầy ân sủng và chân lý. Chúng tôi đã tận mắt chiêm ngưỡng vinh quang Ngài, là vinh quang của Con Một đến từ Cha. " – Giăng 1:14

Kinh Thánh nói rằng số năm của Ngài thì chúng ta không thể dò (Gióp 36:26). Chúng ta có thể tìm ra thời khắc con sóng đầu tiên vỗ vào bờ, hoặc ngôi sao đầu tiên chiếu sáng trên bầu trời, nhưng chúng ta sẽ không bao giờ tìm ra khoảnh khắc đầu tiên khi Đức Chúa Trời là Đức Chúa Trời, vì chẳng có giây phút nào Đức Chúa Trời không phải là Đức Chúa Trời. Ngài chưa bao giờ không tồn tại, vì Ngài là bất diệt. Đức Chúa Trời không bị trói buộc bởi thời gian.

Nhưng khi Chúa Giê-xu đến thế gian, tất cả những điều này đều thay đổi. Lần đầu tiên Ngài được nghe thấy một câu vốn không bao giờ được dùng trên Thiên đàng: "Thời gian của con đã hết." Là một đứa trẻ, Ngài phải rời khỏi đền thờ vì thời gian đã hết. Là một người trưởng thành, Ngài đã phải rời khỏi Na-xa-rét vì thời gian đã hết. Là Chúa Cứu Thế, Ngài phải chết vì thời gian của Ngài đã hết. Suốt ba mươi ba năm, chú ngựa của Thiên đàng sống trong chuồng ngựa thời gian.

1. Dựa vào Ma-thi-ơ 1:18-21, câu nào sau đây thích hợp với ý nghĩa của sự giáng sinh của Chúa Giê-xu? Hãy đánh dấu tất cả các câu trả lời phù hợp. với hành trang gọn nhẹ? Hãy đánh dấu tất cả các câu trả lời phù hợp.

☐ Chúa Giê-xu vừa hoàn toàn là người vừa hoàn toàn là Đức Chúa Trời - được thai dựng bởi Đức Thánh Linh và sinh bởi một người nữ.

☐ Sự giáng sinh của Chúa Giê-xu đã gây tranh cãi từ lúc ban đầu.

☐ Nhân tính của Chúa Giê-xu cần thiết cho kế hoạch của Đức Chúa Trời y như thần tính của Ngài

BỊ TRÓI BUỘC BỞI THỜI GIAN

Khi Đức Chúa Trời bước vào giới hạn của thời gian và trở thành con người, Ngài từ chỗ không bị trói buộc trở nên bị trói buộc. Bị giam cầm trong xác thịt. Bị giới hạn bởi cơ thể và mí mắt dễ mỏi mệt. Trong hơn ba thập kỷ, tầm với không giới hạn trước kia của Ngài bị giới hạn trong một sải tay, tốc độ của Ngài bị cản trở trong nhịp độ của bước chân con người.

Bạn có bao giờ tự hỏi, như tôi, rằng Ngài có bao giờ cố gắng giành lại sự vô hạn của mình không? Đi được nửa đoạn đường dài, có bao giờ Ngài nghĩ đến việc thoát cái xuất hiện ở thành phố tiếp theo mà không cần phải đi bộ không? Khi mưa gió làm ớn lạnh xương cốt, Ngài có cố gắng thay đổi thời tiết không? Khi hơi nóng làm môi Ngài nứt nẻ, Ngài có bao giờ nghĩ tới việc ào đến vùng biển Ca-ri-bê để tĩnh dưỡng không?

Nếu từng ấp ủ những suy nghĩ đó, thì Ngài cũng không bao giờ thỏa hiệp với chúng. Không một lần nào. Hãy dừng lại và suy nghĩ về điều này. Chưa một lần nào Đấng Christ sử dụng quyền năng siêu nhiên của Ngài cho sự thoải mái cá nhân. Chỉ bằng một lời phán, Ngài có thể biến mặt đất cứng cỏi thành chiếc giường êm ái, nhưng Ngài không hề làm vậy. Chỉ cần một cái vẩy tay, Ngài có thể khiến cho nước miếng của những kẻ buộc tội bay trở lại mặt họ, nhưng Ngài đã không làm như vậy. Chỉ cần một cái nhíu mày, Ngài có thể làm tê liệt bàn tay của tên lính đang bện mão gai. Nhưng Ngài không làm vậy.

2. Hãy đọc các câu Kinh Thánh sau đây và viết xuống điều bạn học được về cách Kinh Thánh sử dụng hình ảnh của con chiên được dùng

Vì anh chị em biết rằng chẳng phải bởi những vật hay hư nát như bạc hoặc vàng mà anh chị em được chuộc khỏi lối sống vô dụng thừa hưởng của tổ tiên, nhưng bằng chính huyết báu của Chúa Cứu Thế, như huyết chiên con không khuyết tật, không vết nhơ. Ngài đã được định trước khi sáng thế, nhưng hiện ra trong thời kỳ cuối cùng này vì cớ anh chị em..

- 1 Phi-e-rơ 1:18-20

làm sinh tế để biểu thị sự sẵn sàng hy sinh của Chúa Giê-xu nhằm đảm bảo sự tha thứ cho chúng ta.

Ê-sai 53:7-8 – "Người bị áp bức và khổ sở nhưng không hề mở miệng. Như chiên bị dẫn đi làm thịt, như cừu câm nín đứng trước kẻ hớt lông; Người không hề mở miệng. Người đã bị ức hiếp, xử đoán và giết đi. Những người đồng thời với người có ai suy xét rằng, Người đã bị cắt đứt khỏi đất người sống là vì tội lỗi dân ta đáng bị trách phạt."

Trong Chúa Cứu Thế, chúng ta nhờ huyết Ngài được cứu chuộc, được tha thứ các tội phạm theo lượng ân sủng phong phú.
-Ê-phê-sô 1:7

_____

_____

Giăng 1:29 – "Ngày hôm sau, khi thấy Đức Chúa Giê-xu đến với mình, Giăng nói: 'Đây là Chiên Con của Đức Chúa Trời, Đấng xóa tội lỗi cho nhân loại.'"

Sự tha thứ chỉ có thể có được bằng một giá trả rất cao.

_____

_____

1 Phi-e-rơ 1:18-19 – "Vì anh chị em biết rằng chẳng phải bởi những vật hay hư nát như bạc hoặc vàng mà anh chị em được chuộc khỏi lối sống vô dụng thừa hưởng của tổ tiên, nhưng bằng chính huyết báu của Chúa Cứu Thế, như huyết chiên con không khuyết tật, không vết nhơ."

SỨ ĐIỆP CỦA ĐỨC CHÚA TRỜI CHO LOÀI NGƯỜI

"Mọi việc đã được trọn!"

Hãy dừng lại và lắng nghe một chút. Hãy để những lời này thổi vào lòng bạn. Hãy mường tượng lại tiếng khóc trên thập tự giá. Bầu trời đen kịt. Hai nạn nhân khác đang rên rì. Những miệng lưỡi chế nhạo của đám đông đều nín lặng. Có thể có tiếng sấm. Có thể có tiếng khóc than. Có thể là sự yên lặng. Rồi Chúa Giê-xu hít thở thật sâu, duỗi chân xuống chỗ chiếc đinh của người La Mã và kêu lên: "Mọi việc đã được trọn!"

_____

_____

Khải Huyền 5:12 – "Chiên con đã chịu chết xứng đáng được quyền năng, giàu có, khôn ngoan, dũng lực, danh dự, vinh quang và ca tụng."

_____

_____

THÔNG ĐIỆP CỦA NHỮNG GAI NHỌN

Món quà tha thứ của Chúa Giê-xu thật đắt giá. Nó đòi hỏi Ngài phải trở nên bị giới hạn bởi thời gian. Nó đòi hỏi Ngài phải trở nên bị giới hạn trong thân xác con người. Tuy nhiên, điều chú ý nhất trong tất cả những điều đó, Ngài phó thác đôi môi vô tội của mình để nếm trải những trái đắng của tội lỗi chúng ta. "Chúng đan một mão bằng gai, đội lên đầu Ngài và đặt vào tay phải Ngài một cây gậy rồi quỳ xuống trước mặt Ngài chế nhạo: 'Hoan hô, Vua dân Do-thái!' (Ma-thi-ơ 27:29).

Đây chẳng phải là thông điệp của mão gai sao?

Một tên lính vô danh đã lấy những cành cây - đủ lớn để mọc ra những gai nhọn, đủ dẻo dai để có thể uốn cong - rồi hắn đan thành một cái mão ngạo nghễ, một cái mão gai.

Trái của tội lỗi là gai góc - những chiếc gai có đầu sắc nhọn, mang lại cảm giác đau nhói, cắt da cắt thịt.

Chính xác thì trái của tội lỗi là gì? Hãy bước vào trong bụi gai của loài người và cảm nhận cái gai của những thứ cây mọc hoang. Xấu hổ. Sợ hãi. Nhục nhã. Chán nản. Lo lắng. Tấm lòng của chúng ta chưa từng bị mắc kẹt trong những bụi gai này sao?

Tuy nhiên, lòng của Chúa Giê-xu thì không. Ngài chưa từng bị gai của tội lỗi cắt vào. Điều mà bạn và tôi đối mặt hằng ngày, Ngài chưa bao giờ biết đến. Lo lắng ư? Ngài chưa bao giờ lo lắng! Tội lỗi ư? Ngài chưa bao giờ phạm tội! Còn sợ hãi thì sao? Ngài chưa bao giờ ra khỏi sự hiện diện của Đức Chúa Trời! Chúa Giê-xu chưa bao giờ biết đến trái của tội lỗi cho đến khi Ngài trở nên tội lỗi vì cớ chúng ta.

Và khi đó, tất cả cảm xúc của tội lỗi bao trùm lên Ngài như bóng đêm trong rừng sâu vậy. Ngài cảm nhận sự lo lắng, tội lỗi và cô đơn.

Điều gì đã được trọn vậy?

Kế hoạch cứu rỗi loài người kéo dài suốt chiều dài lịch sử đã được trọn. Thông điệp của Đức Chúa Trời cho loài người đã được trọn. Công tác Chúa Giê-xu làm khi là con người trên đất đã được trọn... Cái nọc của sự chết đã bị gỡ bỏ. Mọi việc đã xong.

- _No Wonder They Call Him the Savior._

Chúa Giê-xu đã kinh nghiệm những trái đắng của tội lỗi – sự sợ hãi, sự hổ thẹn, sự nhục nhã, tội lỗi, sự chán nản vì lợi ích của chúng ta.

Đức Chúa Trời đã làm cho Chúa Cứu Thế, Đấng vốn chẳng biết tội lỗi, trở nên tội lỗi vì chúng ta để nhờ ở trong Chúa Cứu Thế chúng ta trở nên công chính trong Đức Chúa Trời.

- 1 Cô-rinh-tô 5:21

CHÚA phán: *"Bây giờ, chúng ta hãy đến, tranh luận với nhau: Dù tội lỗi ngươi đỏ như vải điều sẽ trở nên trắng như tuyết. Dù đỏ như màu đỏ thắm, sẽ trắng như lông chiên.*

- Ê-sai 1:18

Không ai có thể chuộc mạng cho anh em mình, cũng không thể đóng tiền chuộc nơi Đức Chúa Trời cho người. Vì giá cứu chuộc mạng sống họ quá mắc, người sẽ chẳng bao giờ trả nổi, để được sự sống đời đời, không phải thấy vực sâu.

- Thi Thiên 49:7-9

Chúa Giê-xu đã bị buộc tội về tất cả tội lỗi mà Ngài chưa từng phạm.

Bạn không nghe thấy cảm xúc trong lời cầu nguyện của Ngài sao? "Đức Chúa Trời con ôi, Đức Chúa Trời con ôi, sao Ngài lìa bỏ con?" (Ma-thi-ơ 27:46). Đây không phải là lời nói của một vị thánh. Đó là tiếng khóc của một tội nhân.

3. Hãy đọc 2 Cô-rinh-tô 5:21 và điền vào chỗ trống kinh nghiệm của Chúa Giê-xu.

Đấng Christ đã..................., nhưng Đức Chúa Trời đã khiến Ngài.......... tội lỗi để nhờ .... chúng ta có thể trở nên............. trong Đức Chúa Trời.

4. Thông điệp của mão gai là sự tha thứ thật đắt giá. Hãy đọc Thi Thiên 49:7-9. Dựa vào điều bạn vừa đọc, câu nào sau đây đúng khi nói về sự cứu rỗi của chúng ta? Hãy đánh dấu tất cả các câu trả lời phù hợp.

☐ Sự cứu rỗi thật đắt giá.

☐ Con người có thể trả cho Đức Chúa Trời cái giá để họ có được sự sống.

☐ Chỉ có sự hy sinh của Chúa Giê-xu mới đủ tư cách làm giá chuộc.

CHỈ DÀNH CHO BẠN

Bạn có muốn biết điều tuyệt vời nhất về Đấng đang đến không? Đó không phải là Đấng đã chơi bi với các vì sao lại từ bỏ việc đó để chơi bi với các viên bi. Cũng không phải là Đấng đã từ bỏ việc treo dải ngân hà lên vũ trụ chỉ để treo khung cửa lên cho một vị khách lập dị muốn có mọi thứ của ngày hôm qua nhưng không thể trả cho bất cứ thứ gì cho đến ngày mai?

Đó không phải là việc Ngài đã từ chối bênh vực bản thân khi bị buộc tội về tất cả tội lỗi của những kẻ tà dâm và tà thuật từ thời A-đam. Cũng không phải là việc Ngài im lặng khi hàng triệu phán quyết về tội lỗi vang vọng lên toà án của thiên đàng và Đấng ban sự sáng bị bỏ mặc trong cái lạnh của đêm trường tội nhân.

Đó cũng không phải là việc ba ngày sau, trong hầm mộ tối tăm Ngài bước ra giữa ánh bình minh của Lễ Phục Sinh, với nụ cười ngạo nghễ trên môi và hỏi tên Lu-xi-phe hèn hạ rằng: "Đấy là cú đấm mạnh nhất của ngươi sao?"

Thật tuyệt vời, cực kỳ tuyệt vời.

Nhưng bạn có muốn biết điều tuyệt vời nhất về Đấng đã từ bỏ mão triều thiên của thiên đàng để lấy mão gai không?

Ấy là Ngài làm điều đó vì bạn. Chỉ vì bạn mà thôi.

5. Bạn sẽ "phân loại" sự hiểu biết của bạn về sự tha thứ của Chúa Giê-xu như thế nào theo thang điểm từ 1 đến 5? (Đánh dấu "X" vào thang điểm mà bạn cho rằng bạn đang ở đó.)

5	4	3	2	1

_____ "Tôi tin chắc rằng Chúa Giê-xu đã tha thứ và quên hết mọi tội lỗi của tôi – quá khứ, hiện tại và cả tương lai."

_____ "Tôi bị quá khứ ám ảnh và tự hỏi sao Chúa Giê-xu có thể tha thứ cho tôi được."

6. Một món quà có giá trị vì Đấng ban cho món quà đó đã đầu tư thời gian, tiền bạc, và tâm sức vào đó. Việc nhận biết giá trị của món quà này sẽ làm tăng sự cảm kích của chúng ta về món quà đó. Món quà của Chúa Giê-xu, món quà là mão gai, vì nó Ngài đã phải trả giá. Dựa trên 2 Cô-rinh-tô 8:9, câu nào sau đây đúng, và câu nào sai? Đánh dấu câu trả lời đúng bằng (Đ) và câu trả lời sai bằng (S).

___ Sự hy sinh của Chúa Giê-xu không khiến Ngài phải trả giá nhiều.

___ Sự hy sinh của Chúa Giê-xu đòi hỏi Ngài phải trả giá bằng mọi thứ Ngài có.

___Chúa Giê-xu trở nên nghèo hèn vì lợi ích của chúng ta.

___ Sự nghèo hèn của Ngài làm chúng ta trở nên giàu có.

TRỌNG TÂM BÀI HỌC

*Sự tha thứ chỉ có thể có được bởi một giá rất cao.

*Chúa Giê-xu đã kinh nghiệm những trái đắng của tội lỗi – sự sợ hãi, sự hổ thẹn, sự nhục nhã, tội lỗi, và sự chán nản – vì lợi ích của chúng ta.

*Chúa Giê-xu bị cáo buộc về tất cả tội lỗi mà con người từng phạm phải.

Hãy dành vài phút để ôn lại câu Kinh Thánh ghi nhớ trong tuần. Đó là Cô-lô-se 1:13-14.

Tấm lòng của Chúa Giê-xu

Người ta mang đến cho Ngài những người bệnh. Chúa Giê-xu đã rờ chạm và chữa lành mọi bệnh tật của con người. Ngài không lưỡng lự trước những người bị xã hội ruồng bỏ hay những kẻ không dễ thương. Mắt mù, tay chân teo, má lỗ chỗ, da hỏng, cơ bắp co giật, tai điếc. Ngài đã từng thấy hết rồi. Nhưng sự đau ốm bên ngoài chỉ là một phần mà thôi. Chúa Giê-xu còn biết điều đang ẩn chứa trong lòng người. Ngài có thể nhìn thấy điều đó trong mắt họ - những kẻ dối trá, lừa đảo, những kẻ đâm thọt sau lưng, giết người, mù quáng, ngoại tình, ngồi lê đôi mách. Ngài có thể chữa lành thân thể họ, nhưng Ngài khao khát có được cơ hội để chữa lành linh hồn tội lỗi của họ. Đó là lý do Ngài đã đến – vì những người ích kỷ, nóng giận, ganh ghét, tự mãn, gian manh, bủn xỉn, vô ơn, những người chạy đến với Ngài để xin tha thứ.

Ngài tha thứ hết tội lỗi tôi, chữa lành mọi bệnh tật tôi.

- Thi Thiên 103:3

NGÀY HAI – LỰA CHỌN CỦA NGÀI

LIỆT KÊ LỖI PHẠM

Anh ấy không bao giờ nên yêu cầu tôi liệt kê. Tôi rất sợ phải cho anh ấy xem bảng liệt kê đó. Anh ấy là một thợ xây lành nghề, một người bạn tốt. Và anh ấy đã xây cho chúng tôi một căn nhà rất đẹp. Nhưng căn nhà ấy cũng có một vài lỗi.

Mãi tuần này tôi mới nhìn ra mấy cái lỗi ấy. Nhưng, phải nói là, tuần này tôi mới bắt đầu ở trong căn nhà ấy. Một khi bạn sống ở một nơi, bạn sẽ nhìn thấy mọi thiếu sót.

"Liệt kê các lỗi ra dùm tôi" anh ấy bảo tôi.

"Được thôi, nếu anh nói thế," tôi nghĩ.

Cánh cửa của phòng ngủ không khoá được. Cửa sổ nhà kho bị nứt vỡ. Ai đó đã quên không gắn giá treo khăn tắm trong phòng tắm của mấy bé gái. Một người khác đã quên gắn tay nắm cửa phòng làm việc. Như tôi đã nói, ngôi nhà rất đẹp, nhưng danh sách lỗi của nó thì cũng ngày một dài ra.

Việc nhìn vào bản liệt kê những thiếu sót của chủ thầu xây dựng làm tôi nghĩ đến việc Đức Chúa Trời làm một danh sách như vậy về tôi. Rốt cuộc, liệu Ngài có ngự trong tấm lòng của tôi không? Nếu tôi nhìn thấy những thiếu sót trong ngôi nhà của mình, thử hình dung xem Ngài còn nhìn thấy gì trong tôi? Ôi, chúng ta có dám nghĩ đến bản liệt kê mà Ngài có thể soạn ra không?

Trước kia, anh chị em đã chết vì các tội ác và vì bản tính xác thịt mình chưa được cắt bì, nhưng Đức Chúa Trời đã cho anh chị em đồng sống lại với Chúa Cứu Thế và tha thứ hết tất cả các tội ác của chúng ta. Ngài huỷ bỏ phiếu nợ ràng buộc chúng ta cùng các quy luật nghịch với chúng ta, đẹp bỏ tất cả và đem đóng đinh tại cây thập tự.

- Cô-lô-se 2:13-14

Bản lề cánh cửa dẫn vào phòng cầu nguyện bị han gỉ vì không được dùng đến.

Bếp lò mang tên ghen tị thì quá nóng.

Bản liệt kê lỗi lầm và thiếu sót của chúng ta rất dài.

Sàn nhà của tầng gác bị bung ra vì quá nhiều hối tiếc.

Hầm chứa bị tắc nghẽn vì quá nhiều bí mật.

Và sẽ không có một ai nâng cửa kéo lên và xua đuổi sự bi quan ra khỏi lòng này sao?

Danh sách những yếu đuối của chúng ta. Bạn có muốn ai đó nhìn thấy danh sách này không? Bạn có muốn công khai danh sách này không? Bạn sẽ cảm thấy thế nào nếu chúng được dán lên cao để tất cả mọi người, kể cả Đấng Christ, có thể nhìn thấy?

Tôi có thể đưa bạn đến thời khắc ấy không? Vâng, có một bản liệt kê những thất bại của bạn. Đấng Christ đã ghi chép những thiếu sót của bạn. Và, đúng rồi, bản liệt kê này đã được công bố. Nhưng bạn chưa bao giờ thấy nó. Tôi cũng thế.

Hãy cùng tôi tới ngọn đồi nơi Chúa Giê-xu bị đóng đinh, và tôi sẽ cho bạn biết lý do vì sao.

1. Hãy tìm các câu Kinh Thánh sau đây và viết ra điều bạn học được về trách nhiệm giải trình tội lỗi.

Thi Thiên 130:3-4 – "Chúa ôi, nếu Ngài ghi nhớ các tội ác chúng tôi; thì lạy Chúa, còn ai sống nổi. Nhưng Chúa có lòng tha thứ, để người ta kính sợ Chúa."

_____

Rô-ma 3:19 – "Nhưng chúng ta biết rằng những điều kinh luật dạy là dạy cho người ở dưới kinh luật để mọi miệng phải ngậm lại và để cả thế gian đều chịu tội trước Đức Chúa Trời."

_____

Ai là Thần giống như Ngài, tha thứ tội ác, bỏ qua sự vi phạm.
- Mi-chê 7:18a

Rô-ma 14:12 – "Như thế, mỗi người trong chúng ta phải tường trình công việc mình cho Đức Chúa Trời."

_____

Hê-bơ-rơ 4:13 – "Không có tạo vật nào che giấu được Đấng Tạo Hoá, nhưng tất cả đều trần trụi và phơi bày trước mắt Ngài là Đấng chúng ta phải báo cáo mọi việc."

_____

CÁNH TAY CỦA ĐỨC CHÚA TRỜI

Hãy quan sát khi những tên lính đẩy Người Thợ Mộc nằm xuống đất và kéo tay Ngài áp vào thanh xà. Một người lấy đầu gối mình ấn giữ cẳng tay rồi cái đinh vào lòng bàn tay. Chúa Giê-xu quay mặt về phía cái đinh ngay khi tên lính giơ cái búa lên để đập vào nó.

Còn về phần tôi, tôi không khoe khoang, ngoại trừ khoe về thập tự giá của Chúa Cứu Thế Giê-xu chúng ta. Nhờ thập tự giá đó, thế gian đã bị đóng đinh đối với tôi và tôi đối với thế gian cũng vậy.
- Ga-la-ti 6:14

Liệu Chúa Giê-xu có thể ngăn anh ta lại không? Chỉ cần rút tay về và nắm tay thật chặt, Ngài đã có thể kháng cự. Đây chẳng phải là bàn tay đã giơ ra khiến biển yên lặng sao? Chẳng phải bàn tay đẹp sạch đến thờ sao? Và bàn tay đã gọi người chết sống lại sao?

Nhưng bàn tay không hề nắm chặt... và khoảnh khắc này không hề bị bỏ dở.

Tiếng búa vang lên, làn da bị chọc thủng, máu bắt đầu nhỏ xuống, từng giọt, chảy xối xả. Rồi câu hỏi đến. Tại sao? Tại sao Chúa Giê-xu không kháng cự?

"Bởi vì Ngài yêu chúng ta." Chúng ta đáp. Điều đó đúng, đúng một cách tuyệt vời, nhưng – tha lỗi cho tôi – nó chỉ đúng một phần thôi. Lý do của Ngài không chỉ có vậy. Ngài đã nhìn thấy điều gì đó khiến Ngài không kháng cự. Khi tên lính ấn bàn tay Ngài xuống, Chúa Giê-xu đã quay đầu sang bên cạnh, má Ngài tựa vào thanh gỗ, Ngài đã nhìn thấy:

Cái búa phải không? Phải.

Cái đinh? Phải.

Và tay của tên lính? Đúng rồi.

Nhưng Ngài còn nhìn thấy một điều khác nữa. Ngài thấy bàn tay của Đức Chúa Trời.

Chỉ bằng một cái vẫy tay, bàn tay ấy đã phá đổ tháp Ba-bên, đã rẽ Biển Đỏ.

Bàn tay ấy đã thả châu chấu phá hoại Ai Cập và sai quạ đến nuôi Ê-li.

Thật là kỳ diệu khi tác giả Thi Thiên ăn mừng sự giải phóng bằng cách công bố rằng: "Chính Ngài dùng tay đánh đuổi các nước đi... Nhưng nhờ tay Ngài, bởi cánh tay Ngài, nhờ ánh sáng của mặt Ngài" (Thi Thiên 44:2-3 NKJV).

Bàn tay Đức Giê-hô-va là bàn tay năng quyền.

Đám đông có mặt tại thập tự giá kết luận rằng mục đích của việc nện cái búa là để ghim tay của Đấng Christ vào thanh gỗ. Nhưng họ chỉ đúng một nửa. Chúng ta không thể trách họ về việc không hiểu nửa còn lại. Họ không thể nhìn thấy điều đó. Nhưng Chúa Giê-xu thì thấy. Và Thiên đàng cũng thấy. Và chúng ta cũng có thể thấy.

Nhưng Chúa bằng lòng để người bị chà đạp và đau đớn. Khi người dâng mạng sống mình làm tế lễ chuộc tội. Người sẽ thấy dòng dõi mình, các ngày của người sẽ lâu dài và nhờ tay người, ý của Chúa sẽ được thành đạt

- Ê-sai 53:10.

2. Hãy đọc các câu Kinh Thánh sau đây. Rồi nối câu Kinh Thánh với điều bạn học được về thập tự giá của Chúa Giê-xu. Hãy sử dụng các câu Kinh Thánh dưới đây để giúp bạn trả lời.

- 1 Cô-rinh-tô 1:17   a. Một số người sống như kẻ thù của thập tự giá.
- 1 Cô-rinh-tô 1:18   b. Chúng ta chỉ có thể khoe mình về thập tự giá mà thôi.
- Ga-la-ti 6:14
- Phi-líp 3:18   c. Thập tự giá đầy quyền năng.
    d. Nhiều người coi thập tự giá là điều ngu xuẩn.

Huyết của Chúa Giê-xu đã xoá sạch bản liệt kê tội lỗi của chúng ta.

3. Đức Chúa Trời không phải là một khán giả tại thập tự giá của Chúa Giê-xu. Ngài liên quan mật thiết đến việc hoàn thành công cuộc cứu rỗi của chúng ta. Hãy đọc Ê-sai 53:10 và điền vào chỗ trống quyết định của Đức Chúa Trời tại thập tự giá.

Nhưng...........là Đấng đã quyết định để................người và khiến Chúa Giê-xu chịu khốn khổ. ....đã dùng cuộc sống của Người làm một...............

THÔNG ĐIỆP CỦA NHỮNG CÁI ĐINH

Qua con mắt của Kinh Thánh, chúng ta nhìn thấy điều mà những người khác đã không thấy nhưng Chúa Giê-xu lại thấy. "Ngài huỷ bỏ phiếu nợ ràng buộc chúng ta cùng các quy luật nghịch với chúng ta, dẹp bỏ tất cả và đem đóng đinh tại cây thập tự (Cô-lô-se 2:14).

Giữa bàn tay của Ngài và thanh gỗ có một bản liệt kê. Một bản liệt kê dài dằng dặc. Một bản liệt kê những lỗi lầm của chúng ta: tính dâm dục và dối trá, những giây phút tham lam và những năm hoang phí. Bản liệt kê tội lỗi của chúng ta.

Đức Chúa Trời đã làm cái việc như tôi đã làm với ngôi nhà của chúng tôi. Ngài đã viết xuống một bản liệt kê những sai lầm của chúng ta. Tuy nhiên, bản liệt kê mà Đức Chúa Trời đã lập không thể đọc được.

Hãy khoan dung, tha thứ nhau khi anh chị em có điều than phiền nhau, như Chúa đã tha thứ anh chị em, thì anh chị em cũng phải tha thứ.

- Cô-lô-se 3:13

Những lời này không thể giải mã được.Lỗi lầm đã được che phủ. Tội lỗi đã được giấu kín. Những tội ở đầu bản liệt kê được tay Ngài che hết; còn những lỗi lầm ở phía dưới thì được bao phủ bởi huyết của Ngài. Tội lỗi của bạn đã được Chúa Giê-xu "xóa sạch" (KJV). "Ngài đã quên hết mọi tội lỗi ngươi; Ngài huỷ bỏ phiếu nợ ràng buộc chúng ta cùng các quy luật nghịch với chúng ta, dẹp bỏ tất cả và đem đóng đinh tại cây thập tự (Cô-lô-se 2:14).

4. Danh sách tội lỗi của chúng ta hoàn toàn không thể đọc được có nghĩa là gì?

_____

_____

MÓN NỢ ĐÃ ĐƯỢC TRẢ

Khi Chúa Giê-xu bảo chúng ta hãy cầu nguyện xin Chúa tha tội cho chúng ta như chúng ta tha cho những người mắc nợ chúng ta, Ngài đã biết ai sẽ thanh toán món nợ đó. Khi Ngài bị treo trên cây thập tự, Ngài đã nói rằng: "Mọi việc đã được trọn" ……. Món nợ đã được trả!

Có một vài sự thật không bao giờ thay đổi. Sự thật ấy là bạn đã được tha thứ. Nếu bạn ở trong Đấng Christ, khi Ngài nhìn bạn, tội lỗi của bạn đã bị che lấp – Ngài không hề nhìn thấy chúng nữa. Ngài nhìn thấy bạn tốt đẹp hơn bạn nhìn thấy chính mình. Và đó là sự thật huy hoàng nhất trong cuộc đời bạn.

- Walking with the Savior

Ngài huỷ bỏ phiếu nợ ràng buộc chúng ta cùng các quy luật nghịch với chúng ta, dẹp bỏ tất cả và đem đóng đinh tại cây thập tự.
- Cô-lô-se 2:14

5. Câu nào sau đây đúng, và câu nào sai? Hãy đánh dấu câu trả lời đúng bằng (Đ) và câu trả lời sai bằng (S). Hãy sử dụng các câu Kinh Thánh dưới đây để giúp bạn trả lời.

____ Chúa Giê-xu giữ những tội lỗi của chúng ta để chống lại chúng ta. (2 Cô-rinh-tô 5:19)

____ Chúa Giê-xu đã lấy đi hồ sơ tội lỗi của chúng ta. (Cô-lô-se 2:14)

____Chúa Giê-xu đã tiêu diệt hình phạt của tội lỗi – là sự chết. (2 Ti-mô-thê 1:10)

Đây là lý do vì sao Ngài từ chối nắm chặt bàn tay lại. Ngài đã nhìn thấy bảng liệt kê ấy! Điều gì ngăn cản Ngài phản kháng? Tờ giấy bảo đảm, bản liệt kê những lỗi lầm của bạn. Ngài biết cái giá phải trả cho những tội lỗi này là sự chết. Ngài biết rằng nguồn của tội lỗi là bạn, và vì Ngài không thể chịu được việc suy nghĩ về cõi đời đời mà không có bạn, nên Ngài đã chọn những cái đinh.

Và khi bạn nghĩ về bạn, bạn cũng không nên nghĩ đến nó. Nếu định nghĩa bản thân bằng những tài sản của mình thì bạn sẽ cảm thấy tốt khi bạn có nhiều và cảm thấy tệ hại khi bạn không có gì.

6. Hãy đọc Cô-lô-se 2:14 và điền vào chỗ trống về lý do Chúa Giê-xu lại chọn những cái đinh trong bản miêu tả chi tiết dưới đây.

Chúa Giê-xu……………tờ giấy ghi nợ đã liệt kê tất cả…………………chúng ta đã sai phạm đối với…………. Ngài huỷ bỏ……………cùng với luật lệ của nó và …………..nó tại…………………..

7. Dựa vào những điều bạn đã học cho đến giờ, tại sao Đức Chúa Trời lại đòi hỏi phải có cái chết của Chúa Giê-xu thì mới khoả lấp tội lỗi của chúng ta? Hãy đánh dấu tất cả các câu trả lời phù hợp. Sử dụng các câu Kinh Thánh dưới đây để giúp bạn trả lời.

☐ Tiền công của tội lỗi là sự chết. (Rô-ma 6:23)

☐ Tội lỗi không thể được tha thứ nếu không có huyết của Chúa Giê-xu. (Hê-bơ-rơ 9:22)

☐ Huyết của Chúa Giê-xu "đã chuộc mua con người cho Đức Chúa Trời." (Rô-ma 5:9)

Thậm chí ngay cả khi chúng ta tiến tới một xã hội không dùng giấy nữa - một thế giới mà người ta tự hỏi làm sao chúng ta có thể tồn tại đến giờ mà không có hình thức thanh toán trực tuyến và sự tiện lợi của máy fax và thư điện tử - thì chúng ta vẫn không đánh mất tình yêu đối với việc lưu giữ bằng bản chép tay. Trong giới kinh doanh, có thể chúng ta không còn lưu giữ danh sách vay nợ trên giấy, nhưng chúng ta vẫn rất thận trọng đối với việc nhập dữ liệu. Điều này dẫn chúng ta đến câu hỏi: Dựa vào điều bạn đã học đến giờ phút này về cái giá rất đắt mà Chúa Giê-xu đã trả, tại sao Đức Chúa Trời lại không giữ hồ sơ về tội lỗi của chúng ta "trên văn bản" nữa?

Phương đông xa cách phương tây thể nào thì Ngài cũng loại bỏ các vi phạm của chúng ta xa thể ấy.
- Thi Thiên 103:12

8. Hãy đọc Thi Thiên 103:12. Dựa vào điều bạn vừa đọc, câu nào sau đây đúng? Hãy đánh dấu tất cả các câu trả lời phù hợp.

☐ Đức Chúa Trời để tội lỗi của chúng ta ở trước mặt chúng ta để trách mắng chúng ta.

☐ Đức Chúa Trời quăng xa tội lỗi của chúng ta.

☐ Tội lỗi của chúng ta cách xa chúng ta như phương đông xa cách phương tây vậy.

CHÚA GIÊ-XU THA THỨ CHO BẠN

Bàn tay đang xiết chặt tay cầm không phải là của tên lính La Mã. Quyền lực đằng sau cái búa không phải là quyền lực của một đám đông giận dữ.

Phán quyết đằng sau cái chết này không phải là quyết định của những người Do Thái đố kị.

Chính Chúa Giê-xu chọn những chiếc đinh.

Nên bàn tay Ngài mở ra. Nếu tên lính có ngập ngừng, thì chính Chúa Giê-xu sẽ xoay cái búa. Ngài biết phải làm thế nào; Ngài không lạ gì việc đóng đinh. Là thợ mộc, Ngài biết cái đinh sẽ lấy đi thứ gì. Là Chúa Cứu Thế, Ngài biết nó có nghĩa là gì. Ngài biết mục đích của những cái đinh là để đặt tội lỗi của bạn ở nơi mà chúng có thể được che giấu bởi sự hy sinh và che phủ bởi huyết của Ngài.

Phi-e-rơ đáp: 'Hãy ăn năn, và mỗi người phải nhân danh Chúa Cứu Thế Giê-xu mà chịu phép báp-têm để tội lỗi quý vị được tha thứ, rồi sẽ nhận được ân tứ Thánh Linh.
- Công Vụ Các Sứ Đồ 2:38

Đức Chúa Giê-xu lại đi cầu nguyện lần thứ hai: 'Lạy Cha, nếu chén này không thể tránh được và Con phải uống thì xin ý Cha được nên.'
- Ma-thi-ơ 26:42

9. Hãy đọc Ma-thi-ơ 26:42 và tóm tắt cách câu Kinh Thánh này bày tỏ sự sẵn lòng hy sinh của Chúa Giê-xu vì lợi ích của chúng ta.

_____

_____

TRỌNG TÂM BÀI HỌC

*Bản liệt kê lỗi lầm và thiếu sót của chúng ta rất dài.
*Huyết của Chúa Giê-xu đã xoá sạch bản liệt kê tội lỗi của chúng ta
*Hồ sơ tội lỗi của bạn đã được xoá sạch.

Hãy ôn lại câu Kinh Thánh ghi nhớ của bạn trong tuần này bằng cách viết xuống đây. Đó là câu Cô-lô-se 1:13-14.

_____

Tấm lòng của Chúa Giê-xu

Bẫy đã được đặt, trận mai phục đã được lên. Trong lúc Chúa Giê-xu và môn đồ của Ngài dành buổi tối để cầu nguyện, những tên lính đã mài gươm và đốt đuốc.Vườn Ghết-sê-ma-nê tĩnh mịch, ngoại trừ tiếng cầu nguyện thì thầm của Chúa Giê-xu và tiếng ngáy của những người bạn Ngài. Rồi đột nhiên, tiếng huyên náo. Những bước chân thình thịch, tiếng đuốc cháy kêu lách tách, tiếng mệnh lệnh hô vang. Họ bị bao vây. Các môn đồ lao đi và lập tức bị loá mắt bởi đèn đuốc. Một đoàn người bao quanh họ, rồi Phi-e-rơ, Gia-cơ và Giăng đứng trước Chúa Giê-xu để bảo vệ Ngài. Phi-e-rơ rút gươm, và bằng một đường chém vụng về, đã cắt tai của tên lính Man-chu. Một cuộc cãi vã sắp nổ ra. Nhưng Chúa Giê-xu xoa dịu tình hình, ngay cả lúc đó Ngài vẫn bày tỏ sự nhân từ với một trong những kẻ sẽ bắt Ngài - để đánh đập, mắng nhiếc, làm mặt Ngài đổ máu và đóng đinh Ngài trên thập tự giá. Người này cũng chỉ làm theo lệnh mà thôi. Anh ta là một phần của đám đông, không nhận ra mình đang làm gì, hay là đang làm cho ai. Chúa Giê-xu tha thứ cho anh ta, đưa tay ra và chữa lành tai của Man-chu.

- Giăng 18:10

NGÀY BA – LỰA CHỌN CỦA CHÚNG TA
ĐỊNH ĐOẠT SỐ PHẬN CỦA BẠN

Hãy gặp Edwin Thomas, một chuyên gia trong lĩnh vực sân khấu. Trong nửa cuối của thập niên 1800, người đàn ông nhỏ bé có giọng nói sang sảng này chỉ có một vài đối thủ. Lần đầu biểu diễn ở sân khấu Richard III ở tuổi mười lăm, ông nhanh chóng khẳng định bản thân như một diễn viên diễn kịch Shakespeare bậc thầy. Ở New York, ông đã diễn vở Hamlet một trăm đêm liên tiếp. Ở London, ông đã giành được sự phê chuẩn của những nhà phê bình người Anh khó tính. Khi cần tuyển chọn diễn viên cho một vở bi kịch trên sân khấu, Edwin Thomas luôn là người được lựa chọn.

Và đối với vở bi kịch cuộc đời, chúng ta cũng có thể nói như vậy.

Edwin có hai người anh trai, John và Junius. Cả hai đều là diễn viên, nhưng không ai vượt qua được tầm cỡ của ông. Năm 1863, ba anh em trai đã kết hợp tài năng với nhau để diễn vở Julius Caesar. Thực tế là John, anh trai của Edwin đóng vai Brutus là một lời cảnh báo lạ lùng và đáng sợ về điều đang chờ đợi những người anh em này – và dân tộc này – hai năm sau đó.

Vì chính diễn viên John đóng vai kẻ ám sát trong vở Julius Caesar cũng chính là John đóng vai người ám sát trong Nhà hát của Ford. Vào một đêm tháng Tư lạnh giá và khô hanh năm 1865, ông ta đã bí mật lên vào phía sau của một lô trong Nhà hát Washington và bắn một phát đạn vào đầu của Abraham Lincoln. Vâng, họ của mấy anh em này là Booth – Edwin Thomas Booth và John Wilkes Booth.

Kể từ sau đêm đó, Edwin không còn như trước kia nữa. Quá xấu hổ về tội ác của anh trai mình khiến ông quyết định giải nghệ. Ông có thể đã không bao giờ quay trở lại với sân khấu nữa nếu cái ngã rẽ định mệnh ở nhà ga xe lửa New Jersey không xảy ra. Edwin đang đợi chuyến tàu của mình thì nhìn thấy một chàng trai trẻ ăn mặc đẹp đẽ, bị đám đông xô đẩy, mất thăng bằng và ngã xuống giữa đường ray và đoàn tàu đang đến. Không một chút lưỡng lự, Edwin chặn một chân quanh rào chắn, túm lấy chàng trai, rồi kéo lên một cách an toàn. Sau tiếng thở phào nhẹ nhõm, chàng trai trẻ đã nhận ra Edwin Booth nổi tiếng.

Tuy nhiên, Edwin không hề nhận ra chàng trai mà ông vừa cứu sống. Sự nhận biết này đến sau vài tuần qua một lá thư, một lá thư mà ông đã mang trong túi áo cho đến khi xuống mồ. Một lá thư từ tướng Adams Budeau, tổng thư ký của tướng Ulysses S. Grant. Một lá thư cảm ơn Edwin Booth vì đã cứu sống con trai của vị anh hùng nước Mỹ, Abraham Lincoln. Thật đáng mỉa mai thay khi một người ám sát tổng thống, còn người anh em của anh ta thì lại cứu mạng con trai của vị tổng thống ấy. Chàng trai mà Edwin Booth đã kéo lên an toàn là ai? Robert Todd Lincoln.1

Edwin và John Booth. Cùng cha, cùng mẹ, cùng nghề nghiệp, và niềm đam mê – nhưng một người chọn sự sống, người kia lại chọn cái chết. Tại sao việc đó có thể xảy ra? Tôi không biết, nhưng nó đã xảy ra. Mặc dù câu chuyện của họ rất ấn tượng, nhưng không phải là độc nhất.

A-bên và Ca-in là hai con trai của A-đam. A-bên chọn Đức Chúa Trời. Ca-in chọn giết người. Và Đức Chúa Trời để cho ông làm điều đó.

Áp-ra-ham và Lót, hai người hành hương ở Ca-na-an. Áp-ra-ham chọn Đức Chúa Trời. Lót chọn Sô-đôm. Và Đức Chúa Trời để cho

Nếu chúng ta xưng tội lỗi mình thì Ngài là Đấng thành tín và công chính sẽ tha thứ tội lỗi chúng ta và thanh tẩy chúng ta sạch mọi điều bất chính.

- 1 Giăng 1:9

Tại đó, họ đóng đinh Ngài. Họ cũng đóng đinh hai người khác hai bên, còn Đức Chúa Giê-xu ở chính giữa.

- Giăng 19:18

Đức Chúa Trời cho phép chúng ta đưa ra những lựa chọn của riêng mình.

"Không ai có thể làm tôi hai chủ, vì sẽ ghét chủ này mà thương chủ kia, hoặc sẽ trọng chủ này mà khinh chủ kia. Các con không thể phục vụ cả Đức Chúa Trời và tiền tài."

- Ma-thi-ơ 6:24

ông làm điều đó.

Đa-vít và Sau-lơ, hai vị vua của Y-sơ-ra-ên. Đa-vít chọn Đức Chúa Trời. Sau-lơ chọn quyền lực. Và Đức Chúa Trời để cho ông làm điều đó.

Phi-e-rơ và Giu-đa, cả hai đều chối Chúa của họ. Phi-e-rơ tìm kiếm sự thương xót. Giu-đa tìm kiếm cái chết. Và Đức Chúa Trời để cho ông làm điều đó.

Trong bất cứ giai đoạn nào của lịch sử, trong bất cứ trang nào của Kinh Thánh, chân lý đều được bày tỏ: Đức Chúa Trời cho phép chúng ta đưa ra lựa chọn của riêng mình.

1. Theo Chúa Giê-xu thì chúng ta có cơ hội lựa chọn. Theo Ma-thi-ơ 6:24 thì những lựa chọn ấy của chúng ta là gì?

_____

_____

> Vì Đức Chúa Trời cho chúng ta lựa chọn, nên chúng ta phải nhận ra rằng tất cả các lựa chọn đều có kết quả của nó, cả tốt và xấu.

2. Đức Chúa Trời ban cho chúng ta những lựa chọn đời đời, và những lựa chọn này đều có kết quả đời đời. "Vậy, những kẻ này [những người chối bỏ Đức Chúa Trời sẽ đi vào hình phạt đời đời, còn những người công chính đi vào sự sống vĩnh phúc" (Ma-thi-ơ 25:46). Vậy tại sao Đức Chúa Trời không đưa ra mọi quyết định lớn và nhỏ cho chúng ta luôn?

_____

_____

Mặc dù Đức Chúa Trời toàn năng, có nghĩa là Ngài có tất cả mọi quyền năng, nhưng Ngài đã giới hạn quyền năng của mình trong một lĩnh vực của tạo vật của Ngài. Ý chí của con người của chúng ta. Ngài sẽ không áp đặt chính Ngài hay đường lối của Ngài trên chúng ta. Ngài ban cho tạo vật của Ngài chân giá trị của sự chọn lựa - được quyền lựa chọn chấp nhận lời mời gọi tha thứ của Ngài, ăn năn tội lỗi, và trở lại với Ngài hay không.

3. Hãy đọc Sáng Thế Ký 2:15-17; 3:6 và trả lời những câu hỏi sau đây. Đức Chúa Trời đã cho A-đam những lựa chọn nào?

_____

_____

Lựa chọn cuối cùng của A-đam là gì (3:6)?

_____

_____

> CHÚA phán: "Bây giờ, chúng ta hãy đến, tranh luận với nhau: Dù tội lỗi ngươi đỏ như vải điều sẽ trở nên trắng như tuyết. Dù đỏ như màu đỏ thắm, sẽ trắng như lông chiên.
>
> - Ê-sai 1:18

THÔNG ĐIỆP CỦA HAI CÂY THẬP TỰ

Sự tha thứ của Chúa Giê-xu là một việc đã được hoàn tất, hoàn thành tại Gô-gô-tha. Tuy nhiên, "Bộ ba thập tự giá ở Gô-gô-tha" nhắc nhở chúng ta rằng chúng ta phải chấp nhận và nắm giữ món quà này một cách cá nhân trong cuộc đời mình.

Bạn đã bao giờ tự hỏi tại sao chỉ có hai cây thập tự ở cạnh Chúa Giê-xu không? Tại sao lại không phải là sáu hay mười cây? Bạn đã bao giờ tự hỏi là tại sao cây thập tự của Chúa Giê-xu lại ở chính giữa không? Tại sao không phải là ở bên phải hoặc là ở bên trái? Liệu có phải hai cây thập tự ở trên ngọn đồi đó tượng trưng cho một trong những món quà vĩ đại nhất của Đức Chúa Trời không? Món quà là quyền chọn lựa.

Hai tên tội phạm này có rất nhiều điểm chung. Bị kết án bởi cùng một hệ thống pháp luật. Cùng bị kết tội tử hình. Bị cùng một đám đông vây quanh. Cùng ở gần Chúa Giê-xu. Thực tế, họ bắt đầu với cùng một lời

> Hãy vào cổng hẹp, vì cổng rộng và đường lớn dẫn đến huỷ hoại, nhiều người đi vào đó. Cổng hẹp và đường nhỏ dẫn đến sự sống, chỉ có ít người tìm thấy.
>
> - Ma-thi-ơ 7:13-14

Cho dù trong quá khứ chúng ta có đưa ra những lựa chọn tệ hại thế nào đi nữa, thì chúng đều có thể được chuộc lại bằng một lựa chọn đúng đắn – đó là đi theo Chúa Giê-xu.

LỰA CHỌN QUAN TRỌNG

Lời mời gọi [của Đức Chúa Trời] thật rõ ràng và không thể thương lượng được. Ngài ban cho chúng ta tất cả và chúng ta trao cho Ngài tất cả. Đơn giản và tuyệt đối. Ngài cho biết rõ điều Ngài đòi hỏi lẫn điều Ngài sẵn lòng trao ban. Chọn lựa thuộc về chúng ta. Chẳng phải là khó tin khi Đức Chúa Trời lại cho chúng ta quyền lựa chọn sao? Hãy suy ngẫm về điều này. Có rất nhiều điều trong cuộc sống chúng ta không được quyền chọn lựa. Ví dụ, chúng ta không thể chọn thời tiết. Chúng ta không thể kiểm soát chuyện kinh tế.

Chúng ta không được lựa chọn sinh ra với một cánh mũi to, mắt màu xanh nước biển hay nhiều tóc. Thậm chí chúng ta cũng không thể lựa chọn cách mọi người đối xử với mình.

Nhưng chúng ta có thể lựa chọn nơi ở đời đời của mình. Một lựa chọn lớn lao mà Đức Chúa Trời để cho chúng ta tự quyết. Quyết định quan trọng này thuộc về chúng ta.

Đó là quyết định duy nhất thực sự có ý nghĩa.

- And the Angels Were Silent

Phương đông xa cách phương tây thế nào thì Ngài cũng loại bỏ các vi phạm của chúng ta xa thể ấy.

- Thi Thiên 103:12

chế nhạo: "Hai tên cướp cùng bị đóng đinh với Ngài cũng nhục mạ Ngài" (Ma-thi-ơ 27:44).

Nhưng một người đã thay đổi.

Một trong hai tên tử tội đang bị treo trên thập tự giá cũng phỉ báng Ngài: "Ông không phải là Chúa Cứu Thế sao? Hãy tự cứu mình và cứu luôn chúng tôi đi!" Nhưng tên cướp kia quở trách nó. "Bị cùng một hình phạt mà mày không sợ Đức Chúa Trời sao? Mày và tao bị xử thật công minh vì hình phạt ta chịu xứng với tội ta làm. Nhưng Người này không làm điều gì trái!" Tên cướp tiếp: "Lạy Đức Chúa Giê-xu, khi vào đến nước Ngài, xin nhớ đến con!" Chúa đáp: "Thật ta bảo cho con biết, hôm nay con sẽ ở với ta trong Pa-ra-đi" (Lu-ca 23:39-43).

Có rất nhiều điều để nói về lời cầu nguyện của tên cướp ăn năn này, và anh ta chắc chắn nhận được sự ngưỡng mộ của chúng ta. Nhưng, trong khi chúng ta vui mừng về tên cướp đã được thay đổi này, chúng ta lại dám quên tên cướp không ăn năn sao? Còn tên kia thì sao, thưa Chúa Giê-xu? Một lời mời gọi cá nhân không phải là phù hợp sao? Một lời thuyết phục không đúng lúc sao?

Có những lúc Đức Chúa Trời sai sấm sét đến để khuấy động chúng ta. Có lúc Đức Chúa Trời dùng phước hạnh để thu hút chúng ta. Nhưng cũng có những lúc Đức Chúa Trời không ban cho chúng ta điều gì ngoài sự yên lặng khi Ngài ưu ái dành tặng chúng ta sự tự do được lựa chọn nơi mà chúng ta trải qua cõi đời đời.

4. Chúa Giê-xu đặt một lựa chọn khác trước mặt các môn đồ của Ngài trong Ma-thi-ơ 7:13-14. Lựa chọn đó là gì?

_____

_____

5. Đức Chúa Trời tự nguyện giới hạn bản chất toàn năng của Ngài trước đặc quyền lựa chọn hay chối bỏ Ngài của chúng ta. Bạn sẽ lựa chọn điều nào? Đón nhận hay từ chối món quà tha thứ của Chúa Giê-xu?

_____

_____

LỰA CHỌN LÀ CỦA CHÚNG TA

Chúng ta đã bao giờ có được đặc ân nào lớn lao hơn đặc ân được quyền lựa chọn chưa? Đặc ân này không chỉ bù đắp mọi sự không công chính, mà món quà là ý chí tự do này cũng có thể bù đắp mọi lỗi lầm.

Hãy suy nghĩ về tên cướp đã ăn năn. Mặc dù chúng ta biết rất ít về anh ta, nhưng chúng ta biết rõ điều này: Anh đã gây ra nhiều sai lầm tồi tệ trong cuộc đời. Anh đã chọn đi theo đám đông sai lầm, những quan điểm đạo đức sai lầm, và lối hành xử sai lầm. Nhưng bạn có nghĩ rằng cuộc đời anh là một sự uổng phí không? Anh có phải trải qua cõi đời đời gặt lấy hậu quả của tất cả những lựa chọn tồi tệ của anh không? Không đâu, ngược lại là đằng khác. Anh sẽ tận hưởng thành quả của một lựa chọn tốt đẹp duy nhất mà anh từng đưa ra. Cuối cùng, tất cả những lựa chọn sai lầm của anh đã được chuộc lại bởi một lựa chọn đúng đắn duy nhất.

6. Hãy đọc Phục Truyền Luật Lệ Ký 30:19. Dựa vào điều bạn đã học đến giờ, câu nào sau đây đúng và câu nào sai khi nói về lựa chọn của chúng ta? Hãy đánh dấu tất cả các câu trả lời.

☐ Đức Chúa Trời không cho con người lựa chọn.

☐ Đức Chúa Trời đặt những sự lựa chọn trước mặt chúng ta.

☐ Đức Chúa Trời đưa ra những lựa chọn rõ ràng - Sự chết hoặc sự sống.

☐ Ngài thờ ơ với những lựa chọn của chúng ta.

☐ Ngài muốn chúng ta chọn sự sống.

7. 1 Giăng 3:14 đã nói gì về lựa chọn tiếp nhận Chúa Giê-xu? Hãy đánh dấu tất cả các câu trả lời phù hợp.

☐ Một khi chúng ta đã tiếp nhận Chúa Giê-xu, chúng ta đã từ sự chết bước sang sự sống.

☐ Không ai dám chắc mình đã lìa bỏ sự chết và bước vào sự sống hay chưa.

☐ Nếu bạn không yêu, bạn không có sự sống.

8. Chúa Giê-xu giới thiệu với chúng ta một quyết định quan trọng khác trong Ma-thi-ơ 7:24-27. Bạn phải đối diện với quyết định gì?

_____

_____

Hôm nay tôi kêu gọi trời đất làm chứng cho tôi rằng tôi đã mời anh chị em chọn lựa giữa sự sống hoặc sự chết, giữa phước lành hoặc rủa sả. Hãy chọn sự sống, để anh chị em và con cháu anh chị em được sống.

- Phục Truyền Luật Lệ Ký 30:19

LỰA CHỌN CỦA BẠN

Sao hai anh em cùng một mẹ sinh ra, lớn lên trong cùng một gia đình, mà một người chọn sự sống và người kia lại chọn sự chết? Tôi không biết, nhưng họ đã làm thế.

Sao hai người đều nhìn thấy một Chúa Giê-xu duy nhất mà một người chọn nhạo báng Ngài còn người kia thì chọn việc cầu nguyện với Ngài? Tôi không biết, nhưng họ đã làm thế.

Và khi một người cầu nguyện, Chúa Giê-xu yêu thương người ấy đủ để cứu người ấy. Và khi người còn lại nhạo báng Ngài, Ngài yêu người ấy đủ để cho phép người ấy làm vậy.

Ngài cho phép người ấy lựa chọn.

Ngài cũng làm điều tương tự với bạn.

9. Thông điệp của hai cây thập tự giá đó là sự tha thứ cần một sự lựa chọn. Chúa Giê-xu ban tặng nó một cách miễn phí, nhưng chúng ta phải lựa chọn tiếp nhận nó hay không. Hãy đọc Rô-ma 10:9-10 rồi điền vào chỗ trống cách mà đoạn Kinh Thánh này phác họa cách chúng ta có thể tiếp nhận tặng phẩm là Chúa Giê-xu.

Chúng ta dùng môi miệng để nói rằng, "…………… …………… ……." Chúng ta tin trong lòng rằng Đức Chúa Trời…………………từ trong sự chết.

Chúng ta biết rằng: chúng ta đã vượt qua cõi chết, đến sự sống vì chúng ta yêu thương anh chị em mình. Ai không yêu thương vẫn ở trong cõi chết.

- 1 Giăng 3:14

Chúa Giê-xu yêu bạn nhiều đến nỗi cho phép bạn được quyền lựa chọn.

Vì nếu miệng ngươi xưng nhận Đức Chúa Giê-xu là Chúa và lòng người tin rằng Đức Chúa Trời đã khiến Ngài từ chết sống lại thì người sẽ được cứu; Vì tin trong lòng thì được sự công chính, và xưng nhận nơi miệng thì được sự cứu rỗi.

- Rô-ma 10:9-10

TRỌNG TÂM BÀI HỌC

* Đức Chúa Trời cho phép chúng ta đưa ra lựa chọn.
* Vì Đức Chúa Trời cho chúng ta lựa chọn, nên chúng ta phải nhận ra rằng mọi lựa chọn đều có hậu quả, cả tốt và xấu.
* Cho dù trong quá khứ chúng ta có đưa ra những lựa chọn tệ hại thế nào đi nữa, thì chúng đều có thể được chuộc lại bằng một lựa chọn đúng đắn–đó là đi theo Chúa Giê-xu.
* Chúa Giê-xu yêu bạn nhiều đến nỗi cho phép bạn được quyền lựa chọn.

Tấm lòng của Chúa Giê-xu

Sự tha thứ không phải là một khái niệm xa lạ đối với người Pha-ri-si. Xét cho cùng, họ vâng theo luật pháp, tham dự những buổi lễ và dâng của lễ. Giữa lòng thành phố, đền thờ chính là trung tâmcủa hoạt động tế lễ. Mùi thơm của thịt nướng tràn ngập không gian khi nó bay lên trời. Tế lễ buổi sáng, tế lễ buổi tối, tế lễ dâng cho con đầu lòng, cho mùa màng mới, cho lễ tạ ơn như thuế một phần mười. Hết con thú này đến con thú khác được đặt trên bàn thờ để Đức Chúa Trời không nổi giận với họ. Lời cầu nguyện, sự thờ phượng, của lễ - là những nền tảng quen thuộc trong đời sống hàng ngày của người Do Thái ở Giê-ru-sa-lem. Nhưng khi của lễ toàn hảo nhất đi qua thành này, thì họ lại hoàn toàn không nhận biết

Phước cho người nào có sự vi phạm được tha thứ, tội lỗi mình được khoả lấp.

- Thi Thiên 32:1

Ngài. Thực ra, họ còn âm mưu bắt giữ, xét xử, tuyên án và xử tử Ngài. Nhưng Chúa Giê-xu dùng những điều đó để chống lại họ. Ngài ban cho họ chính sự lựa chọn mà Ngài đã dành cho tất cả mọi người – đó là sự tha thứ.

NGÀY BỐN – MẶC LẤY ĐẤNG CHRIST
ĐỜI SỐNG TÂM LINH XỀNH XOÀNG

"Đây là lẽ mầu nhiệm của sự giàu có của ân điển thiêng liêng cho mọi tội nhân; bởi một sự trao đổi kỳ diệu mà tội lỗi của chúng ta không còn là của chúng ta nữa, nhưng của Đấng Christ và sự công chính của Đấng Christ không phải là sự công chính của Đấng Christ nữa mà là sự công chính của chúng ta."

- Martin Lurther

Vì Chúa Cứu Thế đã chết cho tội lỗi một lần đầy đủ cả, Đấng công chính cho người không công chính, để đem anh chị em đến với Đức Chúa Trời.

- 1 Phi-e-rơ 3:18

CHẬU RỬA ÂN ĐIỂN CỦA ĐỨC CHÚA TRỜI

Giăng nói với chúng ta rằng, "Chúng ta đã được tẩy sạch mọi tội lỗi bằng huyết của Chúa Giê-xu." Nói cách khác, chúng ta luôn luôn được tẩy sạch. Sự thanh tẩy không phải là lời hứa dành cho tương lai mà là một thực tế cho hiện tại. Hãy để đốm bụi bẩn rơi trên tâm hồn của một vị thánh, thì nó sẽ được tẩy sạch. Hãy để dấu vết của rác rưởi đổ trên tấm lòng của con Đức Chúa Trời, và những rác rưởi này sẽ bị dọn ngay.

Cứu Chúa của chúng ta cúi xuống và nhìn vào những hành vi đen tối nhất trong cuộc đời chúng

Ông chủ nhà hàng quyết không đổi ý. Ông ta không màng đến chuyện đây là tuần trăng mật của chúng tôi. Ông ta không bận tâm đến việc bữa tối tại nhà hàng này chính là món quà cưới của chúng tôi. Ông ta cũng không cần biết vợ chồng tôi không ăn trưa chỉ để dành bụng cho bữa tối. Tất cả những điều này đều không quan trọng chỉ vì một chuyện.

Tôi không mặc áo vest.

Tôi không hề biết phải mặc vest mới được dùng bữa ở đây. Tôi nghĩ rằng mặc áo phông là được rồi. Chiếc áo rất sạch sẽ, lại còn được sơ vin tử tế. Nhưng Quý-Ông-Mặc- Tuxedo nói giọng Pháp chẳng mảy may ấn tượng. Ông ta sắp chỗ cho tất cả những người khác. Quý ông và quý bà Phong Cách đã được xếp bàn. Quý ông và quý bà Ưu-Tú-Hơn-Bạn cũng đã được sếp chỗ. Nhưng còn quý ông và quý bà Không-Mặc-Veston thì sao?

Nếu tôi còn sự lựa chọn nào khác thì tôi sẽ không phải năn nỉ đâu. Nhưng tôi không còn. Đã muộn một tiếng rồi. Những nhà hàng khác đã đóng cửa hoặc là kín chỗ rồi, và chúng tôi đang rất đói. "Chắc hẳn ông phải có cách nào đó giúp tôi chứ!" Tôi nài nỉ. Ông ta nhìn tôi, rồi nhìn vợ tôi, rồi thở dài một hơi.

"Thôi được rồi, để tôi xem thử."

Ông ta biến mất vào trong phòng để đồ và xuất hiện với một cái áo veston. "Ông mặc cái này vào!" Tôi làm theo. Tay áo quá ngắn. Vai quá chật. Và màu sắc là xanh lá cây pha vàng chanh. Nhưng tôi không phàn nàn gì cả. Tôi đã có một cái áo veston, và được xếp vào ngồi dùng bữa ở một bàn. (Đừng nói với ai nhé, ngay khi đồ ăn được mang đến là tôi đã cởi cái áo ấy ra ngay.)

Tôi cần một cái áo veston, nhưng tất cả những gì tôi có là lời thỉnh cầu. Người đàn ông đó quá tốt nên không thể đuổi tôi đi, nhưng quá trung thành nên không thể hạ thấp tiêu chuẩn xuống được. Vậy nên chính người đã yêu cầu tôi phải có áo veston đã đưa cho tôi một cái áo veston, và chúng tôi được ngồi vào một bàn ăn.

Đây không phải là điều đã xảy ra tại thập tự giá sao? Chỗ ngồi tại bàn ăn của Đức Chúa Trời không dành cho những con người xềnh xoàng. Nhưng chúng ta thì sao? Đạo đức xềnh xoàng. Cẩu thả với lẽ thật. Bất cẩn với mọi người. Y phục đạo đức của chúng ta thì luộm thuộm. Đúng vậy, tiêu chuẩn để được ngồi vào bàn ăn của Đức Chúa Trời là rất cao, nhưng tình yêu thương của Đức Chúa Trời dành cho con cái Ngài còn cao hơn. Cho nên Ngài đã tặng chúng ta một món quà.

Không phải là cái áo veston-màu-vàng-chanh mà là một chiếc áo choàng. Một chiếc áo choàng liền một mảnh. Không phải là chiếc áo được lấy ra từ phòng để đồ, nhưng là một chiếc áo choàng được Con Ngài – Chúa Giê-xu - mặc cho.

1.Hãy hình dung việc được chia sẻ chiếc áo của chính Đức Chúa Trời! Hãy tìm các câu Kinh Thánh sau đây và viết ra điều bạn học được về dung mạo của Đức Chúa Trời.

Gióp 40:9-10 – "Con có quyền bằng ta không? Có thể phát ra tiếng sấm như ta không? Hãy bày tỏ uy quyền và uy nghi của con, hãy khoác vào mình vinh quang rực rỡ như chiếc áo."

Thi Thiên 93:1 – "Chúa trị vì; Ngài trang phục bằng sự uy nghi; Chúa uy nghi; Ngài nai nịt bằng sức mạnh."

Thi Thiên 104:1-2 – "Lạy Chúa, Đức Chúa Trời tôi, Ngài thật vĩ đại thay! Ngài trang phục bằng vinh quang và oai nghiêm. Ngài choàng mình bằng chiếc áo ánh sáng; Ngài căng các tầng trời ra như căng lều trại"

THÔNG ĐIỆP TRONG TRANG PHỤC

Kinh Thánh rất ít khi nói về trang phục mà Chúa Giê-xu đã mặc. Chúng ta biết người bà con Giăng Báp-tít của Ngài mặc gì. Chúng ta biết các nhà lãnh đạo tôn giáo mặc gì. Nhưng trang phục của Chúa Giê-xu không có đặc điểm gì nổi bật: Không xoàng xĩnh tầm thường để động lòng trắc ẩn mà cũng chẳng đặc biệt bảnh bao để thu hút ánh nhìn.

Có một khúc Kinh Thánh nói về trang phục của Chúa Giê-xu làm ta chú ý. "Họ lấy áo Ngài chia làm bốn phần, mỗi người một phần. Còn áo trong của Ngài, vì dệt nguyên tấm, không có đường may. Nên họ bảo nhau: "Đừng xé áo ra nhưng chúng ta hãy bắt thăm xem ai được" (Giăng 19:23-24)

Đó chắc hẳn là tài sản quý giá nhất của Chúa Giê-xu. Truyền thống của người Do Thái yêu cầu người mẹ làm một chiếc áo khoác như vậy và tặng cho con trai mình như một món quà khởi hành khi chàng trai rời khỏi nhà. Có phải Ma-ri đã làm chiếc áo này cho Chúa Giê-xu không? Chúng ta không biết. Nhưng chúng ta biết rằng chiếc áo này không có đường may, dệt nguyên tấm từ trên xuống dưới.

Kinh Thánh thường mô tả thái độ của chúng ta giống như quần áo mà chúng ta mặc. Phi-e-rơ khuyên chúng ta "hãy lấy sự khiêm nhường" (1 Phi-e-rơ 5:5). Đa-vít nói với những kẻ gian ác là những kẻ "trang phục bằng sự nguyền rủa" (Thi Thiên 109:18). Trang phục có thể tượng trưng cho tính cách, và giống như trang phục của Ngài, nhân cách của Chúa Giê-xu "liền một mảnh". Hợp nhất. Thống nhất. Ngài cũng giống như chiếc áo choàng: một sự hoàn hảo liền mạch.

2. Hãy đọc các câu Kinh Thánh sau. Rồi nối câu Kinh Thánh với điều bạn học được về trang phục thuộc linh của chúng ta.

- Gióp 29:14   a. Chúng ta "mặc lấy" hạnh phúc thay vì buồn chán.
- Thi Thiên 30:11   b. Chúng ta mặc lấy Chúa Giê-xu.
- Ê-sai 61:10   c. Chúng ta mặc lấy đời sống công chính như chiếc áo.
- Rô-ma 13:14   d. Đức Chúa Trời mặc cho chúng ta như thể phục trang trong ngày cưới.

3. Xét về khía cạnh thuộc linh, bạn đã bao gặp một người nam hay người nữ ăn mặc đẹp chưa? Điều gì về họ làm chúng ta chú ý?

Nhân cách của Chúa Giê-xu là một miếng vải liền mảnh được dệt từ trời xuống thế gian, từ suy nghĩ của Đức Chúa Trời đến hành động của

ta. Nhưng thay vì rút lui trong kinh hãi thì Ngài đưa bàn tay ra trong sự nhân từ và phán: "Ta có thể thanh tẩy điều đó nếu con muốn." Và từ chiếc chậu rửa làm bằng ân điển của Ngài, Ngài vốc đầy tay sự nhân từ của Ngài và rửa sạch tất cả tội lỗi của chúng ta.

Nhưng đó không phải là tất cả những gì Ngài làm. Bởi vì Ngài sống trong chúng ta, bạn và tôi có thể làm điều tương tự. Bởi vì Ngài đã tha thứ cho chúng ta, nên chúng ta có thể tha thứ cho người khác.

- Just Like Jesus

Tôi đã thú tội cùng Ngài, không giấu tội ác tôi. Tôi nói: 'Tôi sẽ xưng các sự vi phạm tôi cùng Chúa và Ngài đã tha thứ tội lỗi gian ác tôi.
- Thi Thiên 32:5

Chúa Giê-xu mặc áo choàng của sự khiêm nhường và công chính.

Ngài đã đổi lời than khóc của tôi ra nhảy múa, Ngài cởi áo tang chế của tôi đi và mặc cho tôi vui mừng.
- Thi Thiên 30:11

Tôi mặc sự công chính vào như chiếc áo, choàng sự công bình vào như áo dài khăn đóng.
- Gióp 29:14

Vì thế, Đức Chúa Giê-xu nói: "Thật vậy, ta bảo các người: Con chẳng tự mình làm gì, trừ những việc Con thấy nơi Cha, vì điều nào Cha làm thì Con mới làm!
- Giăng 5:19

Chúa Giê-xu. Từ nước mắt của Đức Chúa Trời đến lòng trắc ẩn của Chúa Giê-xu. Từ lời của Đức Chúa Trời đến sự đáp ứng của Chúa Giê-xu. Tất cả đều thống nhất. Tất cả là một bức tranh về nhân cách của Chúa Giê-xu.

4. Hãy đọc Giăng 5:19 và 5:30 rồi điền vào chỗ trống sự chuyển giao liền mạch từ tư tưởng của Đức Chúa Trời tới hành động của Chúa Giê-xu.

Giăng 5:19
Vì thế, Đức Chúa Giê-xu nói: "Thật vậy, Ta bảo các người: ..... chẳng tự mình làm gì, trừ những việc ..... thấy nơi ...., vì điều nào .... thì Con ....!

Giăng 5:30
Chúa Giê-xu không thể làm .... một mình. Ngài chỉ xét đoán theo cách mà Ngài được.............. Ngài không có gắng ....tự bản thân Ngài, nhưng Ngài cố gắng làm vừa lòng .... là Đấng sai Ngài đến.

MẶC LẤY ÁO CHOÀNG CỦA NGÀI
Nhưng khi Chúa Giê-xu bị đóng đinh trên thập tự giá, Ngài đã cởi bỏ chiếc áo toàn hảo trọn vẹn của Ngài và mặc lấy một loại trang phục khác, trang phục của sự sỉ nhục.

Trang phục của Chúa Giê-xu trên thập tự giá ư? Tội lỗi - của bạn và tôi. Tội lỗi của tất cả loài người.

Khi ở trên Thập tự giá, Chúa Giê-xu đã cảm nhận được sự hổ thẹn và nhục nhã của một tên tội phạm. Không, Ngài không hề có tội. Không, Ngài không hề phạm tội. Và, không, Ngài không đáng phải chịu hình phạt. Nhưng bạn và tôi thì đã phạm tội, chúng ta có tội, và chúng ta đáng chịu hình phạt. Chúng ta bị rơi vào đúng vị trí của tôi khi đứng trước người chủ bữa tiệc - chẳng có gì để đề nghị ngoài lời cầu xin.

Chúa Giê-xu sẵn lòng cất sự sỉ nhục khỏi đôi vai chúng ta để Ngài có thể mang những gánh nặng đó tới thập tự giá. Sự sỉ nhục của chúng ta không còn nữa. Hết rồi. Kết thúc rồi. Vậy tại sao chúng ta vẫn cứ loanh quanh luẩn quẩn trên thế giới của Cha chúng ta như thể chúng ta được mặc quá xềnh xoàng? Co rúm người trong sự hổ thẹn như thể chúng ta chưa được tha thứ mọi tội lỗi vậy?

5. Dựa vào 1 Phi-e-rơ 2:24, tại sao Đấng Christ "gánh lấy tội lỗi của chúng ta trong thân thể Ngài"? Hãy đánh dấu tất cả các câu trả lời phù hợp.
☐ Để chúng ta không còn sống trong tội lỗi nữa.
☐ Để chúng ta tiếp tục mặc chiếc áo tội lỗi cũ.
☐ Để chúng ta bắt đầu sống cho sự công bình.
☐ Để chúng ta tiếp tục có đời sống tâm linh xềnh xoàng

6. Tại sao Cơ Đốc nhân không nên tiếp tục moi ra "những bộ quần áo cũ" và trượt dài vào những thói quen thoải mái của sự tự ti, tự trách bản thân, xấu hổ và mặc cảm tội lỗi nữa?

_____
_____
_____

7. Bạn sẽ hoàn thành câu sau như thế nào?
"Khi tôi ngẫm suy về "sự tha thứ" của Chúa Giê-xu, tôi nghĩ ....."
a. Tại sao lại là tôi? Tôi không xứng đáng với điều đó.
b. Tôi rất muốn tin rằng tôi đã được tha thứ... nhưng tôi không

Ta không thể tự mình làm việc gì. Ta phán xét theo điều ta nghe biết và sự phán xét của ta thật công minh vì ta không theo ý ta nhưng theo ý Đấng đã sai ta.
- Giăng 5:30

Chúa Giê-xu mang lấy tội lỗi và sự sỉ nhục của chúng ta trên thập tự giá.

Ta, chính là Ngài; ta vì chính ta mà xóa các vi phạm ngươi. Và sẽ không nhớ những tội lỗi ngươi.
- Ê-sai 43:25

Chính Ngài đã gánh tội lỗi của chúng ta trong thân thể Ngài trên cây gỗ, nhờ đó chúng ta chết đối với tội lỗi, và sống cho sự công chính; Nhờ vết thương của Ngài, anh chị em được chữa lành.
- 1 Phi-e-rơ 2:24

Chúa Giê-xu tặng chúng ta chiếc áo thánh khiết trọn vẹn của Ngài.

chắc lắm.

    c. Tôi đã lớn lên trong gia đình có đạo - tôi đã biết tất cả những điều cần biết về điều đó rồi.

    d. Chắc chắn là Ngài đã tha thứ rồi. Nhưng có chắc là Ngài đã quên hết không?

    e. Nhờ sự tha thứ của Chúa Giê-xu, tôi sẽ được sống đời đời.

Tuy nhiên, Chúa Giê-xu làm nhiều hơn điều người chủ nhà hàng đã làm cho tôi. Bạn có thể hình dung được việc người chủ nhà hàng cởi bộ lễ phục tuxedo của ông ta và tặng nó cho tôi không?

Chúa Giê-xu đã làm như vậy. Chúng ta không nói đến chiếc áo veston chật ních, hay là cái tay áo ngắn ngủn. Ngài tặng cho chúng ta chiếc áo choàng thánh khiết toàn hảo của Ngài và mặc lấy chiếc áo bị chắp vá bởi sự kiêu ngạo, tham lam và ích kỷ của chúng ta.

Vì vậy nếu ai ở trong Chúa Cứu Thế, người ấy là một sinh vật mới; những điều cũ đã qua đi, kìa mọi sự đều trở nên mới.

- 2 Cô-rinh-tô 5:17

8. Hãy đọc các câu Kinh Thánh sau đây. Rồi kẻ một đường nối câu Kinh Thánh ở cột bên trái với lẽ thật tương ứng ở cột bên phải điều Chúa Giê-xu đã làm.

Ê-sai 11:5	Chúng ta mặc "chiếc áo được may chắc chắn bằng tình yêu của Ngài."
Ê-sai 59:17	
Ê-sai 61:10	Chúng ta mặc "chiếc áo cứu rỗi."
Ga-la-ti 3:13	Chúng ta mặc lấy Đấng Christ.
Ga-la-ti 3:27	Ngài sẽ thắt cho chúng ta chiếc thắt lưng của "sự tốt lành và công chính".
	Ngài đổi chỗ, cất tội lỗi chúng ta đi để chúng ta có thể mặc lấy sự công chính của Ngài.

Sự tha thứ của Chúa Giê-xu đã mặc cho chúng ta sự cứu chuộc.

9. Hãy xem xét trang phục thuộc linh hiện tại của bạn, hình ảnh nào bên trên là điều bạn cần nhất lúc này?

_____

_____

Ngài không chỉ chuẩn bị một bữa tiệc cho bạn

Ngài không chỉ để dành cho bạn một chỗ.

Ngài không chỉ thanh toán mọi chi phí và chuẩn bị phương tiện để đưa bạn tới bữa tiệc.

Ngài đã làm nhiều hơn thế. Ngài cho bạn mặc chiếc áo của chính Ngài để bạn có thể ăn mặc một cách chỉn chu.

Ngài đã làm điều đó…………chỉ vì bạn.

10. Thông điệp của phục trang đó là sự tha thứ phục hồi chúng ta trở về tình-trạng-như-mới. Hãy đọc 2 Cô-rinh-tô 5:17. Câu nào sau đây đúng và câu nào sai? Hãy đánh dấu câu trả lời đúng bằng (Đ) và câu trả lời sai bằng (S).

____ Sự tha thứ của Chúa Giê-xu khiến chúng ta trở nên những tạo vật mới.

____ Một vài điều cũ, chẳng hạn như một lương tâm tội lỗi, không bao giờ mất đi.

____ Một vài thói quen cũ, thất bại trong quá khứ và lỗi lầm mãi mãi ám ảnh chúng ta.

____ Mọi sự đều trở nên mới trong Đấng Christ.

Vì Chúa ôi, Ngài là thiện, sẵn lòng tha thứ và dồi dào tình yêu thương cho tất cả những người cầu khẩn Ngài.

- Thi Thiên 86:5

TRỌNG TÂM BÀI HỌC

*Chúa Giê-xu mặc áo choàng của sự khiêm nhường và công chính
*Chúa Giê-xu mang lấy tội lỗi và sự sỉ nhục của chúng ta trên thập tự giá.
*Chúa Giê-xu tặng chúng ta chiếc áo thánh khiết trọn vẹn của Ngài.
*Sự tha thứ của Chúa Giê-xu đã mặc cho chúng ta sự cứu chuộc.

Tấm lòng của Chúa Giê-xu

Phi-e-rơ đang cảm thấy rất bực tức. Ông bị lợi dụng - lại còn bị hạ thấp bởi một kẻ mà ông biết rõ mặc dù ông không thích. Đầu cúi gầm xuống, chân đá đá làm bụi tung lên hơn bình thường, rồi ông dậm chân quay trở vào trong trại. Xém tí nữa ông va vào Chúa Giê-xu, may quá ông kịp dừng lại đột ngột. Rồi nhìn vào đôi mắt đầy thương xót của Thầy, ông đã thốt ra câu hỏi mà ông chưa nghĩ thông suốt. "Thưa Thầy, nếu anh em con phạm tội cùng con, thì sẽ tha cho họ mấy lần? Đến bảy lần chăng?" Dường như Phi-e-rơ đang cố tỏ ra rộng lượng, nhưng sự thất vọng kéo dài đã tác động đến câu hỏi của ông. Ông thực sự mệt mỏi với việc phải tha thứ. Bảy lần đã là quá nhiều so với sự công bằng rồi. Câu trả lời của Chúa Giê-xu thật sững sốt. "Không, không phải đến bảy lần, mà là bảy mươi lần bảy." Một vài môn đồ khác cũng há hốc mồm khi nghe thấy câu trả lời đó. Ma-thi-ơ, một người thâu thuế đã làm một phép tính nhanh. Nhưng họ hiểu ra vấn đề. Khả năng tha thứ tội lỗi con người của Đức Chúa Trời là vô hạn, và những người theo Ngài cũng phải tha thứ, tha thứ và tha thứ như vậy.
- Ma-thi-ơ 18:22

NGÀY NĂM – BẠN SẼ ĐỂ THỨ GÌ DƯỚI CHÂN THẬP TỰ GIÁ?

GÁNH NẶNG CỦA MẶC CẢM TỘI LỖI

Hãy trao mọi điều lo lắng mình cho Ngài, vì Ngài chăm sóc anh chị em.
- 1 Phi-e-rơ 5:7

Sự ngớ ngẩn và mỉa mai. Đồi Gô-gô-tha chẳng là gì nếu không là hai điều này.

Nếu là chúng tôi, thì chúng tôi đã viết kịch bản cho khoảnh khắc này theo một cách khác. Hãy hỏi chúng tôi xem thử một Đức Chúa Trời thì nên cứu rỗi thế giới của Ngài theo cách nào, chúng tôi sẽ cho bạn biết! Những con bạch mã, những lưỡi gươm chớp lóe. Ma quỷ nằm sóng soài trên lưng Ngài. Đức Chúa Trời ngự trên ngôi Ngài.

Nhưng Đức Chúa Trời bị đóng đinh trên thập tự giá?

Một Đức Chúa Trời với đôi môi nứt toác, mắt sưng húp, mặt đầy máu trên thập tự giá?

Giáo đâm vào sườn?

Rồi người ta bốc thăm ngay dưới chân?

Không, chúng ta đã không viết vở kịch cứu chuộc theo cách này. Nhưng, chẳng ai mời chúng ta viết cả. Những diễn viên và đạo cụ cho vở kịch này được lựa chọn từ trên Thiên đàng và theo mạng lệnh của Đức Chúa Trời. Chúng ta không được yêu cầu để thiết kế giờ phút đó.

Nhưng chúng ta được yêu cầu đáp lại điều đó. Để thập tự giá của Đấng Christ trở thành thập tự giá của đời bạn, bạn và tôi cần phải mang một thứ gì đó đến Gô-gô-tha.

Chúng ta đã nhìn thấy điều Chúa Giê-xu mang đến. Với bàn tay mang dấu đinh, Ngài mang đến sự tha thứ. Qua làn da bị rách nát, Ngài hứa ban sự chấp nhận. Ngài đã mở đường để đưa chúng ta được trở về. Ngài đã mặc lấy trang phục của chúng ta để ban cho chúng ta trang phục của chính Ngài. Chúng ta đã nhìn thấy món quà mà Ngài mang đến.

Bây giờ chúng ta tự hỏi, chúng ta sẽ mang gì đến?

Chúng ta không được yêu cầu phải sơn tấm bảng hay cầm những

Vì đây là huyết ta, huyết của giao ước đổ ra cho nhiều người được tha tội..
- Ma-thi-ơ 26:28

chiếc đinh. Chúng ta không được yêu cầu phải chấp nhận sự phỉ nhổ hay đội mão gai. Nhưng chúng ta được yêu cầu bước trên con đường ấy và bỏ lại một thứ gì đó tại Thập tự giá.

1. Hãy tìm các câu Kinh Thánh sau đây và viết ra điều bạn học được về trách nhiệm đi theo Chúa Giê-xu và làm theo tấm gương của Ngài của chúng ta.

Ma-thi-ơ 16:24 – "Đức Chúa Giê-xu phán với các môn đệ: "Nếu người nào muốn theo Ta, hãy từ bỏ chính mình, vác thập tự giá mình và theo Ta.""

_____

_____

Giăng 10:4 – "Khi đàn chiên ra hết, người chăn đi trước, chiên theo sau, vì chiên quen tiếng người.""

_____

_____

Chúa Giê-xu kêu gọi bạn để tội lỗi và lo lắng của mình tại Thập tự giá.

1 Phi-e-rơ 2:21 – "Bởi việc này mà anh chị em được kêu gọi, vì Chúa Cứu Thế đã chịu khổ để làm gương cho anh chị em, hầu cho anh chị em theo bước chân Ngài.""

_____

_____

Tôi có thể khuyên giục bạn bỏ lại một thứ gì đó tại thập tự giá không? Bạn có thể quan sát và phân tích thập tự giá. Bạn có thể đọc về nó, thậm chí cầu nguyện trước nó. Nhưng bạn sẽ không nắm bắt được thập tự giá chừng nào bạn chưa bỏ lại một thứ gì đó tại thập tự giá.

Bạn đã nhìn thấy điều Đấng Christ từ bỏ. Bạn sẽ không bỏ lại gì sao?

2. Hãy sử dụng trí tưởng tượng của bạn, khảo sát quang cảnh tại Gô-gô-tha sau cái chết của Chúa Giê-xu trên thập tự giá. Những cái đinh trong sọt rác. Bóng của ba cây thập tự in trên mặt đất. Máu của Chúa Giê-xu vẫn còn đỏ tươi trên mặt đất cạnh chân bạn. Dường như là một nhiệm vụ bất khả thi, nhưng món quà xứng hợp để đáp lại hành động tha thứ mà những điều này tượng trưng đến trong tâm trí bạn là món quà gì?

Ta sẽ thương xót các sự bất chính của họ, và không còn nhớ đến tội lỗi họ nữa

-Hê-bơ-rơ 8:12

_____

_____

KHOẢNH KHẮC TỒI TỆ CỦA BẠN

Tại sao bạn lại không bắt đầu với những lúc bạn tồi tệ?

Những thói quen xấu kia? Hãy bỏ chúng lại tại thập tự giá. Tính ích kỷ và những lời nói dối vô hại của bạn? Hãy trao chúng cho Đức Chúa Trời. Những cuộc chè chén và sự cố chấp của bạn? Đức Chúa Trời muốn tất cả những điều đó. Mọi thất bại, mọi sai lầm. Ngài muốn từng thứ một. Tại sao? Bởi vì Ngài biết rằng chúng ta không thể sống với chúng.

Hãy nghe lời hứa của Ngài: "Và đây là giao ước ta lập với họ, khi ta xoá sạch tội lỗi họ rồi" (Rô-ma 11:27).

Đức Chúa Trời không chỉ tha thứ tội lỗi cho chúng ta; Ngài xoá sạch chúng! Chúng ta chỉ việc mang chúng đến cho Ngài.

Khi Chúa Giê-xu tha thứ những tội lỗi mà chúng ta xưng nhận, chúng ta không bao giờ phải vác chúng nữa.

3. Hãy đọc các câu Kinh Thánh sau đây. Rồi nối câu Kinh Thánh với điều bạn học được về cách Đức Chúa Trời xoá sạch tội lỗi chúng ta.

- Thi Thiên 103:12   a. Ngài cất khỏi chúng ta tấm lòng cứng cỏi.
- Ê-xê-chi-ên 36:26   b. Ngài quăng xa tội lỗi chúng ta.
- 1 Giăng 1:9   c. Ngài làm chúng ta sạch mọi điều gian ác.

4. Hãy đọc Hê-bơ-rơ 8:12 và điền vào chỗ trống.

Đức Chúa Trời sẽ ....chúng ta vì những việc gian ác chúng ta đã làm. Ngài sẽ ....tội lỗi chúng ta nữa.

Trong Đức Chúa Con chúng ta được cứu chuộc và tha tội.
- Cô-lô-se 1:14

Đôi khi chúng ta muốn nhắc Chúa Giê-xu nhớ đến những lỗi lầm trong quá khứ của chính mình, thậm chí ngay cả khi chúng ta đã xưng nhận chúng và nhận sự tha thứ của Ngài. Những ký ức về chúng bắt đầu làm phiền chúng ta, và chúng ta cảm thấy cần phải mang chúng vào cuộc đối thoại. Chúng ta nói: "Lạy Chúa Giê-xu, Ngài có nhớ cái lần con......", rồi chúng ta đi vào những chi tiết đáng sợ. Một cách nhẫn nại, Chúa Giê-xu ngắt lời chúng ta khi chúng ta đang nói nửa chừng: "Không đâu, con của ta. Ta không nhớ gì về điều đó đâu!" Khi Chúa Giê-xu tha thứ cho chúng ta, Ngài thực sự không còn nhớ đến nữa. Quá khứ là quá khứ - nó đã qua rồi.

SỰ THA THỨ GIẢI PHÓNG TÂM LINH

Có thứ cảm xúc nào cầm tù tâm hồn chúng ta bằng sự không sẵn lòng tha thứ không? Bạn làm gì khi người ta đối xử tệ bạc với bạn hoặc với những người mà bạn yêu thương? Có phải ngọn lửa giận dữ sôi sục bên trong bạn và ngọn lửa ấy bùng cháy và thiêu đốt những cảm xúc của bạn không? Hay bạn sẽ chạy đến một chỗ nào đó, chạy đến nguồn nước mát lạnh và múc một gàu nước thương xót –để giải phóng chính mình?

Đừng cuốn vào vòng xoáy của sự oán hận và giận dữ. Hãy là một người nói rằng: "Đúng là anh ta đã đối xử tệ bạc với tôi, nhưng tôi sẽ theo gương Đấng Christ. Tôi sẽ giống Đấng đã phán rằng: 'Lạy Cha, xin tha cho họ, vì họ không biết điều họ đang làm.'"
- Walking with the Savior.

KHOẢNH KHẮC ĐIÊN RỒ CỦA BẠN

Bạn bỏ lại thứ gì nơi chân thập tự? Hãy bắt đầu với những lúc điên rồ của bạn. Và khi bạn rơi vào tình trạng điên rồ, hãy trao mọi khoảnh khắc ấy cho Đức Chúa Trời.

Đức Chúa Trời muốn lấy bản danh sách đó của bạn. Ngài thần cảm cho một tôi tớ Ngài viết rằng: "Tình yêu thương không giữ lại những ghi chép về lỗi lầm" (1 Cô-rinh-tô 13:5). Ngài muốn chúng ta bỏ danh sách tội lỗi lại chân thập tự giá.

"Hãy xem những gì họ đã làm cho con này!" chúng ta phản đối và chỉ vào những đớn đau của mình.

"Hãy nhìn những điều ta đã làm cho con!" Ngài nhắc nhở và chỉ vào thập tự giá.

5. Dựa vào Cô-lô-se 3:13, câu nào sau đây đúng khi nói về trách nhiệm tha thứ cho người khác của chúng ta. Hãy đánh dấu tất cả các câu trả lời phù hợp.

☐ Nếu ai đó làm hại chúng ta, chúng ta phải làm hại họ lại.

☐ Nếu một người nào đó làm hại chúng ta, việc chúng ta giữ sự thù hận cũng là điều hợp lý.

☐ Nếu một ai đó phạm lỗi với chúng ta, chúng ta phải tha thứ vì Chúa Giê-xu đã tha thứ cho chúng ta.

Hãy khoan dung, tha thứ nhau khi anh chị em có điều than phiền nhau, như Chúa đã tha thứ anh chị em, thì anh chị em cũng phải tha thứ
- Cô-lô-se 3:13.

Bạn và tôi đã được ban mệnh lệnh – không phải được nài khuyên, mà là mệnh lệnh – không được cắt giữ bản liệt kê lỗi lầm nào cả.

Hơn nữa, bạn thực sự muốn giữ lại sao? Bạn thực sự muốn lưu trữ tất cả những điều tệ hại mình phải chịu sao? Bạn thực sự muốn lằm bằm và cáu kỉnh về tình trạng của mình suốt đời sao? Đức Chúa Trời không muốn bạn làm vậy.

6. Khi mô tả khả năng tha thứ những người đã làm bạn tổn thương của bạn, thì câu nào sau đây phù hợp với bạn?

☐ "Sự tha thứ đến với tôi một cách tự nhiên – Không ai muốn giữ sự thù hận đối với người khác."

☐ "Lúc đầu tôi còn tranh chiến, nhưng cuối cùng cũng tha thứ - một khi tôi có cơ hội bình tĩnh lại."

☐ "Đừng dại mà làm tôi tức giận– tôi không tha đâu!"

☐ "Tha thứ ư? Được thôi! Còn quên đi ư? Không bao giờ!"

Chúng ta được lệnh phải tha thứ như chính chúng ta đã được tha thứ.

KHOẢNH KHẮC ÂU LO CỦA BẠN

Hãy đem những sự lo lắng của bạn đến thập tự giá - theo nghĩa đen. Sau này nếu bạn lo lắng về sức khoẻ, nhà cửa, tài chính, hoặc về việc đi máy bay, thì hãy làm một chuyến du ngoạn tinh thần lên ngọn đồi Gô-gô-tha. Hãy dành ít phút để nhìn lại những mảnh vụn của sự thương khó.

Hãy lướt ngón tay cái lên đầu ngọn giáo. Giữ thăng bằng chiếc đinh trên lòng bàn tay. Hãy đọc cái bảng gỗ bằng ngôn ngữ của bạn. Và khi làm vậy, hãy chạm vào khoảnh đất nhuốm máu của Đức Chúa Trời.

Huyết Ngài đã đổ ra vì bạn.

Ngọn giáo Ngài đã nhận vì bạn.

Những chiếc đinh Ngài đã chịu vì bạn.

Ngài đã làm tất cả những việc này vì bạn. Khi bạn nhận biết điều này, nhận biết tất cả những việc Ngài đã làm cho bạn trên đồi đó, chẳng lẽ bạn không tin rằng Ngài vẫn dõi theo bạn ở đây sao?

7. Câu hỏi cuối cùng này xứng đáng nhận được câu trả lời thành thật. Khi bạn nhận biết tất cả những điều Ngài đã làm cho bạn, bạn có tin rằng Chúa Giê-xu sẽ săn sóc cho bạn ngay bây giờ không?

_____

_____

Anh chị em hãy nhân từ, thương cảm lẫn nhau, tha thứ nhau như Đức Chúa Trời đã tha thứ anh chị em trong Chúa Cứu Thế.
- Ê-phê-sô 4:32

Nếu chúng ta không tin rằng Ngài có thể cung ứng cho chúng ta những điều nhỏ nhặt, như tiền thuê nhà chẳng hạn, vậy làm sao chúng ta có thể tin rằng Ngài có thể hoàn thành công cuộc cứu rỗi cho chúng ta được chứ? Tuy nhiên, sự tha thứ là một lời tuyên bố mạnh mẽ. Đó là cách Chúa Giê-xu hỏi chúng ta: "Nếu ta có thể làm trọn việc này, vậy có điều gì ta không thể làm cho con sao?"

8. Đọc Mác 2:1-12. Điều gì đáng chú ý trong lời tuyên bố của Chúa Giê-xu trong câu 10? Hãy đánh dấu tất cả các câu trả lời phù hợp.

☐ Chúa Giê-xu có thể săn sóc cả thể xác lẫn linh hồn chúng ta.

☐ Chúa Giê-xu là vị tiên tri đầu tiên tuyên bố tha tội.

☐ Quyền năng của Chúa Giê-xu chứng tỏ tính không giới hạn – thậm chí Ngài còn có thể tha tội.

☐ Trước giờ, dân chúng chưa bao giờ được thấy một người nào làm những việc như vậy.

Thấy đức tin của họ, Đức Chúa Giê-xu bảo người bại: "Này con, tội lỗi con đã được tha." Mấy chuyên gia kinh luật ngồi đó lý luận trong lòng: "Tại sao ông này nói vậy? Phạm thượng quá! Ngoài Đức Chúa Trời không ai có quyền tha tội!"
- Mác 2:5-7

KHOẢNH KHẮC CUỐI CÙNG CỦA BẠN

Và tôi có thể gợi ý một điều nữa không? Khoảnh khắc cuối cùng của bạn.

Trừ khi việc Đấng Christ trở lại xảy ra trước, nếu không mỗi chúng ta đều sẽ có giờ khắc. Hơi thở cuối cùng. Cái mở mắt cuối cùng và nhịp đập cuối cùng của trái tim. Trong khoảnh khắc bạn sẽ bỏ lại những gì bạn biết và bước vào những điều bạn không hề biết.

Đức Chúa Trời hứa rằng Ngài sẽ trở lại vào một giờ không ai ngờ tới và đưa chúng ta từ thế giới ảm đạm mà chúng ta biết đến suối vàng nơi chúng ta không hề biết. Nhưng vì chúng ta không biết, nên chúng ta không chắc là mình có muốn đến hay không. Thậm chí chúng ta còn cảm thấy buồn khi nghĩ đến việc Ngài sẽ trở lại.

Hãy lắng nghe lời hứa của Ngài: "Đừng để tâm trí các con bị bối rối," Ngài khuyên nhủ. "Ta sẽ trở lại đón các con về với ta, để ta ở đâu các con cũng ở đó" (Giăng 14:1, 3).

Ngay cả khi chúng ta không cảm nhận được sự tha thứ, thì sự cứu chuộc của chúng ta vẫn là thực tế.

TỰ DO TRONG CHÚA CỨU THẾ

Có thể chúng ta không "cảm nhận" mình được tha thứ nhiều hơn so với lúc bắt đầu bài học này. Sự thật đó là sự tha thứ không phải là một thứ cảm giác; nó là một thực tế, bất chấp những cảm xúc phức tạp của chúng

Vậy nếu Đức Chúa Con giải phóng các ngươi, thì các ngươi mới thực sự được tự do..

- Giăng 8:36

ta. Tuy nhiên, bạn càng gần gũi với Chúa Giê-xu bao nhiêu, bạn sẽ càng cảm nhận được tác động của sự tha thứ của Ngài trên đời sống bạn bấy nhiêu. Khi chúng ta kinh nghiệm được Ngài, chúng ta sẽ kinh nghiệm được sự đẩy trọn của cảm giác tự do là như thế nào.

9. Hãy đọc Giăng 8:36 và điền vào chỗ trống về sự tự do có được qua sự tha thứ mà chúng ta nhận được.

Nếu .... khiến bạn.................., bạn sẽ được..................

TRỌNG TÂM BÀI HỌC

*Chúa Giê-xu kêu gọi bạn hãy để tội lỗi và lo lắng của mình tại thập tự giá.

*Khi Chúa Giê-xu tha thứ những tội lỗi mà chúng ta xưng nhận, chúng ta không bao giờ phải mang chúng nữa.

*Chúng ta được lệnh phải tha thứ như chính chúng ta đã được tha thứ.

*Ngay cả khi chúng ta không cảm nhận được sự tha thứ, thì sự cứu chuộc của chúng ta vẫn là một thực tế.

Tấm lòng của Chúa Giê-xu

Ta đã xoá bỏ những vi phạm ngươi như xoá đám mây, và tội lỗi ngươi như sương mai. Hãy trở lại cùng ta, vì ta đã cứu chuộc ngươi.

- Ê-sai 44:22

Các môn đồ quây quần bên đống lửa, và chủ đề của cuộc trò chuyện buổi tối hôm đó xoay quanh tầm quan trọng của sự tha thứ. Họ đang cố gắng cùng nhau nhớ lại những lời dạy dỗ của Thầy họ suốt những tháng vừa qua. Có vẻ như đó là một chủ đề thường xuyên xuất hiện trong những sự dạy dỗ của Ngài - sự tha thứ rất quan trọng đối với Chúa Giê-xu. Một người mở đầu: "Chúng ta phải tha thứ cho người khác, kể cả kẻ thù nghịch của mình" (Lu-ca 23:34). "Nếu chúng ta không tha thứ cho họ, thì Đức Chúa Trời cũng không tha thứ cho chúng ta!" người khác nhắc nhở (Ma-thi-ơ 6:15). "Đức Chúa Trời sẽ không nghe lời cầu nguyện của chúng ta nếu chúng ta chất chứa sự thù hận với người khác" (Mác 11:25). "Sự tha thứ của chúng ta là không có giới hạn," Phi-e-rơ gượng gạo bổ sung (Ma-thi-ơ 18:21). Gật đầu tán thưởng, Chúa Giê-xu nói: "Hãy tha thứ vì các con đã được tha thứ."

❖

TÀI LIỆU ĐỌC THÊM

Những phần được lựa chọn trong bài học này được trích dẫn từ cuốn
He Chose the Nails

GHI CHÚ

i Paul Aurandt, *Paul Harvey's the Rest of the Story* (New York: Bantam Press, 1977), 47

BÀI 9
Kinh Nghiệm Lời Cầu Nguyện của Chúa Giê-xu

Tuần này tôi muốn được trò chuyện về căn nhà của bạn. Hãy bước vào từ cửa trước và dạo quanh căn nhà một lát. Bạn biết đấy, thật khôn ngoan khi thi thoảng kiểm tra căn nhà - kiểm tra mái nhà xem có dột không, kiểm tra tường xem có bị nứt không và nền có bị kênh lên không. Chúng ta sẽ xem thử kệ bát trong nhà bếp có đầy chưa cũng như liếc qua giá sách trong phòng học của bạn.

Tôi không nói về ngôi nhà hữu hình bằng gạch đá, bằng gỗ hay là rơm, mà nói về ngôi nhà vô hình là những suy nghĩ, những chân lý, niềm tin và hy vọng. Tôi đang nói về ngôi nhà tâm linh của bạn.

Bạn biết mà, bạn có một ngôi nhà tâm linh. Nó không phải là một ngôi nhà đặc thù. Gợi lên những khái niệm thân thương nhất của bạn và ngôi nhà này vượt xa mọi khái niệm ấy. Một lâu đài nguy nga được xây dựng cho lòng bạn. Cũng giống như ngôi nhà vật lý tồn tại là để bảo vệ cho thân thể, ngôi nhà tâm linh tồn tại để bảo vệ tâm linh bạn.

Bạn không bao giờ nhìn thấy một ngôi nhà nào vững chắc hơn thế:
Mái không bao giờ bị dột,
tường không bao giờ bị nứt,
và nền móng không bao giờ bị sụt lún.
Bạn chưa từng thấy một toà lâu đài nào nguy nga đến thế:
Đài quan sát sẽ khiến bạn bị choáng ngợp,
Nhà nguyện sẽ khiến bạn trở nên khiêm nhường,
Phòng đọc sách sẽ điều hướng cho bạn,
Và nhà bếp sẽ nuôi dưỡng bạn.

Bạn đã từng sống trong một ngôi nhà như vậy chưa? Rất có thể bạn chưa có cơ hội. Rất có thể bạn dành rất ít thời gian để suy nghĩ về ngôi nhà linh hồn của mình. Chúng ta trau chuốt cho ngôi nhà phục vụ thân thể mình, nhưng linh hồn của chúng ta thì bị bỏ xó trong một căn lều lụp xụp tồi tàn bên sườn đổi, bị gió đêm làm cho tê tái và mưa bão dập vùi. Bạn có ngạc nhiên khi thế giới này đầy dẫy những tấm lòng băng giá như thế?

Bạn không cần phải sống như thế đâu! Chúng ta không cần phải sống bên ngoài lâu đài ấy đâu. Chương trình của Đức Chúa Trời dành cho bạn không phải là để bạn đi lang thang như những kẻ du mục. Ngài muốn chúng ta bước vào bên trong, rời khỏi vùng băng giá và sống với Ngài. Dưới mái nhà của Ngài vẫn còn chỗ. Thức ăn đã bày sẵn trên bàn của Ngài. Trong phòng khách, một chiếc ghế tựa êm ái dành riêng cho bạn. Và Ngài muốn bạn sống trong nhà Ngài.

Hãy nhớ rằng, đây không phải là ngôi nhà bằng gạch đá. Bạn sẽ không tìm thấy nó trên bản đồ đâu. Bạn sẽ không tìm thấy nó trên tạp chí môi giới bất động sản đâu.

Nhưng bạn có thể tìm thấy nó trong Kinh Thánh. Trước đây bạn đã nhìn thấy bản thiết kế rồi. Bạn đã đọc tên các phòng và thuộc lòng cách bài trí rồi. Bạn đã quen thuộc với thiết kế này rồi. Nhưng, rất có thể là bạn chưa bao giờ coi nó là một bản thiết kế cho ngôi nhà. Bạn xem những câu Kinh Thánh này như một lời cầu nguyện.

Thực ra chúng là những lời cầu nguyện. Bài Cầu Nguyện Chung. Thật khó tìm ra người nào chưa từng trích dẫn hay chưa từng đọc những lời này:

Lạy Cha chúng con ở trên trời,
Danh Cha được tôn thánh.

CHÚA đã nghe lời cầu xin ta.
CHÚA nhận lời ta cầu nguyện.
- Thi Thiên 6:9

CHỈ CẦU NGUYỆN

Bạn có muốn biết làm thế nào để có một đời sống cầu nguyện sâu sắc không? Cầu nguyện! Đừng chuẩn bị cầu nguyện. Hãy cầu nguyện ngay. Đừng đọc về sự cầu nguyện. Hãy cầu nguyện! Đừng đi dự những buổi nói chuyện về cầu nguyện hay tham gia hội thảo về sự cầu nguyện. Chỉ cầu nguyện thôi.

Tư thế, giọng nói và nơi chốn là những vấn đề cá nhân. Hãy chọn một hình thức phù hợp với bạn. Nhưng đừng bận tâm về điều đó quá nhiều. Đừng quá quan tâm đến việc gói quà nếu bạn không có ý định tặng quà. Cầu nguyện vụng về còn hơn là không cầu nguyện.

Và nếu bạn cảm thấy bạn chỉ có thể cầu nguyện khi cảm thấy cảm động. Được thôi. Vậy làm sao cho ngày nào bạn được cảm động.
 - *When God Whispers Your Name*

Nước Cha được đến,
Ý Cha được nên ở đất như trời.
Xin cho chúng con hôm nay đồ ăn đủ ngày;
Xin tha tội lỗi cho chúng con,
Như chúng con tha kẻ phạm tội nghịch cùng chúng con;
Xin chớ để chúng con bị cám dỗ,
Song cứu chúng con khỏi điều ác.
Vì nước, quyền, vinh hiển đều thuộc về Cha đời đời, vô cùng, A-men. (Ma-thi-ơ 6:9-13)

Trẻ con thuộc lòng bài cầu nguyện này. Các giáo dân thuộc lòng nó. Sinh viên nghiên cứu về nó... nhưng tôi muốn thách thức chúng ta làm một điều gì đó khác biệt trong suốt các bài học trong tuần này. Tôi muốn chúng ta sống bởi điều đó... để xem nó như kế hoạch nền tảng cho ngôi nhà tâm linh của mình. Trong những câu Kinh Thánh này, Đấng Christ không chỉ cung cấp cho chúng ta một khuôn mẫu cầu nguyện, Ngài còn cho chúng ta một khuôn mẫu để sống theo. Những lời này không chỉ dạy chúng ta phải nói gì với Đức Chúa Trời; chúng còn dạy chúng ta cách sống với Đức Chúa Trời. Những lời này mô tả ngôi nhà nguy nga mà Đức Chúa Trời đã định cho con cái Ngài sống ... với Ngài, đời đời.

KINH NGHIỆM LỜI CẦU NGUYỆN CỦA CHÚA GIÊ-XU TRONG TUẦN NÀY

Trước khi bạn đọc tiếp, xin hãy dành thời gian cầu nguyện.

Lạy Cha kính yêu, con cảm ơn Ngài vì đã dành cho con một ngôi nhà cho lòng con qua sự cầu nguyện và mối tương giao với Ngài. Lòng con kính sợ trước sự vĩ đại của Ngài, và hạ mình để những lời ngợi khen của con được đẹp ý Ngài. Con tin rằng Ngài nghe con và con trông cậy sự đáp lời của Ngài. A-men.

Tuần này, hãy ghi nhớ câu Kinh Thánh Ê-phê-sô 6:18.

Hãy cầu nguyện mọi lúc và trong mọi hoàn cảnh bằng quyền năng của Đức Thánh Linh. Hãy tỉnh thức và bền lòng trong sự cầu nguyện cho các tín hữu ở khắp nơi.

NGÀY MỘT – ĐÀI QUAN SÁT - NIỀM VUI THIÊN ĐÀNG

TỪ GÓC NHÌN THIÊN ĐÀNG

Không cần kính thiên văn trong căn phòng này. Trần nhà bằng kính khuếch đại vũ trụ cho đến khi nào bạn cảm giác như cả bầu trời đang đổ xuống quanh bạn. Ngay lập tức được nâng lên qua bầu khí quyển, bạn được bao quanh bởi các tầng trời. Các vì tinh tú rơi xuống ào ào như thác nước cho đến khi bạn bị choáng ngợp bởi số lượng của chúng. Nếu bạn có thể dành một phút cho mỗi hành tinh và vì tinh tú, thì cả đời bạn cũng chỉ vừa đủ để bắt đầu thôi.

Chúa Giê-xu đợi cho đến khi bạn lĩnh hội được tất cả sự huy hoàng, tráng lệ này, thì Ngài sẽ nhắc bạn một cách nhẹ nhàng rằng, "Cha của con ở trên trời."

Tôi nhớ lúc còn là một đứa trẻ, tôi có biết một vài đứa trẻ có cha mẹ rất thành công. Một người là thẩm phán. Người khác là một bác sĩ cực giỏi. Tôi đi nhà thờ với con trai của thị trưởng. Ở vùng Andrews, bang Texas, đó không phải là điều gì rất đáng khoe khoang. Tuy nhiên, trẻ con có thể tự hào về một quyền lực mà những đứa khác không có. "Bố tớ làm quan chức trong tòa án đấy nha!" nó có thể tuyên bố như thế.

Thử đoán xem bạn tuyên bố về chuyện gì? "Cha tớ cai quản cả cõi vũ trụ này luôn!"

"Các tầng trời loan truyền vinh quang của Đức Chúa Trời, cõi không gian tuyên bố công việc của tay Ngài. Ngày này qua ngày khác, truyền rao sứ điệp, đêm nọ đến đêm kia bày tỏ sự hiểu biết. Không diễn văn, không ngôn ngữ, không ai nghe tiếng nói của chúng. Tiếng của chúng vang ra khắp đất, lời nói chúng nó đến tận cùng thế giới." (Thi Thiên 19:1-4).

Thiên nhiên là phân xưởng chế tạo của Đức Chúa Trời. Bầu trời là bản lý lịch của Ngài. Vũ trụ là danh thiếp của Ngài. Bạn muốn biết Đức Chúa Trời là ai? Hãy nhìn những việc Ngài đã làm. Bạn muốn biết quyền năng của Ngài? Hãy nhìn xem sự sáng tạo của Ngài. Bạn tò mò về sức mạnh của Ngài? Hãy đến thăm địa chỉ nhà của Ngài: Đại lộ Bầu Trời Một Tỉ Ngôi Sao. Bạn muốn biết tầm vóc của Ngài? Hãy bước ra bầu trời đêm mênh mông và nhìn lên ánh sáng của các vì tinh tú phát ra từ một triệu năm trước và đọc 2 Sử Ký 2:6: "Nhưng ai là người có khả năng xây đến cho Chúa? Vì các tầng trời, trời của các tầng trời cũng không thể chứa được Ngài."

Ngài không bị ô uế bởi bầu khí quyển của tội lỗi,
không bị kiểm soát bởi dòng thời gian lịch sử,
không bị ngăn trở bởi sự yếu đuối của thân thể.

1. Lời cầu nguyện thường bắt đầu bằng sự ngợi khen. Hãy đọc các câu Kinh Thánh sau đây. Bạn học được điều gì về Đức Chúa Trời và quyền năng vĩ đại của Ngài từ những câu Kinh Thánh này?

Đa-vít đã cho dân sự những lý do nào để ngợi khen Đức Chúa Trời trong 1 Sử-ký 29:11-12?

_____

_____

Đức Chúa Trời đã cho Gióp nhìn thấy điều gì trong sách Gióp 38:4-11?

_____

_____

Làm thế nào phụ huynh có thể truyền thói quen ngợi khen Đức Chúa Trời theo Thi Thiên 145:1-6?

_____

_____

2. Dựa trên những điều bạn vừa học về việc Đức Chúa Trời là ai, tại sao cầu nguyện lại là một đặc ân đặc biệt đến như vậy?

_____

_____

NHỮNG LO LẮNG ĐỜI NÀY
Điều kiểm soát bạn lại không thể kiểm soát được Ngài. Điều làm bạn phiền muộn không thể làm cho Ngài phiền muộn. Điều làm bạn mệt mỏi không thể làm cho Ngài mệt mỏi. Giao thông có làm cho đại bàng lo lắng? Không, nó cất cánh bay cao hơn. Bão tố có làm cá voi lo âu không? Tất nhiên là không, nó sẽ lặn xuống đáy đại dương. Con hổ có cảm thấy bối rối khi phải đối diện với con chuột không? Không, nó sẽ bước qua con chuột.

Vậy thì Đức Chúa Trời còn có thể bay lên cao, lặn xuống dưới và bước qua những nan đề trần tục này nhiều hơn là dường nào! "Điều đó loài người không thể làm được, song Đức Chúa Trời làm mọi việc đều được" (Ma-thi-ơ 19:26,). Những thắc mắc của chúng ta cho thấy chúng

Vì con mắt của Chúa ở trên người công chính, và lỗ tai Ngài mở ra để nghe lời cầu nguyện của họ nhưng mặt Chúa chống lại những kẻ làm ác.
- 1 Phi-e-rơ 3:12

Cha của bạn ở trên trời.

Lạy Chúa, Ngài thật vĩ đại, quyền năng, vinh quang, uy nghi và rực rỡ; Lạy Chúa, vì tất cả trời đất đều thuộc về Ngài; Vương quốc thuộc về Ngài và Ngài được tôn cao đứng đầu mọi sự. Phú quý vinh hoa đều đến từ Ngài; Ngài cai quản mọi sự; Sức mạnh và quyền năng ở trong tay Ngài; Ngài có quyền làm cho vĩ đại và ban sức lực cho mọi người.
- 1 Sử-ký 29:11-12

Mọi nguồn lực của Thiên đàng để giải quyết những nan đề của chúng ta thuộc về Đức Chúa Trời.

CẦU NGUYỆN NHẮC NHỞ CHÚNG TA

Cầu nguyện là thừa nhận rằng nếu Đức Chúa Trời không can thiệp vào những nan đề của chúng ta thì chúng ta vẫn đang bị lầm lạc trong bóng tối. Bởi sự thương xót của Ngài mà chúng ta được nhắc lên khỏi chỗ đó. Cầu nguyện là một quá trình nhắc nhở chúng ta Đức Chúa Trời là ai và chúng ta là ai.

Tôi tin rằng có một quyền năng vĩ đại trong lời cầu nguyện. Nhưng tôi không tin rằng chúng ta nên bảo Ngài phải làm gì và làm khi nào.

Đức Chúa Trời biết rằng với tầm nhìn hạn hẹp, chúng ta thậm chí còn không biết nên cầu nguyện cho chuyện gì. Khi chúng ta trao phó cho Ngài những ước nguyện của mình, chúng ta tin cậy rằng Ngài trân trọng lời cầu nguyện của chúng ta bằng sự phán xét thiêng liêng.
- Walking with the Savior

Cầu nguyện không ngừng.
- 1 Tê-sa-lô-ni-ca 5:17

Cha các con ở trên trời biết các con cần tất cả những điều ấy.
- Ma-thi-ơ 6:32

Lời cầu xin của người công chính rất mạnh mẽ và hiệu nghiệm
- Gia-cơ 5:16b

ta thiếu hiểu biết:

Làm sao Đức Chúa Trời có thể ở khắp mọi nơi cùng một lúc? (Ai nói Đức Chúa Trời bị giới hạn trong thân thể vậy?)

Làm sao Đức Chúa Trời có thể nghe tất cả những lời cầu nguyện dâng lên cho Ngài được? (Chắc tai Ngài khác với tai bạn.)

Làm sao Đức Chúa Trời vừa là Cha, là Con và là Đức Thánh Linh được? (Liệu có phải trên Thiên Đàng có một hệ thống vật lý học khác với trái đất không?)

Thật cần thiết làm sao khi chúng ta cầu nguyện với việc trang bị sự hiểu biết rằng Đức Chúa Trời ở trên trời. Cầu nguyện với nhận thức thấp kém hơn sẽ làm cho lời cầu nguyện của bạn thì rụt rè, hời hợt và giả dối. Nhưng hãy dành một chút thời gian để dạo quanh phân xưởng Thiên Đàng, nhìn những việc Ngài đã làm rồi xem thử lời cầu nguyện của bạn trở nên mạnh mẽ như thế nào.

3. "Điều kiểm soát được bạn không thể kiểm soát Ngài. Điều làm bạn buồn phiền không thể làm cho Ngài buồn phiền. Điều làm bạn mệt mỏi không thể làm cho Ngài mệt mỏi." Lo lắng về đời này nào đang kiểm soát, làm bạn buồn phiền và mệt mỏi? Hãy đánh dấu tất cả các câu trả lời phù hợp.

☐ Những tranh chiến trong các mối quan hệ
☐ Thị trường chứng khoán
☐ Hoá đơn hàng tháng
☐ Bệnh tật
☐ Tệ nạn và bạo lực trên thế giới
☐ Công việc

4. . Câu nào sau đây đúng khi nói về góc nhìn của Đức Chúa Trời trước những nan đề của chúng ta, và câu nào sai? Đánh dấu câu trả lời đúng bằng (Đ) và câu trả lời sai bằng (S). Hãy dùng các câu Kinh Thánh dưới đây để giúp bạn trả lời.

___- Các nguồn lực của Thiên đàng để giải quyết các nan đề của chúng ta thuộc về Đức Chúa Trời. (Thi Thiên 115:16)

___ Cha chúng ta ở trên trời biết rõ chúng ta cần điều gì. (Ma-thi-ơ 6:32)

___ Đức Chúa Trời không quan tâm lắng nghe những lo lắng của chúng ta. (Thi Thiên 65:2)

___ Những giới hạn có thể kiểm soát chúng ta trên đất không thể kiểm soát Chúa trên Thiên đàng. (Thi Thiên 103:11)

ĐƯỜNG LỐI NGÀI CAO HƠN

Đức Chúa Trời ngự ở một nơi khác biệt. "Vì điều bị cho là đại dột của Đức Chúa Trời vẫn trổi hơn sự thông sáng của loài người và sự yếu đuối của Đức Chúa Trời mạnh hơn sức mạnh của loài người" (1 Cô-rinh-tô 1:25). Ngài ngự trị ở một chiều kích khác. "Vì ý tưởng ta không phải là ý tưởng các ngươi, đường lối các ngươi chẳng phải là đường lối ta, vì trời cao hơn đất bao nhiêu thì đường lối ta cao hơn đường lối các ngươi; ý tưởng ta cao hơn ý tưởng các ngươi bấy nhiêu" (Ê-sai 55:8-9).

Hãy làm một bản liệt kê đặc biệt bằng từ giống. Ý tưởng của Đức Chúa Trời không phải là ý tưởng của chúng ta, ý tưởng của Ngài thậm chí cũng không hề giống ý tưởng của chúng ta. Chúng ta thậm chí không phải là hàng xóm của Ngài đâu. Chúng ta nghĩ cần bảo vệ thân thể, Ngài lại nghĩ cần cứu linh hồn. Chúng ta mơ tưởng đến việc được tăng lương. Ngài mơ tưởng đến việc gọi người chết sống lại. Chúng ta trốn tránh đau khổ và tìm kiếm sự bình an. Đức Chúa Trời dùng sự đau khổ để đem đến sự bình an. "Mình phải sống cho ra sống trước khi chết" chúng ta quả quyết. "Chết đi để con có thể sống" Ngài chỉ dạy. Chúng ta yêu mến những điều sẽ bị gỉ sét. Đức Chúa Trời yêu thích những điều lâu bền. Chúng ta thích thú với thành công của mình. Ngài vui thích với sự ăn năn của chúng ta. Chúng ta cho con cái mình xem ngôi sao của hãng giày Nike với nụ cười đáng giá triệu đô và nói: "Hãy giống Mike." Đức Chúa Trời chỉ vào người thợ mộc bị đóng đinh có đôi môi đẫm máu và hông bị rách và nói: "Hãy giống Đấng Christ."

Ý tưởng của chúng ta không giống ý tưởng của Đức Chúa Trời. Đường lối chúng ta không giống đường lối của Ngài. Ngài có một chương trình khác. Ngài ngự trong một chiều kích khác. Ngài sống ở một mặt phẳng khác. Và mặt phẳng đó được gọi tên trong câu đầu tiên trong Bài Cầu Nguyện Chung: "Lạy Cha chúng con ở trên trời."

Các môn đồ xin Chúa Giê-xu dạy họ cách cầu nguyện. Nhưng Ngài không những cho họ thông tin, mà còn ban cho họ một sự mặc khải. Trước khi Ngài cho họ lời cầu nguyện thực tiễn, Ngài bày tỏ cho họ về Cha. Ngài không giống bất cứ thứ gì, bất cứ ai mà chúng ta đã từng biết.

5. Câu nào sau đây đúng khi nói về sự khác biệt giữa hành động của con người và đường lối của Đức Chúa Trời? Hãy đánh dấu tất cả các câu trả lời phù hợp.

☐ Tiềm năng của con người có giới hạn.
☐ Đức Chúa Trời có quyền năng và tiềm lực vô hạn.
☐ Chỉ có Đức Chúa Trời mới biết điều gì là tốt nhất cho chúng ta.
☐ Chúng ta biết điều gì là tốt nhất cho mình.

6. . Hãy xem xét những mối bận tâm gần đây bạn đã trình dâng lên Đức Chúa Trời trong lúc cầu nguyện. Bạn có đang mong chờ Đức Chúa Trời hành động theo cách của loài người (điều bạn nghĩ là nên làm) hay bạn đang mong chờ phương cách cao siêu hơn của Ngài?

_____
_____
_____
_____

Bây giờ khi bạn đứng trong đài quan sát phân xưởng của Đức Chúa Trời, hãy để tôi hỏi bạn vài câu. Nếu Ngài có thể đặt các vì sao vào đế của chúng và treo bầu trời lên như một tấm rèm, bạn có mảy may nghĩ rằng Ngài có thể dẫn dắt cuộc đời bạn không? Nếu Đức Chúa Trời của bạn đủ vĩ đại để làm nóng mặt trời, liệu Ngài có đủ vĩ đại để chiếu sáng con đường bạn đi không? Nếu Ngài đủ quan tâm để cho Sao Thổ vầng hào quang và cho Sao Kim lấp lánh, liệu Ngài có đủ sự quan tâm để đáp ứng các nhu cầu của bạn

"Hãy xem loài chim trời, chúng chẳng gieo, chẳng gặt, cũng chẳng tồn kho tích trữ, nhưng Cha các con ở trên trời vẫn nuôi chúng. Các con không quý hơn loài chim sao? Có ai trong các con nhờ lo lắng mà có thể thêm cho đời mình một khoảnh khắc nào không? Còn việc ăn mặc, sao các con lo lắng mà làm chi? Hãy xem hoa huệ ngoài đồng mọc thể nào. Chúng không phải làm việc khổ nhọc, cũng chẳng kéo chỉ, nhưng Ta phán bảo các con, dẫu vua Sa-lô-môn sang trọng đến đâu, cũng không thể mặc đẹp bằng một trong các hoa huệ kia. Một loài hoa dại ngoài đồng, nay còn, mai bị ném vào lò lửa, mà Đức Chúa Trời mặc cho chúng như thế, còn các con không quý hơn để Ngài chu cấp quần áo cho sao, hỡi những kẻ ít đức tin?" – Ma-thi-ơ 6:26-30

7. Hãy đọc Ê-phê-sô 3:20. Điền vào chỗ trống dưới đây điều bạn học được về việc Đức Chúa Trời đáp ứng nhu cầu của bạn.

Với..............quyền năng đang hành động trong.............., Đức Chúa Trời có thể làm nhiều................hơn bất cứ điều gì chúng ta có thể...........hoặc.........

8. Dù tất cả những bằng chứng đều chứng minh điều ngược lại, tại sao chúng ta vẫn sợ rằng Đức Chúa Trời sẽ không đáp ứng nhu cầu của chúng ta?

_____

_____

SỐNG TRONG NGÀI

Tại sao Ngài lại muốn bạn sống chung trong nhà của Ngài?

Thật đơn giản, Ngài là Cha của bạn.

Đức Chúa Trời - Đấng tạo ra các tầng trời có thể đáp lời cầu nguyện của chúng ta.

Bạn đã được định trước để sống trong nhà Cha bạn. Bất cứ nơi nào khác hơn nhà của Ngài đều không đáp ứng được yêu cầu. Bất cứ nơi nào xa khỏi nhà của Ngài đều nguy hiểm. Chỉ có ngôi nhà được xây cho tấm lòng bạn mới có thể bảo vệ tấm lòng của bạn. Và Cha bạn mong muốn bạn sống trong Ngài.

Không, bạn không hề đọc sai câu này đâu, và tôi cũng không viết sai đâu. Cha bạn không chỉ mời bạn sống với Ngài, Ngài còn mời bạn sống trong Ngài. Như sứ đồ Phao-lô đã viết: "Vì trong Ngài, chúng ta sinh hoạt, cử động và hiện hữu" (Công vụ 17:28 NIV).

Hãy cứ ở trong Ta như chính Ta ở trong các con... Như Cha đã yêu Ta thể nào thì chính Ta cũng yêu các con thể ấy. Hãy cứ ở trong tình yêu của Ta.

- Giăng 15:4, 9

Đừng nghĩ bạn bị ngăn cách với Đức Chúa Trời, Ngài ở đầu này của chiếc thang lớn, còn bạn ở đầu kia. Hãy gạt bỏ bất cứ suy nghĩ nào cho rằng Đức Chúa Trời đang ở trên Sao Kim, trong khi bạn thì ở mặt đất. Vì Đức Chúa Trời là Thần (Giăng 4:23), Ngài đang ở cạnh bạn: Đức Chúa Trời chính là mái nhà của chúng ta. Ngài chính là bức tường của chúng ta. Và Ngài cũng chính là nền móng của chúng ta.

9. Hãy đọc các câu Kinh Thánh sau đây. Sau đó nối câu Kinh Thánh với điều bạn học được về việc sống trong Đức Chúa Trời thông qua Đấng Christ.

- Giăng 15:4   a. Trong Đấng Christ, chúng ta không bị kết tội nữa.
- Giăng 15:9   b. Nếu chúng ta luôn ở trong Ngài, Ngài sẽ cứ ở
- Rô-ma 8:1   trong chúng ta.
- 1 Cô-rinh-tô 1:30   c. Chúng ta vẫn ở trong tình yêu của Đấng Christ.
- 2 Cô-rinh-tô 1:21   d. Đức Chúa Trời khiến chúng ta trở nên mạnh mẽ
- Ê-phê-sô 1:3   trong Đấng Christ.
                      e. Đức Chúa Trời ban cho chúng ta mọi phước hạnh tâm linh trong Đấng Christ.
                      f. Qua Đấng Christ, chúng ta được trở nên công chính trước mặt Đức Chúa Trời.

Đức Chúa Trời muốn là nơi ở của bạn – nhà của bạn.

Đức Chúa Trời muốn là nơi ở của chúng ta. Ngài không hứng thú khi chỉ là nơi trốn chạy trong những ngày cuối tuần hay là căn nhà sàn nghỉ dưỡng ngày Chúa nhật hay là căn nhà tranh của kỳ nghỉ hè. Đừng coi Ngài như là túp lều của kỳ nghỉ hè hay là nơi bạn sẽ đến lúc về già. Ngài muốn bạn ở dưới mái nhà của Ngài bây giờ và mãi mãi. Ngài muốn là địa chỉ thư tín của bạn, điểm tham chiếu của bạn; Ngài muốn là nhà của bạn. Hãy lắng nghe lời hứa của Con Ngài: "Ai yêu kính ta sẽ vâng giữ lời ta. Cha ta sẽ yêu quý người, chúng ta sẽ đến ở với người đó" (Giăng 14:23).

Đối với nhiều người thì đây là một ý tưởng mới. Chúng ta nghĩ rằng Đức Chúa Trời chỉ là một vị thần để đàm đạo, chứ không phải là một nơi để trú ngụ. Chúng ta nghĩ rằng Đức Chúa Trời là một người biểu diễn phép lạ bí hiểm, chứ không phải là một ngôi nhà để ở. Chúng ta nghĩ rằng Đức Chúa Trời là một Đấng Tạo Hóa để cầu xin khi có nhu cầu, chứ không phải là một ngôi nhà để cư trú. Nhưng Cha chúng ta muốn nhiều hơn thế. Ngài muốn là Đấng mà trong Ngài "chúng ta sinh hoạt, cử động và hiện hữu" (Công Vụ 17:28 NIV)

> Bất cứ điều gì các con xin trong khi cầu nguyện với đức tin, thì sẽ nhận được.
>
> - Ma-thi-ơ 21:22

TRỌNG TÂM BÀI HỌC

* Cha bạn ở trên trời.
* Nguồn lực của Thiên đàng để giải quyết nan đề cho chúng ta thuộc về Đức Chúa Trời.
* Đức Chúa Trời - Đấng tạo ra các tầng trời có thể đáp lời cầu nguyện của bạn.
* Đức Chúa Trời muốn là nơi cư trú của bạn – căn nhà của bạn.

Hãy ôn lại câu Kinh Thánh ghi nhớ trong tuần này của bạn. Hãy viết câu Kinh Thánh Ê-phê-sô 6:18 xuống dưới đây.

_____

_____

Tấm lòng của Chúa Giê-xu

Cùng nhau. Họ luôn ở với nhau. Đi đường, trò chuyện, ăn uống, ngủ nghỉ. Họ đã thấy Ngài làm những điều không thể. Họ đã thấy Ngài biến đổi nhiều cuộc đời. Họ đã biết rõ tiếng bước chân Ngài, giọng nói của Ngài, tiếng ngáy của Ngài, tiếng cười vang của Ngài. Mười hai môn đồ hiểu biết về Ngài hơn bất cứ ai. Ngài là bạn đồng hành của họ, là người dẫn dắt họ, là thầy của họ. Nhưng rồi có những lần Ngài đã đi đâu đó. Đơn giản là Ngài tách khỏi đám đông, lánh đi để được ở riêng một mình. Có lúc là vài tiếng, có lúc là cả đêm. Ngài đi đâu? Ngài làm gì? Hai trong số các môn đồ đã đủ tò mò để theo sau Ngài một cách thận trọng. Thậm chí từ một khoảng cách xa, họ có thể nhìn thấy Ngài – trước tiên Ngài ngồi yên lặng, rồi bước qua bước lại – và tiếng Ngài vang vọng trong đêm tối. Sáng hôm sau, khi họ hỏi Ngài về điều đó, câu trả lời của Ngài làm họ ngạc nhiên. Cầu nguyện. Ngài đã nói chuyện với Cha Ngài. Họ nhìn nhau sững sờ, sau đó yên lặng. Họ đã thấy Ngài làm những điều không thể. Họ đã nhìn thấy Ngài biến đổi nhiều cuộc đời. Họ biết rõ Ngài hơn bất cứ ai, và họ muốn được giống như Ngài. Lời cầu xin tha thiết xuất phát từ tấm lòng khao khát của họ. "Thưa Chúa, xin hãy dạy chúng con cầu nguyện."

NGÀY HAI – NGAI VÀNG - CHẠM ĐẾN LÒNG VUA

LỜI CẦU NGUYỆN CHẠM ĐẾN TẤM LÒNG CỦA NGÀI

Gần đây gia đình chúng tôi săn để mua được mấy cái bàn. Tôi cần một cái bàn mới cho văn phòng của mình, và chúng tôi đã hứa cho Andrea và Sara chiếc bàn mới cho phòng của chúng. Sara đặc biệt thích thú. Khi con bé đi học về, hãy đoán xem con bé sẽ làm gì? Con bé chơi trò dạy học! Tôi chưa bao giờ làm thế khi còn là một đứa trẻ! Tôi cố gắng quên hết những hoạt động ở lớp học, không hề nhắc đến chúng. Vợ tôi bảo tôi đừng lo, ấy chỉ là một trong những sở thích khác biệt giữa hai giới tính mà thôi. Nên chúng tôi đến cửa hàng bán đồ nội thất.

Khi vợ tôi mua đồ nội thất, cô ấy thường thích những thứ thuộc một trong hai thái cực này – đồ cổ mỏng mảnh hoặc đồ mới không sơn phết. Lần này chúng tôi chọn cái thứ hai và bước vào một cửa hàng nội thất trơn.

Andrea và Sara nhanh chóng chọn được cho mình cái bàn, và tôi bắt đầu làm điều tương tự. Và trong lúc xem hàng, bé Sara biết là hôm đó chúng tôi chưa mang bàn về nhà ngay, và tin ấy làm con bé rất buồn. Tôi đã giải thích rằng chiếc bàn này phải được sơn và họ sẽ chuyển bàn đến trong khoảng 4 tuần nữa. Có lẽ tôi đã nói là bốn thiên niên kỷ.

Đôi mắt cô bé ngấn nước: "Nhưng, ba ơi, con muốn mang bàn về nhà hôm nay cơ."

Chắc chắn con bé không hề dậm chân và đòi hỏi theo ý mình. Tuy nhiên, con bé đã bắt đầu vận hành một khóa cấp tốc để thay đổi ý định của ba mình. Cứ mỗi lần tôi đến một góc là cô bé lại đợi tôi ở đó.

"Ba à, ba không nghĩ là mình có thể tự sơn được sao?

"Ba à, con chỉ muốn vẽ vài bức tranh lên chiếc bàn mới của con thôi."

Hãy kiên nhẫn cầu nguyện, tỉnh thức trong khi cầu nguyện và tạ ơn.
- Cô-lô-se 4:2

"Ba ơi, ba mang bàn về nhà hôm nay đi mà!"

Một lúc con bé biến mất, rồi khi quay lại hai tay giang rộng và tỏ vẻ vừa khám phá ra điều gì đó. "Ba đoán xem điều gì nào. Chiếc bàn vừa với thùng chở đồ sau xe hơi nhà mình đấy ba!"

Bạn và tôi đều biết rằng một đứa trẻ bảy tuổi chẳng có khái niệm gì về cái gọi là vừa hoặc không vừa với một chiếc xe, nhưng việc con bé dùng tay để đo kích thước thùng xe làm lòng tôi mềm ra. Cốt là ở chỗ con bé gọi tôi ngọt ngào quá: "Ba à, mình không thể mang bàn về nhà sao?"

Đức Chúa Trời cảm động bởi lời cầu nguyện chân thật của chúng ta.

Gia đình nhà Lucado đã mang bàn về nhà ngày hôm đó.

Tôi đã nghe lời thỉnh cầu của Sara vì một lý do giống như lý do Đức Chúa Trời đang nghe những lời cầu xin chúng ta vậy. Khao khát của con bé là vì lợi ích của cá nhân. Cha mẹ có muốn con mình dành nhiều thời gian hơn viết bài và tập vẽ không? Sara đã muốn điều tôi muốn cho con bé, con bé chỉ muốn có điều đó sớm hơn mà thôi. Khi điều chúng ta muốn khớp với điều Chúa muốn, Ngài cũng sẽ nghe chúng ta (1 Giăng 5:14).

Lời thỉnh cầu của Sara rất chân thành. Đức Chúa Trời cũng được lay động bởi sự chân thành của chúng ta. "Lời cầu xin của người công chính rất mạnh mẽ và hiệu nghiệm" (Gia-cơ 5:16).

Trên thiên đàng, lời cầu nguyện của bạn được trân trọng như món đồ trang sức quý giá. Được tinh ròng và thêm năng lực, lời lẽ của nó dâng hương thơm lên cho Đức Chúa Trời… Lời cầu nguyện của bạn sẽ không ngừng lại cho đến khi chúng chạm đến ngai của Đức Chúa Trời.
- The Great House of God.

Nhưng trên hết những điều đó, tôi được cảm động để đáp lời là vì Sara đã gọi tôi là "Ba ơi." Vì con bé là con tôi. Tôi nghe lời thỉnh cầu của con bé. Vì chúng ta là con cái của Ngài, nên Đức Chúa Trời nghe lời kêu của chúng ta. Đấng Sáng Tạo dành sự chú ý đặc biệt để nghe giọng nói của gia đình Ngài. Ngài không chỉ sẵn lòng lắng nghe chúng ta, mà Ngài yêu thích công việc đó. Thậm chí Ngài còn dạy chúng ta biết cách cầu xin Ngài.

1. Dựa vào những điều bạn vừa đọc, điều gì lay động tấm lòng của người cha sinh học khi nghe lời thỉnh cầu của con cái họ? Hãy đánh dấu tất cả các câu trả lời phù hợp.

☐ Khi lời thỉnh cầu phù hợp với ước muốn của người cha dành cho con cái mình.

Chúng ta thật là con cái của Đức Chúa Trời.

☐ Khi lời thỉnh cầu chân thật và thành tâm.

☐ Đơn giản vì đứa trẻ thuộc về ông.

2. Hãy đọc các câu Kinh Thánh dưới đây và tóm tắt điều bạn học được về mối liên hệ mới giữa chúng ta và Đức Chúa Trời.

Rô-ma 8:16 – *Chính Đức Thánh Linh hiệp với tâm linh làm chứng cho chúng ta rằng chúng ta là con của Đức Chúa Trời.*

Ê-phê-sô 2:19 – *Thật vậy, bây giờ anh chị em không còn là người lạ hay kiều dân nhưng là người đồng hương với các thánh đồ và là người nhà của Đức Chúa Trời.*

1 Giăng 3:1 – *Các con hãy xem, Đức Chúa Cha đã ban cho chúng* *ta tình yêu thương lớn dường nào, đến nỗi chúng ta được gọi là con cái Đức Chúa Trời.*

_____

_____

_____

_____

TRÊN NGAI

Có những lúc nói chỉ phá vỡ khoảnh khắc ấy mà thôi… khi sự im lặng thể hiện sự tôn trọng nhất. Lời nói trong những lúc như vậy chính là sự tôn kính. Lời cầu nguyện cho lúc ấy là "Danh Cha được thánh." Và nơi dành cho lời cầu nguyện này là nhà nguyện.

Nếu ở đó có những bức tường, bạn sẽ không nhận ra đâu. Nếu ở đó có một cái ghế tựa, bạn sẽ không cần đến nó. Mắt bạn sẽ chỉ tập chú vào Đức Chúa Trời, và đầu gối của bạn sẽ ở trên sàn nhà. Giữa căn phòng sẽ là một ngai, và trước ngai là cái ghế dài dùng để quỳ. Chỉ có bạn và Đức Chúa Trời ở đây, và bạn có thể đoán được ai đang ngự trên ngai vàng đó.

3. Ngai của Đức Chúa Trời không phải là một nơi mà là một điều gì đó để kinh nghiệm. Hãy đọc các câu Kinh Thánh sau đây. Sau đó nối câu Kinh Thánh với điều bạn học được về ngai của Đức Chúa Trời.
- Thi Thiên 45:6   a. Chúa Giê-xu ngồi bên hữu ngai của Đức Chúa Trời.
- Ê-sai 66:1   b. Trời là ngai của Ngài.
- Đa-ni-ên 7:9   c. Ngôi Ngài còn đến đời đời.
- Hê-bơ-rơ 4:16   d. Ngôi Ngài được làm từ lửa.
- Hê-bơ-rơ 12:2   e. Chúng ta có thể mạnh dạn đến gần ngai Ngài trong sự cầu nguyện.

NƯỚC CHA ĐƯỢC ĐẾN

Chúng ta bước vào căn phòng đặt ngai của Đức Chúa Trời với một chiếc túi đầy những lời thỉnh cầu – muốn thăng tiến, muốn được tăng lương, muốn đường truyền tốt và muốn có tiền đóng học phí đúng hạn. Chúng ta thường đưa ra lời cầu nguyện một cách thiếu trang trọng y như chúng ta đỗ xịch cái xe trước quán ăn, mua đồ ăn xong chạy ào đi vậy: "Con có một nan đề đã được giải quyết và hai ơn phước. Xin cất đi những rắc rối giúp con với!"

Nhưng tính tự mãn kiểu này có vẻ không phù hợp với nhà nguyện cho lắm. Chúng ta đang ở đây, trước mặt Vua muôn vua. Chúng ta vừa mới lấy tay che miệng mình vì tôn kính sự thiêng liêng của Ngài, bây giờ chẳng lẽ chúng ta lại mở miệng ra nói chuyện truyền tín hiệu sao? Không phải vì nhu cầu của chúng ta không quan trọng đối với Ngài. Chỉ là điều có vẻ khẩn cấp ở bên ngoài căn nhà dường như càng kém quan trọng hơn nữa khi ở trong nhà. Ta vẫn có thể muốn được tăng lương và thăng chức, nhưng đó là chỗ chúng ta bắt đầu sao?

4. Lời mở đầu tiêu biểu trong lời cầu nguyện của bạn là gì?

_____

Chúa Giê-xu dạy chúng ta cách bắt đầu. "Khi các con cầu nguyện, hãy cầu nguyện như sau: 'Lạy Cha chúng con ở trên trời, Danh Cha được thánh. Nước Cha được đến.'"

Khi bạn nói rằng, "Nước Cha được đến," là bạn đang mời chính Đấng Mê-si-a bước vào thế giới của bạn. "Lạy Vua của con, xin Ngài hãy đến! Xin Ngài hãy ngự trên ngai trong vùng đất của chúng con. Xin hiện diện trong tấm lòng con. Hiện diện trong nơi làm việc của con. Xin bước vào cuộc hôn nhân của con. Xin làm Chủ gia đình con, làm chủ nỗi sợ hãi

Vì nhờ Chúa Cứu Thế, chúng ta cả đôi bên đều ở trong cùng một Thánh Linh, được đến với Đức Chúa Cha.

- Ê-phê-sô 2:18

LỜI CẦU NGUYỆN TẠO RA SỰ KHÁC BIỆT.

Đa phần đời sống cầu nguyện của chúng ta cũng có thể sử dụng "thiết bị lên dây [đàn]".

Có những đời sống cầu nguyện thiếu sự nhất quán. Chúng lúc thì như sa mạc lúc lại như ốc đảo. Những lời cầu nguyện dài dòng, khô khan đôi khi xen giữa những lúc ngọt ngào ngắn ngủi trong dòng nước mát của sự hiệp thông.Có những đời sống cần sự chân thành. Lời cầu nguyện của chúng ta có chút trống rỗng, trả bài và cứng nhắc. Nghi thức tôn giáo hơn là sự sống. Và mặc dù chúng diễn ra đều đặn mỗi ngày, nhưng chán ngắt và buồn tẻ.

Những đời sống khác thì thiếu sự trung thực. Chúng ta chân thành tự hỏi liệu cầu nguyện có tạo ra sự khác biệt nào không. Sao Đức Chúa Trời ở trên trời lại muốn nói chuyện với tôi ở tít dưới đất này? Nếu Ngài biết mọi sự, tôi là ai mà nói với Ngài về việc này việc nọ? Nếu Đức Chúa Trời điều khiển mọi sự, thì tôi là ai mà làm việc nọ việc kia?...

Lời cầu nguyện của chúng ta có thể vụng về. Nỗ lực của chúng ta có thể yếu đuối. Nhưng, vì quyền năng của sự cầu nguyện ở nơi Đấng lắng nghe chứ không phải nơi người cầu nguyện, nên lời cầu nguyện của chúng ta thật sự tạo ra sự khác biệt.

- He Still Moves Stones

và nghi ngờ của con." Đây không phải là lời cầu xin yếu đuối, đó là một lời cầu xin đầy mạnh mẽ, xin Đức Chúa Trời cai trị mọi ngõ ngách trong cuộc đời bạn.

5. Trong phân đoạn bên trên, hãy gạch chân những lĩnh vực trong đời sống mà các bạn cần cầu xin Đức Chúa Trời kiểm soát một cách hoàn toàn. Bạn muốn thêm điều gì khác vào danh sách này không?

_____

_____

6. Hãy đọc Lu-ca 12:29-31. Hãy điền vào chỗ trống điều bạn học được về ưu tiên của Chúa Giê-xu trong việc tìm kiếm nước Đức Chúa Trời.

Chúng ta không nên…………về những nhu cầu của mình - việc chúng ta sẽ ăn gì và ……….. Chúa Giê-xu phán rằng đừng………….. Mọi người trên ……đang cố gắng tìm kiếm những điều này. Và …….. chúng ta trên trời biết điều chúng ta cần. Nếu trước hết chúng ta tìm kiếm …………của Ngài thì Ngài sẽ ban cho chúng ta………những điều khác mà chúng ta ………….

Đừng chạy theo miếng ăn, thức uống, cũng đừng lo âu. Vì tất cả các dân trên thế giới đều đeo đuổi những thứ ấy, nhưng Cha các con biết các con cần những điều ấy rồi. Trái lại, hãy tìm kiếm Nước Đức Chúa Trời, thì những điều ấy cũng sẽ được ban thêm cho các con..
- Lu-ca 12:29-31

Lạy Đức Chúa Trời, tôi kêu cầu Ngài vì Ngài đáp lời tôi. Xin nghiêng tai nghe lời tôi.
- Thi Thiên 17:6

Chúng ta được đến gần Ngôi ơn phước của Đức Chúa Trời.

DẠN DĨ TRONG LỜI CẦU NGUYỆN

Bạn là ai mà đòi hỏi một điều như vậy? Bạn là ai mà xin Đức Chúa Trời kiểm soát thế giới của bạn? Bạn là con cái của Ngài. Cho nên bạn cầu xin một cách dạn dĩ rằng. "Vậy, chúng ta hãy vững lòng đến gần ngai ân sủng, để được thương xót và tìm được ân sủng khả dĩ giúp đỡ chúng ta kịp thời." (Hê-bơ-rơ 4:16).

Một minh hoạ tuyệt vời nhất về sự dạn dĩ này là câu chuyện của Ha-đa-sa. Mặc dù ngôn ngữ và văn hoá của bà khác với chúng ta, nhưng bà có thể nói cho bạn biết về năng quyền của lời cầu xin trình dâng lên cho vua. Mặc dù có đôi chút khác biệt. Lời thỉnh cầu của bà không phải trình lên cho cha bà, nhưng cho chồng bà, một vị vua. Lời cầu xin của bà là để giải phóng dân của bà. Và bởi vì bà đã bước vào căn phòng đặt ngai vàng, bởi vì bà đã mở lòng cho vua, nên vua đã thay đổi kế hoạch và hàng triệu người ở 127 quốc gia khác nhau đã được cứu.

Tôi muốn bạn được gặp Ha-đa-sa quá! Nhưng vì bà sống ở thế kỷ thứ năm trước Công Nguyên, nên một cuộc hội ngộ như vậy là không thể. Chúng ta sẽ phải bằng lòng với việc đọc quyển sách viết về bà, quyển sách mang tên bà - một cái tên khác của bà – sách Ê-xơ-tê.

7. Hãy đọc những đoạn miêu tả trong sách Ê-xơ-tê, và suy ngẫm các câu hỏi sau đây.

Tại sao bạn nghĩ rằng việc ra mắt vua A-suê-ru lại là một kinh nghiệm có tính đe doạ? (1:1-22)

_____

_____

Mạc-đô-chê đóng vai trò gì trong việc khuyến khích Ê-xơ-tê trình dâng lời thỉnh cầu của mình lên cho vua? (2:1-18 và 4:1-17)

_____

_____

Ê-xơ-tê, con gái nuôi của Mạc-đô-chê, trở thành hoàng hậu nhờ việc chiến thắng trong cuộc tuyển chọn hoàng hậu của nước Ba Tư. Trong một ngày bà từ một người không được ai biết đến trở thành người của hoàng gia, và bằng nhiều cách, bà đã nhắc bạn nhớ về chính mình.

Cả bà và bạn đều đang ở trong cung điện: Ê-xơ-tê, cô dâu của vua A-suê-ru, và bạn, cô dâu của Đấng Christ. Cả hai đều bước vào căn phòng chứa ngai vàng của vua, và cả hai đều có một vị quân sư luôn hướng dẫn và chỉ bảo. Quân sư của bạn là Đức Thánh Linh. Quân sư của Ê-xơ-tê là Mạc-đô-chê.

8. Hãy chọn các câu trả lời tóm tắt sự tương đồng giữa Ê-xơ-tê và chúng ta ở dưới đây. Hãy đánh dấu tất cả các câu trả lời phù hợp.

☐ Chúng ta là những cư dân của một vương quốc vĩ đại.

☐ Chúng ta đều là cô dâu của một vị lãnh tụ có thế lực.

☐ Chúng ta được đến trước ngai vua

☐ Chúng ta có một vị quân sư hướng dẫn chúng ta bước vào trong sự hiện diện của vua.

LỜI THỈNH CẦU

Chính Mạc-đô-chê là người đã thuyết phục Ê-xơ-tê giữ bí mật về quốc tịch Do Thái của mình. Cũng chính Mạc-đô-chê là người đã thuyết phục Ê-xơ-tê phải nói với vua A-suê-ru về cuộc tàn sát sắp xảy ra. Có thể bạn tự hỏi tại sao Ê-xơ-tê lại cần những lời động viên đó. Mạc-đô-chê cũng phải tự hỏi điều tương tự. Hãy nghe thông điệp mà ông nhận được từ Ê-xơ-tê: "Tất cả các triều thần của vua, và ngay cả dân chúng trong các tỉnh của vua đều biết rằng bất luận đàn ông hay đàn bà, nếu không được vua đòi mà vào sân nội điện ra mắt vua, thì chỉ có một luật thôi: người ấy phải bị xử tử. Chỉ khi vua đưa vương trượng bằng vàng ra cho người thì người mới được sống. Về phần con, đã ba mươi ngày rồi con chưa được lệnh đòi hầu vua." (Ê-xơ-tê 4:11)

Điều này nghe cũng có vẻ lạ với chúng ta nữa, thậm chí ngay cả hoàng hậu cũng không thể ra mắt vua nếu không được mời. Việc bước vào nơi có ngai vàng của vua mà không được mời là một sự liều lĩnh như tự tìm đến cái giá treo cổ vậy. Nhưng Mạc-đô-chê đã thuyết phục bà hãy liều lĩnh.

Hãy xem Ê-xơ-tê đã đáp lại như thế nào. "Ê-xơ-tê mặc triều phục hoàng hậu, đứng chầu tại sân nội điện, đối ngang phòng ngai." (Ê-xơ-tê 5:1).

9. Ê-xơ-tê đã chứng minh lòng dũng cảm trong việc ra mắt vua ở những khía cạnh nào? Hãy đánh dấu tất cả các câu trả lời phù hợp.

☐ Gần đây bà đã không được vời vào chầu vua.

☐ Bà đã mạo hiểm sự sống của mình khi phá vỡ luật định này.

☐ Sự cấp bách trong lời thỉnh cầu của bà đã thúc đẩy bà vượt qua thực tế.

☐ Bà hành động ngay lập tức dù những bất lợi về phía mình.

Lạy Chúa, mỗi buổi sáng Ngài nghe tiếng tôi, mỗi buổi sáng tôi dâng lời khẩn nguyện và trông đợi.

- Thi Thiên 5:3

LỜI PHÚC ĐÁP

"Ngay khi vua nhìn thấy hoàng hậu Ê-xơ-tê đứng chầu trong sân, hoàng hậu chiếm được cảm tình của vua." (5:2). Để tôi cho bạn xem cách tôi dịch câu Kinh Thánh này: "Khi vua nhìn thấy Hoàng hậu Ê-xơ-tê đứng chầu nơi nội viện, vua nói: 'a-hubba-hubba- hubba.'" "Vua giơ ra cho bà Ê-xơ-tê cây phủ việt vàng ở nơi tay mình. Bà Ê-xơ-tê lại gần và rờ đầu cây phủ việt" (5:2).

10. Dựa vào những gì bạn đã học cho đến thời điểm này về lời cầu nguyện mà Chúa Giê-xu chỉ, làm sao chúng ta biết được rằng Đức Chúa Trời vui lòng khi chúng ta bước vào sự hiện diện của Ngài?

Chúng ta có đặc quyền được trình các sự cầu xin của mình lên cho Đức Chúa Trời.

Và câu chuyện này đã kết thúc thế nào?

Ha-man thế chỗ Mạc-đô-chê trên cây mộc hình. Mạc-đô-chê thế vị trí công việc của Ha-man. Ê-xơ-tê có được một đêm ngon giấc. Dân Giu-đa được tiếp tục sống. Và chúng ta có được một lời nhắc nhở xúc động về điều sẽ xảy ra khi chúng ta ra mắt Vua trên trời.

Giống như Ê-xơ-tê, chúng ta được kéo ra khỏi chốn mờ mịt và được ban một chỗ trong cung điện.

Giống như Ê-xơ-tê, chúng ta có chiếc áo choàng của hoàng gia; bà mặc lấy phục trang, chúng ta mặc lấy sự công bình.

Giống như Ê-xơ-tê, chúng ta có đặc quyền đưa ra lời cầu xin.

TRỌNG TÂM BÀI HỌC

* Đức Chúa Trời cảm động bởi lời cầu nguyện chân thật của chúng ta.
* Chúng ta thật sự là con cái của Đức Chúa Trời.
* Hãy cầu xin Đức Chúa Trời ngự trị mọi ngõ ngách trong cuộc đời bạn.
* Chúng ta được đến gần Ngai ơn phước của Đức Chúa Trời.
* Chúng ta có đặc quyền được trình các sự cầu xin của mình lên cho Đức Chúa Trời.

Thêm một cơ hội nữa để bạn ôn lại câu Kinh Thánh ghi nhớ trong tuần. Hãy giấu nó trong lòng bạn. Ôn lại bằng cách viết xuống các dòng dưới đây.

_____

_____

Tấm lòng của Chúa Giê-xu

Đức Chúa Trời nghe lời cầu nguyện của những kẻ khốn cùng, và không khinh thường lời nài xin của họ.

- Thi Thiên 102:17

Chúa Giê-xu là một chiến binh cầu nguyện, nếu có chiến binh đó. Ngài đã kiêng ăn và cầu nguyện bốn mươi ngày. Ngài dành thời gian hàng giờ ở một nơi yên tĩnh giữa một lịch trình mục vụ kín mít. Có lúc Ngài cầu nguyện thâu đêm trong khi mọi người xung quanh ngon giấc. Khi Chúa Giê-xu cầu nguyện, con người được biến đổi - được chữa lành, được giải phóng, được khoẻ mạnh hoàn toàn. Khi Ngài nói chuyện với Cha, Đức Chúa Trời đáp lời Ngài. "Hồ sơ" cầu nguyện ấn tượng như thế có phần làm ta e ngại. Làm sao chúng ta có thể theo kịp Chúa Cứu Thế trong lĩnh vực này? Nhưng Chúa Giê-xu không chỉ cầu nguyện cho những chuyện trọng đại bằng những cách thức to tát. Có nhiều lời cầu nguyện cũng giống như lời cầu nguyện hằng ngày của chúng ta mà thôi. Bạn có biết là Chúa Giê-xu cũng tạ ơn Đức Chúa Cha về đồ ăn và chúc phước cho đồ ăn trước khi ăn không (Ma-thi-ơ 14:19)? Bất cứ khi nào chúng ta tạm dừng công việc trong ngày để thì thầm với Cha của chúng ta một vài lời, đấy là lúc chúng ta giống Chúa Giê-xu.

NGÀY BA – LÒ LỬA HỰC -VÌ AI ĐÓ ĐÃ CẦU NGUYỆN

1. Tại sao lời cầu nguyện lại tác động đến mọi lĩnh vực trong đời sống bạn?

_____

_____

Tôi muốn bạn nghĩ về một người. Tên của ông ấy không quan trọng. Ngoại hình của ông ấy cũng không quan trọng. Địa vị của ông ấy cũng không liên quan gì cả. Ông ấy quan trọng không phải vì việc ông ấy là ai mà là vì những việc ông ấy đã làm.

Ông ấy đến với Chúa Giê-xu thay mặt một người bạn. Bạn của ông đang bị bệnh, và Chúa Giê-xu có thể giúp, và ai đó cần phải đến với Chúa Giê-xu, nên ai đó đã đến. Những người khác quan tâm đến người bệnh ấy bằng nhiều cách khác. Người mua đồ ăn, người thuốc thang, người an ủi gia đình. Mọi vai trò đều quan trọng. Mọi người đều giúp đỡ, nhưng không một người nào quan trọng hơn người đã chạy đến với Chúa Giê-xu.

2. Tại sao việc cầu xin Thiên đàng chạm đến những nhu cầu trên đất này của chúng ta lại đóng một vai trò "quan trọng" trong lời cầu nguyện? Hãy đánh dấu tất cả các câu trả lời phù hợp. Hãy dùng những câu Kinh Thánh bên dưới để giúp bạn trả lời.

☐ Chúa Giê-xu muốn chúng ta kêu cầu Đức Chúa Trời về mọi điều chúng ta cần. (Phi-líp 4:6)

☐ Chúa Giê-xu ưu tiên cho việc cầu thay bằng cách đưa nó vào trong Bài Cầu Nguyện Chung. (Ma-thi-ơ 6:10)

☐ Chính Chúa Giê-xu cũng đã cầu xin Đức Chúa Trời giúp đỡ chúng ta. (Hê-bơ-rơ 7:25)

☐ Kinh Thánh hướng dẫn chúng ta cầu nguyện cho những người khác. (Ê-phê-sô 6:18)

NGƯỜI CẦU NGUYỆN

Ông đi vì ông được chỉ định để đi. Một lời thỉnh cầu tha thiết từ một gia đình đang gặp chuyện chẳng lành. "Chúng tôi cần một ai đó đi nói cho Chúa Giê-xu biết rằng anh trai tôi đang bị bệnh. Chúng tôi cần một ai đó đi mời Thầy đến đây. Anh đi được không?"

Lời thỉnh cầu ấy xuất phát từ hai chị em. Đáng lẽ họ phải tự đi, nhưng vì họ không thể rời khỏi giường bệnh của anh trai mình. Họ cần một ai đó đi thay cho họ. Không phải là bất cứ ai, bạn hãy nhớ kỹ điều đó, vì không phải ai cũng có thể. Người thì quá bận rộn. Người khác lại không biết đường. Người khác nữa lại rất nhanh mệt, rồi có người lại không có kinh nghiệm đi đường. Không phải ai cũng có thể làm việc đó.

Và không phải ai cũng chịu đi. Điều hai chị em đã này đưa ra không phải là việc nhỏ nhặt. Họ cần một sứ giả sốt sắng, một ai đó biết làm thế nào để tìm được Chúa Giê-xu. Một ai đó không bỏ dở giữa chừng. Một ai đó chắc chắn rằng thông điệp sẽ được chuyển đến Chúa Giê-xu. Một ai đó được thuyết phục giống như họ rằng Chúa Giê-xu phải được biết chuyện gì đang xảy ra.

Họ biết một người đáng tin cậy, và họ đã tìm đến với người đó. Họ đã giao phó nhu cầu của mình cho một ai đó, và người đó mang những nhu cầu đến với Đấng Christ.

"Hai chị em liền sai người đến trình: "Thưa Chúa, người Chúa yêu mến đang đau." (Giăng 11:3, từ in nghiêng là theo ý của cá nhân tôi)

Người đó mang lời thỉnh cầu đến. Người đó bước xuống con

Bằng mọi lời cầu nguyện và nài xin, hãy luôn luôn cầu nguyện trong Đức Thánh Linh. Để đạt mục đích ấy, hãy tỉnh thức và hết sức kiên trì, cũng hãy cầu thay cho tất cả các thánh đồ.

- Ê-phê-sô 6:18 MSG

Đừng lo lắng gì cả, nhưng trong mọi việc hãy cầu nguyện, nài xin và cảm tạ mà trình các nhu cầu của mình cho Đức Chúa Trời.

- Phi-líp 4:6

LỜI CẦU NGUYỆN QUÝ GIÁ CỦA MỘT PHỤ HUYNH.

Đừng bao giờ đánh giá thấp những suy tư của một phụ huynh Cơ Đốc. Đừng bao giờ đánh thấp quyền năng đến từ việc một phụ hynh cầu thay với Đức Chúa Trời cho con cái họ. Ai biết được bao nhiêu lời cầu nguyện đang được nhậm lời hôm nay là do lời cầu nguyện trung tín của những người cha người mẹ mười hay hai mươi năm trước? Đức Chúa Trời lắng nghe lời cầu nguyện của những người cha người mẹ để tâm đến con cai mình.

Việc cầu nguyện cho con cái là nhiệm vụ cao quý của chúng ta. Nếu công việc chúng ta đang làm trong xã hội xô bồ này đánh cắp thời gian chúng ta dành ra để cầu nguyện cho con cái mình, thì chúng ta đang làm việc quá nhiều rồi đấy. Không có gì đặc biệt hơn, quý giá hơn thời gian mà các bậc phụ huynh dành cho việc cùng Đức Chúa Trời tranh chiến và suy tư cho con cái họ.

- Walking with the Savior

Hãy xin, sẽ được; hãy tìm, sẽ gặp; hãy gõ, cửa sẽ mở cho các con. Vì ai xin thì được, ai tìm thì gặp và ai gõ, cửa sẽ mở.

- Ma-thi-ơ 7:7-8

Đức Chúa Trời đáp lại những lời thỉnh cầu chúng ta mang đến cho Ngài.

Cầu nguyện không đóng vai trò thứ yếu – Cầu nguyện là một điều thiết yếu..

Vì con mắt của Chúa ở trên người công chính, và lỗ tai Ngài mở ra để nghe lời cầu nguyện của họ.

- 1 Phi-e-rơ 3:12

Bằng mọi lời cầu nguyện và nài xin, hãy luôn luôn cầu nguyện trong Đức Thánh Linh. Để đạt mục đích ấy, hãy tỉnh thức và hết sức kiên trì, cũng hãy cầu thay cho tất cả các thánh đồ.

- Ê-phê-sô 6:18

Quyền năng của Đức Chúa Trời được khai phóng bởi lời cầu nguyện.

đường. Người đó vì La-xa-rơ đến với Chúa Giê-xu. Và nhờ người đến, nên Chúa Giê-xu đáp lại.

3. Bạn đang thường xuyên cầu thay cho những ai - bạn bè, gia đình, hay thành viên trong hội thánh? Hãy liệt kê tên họ xuống đây:

_____

_____

4. Vai trò của bạn giống với người bạn vô danh đã đến với Chúa Giê-xu thay mặt cho Ma-ri và Ma-thê như thế nào?

_____

_____

Xin cho tôi hỏi, người này quan trọng như thế nào trong việc chữa lành cho La-xa-rơ? Vai trò của ông ta quan trọng như thế nào? Một số người có thể coi vai trò đó là thứ yếu. Xét cho cùng, không phải Chúa Giê-xu biết tất cả mọi điều sao? Tất nhiên là Ngài biết La-xa-rơ đang bị bệnh. Cứ công nhận như vậy, nhưng Ngài không đáp ứng lại nhu cầu đó cho đến khi một người mang thông điệp đến cho Ngài. "Đức Chúa Giê-xu vừa nghe lời đó, bèn phán rằng: 'Bệnh nầy không đến chết đâu, nhưng vì sự vinh hiển của Đức Chúa Trời, hầu cho Con Đức Chúa Trời bởi đó được sáng danh'" (câu 4).

5. Câu nào sau đây đúng khi nói về việc lời cầu nguyện của chúng ta thúc đẩy sự đáp lời của Đức Chúa Trời, và câu nào sai? Đánh dấu câu trả lời đúng bằng (Đ) và câu trả lời sai bằng (S).

____ Đức Chúa Trời thờ ơ với lời cầu nguyện của chúng ta. (1 Phi-e-rơ 3:12)

____ Đức Chúa đáp lời chúng ta trong lúc khó khăn. (Thi Thiên 86:7)

____ Đôi khi Đức Chúa Trời đáp lời cầu nguyện của chúng ta trước khi chúng ta kết thúc lời cầu nguyện. (Sáng Thế Ký 24:45)

La-xa-rơ được chữa lành khi nào? Sau khi một người thỉnh cầu. Ồ, tôi biết là việc chữa lành sẽ không diễn ra trong một vài ngày, nhưng thời điểm được thiết lập kể từ lúc lời cầu xin ấy được đưa ra. Tất cả những gì cần là thời gian.

Nếu người đưa thông tin đó không nói ra thì liệu Chúa Giê-xu có đáp lời không? Cũng có thể, nhưng chúng ta không được bảo đảm về điều đó. Tuy nhiên, chúng ta thật sự có một ví dụ về quyền năng của Đức Chúa Trời được khai phóng bởi lời cầu nguyện. Chúa Giê-xu nhìn xuống hang sự chết và gọi La-xa-rơ sống lại... tất cả bởi vì một người đã cầu nguyện.

6. Đọc Ê-phê-sô 6:18. Điền vào chỗ trống dưới đây điều bạn học được từ câu Kinh Thánh nói về sự cầu nguyện này.

Chúng ta phải..........trong Đức Thánh Linh............ với.............kiểu cầu nguyện. Chúng ta có thể xin Đức Chúa Trời ....chúng ta cần. Chúng ta phải luôn..........để cầu nguyện và không bao giờ từ bỏ việc cầu nguyện cho..........mọi người.

7. Hãy đọc đoạn Kinh Thánh sau đây trong sách Giăng nói về việc cầu xin, và gạch chân chỗ Kinh Thánh cho thấy kết cuộc câu chuyện về La-xa-rơ - thậm chí trước khi Chúa Giê-xu đến gặp ông.

"Hai chị em liền sai người đến trình: 'Thưa Chúa, người Chúa yêu mến đang đau." Nhưng khi nghe tin, Đức Chúa Giê-xu lại bảo: "Bệnh nầy không đến nỗi phải chết, nhưng việc xảy ra để Đức Chúa Trời được hiển vinh và Con của Ngài cũng nhờ đó được hiển vinh!" – Giăng 11:3-4

Trong hệ thống "nền kinh tế Thiên đàng", lời cầu nguyện của các thánh đồ là "thứ hàng hoá" rất có giá trị. Sứ đồ Giăng cũng đồng ý với điều này. Ông đã viết lại câu chuyện về La-xa-rơ và cẩn thận chỉ ra sáu chuỗi quan trọng: Sự chữa lành khởi sự khi lời thỉnh cầu được đưa ra.

ĐẤNG LẮNG NGHE

Câu nói mà bạn của La-xa-rơ dùng đáng chú ý. Khi ông nói với Chúa Giê-xu về bệnh tình, ông đã nói rằng: "Lạy Chúa, kẻ Chúa yêu mắc bệnh." Ông đã không đặt để lời cầu xin của mình trên tình yêu bất toàn của người có nhu cầu, mà đặt trên tình yêu toàn hảo của Chúa Cứu Thế. Ông không nói rằng: "Kẻ yêu Chúa đang bị bệnh." Mà ông nói "kẻ Chúa yêu mắc bệnh." Nói cách khác, quyền năng của lời cầu nguyện không phụ thuộc vào người cầu nguyện, mà phụ thuộc vào người lắng nghe lời cầu nguyện đó.

Mặc dù có thể chúng ta yêu thương bạn bè và người thân hơn bất cứ ai trên đất này, Chúa Giê-xu muốn chúng ta biết rằng Ngài còn yêu thương họ hơn bất cứ ai trên Thiên đàng và dưới đất. Nếu chúng ta quan tâm đến nhu cầu của những người chúng ta yêu thương, thì Ngài còn quan tâm nhiều hơn là dường nào!

8. Hãy đọc các câu Kinh Thánh sau đây và viết ra điều bạn học được về tình yêu của Đức Chúa Trời dành cho chúng ta.

Thi Thiên 36:5 – Lạy Chúa, tình yêu thương của Ngài cao tận trời xanh, sự thành tín của Ngài đến tận các tầng mây.

_____

_____

Giăng 14:21 – Người nào yêu kính Ta thì tiếp nhận và tuân giữ các điều răn Ta. Cha Ta sẽ yêu quý người nào yêu kính Ta. Ta cũng yêu quý người và sẽ tỏ bày chính Ta cho người.

_____

_____

Rô-ma 5:5 – Và, sự trông cậy không làm cho hổ thẹn, vì sự yêu thương của Đức Chúa Trời rải khắp trong lòng chúng ta bởi Đức Thánh Linh đã được ban cho chúng ta.

_____

_____

Chúng ta có thể nhắc và chúng ta phải nhắc lại câu nói trên bằng nhiều cách khác nhau. "Người mà Ngài yêu đang mệt mỏi, buồn chán, đói khát, cô đơn, sợ hãi, phiền muộn." Lời lẽ dùng để cầu nguyện thì khác nhau, nhưng câu trả lời thì không bao giờ thay đổi. Chúa Cứu Thế lắng nghe lời cầu nguyện. Ngài khiến Thiên đàng yên lặng, nên Ngài không hề bỏ lỡ một lời cầu nguyện nào. Ngài nghe lời cầu nguyện. Bạn có nhớ câu nói trong sách Phúc Âm Giăng không? "Nhưng khi nghe tin, Đức Chúa Giê-xu lại bảo: "Bệnh nầy không đến nỗi phải chết" (Giăng 10:4, phần in nghiêng là ý của tôi).

Chúa lắng nghe lời thỉnh cầu. Chúa Giê-xu đã dừng tất cả những việc đang làm để ghi lại những lời cầu xin của người đàn ông này. Người đưa tin vô danh này đã được Đức Chúa Trời lắng nghe.

Bạn và tôi đang sống trong một thế giới ồn ào. Để thu hút sự chú ý của một người không phải là chuyện dễ dàng. Người đó phải sẵn lòng đặt mọi thứ sang một bên để có thể lắng nghe: vặn nhỏ đài, rời mắt khỏi

---

Trong những ngày sống trong xác thịt, Đức Giê-su đã lớn tiếng dâng những lời cầu nguyện, nài xin với nước mắt lên Đấng có quyền cứu mình khỏi chết, và vì lòng thành kính nên được nhậm lời.

- Hê-bơ-rơ 5:7

Bạn có thể trò chuyện với Đức Chúa Trời vì Ngài lắng nghe bạn.

Trước khi họ gọi, chính Ta đã đáp lời; Khi họ còn đang nói, chính Ta đã nghe.

- Ê-sai 65:24

TRONG TẦM VỚI CỦA LỜI CẦU NGUYỆN

"Nếu Đức Chúa Trời vùa giúp chúng ta, thì còn ai nghịch với chúng ta?" (Rô-ma 8:31). Câu hỏi này không hề đơn giản: "Ai có thể nghịch với chúng ta?" Bạn có thể trả lời câu hỏi đó. Ai có thể nghịch với bạn? Bệnh tật, lạm phát, tham nhũng, kiệt sức. Thiên tai đe doạ, và nỗi sợ hãi giam hãm. Nếu câu hỏi của Phao-lô là: "Ai có thể nghịch với chúng ta?" Chúng ta có thể liệt kê những kẻ thù của chúng ta một cách dễ dàng hơn việc chiến đấu với chúng rất nhiều. Nhưng câu hỏi không phải như vậy. Câu hỏi là: NẾU ĐỨC CHÚA TRỜI VÙA GIÚP CHÚNG TA, ai có thể nghịch với chúng ta?

Đức Chúa Trời vùa giúp bạn. Cha mẹ có thể quên bạn, thầy cô có thể sao nhãng với bạn, anh chị em của bạn có thể cảm thấy xấu hổ vì bạn; nhưng trong tầm với của cánh tay cầu nguyện của bạn là Đấng tạo ra các đại dương. Đức Chúa Trời!

- In the Grip of Grace

Hỡi vua và Đức Chúa Trời tôi, xin hãy nghe tiếng kêu van của tôi, vì tôi cầu nguyện cùng Ngài.

- Thi Thiên 5:2

màn hình vi tính, gấp sách đang đọc lại và đặt nó xuống. Khi một ai đó sẵn lòng bắt mọi thứ khác phải yên lặng để anh ta có thể lắng nghe bạn nói một cách rõ ràng, thì đó là một đặc ân. Thực sự là một đặc ân hiếm có.

9. Hãy đọc những câu Kinh Thánh sau đây. Sau đó nối câu Kinh Thánh với điều bạn học được về các ví dụ cho thấy Đức Chúa Trời hứa sẽ lắng nghe lời cầu nguyện của con dân Ngài.

- Xuất Ê-díp-tô ký 2:24	a. Đức Chúa Trời đã lắng nghe tiếng khóc lóc của dân Hê-bơ-rơ ở Ai Cập.
- 2 Sử ký 7:14	
- Ê-sai 65:24	b. Đức Chúa Trời hứa sẽ đáp lời trước khi chúng ta cầu xin Ngài.
	c. Đức Chúa Trời hứa với Sa-lô-môn rằng Ngài sẽ lắng nghe dân Ngài

Bạn có thể trò chuyện với Đức Chúa Trời vì Ngài lắng nghe bạn. Tiếng nói của bạn rất quan trọng đối với Thiên đàng. Ngài rất coi trọng bạn. Khi bạn bước vào sự hiện diện của Ngài, mọi đầy tớ đều quay lại để nghe tiếng bạn. Bạn không cần e sợ mình sẽ bị lờ đi. Cho dù bạn nói lắp bắp và vấp váp, cho dù điều bạn nói không gây ấn tượng với bất cứ ai, nhưng nó ấn tượng với Ngài – và Ngài lắng nghe điều bạn nói. Ngài lắng nghe lời cầu khẩn đầy đau đớn của những người già ở viện dưỡng lão. Ngài lắng nghe lời thú tội cộc lốc của những tử tù. Khi những người nát rượu cầu xin sự thương xót, khi người phối ngẫu cần sự dẫn dắt, khi những thương gia rời khỏi phố phường để bước vào nhà nguyện, Đức Chúa Trời lắng nghe.

Đức Chúa Trời thay đổi thế giới vì lời cầu nguyện của bạn.

CẦU NGUYỆN TẠO RA SỰ KHÁC BIỆT

Bạn là "một người nào đó" trong vương quốc của Đức Chúa Trời. Bạn được bước vào lò lửa hực của Đức Chúa Trời. Đức Chúa Trời thay đổi thế giới này vì lời cầu nguyện của bạn. Có thể bạn không hiểu được sự kỳ diệu của lời cầu nguyện. Bạn không cần phải hiểu. Nhưng điều tôi sắp nói thật là rõ ràng: Hành động trên Thiên đàng khởi sự khi một người trên đất cầu nguyện. Ý tưởng đó mới lạ lùng làm sao!

Khi bạn nói, Chúa Giê-xu lắng nghe.

Và khi Chúa Giê-xu lắng nghe, sấm sét vang dậy.

Và khi sấm sét vang dậy, thế giới được biến đổi.

Tất cả chỉ vì lời cầu nguyện của một ai đó.

TRỌNG TÂM BÀI HỌC

* **Đức Chúa Trời đáp lại những lời thỉnh cầu chúng ta mang đến cho Ngài.**
* **Cầu nguyện không đóng vai trò thứ yếu – đó là một điều thiết yếu.**
* **Quyền năng của Đức Chúa Trời được khai phóng bởi lời cầu nguyện.**
* **Bạn có thể trò chuyện với Đức Chúa Trời vì Ngài lắng nghe bạn.**
* **Đức Chúa Trời thay đổi thế giới vì lời cầu nguyện của bạn.**

CHÚA chậm giận, dư dật tình yêu thương, tha thứ tội lỗi và sự phản nghịch.

— Dân Số Ký 14:18a

Để phục vụ cho việc ôn tập câu Kinh Thánh ghi nhớ trong tuần của bạn, hãy điền vào chỗ trống dưới đây.

"Và anh em có ....để............, như tất cả dân sự của Đức Chúa Trời, ...tất cả..........và trên mọi..........trong............ của...............Hãy ở...và ....trong lời cầu nguyện của bạn cho tất cả..........ở khắp nơi.

– Ê-phê-sô 6:18

Tấm lòng của Chúa Giê-xu

Chúa Giê-xu không phải cầu nguyện ra tiếng. Đức Chúa Trời biết suy nghĩ của Ngài. Con không cần phải chia sẻ mọi cuộc trò chuyện riêng tư với Cha. Theo các sách Phúc Âm, Chúa Giê-xu đã lánh khỏi đám đông và dành phần lớn thời gian cầu nguyện trong nơi yên tĩnh. Không có kẻ nghe lén nào theo sau Ngài! Những suy tư thầm kín và lời nài xin khẩn thiết mà Ngài trình lên cho Đức Chúa Trời có thể không bao giờ được đề cập đến trong Kinh Thánh của chúng ta. Nhưng Chúa Giê-xu chào đón chúng ta bước vào những khoảng thời gian riêng tư này. Ngài cho chúng ta được nhìn Ngài cầu nguyện. Ngài hướng dẫn các môn đồ qua một bài học vỡ lòng về sự cầu nguyện. Ngài mở ra một con đường đến với ngai của Đức Chúa Trời. Chúa Giê-xu cầu nguyện ra tiếng vì ích lợi của chúng ta.

Thế thì, như anh chị em đều trổi hơn trong mọi sự: Trong đức tin, lời nói, kiến thức, nhiệt thành mọi mặt và lòng yêu thương chúng tôi, thì cũng hãy làm trổi hơn trong việc ân phúc này.

- 2 Cô-rinh-tô 8:7

NGÀY BỐN – CĂN BẾP –
BÀN ĂN DƯ DẬT CỦA ĐỨC CHÚA TRỜI

ĐẾN NHÀ CỦA ĐỨC CHÚA TRỜI TRONG CƠN ĐÓI

Ai cũng có một câu chuyện về căn bếp vì tất cả mọi người đều có một lịch sử trong nhà bếp. Dù nhà bếp của bạn chỉ là một đốm lửa trại trong rừng nhiệt đới hay là một khu nấu nướng của lâu đài ở Manhatta, bạn cũng sớm học biết rằng đó là nơi đáp ứng những nhu cầu cơ bản nhất của đời sống. Nhà để xe thì không bắt buộc phải có. Phòng khách thì có thể xem xét. Phòng làm việc thì xa xỉ quá. Nhưng một căn bếp thì sao? Hết sức cần thiết. Mọi gia đình đều có một cái. Ngay cả Ngôi Nhà Lớn của Đức Chúa Trời cũng vậy.

Hoặc chúng ta có thể nói rằng: Đặc biệt là Ngôi Nhà Lớn của Đức Chúa Trời. Vì ai có thể quan tâm đến những nhu cầu cơ bản của đời sống bạn hơn Cha Thiên Thượng của bạn chứ? Đức Chúa Trời không phải là lãnh đạo tôn giáo người Hindu chỉ bận tâm đến các việc thần bí và thiêng liêng. Đôi tay dẫn dắt linh hồn bạn cũng chính là đôi tay ban vật thực cho thân thể bạn. Đấng mặc cho bạn sự tốt lành cũng là Đấng ban quần áo cho bạn. Trong trường học của cuộc đời, Đức Chúa Trời vừa là Thầy giáo vừa là Đầu bếp của bạn. Ngài ban lửa cho tấm lòng bạn và đồ ăn cho dạ dày của bạn.

Sự cứu chuộc đời đời và bữa tối của bạn đều đến từ cùng một bàn tay. Có một nhà bếp trong Ngôi Nhà Lớn của Đức Chúa Trời; Chúng ta hãy bắt đầu một cuộc hành trình xuống nhà dưới và tận hưởng sự ấm áp của nó.

Đức Chúa Trời không bỏ mặc chúng ta ở bên ngoài trời lạnh giá – Ngài nhìn thấy nhu cầu của chúng ta và muốn mời chúng ta vào và phục vụ chúng ta tại bàn ăn dư dật của Ngài.

Bất cứ điều gì các con nhân danh Ta cầu xin, ta sẽ làm cho, để Cha được tôn vinh trong Con. Bất cứ điều gì các con nhân danh ta cầu xin, thì chính ta sẽ làm cho.

- Giăng 14:13-14

Đừng sợ phải cầu xin.

1. . Hãy đọc các câu Kinh Thánh dưới đây và viết ra điều bạn học được về việc Đức Chúa Trời quan tâm đến những người có nhu cầu.

Thi Thiên 72:12 – Vì người giải cứu kẻ cùng khốn khi họ kêu cứu, và cứu người nghèo khó không ai giúp đỡ.

Chúa ở gần mọi người cầu khẩn Ngài, tức là những người cầu khẩn Ngài với lòng thành thật.

- Thi Thiên 145:18

Ê-sai 58:11 – Chúa sẽ luôn luôn hướng dẫn ngươi; đáp ứng yêu cầu ngươi trong nơi đất khô hạn. Ngài sẽ làm xương cốt ngươi mạnh mẽ; ngươi sẽ như thửa vườn được tưới nước, như ngọn suối không bao giờ khô.

SỐNG TRONG SỰ HIỆN DIỆN CỦA ĐỨC CHÚA TRỜI

Làm thế nào tôi có thể sống trong sự hiện diện của Đức Chúa Trời? Làm sao tôi có thể nhận ra bàn tay vô hình của Ngài trên vai tôi và giọng nói không thanh âm của của Ngài nói với tôi?... Làm sao để bạn và tôi quen với giọng nói của Ngài? Đây là một vài ý:

Khi thức dậy, hãy trình dâng cho Đức Chúa Trời những suy nghĩ của bạn. Trước khi đối diện với một ngày mới, hãy đối diện với Cha. Trước khi bước ra khỏi giường, hãy bước vào sự hiện diện của Ngài.

Hãy trình dâng cho Ngài những điều bạn sẽ nghĩ đến. Hãy dành thời gian để yên lặng với Ngài.

Hãy trình dâng cho Ngài những suy nghĩ thầm kín của bạn. Hãy nghĩ lúc nào chúng ta cũng có thể thông công và hiệp nhất với Đức Chúa Trời.

Hãy trình dâng cho Ngài những suy nghĩ lúc về chiều. Kết thúc một ngày, hãy để tâm trí bạn bình tịnh nơi Ngài. Hãy kết thúc một ngày như cách bạn bắt đầu nó: Trò chuyện với Đức Chúa Trời.

- Just Like Jesus

Tương tự như vậy, Đức Thánh Linh cũng giúp sự yếu đuối của chúng ta; vì chúng ta không biết chúng ta nên cầu xin điều gì cho phải lẽ, nhưng chính Đức Thánh Linh cầu nguyện thay cho chúng ta bằng những lời rên siết không nói được.

- Rô-ma 8:26

Hê-bơ-rơ 4:16 – Vậy, chúng ta hãy vững lòng đến gần ngai ân sủng, để được thương xót và tìm được ân sủng khả dĩ giúp đỡ chúng ta kịp thời.

ĐỪNG NGẠI NGẦN, HÃY CẦU XIN

Bàn ăn rất dài. Ghế rất nhiều và đồ ăn thì dư dật. Trên tường có treo một lời cầu nguyện đơn sơ: "Xin cho chúng con hôm nay đồ ăn đủ ngày."

Phía dưới lời cầu nguyện "Xin cho chúng con hôm nay đồ ăn đủ ngày," tôi có thể hình dung ra hai câu nữa. Bạn có thể gọi chúng là nội quy của căn bếp cũng được. Trước giờ bạn đã từng nhìn thấy những bản nội quy kiểu như thế rồi. "Không hát khi ăn." "Rửa tay trước khi ăn." "Ăn xong đem bát ra bồn rửa." "Cu Bi được hai phần tráng miệng."

Phòng ăn của Đức Chúa Trời cũng có hai quy tắc. Quy tắc thứ nhất là quy tắc về sự lệ thuộc:

Quy tắc số 1: Đừng ngại ngần, hãy cầu xin.

2. Lời cầu nguyện của Chúa Giê-xu nhắc nhở chúng ta rằng Đức Chúa Trời muốn chúng ta kêu cầu Ngài. Hãy đọc những câu Kinh Thánh sau đây. Sau đó nối câu Kinh Thánh với điều bạn học được về việc khẩn cầu Đức Chúa Trời.

- Thi Thiên 145:18
- Giê-rê-mi 33:3
- Sô-phô-ni 3:9
- Rô-ma 10:13

a. Ngài ban cho chúng ta lời nói trong sạch để chúng ta có thể kêu cầu Danh Ngài.
b. Ngài cứu chuộc những kẻ kêu cầu Ngài.
c. Ngài sẽ trả lời cho chúng ta biết điều chúng ta cần phải biết.
d. Đức Chúa Trời luôn ở gần những kẻ kêu cầu Ngài.

Từ đầu tiên trong câu "Xin cho chúng con hôm nay đồ ăn đủ ngày," có vẻ đột ngột. Nghe có vẻ cụt ngủn quá phải không? Quá đòi hỏi. Thêm cụm từ "nếu Ngài không phiền" lại chẳng thích hợp hơn sao? Câu "xin thứ lỗi cho con, nhưng con có thể xin Ngài ban cho…" chẳng tốt hơn sao? Tôi có bất kính không nếu chỉ nói một cách đơn giản rằng: "Xin cho chúng con hôm nay đồ ăn đủ ngày"? Đúng, bạn sẽ là người bất kính nếu bắt đầu bằng câu đó. Nhưng không phải như vậy. Nếu bạn theo khuôn mẫu cầu nguyện của Chúa Giê-xu, bạn sẽ quan tâm đến sự kỳ diệu của Ngài hơn là cái dạ dày của bạn. Ba điều đầu tiên trong bài cầu nguyện đặt trọng tâm vào Đức Chúa Trời chứ không phải vào bản thân bạn. "Danh Cha được thánh… Nước Cha được đến… Ý Cha được nên."

Lời cầu nguyện đúng đắn luôn đi theo lộ trình đó, khải tỏ Đức Chúa Trời cho chúng ta trước khi trình bày nhu cầu của chúng ta cho Đức Chúa Trời. (Xin đọc lại câu đó.) Mục đích của việc cầu nguyện không phải là thay đổi Đức Chúa Trời, mà là thay đổi chúng ta, và khi chúng ta bước đến căn bếp của Đức Chúa Trời, chúng ta là những con người đã được thay đổi. Chúng ta không cảm thấy lòng mình ấm áp khi gọi Ngài là Cha sao? Chúng ta không cảm thấy nỗi sợ hãi lắng đi khi suy ngẫm về sự thành tín của Ngài sao? Chúng ta không cảm thấy kinh ngạc khi ngắm xem các tầng trời sao?

3. Câu nào sau đây đúng và câu nào sai? Hãy đánh dấu câu trả lời đúng bằng (Đ) và câu trả lời sai bằng (S). Hãy sử dụng những câu Kinh Thánh dưới đây để giúp bạn trả lời.

____ Hiểu Đức Chúa Trời là ai sẽ thay đổi cách chúng ta nhìn nhu cầu của chính mình. (Gióp 42:5-6)

_____ Chúa Giê-xu nói chúng ta nên bắt đầu lời cầu nguyện bằng việc kể về những nhu cầu của mình. (Ma-thi-ơ 6:9)

_____ Chúa Giê-xu nói chúng ta nên bắt đầu lời cầu nguyện bằng cách tập trung vào những điều Đức Chúa Trời muốn. (Ma-thi-ơ 6:10)

_____ Thực sự hiểu biết Đức Chúa Trời là điều không thể. (Rô-ma 1:19-20)

Lời cầu nguyện đúng đắn khải thị cho chúng ta về Đức Chúa Trời.

4. "Mục đích của việc cầu nguyện không phải là để thay đổi Đức Chúa Trời, mà là thay đổi chúng ta." Quá trình cầu nguyện biến đổi chúng ta như thế nào? Hãy đánh dấu tất cả các câu trả lời phù hợp.

☐ Chúng ta nhận biết Đức Chúa Trời yêu chúng ta nhiều như thế nào.

☐ Chúng ta nhận biết nếu Ngài yêu chúng ta, thì chúng ta có thể tin cậy Ngài.

☐ Chúng ta nhận biết rằng nếu chúng ta tin cậy Ngài, thì Ngài sẽ cung ứng cho chúng ta mọi điều tốt nhất.

☐ Chúng ta nhận biết Ngài luôn rất sẵn lòng ban cho chúng ta những điều Ngài muốn dành cho chúng ta.

Nhận biết sự thánh khiết của Ngài khiến chúng ta ăn năn tội lỗi của mình. Mời vương quốc của Ngài đến nhắc nhở chúng ta dừng việc xây dựng vương quốc của riêng mình. Việc cầu xin Đức Chúa Trời thực hiện ý muốn của Ngài đặt ý muốn của chúng xuống vị trí thứ hai. Và việc nhận biết rằng Thiên đàng sẽ ngừng lại khi chúng ta cầu nguyện khiến chúng ta nín thở trước sự hiện diện của Ngài.

Lúc chúng ta bước vào căn bếp, chúng ta là những con người đã được đổi mới! Chúng ta đã được an ủi bởi Cha Thiên Thượng, được trở nên giống như bản tính Ngài, được sử dụng bởi Đấng Tạo Hoá, được cáo trách bởi tâm tính Ngài, được chế ngự bởi quyền năng Ngài, được ủy thác bởi Thầy của chúng ta, và được thúc giục bởi việc Ngài để tâm đến lời cầu nguyện của chúng ta.

5. Hãy gạch chân tất cả những thay đổi được chỉ ra trong đoạn Kinh Thánh trên chính là kết quả từ quá trình chạy đến với Đức Chúa Trời trong sự cầu nguyện. Sau đó, chọn trong các câu dưới đây xem câu nào nói về việc một người được biến đổi là do kết quả của việc cầu nguyện. Hãy đánh dấu tất cả các câu trả lời phù hợp.

☐ Chúng ta được tha thứ.

☐ Chúng ta từ bỏ sự tự mãn.

☐ Chúng ta tin chắc rằng Ngài sẽ đáp ứng nhu cầu của chúng ta.

NHỮNG MỐI QUAN TÂM THƯỜNG NHẬT

Trước tiên Ngài chú tâm đến nhu cầu về bánh của chúng ta. Từ "bánh" bao hàm tất cả mọi nhu cầu vật chất của con người. Martin Luther đã định nghĩa bánh là "Tất cả những gì cần thiết để duy trì cuộc sống này, bao gồm đồ ăn, một thân thể khỏe mạnh, nhà cửa, gia đình, vợ chồng con cái." Câu này thúc giục chúng ta nói với Đức Chúa Trời về những điều cần thiết cho cuộc sống. Ngài cũng có thể ban cho chúng ta những điều xa xỉ của cuộc sống, nhưng chắc chắn Ngài sẽ chu cấp những điều cần thiết cho chúng ta.

Bất cứ e sợ nào rằng Đức Chúa Trời sẽ không đáp ứng nhu cầu của chúng ta đã bị bỏ lại ở ngoài đài quan sát mà chúng ta vừa đi qua hồi đầu tuần. Đấng ban cho các vì sao vẻ lấp lánh lại chẳng ban đồ ăn cho bạn sao? Tất nhiên là không. Ngài đã cam kết là sẽ chăm sóc chúng ta. Không phải chúng ta đang vật lộn để có được những mẩu vụn từ đôi tay miễn cưỡng, nhưng đúng hơn là chúng ta đang công nhận sự rộng rãi của đôi

Bằng mọi lời cầu nguyện và nài xin, hãy luôn luôn cầu nguyện trong Đức Thánh Linh. Để đạt mục đích ấy, hãy tỉnh thức và hết sức kiên trì, cũng hãy cầu thay cho tất cả các thánh đồ.

- Ê-phê-sô 6:18

Chúng ta được thúc giục để trình bày với Đức Chúa Trời về những nhu cầu trong đời sống của mình.

Thật vậy, con là ai? Và dân của con là gì mà có thể dâng hiến rộng rãi thế này? Vì tất cả đều đến từ Ngài; những gì chúng con dâng hiến cho Ngài đều do tay Ngài mà ra.

- 1 Sử-ký 29:14

ĐỪNG BỎ LỠ CÂU TRẢ LỜI CỦA ĐỨC CHÚA TRỜI

Đức Chúa Trời của những điều ngạc nhiên lại khiến cho chúng ta ngạc nhiên…

Đức Chúa Trời làm điều đó cho người trung tín. Chính vào lúc từ cung đã quá già không thể sinh sản được, thì Sa-rai mang thai. Chính lúc mắc sai lầm quá lớn nên không thể nhận được ân điển thì Đa-vít được tha thứ…

Bài học là gì? Chỉ ba từ thôi. Đừng từ bỏ…

Con đường quá dài phải không? Đừng dừng lại.

Đêm quá tối tăm ư? Đừng từ bỏ.

Đức Chúa Trời đang chăm

tay hào phóng. Cốt lõi của sự cầu nguyện chính là sự quả quyết rằng Cha Thiên Thượng sẽ săn sóc chúng ta. Chu cấp cho chúng ta là ưu tiên của Đức Chúa Trời.

Hãy hướng sự chú ý của bạn tới Thi Thiên 37.

Hãy tin cậy CHÚA và làm điều lành. Hãy ở trong xứ và hưởng sự thành tín của Ngài. Hãy vui mừng trong CHÚA, Ngài sẽ ban cho ngươi điều lòng mình mong muốn. (câu 3-4)

Đức Chúa Trời đã cam kết sẽ quan tâm đến nhu cầu của chúng ta. Sứ đồ Phao-lô nói với chúng ta rằng người không chăm sóc đến người nhà mình thì còn tệ hơn kẻ chưa tin nữa (1 Ti-mô-thê 5:8). Vậy thì Cha Thiêng Liêng còn chăm lo cho con cái của Ngài nhiều hơn là dường nào! Làm sao chúng ta có thể hoàn thành sự ủy thác của mình nếu những nhu cầu của chúng ta không được đáp ứng? Làm sao chúng ta có thể dạy dỗ, chăm sóc hay ảnh hưởng đến người khác nếu nhu cầu cơ bản của đời sống chúng ta không được đáp ứng? Đức Chúa Trời có ghi tên chúng ta vào quân đoàn của Ngài mà lại không chu cấp cho chúng ta quân nhu không? Tất nhiên là không rồi!

6. Câu nào sau đây đúng khi nói về sự lệ thuộc của chúng ta vào Đức Chúa Trời? Hãy đánh dấu tất cả các câu trả lời phù hợp.

☐ Đức Chúa Trời cam kết là sẽ quan tâm đến các nhu cầu của chúng ta.

☐ Ngài biết rằng Ngài phải đáp ứng nhu cầu của chúng ta để chúng ta hoàn thành sứ mạng mà Ngài dành cho chúng ta.

☐ Ngài ghi tên chúng ta vào quân đội của Ngài và Ngài chịu trách nhiệm về chúng ta.

Chúng ta cầu nguyện, chỉ là để nhận thấy rằng lời cầu nguyện của chúng ta đã được đáp lời! Chúng ta giống như một học sinh lớp 12 quyết định học lên đại học và sau đó biết về học phí đại học. Cậu chạy đến với cha mình và xin: "Con xin lỗi vì cầu xin cha nhiều quá, nhưng con chẳng có nơi nào để tìm đến cầu xin cả. Con muốn học đại học, nhưng con không có xu nào." Ba Cậu ôm lấy cậu, mìm cười và nói rằng: "Đừng lo, con trai ạ. Ngày con ra đời cha đã để dành tiền cho việc học của con. Ba đã đóng tiền học phí cho con rồi!"

Chàng trai đưa ra lời thỉnh cầu chỉ để biết rằng cha cậu đã đáp ứng điều đó rồi. Điều tương tự cũng xảy ra với bạn. Một lúc nào đó trong cuộc đời, bạn được một người chu cấp cho bạn điều bạn đang cần. Bạn sẽ tiến một bước dài trong sự trưởng thành khi đồng tình với lời của Đa-vít trong 1 Sử Ký 29:14 "Vì mọi vật đều do nơi Chúa mà đến; và những vật chúng tôi đã dâng cho Chúa chẳng qua là đã thuộc về Chúa". Có thể bạn đang viết tấm séc và khuấy nồi súp, nhưng "bánh" còn mang nhiều nghĩa hơn thế. Bạn nghĩ sao về sự kết hợp tuyệt vời giữa hạt giống, đất, ánh nắng và mưa từ thời xa xưa? Ai đã tạo nên con vật để làm đồ ăn và khoáng sản để tạo ra kim loại? Từ rất lâu trước khi bạn nhận biết rằng cần phải có một người cung ứng cho bạn những điều cần dùng, thì Đức Chúa Trời đã làm điều đó rồi.

TIN CẬY ĐẦU BẾP

Vậy quy tắc đầu tiên của căn bếp là sự lệ thuộc. Hãy cầu xin Đức Chúa Trời bất cứ điều gì bạn cần. Ngài hết lòng đối với bạn. Đức Chúa Trời sống với một nhiệm vụ mà Ngài tự đặt ra là cung ứng mọi sự cho người thuộc về Ngài, và cho đến thời điểm này, bạn phải thừa nhận rằng Ngài đã làm rất tốt công việc ấy.

Quy tắc thứ hai là tin cậy.

Quy tắc # 2: Tin cậy đầu bếp.

Căn bếp trong nhà Đức Chúa Trời không phải là nhà hàng. Nó không phải do một người lạ sở hữu, mà nó được điều hành bởi Cha Thiên Thượng của bạn. Đó không phải là một nơi để bạn ghé thăm rồi rời đi; đó là một nơi để bạn ngồi lại và trò chuyện. Đó không phải chỉ mở cửa một giờ đồng hồ rồi đóng lại; nhà bếp luôn sẵn sàng phục vụ. Bạn không phải trả tiền sau khi ăn xong, mà chỉ cần ăn và nói lời cảm ơn. Nhưng có lẽ điều khác biệt lớn nhất giữa nhà bếp và nhà hàng là thực đơn. Nhà bếp không có thực đơn.

Nhà bếp của Đức Chúa Trời không cần đến thực đơn. Ở nhà bạn, có thể mọi việc sẽ khác, nhưng trong nhà của Đức Chúa Trời, Đấng chu cấp đồ ăn cũng chính là Đấng sẽ chuẩn bị bữa ăn. Chúng ta không nghênh ngang bước vào sự hiện diện của Ngài rồi đòi hỏi các món cao lương mỹ vị. Chúng ta cũng không phải ngồi chầu trực ở cửa để trông chờ những mẩu vụn đồ ăn. Đơn giản là chúng ta ngồi vào chỗ của mình tại bàn ăn và vui mừng tin cậy rằng Ngài "ban cho chúng ta đồ ăn đủ ngày."

7. Tại sao việc nhà bếp của Đức Chúa Trời không có "thực đơn" lại là điều quan trọng?

_____

_____

8.Tại sao "vui mừng tin cậy" người đầu bếp – Cha của chúng ta – lại khó?

_____

_____

Đó quả là câu nói đầy sự tin tưởng! Bất cứ điều gì Ngài muốn cũng chính là điều con muốn. Trong quyển Cầu Nguyện Đắc Thắng, Alan Redpath đã diễn giải lời cầu nguyện này như sau: "Xin ban cho chúng con hôm nay đồ ăn phù hợp với nhu cầu của chúng con." Có những ngày chén của bạn đầy tràn. Đức Chúa Trời tiếp tục chu cấp thêm đồ ăn và cái thắt lưng của chúng ta không ngừng được nới ra. Đặc ân. Tình bạn. Món quà. Đời sống tràn đầy ân điển. Niềm vui bất diệt.

Rồi có những ngày chúng ta phải ăn rau. Đồ ăn hàng ngày của chúng ta có thể là nước mắt, nỗi buồn hoặc kỷ luật. Khẩu phần của chúng ta có thể chứa cả nghịch cảnh cũng như cơ hội.

"Vả, chúng ta biết rằng trong mọi sự hiệp lại làm ích cho kẻ yêu mến Đức Chúa Trời" (Rô-ma 8:28). Như Phao-lô, chúng ta phải học cho biết "thế nào là nghèo túng, thế nào là sung túc. Trong mỗi nơi và mọi hoàn cảnh tôi đã học được bí quyết để sống no đủ hay đói khát, sung túc hay thiếu thốn. Tôi đủ sức làm được mọi việc nhờ Đấng ban thêm năng lực cho tôi" (Phi-líp 4:12-13).

TRỌNG TÂM BÀI HỌC

* **Đừng ngại cầu xin - Đức Chúa Trời đã cam kết sẽ chăm lo cho những nhu cầu của chúng ta.**

* **Lời cầu nguyện đúng đắn khải thị cho chúng ta về Đức Chúa Trời.**

* **Chúng ta được thúc giục nói với Đức Chúa Trời những nhu cầu trong đời sống mình.**

* **Không có thực đơn cho cuộc đời này. Chúng ta phải chấp nhận những điều xảy đến với lòng tin cậy và sự cảm tạ.**

Thêm một ngày nữa, một cơ hội nữa để ôn lại câu Kinh Thánh của bạn. Bạn đã ghi nhớ câu Kinh Thánh Ê-phê-sô 6:18 ra sao rồi? Hãy tự kiểm tra bằng cách viết câu Kinh Thánh xuống dưới đây.

_____

_____

xem. Vì tất cả những gì bạn biết ngay lúc này... tấm séc có thể đã nằm trong hòm thư.

Lời xin lỗi có thể đang được nói ra.

Hợp đồng làm việc có thể đã được đặt trên bàn.

Đừng từ bỏ. Vì nếu bạn làm vậy, có thể bạn sẽ bỏ lỡ lời đáp cho điều mình cầu nguyện

- He Still Moves Stones.

Bất cứ điều gì các con xin trong khi cầu nguyện với đức tin, thì sẽ nhận được.

- Ma-thi-ơ 21:22

Không có thực đơn cho cuộc đời này. Chúng ta phải chấp nhận những điều xảy đến với lòng tin và sự cảm tạ.

Tấm lòng của Chúa Giê-xu

Có một sự khẩn cấp hiện lên trong mắt Ngài, cảm xúc mãnh liệt trong giọng nói của Ngài. "Hãy đi với ta đêm nay. Cầu nguyện với ta." Các môn đồ giờ đây đã quen với việc Chúa Giê-xu lánh khỏi đám đông để cầu nguyện trong đêm một mình. Ngài thường có những khoảng thời gian như thế, với Cha Ngài. Nhưng trước đây Ngài chưa ai đồng hành với Ngài như vậy. Đêm nay thì khác – không khí căng thẳng, linh cảm được điều gì đó sẽ đến. Một điều gì đó sắp xảy ra, và Thầy của họ đã mời họ tham gia cầu nguyện trong vườn với Ngài. Phi-e-rơ, Gia-cơ và Giăng thì rất hứng thú, nhưng lại buồn ngủ rũ rượi. Ý định tốt của họ đã kết thúc bằng một giấc ngủ ngon lành nên Chúa Giê-xu không muốn lay họ dậy. Thấy nỗi buồn trong mắt Chúa Cứu Thế, họ sốc lại tinh thần để cầu thay. Trong cái đêm nỗi đau buồn đang đe doạ lấn át Chúa Giê-xu, Ngài rủ những người bạn thân thiết nhất của Ngài làm một việc có thể giúp được Ngài. Chúa Giê-xu nhờ các môn đồ cầu nguyện cho Ngài, và qua sự cầu nguyện của họ, Ngài đã kinh nghiệm được sự khích lệ, bình an và sức mạnh cho ngày đang chờ đợi Ngài phía trước.

- Ma-thi-ơ 26:36-39

NGÀY NĂM – NHÀ NGUYỆN – NƯƠNG CẬY NƠI QUYỀN NĂNG CỦA ĐỨC CHÚA TRỜI

Tôi đã tình cờ đọc một bài báo về một người phụ nữ, bà đã nhắc nhở tôi về chúng ta. Bà đã leo lên một ngọn núi mà đáng ra bà không nên leo. Không ai chê trách bà nếu bà ở lại đằng sau. Ở nhiệt độ âm mười hai độ, ngay cả Người tuyết Băng giá cũng chọn việc ở bên lò sưởi ấm áp. Đó hầu như không phải là một ngày phù hợp cho việc trượt tuyết, nhưng vì chồng bà nài nỉ nên bà đã đi.

Trong khi chờ đợi cáp nâng, bà cần đi vệ sinh, rất cần. Chắc chắn phải có một cái nhà vệ sinh ở trên đỉnh của cáp nâng, bà và cái bàng quang đã phải chịu đựng những cú nảy lên nảy xuống của cáp nâng chỉ để biết rằng trên ấy không có nhà vệ sinh. Bà bắt đầu hốt hoảng. Chồng bà có một ý tưởng: Sao lại không đi trong rừng cây luôn nhỉ? Vì bà đang mặc một bộ đồ trắng toát, rất hợp với màu của tuyết nữa chứ! Và căn phòng thì có gì tốt hơn lùm cây thông đâu?

Bà còn có sự lựa chọn nào khác? Bà trượt qua hàng cây và hạ bộ đồ trượt tuyết xuống. May mắn là không ai nhìn thấy cả. Nhưng đáng tiếc là chồng bà không bảo bà phải tháo cái ván trượt tuyết ra. Trước khi bạn kịp nói câu gì đó thì bà đã bị trượt ngược lại con dốc, và phơi cả da thịt ra nhiều hơn bà muốn. Với cánh tay bị quất thật mạnh xuống đất và ván trượt lăn đi, bà lao xuống dưới chính chiếc cáp nâng mà bà vừa đi lên và va đụng vào cửa cáp.

Khi bà rướn người để che những chỗ cần thiết thì bà nhận ra tay đã bị gãy. May thay, chồng bà chạy lại để cứu bà. Ông đã gọi đội tuần tra của sân trượt tuyết đến để đưa bà tới bệnh viện.

Khi đang được điều trị trong phòng cấp cứu, một người đàn ông bị gãy chân được đưa vào và đặt nằm ở giường bên cạnh. Bà lấy lại bình tĩnh và trò chuyện một chút. "Sao ông bị gãy chân thế?" Bà hỏi.

"Đó là một chuyện ngớ ngẩn nhất mà tôi từng thấy," ông ta giải thích. "Tôi đang đi trên cáp trượt tuyết thì đột nhiên tôi không thể tin vào mắt mình nữa. Có một mụ nào điên khùng trượt xuống với tốc độ chóng mặt. Tôi cúi xuống để nhìn cho rõ hơn và chắc tôi ngúi quá đà. Tôi bị ngã khỏi chiếc cáp nâng đó."

Sau đó ông ta quay lại phía bà và hỏi: "Thế sao bà bị gãy tay thế?"

Chẳng phải chúng ta cũng mắc sai lầm tương tự? Chúng ta leo

lên ngọn núi mà chúng ta chưa bao giờ có ý định leo. Chúng ta cố gắng leo lên trong khi đáng lẽ chúng ta phải đi xuống, kết quả là chúng ta phải nhận những cú ngã đáng xấu hổ trước sự chứng kiến của cả thế gian. Câu chuyện về người phụ nữ này (xin lỗi, tôi không thể kìm lại được) vang vọng câu chuyện của chính chúng ta. Có những ngọn núi mà chúng ta không được tạo ra để leo lên. Nếu bạn leo lên đó thì bạn sẽ bầm giập và xấu hổ. Hãy lánh xa những ngọn núi ấy thì bạn sẽ tránh được rất nhiều căng thẳng. Những ngọn núi này được mô tả trong câu cuối cùng của bài cầu nguyện chung: "Vì nước, quyền, vinh hiển đều thuộc về Cha đời đời, vô cùng. A-men."

Hãy đọc những câu Kinh Thánh dưới đây và viết ra điều bạn học được về nước, quyền, và vinh hiển của Đức Chúa Trời.

1. Thi Thiên 47:7 nói gì về nước của Đức Chúa Trời?

_____

_____

2. Gióp 37:23 nói gì về uyển của Đức Chúa Trời?

_____

_____

3. Thi Thiên 19:1 nói gì về vinh hiển của Đức Chúa Trời?

_____

_____

NHỮNG NGỌN NÚI CHỈ CÓ ĐỨC CHÚA TRỜI MỚI CÓ THỂ LEO LÊN

Có những ngọn núi chỉ có Đức Chúa Trời mới có thể leo lên. Tên của những ngọn núi này ư? Bạn sẽ thấy chúng khi nhìn ra ngoài cửa sổ nhà nguyện trong Ngôi Nhà Lớn của Đức Chúa Trời. "Vì nước, quyền, vinh hiển đều thuộc về Cha đời đời vô cùng." Ba đỉnh núi này được bao phủ bởi những đám mây. Hãy chiêm ngưỡng chúng, ca ngợi chúng nhưng đừng dại mà trèo lên chúng!

Điều đó không có nghĩa là bạn không được chào đón để thử, chỉ là bạn không có khả năng thử đâu. Đại từ ở đây là Đức Chúa Trời, không phải tôi; nước thuộc về Đức Chúa Trời chứ không thuộc về tôi. Nếu từ Cứu Chúa có trong bản mô tả công việc của bạn, ấy là vì bạn đã ghi chữ đó vào. Vai trò của bạn là giúp đỡ, chứ không phải là cứu chuộc thế giới. Ngọn núi Mê-si-a là một ngọn núi mà bạn không được tạo ra để leo lên đó.

Nếu lời cầu nguyện của Chúa Giê-xu dạy chúng ta điều gì, thì điều đó đó hẳn phải là hãy lệ thuộc vào Đức Chúa Trời. Không có gì lạ khi Chúa Giê-xu kết thúc lời cầu nguyện của Ngài trong niềm hân hoan của Đức Chúa Trời.

4. Tại sao con người lại có lúc bị cám dỗ phớt lờ Đức Chúa Trời rồi tự giúp mình? Và kết quả của chiến thuật tự giúp mình đó thường là gì?

_____

_____

Cả ngọn núi Tự Phụ cũng vậy. Bạn không thể điều hành cả thế gian này, bạn cũng không thể duy trì được nó. Một vài người trong các bạn nghĩ rằng mình có thể. Bạn là người tự thành đạt. Bạn không quỳ gối, bạn chỉ xắn tay áo lên và làm thêm hai mươi bốn giờ nữa... Nó có thể đủ nếu nói về chuyện kiếm sống và gây dựng sự nghiệp. Nhưng khi bạn đối mặt với sự chết hay tội lỗi của bản thân, thì sức mạnh của bạn sẽ không phát huy tác dụng "phép thuật" của nó nữa

Đây là sự bảo đảm chúng ta có để đến gần Đức Chúa Trời: Ấy là nếu chúng ta xin bất cứ điều gì theo ý muốn Ngài thì Ngài sẽ nghe chúng ta.

- 1 Giăng 5:14

Cầu nguyện dạy chúng ta biết lệ thuộc vào Đức Chúa Trời.

Người công chính gặp nhiều hoạn nạn, nhưng Chúa giải cứu người thoát cả.

- Thi Thiên 34:19

GIẢI PHÁP CỦA THIÊN ĐÀNG

Những việc Chúa Giê-xu mơ ước làm và những điều Ngài dường như có thể làm bị ngăn cách bởi một hố sâu của những điều không thể. Vì vậy Chúa Giê-xu cầu nguyện.

Chúng ta không biết Ngài cầu xin điều gì. Nhưng tôi có một vài phỏng đoán như thế này... Ngài cầu xin cho những điều không thể xảy ra có thể xảy ra.

Hoặc có thể là tôi sai. Có thể Ngài chẳng cầu xin điều gì cả. Có thể Ngài chỉ đứng yên trong sự hiện diện của Đấng hiện diện và đắm mình trong Đấng nắm quyền năng tối cao. Có thể Ngài đã đặt sự mệt mỏi và tranh chiến của mình trước ngai của Đức Chúa Trời và an nghỉ.

Có thể Ngài ngửa đầu lên khỏi sự hỗn loạn của thế gian đủ lâu để nghe được lời giải đáp từ Thiên đàng. Có thể Ngài được nhắc nhở rằng những tấm lòng cứng cỏi không làm khó Cha Ngài. Nan đề đó của con người không thể làm cho Đấng Đời Đời lo sợ.

- In the Eye of the Storm

Ta là CHÚA, ấy là Danh Ta. Ta sẽ không ban vinh quang của Ta cho ai khác cũng không nhường sự ca ngợi Ta cho các tượng thần.

- Ê-sai 42:8

Chúa ở gần mọi người cầu khẩn Ngài, tức là những người cầu khẩn Ngài với lòng thành thật.

- Thi Thiên 145:18

Đức Chúa Trời muốn chúng ta khởi đầu và kết thúc lời cầu nguyện bằng việc suy ngẫm về Ngài.

5. Sự lệ thuộc của chúng ta vào Đức Chúa Trời là một điều quan trọng, là đề tài được lặp lại nhiều lần trong lời cầu nguyện của Chúa Giê-xu. Hãy đọc các câu Kinh Thánh sau đây. Sau đó nối câu Kinh Thánh với lời hứa được chép trong mỗi câu.

- Thi Thiên 34:19
- Thi Thiên 37:40
- Thi Thiên 116:8
- Rô-ma 11:26

a. Ngài đã cứu chúng ta khỏi sự gian ác – Ngài là Đấng bảo hộ của chúng ta.
b. Danh Ngài là "Chúa Cứu Thế."
c. Đức Chúa Trời sẽ giải quyết mọi nan đề của chúng ta.
d. Đức Chúa Trời sẽ lau khô nước mắt và giữ chúng ta khỏi sự thất bại.

Bạn không được tạo nên để điều hành một vương quốc, bạn cũng không được trông chờ phải làm được hết mọi điều. Và chắc chắn bạn không thể xử lý được khi có tất cả sự vinh hiển. Ngọn núi Khen Ngợi là ngọn núi có sức cám dỗ nhất trong ba ngọn núi. Bạn càng trèo lên cao thì mọi người càng khen ngợi bạn, nhưng không khí cũng sẽ loãng hơn. Đã từng có nhiều người đứng trên đỉnh núi và hô lên: "Vinh quang thuộc về ta!" để rồi mất thăng bằng và ngã lộn cổ.

"Vì nước, quyền, vinh hiển đều thuộc về Cha đời đời, vô cùng." Cụm từ cuối này cho chúng ta sự bảo vệ nào? Khi bạn thừa nhận rằng Đức Chúa Trời là Đấng chịu trách nhiệm thì bạn cũng thừa nhận rằng bạn không thể. Khi bạn tuyên bố rằng Đức Chúa Trời quyền năng là bạn đã thừa nhận rằng mình thì không. Và khi bạn dâng lên cho Đức Chúa Trời tất cả sự ngợi khen, có nghĩa là chẳng còn sự khen ngợi nào làm bạn choáng ngợp được nữa.

Hãy để người phụ nữ trên con dốc dạy chúng ta một bài học: Có những ngọn núi chúng ta không được định sẵn để leo lên đó. Hãy ở lại bên dưới, vốn là nơi thuộc về bạn, như vậy bạn sẽ không kết thúc bằng việc đặt mình vào chỗ rắc rối.

6. Chúng ta tự đặt mình vào rắc rối như thế nào khi thay đổi từ "của Ngài" thành "của tôi" khi nói về nước, quyền, và vinh hiển? Hãy đánh dấu tất cả các câu trả lời phù hợp.

☐ Chúng ta leo cao lên các ngọn núi này rồi ắt hẳn chúng ta sẽ ngã nhào.
☐ Trong sự kiêu ngạo của mình, chúng ta thách thức Đức Chúa Trời.
☐ Chúng ta vơ về mình vai trò mà chúng ta không thích hợp để làm.
☐ Chúng ta đánh cắp sự vinh hiển của Đức Chúa Trời.

7. Hãy đọc Ê-sai 42:8. Điền vào chỗ trống trong câu Kinh Thánh này về sự vinh hiển của Đức Chúa Trời..

Đức Chúa Trời sẽ không ....sự vinh hiển của Ngài cho bất cứ ai khác. Ngài sẽ không để..............lấy đi sự tôn trọng thuộc về Ngài.

TRỞ LẠI NHÀ NGUYỆN

Bài Cầu Nguyện Chung đã cho chúng ta bản thiết kế chi tiết Ngôi Nhà Lớn của Đức Chúa Trời. Từ phòng khách của Cha Thiên Thượng tới phòng gia đình với những bạn bè của chúng ta, chúng ta đang học để biết lý do vì sao Đa-vít lại khao khát được "ở trong nhà Đức Giê-hô-va cho đến muôn đời" (Thi Thiên 23:6). Ở trong nhà của Đức Chúa Trời, chúng ta có mọi thứ mình cần: một nền tảng vững chắc, một bàn ăn dư dật, một lò sưởi đều đặn. Và bây giờ, chúng ta đã biết tất cả các phòng và được kiểm tra mọi ngõ ngách, chúng ta đến bước cuối cùng. Không phải tới một phòng mới, mà là quay lại căn phòng chúng ta đã ghé thăm lúc ban đầu. Chúng ta trở lại với nhà nguyện. Chúng ta trở lại căn phòng của sự thờ phượng.

Nhà nguyện là căn phòng duy nhất trong nhà của Đức Chúa Trời được chúng ta ghé thăm hai lần. Không khó để hiểu tại sao. Điều đó có nghĩa là chúng ta nên suy ngẫm về Đức Chúa Trời nhiều hơn bất cứ ai hay bất cứ điều gì khác. Đức Chúa Trời muốn chúng ta khởi đầu và kết thúc sự cầu nguyện bằng việc suy ngẫm về Ngài. Chúa Giê-xu đang giục giã chúng ta nhìn lên đỉnh núi thay vì nhìn vào con đường mòn. Càng tập trung lên đó, chúng ta càng hứng thú với dưới này.

Vài năm trước, một nhà xã hội học đã đi cùng với một nhóm người leo núi trong một cuộc thám hiểm. Giữa nhiều thứ khác nhau, ông đã quan sát thấy một mối tương quan rõ ràng giữa chuyện bao phủ của các đám mây và cảm giác thoả nguyện. Khi không có đám mây nào bao phủ và có thể nhìn thấy đỉnh núi, thì những người leo núi rất hăng hái và hợp tác với nhau. Tuy nhiên, khi những đám mây màu xám che khuất tầm nhìn của đỉnh núi, thì những người leo núi ủ rũ và ích kỷ.

Điều tương tự cũng xảy ra với chúng ta. Chừng nào mắt chúng ta còn đặt nơi vẻ uy nghiêm của Ngài thì khi đó bước chân chúng ta còn hứng khởi. Nhưng khi chúng ta để mắt mình tập chú vào những thứ bụi bẩn bên dưới chúng ta thì chúng ta sẽ lằm bằm về tất cả những hòn đá nhỏ và kẻ nứt mà chúng ta phải vượt qua. Vì lý do đó, Phao-lô đã thúc giục: "Đừng lê bước, cúi mặt xuống đất, và đắm chìm vào những thứ ngay trước mắt anh em. Hãy nhìn lên và tập trung chú ý vào những điều xảy ra xung quanh Đấng Christ—và hãy hành động theo những điều đó. Hãy nhìn mọi việc theo cái nhìn của Ngài" (Cô-lô-se 3:2)

8. Lời cầu nguyện của Chúa Giê-xu khích lệ chúng ta thay đổi cách nhìn thuộc trần tục để nhận lấy cách nhìn thiên thượng của Ngài. Câu nào sau đây đúng khi nói về nhãn quan của Đức Chúa Trời và câu nào sai? Đánh dấu câu trả lời đúng bằng (Đ) và câu trả lời sai bằng (S).

_____ Nan để làm chúng ta bối rối nhất trên đất này cũng đe doạ cả Đức Chúa Trời nữa.

_____ Đôi lúc lo lắng của chúng ta khiến Đức Chúa Trời cảm thấy choáng ngợp.

_____ Không có gì là không thể đối với Đức Chúa Trời.

LỜI CẦU NGUYỆN TÁN DƯƠNG CHÚA GIÊ-XU

Phao-lô thách thức bạn "hãy ham mến những sự ở trên trời" (Cô-lô-se 3:2). Người viết Thi Thiên nhắc nhở bạn điều tương tự, chỉ có điều ông đã dùng một câu khác mà thôi. "Hãy cùng tôi tôn trọng Đức Giê-hô-va, chúng ta hãy cùng nhau tôn cao Danh của Ngài" (Thi Thiên 34:3).

Tán dương. Thật là một động từ tuyệt vời để mô tả điều chúng ta làm trong nhà nguyện. Khi bạn tán dương một vật, bạn phóng to nó ra đến nỗi bạn có thể hiểu rõ mọi điều liên quan đến nó. Khi chúng ta tán dương Đức Chúa Trời, chúng ta cũng làm điều tương tự. Chúng ta khuếch đại tầm hiểu biết của mình về Ngài để chúng ta có thể hiểu Ngài rõ hơn. Đây chính là điều diễn ra trong nhà nguyện của sự thờ phượng – chúng ta cởi bỏ tâm trí khỏi chúng ta và đặt nó vào Đức Chúa Trời. Chúng ta nhấn mạnh vào Ngài. "Vì nước, quyền, vinh hiển đều thuộc về Cha đời đời."

Và đây chính là mục đích của câu cuối cùng trong lời cầu nguyện chung. Những lời này tán dương đặc tính của Đức Chúa Trời. Tôi rất thích cách dịch lời cầu nguyện này trong bản dịch Kinh Thánh *The Message* như sau:

Ngài liệu lo!
Ngài có thể làm mọi việc Ngài muốn!

LẮNG NGHE ĐỨC CHÚA TRỜI

Khi được trang bị những công cụ đúng đắn, chúng ta có thể học cách lắng nghe Đức Chúa Trời. Những công cụ đó là gì? Đây là những thứ tôi thấy ích lợi.

Thời gian và nơi chốn phù hợp. Hãy chọn một thời điểm trong thời gian biểu của bạn và một góc trong thế giới của bạn, rồi trình dâng nó lên cho Đức Chúa Trời. Có người thì thời điểm tốt nhất là vào buổi sáng…Có người lại thích buổi tối hơn…

Công cụ thứ hai mà bạn cần [là] một quyển Kinh Thánh mở. Đức Chúa Trời phán với chúng ta qua Lời của Ngài. Bước đầu tiên trong việc đọc Kinh Thánh là cầu xin Đức Chúa Trời giúp chúng ta hiểu được Lời Ngài… Đừng đến với Kinh Thánh bằng việc tìm kiếm ý kiến của cá nhân bạn; hãy tìm kiếm ý tưởng của Đức Chúa Trời…

Có một công cụ thứ ba… Chúng ta không chỉ cần một thời điểm phù hợp, một quyển Kinh Thánh mở, mà chúng ta còn cần có một tấm lòng lắng nghe nữa… Nếu bạn muốn trở nên giống Chúa Giê-xu, hãy để Đức Chúa Trời sở hữu bạn. Hãy dành thời gian lắng nghe Ngài cho đến khi bạn nhận được bài học cho ngày hôm đó - rồi áp dụng bài học đó.

- Just Like Jesus

Khi thờ phượng, chúng ta cởi bỏ tâm trí của chúng ta khỏi chúng ta và đặt nó vào Đức Chúa Trời.

Ngài đẹp đẽ chói lọi!
Vâng, đúng vậy, đúng vậy!

9. Bạn cần phải điều chỉnh lĩnh vực nào trong đời sống của mình để thú nhận rằng kết luận trong lời cầu nguyện của Chúa Giê-xu là chân thật? Hãy đánh dấu tất cả các câu trả lời phù hợp.

☐ Tài chính
☐ Gia đình
☐ Sự nghiệp
☐ Tương lai
☐ Bạn bè
☐ Giải trí
☐ Sở thích
☐ Thời gian

Đức Chúa Trời ôi, xin lắng tai nghe lời cầu nguyện tôi, xin chớ lánh mặt không nghe lời cầu khẩn của tôi.

- Thi Thiên 55:1

Tại sao các con gọi Ta là: 'Chúa, Chúa!' mà không thực hành lời Ta dạy?

- Lu-ca 6:46

10. Bây giờ hãy đọc Lu-ca 6:46. Điền vào chỗ trống câu nói về ý nghĩa của việc để Chúa Giê-xu cai quản cuộc đời của chúng ta.

Nếu chúng ta gọi Chúa Giê-xu................ chúng ta phải sẵn lòng ....những điều Ngài phán.

Điều đó có thể nào đơn giản hơn không? Đức Chúa Trời chịu trách nhiệm và coi sóc! Khái niệm này không hề lạ lẫm với chúng ta. Khi người phục vụ nhà hàng mang đến cho bạn một chiếc ham-bơ-gơ lạnh và nước sô-đa nóng, bạn muốn biết ai là người chịu trách nhiệm về việc đó. Khi một chàng trai trẻ muốn gây ấn tượng với bạn gái của mình, anh ta dẫn bạn gái xuống cửa hàng tiện lợi mà anh đang làm việc và tự hào nói rằng: "Anh đang phụ trách cửa hàng này từ năm giờ đến mười giờ các buổi tối trong tuần." Chúng ta biết thế nào là chịu trách nhiệm hay coi sóc một nhà hàng hay một cửa hiệu, nhưng coi sóc vũ trụ này thì sao? Đó là lời tuyên bố của Chúa Giê-xu.

Đức Chúa Trời đã khiến Ngài từ kẻ chết sống lại và *đặt* Ngài trên ngai của Thiên đàng, chịu trách nhiệm về việc điều hành vũ trụ này, từ dải ngân hà cho đến các bậc cầm quyền, không ai và không quyền lực nào được miễn trừ khỏi sự cai trị của Ngài. Và không chỉ trong thời gian hiện tại mà là cả cõi đời đời. Ngài đứng đầu trên mọi sự, làm đầu Hội Thánh. Hội Thánh chính là thân thể Ngài, là sự đầy đủ trọn vẹn của Đấng làm viên mãn mọi sự trong mọi loài." (Ê-phê-sô 1:22-23, sự nhấn mạnh là ý của cá nhân tôi)

Ngài không xứng đáng được nghe chúng ta ca tụng về quyền thế của Ngài sao? Không đúng khi chúng ta reo lên từ tận đáy lòng và lớn tiếng nhất có thể rằng: "Vì nước, quyền, vinh hiển đều thuộc về Cha đời đời, vô cùng!" hay sao? Không đúng khi chúng ta nhìn vào những đỉnh núi của Đức Chúa Trời và thờ phượng Ngài sao?

Tất nhiên là đúng rồi. Không chỉ vì Đức Chúa Trời xứng đáng nghe những lời ngợi khen của chúng ta, mà vì chúng ta cũng cần phải dâng những lời ngợi ca lên cho Ngài.

TRỌNG TÂM BÀI HỌC

Trước khi họ gọi, chính Ta đã đáp lời; Khi họ còn đang nói, chính Ta đã nghe.

- Ê-sai 65:24

* **Đại từ sở hữu của nước, quyền, vinh hiển là của Đức Chúa Trời, chứ không phải là của tôi.**
* **Cầu nguyện dạy chúng ta biết lệ thuộc vào Đức Chúa Trời.**
* **Đức Chúa Trời muốn chúng ta khởi đầu và kết thúc lời cầu nguyện bằng việc suy ngẫm về Ngài.**
* **Trong khi thờ phượng, hãy cởi bỏ tâm trí của mình ra và đặt nó vào Đức Chúa Trời.**

Bạn đã nhớ câu gốc hôm nay chưa? Hãy viết lại câu Kinh Thánh Ê-phê-sô 6:18 xuống bên dưới vì đây là cách tốt để ghi nhớ.

_____

_____

Tấm lòng của Chúa Giê-xu

Cứ như thể Chúa Giê-xu đã biết rằng những ngày sắp tới sẽ khó khăn với các môn đồ như thế nào vậy. Ngài sẽ sớm phải rời khỏi họ sớm. Họ sẽ bị đẩy vào chỗ hãi sợ, bối rối, hoài nghi, đớn đau, buồn khổ, cô độc. Họ thực sự không hiểu điều gì sẽ xảy ra trước mắt, ngay cả khi Chúa Giê-xu đã cố gắng chuẩn bị tinh thần cho họ. Cho nên, Chúa Giê-xu đã cầu nguyện cho họ. Ngài nhóm các môn đồ lại và lớn tiếng cầu nguyện cho từng người. "Những người này thuộc về Con. Con đã giữ họ trong sự bình an. Xin Cha hãy bảo vệ họ khi con ra đi. Xin Cha hãy ban cho họ sự vui mừng của Con." Ngài không thay đổi những gì sẽ diễn ra, Ngài cũng không thể khiến mọi việc trở nên dễ dàng hơn cho họ, nhưng Chúa Giê-xu có thể cầu nguyện cho họ. Và lời cầu nguyện của Ngài giúp họ vượt qua. – Giăng 17

Khi các ngươi kêu cầu Ta, khi các ngươi đến với Ta và nài khẩn Ta, Ta sẽ nhậm lời các ngươi.
- Giê-rê-mi 29:12

TÀI LIỆU ĐỌC THÊM
Những phần được lựa chọn trong bài học này được trích dẫn từ cuốn
The Great House of God.

BÀI 10
Kinh Nghiệm Niềm Hy Vọng
của Chúa Giê-xu

Bạn đang lái xe về nhà. Suy nghĩ vẩn vơ đến mấy chương trình giải trí mà bạn muốn xem và món bạn muốn ăn thì đột nhiên một âm thanh không giống với bất kỳ âm thành nào bạn từng nghe thấy vang vọng trong không trung. Âm thanh ở phía trên bạn. Tiếng kèn trumpet phải không nhỉ? Dàn hợp xướng à? Hay một dàn hợp xướng kèn trumpét? Bạn không biết, nhưng bạn lại thật sự muốn biết. Bạn tấp xe vào lề đường, bước ra khỏi xe rồi ngó quanh quất. Khi đó bạn sẽ nhận ra mình không phải là người duy nhất tò mò. Lề đường trở thành bãi đỗ xe. Những cánh cửa xe bật mở, và mọi người đang nhìn lên trời. Những người đang mua sắm thì chạy ra khỏi cửa hàng. Trận đấu bóng của trẻ em bên kia đường phải tạm ngừng. Các cầu thủ và các bậc phụ huynh đang nhìn lên các đám mây, tìm kiếm.

Và điều họ nhìn thấy, điều bạn nhìn thấy, là điều chưa bao giờ được thấy.

Bầu trời như thể một bức màn, một tấm rèm trùm lên bầu khí quyển. Ánh sáng chói loà tràn ngập trái đất. Không có một sự tối tăm nào. Một chút cũng không. Ánh sáng từ đâu đó bắt đầu tuôn chảy như một dòng sông đầy sắc màu. Trên dòng ánh sáng này là một hàng thiên sứ dài vô tận. Mười ngàn thiên sứ vượt qua các bức màn một lúc, cho đến khi họ che kín cả bầu trời. Phía Bắc. Phía Nam. Phía Đông. Phía Tây. Hàng nghìn cánh bạc cùng nhau nâng lên và hạ xuống, và trội hơn tiếng kèn trumpet, bạn có thể nghe tiếng các Chê-ru-bim và Se-ra-phim ca vang: "Thánh Thay, Thánh Thay, Thánh Thay!"

Theo sau cánh của thiên sứ cuối cùng là hai-mươi-tư trưởng lão râu tóc bạc phơ và vô số các linh hồn gia nhập vào sự thờ phượng cùng với các thiên sứ. Lúc này, mọi chuyển động dừng lại, và kèn trumpet im bặt, chỉ còn ba tiếng hô vang đắc thắng: "Thánh thay, Thánh thay, Thánh thay!" Giữa mỗi tiếng hô là một khoảng lặng. Mỗi tiếng là một lời tôn kính sâu sắc. Bạn nghe thấy giọng mình hoà cùng dàn hợp xướng này. Bạn không biết vì sao bạn lại hô vang những lời đó, nhưng bạn biết bạn không thể không hô lên như thế!

Thình lình, bầu trời yên lặng. Tất cả đều yên lặng. Các thiên sứ quay lại, bạn quay lại và cả thế giới quay lại - Đó là Ngài. Đức Chúa Giê-xu. Qua những gợn sóng của ánh sáng bạn nhìn thấy hình bóng của Vua Giê-xu. Ngài cưỡi một con ngựa đực lớn, và con ngựa đực ở trên đỉnh một đám mây cuộn như sóng. Ngài mở miệng, và bạn được bao phủ bởi lời tuyên bố của Ngài: "Ta là An-pha và Ô-mê-ga."

Các thiên sứ cúi đầu. Các trưởng lão cắt bỏ mão miện mình. Và trước mặt bạn là một nhân vật có sức chi phối lớn đến nỗi ngay lập tức bạn nhận biết rằng: Không có điều gì là quan trọng nữa. Quên hết thị trường chứng khoán và các báo cáo ở trường học. Các cuộc gặp gỡ mua bán và các trận bóng đá. Không có gì đáng để đưa tin nữa. Tất cả những gì từng có ý nghĩa không còn nghĩa lý gì nữa, vì Đấng Christ đã đến.

Bạn có muốn thảo luận về thời khắc cuối cùng và cảm nhận rõ hơn về nó không? Bạn có thể nói những lời yên ủi về sự trở lại của Đấng Christ không? Nếu có, tôi nghĩ là tôi đã tìm được vài điều để chia sẻ với bạn qua loạt bài học của tuần này.

ĐÂY KHÔNG PHẢI LÀ NHÀ

Tất cả chúng ta đều biết cảm giác khi ở một nơi không phải là nhà mình thì như thế nào. Có thể chúng ta đã từng có thời gian ở tại một phòng trọ ở ký túc xá hoặc trong doanh trại quân đội. Có thể chúng ta đã từng ở khách sạn hoặc ở nhà tập thể. Ở đó cũng có giường. Ở đó cũng có bàn ghế. Ở đó có thể có đồ ăn thức uống và có thể có lò sưởi, nhưng ở đó khác xa với việc ở "nhà cha ta."

Nhà của cha là nơi cha ở...

Không phải lúc nào chúng ta cũng cảm thấy được chào đón trên đất này. Chúng ta tự hỏi liệu ở đây có chỗ nào cho chúng ta không. Mọi người có thể khiến chúng ta cảm thấy mình là người thừa. Bi kịch bỏ mặc chúng ta với cảm giác của kẻ không mời mà đến. Những khách lạ. Những kẻ xâm phạm lãnh thổ không phải của mình. Chúng ta không cảm thấy được chào đón ở đây.

Chúng ta không nên cảm thấy như thế! Đây không phải là nhà của chúng ta. Cảm giác không được chào đón không phải là bi kịch. Thực chất đó là cảm giác lành mạnh. Chúng ta không phải đang ở nhà. Ngôn ngữ chúng ta đang nói không phải là của chúng ta. Thân thể mà chúng ta đang mang không phải của chúng ta. Và thế giới mà chúng ta đang sống không phải là nhà của chúng ta.

- A Gentle Thunder

KINH NGHIỆM NIỀM HY VỌNG
CỦA CHÚA GIÊ-XU TRONG TUẦN NÀY

Trước khi bạn đọc tiếp, xin dành ít phút để cầu nguyện.

Vì, lạy Chúa, Ngài là hy vọng của tôi; Lạy CHÚA, Ngài là niềm tin cậy của tôi từ khi niên thiếu.

- Thi Thiên 71:5

Lạy Cha từ ái của con, con cảm ơn Ngài vì Ngài đã ban cho con hy vọng qua lời hứa của Ngài – Chúa Giê-xu sẽ sớm trở lại. Xin khuấy động trong con cảm giác trông ngóng khoảnh khắc chờ đợi từ lâu này. Khi con bắt đầu cảm thấy tuyệt vọng giữa những lo lắng và gánh nặng của đời này, xin mở mắt con để con thấy đâu là điều thực sự có ý nghĩa. Xin dạy con biết trông ngóng, tỉnh thức, vì Chúa Giê-xu có thể trở lại bất cứ lúc nào. Trong tuần này, xin cho con cái nhìn đúng đắn Tuần này, hãy ghi nhớ câu Kinh Thánh Rô-ma 8:25:

Nhưng nếu chúng ta không thấy điều chúng ta hy vọng thì chúng ta tha thiết trông chờ trong kiên trì. – Rô-ma 8:25

NGÀY MỘT – KHỞI ĐẦU CỦA ĐIỀU TỐT NHẤT
KHI NÀO NGÀI SẼ TRỞ LẠI?

Chúng ta cần phải tin cậy rằng Đức Chúa Trời sẽ đưa chúng ta đến nơi chúng ta đang đi..

Trong một cuộc khảo sát toàn diện được Lucado và Những Người Bạn thực hiện (Tôi đã phỏng vấn một số người bên ngoài hành lang). Tôi muốn xác định câu hỏi mà các bậc cha mẹ sợ nhất là gì. Các ông bố và bà mẹ ghét câu hỏi nào nhất? Đó là câu hỏi được một đứa-con-năm-tuổi đưa ra trong một chuyến du ngoạn, "Bao lâu/xa vậy ba?"

Hãy hỏi chúng tôi mấy câu hỏi hóc búa về hình học và giới tính, miễn là đừng bắt phụ huynh chúng tôi phải trả lời câu hỏi: "Còn bao lâu/ xa nữa vậy ba?"

Đó là một câu hỏi không thể trả lời được. Làm thế nào bạn có thể nói về thời gian và không gian cho một người không hiểu gì về thời gian và không gian? Thế giới của một đứa trẻ hoàn toàn không vướng bận gì đến những cột mốc đánh dấu ki-lô-mét và đồng hồ báo thức. Bạn có thể nói về phút và ki-lô-mét, nhưng một đứa trẻ chẳng có khái niệm gì về những điều đó. Vậy bạn phải làm gì? Hầu hết phụ huynh đều rất sáng tạo. Khi mấy cô con gái của tôi đến tuổi chập chững, chúng rất yêu thích phim Nàng Tiên Cá nên vợ chồng tôi sử dụng bộ phim như là một đơn vị đo thời gian đặc biệt "Cũng khoảng bằng ba lần thời gian con xem bộ phim Nàng Tiên Cá."

Hỡi linh hồn ta, tại sao người chán nản và lo lắng trong mình ta? Hãy hy vọng nơi Đức Chúa Trời, vì ta sẽ còn ca ngợi Ngài.

- Thi Thiên 42:5

Và điều này có vẻ phát huy tác dụng được vài phút. Nhưng không sớm thì muộn, chúng sẽ lại hỏi nữa. Và không sớm thì muộn, chúng tôi nói điều mà tất cả các bậc cha mẹ rốt cuộc đều nói: "Hãy tin ba. Con hãy tận hưởng chuyến đi và đừng bận tâm đến chi tiết làm gì. Ba đảm bảo là chúng ta sẽ về nhà an toàn."

Thật sự chúng tôi muốn vậy. Chúng tôi không muốn các con chúng tôi phải toát mồ hôi vì những tiểu tiết. Vậy là chúng tôi đặt ra một thoả thuận với chúng, "Việc của ba mẹ là lái xe. việc của các con là tin cậy."

Nghe quen quá phải không? Có thể lắm. Chúa Giê-xu đã nói điều tương tự với chúng ta. Trước khi bị đóng đinh, Ngài đã nói với các môn đồ rằng Ngài sẽ rời xa họ. "Nơi ta sắp đi bây giờ các con không thể theo được, nhưng về sau các con sẽ theo ta" (Giăng 13:36).

Câu phát biểu như vậy chắc chắn tạo ra một vài câu hỏi. Phi-e-rơ hỏi thay cho các môn đồ khác rằng: "Lạy Chúa, sao hiện giờ con không thể theo được?" (câu 37).

Xem này, lời Ngài đáp chẳng phản chiếu sự dịu dàng của một người cha với con mình sao: "Đừng để tâm trí các con bị bối rối. Đã tin Đức Chúa Trời, các con cũng hãy tin ta nữa. Trong nhà Cha ta có nhiều chỗ ở. Nếu không, ta đã nói cho các con rồi. Ta ra đi để chuẩn bị chỗ ở cho các con, ta sẽ trở lại đón các con về với ta, để ta ở đâu các con cũng ở đó" (Giăng 14:1-3).

1. Hãy nhắc nhở bản thân về địa vị làm con của chúng ta, điều này sẽ giúp chúng ta có nhân quan đúng đắn về niềm hy vọng của chúng ta. Chúng ta có sự trông cậy nơi Cha chúng ta – Ngài biết Ngài đang làm gì nên chúng ta không cần phải biết mọi điều! Hãy tìm các câu Kinh Thánh sau và viết ra điều bạn học được về mối quan hệ cha-con của chúng ta với Đức Chúa Trời.

Phục Truyền Luật Lệ Ký 14:1 – "Anh chị em là con cái của Chúa."

_____

_____

Giăng 1:12 – "Nhưng hễ ai đã tiếp nhận Ngài, thì Ngài ban cho quyền phép để trở nên con cái Đức Chúa Trời, là ban cho những kẻ tin Danh Ngài."

_____

_____

1 Giăng 3:1 – "Đức Chúa Cha đã yêu thương chúng ta là dường nào, đến nỗi chúng ta được gọi là con cái Đức Chúa Trơi. Và thật vậy, chúng ta là con cái Ngài."

_____

_____

TIN CẬY NƠI NGÀI

Nếu rút gọn đoạn trên thành một câu thì chúng ta có thể viết thế này: "Việc của con là tin cậy còn việc của ta làm việc ta cần làm." Câu Kinh Thánh này trở thành một lời nhắc nhở khi chúng ta trông đợi sự trở lại của Đấng Christ. Đối với nhiều người, động từ tin cậy không dễ liên kết với sự trở lại của Chúa.

2. Hãy nối tất cả các cụm từ dưới đây với câu Kinh Thánh tương ứng về việc tin cậy Đức Chúa Trời.

____ Tin cậy nơi tình yêu của Ngài.　　　　　a. Thi Thiên 9:10

____Tin cậy nơi Danh thánh của Ngài.　　　　b. Thi Thiên 119:42

____Tín thác cho Đức Chúa Trời mọi nan đề.　　c. Thi Thiên 13:5

____ Tin rằng Đức Chúa Trời sẽ không bao　　　d. Thi Thiên 33:21
giờ lìa bỏ chúng ta.　　　　　　　　　　　　e. Thi Thiên 62:8

____ Tin những điều Ngài phán.

Những ai biết danh Ngài sẽ tin cậy nơi Ngài. Vì Ngài không từ bỏ kẻ tìm kiếm Ngài.

- Thi Thiên 9:10

Tâm trí chẳng-khác-tâm-trí-con-trẻ-là-mấy của chúng ta không được trang bị để có thể lĩnh hội những suy nghĩ về cõi đời đời. Khi nghĩ đến một thế giới không có giới hạn về không gian và thời gian, chúng ta không thể nào hiểu nổi. Vượt ra khỏi bản chất thật sự và chuỗi các sự kiện liên quan đến sự trở lại của Đấng Christ, chính sự thật là Chúa Giê-xu sẽ trở lại vào một ngày nào đó để chúng ta có thể sống với Ngài đời đời cũng đã đủ để khiến tâm trí của chúng ta không tiêu hóa nổi!

Do đó, Đức Chúa Trời của chúng ta lấy tâm thế của người cha nói với chúng ta: "Việc của con là tin cậy, còn việc của ta là làm việc cần phải làm." Đây chính là thông điệp mà Ngài bày tỏ qua những lời rất ấm áp trong Giăng 14. Hãy suy ngẫm về chúng một chút.

Tất cả lời phán của Ngài có thể rút gọn thành ba từ: Hãy tin ta. "Đừng để tâm trí các con bị bối rối. Đã tin Đức Chúa Trời, các con cũng hãy tin ta nữa" (câu 1).

Đừng bối rối về sự trở lại của Chúa Giê-xu. Đừng lo lắng về những điều mà bạn không thể lĩnh hội được. Những vấn đề như thiên hy niên và những kẻ anti-Christ là những vấn đề để thách thức chúng ta, nhưng không phải để khiến chúng ta bị ngợp và chắc chắn là không phải để chia rẽ chúng ta được. Bởi vì đối với Cơ Đốc nhân, sự trở lại của Chúa Giê-xu không phải là một câu đố cần được giải đáp hay là một mật mã

Nhưng tôi tin cậy nơi tình thương của Ngài. Lòng tôi vui mừng trong sự giải cứu của Ngài.

- Thi Thiên 13:5

cần được phá khóa, nhưng là một ngày để trông đợi.

Ở dạng nguyên bản nhất, thì sự hy vọng đến từ đức tin như con trẻ - chứ không phải đến từ việc gãi đầu gãi tai cố gắng để giải mã mọi thứ (như thể chúng ta đủ khả năng để làm điều đó!).

Chúng ta không thể hiểu được cõi đời đời, nên Chúa Giê-xu bảo chúng ta tin cậy rằng Ngài sẽ liệu lo mọi chi tiết

3. Hãy đọc Ma-thi-ơ 18:3 và điền vào chỗ trống điều Chúa Giê-xu dạy dỗ chúng ta trong phân đoạn Kinh Thánh nói về đức tin như con trẻ chống lại khuynh hướng người trưởng thành trong chúng ta, đó là khuynh hướng chỉ tin những điều mình có thể hiểu được.

Chúa Giê-xu phán rằng chúng ta phải.................và trở nên giống như .... Nếu không thì chúng ta sẽ không bao giờ...............vương quốc của ....

4. Tại sao Chúa Giê-xu lại muốn bạn tin cậy Ngài?
_____
_____

Ngài đáp: "Thật, ta bảo các con, nếu các con không thay đổi và trở nên giống như trẻ thơ, các con không thể vào nước Thiên đàng được.
- Ma-thi-ơ 18:3

CHỖ CHO CHÚNG TA

Chúa Giê-xu muốn chúng ta tin cậy Ngài. Ngài không muốn chúng ta bị bối rối, nên Ngài trấn an chúng ta bằng những lẽ thật này.

Ta dành cho con một nơi ở rộng rãi. "Trong nhà Cha ta có nhiều chỗ ở" (câu 2). Tại sao Chúa Giê-xu lại nhắc đến "nhiều chỗ"? Tại sao Thầy của chúng ta lại bận tâm đến việc đề cập đến chiều rộng của ngôi nhà? Bạn có thể trả lời câu hỏi này khi bạn suy ngẫm về rất nhiều lần trong cuộc đời bạn nghe được điều trái ngược. Đã có lúc nào bạn nghe được câu "Chúng tôi không còn chỗ cho anh" chưa?

Bạn đã nghe được câu này ở nơi làm việc chưa? "Xin lỗi, công ty chúng tôi tôi không còn tuyển vị trí này."

Bạn đã nghe thấy câu này trong khía cạnh thể dục thể thao chưa? "Chúng tôi không còn chỗ nào cho anh trong đội."

Từ người mà bạn yêu thương? "Lòng em không có chỗ cho anh."

Từ một người bảo thủ? "Ở đây chúng tôi không còn chỗ cho túyp người như anh."

Và điều đáng buồn nhất, bạn đã nghe thấy câu này trong hội thánh của mình? "Anh đã phạm quá nhiều sai lầm. Ở đây chúng tôi không còn chỗ cho anh nữa."

Một trong những lời nói đáng buồn nhất trên đất này chính là: "Chúng tôi không còn chỗ cho anh."

Chúa phán: "Vì chính ta biết rõ chương trình ta hoạch định cho các ngươi. Ta có chương trình bình an thịnh vượng cho các ngươi, chứ không phải tai hoạ. Ta sẽ ban cho các ngươi một tương lai đầy hy vọng
- Giê-rê-mi 29:11

Chúa Giê-xu biết thanh âm mà những lời này tạo nên. Khi còn ở trong bụng Ma-ri, Ngài đã nghe được tiếng người chủ quán trọ nói rằng: "Chúng tôi không còn chỗ."

Khi những người dân ở quê Ngài ném đá Ngài, chẳng phải họ cũng nói điều tương tự sao? "Chúng tôi không có chỗ cho tiên tri trong thành này."

Khi những nhà lãnh đạo tôn giáo buộc tội Ngài nói lộng ngôn, chẳng phải họ đã xa lánh Ngài sao? "Chúng tôi không có chỗ cho những kẻ tự-xưng là Đấng Mê-si-a ở đất nước này."

Và khi Ngài bị treo trên thập tự giá, chẳng phải thông điệp chối từ cũng y như vậy sao? "Chúng tôi không có chỗ cho ông trên thế giới này."

Này, Ta đứng bên cửa mà gõ; nếu ai nghe tiếng Ta mà mở cửa ra, Ta sẽ vào với người ấy; Ta sẽ ăn tối với người, và người với Ta.
- Khải Huyền 3:20

4. Những kẻ không dành chỗ cho Chúa Giê-xu cũng chẳng có mấy hy vọng. Dựa vào câu Kinh Thánh Khải Huyền 3:20, câu nào sau đây đúng, và câu nào sai? Hãy đánh dấu câu trả lời đúng bằng (Đ) và câu trả lời sai bằng (S).

____ Chúa Giê-xu đứng ngoài cửa lòng của chúng ta và gõ cửa.

____ Ngài sẽ bước vào lòng chúng ta cho dù chúng ta có đáp lại với

Ngài hay không.

_____ Chúa Giê-xu chỉ bước vào lòng chúng ta khi chúng ta lắng nghe tiếng Ngài và mời Ngài bước vào.

_____ Chúng ta có hy vọng bởi vì Ngài ở trong chúng ta.

Thậm chí hôm nay, Chúa Giê-xu vẫn bị đối xử như vậy. Ngài đến với những tấm lòng, đặt ra câu hỏi Ngài có thể bước vào không. Nhưng thường câu trả lời là không, Ngài nghe thấy những lời của người chủ quán trọ tại Bết-lê-hem: "Xin lỗi. Quá đông rồi. Ở đây không còn chỗ cho Ngài."

Nhưng thỉnh thoảng Ngài cũng được chào đón. Có người mở lòng mời Ngài ở lại. Đối với những người như vậy, Chúa Giê-xu cho họ một lời hứa vĩ đại: "Đừng để tâm trí các con bị bối rối. Đã tin Đức Chúa Trời, các con cũng hãy tin ta nữa. Trong nhà Cha ta có nhiều chỗ ở."

"Ta dành cho con một nơi rộng rãi," Ngài phán. Lời Ngài hứa với chúng ta vui thỏa làm sao! Chúng ta dành cho Ngài một chỗ trong trái tim mình, thì Ngài dành cho chúng ta một chỗ ở trong nhà của Ngài. Nhà của Ngài rất rộng rãi.

5. Hãy đọc các câu Kinh Thánh sau. Rồi nối câu Kinh Thánh với điều bạn học được về việc chúng ta tin cậy vào sự trở lại của Ngài.

- 2 Cô-rinh-tô 5:8   a. Chúng ta phải giữ lòng tin cậy của mình
- 1 Tê-sa-lô-ni-ca 1:3   cho đến cuối cùng
- Hê-bơ-rơ 3:14   b. Ngài sẽ ban thưởng cho sự tin cậy của
- Hê-bơ-rơ 10:35   chúng ta trong Ngài.
                c. Hy vọng khiến chúng ta trở nên mạnh mẽ.
                d. Sự trở lại của Chúa Giê-xu ban can đảm
                 cho chúng ta trong hôm nay.

SẮM SẴN CHO CHÚNG TA

Ta đã sửa soạn chỗ ở cho các con. "Ta ra đi để sửa soạn chỗ ở cho các con" (câu 2). Vài năm trước, tôi đã dành một tuần để giảng tại một hội thánh ở California. Các thành viên của hội thánh là những chủ nhà hết sức hiếu khách. Tất cả các bữa ăn của tôi đều được sắp xếp cẩn thận, mỗi bữa ở mỗi nhà khác nhau, mỗi nhà đều bày một bàn đầy đồ ăn và tại mỗi bàn ăn luôn là những cuộc trò chuyện thú vị. Nhưng sau một vài bữa, tôi để ý thấy một điều rất lạ. Tất cả những món chúng tôi ăn đều là sa-lát. Tôi cũng thích món sa-lát như anh chàng bên cạnh tôi vậy, nhưng tôi thích nó là món khai vị hơn là món chính. Nhưng bất cứ nhà nào tôi đến, thì sa-lát cũng trở thành món chính. Không thịt. Không món tráng miệng. Chỉ có sa-lát.

Lúc đầu tôi nghĩ đó là một điều đặc trưng của California. Nhưng cuối cùng tôi đã phải hỏi thử. Câu trả lời làm tôi bối rối. "Chúng tôi nghe nói mục sư không ăn được món gì khác ngoài sa-lát." Ồ, tôi vội đính chính với họ, và tự hỏi sao họ lại nghe nói một điều sai sự thật đến phi lý như vậy. Khi lần lại đầu mối, chúng tôi xác định là sự hiểu nhầm này xuất phát từ cuộc trò chuyện giữa văn phòng của tôi và văn phòng của hội thánh.

Những người chủ nhà chỉ muốn điều tốt thôi, nhưng thông tin họ nhận được thì lại không hề đúng. Tôi rất vui khi nói rằng chúng tôi đã giải quyết vấn đề này và tận hưởng được một vài bữa ăn ngon có thịt. Tôi còn vui hơn khi nói rằng Chúa Giê-xu không hề mắc sai lầm tương tự như vậy với bạn đâu.

Ngài đang làm cho bạn điều mà những người bạn ở California đã làm cho tôi. Ngài đang sắm sửa một chỗ ở. Tuy nhiên, ở đây có một sự khác biệt. Ngài biết chính xác điều bạn cần. Bạn không cần phải lo rằng

Chúa Giê-xu đã sắm sẵn một chỗ cho bạn.

KIỆT TÁC CỦA ĐỨC CHÚA TRỜI
Khi bạn đến [Thiên đàng]… một điều tuyệt vời sẽ xảy ra. Sự biến đổi cuối cùng sẽ xảy ra. Bạn sẽ giống như Chúa Giê-xu…

Trong tất cả các phước hạnh của Thiên đàng, thì một trong những phước hạnh lớn nhất sẽ là bạn! Bạn sẽ là kiệt tác của Đức Chúa Trời, tác phẩm nghệ thuật của Ngài. Các thiên sứ sẽ tròn mắt kinh ngạc. Công việc của Đức Chúa Trời đã hoàn tất. Cuối cùng, bạn sẽ có một tấm lòng giống như Ngài.

Bạn sẽ yêu bằng một tình yêu trọn vẹn.

Bạn sẽ thờ phượng bằng một khuôn mặt rạng rỡ.

Bạn sẽ nghe từng lời phán của Đức Chúa Trời.

Lòng của bạn sẽ trong sạch, lời nói của bạn sẽ giống như món đồ trang sức, suy nghĩ của bạn sẽ như châu báu.

Bạn sẽ giống y hệt Chúa Giê-xu. Cuối cùng, bạn sẽ có một tấm lòng giống như tấm lòng của Chúa Giê-xu.

- Just Like Jesus

Tôi tự nhủ: "Chúa là phần sản nghiệp của tôi, do đó tôi hy vọng nơi Ngài.

- Ca Thương 3:24

mình sẽ trở nên chán ngán, mệt mỏi hay kiệt sức với việc ngày nào cũng phải nhìn những "gương mặt mốc", hay phải hát đi hát lại bài hát cũ rích. Và chắc chắn là bạn không cần phải lo lắng về việc phải ăn hết ngày này đến ngày khác chỉ mỗi món sa-lát.

Ngài đang sắm sửa một nơi toàn hảo cho bạn. Tôi yêu thích định nghĩa về sự sống đời đời của John MacArthur: "Thiên đàng là một nơi toàn hảo cho những con người đã được làm cho hoàn hảo."

Hãy tin cậy nơi lời hứa của Đấng Christ. "Ta dành cho con một nơi rộng rãi; Ta đã sắm sẵn cho các con một chỗ."

Chúa Giê-xu biết chính xác những điều bạn cần và đang chuẩn bị những điều đó.

6. Dù chúng ta không biết chính xác Thiên đàng ra sao nhưng chúng ta biết chắc rằng mình sẽ được ở với Chúa Giê-xu. Hãy hình dung việc được ở với Chúa Giê-xu - Người bạn thiết thân nhất, Đấng Sáng Tạo, Đấng yêu thương của chúng ta. Hãy đọc Giăng 10:10 và điền vào chỗ trống việc *ở* với Chúa Giê-xu có nghĩa là lần đầu tiên trong cuộc đời bạn thực sự được sống.

Chúa Giê-xu đã đến thế gian để ban cho mọi người............. Không chỉ thế, Ngài còn ban cho chúng ta ....trong mọi.................

Kẻ trộm chỉ đến để cướp, giết và hủy diệt; còn Ta đã đến để chiên được sống và sống sung mãn.
— Giăng 10:10

7. Hãy đọc Ma-thi-ơ 6:8. Dựa vào những điều bạn đọc cho tới giờ, hãy đánh dấu tất cả các câu phù hợp với sự dạy dỗ của câu Kinh Thánh này rằng chúng ta có thể trông chờ được ở cùng với Đức Chúa Trời.

☐ Đức Chúa Trời không thực sự biết điều gì sẽ làm cho chúng ta hạnh phúc.

☐ Chúng ta có thể biết trước sự buồn tẻ thường kỳ trên Thiên đàng.

☐ Đức Chúa Trời biết rõ nhu cầu của chúng ta trước khi chúng ta cầu xin.

Đừng bắt chước họ, vì Cha biết các con cần gì trước khi các con cầu xin.
— Ma-thi-ơ 6:8

Và một cam kết cuối cùng từ Chúa Giê-xu:

Ta không đùa đâu! "Ta sẽ trở lại đón các con về với ta, để ta ở đâu các con cũng ở đó" (câu 3). Bạn có phát hiện ra sự thay đổi rất thoáng qua trong giọng điệu của câu cuối cùng không? Câu đầu tiên được diễn đạt với sự ấm áp. "Đừng để tâm trí các con bị bối rối." "Hãy tin Đức Chúa Trời." "Có nhiều chỗ ở." Những lời này chứa đựng sự nhân từ. Nhưng rồi giọng điệu thay đổi. Nhẹ nhàng hơn. Vẫn còn đó sự ân cần nhưng lúc này nó được đóng ấn bằng lời quả quyết: "Ta sẽ trở lại."

George Tulloch đã bày tỏ quyết tâm tương tự. Năm 1996, ông đã dẫn một đoàn thám hiểm đến nơi mà con tàu Titanic đã bị đắm vào năm 1912. Ông và đoàn của ông đã khám phá ra rất nhiều đồ đạc, tất cả mọi thứ từ kính mắt, đến nữ trang, rồi cả chén bát nữa. Trong cuộc tìm kiếm của mình, Tulloch đã tìm thấy mảnh vỡ lớn nhất của vỏ con tàu và mảnh vỡ này nằm không xa con tàu là mấy. Tulloch lập tức nhìn thấy cơ hội trong tầm tay. Đây là cơ hội để giải cứu một phần của con tàu.

Đội tìm kiếm bắt đầu lên đường để kéo một tấm sắt nặng hai-mươi-tấn lên và đặt nó lên tàu. Họ đã thành công trong việc đưa nó lên trên mặt nước, nhưng một cơn bão ập đến và dây cáp bị đứt, và Đại Tây Dương đã giành lại kho báu của nó. Tulloch bị buộc phải rút lui và tái lập một đội tìm kiếm mới. Nhưng trước khi rời đi, ông đã làm một việc làm mọi người hiếu kỳ. Ông lặn sâu xuống biển và dùng bàn tay rô-bốt của tàu ngầm, ông gắn một miếng kim loại vào một phần thân tàu. Trên miếng kim loại ông đã viết những lời này: "Ta sẽ trở lại, George Tulloch."

Thoạt nhìn, thì hành động của ông thật là hài hước. Ý tôi là, ông không phải lo bị người ta ăn cắp mất miếng sắt ấy đâu. Vì một lẽ, nó là một tấm sắt nằm sâu 4km dưới lòng Đại Tây Dương. Mặt khác, nó chỉ là một mảnh sắt vụn mà thôi. Chúng ta tự hỏi tại sao một người lại bị hấp dẫn bởi nó chứ?

Tắt nhiên người nào đó có thể nói điều tương tự với bạn và tôi. Tại sao Đức Chúa Trời lại cố gắng giành lại chúng ta đến như vậy? Chúng ta có gì tốt với Ngài chăng? Ắt hẳn Ngài phải có lý do, vì hai nghìn năm trước đây, Ngài đã bước vào vùng nước tối tăm trong thế giới của chúng ta để tìm kiếm con cái Ngài. Và tất cả những người cho phép Ngài, thì Ngài đều công bố người thuộc về Ngài và gắn tên Ngài lên. Ngài phán: "Ta sẽ trở lại".

George Tulloch đã thế! Hai năm sau ông đã trở lại và vớt tấm sắt đó.

8. Chúng ta có hy vọng vì chúng ta thuộc về Đức Chúa Trời. Hãy tìm các câu Kinh Thánh sau đây và viết xuống điều bạn học được là những người tin nơi Đấng Christ thuộc về Đức Chúa Trời như thế nào.

Lu-ca 6:35 – 'Nhưng các con hãy yêu thương kẻ thù nghịch mình, làm lành và cho mượn mà đừng mong đến ơn, các con sẽ được trọng thưởng và được làm con Đấng Chí Cao, vì Ngài nhân từ đối với những kẻ vô ơn và gian ác."

_____

_____

Rô-ma 8:17 – "Nếu là con cái thì cũng là kẻ thừa tự, một mặt là kẻ thừa tự của Đức Chúa Trời, mặt khác là kẻ đồng thừa tự với Chúa Cứu Thế, vì chúng ta đồng chịu khổ với Ngài để chúng ta cũng đồng được vinh quang với Ngài."

_____

_____

Rô-ma 14:8 – "Vì nếu chúng ta sống là sống cho Chúa, và nếu chúng ta chết là chết cho Chúa. Như thế, dù sống hay chết, chúng ta đều thuộc về Chúa cả."

_____

_____

1 Cô-rinh-tô 15:23 – "Nhưng mỗi người theo thứ tự riêng: Chúa Cứu Thế là trái đầu mùa, rồi đến những người thuộc về Chúa Cứu Thế khi Ngài quang lâm."

_____

_____

TRỌNG TÂM BÀI HỌC

*Chúng ta cần tin cậy rằng Đức Chúa Trời sẽ dẫn chúng ta đến nơi chúng ta đang đến.
*Chúng ta không thể hiểu được cõi đời đời, nên Chúa Giê-xu bảo chúng ta hãy phó thác cho Ngài để Ngài lo liệu mọi chi tiết.
*Chúa Giê-xu đã sắm sẵn một chỗ cho bạn.
*Chúa Giê-xu biết chính xác những điều bạn cần và đang chuẩn bị những điều đó.

Câu Kinh Thánh ghi nhớ trong tuần này của bạn là Rô-ma 8:25. Hãy dành ít phút để viết câu Kinh Thánh ấy xuống những dòng kẻ dưới đây.

_____

_____

Không chỉ có thế thôi, nhưng chúng ta cũng hân hoan trong hoạn nạn nữa, vì biết rằng hoạn nạn làm cho chúng ta kiên nhẫn, kiên nhẫn làm cho chúng ta được tôi luyện, tôi luyện làm cho hy vọng, và hy vọng không làm hổ thẹn. Vì tình yêu thương của Đức Chúa Trời đổ đầy lòng chúng ta bởi Đức Thánh Linh là Đấng đã được ban cho chúng ta.
- Rô-ma 5:3-5

Tấm lòng của Chúa Giê-xu

Cả cuộc đời tội lỗi - bạn bè xấu, lựa chọn sai lầm, những hướng đi lầm lạc. Ông đã dành phần lớn cuộc đời mình trong những nơi tối tăm và ngõ ngách buồn tẻ. Tất cả những giấc mơ của ông đều bị thay thế bởi những mưu đồ. Ông đã ăn cắp từ các cửa hàng, từ những người buôn bán ở chợ, từ nhà dân. Ông có phần với những kẻ móc túi và những kẻ lấy của người ta làm của mình. Ông đã làm những việc đáng xấu hổ, những việc gian ác, những việc mà ông không bao giờ nói với ai. Và lúc này đây, đã quá muộn để thay đổi. Khi tên lính đóng đinh chân và tay vào thập tự giá, tên trộm ấy đau đớn quằn quại do hứng chịu cả nỗi đau thân xác lẫn nỗi đau tinh thần là sự nuối tiếc. Ông không thể quay lại và thay đổi những việc ông đã làm. Ông cũng không thể trốn vào trong những góc khuất và ngõ ngách buồn tẻ mà ông biết rõ. Ông đã bị bắt, và sự tuyệt vọng của cái chết chỉ còn cách ông vài giờ đồng hồ nữa thôi. Đôi mắt ông quay về phía hai tên khác cũng bị treo trên thập tự giá, trên ngọn đồi này, và xem tên tội phạm kia đang chế nhạo tên tội phạm yên lặng ở giữa. Như hẳn ta muốn chọc tức người đàn ông có tên Giê-xu vậy. Sau một lúc, tên tội phạm thứ nhất bảo tên đang chọc tức hãy câm miệng đi. Họ chỉ đang nhận lãnh những điều họ đáng phải nhận. Hãy để Giê-xu chết trong bình yên. Lúc đó, Chúa Giê-xu hướng mắt về phía ông, khoảnh khắc ấy mọi ân hận và tuyệt vọng của ông dường như đều được Giê-xu biết hết. Và khi Chúa Giê-xu phán với ông, đó là những lời tha thứ và hy vọng. "Hôm nay con sẽ ở với ta trong Pa-ra-đi." Ngay cả một người sắp chết cũng có thể kinh nghiệm được hy vọng của Chúa Giê-xu, lần đầu tiên trong đời.

NGÀY HAI – TRÔNG ĐỢI Ở PHÍA TRƯỚC
MỘT NGÀY ĐỂ TRÔNG ĐỢI

Cách Kinh Thánh nhớ về những con người khác nhau thật hài hước. Áp-ra-ham được nhớ đến là một người tin cậy. Hãy hình dung Môi-se, bạn sẽ hình dung ra một người lãnh đạo. Vị trí của Phao-lô trong Kinh Thánh được khắc hoạ bởi những sách ông viết và Giăng được biết đến bởi lòng yêu thương. Nhưng thật là thú vị, cụ Si-mê-ôn được nhớ đến không phải bởi tài lãnh đạo, không phải bởi sự giảng dạy hay tình yêu thương, nhưng bởi sự tìm kiếm.

"Lúc ấy, tại Giê-ru-sa-lem, có cụ Si-mê-ôn là người công chính và sùng đạo. Cụ đang *trông đợi* niềm an ủi cho người Y-sơ-ra-ên. Thánh Linh ở trên cụ" (Lu-ca 2:25, phần nhấn mạnh là của tôi.).

Chúng ta hãy nhìn cụ Si-mê-ôn, cụ là người biết cách trông đợi Đấng Christ đến. Cái cách mà cụ trông đợi Chúa Giê-xu đến lần thứ nhất là một khuôn mẫu cho chúng ta biết cách chúng ta có thể trông đợi lần trở lại thứ hai của Ngài.

1. Hãy đọc câu chuyện về cụ Si-mê-ôn trong Lu-ca 2:25-35 và trả lời các câu hỏi sau:
Kinh Thánh mô tả cụ Si-mê-ôn như thế nào? (câu 25)

_____

Đức Thánh Linh đã hứa với cụ Si-mê-ôn điều gì? (câu 26)

_____

Anh chị em sẽ trở nên như người như thế nào? Anh chị em phải có một đời sống thánh khiết và tin kính như anh chị em trông chờ và mong ngày của Chúa mau quang lâm.

- 2 Phi-e-rơ 3:11-12

Cụ Si-mê-ôn đã nói gì về Chúa Giê-xu? (câu 34-35)

_____

Cuộc gặp gỡ ngắn ngủi của chúng ta với cụ Si-mê-ôn xuất hiện tám ngày sau khi Chúa Giê-xu giáng sinh. Giô-sép và Ma-ri đã mang con trai mình đến đền thờ. Đó là ngày dâng của lễ, ngày chịu phép cắt bì, ngày dâng con. Nhưng đối với cụ Si-mê-ôn, đó là ngày của sự ca tụng.

Chúng ta hãy thử hình dung ra một người đàn ông tóc-bạc, nhăn nheo đi xuống đường phố Giê-ru-sa-lem. Những người ở chợ gọi tên cụ và cụ vẫy tay chào họ nhưng không hề dừng lại. Những người hàng xóm chào cụ và cụ quay lại chào họ nhưng không dừng bước. Bạn bè đang chuyện trò tại góc phố, cụ mỉm cười với họ nhưng vẫn không dừng lại. Cụ cần đến một nơi và cụ không có nhiều thời gian.

Câu 27 chứa đựng lời tuyên bố kỳ lạ này: "Được Thánh Linh cảm xúc, cụ vào đền thờ". Rõ ràng cụ Si-mê-ôn không định đến đền thờ. Nhưng Đức Chúa Trời lại nghĩ khác. Chúng ta không biết sự thúc giục ấy đến từ đâu - một lời gọi từ một người hàng xóm, một lời mời từ cụ bà hay một sự thúc đẩy từ trong lòng – chúng ta không biết. Tuy nhiên, bằng cách nào đó, cụ Si-mê-ôn đã biết bỏ đi kế hoạch của mình cũng như các thú vui cá nhân. "Tôi nghĩ là tôi sẽ đến đền thờ," cụ tuyên bố.

Ở khía cạnh này của sự việc, chúng ta hiểu được sự thúc giục ấy. Chúng ta không biết cụ Si-mê-ôn có hiểu hay không. Tuy nhiên, chúng ta biết rằng đây không phải là lần đầu tiên Đức Chúa Trời vỗ vào vai cụ. Ít nhất một lần khác trong cuộc đời, cụ đã nhận được thông điệp từ Đức Chúa Trời.

"Cụ được Đức Thánh Linh báo cho biết cụ sẽ không qua đời trước khi thấy Chúa Cứu Thế của Chúa" (câu 26).

Chắc hẳn bạn đang thắc mắc một thông điệp như vậy sẽ tác động gì tới một người. Nếu bạn biết rằng một ngày nào đó bạn sẽ gặp Đức Chúa Trời thì điều đó sẽ tác động đến bạn như thế nào? Chúng ta biết điều đó đã tác động tới cụ Si-mê-ôn như thế nào.

Cụ đã "không ngừng trông đợi Đấng Mê-si-a" (câu 25 TLB).

Cụ đã "sống trong sự trông đợi sự cứu rỗi cho dân Y-sơ-ra-ên" (câu 25 PHILLIPS).

Cụ "đã nhìn xem và trông đợi sự phục hồi lại Y-sơ-ra-ên" (câu 25 NEB).

Cụ Si-mê-ôn là một người đang thấp thỏm, thức canh và trông đợi Đấng sẽ đến để giải cứu Y-sơ-ra-ên.

2. Hãy đọc các câu Kinh Thánh sau đây. Rồi nối câu Kinh Thánh với điều bạn học được về việc chờ đợi thời điểm của Đức Chúa Trời.

- Công Vụ Các Sứ đồ 1:4   a. Thân thể chúng ta phải trông đợi
- Rô-ma 8:22   được cứu chuộc.
- Rô-ma 8:23   b. Các tạo vật chờ đợi sự trở lại của
                            Chúa Giê-xu.

                            c. Các môn đồ phải chờ đợi Đức Thánh Linh.

SỰ TRÔNG ĐỢI ĐẦY TIN QUYẾT

Có thể bạn hiểu được cảm giác tìm kiếm người đến gặp bạn là như thế nào. Tôi biết. Khi tôi đi đây đó để chia sẻ, tôi thường không biết ai sẽ đến sân bay đón mình. Một ai đó đã được cử đến, nhưng tôi không biết người đó. Do vậy, tôi ra khỏi máy bay để tìm kiếm một gương mặt trong những gương mặt ở sân bay, gương mặt mà tôi chưa bao giờ gặp. Nhưng, mặc dù tôi chưa từng gặp người đó, nhưng tôi biết là tôi sẽ tìm thấy anh ta. Có thể anh ta sẽ cầm một cái bảng để tên tôi, hay là cầm quyển sách của tôi trên tay, hoặc anh ta có biểu hiện bối rối trên gương mặt. Nếu bạn định hỏi tôi làm thế nào tôi có thể nhận ra người đến đón tôi, tôi sẽ nói: "Tôi không biết, tôi chỉ biết là tôi sẽ nhận ra."

Tôi cược là cụ Si-mê-ôn cũng đã nói đều tương tự. "Làm thế nào cụ nhận biết vị Vua ấy, thưa cụ Si-mê-ôn?" "Tôi không biết. Nhưng tôi

Nhờ Ngài, anh chị em tin vào Đức Chúa Trời là Đấng đã khiến Ngài sống lại từ cõi chết và ban cho Ngài vinh quang, như thế anh chị em đặt niềm tin và hy vọng nơi Đức Chúa Trời.

- 1 Phi-e-rơ 1:21

Nhưng đừng quên điều này, anh chị em yêu dấu: Đối với Chúa một ngày như ngàn năm và ngàn năm như một ngày. Chúa không chậm trễ trong việc giữ lời hứa của Ngài, như một số người hiểu sự chậm trễ. Ngài kiên nhẫn với anh chị em, không muốn cho một ai hư mất, nhưng muốn mỗi người đều ăn năn.

- 2 Phi-e-rơ 3:8-9

Ta nên tỉnh thức, trông mong và kiên nhẫn chờ đợi sự trở lại của Đấng Christ.

Về phần chúng ta, nhờ Thánh Linh, bởi đức tin chúng ta mong đợi sự công chính mà chúng ta vẫn hy vọng.

- Ga-la-ti 5:5

biết chắc là tôi sẽ nhận ra." Và rồi cụ tìm kiếm. Giống như Colombo, sau khi có những manh mối, cụ bắt đầu tìm. Xem xét cẩn thận từng khuôn mặt lướt qua. Nhìn vào mắt của những người xa lạ. Cụ đang tìm một ai đó.

Tiếng Hi Lạp, một ngôn ngữ phong phú với nhiều thuật ngữ, có rất nhiều động từ mang nghĩa "tìm kiếm". Một từ có nghĩa là "nhìn lên, tra cứu," một từ khác có nghĩa là "quay đi"; một từ được dùng với nghĩa "nhìn vào" và một từ khác có nghĩa là "nhìn vào trong." "Nhìn một cái gì đó chăm chú" là một từ còn "nhìn người khác một cách dò xét" đòi hỏi một từ khác.

Trong tất cả những dạng của động từ nhìn, một từ mô tả chính xác nhất ý nghĩa của hành động "tìm kiếm Đấng đang đến" là thuật ngữ được sử dụng để mô tả hành động của cụ Si-mê-ôn prosdechomai. Dechomai có nghĩa là "chờ đợi." Pros có nghĩa là "phía trước". Khi hết hợp hai yếu tố này, bạn sẽ có hình ảnh rất sinh động về từ "chờ đợi ở phía trước". Ngữ pháp thì thật là nghèo nàn, nhưng hình ảnh thì rất tuyệt vời. Cụ Si-mê-ôn đang chờ đợi, không đòi hỏi, không vội vã, cụ chỉ đang chờ đợi mà thôi.

3. Một vài người bị cám dỗ đánh mất sự hy vọng, thắc mắc tại sao Đức Chúa Trời lại không khẩn trương đến với chúng ta. Hãy đọc 2 Phi-e-rơ 3:8-9. Câu nào sau đây đúng khi nói về thời điểm của Đức Chúa Trời khi chúng ta chờ đợi sự trở lại của Đấng Christ.

❑ Đức Chúa Trời vận hành theo thời gian biểu của loài người.

❑ Thời điểm của Đức Chúa Trời hoàn toàn khác so với thời điểm của chúng ta.

❑ Đức Chúa Trời không chậm trễ thực hiện điều Ngài đã hứa.

❑ Đức Chúa Trời có lý do thoả đáng cho sự trở lại có vẻ chậm trễ của Ngài.

Cùng lúc đó, cụ Si-mê-ôn đã ngóng chờ phía trước. Tỉnh thức một cách kiên nhẫn. Trông chờ một cách điểm tĩnh. Đôi mắt mở to. Cánh tay rộng mở. Tìm kiếm trong đám đông gương mặt mình đang tìm kiếm, và hy vọng rằng gương mặt đó sẽ xuất hiện ngày hôm nay.

Đó là cách sống của cụ Si-mê-ôn, và cách sống đó cũng có thể là cách sống của chúng ta. Chẳng phải chúng ta cũng được nghe nói về sự trở lại của Đấng Christ, giống như cụ Si-mê-ôn sao? Chẳng phải chúng ta cũng là những người thừa kế lời hứa, giống như cụ Si-mê-ôn sao? Chẳng phải chúng ta cũng được cảm thúc bởi cùng một Đức Thánh Linh sao? Chẳng phải chúng ta cũng đang khao khát được nhìn thấy cùng một gương mặt sao?

Chắc chắn là vậy rồi. Thực tế, cũng chính động từ đó được sử dụng trong phần sau của sách Lu-ca để mô tả tâm thế của một người tôi tớ đang chờ đợi:

"Hãy thắt lưng và thắp đèn lên. Các con hãy làm như người chờ đợi chủ mình khi người dự tiệc cưới về, vừa đến gõ cửa thì mở ngay. Phước cho những đầy tớ khi chủ về thấy họ đang thức canh! Thật, ta bảo các con, chủ sẽ tự thắt lưng rồi cho những đầy tớ ấy ngồi vào bàn tiệc và đến phục vụ họ."
(Lu-ca 12:35-37)

4. Hãy gạch chân những từ trong đoạn Kinh Thánh mô tả sự nóng lòng trông đợi của người đầy tớ. Dựa vào những điều bạn vừa đọc, thì chúng ta nên chuẩn bị ra sao cho sự trở lại của Đấng Christ?

_____

_____

_____

_____

Xin hãy chú ý đến tâm thế của những người đầy tớ: Sẵn sàng và chờ đợi. Xin hãy chú ý đến hành động của người chủ. Ông đã rất xúc động vì những người đầy tớ đang chờ đợi ông và ông mang lấy vị trí của một đầy tớ và phục vụ họ! Họ ngồi tại bữa tiệc và được chủ mình phục vụ! Tại sao vậy? Tại sao họ lại được vinh dự như vậy? Người chủ yêu thích việc nhìn thấy các đầy tớ đang trông đợi ông trở về. Người chủ sẽ ban thưởng cho những người "trông đợi ở phía trước."

5. Hy vọng là chiếc cầu nối nối giữa những điều chúng ta trải nghiệm trong đời này và những điều chúng ta đang trông đợi ở đời sau. Hãy đọc 1 Cô-rinh-tô 15:19. Hãy điền vào chỗ trống dưới đây về điều bạn học được về cách lập luận của Phao-lô rằng nếu Chúa Giê-xu không ban thưởng cho chúng ta vì đã đặt hy vọng nơi Ngài cả bây giờ và trong đời sắp tới nữa – thì đức tin của chúng ta ra vô ích.

Nếu hy vọng của chúng ta trong Chúa Cứu Thế chỉ về đời này mà thôi thì chúng ta là những kẻ đáng thương hại hơn hết trong tất cả mọi người.

- 1 Cô-rinh-tô 15:19

Nếu .... của chúng ta nơi Đấng Christ chỉ là dành cho........... này, chúng ta thật tồi tệ. Thực tế, chúng ta nên.............. hơn bất cứ một người nào khác trên.................

6. Tại sao Chúa Giê-xu lại ban thưởng cho những người đặt hy vọng nơi Ngài?

_____

_____

TRONG KHI CHỜ ĐỢI

Trước hết, chúng ta phải chờ đợi. Phao-lô nói rằng "chúng ta không thấy điều chúng ta hy vọng thì chúng ta tha thiết trông chờ trong kiên trì." (Rô-ma 8:25). Cụ Si-mê-ôn là hình mẫu của chúng ta. Cụ không héo hon vì "cái chưa đến" mà cụ lờ đi "cái hiện thời." Lu-ca nói rằng cụ Si-mê-ôn là một "người công chính và sùng đạo" (2:25). Phi-e-rơ khuyên chúng ta nên noi theo tấm gương đó.

"Nhưng ngày của Chúa sẽ đến như kẻ trộm. Các tầng trời sẽ tiêu tán với một tiếng lớn. Các nguyên tố sẽ bị lửa hủy diệt và thế gian cùng mọi vật trong thế gian sẽ bị thiêu hủy. Vì mọi sự sẽ bị hủy diệt bằng cách nầy, anh chị em phải trở nên như người như thế nào?" (2 Phi-e-rơ 3:10-11).

Một câu hỏi lớn. Chúng ta nên là kiểu người như thế nào? Phi-e-rơ nói với chúng ta rằng: "Chúng ta phải nên thánh và phụng sự Đức Chúa Trời khi chờ đợi [ở đây lại lặp lại từ đó] và trông mong ngày Đức Chúa Trời trở lại" (câu 11-12).

Hy vọng vào tương lai không phải là giấy phép cho sự vô trách nhiệm với hiện tại. Chúng ta hãy nôn nả trông đợi phía trước, nhưng chúng ta cũng hãy trông đợi.

7. Câu nào sau đây đúng khi nói về trách nhiệm sống một cuộc đời thánh sạch của chúng ta, và câu nào sai? Hãy đánh dấu câu trả lời đúng bằng (Đ) và câu trả lời sai bằng (S). Hãy sử dụng các câu Kinh Thánh dưới đây để giúp bạn trả lời.

____ Chúng ta được tự do làm những gì mình muốn cho đến khi Đấng Christ trở lại. (1 Cô-rinh-tô 6:19-20)

____ Những người khác nhìn xem cách chúng ta sống trong khi chờ đợi Đấng Christ trở lại. (1 Cô-rinh-tô 8:9)

____ Chúng ta nên cẩn trọng về cách sống của mình trong khi chờ đợi. (Ê-phê-sô 5:15)

Nhưng đối với phần lớn người trong chúng ta, chờ đợi không phải là vấn đề. Hay, có thể nói là, chờ đợi là vấn đề của chúng ta. Chúng ta giỏi chờ đợi đến nỗi không trông đợi phía trước nữa. Chúng ta quên nhìn. Chúng

CHÌA KHOÁ CỦA ĐỨC TIN CHÚNG TA

Đối với... tất cả những người tin Đấng Christ, lời hứa chỉ đơn giản thế này thôi: Sự phục sinh của Chúa Giê-xu là bằng chứng và sự nhìn thấy trước về sự phục sinh của chính chúng ta.

Nhưng chúng ta có thể tin cậy lời hứa này không? Liệu sự phục sinh có phải là sự thật không? Lời tuyên bố về ngôi mộ trống có đúng không? Đây không chỉ là một câu hỏi hay. Đây là câu hỏi duy nhất. Vì theo như Phao-lô đã nói: "Nếu Chúa Cứu Thế không sống lại thì đức tin anh chị em là vô ích, anh chị em vẫn còn ở trong tội lỗi mình" (1 Cô-rinh-tô 15:17). Nói cách khác, nếu Đấng Christ sống lại, thì những người theo Ngài cũng sẽ đồng sống lại với Ngài; nhưng nếu Ngài không sống lại thì những kẻ theo Ngài chỉ là những kẻ khờ khạo. Vì vậy, sự phục sinh chính là viên đá-chủ-chốt trong nền tảng đức tin của Cơ Đốc nhân.

- When Christ Comes

ta kiên nhẫn đến mức tự mãn. Chúng ta quá thoả mãn. Chúng ta hiếm khi tìm kiếm cõi trời. Chúng ta hiếm khi chạy đến đền thờ. Chúng ta hiếm khi, nếu có, cho phép Đức Thánh Linh phá vỡ kế hoạch của mình và dẫn chúng ta đến sự thờ phượng để chúng ta có thể gặp Chúa Giê-xu.

Chính cho những người trong chúng ta mạnh mẽ trong việc chờ đợi nhưng lại yếu đuối trong việc thức canh mà Đức Chúa Trời đã phán rằng: "Còn về ngày và giờ đó, không một ai biết cả, ngay cả các thiên sứ trên trời hay Đức Con cũng vậy; chỉ một mình Cha biết thôi... Vậy hãy tỉnh thức vì các con không biết ngày nào Chúa mình sẽ đến... Vì Con Người sẽ đến vào giờ các con không ngờ" (Ma-thi-ơ 24:36, 42, 44).

Khi chờ đợi, ta phải sống cuộc đời thánh sạch.

Cụ Si-mê-ôn nhắc chúng ta nhớ "trông đợi ở phía trước." Kiên nhẫn thức canh. Nhưng đừng kiên nhẫn đến mức đánh mất sự cảnh giác của mình. Cũng đừng cảnh giác đến mức đánh mất sự kiên nhẫn của mình.

8. Chúng ta có thể tìm được những dấu chỉ từ cõi sáng tạo của Chúa khi cần kiên nhẫn trông đợi Ngài. Hãy đọc Rô-ma 8:19-21 và trả lời các câu hỏi sau.

Cõi tạo vật của Đức Chúa Trời đang chờ đợi Ngài làm gì? (câu 19)

_____
_____

Đang khi trông đợi niềm hy vọng phước hạnh và sự xuất hiện vinh quang của Đức Chúa Trời vĩ đại, là Đấng Cứu Thế của chúng ta, Chúa Cứu Thế Giê-xu.
- Tít 2:13

Kinh Thánh mô tả cõi tạo vật chờ đợi với tinh thần như thế nào? (câu 19)

_____
_____

Niềm hy vọng lớn lao nhất là gì? (câu 21)

_____
_____

Cuối cùng thì lời cầu nguyện của cụ Si-mê-ôn đã được nhậm. "Cụ bồng ẵm hài nhi và chúc tụng Đức Chúa Trời: 'Lạy Chúa, giờ đây xin cho đầy tớ Chúa qua đời bình an, như lời Ngài đã phán'" (Lu-ca 2:28-29).

Ta không được tự mãn trong sự trông đợi mình.

Chỉ một lần nhìn vào gương mặt của Chúa Giê-xu, cụ Si-mê-ôn biết đã đến lúc cụ trở về. Và khi nhìn vào mặt của Chúa Cứu Thế, chúng ta cũng sẽ nhận ra điều tương tự.

TRỌNG TÂM BÀI HỌC
*Chúng ta nên tỉnh thức, trông mong và kiên nhẫn chờ đợi sự trở lại của Đấng Christ.
*Khi chờ đợi, chúng ta phải sống một cuộc đời thánh sạch.
*Chúng ta không được trở nên tự mãn trong sự trông đợi mình.

Đã đến lúc ôn tập. Xin viết câu Kinh Thánh Rô-ma 8:25 xuống bên dưới.

_____
_____

Tạo vật nôn nóng tha thiết trông chờ sự hiện ra của các con cái Đức Chúa Trời. Vì tạo vật quy phục sự hư ảo, không phải do tự nguyện, nhưng do Đấng bắt chúng phải quy phục trong hy vọng, bởi vì chính tạo vật sẽ được giải phóng khỏi làm nô lệ cho sự hư nát để được tự do vinh quang của con cái Đức Chúa Trời.
- Rô-ma 8:19-21

Tấm lòng của Chúa Giê-xu

Sau-lơ là một người nhiệt tình. Ông có những sự tin quyết sâu sắc, và ông đã sống với những sự tin quyết đó. Đảm bảo. Tự tin. Có động lực. Khi ông làm một việc, ông dành cho nó một trăm phần trăm tâm sức. Không giữ lại. Mở ga. Không ngừng nghỉ. Không mệt mỏi. Tất cả đều là đức tính tốt, tất nhiên rồi. Trừ khi bạn đang đi lầm đường. Sau-lơ đang sống một cuộc đời vì Đức Chúa Trời và dâng đời sống mình với một nỗ lực cao độ nhất, nhưng ông đã bị "trật khỏi đường ray". Bạn thấy đấy, ông biết

Kinh Thánh một cách tường tận. Ông biết rõ như lòng bàn tay tất cả các điều luật để sống một đời sống công bình. Nhưng ông không biết Chúa Giê-xu. Sự hăng hái, chân thành và nỗ lực không có giá trị nhiều nếu bạn đang đi sai đường. Vì thế, Chúa Giê-xu đã làm ông loá mắt và giành lấy sự chú ý của ông. Ngài đã nắn lại người đàn ông này cho ngay thẳng và hướng mọi thái độ dám nghĩ dám làm đó vào một hướng đi đúng đắn. Sau-lơ, giờ được gọi là Phao-lô, đã được giới thiệu về niềm hy vọng mà chỉ có Chúa Giê-xu mới nắm giữ, và điều đó đã thay đổi cuộc đời của ông mãi mãi.

NGÀY BA – MỘT CON NGƯỜI MỚI TINH TƯƠM

NGÀY TƯƠI MỚI

Giả sử một ngày kia bạn đang đi qua ruộng vườn của tôi và thấy tôi đang khóc. (Tôi không có ruộng vườn gì cả, cũng không định ngồi ngoài ruộng, nhưng cứ tiếp tục chơi với tôi.) Tôi ngồi đó, tại đầu luống rau, buồn bã. Đầy quan tâm, bạn tiến lại phía tôi và hỏi xem chuyện gì vậy. Tôi nhìn lên từ và xòe bàn tay đầy hạt giống ra cho bạn xem. "Tôi đau lòng vì những hạt giống này," tôi sụt sùi. "Tôi đau lòng lắm."

"Sao thế?"

Trong tiếng nức nở, tôi giải thích: "Những hạt giống này sẽ bị bỏ xuống đất và bị đất lấp lên. Chúng sẽ bị phân huỷ, và chúng ta sẽ không bao giờ gặp lại chúng nữa."

Tôi thì khóc, còn bạn lại cảm thấy ngạc nhiên. Bạn nhìn xung quanh và thấy một chiếc xe tải chở đầy rau củ đang đỗ, bạn chắc chắn là tôi vừa tụt từ xe ấy xuống. Cuối cùng, bạn giải thích với tôi về nguyên tắc cơ bản của nghề nông: Hạt giống sẽ mục đi và sinh ra một cây mới.

Bạn đặt một ngón tay lên mặt tôi và tử tế nhắc nhở tôi rằng: "Đừng khóc vì chuyện hạt giống bị chôn xuống đất. Anh không biết rằng anh sẽ sớm được chứng kiến một phép lạ phi thường của Đức Chúa Trời sao? Theo thời gian và được vun tưới đầy đủ, hạt giống bé nhỏ này sẽ phá vỡ sự giam hãm của đất và trở thành một cái cây vươn cao mạnh mẽ."

Ồ, có thể bạn không có mặt trong vở kịch này, nhưng chúng chính là những suy nghĩ của bạn. Bất cứ người nông dân nào khóc than cho việc hạt giống bị chôn vùi cũng đều cần một lời nhắc nhở: Thời kỳ gieo hạt không phải là thời kỳ khóc lóc. Bất cứ người nào cảm thấy đau khổ về sự chôn vùi của thân thể cũng cần điều tương tự. Có thể chúng ta cần lời nhắc nhở mà Phao-lô đã nhắc dân thành Cô-rinh-tô: "Nhưng mỗi người theo thứ tự riêng của mình: Đấng Christ là trái đầu mùa; rồi tới ngày Đấng Christ đến, những kẻ thuộc về Ngài sẽ sống lại" (1 Cô-rinh-tô 15:23).

1. Chúng ta có khuynh hướng đánh mất hy vọng khi chúng ta không hiểu được đường lối của Chúa. Và sự chết thường khiến chúng ta thắc mắc về đường lối của Ngài hơn bất cứ điều gì khác. Hãy đọc các câu Kinh Thánh sau và viết ra điều bạn học được về đường lối của Đức Chúa Trời.

2 Sa-mu-ên 22:31 – "Lạy Đức Chúa Trời, đường lối Ngài trọn vẹn; Lời Chúa hứa đáng tin cậy hoàn toàn. Ngài là thuẫn che chở mọi người ẩn náu bên Ngài."

Vậy, anh chị em hãy chuẩn bị tâm trí, bình tĩnh, đặt sự hy vọng hoàn toàn vào ân sủng sẽ được ban cho anh chị em trong ngày Chúa Cứu Thế Giê-xu hiện ra.

- 1 Phi-e-rơ 1:13

Nhưng mỗi người theo thứ tự riêng; Chúa Cứu Thế là trái đầu mùa, rồi đến những người thuộc về Chúa Cứu Thế khi Ngài quang lâm.

- 1 Cô-rinh-tô 15:23

Khi Đấng Christ trở lại, tất cả những người thuộc về Ngài sẽ sống lại.

Thi Thiên 25:10 – "Tất cả đường lối của Chúa đều là yêu thương và chân thật cho những người gìn giữ giao ước và lời chứng của Ngài."

Ê-sai 55:8-9 – "Vì ý tưởng ta không phải ý tưởng các ngươi, đường lối các ngươi chẳng phải là đường lối ta," Chúa tuyên bố như vậy. "Vì trời cao hơn đất bao nhiêu thì đường lối ta cao hơn đường lối các ngươi; ý tưởng ta cao hơn ý tưởng các ngươi bấy nhiêu."

Khi chết, linh hồn chúng ta sẽ bước vào sự hiện diện của Đức Chúa Trời ngay lập tức trong khi chúng ta chờ đợi sự sống lại của thân thể mình. Vậy thì sự phục sinh diễn ra khi nào? Bạn đã đoán được rồi phải không? Khi Đấng Christ đến. "Tới ngày Đấng Christ đến, những kẻ thuộc về Ngài sẽ sống lại. Kế đó, sự cuối cùng sẽ đến" (1 Cô-rinh-tô 15:23-24).

Câu Kinh Thánh như thế này sẽ khuấy động một loạt câu hỏi: Phao-lô có ý gì khi nói "những kẻ thuộc về Ngài sẽ sống lại"? Cái gì sẽ được sống lại? Thân thể của tôi sao? Nếu vậy, thì tại sao lại là thân thể này? Tôi không thích thân thể mình. Tại sao chúng ta lại không bắt đầu với một kiểu thân thể khác?

Hãy cùng tôi trở lại ruộng vườn, và chúng ta sẽ tìm một vài câu trả lời.

BIẾN HOÁ

Nếu bạn ấn tượng với câu chuyện ngụ ngôn về hạt giống của tôi, tốt hơn là tôi nên thành thật. Tôi đã ăn cắp ý tưởng này của sứ đồ Phao-lô đấy! Chương mười lăm của lá thư ông viết cho người Cô-rinh-tô là một bài tiểu luận tốt nhất về sự sống lại của chúng ta. Chúng ta sẽ không nghiên cứu hết chương này, nhưng chúng ta sẽ tách một vài câu Kinh Thánh ra và đưa ra một số điểm.

Đức Chúa Trời muốn tỏ cho họ biết vinh quang phong phú của huyền nhiệm đó giữa dân ngoại, tức là Chúa Cứu Thế ở trong anh chị em, là hy vọng về vinh quang.
- Cô-lô-se 1:27

2. Xin đọc 1 Cô-rinh-tô 15:35-38. Câu nào sau đây tương ứng với minh hoạ của Phao-lô trong đoạn Kinh Thánh này? Hãy đánh dấu tất cả các câu trả lời phù hợp.

☐ Khi bạn gieo hạt giống, nó phải chết trong đất trước khi có thể sống và lớn lên.
☐ Hạt giống không có "thân thể" như sau này nó sẽ có.
☐ Hạt giống chúng ta gieo chỉ là hạt giống thuần túy.
☐ Đức Chúa Trời ban cho hạt giống một thân thể mà Ngài đã sắm sẵn cho nó.

Có người hỏi: Người chết sống lại bằng cách nào? Họ lấy xác nào mà trở lại? Này người khờ dại. Khi anh em gieo hạt, hạt ấy không thể sống nếu không chết đi trước đã. Vật anh gieo xuống, chỉ là hạt lúa mì hay một loại hạt nào khác chứ không phải cả cái cây từ hạt giống mọc lên. Nhưng Đức Chúa Trời ban cho hạt ấy một loại thân như ý Ngài muốn. Mỗi hạt giống có một loại thân riêng.
- 1 Cô-rinh-tô 15:35-38

Nói cách khác: Bạn không thể có được thân thể mới nếu không chết đi thân thể cũ của mình.i Hoặc, như Phao-lô nói, "khi ngươi gieo giống, nó phải chết đi ở trong đất trước khi có thể sống và phát triển được" (câu 35).

Một người bạn nói với tôi rằng so sánh của Phao-lô giữa hạt giống đã được gieo và thân thể bị chôn vùi nhắc nhở cô ấy về lời nhận xét của cậu con trai út. Cậu bé học lớp một, và lớp của cậu học về các loài thực vật đúng lúc gia đình cô tham dự đám tang của một người thân yêu. Một ngày nọ, khi họ đang lái xe qua một nghĩa trang, hai sự kiện này được kết hợp với nhau trong một câu: "Này, mẹ ơi," cậu bé tự nói điều này khi chỉ tay về phía nghĩa trang. "Đó là nơi họ trồng người xuống."

Sứ đồ Phao-lô có lẽ cũng giống như vậy. Thực tế, Phao-lô mong muốn chúng ta thay đổi cách suy nghĩ về quá trình chôn cất. Dịch vụ tang lễ không phải là công tác chôn cất, nhưng là công tác gieo trồng. Ngôi mộ không phải là một cái hố ở trong lòng đất, mà là một luống cày màu mỡ. Nghĩa trang không phải là nơi yên nghỉ, mà là nơi biến hóa.

3. Chúa Giê-xu mang đến hy vọng từ sự chết. Thực tế, chúng ta có thể tràn trề hy vọng. Hãy đọc các câu Kinh Thánh sau đây. Rồi nối câu Kinh Thánh với điều bạn học được về hy vọng của chúng ta qua sự chết.

Hạt giống (thân thể) bị chôn dưới đất sẽ trổ hoa trên trời.

- 1 Cô-rinh-tô 15:26   a. Cuộc sống trong Chúa Giê-xu không thể
- 2 Ti-mô-thê 1:10   bị huỷ phá.
- Khải Huyền 1:18   b. Thiên đàng không có sự chết.
- Khải Huyền 21:4   c. Chúa Giê-xu sẽ tiêu diệt sự chết cuối cùng.
                                        d. Chúa Giê-xu cầm giữ chìa khoá của sự chết.

4. Để khám phá điều Chúa Giê-xu phán về hy vọng và sự chết, hãy đọc Giăng 11:25 và điền vào chỗ trống.

...................là......................và   là...............   Những người............ trong ta sẽ có..............., mặc dù...................

Hầu hết mọi người đều cho rằng cái chết chẳng có mục đích gì cả. Đối với họ, cái hố đen đó chỉ đem lại khoảng cách - một sự huyền bí, một điều không thể lý giải được, một điều khó chịu, một sức mạnh chi phối mọi điều. Hãy tránh xa nó bằng mọi giá. Và chúng ta cũng thế! Chúng ta làm tất cả những gì có thể để được sống và không phải chết. Tuy nhiên, Đức Chúa Trời phán rằng chúng ta phải chết để được sống. Khi bạn gieo một hạt giống, nó phải chết trong đất trước khi nó có thể lớn lên (câu 35). Điều chúng ta coi là bi kịch cuối cùng, Ngài coi là chiến thắng cuối cùng.

Đức Chúa Giê-xu bảo: "Chính ta là sự sống lại và sự sống, người nào tin ta, dù có chết, cũng sẽ sống."

- Giăng 11:25

Và khi một Cơ Đốc nhân chết, đó không phải là lúc để tuyệt vọng mà là lúc để tin cậy.

MỌI SỰ ĐỀU TRỞ NÊN MỚI

Vì tò mò, tôi đã lập một danh sách về những tin tức tôi đã nghe trong hai-mươi-tư giờ qua về tình trạng sức khoẻ suy giảm. Đây là những điều đã đến với tôi:

* **Một giáo sư bị chẩn đoán mắc bệnh Pakinson.**
* **Một người đàn ông trung niên đang lo lắng về kết quả xét nghiệm của mình. Ngày mai chúng ta sẽ biết kết quả liệu ông ta có bị ung thư hay không.**
* **Cha của một người bạn đang chuẩn bị cho cuộc phẫu thuật mắt.**
* **Một người bạn khác bị đột quỵ.**
* **Một nhà truyền giáo đã chết sau bốn thập kỷ làm công tác giảng đạo.**

Chính Ngài đã huỷ diệt quyền lực của sự chết và ban cho chúng ta Phúc Âm sáng chói về sự sống đời đời.

- 2 Ti-mô-thê 1:10

Khi một Cơ Đốc nhân qua đời, đó không phải là lúc để tuyệt vọng, nhưng là lúc để hy vọng.

Bạn có thể thấy nó gần gũi với mình không? Chắc hẳn là có. Thực tế, tôi tự hỏi liệu Đức Chúa Trời có muốn sử dụng mấy dòng dưới đây để phán trực tiếp với bạn không. Thân thể bạn quá mệt mỏi, quá kiệt sức. Các khớp xương đau nhức và cơ bắp mỏi nhừ. Bạn hiểu tại sao Phao-lô lại miêu tả thân thể như một túp lều trại. Ông viết: "Chúng ta than thở trong trại tạm trú này" (2 Cô-rinh-tô 5:2).

Nhưng trong lòng anh chị em hãy biệt riêng Chúa Cứu Thế làm Chúa. Luôn luôn sẵn sàng để trả lời cho bất cứ ai hỏi anh chị em lý do nào anh chị em có hy vọng đó. Phải làm điều này với sự nhu mì và kính trọng.

- 1 Phi-e-rơ 3:15

5. Hãy đọc các bản dịch khác nhau của câu Kinh Thánh Phi-líp 3:21 dưới đây. Hãy gạch chân những từ và cụm từ có tác dụng miêu tả, giúp gợi trí tưởng tượng và hứng thú của bạn.

* **"Ngài sẽ lấy thân thể hay chết của chúng ta và biến đổi chúng trở thành thân thể vinh hiển như thân thể của chính Ngài.".**

* **"Ngài sẽ biến hóa thân thể khốn khổ của chúng ta trở nên giống như thân thể vinh hiển của Ngài.".**

* **"Ngài sẽ biến hóa thân thể hèn mọn của chúng ta, và ban cho chúng ta thân thể đẹp đẽ của Ngài.".**

* **"Ngài sẽ biến đổi thân thể đơn giản của chúng ta và biến chúng trở nên giống thành thân thể vinh hiển của Ngài.".**

NGÀY CỦA BẠN ĐANG ĐẾN

Một vài người trong số các bạn trong cuộc đời chưa bao giờ nhận được bất cứ phần thưởng nào cả. Ồ, có thể bạn đã từng phụ trách sao đỏ trong lớp hoặc từng làm lớp phó văn thể, nhưng chỉ có thế. Bạn chưa bao giờ giành được giải gì nhiều. Bạn đã thấy David Beckham của thế giới này mang những chiến lợi phẩm về và hay đi với những dải ruy băng. Tất cả những gì bạn có là "mém chút nữa" và những chữ "giá như."

Và nếu điều đó đúng với bạn, thì bạn sẽ trân trọng lời hứa này: "Và khi Đấng Chủ Chăn hiện đến, anh em sẽ nhận mão hoa vinh quang không phai tàn" (1 Phi-e-rơ 5:4)

Ngày của bạn đang đến gần. Điều mà thế gian này xem nhẹ, thì Cha bạn đã ghi nhớ hết, và sớm hơn bạn nghĩ, bạn sẽ được Cha ban phước.

- When Christ Comes

Tâm linh và thân thể bạn sẽ được hợp nhất và bạn sẽ giống như Chúa Giê-xu.

* "Ngài sẽ biến đổi thân thể thấp hèn của chúng ta để chúng giống với thân thể vinh hiển của Ngài."

* "Ngài sẽ nhận lấy thân thể yếu đuối và hay chết của chúng ta và biến chúng trở nên thân thể vinh hiển giống như Ngài."

Dù cách diễn đạt về mặt từ ngữ có khác nhau, nhưng lời hứa vẫn không có gì thay đổi. Thân thể của bạn sẽ được biến hoá. Không phải là bạn sẽ nhận được một thân thể khác; mà là nhận được một thân thể được đổi mới. Giống như cách Đức Chúa Trời tạo ra một cây sồi từ một cái hạt hay tạo ra một bông hoa huệ từ một chiếc củ, Ngài tạo nên một thân thể "mới" từ thân thể cũ. Một thân thể không mục nát. Một thân thể không yếu đuối. Một thân thể không hổ thẹn. Một thân thể giống thân thể của Chúa Giê-xu.

Người bạn của tôi, Joni Eareckson Tada, cũng đưa ra quan điểm tương tự. Cô bị liệt cả chân tay vì một tai nạn khi đang lặn xuống nước ở tuổi niên thiếu, suốt hai thập kỷ qua cô đã phải sống trong sự khó khăn, bất tiện. Hơn ai hết, cô là người biết rõ ý nghĩa của việc phải sống trong một thân thể hèn mọn. Cũng vậy, hơn ai hết, cô là người hiểu rõ hy vọng về sự sống lại của thân thể là như thế nào. Hãy lắng nghe những lời của cô:

"Ở đâu đó trong thân thể tê liệt và không lành lặn của tôi là hạt giống của điều tôi sẽ trở thành. Chứng bệnh liệt này khiến cho điều tôi sẽ trở thành trở nên to lớn hơn khi bạn đối chiếu đôi chân teo tóp và vô dụng với đôi chân vô cùng đẹp đẽ đã được tái sinh. Tôi tin chắc rằng nếu ở trên Thiên đàng có gương (tại sao lại không nhỉ?), thì hình ảnh mà tôi sẽ nhìn thấy sẽ là một "Joni" không thể nhầm lẫn được, một Joni tốt hơn, rạng rỡ hơn rất nhiều. Nhiều đến mức không có gì có thể sánh so… Tôi sẽ giống như Chúa Giê-xu, Con Người đến từ trời."

NIỀM HY VỌNG CHẮC CHẮN

Nỗi đau của bạn sẽ KHÔNG kéo dài mãi mãi đâu. Hãy tin tôi.

Các khớp xương của bạn bị viêm phải không? Chúng sẽ không bị viêm khi ở trên Thiên đàng.

Tim bạn bị yếu à? Trên Thiên đàng nó sẽ khỏe mạnh.

Căn bệnh ung thư đang phá huỷ cơ thể bạn à? Trên Thiên đàng không hề có bệnh ung thư.

Những suy nghĩ của bạn bị rời rạc sao? Trí nhớ giảm sút? Thân thể mới của bạn sẽ có một tâm trí mới.

Thân thể này dường như đang gần với sự chết hơn lúc nào hết phải không? Đúng vậy. Chính xác là như thế. Và nếu Chúa Giê-xu không trở lại trước, thì thân thể bạn sẽ bị chôn xuống. Giống như hạt giống bị chôn xuống đất, thì thân thể bạn cũng sẽ được đặt vào trong mộ. Và trong một thời gian, linh hồn bạn sẽ ở trên Thiên đàng trong khi thân thể thì vẫn ở trong hầm mộ. Nhưng hạt giống bị chôn dưới đất sẽ trổ hoa trên trời. Tâm linh và thân thể bạn sẽ hợp nhất lại, và bạn sẽ giống như Chúa Giê-xu.

6. Bạn mong chờ điều gì nhất ở sự biến đổi này?

_____

_____

TRỌNG TÂM BÀI HỌC

* **Khi Đấng Christ trở lại, tất cả những người thuộc về Ngài sẽ sống lại.**

* **Hạt giống (thân thể) bị chôn dưới đất sẽ trổ hoa trên Thiên đàng.**

* **Khi một Cơ Đốc nhân qua đời, đó không phải là lúc để tuyệt vọng, nhưng là lúc để trông cậy.**

* Tâm linh và thân thể bạn sẽ hợp nhất và bạn sẽ giống như Chúa Giê-xu.

Đến giờ ôn lại câu Kinh Thánh ghi nhớ của bạn giữa tuần. Hãy điền vào chỗ trống câu Kinh Thánh Rô-ma 8:25.

Chúng ta .... điều chúng ta. ....
.... thì chúng ta tha thiết .... trong kiên trì.

Tấm lòng của Chúa Giê-xu

Phi-e-rơ đã bị mắc kẹt trong một hoàn cảnh rất tuyệt vọng. Các bậc cầm quyền đã dồn ông vào chân tường. Ông đã bị nhốt vào sà lim và bị đe doạ chính mạng sống của mình. Họ đã muốn ông quay lưng lại với Chúa Giê-xu, nhưng đó là điều không tưởng. Họ muốn ông không giảng đạo nữa, nhưng làm sao ông có thể làm thế khi Đức Thánh Linh thúc giục ông phải giảng dạy? Ông đang ngồi trong đống rơm mốc meo và lắng nghe tiếng chuột chạy nháo nhác. Khi ông hướng tấm lòng mình tới Đấng Cứu Chuộc trong sự cầu nguyện, thì bạn bè của ông trong cả thị trấn cũng làm như vậy. Những môn đồ khác nhóm họp một cách yên lặng khi họ nghe tin Phi-e-rơ bị bắt. Trong lúc đối diện với sự tuyệt vọng, họ cũng cầu nguyện. Và Đức Chúa Trời đã đáp lời họ bằng cách làm một việc không thể. Xiềng xích bị tung ra, những cánh cửa mở tung, và người tù nhân đó đã được giải phóng. Không có gì là quá khó đối với Đức Chúa Trời. Với Ngài, luôn luôn có hy vọng.

Phước cho người nào có Đức Chúa Trời của Gia-cốp giúp đỡ và biết trông cậy nơi Chúa, Đức Chúa Trời mình;
- Thi Thiên 146:5

NGÀY BỐN – NHÌN XEM CHÚA GIÊ-XU
NGÀY CỦA SỰ NGẠC NHIÊN VUI MỪNG

Augustine có lần đưa ra một cuộc thử nghiệm như sau. Hãy tưởng tượng Đức Chúa Trời đang nói với bạn rằng: "Ta sẽ ký kết một thoả thuận với con, nếu con muốn. Ta sẽ cho con bất cứ thứ gì và tất cả mọi thứ mà con cầu xin: sự vui mừng, sức mạnh, sự tôn trọng, giàu có, tự do, thậm chí cả sự bình an trong tâm trí, và một lương tâm tốt. Không có gì là không được. Không có gì bị cấm cản; và không có gì là không thể với con. Con sẽ không bao giờ buồn chán và con sẽ không bao giờ chết. Chỉ có điều… con sẽ không bao giờ được nhìn thấy mặt ta."ii

Phần đầu của lời đề nghị thật hấp dẫn. Chẳng phải một phần nào đó trong chúng ta, phần thích được vui của chúng ta, háo hức với suy nghĩ về niềm vui phạm tội, niềm vui bất tận, hay sao? Nhưng rồi, ngay lúc chúng ta định giơ tay lên để tình nguyện nhận lấy nó, thì chúng ta nghe thấy câu cuối cùng: "Con sẽ không bao giờ được thấy mặt ta."

Và chúng ta dừng lại. Không bao giờ ư? Không bao giờ biết được hình ảnh của Đức Chúa Trời sao? Không bao giờ được chiêm ngưỡng sự hiện diện của Đấng Christ sao? Ở điểm này, hãy nói cho tôi biết đi, chẳng phải là thương vụ làm ăn này đang bắt đầu đánh mất sự hấp dẫn lúc đầu hay sao? Không phải những suy nghĩ thứ hai bắt đầu xuất hiện sao? Và không phải bài kiểm tra này đang dạy chúng ta điều gì đó về tấm lòng của mình ư? Không phải là bài tập này đang bày tỏ cho chúng ta thấy điều sâu kín hơn, điều tốt hơn trong con người chúng ta đó là muốn được gặp mặt Đức Chúa Trời sao?

Đối với nhiều người thì đúng là như vậy.

1. Có một câu nói nổi tiếng như thế này: con người có thể sống thiếu nhiều thứ, nhưng họ không thể sống nếu mất đi hy vọng. Ngoài Đức Chúa Trời, không hề có hy vọng nào khác. Hãy kiểm tra các câu Kinh Thánh sau đây và nối câu Kinh Thánh với hy vọng mà chúng ta có trong Đức Chúa Trời.

Chúng ta biết rằng khi Ngài hiện đến, chúng ta sẽ được giống như Ngài, vì chúng ta sẽ thấy Ngài như Ngài vẫn hiện hữu.
- 1 Giăng 3:2

Trong lòng, ta khao khát được gặp Đức Chúa Trời.

- Thi Thiên 33:18
- Thi Thiên 42:11
- Thi Thiên 62:5
- Thi Thiên 119:74
- Châm Ngôn 23:18

a. Chúng ta hy vọng nơi lời của Ngài.
b. Hy vọng nơi Ngài sẽ đảm bảo cho tương lai của chúng ta.
c. Hy vọng nơi Ngài đẩy lùi mọi nỗi buồn của chúng ta.
d. Chúng ta có sự trông cậy nơi tình yêu thương của Ngài.
e. Chúng ta có thể an nghỉ trong niềm hy vọng của Ngài.

Nhưng chúng ta thuộc về ban ngày, hãy tỉnh thức, mặc áo giáp bằng đức tin và tình yêu thương, đội mão bằng hy vọng cứu rỗi.

- 1 Tê-sa-lô-ni-ca 5:8

Tuy nhiên, đối với một số người, bài tập của Augustine không đem lại cho họ nhiều hứng thú mà là nhiều thắc mắc. Một câu hỏi vụng về, một người trong các bạn có thể ngại ngần không dám hỏi vì sợ rằng hỏi như vậy có vẻ ngốc nghếch và bất kính. Vì có thể bạn cũng cảm nhận như thế, vậy thì tại sao tôi lại không hỏi câu hỏi đó cho bạn nhỉ? Với sự liều lĩnh khi nói ra điều bạn nghĩ, xin hãy để tôi nói điều bạn nghĩ nhé! "Tại sao việc không bao giờ nhìn thấy mặt Chúa lại là chuyện lớn?" bạn hỏi. Tôi không có ý thể hiện sự thiếu tôn trọng đâu. Tất nhiên là tôi muốn gặp Chúa Giê-xu rồi. Nhưng gặp Ngài mãi mãi u!? Ngài đáng ngạc nhiên đến vậy sao?"

Theo như Phao-lô thì đúng như vậy. "Vào ngày ấy, khi Ngài đến," ông viết, "mọi người tin Ngài sẽ ngạc nhiên về Ngài" (2 Tê-sa-lô-ni-ca 1:10).

Ngạc nhiên về Ngài. Không phải ngạc nhiên về các thiên sứ, các toà lâu đài, một thân thể mới, hay các tạo vật mới. Phao-lô cũng không đề cập đến niềm vui khi được gặp gỡ các sứ đồ hay là được ôm những người thân yêu của chúng ta. Chúng ta sẽ ngạc nhiên về những điều này, và chắc chắn chúng ta sẽ ngạc nhiên, ông không nói đến nó. Điều ông muốn nói là chúng ta sẽ ngạc nhiên về Chúa Giê-xu.

Kìa, mắt Chúa đoái xem người kính sợ Ngài, và kẻ trông cậy nơi tình yêu thương của Ngài.

- Thi Thiên 33:18

Điều mà chúng ta chỉ có thể thấy trong suy tưởng thì chúng ta sẽ được nhìn thấy bằng mắt thường. Điều chúng ta vật lộn để tưởng tượng thì chúng ta sẽ được tự do nhìn ngắm. Điều chúng ta mới được nhìn thoáng qua thì chúng ta sẽ được nhìn toàn cảnh. Và, theo như Phao-lô, chúng ta sẽ ngạc nhiên.

Điều gì đáng ngạc nhiên đến vậy?

Tất nhiên là tôi không có cách nào trả lời cho câu hỏi này theo kinh nghiệm của cá nhân tôi. Nhưng tôi có thể dẫn bạn đến với một người có thể. Vào một buổi sáng Chúa Nhật cách đây rất lâu, một người đàn ông tên là Giăng đã nhìn thấy Chúa Giê-xu. Và điều ông nhìn thấy, ông đã ghi chép lại, và điều ông ghi chép lại đã thu hút nhiều người tìm kiếm Đấng Christ suốt hai nghìn năm nay.

NHÌN XEM CHÚA GIÊ-XU

Linh hồn tôi được an bình nơi một mình Đức Chúa Trời, vì tôi hy vọng nơi Ngài.

- Thi Thiên 62:5

Khi nhìn xem Chúa Giê-xu, ta sẽ kinh ngạc.

Bạn và tôi chỉ được đọc về câu chuyện đôi tay hóa bánh cho hàng nghìn người ăn. Nhưng Giăng thì khác. Ông đã nhìn thấy đôi tay ấy – các ngón tay, các khớp nối và lòng bàn tay bị chai cứng. Ông đã nhìn thấy chúng. Bạn và tôi chỉ được đọc về đôi chân đã tìm ra lối đi trên những con sóng. Nhưng Giăng thì khác. Ông đã nhìn thấy đôi chân ấy – đi dép, có mười ngón và đầy bụi bẩn. Bạn và tôi chỉ được đọc về đôi mắt Ngài – đôi mắt lóe sáng, đôi mắt hừng hực lửa, đôi mắt đẫm nước. Nhưng Giăng thì khác. Ông đã nhìn thấy chúng. Ông đã nhìn thấy đôi mắt đang nhìn chằm chằm vào đám đông, đang vui mừng nhảy nhót cùng với những nụ cười, và đang tìm kiếm những linh hồn. Giăng đã được nhìn thấy Chúa Giê-xu.

Ông đã đi theo Đấng Christ suốt ba năm. Nhưng cuộc gặp gỡ này khác xa với bất cứ cuộc gặp gỡ nào ở Ga-li-lê. Hình ảnh này rất sống động, cảm giác này thật mạnh mẽ, Giăng đã bị đánh gục và thân thể trở nên lạnh ngắt. "Khi thấy Ngài, tôi đã ngã nhào xuống chân Ngài như đã chết" (Khải Huyền 1:17).

1. Hãy đọc Khải Huyền 1:1-3 và trả lời các câu hỏi sau đây.

Giăng đã nhận được sự mặc khải này như thế nào? (câu 1)

_____

Sự mặc khải này là thông điệp của ai? (câu 2)

_____

Giăng miêu tả phản ứng của chúng ta cần phải như thế nào trước thông điệp này? (câu 3)

_____

Đây là mặc khải của Chúa Cứu Thế Giê-xu, điều Đức Chúa Trời đã ban cho Ngài để bày tỏ cho các đầy tớ Ngài những việc sắp phải xảy ra. Ngài sai thiên sứ Ngài loan báo cho Giăng, đầy tớ Ngài. Giăng làm chứng về lời của Đức Chúa Trời và về lời chứng của Chúa Cứu Thế Giê-xu, tức là mọi điều ông đã thấy. Phước cho người nào đọc và nghe các lời tiên tri này và tuân giữ các điều ghi chép ở đây vì thì giờ gần đến rồi.

- Khải Huyền 1:1-3

Tôi xoay người lại xem tiếng nói đã bảo tôi. Vừa xoay lại, tôi thấy bảy giá đèn bằng vàng, và giữa các giá đèn có ai giống như Con Người, mặc áo dài chấm chân, thắt đai vàng ngang ngực, đầu và tóc Ngài trắng như lông chiên, trắng tựa tuyết, mắt Ngài sáng rực như ngọn lửa, hai chân Ngài bóng loáng như đồng luyện trong lò và tiếng Ngài như tiếng nhiều dòng thác. Tay phải Ngài cầm bảy ngôi sao, miệng Ngài hé lộ một thanh gươm hai lưỡi sắc bén. Mặt Ngài như mặt trời chiếu sáng rực rỡ.Khi thấy Ngài, tôi ngã nhào xuống chân Ngài như đã chết, nhưng Ngài đặt tay phải trên tôi mà bảo: "Con đừng sợ! Ta là Đầu Tiên và Cuối cùng." - Khải Huyền 1:12-17

2. Hãy đọc Khải Huyền 1:12-17 và điền vào chỗ trống dưới đây điều Giăng đã mô tả.

........................đèn bằng vàng

Ai đó đứng giữa chúng như là......................Người

Ngài mặc một chiếc...................dài với một.....................thắt ngang ngực

Tóc Ngài và...................giống như..................., trắng như.............

Mắt Ngài như ngọn lửa...............................

Chân Ngài như.............. luyện trong lò lửa

.................của Ngài giống như tiếng của..................

Mặt Ngài trông giống như..................đang chiếu sáng ....

Ta bảo cho các con những điều này để các con được bình an trong ta. Trong thế gian, các con sẽ gặp hoạn nạn; nhưng hãy an tâm! Ta đã thắng thế gian rồi.

- Giăng 16:33

Khi chúng ta nhìn thấy Đấng Christ, chúng ta sẽ thấy gì?

Chúng ta sẽ nhìn thấy một thầy tế lễ hoàn hảo. "Ngài mặc áo dài chấm chân, thắt đai vàng ngang ngực" (câu 13). Những độc giả đầu tiên khi đọc đoạn Kinh Thánh này đều biết ý nghĩa của áo choàng và thắt lưng. Chúa Giê-xu đang mặc trang phục của một thầy tế lễ. Thầy tế lễ đưa con người đến với Đức Chúa Trời và đưa Đức Chúa Trời đến với con người.

Bạn đã biết đến những thầy tế lễ khác. Bạn đã có vài thầy tế lễ trong cuộc đời mình, dù họ có ở tầng lớp chức sắc hay không, họ là những người tìm cách đưa bạn đến với Đức Chúa Trời. Nhưng họ cũng cần một thầy tế lễ. Một vài người còn cần thấy tế lễ hơn cả bạn nữa. Họ cũng tội lỗi giống như bạn. Nhưng Chúa Giê-xu thì không như vậy. "Ấy đó thật là thầy tế lễ thượng phẩm mà chúng ta có cần đến, thánh khiết, không tội, không ô uế, biệt khỏi kẻ có tội, được cất lên cao hơn các từng trời" (Hê-bơ-rơ 7:26).

Chúa Giê-xu là một thầy tế lễ hoàn hảo.

Khi nhìn Đấng Christ, chúng ta sẽ nhìn thấy một thầy tế lễ toàn hảo.

3. Việc nhận biết rằng Chúa Giê-xu sẽ đưa chúng ta đến với Đức Chúa Trời và đưa Đức Chúa Trời đến với chúng ta có nghĩa là chúng ta có thể tự tin đứng trước mặt Đức Chúa Trời. Có Chúa Giê-xu ở bên cạnh

Để nhờ hai điều không thay đổi đó, là những điều Đức Chúa Trời không thể nào nói dối mà chúng ta, những người trốn vào nơi ẩn náu, được khích lệ mạnh mẽ, nắm lấy niềm hy vọng đặt trước mặt mình. Chúng ta có hy vọng này như cái neo vững vàng bền chặt của linh hồn, đi vào bên trong bức màn, là nơi thánh Đức Chúa Giê-xu đã ngự vào, như Đấng Tiên Phong đại diện chúng ta, khi Ngài trở nên vị thượng tế đời đời, theo dòng Men-chi-xê-đéc.

- Hê-bơ-rơ 6:18-20

Khi nhìn Chúa Giê-xu, chúng ta sẽ nhìn thấy sự toàn hảo vô tội

Nếu Chúa Cứu Thế đã không sống lại, thì sứ điệp Phúc Âm mà chúng tôi truyền giảng thành vô ích và đức tin anh chị em cũng vô ích.

- 1 Cô-rinh-tô 15:14

chúng ta, chúng ta không cần phải lo lắng về ngày mà chúng ta phải đứng trước mặt Đức Chúa Trời. Ngài hứa Ngài sẽ dẫn chúng ta qua ngày đó. Hãy đọc Hê-bơ-rơ 6:18-20. Câu nào sau đây đúng, và câu nào sai? Hãy đánh dấu câu trả lời đúng bằng (Đ) và câu trả lời sai bằng (S).

____-Chúng ta không thể tin lời Đức Chúa Trời nói.

____Đức Chúa Trời khích lệ chúng ta qua hy vọng mà chúng ta có trong Lời Ngài.

____ Chúa Giê-xu đi trước chúng ta và vì chúng ta mà Ngài bước vào sự hiện diện của Đức Chúa Trời.

____ Vai trò thầy tế lễ của Chúa Giê-xu chỉ là tạm thời mà thôi.

4. Dựa vào Hê-bơ-rơ 10:21-23, câu nào sau đây đúng khi nói về lời hứa đáng tin cậy của Đức Chúa Trời? Hãy đánh dấu tất cả các câu trả lời phù hợp.

☐ Nhờ thầy tế lễ thượng phẩm của chúng ta (Chúa Giê-xu), chúng ta có thể đến gần Đức Chúa Trời.

☐ Chúng ta có thể tin quyết nơi Ngài.

☐ Chúng ta có thể nắm chắc lấy hy vọng mà chúng ta đã xưng nhận.

☐ Đức Chúa Trời sẽ làm điều mà Ngài đã hứa.

Ngài cũng thánh khiết và đang làm cho chúng ta trở nên thánh khiết: "Đầu và tóc Ngài trắng như lông chiên, trắng tựa tuyết, mắt Ngài sáng rực như ngọn lửa" (câu 14).

Một người không bao giờ phạm tội trông sẽ như thế nào nhỉ? Nếu không cái nhíu mày nào trán người nhăn nhó và không sự giận dữ nào làm người mờ mắt thì sẽ thế nào? Nếu môi người không cần nhẳn vì cay đắng và không đánh mất nụ cười vì sự ích kỷ thì sẽ ra sao? Nếu một người không bao giờ phạm tội, trông anh ta sẽ như thế nào nhỉ? Chúng ta sẽ biết khi chúng ta gặp Chúa Giê-xu. Điều mà Giăng nhìn thấy vào ngày Chúa Nhật trên đảo Bát-mô thực sự không có một tì vết nào. Điều đó đã gợi cho ông nhớ đến lông con chiên tơ và lớp tuyết của mùa đông chưa ai đụng đến.

Và Giăng cũng được nhắc nhở nhớ đến lửa. Những người khác nhìn thấy bụi gai đang c cháy, bàn thờ đang cháy, lò lửa đang cháy, hoặc là những chiếc xe ngựa đang bốc cháy, nhưng Giăng đã nhìn thấy đôi mắt hừng hực như lửa. Và trong đôi mắt ấy, ông nhìn thấy một ngọn lửa thanh lọc sẽ thiêu đốt những con vi khuẩn của tội lỗi và thanh tẩy linh hồn.

5. Sự thánh khiết của Chúa Giê-xu ban cho chúng ta hy vọng. Vì Ngài thánh sạch, nên Ngài là của lễ toàn hảo của Đức Chúa Trời – không có gì liên quan đến tội lỗi của chúng ta chưa được Ngài giải quyết. Chúa Giê-xu liệu lo vấn để đó. Hãy đọc Hê-bơ-rơ 10:14 và điền vào chỗ trống về cách Chúa Giê-xu đã khiến chúng ta nên thánh và trọn vẹn.

Với.................sự hy sinh, Chúa Giê-xu đã khiến chúng ta.............. .... Qua Chúa Giê-xu, chúng ta được làm cho.....................

Khi chúng ta thấy Chúa Giê-xu, chúng ta sẽ nhìn thấy sức mạnh tuyệt đối. "Hai chân Ngài bóng loáng như đồng luyện trong lò" (câu 15).

Khán giả của Giăng biết giá trị của thứ kim loại này. Eugene Peterson giúp những người trong chúng ta không biết giá trị của nó bằng lời giải thích:

Đồng là hợp chất của sắt và đồng đỏ. Sắt rất cứng nhưng nó bị gỉ. Đồng đỏ không bị gỉ nhưng dẻo. Kết hợp hai chất này với nhau tạo thành kim loại đồng và phần tốt nhất của mỗi chất được giữ lại, đó là sự cứng cỏi của sắt và sự dẻo dai của đồng đỏ. Nguyên tắc của Đấng Christ được thiết lập dựa trên cơ sở này: Cơ sở quyền năng của Ngài đã được kiểm chứng qua lửa.iii

Mọi sức mạnh bạn đã từng biết đều đã suy tàn. Người đàn ông cơ bắp trên tạp chí, chiếc xe ô tô trên đường đua, các quân đội trong các sách lịch sử. Họ có sức mạnh và có thời của mình, nhưng thời của họ đã qua rồi. Nhưng sức mạnh của Chúa Giê-xu không bao giờ suy tàn. Không bao giờ. Khi bạn gặp Ngài, đó là lần đầu tiên bạn thấy một sức mạnh đích thực.

Vì dâng một tế lễ duy nhất, Ngài làm hoàn hảo vĩnh viễn những người được thánh hóa.

- Hê-bơ-rơ 10:14

6. Sức mạnh của Chúa Giê-xu cho chúng ta hy vọng. Vào lúc chúng ta cần Ngài nhất, sức mạnh của Ngài đủ để nắm giữ chúng ta. Ngài sẽ không làm chúng ta thất vọng. Theo Rô-ma 5:5 thì sự đảm bảo của chúng ta là gì?

Tôi.................lên trên núi,.............của tôi đến từ đâu? Sự tiếp trợ tôi đến từ............, là Đấng..............trời và đất.

LẮNG NGHE CHÚA GIÊ-XU

Bạn đã bao giờ tự hỏi mình sẽ cảm thấy thế nào nếu Chúa Giê-xu phán với bạn không? Giăng cảm giác như ông đang ở gần một thác nước: "Tiếng Ngài như tiếng nhiều dòng thác" (câu 15).

Âm thanh của một dòng sông chảy qua một khu rừng không phải là một âm thanh rụt rè. Đó là một âm thanh vượt qua tất cả những âm thanh khác. Ngay cả khi thiên nhiên im lặng, dòng sông vẫn lên tiếng. Điều tương tự cũng đúng với Đấng Christ. Trên Thiên đàng, tiếng của Ngài luôn luôn được lắng nghe - một sự hiện diện vững vàng, êm dịu và uy nghi.

7. Hãy đọc các câu Kinh Thánh sau và điền vào chỗ trống điều Chúa Giê-xu nói khi các Cơ Đốc nhân bước vào Thiên đàng.

Ma-thi-ơ 25:21 – Anh đã............... Anh là một .... và trung thành........ .... Và thừa hưởng .... với...........

Ma-thi-ơ 25:34 - ...., Cha ta đã ban cho con .... của Ngài. Hãy nhận lãnh ....Đức Chúa Trời đã..............cho các con từ..............

Chúng ta phải làm gì với bức tranh như thế này? Chúng ta so sánh những hình ảnh này như thế nào? Chúng ta có cần phải kết hợp chúng lại trên một bức tranh xem bức chân dung của Chúa Giê-xu là gì không? Tôi không nghĩ vậy. Tôi không nghĩ rằng mục tiêu của khải tượng này là để nói cho chúng ta biết Chúa Giê-xu trông như thế nào, nhưng nói cho chúng ta biết Chúa Giê-xu là ai.

8. Câu nào trong những câu mô tả về Chúa Giê-xu sau đây có ý nghĩa đối với bạn nhất? Hãy đánh dấu tất cả các câu trả lời phù hợp.
- ☐ Thầy Tế lễ Toàn hảo
- ☐ Đấng Thánh Khiết Duy nhất.
- ☐ Nguồn của Sức mạnh
- ☐ Tiếng nói Yêu thương.

HY VỌNG LỚN NHẤT CỦA CHÚNG TA

Và điều gì sẽ xảy ra khi chúng ta thấy Chúa Giê-xu?

Bạn sẽ nhìn thấy sự thánh khiết không tì vết và sức mạnh không thể lay chuyển. Bạn sẽ cảm nhận sự hiện diện mãi mãi của Ngài và biết đến sự bảo vệ không bị giới hạn của Ngài. Và Ngài thế nào thì bạn cũng sẽ thế đó, vì bạn sẽ giống Chúa Giê-xu. Đó không phải là lời hứa của Giăng sao? "Chúng ta biết rằng khi Ngài hiện đến, chúng ta sẽ được giống như Ngài, vì chúng ta sẽ thấy Ngài như Ngài vẫn hiện hữu" (1 Giăng 3:2).

MỌI NGƯỜI SẼ THẤY NGÀI

Theo như Đấng Christ, một ngày nào đó, Ngài sẽ giải phóng chúng ta. Ngài sẽ trở lại.

Trong một cái chớp mắt, nhanh như ánh chớp loé lên từ phương đông đến phương tây, Ngài sẽ trở lại. Và mọi người đều sẽ thấy Ngài - bạn, và tôi. Những thân thể sẽ đẩy lùi bụi đất và phá vỡ bề mặt của biển cả. Trái đất sẽ run rẩy, bầu trời sẽ gầm rú, và những kẻ không biết Ngài sẽ run rẩy. Nhưng trong giờ đó, bạn sẽ không hề sợ hãi, bởi vì bạn biết Ngài.

- When Christ Comes

Khi thấy Chúa Giê-xu, ta sẽ nhìn thấy sức mạnh tuyệt đối.

Hy vọng không làm hổ thẹn. Vì tình yêu thương của Đức Chúa Trời đổ đầy lòng chúng ta bởi Đức Thánh Linh là Đấng đã được ban cho chúng ta.

- Rô-ma 5:5

Chủ bảo rằng: "Giỏi lắm, anh là đầy tớ tốt và trung tín! Anh đã trung tín trong các việc nhỏ, ta sẽ đặt anh cai quản những việc lớn hơn, hãy vào chung vui với chủ anh."

- Ma-thi-ơ 25:21

Bấy giờ vua phán với những người ở bên phải: "Hỡi những người được phước của Cha ta, hãy đến thừa hưởng vương quốc đã được sắm sẵn cho các con từ khi sáng tạo thế giới."

- Ma-thi-ơ 25:34

Nên chúng ta mạnh dạn nói: "Chúa phù hộ tôi, tôi sẽ không sợ hãi; người đời làm gì được tôi."

- Hê-bơ-rơ 13:6

Ngài thế nào, bạn cũng sẽ thế đó, vì bạn sẽ giống Chúa Giê-xu.

9. Hãy nối các câu ở cột bên trái với lẽ thật tương ứng ở cột bên phải bằng cách vẽ một đường kẻ nối chúng lại. Hãy sử dụng các câu Kinh Thánh dưới đây để giúp bạn trả lời.

Vì bạn sẽ thánh sạch như ánh sáng trên Thiên đàng, là nơi không có tội lỗi...	Bạn sẽ không bao giờ cảm thấy cô đơn nữa. (Giăng 14:3)
Vì bạn sẽ được bàn tay Ngài nâng đỡ...	Bạn sẽ không bao giờ nghi ngờ nữa. (Giăng 19:30)
Vì bạn sẽ ở với Chúa Giê-xu trên Thiên đàng...	Bạn sẽ không bao giờ phạm tội nữa. (I Giăng 1:7)
Vì công việc của thầy tế lễ sẽ hoàn tất...	Bạn sẽ không bao giờ vấp ngã trong sự yếu đuối nữa. (Ê-sai 41:10)

TRỌNG TÂM BÀI HỌC

* **Trong tấm lòng, chúng ta khao khát được gặp Đức Chúa Trời.**
* **Khi gặp Chúa Giê-xu, chúng ta sẽ kinh ngạc.**
* **Khi gặp Chúa Giê-xu, chúng ta sẽ nhìn thấy một thầy tế lễ toàn hảo.**
* **Khi gặp Chúa Giê-xu, chúng ta sẽ nhìn thấy sự toàn hảo không tội lỗi.**
* **Khi gặp Chúa Giê-xu, chúng ta sẽ nhìn thấy sức mạnh tuyệt đối.**
* **Ngài thế nào, bạn thế đó, vì bạn sẽ giống Chúa Giê-xu.**

Hãy dành chút thời gian suy ngẫm về câu Kinh Thánh ghi nhớ trong tuần. Bạn đã thuộc chưa Hãy viết ra đây để ôn lại một chút – đó là câu Kinh Thánh Rô-ma 8:25.

_____

_____

Tấm lòng của Chúa Giê-xu

Buồn chán. Trống rỗng. Cô đơn. Choáng váng. Chán nản. Hối tiếc. Khao khát. Khi những người mà chúng ta yêu thương đột ngột ra đi, thật là đau đớn. Chúng ta nhớ họ. Chúng ta nhớ cách mà mọi thứ từng diễn ra. Chúng ta muốn họ trở lại. Khi Ma-ri và Ma-thê phải đối mặt với cái chết của anh trai mình, họ đã có phản ứng khác nhau. Ma-ri lẩn trốn, bà không muốn ra khỏi phòng. Ma-thê giận dữ, tìm một ai đó để đổ lỗi. Chúa Giê-xu đã đối diện với Ma-thê. Với một tiếng thở dài, bà thừa nhận rằng bà biết, rất biết, rằng bà sẽ gặp lại anh trai vào một ngày nào đó. Bám lấy hy vọng này, bà đã về nhà để an ủi em gái. Chúa Giê-xu cũng ban tặng hy vọng đó cho mọi Cơ Đốc nhân – chúng ta sẽ gặp lại anh chị em của chúng ta trong Đấng Christ vào một ngày nào đó, vào ngày phục sinh. Mặc dù tất cả chúng ta đau buồn theo những cách khác nhau, nhưng tất cả chúng ta đều nắm giữ cùng một hy vọng.

NGÀY NĂM – BƯỚC QUA NGƯỠNG CỬA

MỘT CUỘC HÔN NHÂN TRÊN THIÊN ĐÀNG

Câu chuyện kể về một hoàng tử và cô dâu thôn nữ của chàng. Không có một câu chuyện tình nào lãng mạn hấp dẫn hơn thế. Nàng không thể lý giải được sự hấp dẫn của chàng đối với nàng. Chàng là một hoàng tử oai vệ. Nàng chỉ là một thôn nữ bình thường. Chàng, không ai so sánh được. Nàng, đơn sơ. Không xấu, nhưng rất có thể nàng chỉ như vậy. Và thường là như vậy. Nàng có khuynh hướng ủ rũ, chanh chua, thậm chí cáu kỉnh nữa. Đó không phải là kiểu tâm hồn mà bạn thích sống cùng.

Nhưng đối với chàng hoàng tử thì nàng là người mà tâm hồn chàng không thể sống thiếu được. Nên chàng đã cầu hôn nàng. Trên sàn nhà bụi bặm trong căn nhà tranh của nàng, chàng đã quỳ xuống, cầm lấy tay nàng và hỏi nàng có muốn làm cô dâu của chàng không. Ngay cả các thiên sứ

Đừng sợ vì ta ở cùng ngươi. Chớ kinh hoàng vì ta là Đức Chúa Trời ngươi. Ta sẽ thêm sức cho ngươi, giúp đỡ ngươi. Ta sẽ gìn giữ ngươi bằng tay phải công chính của ta.

- Ê-sai 41:10

cũng cúi xuống để nghe tiếng thì thầm của nàng: "Vâng, em đồng ý."

"Ta sẽ sớm quay lại," chàng hứa.

"Em sẽ đợi chàng," nàng hứa nguyện.

Không ai nghĩ rằng việc hoàng tử sẽ rời đi là điều kỳ cục. Nói cho cùng thì chàng cũng là hoàng tử của vua. Chắc chắn là chàng có nhiều việc quốc gia cần làm. Điều kỳ cục không phải là sự ra đi của chàng, mà là thái độ của nàng trong suốt thời gian chàng vắng mặt. Nàng đã quên mất mình đã đính hôn!

Bạn sẽ nghĩ rằng, trong tâm tưởng nàng luôn nghĩ đến đám cưới, nhưng không phải vậy. Bạn nghĩ rằng ngày đó luôn ở trên môi của nàng. Nhưng không hề. Có những người bạn của nàng chưa bao giờ được nghe nàng nói về sự kiện này. Nhiều ngày trôi qua - thậm chí nhiều tuần trôi qua - sự trở lại của chàng vẫn không được đề cập đến. Tại sao, đã có những lúc, suy nghĩ này nên quên đi, người ta nhìn thấy nàng nháy cảng lên người một người đàn ông trong làng. Tán tỉnh. Thì thầm. Ban ngày ban mặt. Chúng ta có dám tự hỏi nàng còn làm gì khi trong bóng đêm?

Nàng có nổi loạn không? Có thể. Nhưng chủ yếu là nàng hay quên. Nàng tiếp tục quên rằng mình đã đính hôn. Thật không có lời nào bào chữa được, bạn nói. Tại sao, đáng lẽ nàng nên luôn suy nghĩ đến việc chàng sẽ trở lại! Làm sao một thôn nữ lại có thể quên mất hoàng tử của mình? Làm sao cô dâu lại có thể quên chú rể của mình nhỉ?

Đó là một câu hỏi rất hay. Làm sao chúng ta có thể làm thế? Bạn thấy đấy, câu chuyện về chàng hoàng tử và nàng dâu thôn nữ không phải là một câu chuyện ngụ ngôn cổ xưa. Đó không phải là một câu chuyện kể về họ, mà đó là bức chân dung của chúng ta. Chẳng phải chúng ta cũng là nàng dâu của Đấng Christ sao? Chẳng phải chúng ta đã được biệt riêng ra "như người trinh nữ tinh sạch cho một chồng"(2 Cô-rinh-tô 11:2) hay sao? Chẳng phải Đức Chúa Trời đã nói với chúng ta rằng: "Ta sẽ cưới con cho ta đời đời" (Ô-sê 2:19) sao?

1. Một trong những lý do khiến chúng ta bị xao lãng là do chúng ta không thể nhìn thấy chàng rể của chúng ta bằng xương bằng thịt, hay bằng mắt thường. Hãy đọc các câu Kinh Thánh sau đây. Rồi nối điều bạn học được về cách mà Kinh Thánh xác nhận về niềm hy vọng của chúng ta ở những điều ta không thấy được lại với nhau.

- Rô-ma 1:17
- 2 Cô-rinh-tô 4:18
- 2 Cô-rinh-tô 5:7
- Hê-bơ-rơ 11:1

a. Những điều chúng ta nhìn thấy chỉ là tạm thời mà thôi.

b. Đức tin có nghĩa là tin một điều gì đó là thực ngay cả khi chúng ta không nhìn thấy điều đó.

c. Chúng ta nên sống bằng việc tin cậy Ngài.

d. Chúng ta sống bởi những điều mình tin, không phải bởi những điều mình thấy.

CHÚNG TA ĐÃ CHIẾM GIỮ TRÁI TIM CỦA ĐỨC CHÚA TRỜI

Lần đầu tiên tôi được chứng kiến sức mạnh của lời cầu hôn là khi đang học trong trường đại học. Tôi học cùng lớp với một cô gái đã đính hôn. Tôi không nhớ nhiều về lớp, ngoại trừ giờ học thì rất sớm mà một giáo viên thì chán ngắt. (Các bác sĩ thường gửi những bệnh nhân bị mất ngủ đến giờ dạy của giáo viên này để điều trị bệnh mất ngủ.) Tôi thậm chí còn không nhớ tên của cô gái đó. Tôi chỉ nhớ rằng cô gái đó rất rụt rè và thiếu tự tin về bản thân. Cô không bao giờ đứng lên giữa đám đông và có vẻ thích cái cách đó. Không trang điểm. Không ăn diện. Cô ấy rất bình thường.

Tuy nhiên, một ngày kia, tất cả bắt đầu thay đổi. Tóc cô ấy thay đổi. Quần áo cũng thay đổi. Thậm chí ngay cả giọng nói cũng thay đổi. Cô ấy đã lên tiếng. Cô đã nói một cách tự tin. Điều gì đã tạo ra sự thay

Chúa Giê-xu đã chọn chúng ta là nàng dâu của Ngài.

Tôi ghen với lòng ghen thiêng liêng vì tôi đã gả anh chị em cho một người chồng độc nhất, trình diện anh chị em như một trinh nữ trong trắng cho Chúa Cứu Thế.
- 2 Cô-rinh-tô 11:2

Vì chúng ta sống bởi đức tin, chứ không phải bởi điều mắt thấy
- 2 Cô-rinh-tô 5:7

Đôi lúc chúng ta quên rằng Chúa Giê-xu sẽ trở lại vì chúng ta..

đổi này vậy?

Rất đơn giản. Cô ấy đã được chọn. Một chàng trai trẻ mà cô ấy yêu đã nhìn thẳng vào mắt cô và nói: "Mình sẽ ở bên nhau mãi mãi, em nhé!" Và cô ấy đã được thay đổi. Lời cầu hôn của chàng đã làm cô trở nên mạnh mẽ. Tình yêu của chàng đã công nhận giá trị của cô. Tình yêu của chàng đã khẳng định với cô rằng cô xứng đáng được yêu thương.

Tình yêu của Đức Chúa Trời có thể làm điều tương tự với chúng ta. Chúng ta, cũng giống như cô gái đó, cảm thấy mình quá bình thường. Sự bất an đeo bám chúng ta. Sự ngờ vực về bản thân quấy rầy chúng ta. Nhưng lời cầu hôn của chàng hoàng tử có thể thay đổi tất cả.

2. Hãy tìm các câu Kinh Thánh sau đây và viết ra điều bạn học được về sự thích thú say mê của Đức Chúa Trời đối với chúng ta.

Giê-rê-mi 1:5 – "Trước khi con lọt lòng mẹ, ta đã biệt riêng con, ta đã lập con làm tiên tri cho các dân tộc."

_____

Thi Thiên 33:12 – "Phước cho nước nào có Giê-hô-va làm Đức Chúa Trời mình, dân tộc nào được Ngài chọn làm cơ nghiệp."

_____

Ê-phê-sô 1:4 – "Trước khi sáng tạo vũ trụ, Đức Chúa Trời đã chọn chúng ta trong Chúa Cứu Thế để chúng ta trở nên thánh hoá không có gì đáng trách trước mặt Ngài."

_____

Trái lại chúng ta là công dân trên trời, chúng ta đang trông đợi Đấng Cứu Thế từ đó đến, là Chúa Cứu Thế Giê-xu.

- Phi-líp 3:20

Bạn muốn chữa khỏi sự bất an phải không? Bạn cần một thần dược cho chứng ngờ vực bản thân? Vậy thì hãy suy ngẫm những lời được dành sẵn cho bạn sau đây:

Ôi em của anh, cô dâu, em đã cướp mất lòng anh, em đã cướp mất lòng anh với một cái liếc mắt, với một hạt châu nơi xâu chuỗi của em. Ôi em của anh, cô dâu, tình em đẹp làm sao! Tình em thật ngọt hơn rượu! Dầu của em tỏa hương thơm hơn tất cả mọi loài cây thơm. Ôi cô dâu, môi em ứa giọt mật! Mật ong và sữa đọng dưới lưỡi em. Quần áo em tỏa hương thơm khác nào hương thơm của rừng núi Li-ban. Em của anh, cô dâu, là vườn đóng kín, là vườn khóa chặt, là suối niêm phong. – Nhã Ca 4:9-12

Ngôn ngữ như vậy có gây ấn tượng lạ lùng với bạn không? Bạn có thấy lạ khi nghĩ rằng Đức Chúa Trời là một người yêu si tình không? Bạn có cảm thấy ngượng ngùng khi nghĩ rằng Chúa Giê-xu là một người bị say vì tình yêu không? Nếu vậy, bạn còn có thể giải thích về hành động của Ngài như thế nào nữa? Việc Đức Chúa Trời nằm trong máng ăn của gia súc có phải là điều hợp lý không? Đóng đinh Ngài trên thập tự giá có phải là chuyện thường tình không? Có phải việc Chúa Giê-xu đến thế gian được điều hướng bởi một định luật khoa học tự nhiên không? Không, Ngài đã đến như một hoàng tử với đôi mắt hướng về một cô thôn nữ, sẵn sàng chiến đấu với cả con rồng, nếu đó là việc cần thiết để có thể nắm chặt bàn tay cô gái.

Và hy vọng không làm hổ thẹn. Vì tình yêu thương của Đức Chúa Trời đổ đầy lòng chúng ta bởi Đức Thánh Linh là Đấng đã được ban cho chúng ta.

- Rô-ma 5:5

3. Kinh Thánh đã liên kết niềm hy vọng của chúng ta với tình yêu của Đức Chúa Trời dành cho chúng ta. Hãy đọc Rô-ma 5:5. Rồi điền vào chỗ trống điều bạn học được về tình yêu của Đức Chúa Trời dành cho chúng ta.

Và …………không làm cho chúng ta hổ thẹn bởi vì…………..

đã đổ .... của Ngài để khỏa lấp ....của chúng ta. Ngài đã ban cho chúng ta .... của Ngài qua.................... ....là Đấng............ ban cho chúng ta

.

TÌNH YÊU THƯƠNG CỦA CHÚA GIÊ-XU DÀNH CHO CHÚNG TA.

Và đó chính xác những gì tình yêu thương đã làm. Tình yêu khiến Ngài chiến đấu với con rồng của âm phủ. Ngài đã "yêu bạn với tình yêu muôn thuở; [Ngài đã] kéo bạn đến với sự nhân từ" (Giê-rê-mi 31:3).

Bạn đã bao giờ để ý cái cách mà chú rể nhìn ngắm cô dâu trong lễ cưới chưa? Tôi đã từng. Có thể đó là vị trí lợi thế của tôi. Là mục sư cử hành hôn lễ, tôi được đứng cạnh chú rể. Chúng tôi đứng sát cánh bên nhau, chú rể bước vào lễ đường, tôi bước vào để làm lễ. Tính tới thời điểm chúng tôi tiến đến bàn tiệc thánh, thì tôi đã được ở cạnh chú rể một lúc trong cảnh gà khi anh chỉnh lại cổ áo và trán căng ra. Mấy cậu bạn thân nhắc anh rằng vẫn chưa quá muộn để chạy trốn thoát, và lúc nào trong mắt anh cũng có một cái nhìn nửa-nghiêm-túc rằng anh có thể làm thế. Là mục sư chủ lễ, tôi là người sẽ ra dấu cho anh biết khi nào thì anh được bước ra khỏi cảnh gà và bước tới bàn làm lễ. Anh theo sau tôi bước vào nhà thờ giống như một tên tội phạm bước lên giá treo cổ. Nhưng tất cả đã thay đổi khi nàng xuất hiện. Được thấy nét mặt anh lúc đó là một hình ảnh tôi rất thích được nhìn trong đám cưới.

Hầu hết mọi người đều bỏ lỡ hình ảnh đó. Hầu hết mọi người đều bỏ lỡ vì họ đang mải ngắm cô dâu. Nhưng khi những đôi mắt khác đang hướng về cô dâu thì tôi lén nhìn chú rể. Khi anh nhìn cô dâu, mọi suy nghĩ về sự trốn chạy đều trở nên hài hước. Điều đó hiện rõ trên mặt anh: "Ai có thể chịu đựng được cuộc sống không có cô dâu này chứ?"

Và đó chính là cảm nhận của Chúa Giê-xu. Hãy nhìn đủ lâu vào đôi mắt của Chúa Cứu Thế chúng ta, ở đó, bạn cũng sẽ nhìn thấy một nàng dâu. Được mặc bằng vải lanh mịn. Được trang sức bằng ân điển tinh sạch. Từ vòng hoa trên đầu đến đám mây dưới chân, nàng thật là nàng dâu hoàng gia; nàng là công chúa. Nàng là cô dâu. Cô dâu của Ngài. Đang bước về phía Ngài, cô vẫn chưa ở cùng với Ngài. Nhưng Ngài nhìn nàng, Ngài chờ đợi nàng, Ngài khao khát nàng.

"Ai sống được nếu vắng nàng chứ?" bạn nghe thấy tiếng Ngài thì thầm.

Hy vọng vào sự trở lại của Chúa Giê-xu của chúng ta gắn liền với sự hiểu biết của chúng ta về tình yêu vĩ đại của Ngài dành cho chúng ta.

4. Chúng ta không cần phải thắc mắc xem Chúa Giê-xu cảm thấy thế nào về chúng ta. Chúng ta không cần phải sợ hãi rằng mình sẽ đánh mất hy vọng khi đối mặt với sự thất vọng. Tình yêu của Ngài là chân thật, trường tồn và vô điều kiện – chúng ta có thể chắc chắn về điều đó. Câu nào sau đây đúng, và câu nào sai khi nói về cảm nhận của Chúa Giê-xu đối với chúng ta? Hãy đánh dấu câu trả lời đúng bằng (Đ) và câu trả lời sai bằng (S). Sử dụng các câu Kinh Thánh sau đây để giúp bạn trả lời.

____Ngài không thể yêu thương chúng ta như cách Cha đã yêu Ngài. (Giăng 15:9)

____ Ngài đã yêu thương chúng ta nhiều đến nỗi sẵn lòng hy sinh chính mạng sống Ngài cho chúng ta. (Ê-phê-sô 5:2).

____ Chúng ta yêu Ngài trước khi Ngài yêu chúng ta. (1 Giăng 4:19)

Ta há không có truyền lệnh cho con sao? Hãy mạnh dạn và can đảm lên. Đừng sợ hãi, đừng nản lòng, vì Chúa, Đức Chúa Trời con sẽ ở với con trong mọi nơi con đi.
- Giô-suê 1:9

HY VỌNG CHO TRÁI TIM TA

Bạn đã chiếm giữ trái tim của Đức Chúa Trời. "Như chàng rể vui mừng vì cô dâu, thì Đức Chúa Trời ngươi cũng vui mừng vì cớ ngươi" (Ê-sai 62:5).

Thách thức ở đây là bạn cần phải nhớ điều đó. Phải suy ngẫm về nó. Phải tập trung vào nó. Phải để tình yêu của Ngài thay đổi cách bạn

LỜI HỨA ĐÃ ĐƯỢC BAN RA

Giăng nói rằng, Thành Thánh giống như "một nàng dâu được mặc một cách đẹp đẽ cho chồng mình."

Có ai có thể xinh đẹp hơn cô dâu?...

Có thể vẻ đẹp ấy là hương thơm toát ra từ sự tinh khôi như hạt sương trên đoá hồng của nàng. Hay, có thể vẻ đẹp đó là những viên kim cương lấp lánh trong mắt nàng. Hay có thể là sự thẹn thùng e lệ vì tình yêu đã làm hồng đôi má hay là bó hoa của lời hứa mà nàng cầm trên tay.

Một cô dâu. Một giao ước mặc lấy vẻ duyên dáng, thanh lịch. "Ta sẽ ở với con đời đời." Ngày mai sẽ mang đến hy vọng cho ngày hôm nay. Lời hứa giữ sự tinh khôi đã được trung tín ban ra.

Khi bạn đọc thấy ngôi nhà trên Thiên đàng của chúng ta giống như một nàng dâu, hãy nói cho tôi biết đi, điều đó chẳng làm bạn muốn về nhà sao?

- The Applause of Heaven.

Trong Chúa, ta sẽ rất vui mừng, linh hồn ta sẽ hân hoan nơi Đức Chúa Trời ta; vì Ngài mặc cho ta áo cứu rỗi; Khoác cho ta áo choàng công chính. Giống chàng rể khăn áo như thầy tế lễ, như cô dâu trang sức bằng nữ trang.

- Ê-sai 61:10

nhìn bản thân.

Bạn từng cảm thấy bị coi thường phải không? Trang phục và phong cách mới có thể giúp bạn trong giây lát. Nhưng nếu bạn muốn một sự thay đổi vĩnh cửu, thì hãy học cách nhìn bản thân như cách Đức Chúa Trời nhìn bạn.

Lòng tự trọng của bạn từng bị hạ thấp phải không? Khi đó, hãy nhớ đến điều mà bạn xứng đáng. "Vì anh chị em biết rằng chẳng phải bởi những vật hay hư nát như bạc hoặc vàng mà anh chị em được chuộc, nhưng bằng chính huyết báu của Chúa Cứu Thế, như huyết chiên con không khuyết tật, không vết nhơ" (1 Phi-e-rơ 1:18-19).

5. Hãy đọc Ê-sai 61:10. Dựa vào điều bạn vừa đọc, câu nào sau đây mô tả cách Chúa Giê-xu nhìn chúng ta? Hãy đánh dấu tất cả các câu trả lời phù hợp.
   ☐ Được mặc lấy chiếc áo cứu rỗi.
   ☐ Được bao phủ bởi áo choàng công nghĩa.
   ☐ Giống như một chàng rể ăn mặc bảnh bao cho hôn lễ của mình.
   ☐ Giống như một nàng dâu trang sức lộng lẫy, xinh đẹp.

Bạn đang bận tâm liệu tình yêu ấy có bền chặt không? Bạn không cần phải làm thế. "Không phải chúng ta đã yêu kính Đức Chúa Trời, nhưng Ngài đã yêu thương chúng ta và sai Con Ngài làm sinh tế hy sinh chuộc tội lỗi chúng ta" (1 Giăng 4:10).

6. Hãy đọc Tít 1:1-2 và trả lời các câu hỏi sau.
Cuộc sống của chúng ta với Đức Chúa Trời trên Thiên đàng sẽ kéo dài bao lâu? (câu 2)

_____

_____

Đức Chúa Trời hứa ban cho chúng ta "niềm hy vọng về sự sống vĩnh phúc" từ khi nào? (câu 2)

_____

Bạn đã bao giờ cảm thấy mình chẳng có gì trong tay chưa?

Hãy nhìn vào món quà mà Ngài đã ban cho bạn: Ngài đã sai thiên sứ Ngài bảo vệ bạn, Đức Thánh Linh ngự trị trong bạn, hội thánh của Ngài để khích lệ bạn và Lời Ngài để hướng dẫn bạn. Bạn có những đặc quyền mà chỉ một vị hôn thê mới có được. Bất cứ khi nào bạn nói, Ngài đều lắng nghe; bạn đưa ra một lời thỉnh cầu và Ngài đáp lời bạn. Ngài sẽ không bao giờ để bạn bị cám dỗ quá nhiều hay vấp ngã quá xa. Chỉ cần một giọt nước mắt xuất hiện trên má bạn, là Ngài sẽ ở đó để lau khô ngay. Ngay khi lời thơ tình xuất hiện trên môi bạn là Ngài có mặt ở đó để lắng nghe. Bạn muốn gặp Ngài như thế nào thì Ngài còn muốn gặp bạn nhiều hơn thế nữa.

7. Chúa Giê-xu đã bao phủ chúng ta bằng hy vọng. Chúng ta gần như nổ tung với những cơ hội. Hãy đọc Rô-ma 15:13 và điền vào chỗ trống lời cầu nguyện của Phao-lô rằng hy vọng của chúng ta sẽ luôn tràn đầy.

Tôi cầu nguyện với .... là Đăng ban cho .... sẽ làm đầy dẫy anh chị em .... và .... khi anh em tin cậy Ngài. Đến nỗi .... của anh chị em sẽ tràn ngập bởi .... của Đức Thánh Linh.

HY VỌNG VỀ NHỮNG ĐIỀU CHƯA ĐẾN

Ngài đang xây một ngôi nhà cho bạn. Và với tất cả những nhịp nện của búa và nhịp cắt của chiếc cưa, Ngài đang mơ đến ngày được dẫn bạn bước qua ngưỡng cửa. "Trong nhà Cha ta có nhiều chỗ ở. Nếu không, ta đã nói cho các con rồi. Ta ra đi để sửa soạn một chỗ cho các con, Nếu ta đi và sửa soạn một chỗ cho các con, ta cũng sẽ trở lại đón các con về với ta, để ta ở đâu các con cũng ở đó" (Giăng 14:2-3).

Bạn đã được Đấng Christ lựa chọn. Bạn đã được giải phóng khỏi đời sống cũ trong ngôi nhà cũ, và Ngài đã tuyên bố rằng bạn là người mà Ngài yêu mến. "Vậy Ngài ở đâu?" có thể bạn sẽ hỏi thế. "Tại sao Ngài không trở lại?"

8. Giống như các thế hệ trước chúng ta, chúng ta phải nắm chắc lấy hy vọng - một niềm tin vững chắc rằng Chúa Giê-xu sẽ trở lại. Dựa vào câu Kinh Thánh Hê-bơ-rơ 10:37, câu nào sau đây đúng khi nói về sự trở lại của Chúa Giê-xu? Hãy đánh dấu tất cả các câu trả lời phù hợp.

☐ Kinh Thánh nói rằng còn lâu nữa Chúa Giê-xu mới trở lại.

☐ Kinh Thánh khẳng định với chúng ta rằng Ngài sẽ trở lại trong một thời gian rất ngắn nữa thôi.

☐ Đấng đang đến sẽ trở lại.

☐ Ngài sẽ không chậm trễ đâu.

Chỉ có một câu trả lời duy nhất mà thôi. Nàng dâu của Ngài chưa sẵn sàng. Nàng vẫn đang sửa soạn.

Những người đã đính hôn miệt mài chuẩn bị. Quần áo đẹp. Cân nặng chuẩn. Kiểu tóc phù hợp và bộ áo vét đẹp nữa. Họ muốn mọi thứ phải tốt nhất. Tại sao? Như vậy thì vị hôn thê mới cưới họ sao? Không. Ngược lại là đằng khác. Họ muốn trông họ đẹp nhất bởi vì vị hôn thê sẽ lấy họ.

Với chúng ta cũng vậy. Chúng ta muốn nhìn thấy mình đẹp đẽ nhất đối với Đấng Christ. Chúng ta muốn tấm lòng mình phải tinh sạch và muốn suy nghĩ của mình phải thật trong sáng. Chúng ta muốn gương mặt mình toả sáng ân điển và đôi mắt lấp lánh tình yêu. Chúng ta muốn sửa soạn chu đáo.

9. Hãy đọc Tít 2:11-13 và tóm tắt điều mà đoạn Kinh Thánh này nói về cách chúng ta nên sống khi chờ đợi sự trở lại của Đấng Christ.

Vì ân sủng của Đức Chúa Trời đã được bày tỏ, đem sự cứu rỗi đến cho mọi người. Ân điển ấy dạy chúng ta phải từ bỏ tinh thần không tin kính và các dục vọng phàm tục, phải sống tiết độ, công chính và tin kính trong đời này, đang khi trông đợi niềm hy vọng phước hạnh và sự xuất hiện vinh quang của Đức Chúa Trời vĩ đại, là Đấng Cứu Thế của chúng ta, Chúa Cứu Thế Giê-xu. – Tít 2:11-13

Tại sao chúng ta muốn sửa soạn? Chúng ta hy vọng rằng Ngài sẽ yêu chúng ta sao? Không. Ngược lại là đằng khác. Bởi vì Ngài đã yêu bạn rồi.

Bạn đã được xưng công chính. Bạn đã đính hôn, được biệt riêng, được gọi là nàng dâu của Chúa. Những dòng sông ngăn cách không thể cầm giữ bạn. Bạn đã được chọn cho cung điện của Ngài. Đừng ở trong vòng tay một người lạ dù chỉ một đêm.

Hãy miệt mài chuẩn bị ngày cưới của mình. Hãy coi chừng với tính hay quên. Đừng khoan dung với sự suy giảm trí nhớ. Hãy viết xuống những việc cần làm. Hãy ghi nhớ những câu Kinh Thánh. Hãy làm bất cứ điều gì có thể để ghi nhớ. "Hãy tìm kiếm những việc thiên thượng… tập trung tâm trí vào các việc thiên thượng" (Cô-lô-se 3:1-2). Bạn đã đính hôn với hoàng gia, và Hoàng tử của bạn sẽ đến để đón bạn về nhà.

Tôi là Phao-lô, tôi tớ của Đức Chúa Trời và sứ đồ của Chúa Cứu Thế Giê-xu, nhằm mục đích giúp đỡ đức tin những người được Đức Chúa Trời chọn, và giúp cho sự nhận biết chân lý, là điều đem lại nếp sống tin kính trong niềm hy vọng sống vĩnh phúc mà Đức Chúa Trời, Đấng không hề nói dối, đã hứa từ trước khi có thời gian.

- Tít 1:1-2

Nếu ta đi và sửa soạn một chỗ cho các con, ta cũng sẽ trở lại đón các con về với ta, để ta ở đâu các con cũng ở đó.

- Giăng 14:3

Cầu xin Đức Chúa Trời là nguồn hy vọng ban cho anh chị em đầy dẫy sự vui mừng và bình an khi anh chị em tin cậy Ngài, đến nỗi anh chị em đầy tràn niềm hy vọng bởi quyền năng của Thánh Linh.

- Rô-ma 15:13

Nàng dâu của Chúa Giê-xu vẫn chưa sẵn sàng. Nàng vẫn đang sửa soạn.

Đấng ngự đến sẽ tới nơi, không trì hoãn.

- Hê-bơ-rơ 10:37

TRỌNG TÂM BÀI HỌC

*Chúa Giê-xu đã chọn chúng ta làm nàng dâu của Ngài.

*Đôi lúc chúng ta quên rằng Chúa Giê-xu sẽ trở lại vì chúng ta.

*Hy vọng của chúng ta vào sự trở lại của Chúa Giê-xu gắn liền với sự hiểu biết của chúng ta vào tình yêu vĩ đại của Ngài dành cho chúng ta.

*Nàng dâu của Chúa Giê-xu vẫn chưa sẵn sàng. Nàng vẫn đang sửa soạn.

Câu Kinh Thánh ghi nhớ của bạn về hy vọng là Rô-ma 8:25. Hãy viết câu Kinh Thánh đó xuống đây thêm một lần nữa.

_____

_____

Tấm lòng của Chúa Giê-xu

Và hy vọng không làm cho hổ thẹn. Vì tình yêu thương của Đức Chúa Trời đổ đầy lòng chúng ta bởi Đức Thánh Linh là Đấng đã được ban cho chúng ta.

- Rô-ma 5:5

Chúa Giê-xu đã xoay xở với tất cả những việc này như thế nào? Ngài đối diện với sự đói kém, sự lo lắng, sự lo mệt mỏi và nỗi đau đớn. Ngài đến gần hàng nghìn cá nhân. Ngài đi đây đó với những môn đồ vô tín. Ngài soạn ra những câu chuyện ngụ ngôn để dạy chân lý của Đức Chúa Trời. Ngài thức đêm để cầu nguyện. Ngài chịu đựng sự thử thách và những cái bẫy bằng lời nói của những nhà lãnh đạo tôn giáo. Ngài bị buộc phải quay lưng lại với những kẻ nghĩ rằng Ngài chỉ biểu diễn như trong rạp xiếc mà thôi. Ngài bị đuổi ra khỏi giáo đường của người Do Thái và các thành. Gia đình Ngài thì thắc mắc Ngài có được bình thường hay không. Bạn đã nghĩ rằng Ngài sẽ giơ tay đầu hàng trong thất vọng và nói: "Còn gì nữa đây?" Chúa Giê-xu đã không ngừng tập trung vào điều gì? Hy vọng. Ngài hy vọng về sự trở lại với Cha Ngài, một ngày nào đó, khi đó Ngài đã hoàn thành sứ mạng của mình. Ngài ấp ủ hy vọng trở lại cùng các môn đồ, và mang họ về Thiên đàng với Ngài. Ngài biết rằng sự sống đời đời đang chờ ngay trước mắt họ, và Ngài muốn bước vào đó một cách đắc thắng. Vì lợi ích của những điều đã bày ra phía trước Ngài, vì hy vọng về những điều Ngài biết là sẽ đến, Chúa Giê-xu đã chịu đựng tất cả những gì cuộc đời có thể ném vào Ngài.n hướng về Thiên đàng, và luôn sống đúng với tiếng gọi của Cha Ngài.

Ta chẳng bao giờ hổ thẹn vì ta biết Đấng ta đang tin, chắc chắn Ngài thừa khả năng bảo vệ điều ta uỷ thác cho đến Ngày Phán Xét sau cùng.

- 2 Ti-mô-thê 1:12b

❖

TÀI LIỆU ĐỌC THÊM

Những phần được lựa chọn trong bài học này được trích dẫn từ cuốn *When Christ Comes*.

GHI CHÚ

i Tất nhiên, nếu bạn còn sống khi Đấng Christ tái lâm, bạn sẽ có thân thể mới. Phao-lô nói điều này trong 1 Cô-rinh-tô 15:51.

ii Peter Kreefr, *Heaven: The Heart's Deepest Longing* (San Francisco: Ignatius Press, 1980), 49.

iii Eugene Peterson, *Reversed Thunder* (San Francisco: HarperSanFrancisco, 1988), 36-37